ವಿಶ್ವಕಥಾಕೋಶ

ಸಂಪುಟ - ೧೮

ಪ್ರಧಾನ ಸಂಪಾದಕ
ನಿರಂಜನ

ಬಾಲಮೇಧಾವಿ

ಜರ್ಮನಿ ಕಥೆಗಳು

ಅನುವಾದ
ಎಚ್. ಎಸ್. ರಾಘವೇಂದ್ರ ರಾವ್

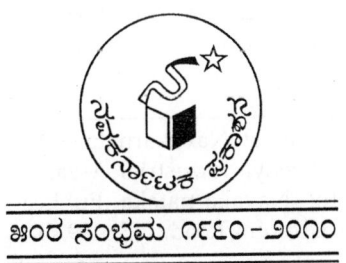

೫೦ರ ಸಂಭ್ರಮ ೧೯೬೦-೨೦೧೦

BAALA MEDHAAVI (Kannada)
An anthology of short stories from Germany (German Democratic Republic and Federal Republic of Germany), being the eighteenth volume of Vishwa Kathaa Kosha, a treasury of world's great short stories in 25 volumes in Kannada. Translated by H. S. Raghavendra Rao. Editor-in-Chief : Niranjana Editors : S. R. Bhat, C. R. Krishna Rao, C. Sitaram. Secretary : R. S. Rajaram.

Third Print : 2012 **Pages : 176** **Price : ₹ 75**

Paper used for this book : 70 gsm Maplitho 18.6 Kgs (1/8 Demy Size)

ಮೊದಲನೇ ಮುದ್ರಣ : 1982
ಎರಡನೇ ಮುದ್ರಣ : 2011
ಮೂರನೇ ಮುದ್ರಣ : 2012

ಪ್ರತಿಗಳ ಸಂಖ್ಯೆ : 1000

ಪ್ರಧಾನ ಸಂಪಾದಕ : ನಿರಂಜನ
ಸಂಪಾದಕರು : ಎಸ್. ಆರ್. ಭಟ್, ಸಿ. ಆರ್. ಕೃಷ್ಣರಾವ್, ಸಿ. ಸೀತಾರಾಮ್
ಕಾರ್ಯದರ್ಶಿ : ಆರ್. ಎಸ್. ರಾಜಾರಾಮ್
ಕಲಾ ಸಲಹೆಗಾರರು : ಎಸ್. ರಮೇಶ್, ಕಮಲೇಶ್, ಅಮಿತ್

ಬೆಲೆ : ₹ 75
(25 ಸಂಪುಟಗಳ ಪೂರ್ತಿ ಸೆಟ್‌ನ ವಿಶೇಷ ಬೆಲೆ ₹ 1750 ಮಾತ್ರ)

ಮುಖಚಿತ್ರ : ಅಮಿತ್

ಪ್ರಕಾಶಕರು
ನವಕರ್ನಾಟಕ ಪಬ್ಲಿಕೇಷನ್ಸ್ ಪ್ರೈವೆಟ್ ಲಿಮಿಟೆಡ್
ಎಂಬೆಸಿ ಸೆಂಟರ್, ಕ್ರೆಸೆಂಟ್ ರಸ್ತೆ, ಬೆಂಗಳೂರು - 560 001
ದೂರವಾಣಿ: 080-30578020/22 ಫ್ಯಾಕ್ಸ್ : 080-30578023
Email : navakarnataka@gmail.com

ಶಾಖೆಗಳು/ಮಳಿಗೆಗಳು
ನವಕರ್ನಾಟಕ, ಕ್ರೆಸೆಂಟ್ ರಸ್ತೆ, ಬೆಂಗಳೂರು - 1, ✆ 080-30578028/35, Email : nkpsales@gmail.com
ನವಕರ್ನಾಟಕ, ಗಾಂಧಿನಗರ, ಬೆಂಗಳೂರು - 9, ✆ 080-22251382, Email : nkpgnr@gmail.com
ನವಕರ್ನಾಟಕ, ಕೆ.ಎಸ್. ರಾವ್ ರಸ್ತೆ, ಮಂಗಳೂರು - 1, ✆ 0824-2441016, Email : nkpmng@gmail.com
ನವಕರ್ನಾಟಕ, ಬಲ್ಮಠ, ಮಂಗಳೂರು - 1, ✆ 0824-2425161, Email : nkpbalmatta@gmail.com
ನವಕರ್ನಾಟಕ, ರಾಮಸ್ವಾಮಿ ವೃತ್ತ, ಮೈಸೂರು - 24, ✆ 0821-2424094, Email : nkpmys@yahoo.co.in
ನವಕರ್ನಾಟಕ, ಸ್ಟೇಷನ್ ರಸ್ತೆ, ಗುಲಬರ್ಗಾ - 2, ✆ 08472-224302, Email : nkpglb@gmail.com

0305123430 **ISBN 978-81-8467-217-6**

Printed by R. S. Rajaram at Navakarnataka Printers, No. 167 & 168 10th Main, III Phase, Peenya Industrial Area, Bangalore - 560 058 and published by him for Navakarnataka Publications Private Limited 101, Embassy Centre, Crescent Road, P B 5159, Bangalore - 560 001 (INDIA)

ಅರ್ಪಣೆ

ನಿರಂಜನ
(1924–1991)

ಇವರ ನೆನಪಿಗೆ

ಪರಿವಿಡಿ

ಪ್ರಕಾಶಕರ ನುಡಿ

ಕನ್ನಡ ನಾಡು ನುಡಿಗಳಿಗೆ ನಮ್ಮ ಹೆಮ್ಮೆಯ ಕೊಡುಗೆ ವಿಶ್ವಕಥಾಕೋಶ. ಶ್ರೀ ನಿರಂಜನರ ಪ್ರಧಾನ ಸಂಪಾದಕತ್ವದಲ್ಲಿ ಹೊರ ಬರುತ್ತಿರುವ ಈ ಬೃಹತ್ ಸಂಕಲನ ಜಗತ್ತಿನ ಸಾರಸ್ವತ ಭಂಡಾರದ ಒಂದು ಭಾಗವನ್ನು ಕನ್ನಡ ಓದುಗರ ಮುಂದೆ ತಂದಿಡುತ್ತದೆ. ಇದು ಕನ್ನಡದ ಇತ್ತೀಚಿನ ಮಹತ್ವದ ಪ್ರಕಟನೆಗಳಲ್ಲೊಂದೆಂದು ಸಹೃದಯರಾದ ಕನ್ನಡ ಓದುಗರೂ ವಿಮರ್ಶಕರೂ ಈಗಾಗಲೇ ಹೇಳಿರುವುದು ನಮಗೊಂದು ಸಂತಸದ ವಿಷಯ.

ವಿಶ್ವಕಥಾಕೋಶದ 25 ಸಂಪುಟಗಳನ್ನು 1980ರ ಯುಗಾದಿಯಿಂದ ಮೊದಲ್ಗೊಂಡು ಒಟ್ಟು ಆರು ಕಂತುಗಳಲ್ಲಿ ಪ್ರಕಟಿಸಲಾಗುವುದೆಂದು ನಾವು ಹಿಂದೆ ಹೇಳಿದ್ದೆವು. ಅದರಂತೆ ಕಳೆದ ಎರಡು ವರ್ಷಗಳಲ್ಲಿ 16 ಸಂಪುಟಗಳನ್ನು ನಾವು ಬಿಡುಗಡೆ ಮಾಡಿದ್ದೇವೆ.

ಈಗ ಮತ್ತೆ ನಾಲ್ಕು ಸಂಪುಟಗಳನ್ನು ಓದುಗರ ಕೈಗಿಡಲು ನಮಗೆ ಹರ್ಷವೆನಿಸುತ್ತದೆ. ಇವು ಈ ವರ್ಷದ–1982ರ–ಯುಗಾದಿಯ ಕಾಣಿಕೆ.

ಈ ನಾಲ್ಕರಲ್ಲೊಂದು 'ಬಾಲಮೇಧಾವಿ.' ಇದರಲ್ಲಿ ಜರ್ಮನ್ ಕಥಾ ಸಾಹಿತ್ಯದಿಂದ ಆಯ್ದ ಹೃದಯಂಗಮವಾದ ಹದಿನೈದು ಕಥೆಗಳಿವೆ. ಇದು ಕಥಾಕೋಶದ ಹದಿನೆಂಟನೆಯ ಸಂಪುಟ. ಈ ಸಂಪುಟವನ್ನು ಕನ್ನಡಕ್ಕೆ ಅನುವಾದಿಸಿರುವವರು ಶ್ರೀ ಎಚ್. ಎಸ್. ರಾಘವೇಂದ್ರ ರಾವ್ ಅವರು.

ಈ ಸಂಪುಟಕ್ಕೆ ಸೊಗಸಾದ ಮುಖಚಿತ್ರವನ್ನು ಬರೆದುಕೊಟ್ಟವರು ಖ್ಯಾತ ಕಲಾವಿದ ಶ್ರೀ ಅಮಿತ್. ಹಿಮ್ಮೈವಿನ್ಯಾಸ ಶ್ರೀ ಕಮಲೇಶ್ ಅವರದು. ಇದನ್ನು ಉತ್ತಮವಾಗಿ ಮುದ್ರಿಸಿದ ಶ್ರೇಯಸ್ಸು ಜನಶಕ್ತಿ ಮುದ್ರಣಾಲಯದ ನಮ್ಮ ಬಂಧುಗಳಿಗೆ ಸಲ್ಲಬೇಕು. ಇದರ ರಕ್ಷಾಕವಚದ ಮುದ್ರಣ ಕಾರ್ಯವನ್ನು ನಿರ್ವಹಿಸಿದವರು ಶಿವಕಾಶಿಯ ಜೇಯೆಮ್ ಆಫ್‌ಸೆಟ್ ಪ್ರಿಂಟರ್ಸ್ ಅವರು. ಇವರಿಗೆಲ್ಲ ಈ ಸಂದರ್ಭದಲ್ಲಿ ನಮ್ಮ ಹೃತ್ಪೂರ್ವಕ ಕೃತಜ್ಞತೆಗಳು ಸಲ್ಲುತ್ತವೆ.

ಇವರಲ್ಲದೆ ಈ ಸಂಪುಟವನ್ನು ಹೊರತರಲು ಇನ್ನೂ ಅನೇಕ ಮಂದಿ ಮಿತ್ರರು ನಮಗೆ ನೆರವಾಗಿದ್ದಾರೆ. ಸಂಪುಟದ ಕೊನೆಯಲ್ಲಿ ಅವರಿಗೆ ನಮ್ಮ ವಿಶೇಷ ಕೃತಜ್ಞತೆಗಳನ್ನು ಸಮರ್ಪಿಸಲಾಗಿದೆ.

ಈ ಸಂಪುಟದಲ್ಲಿ ಬಳಸಲಾದ, ಕೃತಿಸ್ವಾಮ್ಯವನ್ನು ಹೊಂದಿರುವ ಎಲ್ಲ ಕಥೆಗಳ ಕರ್ತೃಗಳಿಂದ ಅಥವಾ ಅವರ ವಾರಸುದಾರರಿಂದ ಅವುಗಳ ಪ್ರಕಟನೆಗೆ ಅನುಮತಿ ಪಡೆಯಲು ನಾವು ಆದಷ್ಟು ಪ್ರಯತ್ನಿಸಿದ್ದೇವೆ. ಅವರೆಲ್ಲರಿಗೂ ನಾವು ಋಣಿಗಳು. ಆದರೆ ಒಂದು ವೇಳೆ ಯಾರದಾದರೂ ಅನುಮತಿ ಬಿಟ್ಟುಹೋಗಿದ್ದರೆ, ಈ ಯೋಜನೆಯ ಮಹತ್ವವನ್ನು ಮನಗಂಡು ಅವರು ನಮ್ಮನ್ನು ಕ್ಷಮಿಸುವರೆಂದು ನಂಬಿದ್ದೇವೆ.

ಈ ಸಲದ ಬಿಡುಗಡೆಯ ನಾಲ್ಕು ಸಂಪುಟಗಳೂ ಸೇರಿ ಕಥಾ ಕೋಶದ 20 ಸಂಪುಟಗಳನ್ನು ವಾಚಕ ವೃಂದದ ಕೈಗಿತ್ತಂತಾಯಿತು. ಇನ್ನು ಉಳಿದಿರುವುದು ಐದು ಸಂಪುಟಗಳು ಮಾತ್ರ. ಅವುಗಳನ್ನು ಮುಂದಿನ ದೀಪಾವಳಿಯಂದು ಪ್ರಕಟಿಸಲಾಗುವುದು.

ಬೆಲೆ ಏರಿಕೆಯ ಇಂದಿನ ದಿನಗಳಲ್ಲಿ ವಿಶ್ವಕಥಾಕೋಶದಂಥ ಬೃಹತ್ ಯೋಜನೆಯ ಪ್ರಕಟನೆ ಬಹಳ ಕಷ್ಟಸಾಧ್ಯವಾದ ಕಾರ್ಯ. ಆದರೂ ಓದುಗರ ಹಿತವನ್ನು ಗಮನದಲ್ಲಿರಿಸಿಕೊಂಡು ಕಥಾಕೋಶದ ಬೆಲೆಯನ್ನು ನಾವು ಹೆಚ್ಚಿಸಿಲ್ಲ. ಬಿಡಿ ಸಂಪುಟಗಳ ಬೆಲೆ ಹಿಂದಿನಂತೆಯೇ ರೂ. 10/–. 25 ಸಂಪುಟಗಳಿಗೆ ರೂ. 250/–. ಅದೇ ರೀತಿಯಲ್ಲಿ ಇಡೀ ಕೋಶವನ್ನು ಕೊಳ್ಳಬಯಸುವವರಿಗೆ ರೂ. 50/–ರ ರಿಯಾಯಿತಿಯೂ ಇದೆ. 'ನವಕರ್ನಾಟಕ ಪಬ್ಲಿಕೇಷನ್ಸ್ (ಪ್ರೈ) ಲಿಮಿಟೆಡ್' ಈ ಹೆಸರಿಗೆ 200/– ರೂ.ಗಳನ್ನು ಡ್ರಾಫ್ಟ್ ಮೂಲಕ ಇಂದೇ ಕಳುಹಿಸಿಕೊಡಿ. ಈಗ ಪ್ರಕಟವಾಗಿರುವ ಸಂಪುಟಗಳನ್ನು ನಮ್ಮ ವೆಚ್ಚದಲ್ಲಿ ನಿಮ್ಮ ಮನೆ ಬಾಗಿಲಿಗೆ ತಕ್ಷಣ ತಲಪಿಸಲಾಗುವುದು. ಮುಂದಿನ ಐದು ಸಂಪುಟಗಳನ್ನು ಅವು ಪ್ರಕಟವಾದೊಡನೆ ಕಳುಹಿಸಲಾಗುವುದು.

ಕೊನೆಯದಾಗಿ, ಕಥಾಕೋಶದ ಹಿಂದಿನ ಸಂಪುಟಗಳಿಗೆ ಓದುಗರು ನೀಡಿದ ಆದರದ ಸ್ವಾಗತ ಈ ಸಂಪುಟಗಳಿಗೂ ದೊರೆಯುವುದೆಂದು ನಾವು ನಂಬಿದ್ದೇವೆ.

ಯುಗಾದಿ, 1982
ಬೆಂಗಳೂರು

ಆರ್. ಎಸ್. ರಾಜಾರಾಮ್
ವ್ಯವಸ್ಥಾಪಕ ನಿರ್ದೇಶಕ
ನವಕರ್ನಾಟಕ ಪಬ್ಲಿಕೇಷನ್ಸ್ (ಪ್ರೈ) ಲಿಮಿಟೆಡ್

ಪ್ರಕಾಶಕರ ನುಡಿ

(ಎರಡನೇ ಮುದ್ರಣ)

ನವಕರ್ನಾಟಕ ಪ್ರಕಾಶನದ 50ರ ಸಂಭ್ರಮದಲ್ಲಿ, 'ವಿಶ್ವಕಥಾಕೋಶ'ದ ಇಪ್ಪತ್ತೈದು ಸಂಪುಟಗಳನ್ನು ಪುನರ್ಮುದ್ರಿಸಿ ಓದುಗರ ಕೈಗಿಡುತ್ತಿದ್ದೇವೆ. ಮೂವತ್ತು ವರ್ಷಗಳ ಕಾಲ ಅಲಭ್ಯವಾಗಿದ್ದ ಜಗತ್ತಿನ ಸಾಹಿತ್ಯ ಕಥಾ ಕಣಜ ಬೆಳಕು ಕಾಣುವ ಈ ಸಮಯದಲ್ಲಿ ಈ ಯೋಜನೆಯ ಹೊಣೆ ಹೊತ್ತ ಶ್ರೇಷ್ಠ ಕಥೆಗಾರ, ಸಾಹಿತಿ ನಿರಂಜನರು ನಮ್ಮೊಂದಿಗೆ ಇದ್ದಿದ್ದರೆ, ನವಕರ್ನಾಟಕದ ಚಿನ್ನದ ಹಬ್ಬ ಹೆಚ್ಚು ಅರ್ಥಪೂರ್ಣವಾಗುತ್ತಿತ್ತು. ಈ ಸಂಪುಟಗಳನ್ನು ಅವರಿಗೆ ಅರ್ಪಿಸಿ, ಅವರನ್ನು ನೆನೆಯುತ್ತೇವೆ.

ಸಂಪುಟಗಳನ್ನು ಅನುವಾದಿಸಿ ನೆರವಾದ ಅನೇಕ ಲೇಖಕ ಮಿತ್ರರು ಈ ಮೂರು ದಶಕಗಳಲ್ಲಿ ನಮ್ಮನ್ನು ಅಗಲಿದ್ದಾರೆ. 'ವಿಶ್ವಕಥಾಕೋಶ'ದ ಎಲ್ಲಾ ಅನುವಾದಗಳನ್ನು ಓದಿ, ಪರಿಷ್ಕರಿಸಿ, ಮುದ್ರಣಕ್ಕೆ ಸಿದ್ಧಗೊಳಿಸಿದ ಸಂಪಾದಕರಲ್ಲಿ ಒಬ್ಬರಾದ ಶ್ರೀ ಎಸ್. ಆರ್. ಭಟ್ಟರ ಅಗಲಿಕೆಯ ನೆನಪು ಈ ಸಂದರ್ಭದಲ್ಲಿ ನಮ್ಮನ್ನು ಕಾಡುತ್ತಿದೆ.

ಮೂವತ್ತು ವರ್ಷಗಳ ಹಿಂದೆ 25 ಸಂಪುಟಗಳನ್ನು ರೂ. 250ಕ್ಕೆ ನೀಡಿದ್ದೆವು. ಬೆಲೆಯೇರಿಕೆಯ ಇಂದಿನ ದಿನಗಳಲ್ಲಿ ಮರುಮುದ್ರಿಸಿದಲ್ಲಿ, ಅದರ ಬೆಲೆಯನ್ನು ಎಂಟು-ಹತ್ತು ಪಟ್ಟು ಏರಿಸಬೇಕಾಗಬಹುದು ಎನ್ನುವ ಭೀತಿಯೂ ವಿಳಂಬಕ್ಕೆ ಕಾರಣವಾಯಿತು. ಈ ಸಂದರ್ಭದಲ್ಲಿ ಈ ಸಂಪುಟಗಳನ್ನು ಸುಲಭ ಬೆಲೆಗೆ ನೀಡಲು ನೆರವಾದವರು ಇನ್ಫೋಸಿಸ್ ಫೌಂಡೇಷನ್‌ನ ಅಧ್ಯಕ್ಷೆ ಶ್ರೀಮತಿ ಸುಧಾ ಮೂರ್ತಿಯವರು. ಅವರಿಗೆ ನಾವು ಕೃತಜ್ಞರಾಗಿದ್ದೇವೆ.

ಈ ಯೋಜನೆಯ ಲೇಖಕರು ಈ ಅವಧಿಯಲ್ಲಿ ಸಾಕಷ್ಟು ಹೊಸ ಬರೆಹಗಳನ್ನು ಮಾಡಿದ್ದಾರೆ, ಗೌರವ ಪುರಸ್ಕಾರಗಳಿಗೆ ಪಾತ್ರರಾಗಿದ್ದಾರೆ. ಕೆಲವರು ನಮ್ಮೊಂದಿಗಿಲ್ಲ. ಈ ಎಲ್ಲ ಲೇಖಕರ ಪರಿಚಯಗಳಿಗೆ ಹೊಸ ಸೇರ್ಪಡೆಗಳನ್ನು ಮಾಡಿಕೊಟ್ಟ ಡಾ|| ಆರ್. ಪೂರ್ಣಿಮಾ ಮತ್ತು ಶ್ರೀಮತಿ ರೋಸಿ ಡಿ'ಸೋಜಾ ಅವರ ನೆರವನ್ನು ಸ್ಮರಿಸುತ್ತೇವೆ.

ಮರುಮುದ್ರಣದ ಈ ಕಾರ್ಯದಲ್ಲಿ ನೆರವಾದ ಎಲ್ಲರನ್ನೂ ನೆನೆಯುತ್ತೇವೆ.

ಯುಗಾದಿ, 2011
ಬೆಂಗಳೂರು

ಆರ್. ಎಸ್. ರಾಜಾರಾಮ್
ವ್ಯವಸ್ಥಾಪಕ ನಿರ್ದೇಶಕ, ನವಕರ್ನಾಟಕ ಪ್ರಕಾಶನ

ಪ್ರಸ್ತಾವನೆ

1

ಒಮ್ಮೆ ದೇವ್ವ ಬೇಟೆ ಹುಡುಕಿಕೊಂಡು ಭೂಮಿಗೆ ಬಂತು, ದುರಾಶೆಯ ಭೂಮಾಲಿಕನೊಬ್ಬನನ್ನು ಸಂಧಿಸಿತು. ಜತೆಯಾಗಿ ನಡೆಯುತ್ತಿದ್ದಂತೆ, ಒಬ್ಬಳು ಕುರುಬತಿಯನ್ನು ಅವರು ಕಂಡರು. ಹಿಂಡನ್ನು ಬಿಟ್ಟು ತುಸು ದೂರದಲ್ಲಿದ್ದ ಒಂದು ಕುರಿಗೆ ಅವಳು ಛೀಮಾರಿ ಹಾಕುತ್ತಿದ್ದಳು :

"ಅಲೀತಿಯಾ ? ದೆವ್ವ ಹಿಡಕೊಂಡು ಹೋಗಲಿ ನಿನ್ನ !"

ದೆವ್ವಕ್ಕೆ ಭೂಮಾಲಿಕನೆಂದ :

"ಕೇಳಿಸ್ತಾ ಅವಳು ಹೇಳಿದ್ದು ? ಆ ಕುರೀನ ನೀನು ಧಾರಾಳವಾಗಿ ತಗೋಬಹುದು."

ದೆವ್ವ ಉತ್ತರವಿತ್ತಿತು :

"ಊಹೂಂ, ಅವಳ ಮನಸ್ಸಿನಲ್ಲಿ ನಿಜವಾಗಿ ಅಂಥ ವಿಚಾರವಿಲ್ಲ."

...ತನ್ನ ತುಂಟ ಮಗನಿಗೆ ಬಯ್ಯುತ್ತಿದ್ದ ಒಬ್ಬಳು ಹೆಂಗಸು ಸಿಕ್ಕಿದಳು. ಆಗಲೂ ಮೇಲಿನಂತೆಯೇ ಆಯಿತು.

ಆಮೇಲೆ ಒಬ್ಬ ರೈತ ಕಣ್ಣಿಗೆ ಬಿದ್ದ. ತನ್ನ ಒಡೆಯನನ್ನು ಕಂಡೊಡನೆ ಆತ ತಲೆ ನೆಲ ಮುಟ್ಟುವಷ್ಟು ಬಾಗಿ ವಂದಿಸಿದ. ಆದರೆ ಭೂಮಾಲಿಕ ಮುಂದೆ ಹೋದೊಡನೆ, ಅವನು ಪಿಸುದನಿಯಲ್ಲಿ ಗೊಣಗಿದ :

"ಹಾಳಾದ ದುರಾಶೆ ಮನುಷ್ಯ, ದೆವ್ವ ಹಿಡಕೊಂಡು ಹೋಗಲಿ ನಿನ್ನನ್ನ !"

ದೆವ್ವ ಭೂಮಾಲಿಕನತ್ತ ಹೊರಳಿ ಅಂದಿತು :

"ರೈತ ಹೇಳಿದ್ದು ಕೇಳಿಸ್ತಾ? ಅವನ ಮನಸ್ಸಿನಲ್ಲಿ ನಿಜವಾಗಿ ಇರೋ ವಿಚಾರವೂ ಅದೇ."

– ಹಾಗೆ ಹೇಳಿ ದೆವ್ವ ಭೂಮಾಲಿಕನ ಕತ್ತುಪಟ್ಟಿ ಹಿಡಿದು ಅವನನ್ನು ನರಕಕ್ಕೆ ಎಳೆದುಕೊಂಡು ಹೋಯಿತು.

ಮೇಲಿನದು ಜರ್ಮನಿಯಲ್ಲಿ ಪ್ರಚಲಿತವಿರುವ ಒಂದು ಜಾನಪದ ಕಥೆ. ಜರ್ಮನ್ ಬುಡಕಟ್ಟುಗಳ ಜನ ಕ್ರಿಸ್ತನಿಗೂ ಮೊದಲೇ ಕುರಿಗಾಹಿ ಗಳಾಗಿದ್ದರು. ಕಾಡುಕೃಷಿ ಹಿಂದೆಯೇ ಇದ್ದಿತಾದರೂ, ಬಯಲಿನಲ್ಲಿ ಉಳುಮೆ ಬಿತ್ತನೆ ಕುಯಿಲು ಅವರ ಕಸಬಾದದ್ದು ರೋಮನರ

ರೀತಿ ರಿವಾಜುಗಳ ಪರಿಚಯವಾದ ಮೇಲೆ. ರೈತ ಭೂಮಾಲಿಕ ಎಂಬ ವರ್ಗ ವಿಭಜನೆ ಕ್ರಿಸ್ತ ಶಕ 7ನೆಯ ಶತಮಾನ ಕಳೆದ ಮೇಲಷ್ಟೇ ಆಗಿರಲು ಸಾಧ್ಯ. ವರ್ಗ ಸಂಘರ್ಷವಂತೂ ಮತ್ತೂ 7 ಶತಮಾನ ಅನಂತರದ್ದು. ದೆವ್ವದ ಕಥೆ ಕಟ್ಟಿ, ಭೂಮಾಲಿಕನಿಗೆ ಕೇಳಿಸದಂತೆ ತಮ್ಮ ತಮ್ಮೊಳಗೆ ಅದನ್ನು ಹೇಳಿಕೊಳ್ಳುತ್ತ, ಜರ್ಮನಿಯ ಬಡ ರೈತರು ಬಹಳ ಖುಷಿಪಟ್ಟಿರಬೇಕು.

ಒಳಿತು ಕೆಡುಕುಗಳ ಕಲ್ಪನೆ ಇವರಿಗಿಂತ ಸಹಸ್ರಾರು ವರ್ಷ ಹಿಂದಿನ ಜರ್ಮನರಲ್ಲೂ ಇತ್ತು. ಮೂಲ ಒಂದೇ ಆದರೂ ಬುಡಕಟ್ಟುಗಳು ಹಲವು, ದಂತಕಥೆ ಪರಂಪರೆಗಳಲ್ಲಿ ವ್ಯತ್ಯಾಸವಿದ್ದರೂ ಕೆಲ ಸಮಾನ ಗುಣಗಳಿದ್ದುವು, ಉದಾಹರಣೆಗೆ: ಶರೀರ ಬಲ, ಎದೆಗಾರಿಕೆ, ನಿಷ್ಠೆ, ಅವರ ನಂಬುಗೆಯಂತೆ, ಈ ಭೂಮಿ ಚಳಿ ನಡುಕದ ಯಾತನಾಮಯ ಜಗತ್ತು; ಸ್ವರ್ಗವೂ ಅಷ್ಟೆ. ಒಳಿತು ಕೆಡುಕುಗಳ ನಡುವೆ ಸದಾ ಸೆಣಸಾಟ. ಕೆಡುಕನ್ನು ಸೋಲಿಸದ ಹೊರತು ಅನ್ಯದಾರಿಯಿಲ್ಲ. ಕೆಲ್ಟರಿಗಿದ್ದಂತೆ ದ್ರುವಿದರು – ಅರ್ಚಕರು – ಜರ್ಮನರಿಗಿರಲಿಲ್ಲ. ಅವರಿಗೆ ವಿಶ್ವಾಸವಿದ್ದುದು ಸೂರ್ಯನಲ್ಲಿ, ಅಗ್ನಿದೇವನಲ್ಲಿ, ಚಂದ್ರನಲ್ಲಿ, ನರಬಲಿ ಅಥವಾ ಪ್ರಾಣಿಗಳ ಬಲಿ– ಜಲಪಾತಗಳ ಬಳಿ, ಕಾಡುಗಳಲ್ಲಿ, ಮರದ ತೋಪುಗಳಲ್ಲಿ, ಕ್ರಮೇಣ ಬಯಲಲ್ಲಿ. ಅದಕ್ಕೂ ಹಲವು ಸಾವಿರ ವರ್ಷ ಹಿಂದೆ, ಹಿಮ ಕರಗಿದ ಮೇಲೆ, ಆ ಜನ ನೆಲದುದ್ದ ನಡೆಯತೊಡಗಿದಾಗ ಹಸಿವು ತಾಳಲಾರದೆ ಮನುಷ್ಯಮಾಂಸವನ್ನೂ ಅವರು ತಿಂದಿದ್ದರು. ಮುಂದೆ ಭಕ್ಷಣ 'ಬಲಿ'ಯ ಮಟ್ಟಕ್ಕಿಳಿಯಿತು. ಬೇರೆ ಆಹಾರ ದೊರೆಯತೊಡಗಿದಂತೆ, ಬಲಿಯ ಬಗೆಗಿನ ಉತ್ಸಾಹ ಕುಗ್ಗಿತು. ಅವರ ಆಗಿನ ತಿಳಿವಳಿಕೆಯಂತೆ ಭೂಮಿಯ ಮಗ ತುಯಿಸ್ಕೊ, ಅವನ ಪುತ್ರ ಮನ್ನುಸ್ (ಮನು? ಮನುಷ್ಯ?). ಎಲ್ಲ ಜರ್ಮನರೂ ಆ ಮನ್ನುಸ್‌ನ ಮಕ್ಕಳು. ಈ ಜೀವನದ ಬಳಿಕ ಮುಂದೇನಿತ್ತು? ಕೆಲವರ ಪ್ರಕಾರ "ಏನೂ ಇಲ್ಲ", ಬೇರೆ ಕೆಲವರ ಅಭಿಮತದಂತೆ "ವೀರಸ್ವರ್ಗ" (ವಲಹಲ್ಲ).

250,000 ವರ್ಷಗಳಾಚೆ ನೆಟ್ಟಗೆ ನಡೆಯತೊಡಗಿದ 'ಮನುಷ್ಯ'ರಲ್ಲಿ ಜರ್ಮನಿಯ ಸ್ಟೈನ್‌ಹೀಮ್‌ನ್ನಲ್ಲಿ ಪಿಕ್ಕಾಸಿ ಅಗೆದು ತೆಗೆದ ಅಸ್ಥಿಪಂಜರವೂ ಒಂದು, ನಿಯಾಂಡರ್ ಕಣಿವೆಯಲ್ಲಿ 70,000 ವರ್ಷ ಹಿಂದೆ ಇದ್ದ ಮನುಷ್ಯನ ಸಂತತಿ 40,000 ವರ್ಷ ಬಾಳಿ ಮರೆಯಾಯಿತು. ಹೈಡೆಲ್‌ಬರ್ಗ್‌ನಲ್ಲೂ ಮಾನವ ಇದ್ದನೆಂಬುದಕ್ಕೆ ಸಾಕ್ಷ್ಯ ಲಭಿಸಿದೆ. ಕ್ರಿ.ಪೂ. 8000 ಸುಮಾರಿಗೆ ಮಧ್ಯ ಮತ್ತು ಉತ್ತರ ಯೂರೋಪಿನಲ್ಲೆಲ್ಲ ಮಂಜು ಕರಗಿ ನೆಲ ಕಾಣಿಸಿಕೊಂಡಿತು.

ಜಾರುವ ನೆಲದ ಮೇಲೆ ಹೆಜ್ಜೆ ಇರಿಸಿದ ಅಥವಾ ಗಟ್ಟಿ ಮಣ್ಣಿನ ಮೇಲೆ ಕುಪ್ಪಳಿಸಿದ ಇಲ್ಲವೆ ಹಿಮ ಕರಗಿ ಹರಿದ ನೀರಿನಲ್ಲಿ ಆಟವಾಡಿದ ಮನುಷ್ಯರಲ್ಲಿ, ಹಸಿವು ಇಂಗಿದೊಡನೆ (ಅಥವಾ ಹಸಿವು ತೀವ್ರವಾದಾಗ) ಮೂಡಿದ ವಿಚಾರಗಳು ಯಾವುವು ? ಗವಿಯಲ್ಲಿ ತನ್ನೊಂದಿಗಿದ್ದ ಕರಡಿಯ ಬಗ್ಗೆ ಯಾವಾಗಲೂ ಭಯ ಭಕ್ತಿ. ಕಡವೆ ಮತ್ತು ಗೂಳಿ ಶಕ್ತಿಯ – ವೀರ್ಯದ ಸಾಕಾರ ಮೂರ್ತಿಗಳು. ಹಿಮದ ಹಾಸನ್ನು ಎತ್ತಿ ಝಾಡಿಸಿದ ಸೂರ್ಯ ಸರ್ವಶಕ್ತ : ಅವನು ಆರಾಧ್ಯ ದೈವ.

ಕ್ರಿ. ಪೂ. 1500ರ ವೇಳೆಗೆ ಶಿಲಾಉಪಕರಣಗಳು ಕಂದು ಕಂಚಿಗೆ ನಮಿಸಿದುವು. ನಾಲ್ಕೈದು ಶತಮಾನಗಳಲ್ಲಿ ಕಂಚಿನ ಖಡ್ಗಗಳೂ ಈಟಿಗಳೂ ಯೂರೋಪಿನಲ್ಲೆಲ್ಲ ಫಳಫಳಿಸಿದುವು. ಕುಶಲ ಕರ್ಮಿಗಳೂ ಬುಡಕಟ್ಟು ನಾಯಕರ ಬಳಿ ದುಡಿಯತೊಡಗಿದರು. ಪ್ರಥಮ ಪ್ರಾಶಸ್ತ್ಯ ಆಯುಧಗಳ ತಯಾರಿಕೆಗೆ, ಬಳಿಕ, ಬಡಗಿಗಳಿಗೆ ಬೇಕಾದ ಉಪಕರಣಗಳು ಸಿದ್ಧವಾದುವು : ಕೊಡಲಿ, ಗರಗಸ, ಉಳಿ, ಗೀಸುಳಿ. ಕ್ರಿ. ಪೂ. 9ನೆಯ ಶತಮಾನದಲ್ಲಿ ಮರದ ದಿಮ್ಮಿಗಳಿಂದ ಮಾಡಿದ ಸೊಗಸಾದ ಹೊಲಮನೆಗಳು ಸಿದ್ಧವಾದುವು. ಬರಬರುತ್ತ ಕಂಚುಗಾರರಲ್ಲಿ ಎರಡು ತಂಡಗಳಾದುವು–ಕುಶಲಕರ್ಮಿಗಳದೊಂದು, ಕಲಾವಿದರದೊಂದು.

ರೋಮ್‌ನ ವೈಭವವನ್ನು ನೋಡಿ ಬೆರಗಾದ ಮೊದಲ ಜರ್ಮನ್ ಬುಡಕಟ್ಟುಗಳು ಟ್ಯೂಟನರು ಮತ್ತು ಸಿಂಬ್ರಿಯರು – ಸ್ಕಾಂಡಿನೇವಿಯದ ಕಡೆಯಿಂದ ಬಂದವರು. ಕ್ರಿ. ಪೂ. 102ರಲ್ಲಿ ಅವರನ್ನು ರೋಮನರು ಸೋಲಿಸಿದರು. ಅನಂತರ ಬಂದು ರ್‍ಹೈನ್ ನದೀ ಮುಖಜ ಭೂಮಿಯಲ್ಲೂ ಎಲ್ಬ್ ನದೀ ತಟದಲ್ಲೂ ನೆಲೆಸಿದ ಜರ್ಮನ್ ಬುಡಕಟ್ಟುಗಳು : ಅಲೆಮನ್ನಿ, ಬರ್ಗಂಡಯ್, ಫ್ರಾಂಕ್, ಲೊಂಬಾರ್ಡ್, ವಾಂಡಾಲ, ಗೋಥ್. ಬೀಡುಬಿಟ್ಟ ಇವರ ಜೀವನ ವಿಧಾನ ಹೇಗೆ ? ಪಾರಂಪರಿಕ ಕಟ್ಟಳೆಯನ್ನು ಆಧರಿಸಿ ನ್ಯಾಯ ಪಾಲನೆ. ಇದರ ಕೇಂದ್ರ ಬಿಂದು ಕುಟುಂಬ. ವ್ಯಕ್ತಿಗಿಂತ ಸಂಸಾರ ದೊಡ್ಡದು. ನ್ಯಾಯ ಪಾಲನೆಯಲ್ಲಿ ಬುಡಕಟ್ಟಿನ ನಾಯಕನಿಗೆ (ಕ್ರಮೇಣ ಅರಸನಿಗೆ) ಸಮುದಾಯ ಸಭೆ ನೆರವಾಗುತ್ತದೆ. ಯುದ್ಧದಲ್ಲಿ ಹೇಡಿಗಳಂತೆ ವರ್ತಿಸಿದವರನ್ನು ಬಿಟ್ಟು ಉಳಿದವರೆಲ್ಲ ಈ ಸಭೆಯ ಸದಸ್ಯರು, ಬುಡಕಟ್ಟಿನ ಯಾವುದೇ ಕಟ್ಟಳೆಯನ್ನು ಉಲ್ಲಂಘಿಸಿದವನಿಗೆ ಶಿಕ್ಷೆ, ಅವನ ಸ್ಥಾನಮಾನಗಳಿಗೆ ಅನುಗುಣವಾಗಿ ! ಅಪರಾಧ ಘೋರ ವಾಗಿದ್ದು, ಎಸಗಿದವನು ಸಾಮಾನ್ಯ ವ್ಯಕ್ತಿಯಾಗಿದ್ದರೆ, ಸಮುದಾಯ ಆತನಿಗೆ ಬಹಿಷ್ಕಾರ ಶಿಕ್ಷೆಯನ್ನೇ ವಿಧಿಸಬಹುದು. ಹೀಗೆ

ಬಹಿಷ್ಕೃತನಾದವನನ್ನು ಯಾರು ಯಾವಾಗ ಬೇಕಾದರೂ ಕೊಲ್ಲಬಹುದು ! ಯುದ್ಧಕ್ಕೆ ಬಳಸುತ್ತಿದ್ದುದು ನೀಳ ಈಟಿ, ಮರದ ಢಾಲು. ಕ್ರಿಸ್ತಶಕ ಮೂರನೇ ಶತಮಾನದಲ್ಲಿ ಬಿಲ್ಲು ಬಾಣಗಳು ಬಂದವು.

ಬಾಲ್ಟಿಕ್ ಸಮುದ್ರದಿಂದ ಕೆಳಕ್ಕೆ ಭೂಮಧ್ಯ ಸಮುದ್ರದವರೆಗೆ ಹರಡಿದ ಬುಡಕಟ್ಟುಗಳಿಗೆಲ್ಲಾ ಗ್ರೀಕ್-ಲ್ಯಾಟಿನ್ ದಾಖಲೆಗಳಲ್ಲಿರುವ ಸಂಬೋಧನೆ 'ಬರ್ಬರರು' (= ಅರ್ಥವಾಗದ ಭಾಷೆ ಆಡುವವರು. ಮುಂದೆ ಆ ಪದಕ್ಕೆ ಅನಾಗರಿಕರು ಎಂಬ ಧ್ವನಿ ಮೂಡಿತು). ಉತ್ತರದಿಂದ ಬಂದ ಬುಡಕಟ್ಟುಗಳನ್ನೆಲ್ಲ 'ಜರ್ಮನ್' ಎಂದು ಕರೆಯಲಾಯಿತು. (ಆ ಪದದ ವ್ಯುತ್ಪತ್ತಿ ಮಾತ್ರ ಇನ್ನೂ ಇತ್ಯರ್ಥವಾಗಿಲ್ಲ !)

ಜರ್ಮನರ ತೋಳ್ಬಲದ ಕಹಿ ಕಂಡು ರೋಮನರು ದಿಗ್ಭ್ರಮೆಗೆ ಒಳಗಾದದ್ದು ಕ್ರಿಸ್ತ ಶಕ 9ನೆಯ ವರ್ಷ ಜರ್ಮನ್ ನಾಯಕ ಹೆರ್ಮಾನ್ (ಅರ್ಮೀನಿಯಸ್) ರೋಮನರನ್ನು ಸೋಲಿಸಿದಾಗ. ಕ್ರಿ. ಶ. 400ರಲ್ಲಿ ದೂರದ ಪ್ರಾಂತಗಳ ಮೇಲೆ ರೋಮ್‌ನ ಹಿಡಿತ ಸಡಿಲಿತು. ಅಶ್ವಾರೋಹಿ ಬಿಲ್ಗಾರ ಹೂಣರು ಮಧ್ಯ ಯೂರೋಪ್ ಮುಟ್ಟಿದರು. ಅಲ್ಲಿದ್ದ ವಿವಿಧ ಜರ್ಮನ್ ಬುಡಕಟ್ಟುಗಳು ಮತ್ತೂ ಮುಂದಕ್ಕೆ ಒತ್ತರಿಸಬೇಕಾಯಿತು. ಫ್ರಾಂಕರು ಗಾಲ್ ಪ್ರಾಂತವನ್ನೂ ಆಂಗ್ಲ್-ಸ್ಯಾಕ್ಸನ್-ಜೂಟರು ಉತ್ತರ ಸಮುದ್ರ ದಾಟಿ ಇಂಗ್ಲೆಂಡನ್ನೂ ಸೇರಿದರು. ಗೋಥರು – ಬಳಿಕ ಲೊಂಬಾರ್ಡರು – ಇಟಲಿಗೆ, ವಾಂಡಾಲರು ಉತ್ತರ ಆಫ್ರಿಕಕ್ಕೆ ನುಗ್ಗಿದರು. ಗಾಲ್‌ನಲ್ಲಿ ನೆಲೆಸಿದ ಫ್ರಾಂಕರು ಒಂದು ಮಾದರಿಯ ಲ್ಯಾಟಿನ್ ಮಾತನಾಡಿದರು. ಕಾಲ ಕಳೆದಂತೆ ಅದು ಫ್ರೆಂಚ್ ಭಾಷೆಯಾಯಿತು. ಒಟ್ಟು ಫ್ರಾಂಕರದಾಗಿದ್ದ ವಿಸ್ತಾರ ಪ್ರದೇಶ ಫ್ರಾನ್ಸ್ – ಜರ್ಮನಿ – ಬೆಲ್ಜಿಯಮ್ – ನೆದರ್‌ಲೆಂಡ್ಸ್ ಎಂದು ವಿಭಜನೆಗೊಂಡವು. ಕ್ರಿ. ಶ. 496ರಲ್ಲಿ ಜರ್ಮನ್ ಮುಖಂಡ ಕ್ಲೊವಿಸ್ ಕ್ರೈಸ್ತ ಮತ ದೀಕ್ಷೆ ಸ್ವೀಕರಿಸಿದ ಮುಂದಿನ ಅವಧಿಯಲ್ಲಿ, ಜರ್ಮನರ ಬುಡಕಟ್ಟು ಸಂಪ್ರದಾಯಗಳು ಭೂಮಧ್ಯ ಸಮುದ್ರ ಪ್ರದೇಶದ ಪರಂಪರೆಯೊಡನೆ ಬೆರೆತವು. ಜರ್ಮನ್ ಬುಡಕಟ್ಟುಗಳ ನಡುವೆ ಒಳಜಗಳ ಸದಾ ಇರುತ್ತಿತ್ತು. ಈಗ ಅದು ಬೃಹತ್ ರೂಪ ತಳೆಯಿತು.

ಕೊನೆಯ ಬರ್ಬರ ಹಾಗೂ ಮೊದಲ ಕ್ರೈಸ್ತ, ಶಾರ್ಲ್‌ಮೇನ್, ಧೀಮಂತ, ಯೂರೋಪಿನಲ್ಲಿ ರೂಪುತಳೆಯುತ್ತಿದ್ದ ವಿವಿಧ ದೇಶಗಳನ್ನು ಒಗ್ಗೂಡಿಸಲು ಆತ ಯತ್ನಿಸಿದ. 768ರಲ್ಲಿ ಶಾರ್ಲ್‌ಮೇನ್ ಫ್ರಾಂಕರ ಸಮ್ರಾಟನಾಗಿ ಅಭಿಷಿಕ್ತನಾಗಲು ಅಲಂಕರಿಸಿಕೊಂಡಿದ್ದ. ಸಭೆಯಲ್ಲಿದ್ದ ಪೋಪ್ ಥಟ್ಟನೆದ್ದು ಮಿಂಚಿನ ವೇಗದಲ್ಲಿ ಶಾರ್ಲ್‌ಮೇನನ ತಲೆಯ ಮೇಲೆ ಕಿರೀಟವಿಟ್ಟ. ಸಮ್ರಾಟನಿಗೆ ದೀಕ್ಷೆ ನೀಡುವವನು ಪೋಪ್ !

ಸಾಲದುದಕ್ಕೆ ಸಮ್ರಾಟನನ್ನು ಪವಿತ್ರ ರೋಮನ್ ಸಾಮ್ರಾಜ್ಯದ ಅಧಿಪತಿ ಎಂದು ಕರೆಯಲಾಯಿತು. ಶಾರ್ಲ್‌ಮೇನ್ ಓದು ಬರಹ ಅರಿಯದವನು. ಲ್ಯಾಟಿನ್, ಜರ್ಮನ್ ಮಾತನಾಡಲು ಬರುತ್ತಿತ್ತು; ಗ್ರೀಕ್ ಅರ್ಥವಾಗುತ್ತಿತ್ತು. ಆದರೆ ಆಳುವ ವಿಷಯದಲ್ಲಿ ಮಾತ್ರ ಬಿರುದೆಂತೆಂಬರಗಂಡ. 46 ವರ್ಷ ಆಳಿ ಅಳಿದಾಗ, ಸಾಮ್ರಾಜ್ಯ ಕರಗಿತು. ಫ್ರಾನ್ಸಿಗೆ ಬೇರೆ ಅರಸ, ಜರ್ಮನಿಗೆ ಬೇರೆ. ಫ್ರಾಂಕರ ಸಾಮ್ರಾಜ್ಯದಲ್ಲಿ ಅಡಕವಾಗಿದ್ದ ದೇಶಗಳು ಪ್ರಬಲವಾದುವು. ವೈಕಿಂಗರು ದಾಳಿ ಮಾಡಿದರು. ಕೇಂದ್ರ ಜರ್ಮನಿಗೆ ಧಕ್ಕೆ ತಟ್ಟಲಿಲ್ಲ.

ಸಮ್ರಾಟ, ಮಹಾ ಅರ್ಚಕ. ಇವರಲ್ಲಿ ಯಾರು ಹೆಚ್ಚು? ಯಾರು ಕಡಮೆ ? ಪದೇ ಪದೇ ಜಗಳ.

ಸಮ್ರಾಟ : "ಪೋಪನನ್ನು ನೇಮಿಸುವವನು ನಾನು."

ಪೋಪ್ : "ಸಮ್ರಾಟನಿಗೆ ಕಿರೀಟ ಧಾರಣೆಯಾಗುವುದು ನನ್ನಿಂದ."

ಹಿರಿಮೆ ಯಾರದೆಂಬುದು ನಿಷ್ಕರ್ಷೆಯಾಗಲಿ ಎಂದು ಸಮ್ರಾಟ ನಾಲ್ಕನೆಯ ಹೆನ್ರಿ ಪೋಪನನ್ನು ಉಚ್ಚಾಟನೆ ಮಾಡಿದ. ಪೋಪ್ ಪ್ರತಿಯಾಗಿ ಹೆನ್ರಿಯ ಮೇಲೆ ಬಹಿಷ್ಕಾರ ಸಾರಿ, ಧರ್ಮದ ಹೆಸರಿನಲ್ಲಿ ಹೆನ್ರಿಯ ವಿರುದ್ಧ ಇತರ ಅರಸರನ್ನು ಎತ್ತಿಕಟ್ಟಲು ಮುಂದಾದ. ಆಟದಲ್ಲಿ ಸೋಲುತ್ತೇನೆ ಎನಿಸಿದಾಗ ಪೋಪನ ಭೇಟಿಗೆ ಹೆನ್ರಿ ಧಾವಿಸಿದ. ಪೋಪನ ಆಣತಿ : "ನನ್ನ ಸೌಧದ ಮುಂದೆ ಹಿಮದ ಮೇಲೆ ಬರಿಗಾಲಿನಲ್ಲಿ ಅರಸ ಮೂರು ದಿನ ನಿಂತ ಮೇಲೆ ಭೇಟಿ." ಹೆನ್ರಿ ಆ ಅನುಜ್ಞೆಯನ್ನು ಪಾಲಿಸಿ ಗದ್ದುಗೆ ಉಳಿಸಿಕೊಂಡ (1076).

11ನೆಯ ಶತಮಾನದಲ್ಲಿ ಜರ್ಮನ್ ರಾಜ ಸಂತತಿ ಅಳಿದಾಗ, ಜರ್ಮನರು ಪ್ರಾಚೀನ ಕಟ್ಟಳೆಯಂತೆ ಬಯಲಿನಲ್ಲಿ ಸಮುದಾಯ ಸಭೆ ನಡೆಸಿ ಅರಸನನ್ನು ಆರಿಸಿದರು. ಪೋಪ್ ಉಗುಳು ನುಂಗ ಬೇಕಾಯಿತು. (12ನೆಯ ಶತಮಾನದಲ್ಲಿನ್ನೂ ಜರ್ಮನ್ ರಾಜ್ಯಗಳಲ್ಲಿ ಪ್ರಮುಖವಾಗಿದ್ದ ಪ್ರಷ್ಯ ಕ್ರೈಸ್ತ ಧರ್ಮಾವಲಂಬಿಯಾಗಿರಲಿಲ್ಲ.)

ಜೆರೂಸಲೇಮನ್ನು ವಶಪಡಿಸಿಕೊಳ್ಳಲೆಂದು 12–13ನೆಯ ಶತಮಾನದಲ್ಲಿ ಕ್ರೈಸ್ತ ರಾಷ್ಟ್ರಗಳು ನಡೆಸಿದ ಧರ್ಮಯುದ್ಧದಿಂದ ಹೇಳಿಕೊಳ್ಳುವ ಯಾವ ಲಾಭವೂ ಆಗಲಿಲ್ಲ. ಜರ್ಮನ್ ಅರಸ ಬಾರ್ಬರೋಸಾ (ಕೆಂಪು ಗಡ್ಡದವನು) ಅರ್ಧ ಹೆಪ್ಪುಗಟ್ಟಿದ ನದಿಯಲ್ಲಿ ಮುಳುಗಿ ಹೋದ. ಪ್ರಚಲಿತವಿರುವ ಜಾನಪದ ಕಥೆಯ ಪ್ರಕಾರ "ಬಾರ್ಬರೋಸಾ ಸತ್ತಿಲ್ಲ". ಗುಡ್ಡದ ತುದಿಯಲ್ಲಿನ ಒಂದು ಗವಿಯಲ್ಲಿ ಪಲ್ಲಂಗದ ಮೇಲೆ ನಿದ್ದೆಹೋಗಿದ್ದಾನೆ. ಗಡ್ಡ ಬೆಳೆದು ನೆಲ ಮುಟ್ಟಿದೊಡನೆ, ಕಾಗೆಗಳು ಭೀಕರ ಸದ್ದು ಮಾಡಿ ಅವನನ್ನು

ಎಚ್ಚರಿಸುತ್ತವೆ. ಆತ ಎದ್ದು, ಈಟಿ ಎತ್ತಿಕೊಂಡು ತನ್ನ ಕುಲದ ಜನರ ರಕ್ಷಣೆಗಾಗಿ ಧಾವಿಸಿ ಬರುತ್ತಾನೆ."

ಧರ್ಮಯುದ್ಧಕ್ಕೆ ಸಂಬಂಧಿಸಿದ ಇನ್ನೊಂದು ಘಟನೆ : 1212. ಪವಿತ್ರ ಭೂಮಿಯನ್ನು ಗೆಲ್ಲಲು 20,000 ಜರ್ಮನ್ ಮಕ್ಕಳ ದಂಡು ಹೊರಡುತ್ತದೆ. ಇಟಲಿ ದಾಟಿ ಹೋಗಲಾಗಲಿಲ್ಲ. ತಾಯ್ನಾಡಿಗೆ ಮರಳಲು ಯತ್ನಿಸಿದಾಗ ಸ್ವಧರ್ಮೀಯರೇ ಆದ ಧೂರ್ತರು ಸಹಸ್ರಾರು ಹುಡುಗರನ್ನು ಸೆರೆಹಿಡಿದು ಗುಲಾಮ ದುಡಿಮೆಗೆ ತಳ್ಳಿದರು ; ಎಷ್ಟೋ ಹುಡುಗಿಯರು ಸೂಳೆಯರಾಗಬೇಕಾಯಿತು.*

ಅಂತೂ ಆ ದಿನಗಳ ವರದಿಗಾರನೊಬ್ಬ ಬರೆದಿಟ್ಟಂತೆ, "ದೇವರು ಕೈ ಬಿಡುವ ಮೊದಲೇ ಧರ್ಮಯುದ್ಧದ ಭಟರು ದೇವರ ಕೈಬಿಟ್ಟರು."

ನೆಲದಲ್ಲಿ ಹೊಲ, ಹೊಲದಲ್ಲಿ ತುಂಬಿದ ಫಸಲು, ಅಭಿವೃದ್ಧಿಯ ಸಂಕೇತ, ಸರಿ. ಆದರೆ ಉತ್ಪನ್ನವೆಲ್ಲ ಭೂಮಾಲಿಕರ ಸೊತ್ತು. ದುಡಿದವರ ಪಾಲಿಗೆ ಬಡತನ ಮತ್ತು ಉಸಿರಾಟಕ್ಕೆ ಅವಶ್ಯವಿದ್ದಷ್ಟು ಧಾನ್ಯ ಮಾತ್ರ. 13ನೆಯ ಶತಮಾನದಲ್ಲಿ 'ಸುವ್ಯವಸ್ಥಿತ' ಪಾಳೆಯಗಾರ ಸಮಾಜ ರೂಪು ತಳೆಯಿತು.

ವಾಣಿಜ್ಯ ಮಾರ್ಗಗಳಲ್ಲಿ ಪಟ್ಟಣಗಳು. ಅಲ್ಲಿ ಕುಶಲಕರ್ಮಿಗಳ ದುಡಿಮೆ. ವರ್ತಕ ವರ್ಗ ತನ್ನ ಅಸ್ತಿತ್ವವನ್ನು ಸಾರಿತು. ಪಟ್ಟಣಗಳು ಬೆಳೆದು ಸ್ವತಂತ್ರ ನಗರಗಳಾದುವು.

14ನೆಯ ಶತಮಾನದಲ್ಲಿ ಪ್ಲೇಗ್ ಹಾವಳಿಯಿಂದ ಯೂರೋಪಿನ ಮೂರರಲ್ಲೊಂದು ಭಾಗ ಜನ ಸತ್ತರು. ರೈತರ ರಕ್ಷಣೆಯ ಹೊಣೆಯ ಬದಲು ದುಡಿಮೆಗೆ ಕಾಸು ನೀಡುವುದು ಹೆಚ್ಚು ಲಾಭದಾಯಕ ಎನಿಸಿತು ಹೊಲದೊಡೆಯರಿಗೆ. ಹಾಗೆಯೇ ಸಿಡಿಮದ್ದು ಬಂದ ಮೇಲೆ ಕೋಟೆಮನೆಯ ಗೋಡೆಗಳೂ ಶಕ್ತಿಹೀನವಾದುವು. ರೈತರಲ್ಲಿ ಅತೃಪ್ತಿ ಹೊಗೆಯಾಡಿತು. ದಿನನಿತ್ಯದ ವ್ಯವಹಾರಗಳಲ್ಲಿ ಪೋಪ್‌ನ ಹಸ್ತಕ್ಷೇಪ ಜರ್ಮನ್ ಪ್ರತಿಷ್ಠಿತರಿಗೆ ಇಷ್ಟವಿರಲಿಲ್ಲ. ಒಬ್ಬ ಸಮ್ರಾಟನೆಂದ : "ಈ ಪಟ್ಟ ಸಿಕ್ಕಿರುವುದು ದೇವರಿಂದ, ಪೋಪರಿಂದಲ್ಲ. ಜರ್ಮನಿಯಲ್ಲಿ ಕ್ರಮಬದ್ಧವಾಗಿ ಚುನಾಯಿತರಾದ ಸಮ್ರಾಟರಿಗೆ ಪೋಪರಿಂದ ಕಿರೀಟ ಧಾರಣೆ ಅನಗತ್ಯ."

ವಿಟೆನ್‌ಬರ್ಗ್‌ನ ಮಾರ್ಟಿನ್ ಲೂಥರ್ ಬಡ ಗಣಿ ಕೆಲಸಗಾರನ ಮಗ. ಧರ್ಮಶಾಸ್ತ್ರವನ್ನು ಅಭ್ಯಸಿಸಿದ, ರೋಮ್ ನಗರಕ್ಕೆ ಯಾತ್ರೆ

---

* 'ಪೈಡ್ ಪೈಪರ್ ಆಫ್ ಹ್ಯಾಮಲಿನ್' ಕವಿತೆಗೆ ಈ ಘಟನೆ ಪ್ರೇರಕ ಎನ್ನುತ್ತಾರೆ (ಆ ಕಥನ ಕವನವನ್ನು ಆಧರಿಸಿದ್ದು ಕೆ. ವಿ ಪುಟ್ಟಪ್ಪ ವಿರಚಿತ ' ಬೊಮ್ಮನ ಹಳ್ಳಿಯ ಕಿಂದರ ಜೋಗಿ')

ಹೋದವನು ಅಲ್ಲಿನ ಅನಾಚಾರ ಕಂಡು ಹೇಸಿ ರೋಸಿ ಹಿಂತಿರುಗಿದ. ಸಂತ ಪೀಟರನ ಇಗರ್ಜಿ ಕಟ್ಟಲು ಪೋಪ್ ಲಿಯೋಗೆ ಹಣ ಬೇಕಾಗಿತ್ತು. ಅದಕ್ಕಾಗಿ ಕ್ಷಮಾಪತ್ರಗಳ ಮಾರಾಟ ಆರಂಭಿಸಿದ್ದ. ಇದು ಭ್ರಷ್ಟತೆಯ ಪರಾಕಾಷ್ಠೆಯಾಗಿ ಕಂಡಿತು ಲೂಥರ್‌ಗೆ. ಕ್ರೈಸ್ತ ಮತದ ಆಚರಣೆಯಲ್ಲಿ ತಾನು ಕಂಡ ಲೋಪಗಳನ್ನು 1517ರಲ್ಲಿ ಲೂಥರ್ ಪಟ್ಟಿ ಮಾಡಿದ. 95 ಅಂಶಗಳು. ಆ ಪಟ್ಟಿಯನ್ನು ವಿಟೆನ್‌ಬರ್ಗ್‌ನ ಇಗರ್ಜಿಯ ಬಾಗಿಲ ಮೇಲಿರಿಸಿ ಮೊಳೆಹೊಡೆದ. ರೋಮ್‌ನಿಂದ "ಬಹಿಷ್ಕಾರ ಹಾಕುತ್ತೇವೆ" ಎಂಬ ಬೆದರಿಕೆ ಬಂತು. ಆ ಪತ್ರವನ್ನು ಲೂಥರ್ ಬಹಿರಂಗವಾಗಿ ಸುಟ್ಟ. 'ಪವಿತ್ರ ಸಮ್ರಾಟ' ಚಾರ್ಲ್ಸ್‌ನಿಂದ ಕರೆ ಬಂತು. "ಇದು ನನ್ನ ನಿಲುವು. ಬೇರೇನೂ ನನ್ನಿಂದ ಆಗದು" ಎಂದ ಲೂಥರ್. ತುಂಡರಸನೊಬ್ಬ ನೀಡಿದ ಆಶ್ರಯವನ್ನು ಸ್ವೀಕರಿಸಿ, ಬೈಬಲನ್ನು ಜರ್ಮನ್ ಭಾಷೆಗೆ ಲೂಥರ್ ಅನುವಾದಿಸತೊಡಗಿದ. ಹತ್ತು ವರ್ಷಗಳಲ್ಲಿ ಜರ್ಮನ್ ಬೈಬಲ್ ಸಿದ್ಧವಾಯಿತು.

ಮೂಂಚ್ಚೆರ್‌ನ ಮುಖಂಡತ್ವದಲ್ಲಿ ರೈತ ಬಂಡಾಯ ಹಬ್ಬಿತು (1524–26). ಈ ದಂಗೆಯ ಬಗೆಗೆ ಲೂಥರ್ ತಳೆದ ನಿಲುವು ಆತ ಯಾರ ಪಕ್ಷಪಾತಿ ಎಂಬುದನ್ನು ತೋರಿಸಿಕೊಟ್ಟಿತು. ಅವನೆಂದ : "ಇದು ರೋಷಾವಿಷ್ಟರಾಗಿ ಖಡ್ಗ ಪ್ರಯೋಗಿಸುವ ಕಾಲ, ಕ್ಷಮೆಗೆ ಇದು ಸಮಯವಲ್ಲ." ತನಗೆ ಬೆಂಬಲವಿತ್ತ ಅರಸುಕುಮಾರರಿಗೆಲ್ಲ ಲೂಥರನ ಹಿತಬೋಧೆ ಹೀಗೆ: "ದಂಗೆಕೋರನಾದ ಗುಲಾಮ ರೈತನನ್ನು ಮೀರಿಸುವ ದೈತ್ಯ ಬೇರೆ ಇಲ್ಲ; ಆತನಿಗಿಂತ ಹೆಚ್ಚು ವಿಷಕಾರಿ ಅಪಾಯಕಾರಿ ಬೇರೇನೂ ಇಲ್ಲ, ಇದನ್ನು ನೆನಪಿನಲ್ಲಿಟ್ಟು, ಗುಟ್ಟಾಗಿಯೋ ಬಹಿರಂಗವಾಗಿಯೋ, ಶಕ್ತಿ ಇರುವವರೆಲ್ಲ ಅವನನ್ನು ಸೀಳಿರಿ, ಇರಿಯಿರಿ !"

ರೋಮ್‌ನ ಭಂಡಾರಕ್ಕೆ ಕಾಣಿಕೆ ತೆತ್ತು ತೆತ್ತು ಬಳಲಿದ್ದ ತುಂಡರಸರಿಗೂ ಪಾಳೆಯಗಾರರಿಗೂ ಲೂಥರ್ ಮಿತ್ರನಾದ. ಆತ ರೈತ ಬಂಡಾಯದ ವಿರೋಧಿಯೂ ಆಗಿದ್ದುದು ಆ ಮೈತ್ರಿಯನ್ನು ಗಾಢಗೊಳಿಸಿತು.

ಲೂಥರ್‌ನನ್ನು ಬೆಂಬಲಿಸಿದವರಿಗೆ ಪ್ರೊಟೆಸ್ಟಾಂಟರೆಂಬ ಹೆಸರು ಬಂತು. ಉತ್ತರ ಜರ್ಮನಿಯಲ್ಲಿ ಇವರದೇ ಪ್ರಾಬಲ್ಯ. ದಕ್ಷಿಣ ಜರ್ಮನಿಯಲ್ಲಿ ರೋಮನ್ ಕ್ಯಾಥೊಲಿಕರದು ಮೇಲುಗೈ.

17ನೆಯ ಶತಮಾನದಲ್ಲಿ 7 ವರ್ಷ ಎರಡು ತಂಡಗಳ ನಡುವೆ ಧಾರ್ಮಿಕ ಯುದ್ಧ ನಡೆಯಿತು. ಧರ್ಮದ ಹೆಸರಿನಲ್ಲಿ ಆಗ ಒಂದು ಕೋಟಿ ಜರ್ಮನರು ಸತ್ತಿರಬೇಕು ಎಂದು ಅಂದಾಜು.

1701ರಲ್ಲಿ 'ಪ್ರಷ್ಯದ ಅರಸ' ಎಂಬ ಬಿರುದು ಸ್ವೀಕರಿಸಿದವನು

ಫ್ರೆಡರಿಕ್. ಆಸ್ಟ್ರಿಯದ ಅರಸೊತ್ತಿಗೆಗೆ ಅವನು ಸವಾಲಾದ. ಪ್ರಷ್ಯ ರಾಜ್ಯ ಸುಸಂಘಟಿತವಾಯಿತು.

ಫ್ರಾನ್ಸಿನ ಮಹಾಕ್ರಾಂತಿ ಗೋರಿಯ ಮೇಲೆ ಸಿಂಹಾಸನವೇರಲು ನೆಪೋಲಿಯನ್ ಸಿದ್ಧನಾದಾಗ, ಕಿರೀಟದೊಡನೆ ಪೋಪ್ ಪ್ರತ್ಯಕ್ಷನಾದ. ನೆಪೋಲಿಯನ್ ತಕ್ಷಣವೆ ಕಿರೀಟ ಕಸಿದುಕೊಂಡು, ಪೋಪನಿಗೆ ಬೆನ್ನು ಹಾಕಿ, ಜನರಿಗೆ ಮುಖಿಮಾಡಿ ನಿಂತು, ತಾನೇ ಆ ಕಿರೀಟವನ್ನು ತಲೆಯ ಮೇಲಿಟ್ಟುಕೊಂಡ. ಜನಸ್ತೋಮ ಸಹಜವಾಗಿಯೇ ಅಂದಿತು : "ಉಘೇ ! ಉಘೇ !" 1806ರಲ್ಲಿ ನೆಪೋಲಿಯನನ ದಂಡುಗಳು ಜರ್ಮನಿಯನ್ನು ಹೊಕ್ಕುವು.

ಜರ್ಮನರಲ್ಲಿ ರಾಷ್ಟ್ರೀಯತೆಯ ಭಾವನೆಯನ್ನು ಪರೋಕ್ಷವಾಗಿ ಉತ್ಕಟಗೊಳಿಸಿದವನೇ ನೆಪೋಲಿಯನ್. ಅವನನ್ನು ಹೊರದಬ್ಬಲು ಜನ ಒಂದಾದರು. ರಷ್ಯವನ್ನು ಕಬಳಿಸಲಾಗದೆ ನೆಪೋಲಿಯನ್ ಹಿಮ್ಮೆಟ್ಟಬೇಕಾಯಿತು. 1815ರಲ್ಲಾದ ವಿಯೆನ್ನಾ ಒಪ್ಪಂದದಂತೆ 39 ರಾಜ್ಯಗಳುಳ್ಳ ಜರ್ಮನಿ ಅಸ್ತಿತ್ವಕ್ಕೆ ಬಂತು. ಇದು 200 ಸ್ವಯಂ ಆಡಳಿತ ಘಟಕಗಳನ್ನು ಭಟ್ಟಿ ಇಳಿಸಿ ಮಾಡಿದ ರಸಗಟ್ಟಿ. (ಇದಕ್ಕೂ ಹಿಂದೆ ಫ್ರೆಂಚ್ ಕ್ರಾಂತಿಯ ವೇಳೆ ಜರ್ಮನಿ ಸ್ವಾಯತ್ತೆಯುಳ್ಳ 600 ರಾಜ್ಯಗಳ ಪ್ರದೇಶವಾಗಿತ್ತು. ಈ ಕಾಲಕ್ಕೂ ಸಾವಿರ ವರ್ಷ ಹಿಂದೆ 2000 ಸಣ್ಣಪುಟ್ಟ ಪಟ್ಟಣಗಳ ಪ್ರದೇಶವಾಗಿತ್ತು ಜರ್ಮನಿ.) ರಾಷ್ಟ್ರೀಯ ಜಾಗೃತಿಯ ಮುಂಚೂಣಿಯಲ್ಲಿದ್ದವರು ವಿಶ್ವವಿದ್ಯಾಲಯಗಳ ವಿದ್ಯಾರ್ಥಿಗಳು. ದಕ್ಷಿಣದ ತೀವ್ರವಾದಿಗಳ ರಣಘೋಷ : ರಾಷ್ಟ್ರೀಯ ಒಕ್ಕೂಟಕ್ಕಾಗಿ ; ಗಣರಾಜ್ಯಕ್ಕಾಗಿ. ಉಗ್ರಗಾಮಿ ವಿದ್ಯಾರ್ಥಿಗಳು ಫ್ರಾಂಕ್‌ಫರ್ಟನ್ನು ಹಿಡಿದು ಅದನ್ನು ಗಣರಾಜ್ಯವೆಂದು ಸಾರುವ ವಿಫಲ ಪ್ರಯತ್ನವನ್ನೂ ಮಾಡಿದರು. ಈ ಮಧ್ಯೆ ಪಾಳೆಯಗಾರ ವ್ಯವಸ್ಥೆ ಕಣ್ಮುಚ್ಚಿತು. ರೈತರು 'ಸ್ವತಂತ್ರರು' ; ಹೊಲವೆಲ್ಲ ಶ್ರೀಮಂತರ ಅಧೀನ !

19ನೆಯದು ಜರ್ಮನಿಯಲ್ಲಿ ಕೈಗಾರಿಕೋದ್ಯಮಗಳ ತೀವ್ರ ಬೆಳವಣಿಗೆಯ ಶತಮಾನ. ಆ ಬೆಳವಣಿಗೆಯೊಂದಿಗೆ ಮುಖಾಮುಖಿ ಆಗಿ ಎರಡು ವರ್ಗಗಳು ರಂಗಕ್ಕಿಳಿದುವು, ಬಂಡವಾಳಶಾಹಿ ಮತ್ತು ಕಾರ್ಮಿಕಶಕ್ತಿ. ಗಾಲಿಗಳನ್ನು ಹಿಂದಕ್ಕೆಳೆಯುವ ಭೂಮಾಲಿಕ ವರ್ಗದ ಬಲವೂ ಗಣನೀಯವಾಗಿತ್ತು.

ಸೈಲೀಸಿಯದಲ್ಲಿ 1844ರಲ್ಲಿ ನಡೆದ ನೇಕಾರ ಬಂಡಾಯ ಚರಿತ್ರಾರ್ಹವಾಗಿತ್ತು. 1848 ರುದ್ರಕಳೆಯ ವರ್ಷ. ಕಮ್ಯೂನಿಸ್ಟ್ ಲೀಗ್ ಸ್ಥಾಪಿತವಾಯಿತು. ಮಾರ್ಕ್ಸ್-ಎಂಗೆಲ್ಸರು ಸಿದ್ಧಗೊಳಿಸಿದ 'ಕಮ್ಯೂನಿಸ್ಟ್ ಘೋಷಣೆ' ಪ್ರಕಟವಾಯಿತು.

'ಸಮ್ರಾಟ ಪದಚ್ಯುತನಾದನಂತೆ !' – 1848ರಲ್ಲಿ ಪ್ಯಾರಿಸಿನಿಂದ

ಬಂದ ಈ ಸುದ್ದಿ ಹಲವು ಜೇನುತೊಟ್ಟಿಗಳಿಗೆ ಕಿಚ್ಚನ್ನಿಟ್ಟಿತು. ಸಮಾಜವಾದವನ್ನು ದೂರವಿಡಬೇಕು! ಸಿರಿವಂತರೆಂದು ಉದಾರವಾದಿಗಳೆಂದು ಮನಸ್ತಾಪ ಸಲ್ಲದು! ಗಂಡಾಂತರಕ್ಕಿದಿರು ಎಲ್ಲರೂ ಒಂದಾಗಬೇಕಾದ ಸಮಯ ಇದು ....1849ರಲ್ಲಿ 'ಬುದ್ಧಿಜೀವಿಗಳು' ಫ್ರಾಂಕ್‌ಫರ್ಟಿನ ಒಂದು ಇಗರ್ಜಿಯಲ್ಲಿ ನೆರೆದು ರಾಜ್ಯಾಂಗದ ಕರಡು ಸಿದ್ಧಪಡಿಸಿದರು. "ಪ್ರಷ್ಯದ ಅರಸ ಜರ್ಮನಿಯ ದೊರೆಯಾಗಲಿ" ಎಂದರು. "ಗಟಾರದಿಂದ ಕಿರೀಟವನ್ನು ಎತ್ತಿಕೊಳ್ಳಲಾರೆ," ಎಂದ ಭೂಪ. ಕ್ರಾಂತಿಕಾರಿಗಳನ್ನೂ ಎಚ್ಚತ್ತ ವಿದ್ಯಾರ್ಥಿಗಳನ್ನೂ ಅವನ ಪಡೆಗಳು ಹತ್ತಿಕ್ಕಿದವು.

ಇಪ್ಪತ್ತೆರಡು ವರ್ಷಗಳ ಅನಂತರ ಆ 'ಪಟ್ಟಾಭಿಷೇಕ ಮಹೋತ್ಸವ' ನಡೆಯಿತು. ಹೀಗೆ ಅಭಿಷಿಕ್ತನಾದವನನ್ನು 'ಕೈಸರ್' (ಸಮ್ರಾಟ-ಸೀಜರ್-ಜಾರ್) ಎಂದು ಸಂಬೋಧಿಸಿದರು. ಇದನ್ನು ಸಾಧಿಸಿದವನು ಬಿಸ್ಮಾರ್ಕ್.

ಯೂರೋಪಿನ ಸರಕಾರಗಳ ಅಡಿಪಾಯಗಳು ನಡುಗಿದಾಗ ಬಿಸ್ಮಾರ್ಕ್ ಮೂವತ್ತಮೂರರ ಯುವಕ. ರಾಜಕೀಯದಲ್ಲಿ ಆಸಕ್ತಿ ತಳೆದ ಭೂಮಾಲಿಕ ಪುತ್ರ. ಮುಂದೆ ರಾಜಕುಮಾರನೆಂದು ಬಿರುದಾಂಕಿತನಾದ. ಪಾರ್ಲಿಮೆಂಟಿನ ಸದಸ್ಯನಾದ. ಜರ್ಮನ್ ಒಕ್ಕೂಟ ಸ್ಥಾಪನೆ ಅವನ ಗುರಿ. ಆಸ್ಟ್ರಿಯವನ್ನು ಹೊರತುಪಡಿಸಿದ ಅಂಥ ಒಕ್ಕೂಟ ಸಾಧ್ಯ ಎಂಬುದು ಆತನ ನಂಬಿಕೆ, ಅವನೆಂದ: "ಒಂದು ರಾಜ್ಯದ ಮಹತ್ವವನ್ನು ಅಳೆಯುವುದು ರಣರಂಗಕ್ಕೆ ಅದು ಕಳಿಸಬಲ್ಲ ಯೋಧರ ಸಂಖ್ಯೆಯಿಂದ." ಮೊದಲು ಪ್ರಧಾನಿ; ಬಳಿಕ ಛಾನ್ಸಲರ್ (ಅಧ್ಯಕ್ಷ). ಆ ಕಾಲದಲ್ಲಿ ಬಂಡವಾಳಶಾಹಿ ತೀವ್ರ ಬೆಳವಣಿಗೆ ಸಾಧಿಸಿತು, (1870–80ರಲ್ಲಿ ಕೈಗಾರಿಕಾಭಿವೃದ್ಧಿ ಶೇಕಡಾ 43; 80–90ರಲ್ಲಿ ಮತ್ತೆ ಶೇಕಡಾ 64.) ಕ್ರುಪ್ಸ್, ಸೈಮನ್ಸ್‌ರಂಥ ಬಲಿಷ್ಠ 'ಕೈಗಾರಿಕಾ ಮನೆತನಗಳು' ಸ್ಥಾಪಿತವಾದದ್ದು ಆಗಲೇ. ನಿಮ್ಮ ಒಳಿತು ಏಕಾಧಿಕಾರದಿಂದಲೇ ಸಾಧ್ಯ; ಅದನ್ನು ಒಪ್ಪಿಕೊಳ್ಳಿ – ಎಂಬುದು ಬಿಸ್ಮಾರ್ಕ್ ಅವರಿಗೆ ನೀಡಿದ ಬೋಧನೆ. 'ಕಬ್ಬಿಣದ ಅಧ್ಯಕ್ಷ' ಎಂದು ಏಕಾಧಿಕಾರ ಪ್ರಿಯರೆಲ್ಲ ಅವನನ್ನು ಬಾಯ್ತುಂಬ ಹೊಗಳಿದರು. ಇಂಥ ಪ್ರಶಂಸೆ ಕೈಸರನಿಗೆ ಇಷ್ಟವಾಗಲಿಲ್ಲ. 1890ರಲ್ಲಿ ಬಿಸ್ಮಾರ್ಕನಿಂದ ಆತ ಒತ್ತಾಯದ ರಾಜೀನಾಮೆ ಪಡೆದ.*

ಮಹತ್ವಾಕಾಂಕ್ಷೆಯಲ್ಲಿ ಬಿಸ್ಮಾರ್ಕನಿಗೆ ಕಮ್ಮಿಯಲ್ಲ ವಿಕ್ಟೋರಿಯಾ ರಾಣಿಯ ಮೊಮ್ಮಗ ಕೈಸರ್. ಅವನ ಧ್ಯೇಯ: ಜರ್ಮನ್

* ದೇಶಭ್ರಷ್ಟನಾಗಿ ಹಾಲೆಂಡಿನಲ್ಲಿ ಜೀವಿಸಿದ; 1941ರಲ್ಲಿ ತೀರಿಕೊಂಡ.

ಸಾಮ್ರಾಜ್ಯದ ನಿರ್ಮಾಣ, ಆತ ಸೈನ್ಯ ಬಲ ಹೆಚ್ಚಿಸಿದ ; ನೌಕಾಪಡೆ ರಚಿಸಿದ, ಇಪ್ಪತ್ತನೆಯ ಶತಮಾನದಲ್ಲಿ ಅವನು ಬಯಸಿದ್ದು ಕೀರ್ತಿ ಶೀಖರದ ಆರೋಹಣವನ್ನು. ಆದರೆ ಸರ್ಬಿಯದ ರಾಷ್ಟ್ರೀಯವಾದಿ ಯುವಕನ ಗುಂಡಿಗೆ ಆಸ್ಟ್ರಿಯದ ರಾಜಕುಮಾರ ಬಲಿಯಾದಾಗ, ಲೋಕ ಮಹಾಯುದ್ಧ (1914–19) ಧುತ್ತೆಂದು ಎದುರಾಯಿತು. ಸೋಲು ಗೆಲುವುಗಳ ನಡುವೆ ಕೈಸರನ ರಾಷ್ಟ್ರನೌಕೆ ಹೊಯ್ದಾಡಿತು. 1917ರಲ್ಲಿ ರಷ್ಯದಲ್ಲಾದ ಸಮಾಜವಾದಿ ಕ್ರಾಂತಿಯಂತೂ ಇತರರ ಪಾಲಿಗೆ ಅನಿರೀಕ್ಷಿತ ಸಂಭವ. ಜರ್ಮನಿಯ ತೀವ್ರವಾದಿಗಳು – ಸೋಶಿಯಲ್ ಡೆಮಾಕ್ರಾಟರು ಕೂಡ – ರಷ್ಯದ ಕ್ರಾಂತಿಗೆ ಬೆಂಬಲವಿತ್ತರು. ಕೈಸರನ ನೌಕಾಪಡೆ ದಂಗೆ ಎದ್ದಿತು. ರಾಜಧಾನಿ ಬರ್ಲಿನಿನಲ್ಲಿ ಬಂಡಾಯದ ಬಿರುಗಾಳಿ ಬೀಸಿತು. ತತ್ತರಿಸಿದ ಕೈಸರ್ ಸಿಂಹಾಸನ ತ್ಯಾಗ ಮಾಡಿದ. ಕೈಸರ್ ಹೋದ, ಆದರೆ ಸೇನಾನಿಗಳು ಉಳಿದರು. ಮಹಾಯುದ್ಧದಲ್ಲಿ ಮಡಿದ ಜರ್ಮನರ ಸಂಖ್ಯೆ ಇಪ್ಪತ್ತು ಲಕ್ಷ.

ಮಾರ್ಕ್ಸ್–ಎಂಗೆಲ್ಸರ ಕನಸು ಜರ್ಮನಿಯಲ್ಲೂ ಕೈಗೂಡುವ ಹೊತ್ತು. ಸ್ಪಾರ್ಟಕಸ್‌ವಾದಿಗಳ* ನೇತೃತ್ವದಲ್ಲಿ ಕ್ರಾಂತಿ ಆರಂಭ ವಾಯಿತು. ಬರ್ಲಿನಿನಿಂದ 150 ಮೈಲು ದೂರದ ವೀಮಾರ್‌ನಲ್ಲಿ 'ಜರ್ಮನಿಯ ಗಣರಾಜ್ಯ' ಎಂದು ಘೋಷಿಸಿ 'ವ್ಯವಸ್ಥೆ'ಯ ಬೆಂಬಲಿಗರು ಕ್ರಾಂತಿಕಾರಿಗಳತ್ತ ಹರಿಹಾಯ್ದರು. ಕ್ರಾಂತಿಯ ನಾಯಕ ಕಾರ್ಲ್ ಲಿಬ್ಕ್‌ನೆಶ್ಟ್, ನಾಯಕಿ ರೋಸಾ ಲಕ್ಸೆಂಬರ್ಗ್**ರನ್ನು ಮೋಸದಿಂದ ಕೊಲೆಮಾಡಲಾಯಿತು. ಬವೇರಿಯದಲ್ಲಿ ಕ್ರಾಂತಿಗೆ ಕಾರಣನಾದ ಬರೆಹಗಾರ ಅರ್ನೆಸ್ಟ್ ಟಾಲರನ್ನು ಬಂಧಿಸಿ ಸೆರೆಮನೆಗೆ ಎಸೆದರು. ಸಮಾಜವಾದಿ ಶಕ್ತಿಗಳ ಮೇಲೆ ಮಾರಣಾಂತಿಕವೆನಿಸುವಷ್ಟು ಬಲವಾದ ಪ್ರಹಾರ ನಡೆಯಿತು.

ಜರ್ಮನಿಯ ಪಾಲಿಗೆ ರಾಷ್ಟ್ರೀಯ ಅವಮಾನ, ವರ್ಸೇಲ್ ಒಪ್ಪಂದ. ಚೇತರಿಸಿಕೊಳ್ಳುವುದು ಹೇಗೆ ? ಮತ್ತೆ ತಲೆಯೆತ್ತುವುದು ಹೇಗೆ ? ಅಂಥ ವೇಳೆಯಲ್ಲಿ ಹುಟ್ಟಿತು ನಾಜಿ ರಾಜಕೀಯ ಸಂಘಟನೆ – ನ್ಯಾಷನಲ್ ಸೋಶಿಯಲಿಸ್ಟ್ ಜರ್ಮನ್ ಕಾರ್ಮಿಕ ಪಕ್ಷ. ಮೊದಲ ಎರಡು ಪದಗಳ ಜರ್ಮನ್ ರೂಪದ ಪ್ರಥಮಾಕ್ಷರಗಳು 'ನಾ' 'ಜಿ'

---

* ಕ್ರಿಸ್ತಪೂರ್ವ ಅವಧಿಯಲ್ಲಿ ರೋಮನ್ ಪ್ರಭುತ್ವದ ವಿರುದ್ಧ ದಲಿತರ – ಜೀತದಾಳುಗಳ ಬಂಡಾಯವನ್ನು ಸಂಘಟಿಸಿದವನು ಸ್ವತಃ ಗುಲಾಮನಾಗಿದ್ದ ಸ್ಪಾರ್ಟಕಸ್. ಜರ್ಮನ್ ತೀವ್ರವಾದಿಗಳು ತಾವು ಸ್ಪಾರ್ಟಕಸ್‌ವಾದಿಗಳೆಂದು ಹೇಳಿಕೊಂಡುದು ಅರ್ಥಪೂರ್ಣ.

** ಅಕ್ಟೋಬರ್ ಕ್ರಾಂತಿಯ ಮಹಾನಾಯಕ ಲೆನಿನ್ ಈ ಕ್ರಾಂತಿಕಾರಿಣಿಗೆ ಇಟ್ಟಿದ್ದ ಅಡ್ಡ ಹೆಸರು : 'ಕ್ರಾಂತಿಯ ಗಿಡುಗಪಕ್ಷಿ'.

ಪಕ್ಷದ ಸಿದ್ಧಾಂತ : ಉಳ್ಳವರ ಸೇವೆ ; ಇಲ್ಲದವರನ್ನು ಹದ್ದುಬಸ್ತಿನಲ್ಲಿ ಇಡುವುದು. ಆಸ್ಟ್ರಿಯದಲ್ಲಿ ಚಿತ್ರಕಾರನಾಗಲೆಳಸಿ ವಿಫಲನಾಗಿ, ಕೈಸರನ ಸೈನ್ಯ ಸೇರಿ ಸೋತು ಹಣ್ಣಾಗಿ ಬೀದಿಗಿಳಿದವನು ಅಡೋಲ್ಫ್ ಹಿಟ್ಲರ್. ಯಾರು ನಿರುದ್ಯೋಗಿಗಳು ? ದುಡಿಯಲೊಲ್ಲದ ಪುಂಡ ಪೋಕರಿಗಳು ಯಾರು ? ಅವರಿಗೆಲ್ಲ ಆಹ್ವಾನ ; "ಬನ್ನಿ, ಸ್ವಯಂಸೇವಕ ಪಡೆ ಸೇರಿ." ಒಬ್ಬನೇ ನಾಯಕ, ಒಂದೇ ವಂದನೆ : "ಉಘೇ (ಹೇಯ್ಲ್) ಹಿಟ್ಲರ್ !" ಕೈಗಾರಿಕಾ ಕ್ಷೇತ್ರ ಚೇತರಿಸಿಕೊಂಡದ್ದು ನಿಜ. ಆದರೆ ಆಕಾಶ ತುಂಬ ಜಾಗತಿಕ ಆರ್ಥಿಕ ಮುಗ್ಗಟ್ಟಿನ ಕರಿಮುಸುಕು. 60 ಲಕ್ಷ ಜರ್ಮನರಿಗೆ ಉದ್ಯೋಗವಿರಲಿಲ್ಲ. ಹಿಟ್ಲರ್ ಭಟರ ತುಬಾಕಿಗಳಿಗೆ ಅವರೇ ಸಿಡಿಮದ್ದು. 1933ರಲ್ಲಿ ಜರ್ಮನ್ ಲೋಕಸಭೆಗೆ ನಡೆದ ಚುನಾವಣೆಯಲ್ಲಿ ನಾಜಿಗಳು ಬಹುಮತ ಪಡೆದರು. ಹಿಟ್ಲರ್ ಪ್ರಧಾನಮಂತ್ರಿಯಾದ.

ಬಲಶಾಲಿಯಾಗತೊಡಗಿದ್ದ ಕಮ್ಯೂನಿಸ್ಟ್ ಪಕ್ಷವನ್ನು ಆತ ನಿಷೇಧಿಸಿದ.

ಅದರ ಹಿರಿಯ ನಾಯಕ ಟೇಲ್‌ಮಾನ್‌ನನ್ನು ಬಂಧಿಸಿ, ಕೊಂದ. ದಲಿತರ-ಕಾರ್ಮಿಕರ ಉದ್ಧಾರಕ್ಕಾಗಿ ಮ್ಯೂನಿಕಿನ ಬೀರ್ ಭವನದಲ್ಲಿ ಅದಕ್ಕೂ ಹತ್ತು ವರ್ಷಗಳ ಹಿಂದೆ ಘೋಷಿಸಿದ್ದ 25 ಅಂಶಗಳ ಕಾರ್ಯಕ್ರಮ, ಜರ್ಮನ್ ಜನತೆಯ ಮೇಲೆ ಹಿಟ್ಲರ್ ಎರಚಿದ್ದ ಮಂಕುಬೂದಿ. ಆತನೀಗ ವಿಜಯಿ, ಇಡಿಯ ಜರ್ಮನಿಯೇ ಅವನ ಮೋಡಿಗೆ ಒಳಗಾಗಿತ್ತು. "ಜರ್ಮನರು ಅತಿಮಾನವರಾಗಬೇಕು." ಹೆಮ್ಮೆಯ ಸಂಗತಿಯಲ್ಲವೆ ? "ನಮ್ಮದು ಪರಿಶುದ್ಧ ಆರ್ಯ ಜನಾಂಗ." ಕೇಳಿ, ಕೇಳಿ ! "ಜನರನ್ನು ಹಿಂಡಿ ಹಿಪ್ಪೆ ಮಾಡುವ ಯೆಹೂದ್ಯರನ್ನು ಹೊಡೆದೋಡಿಸಬೇಕು." ಹಿಡಿಯಿರಿ, ಹೊಡೆಯಿರಿ ! "ಕೆಂಪು ಬಾವುಟಕ್ಕೆ ನಿಷ್ಠೆ ತೋರುವವರಿದ್ದರೆ ಬಸಿಯಿರಿ ಅವರ ರಕ್ತ." ಬಸಿಯಿರಿ ಅವರ ರಕ್ತ! 87ರ ವೃದ್ಧ ಅಧ್ಯಕ್ಷ ಹಿಂಡೆನ್‌ಬರ್ಗ್ 1934ರಲ್ಲಿ ಸತ್ತೊಡನೆ, ಪ್ರಧಾನಿ ಅಧ್ಯಕ್ಷ ಎರಡೂ ಸ್ಥಾನಗಳನ್ನು ಬೆರೆಸಿ ಹಿಟ್ಲರ್ ಸರ್ವಾಧಿಕಾರಿಯಾದ. ಇನ್ನು ಲೋಕದ ಗಂಡನಾಗುವ ಹುಚ್ಚು. ರಾಷ್ಟ್ರದ ಹೊರಗೆ ಜರ್ಮನರಿರುವ ಪ್ರದೇಶಗಳನ್ನೆಲ್ಲ ಮೊದಲು ಕಬಳಿಸಬೇಕು. 'ಸಾರ್‌ಲೆಂಡ್ ಸ್ವಾಹಾ' ; 'ರ್‍ಹೈನ್‌ಲೆಂಡ್ ಸ್ವಾಹಾ' ; 'ಆಸ್ಟ್ರಿಯ ಸ್ವಾಹಾ' ; 'ಚೆಕೊಸ್ಲೊವಾಕಿಯಾದ ಒಂದಂಶ ಸ್ವಾಹಾ'. ಈ ಕ್ಷಿಪ್ರ ಆಟ ನೋಡಿ ಬೆರಗಾದ, ದಂಗಾದ ಇತರ ದೇಶಗಳ ಬಂಡವಾಳಗಾರರೂ ಸಾಮ್ರಾಜ್ಯವಾದಿಗಳೂ ಈಗ ಚಿಂತೆಗೀಡಾದರು. (ನಾಜಿ ಜರ್ಮನಿ-ಸೋವಿಯೆತ್ ಒಕ್ಕೂಟಗಳ ನಡುವೆ ಅನಾಕ್ರಮಣ ಒಪ್ಪಂದದ ನಾಟಕ 1939ರಲ್ಲಿ.) ಇನ್ನು ಆಹಾರಕ್ಕೆ ಪೋಲೆಂಡ್.

"ಸಾಕು ಬಿಡೆವು !" ಎಂದರು ಫ್ರೆಂಚರು, ಬ್ರಿಟಿಷರು, ಅಮೆರಿಕನರು, (ಚೀನ ಸಹ). 40ರಲ್ಲಿ ಇಟಲಿ, 41ರಲ್ಲಿ ಜಪಾನ್ ಹಿಟ್ಲರನ ಪಕ್ಷಪಾತಿಗಳಾಗಿ ಯುದ್ಧಕ್ಕಿಳಿದರು. ಡೆನ್ಮಾರ್ಕ್, ನಾರ್ವೇ, ಹಾಲೆಂಡ್, ಫ್ರಾನ್ಸ್ – ಹೀಗೆ ಹಲವು ದೇಶಗಳು ನಾಜಿಗಳ ವಶವಾದುವು. ಹಿಟ್ಲರ್ ಯಾವಾಗಲೂ ಹೇಳುತ್ತಲೇ ಇದ್ದ : "ನನ್ನ ವೈರಿ ಬೋಲ್ಷೆವಿಸಂ– ಕಮ್ಯೂನಿಸಂ. ನಾವೆಲ್ಲ ನಾಶಮಾಡಬೇಕಾದ್ದು ಅದನ್ನೇ." ಇದ್ದಕ್ಕಿದ್ದಂತೆ 1941 ಜೂನ್ 22ರ ನಸುಕಿನಲ್ಲಿ ನಾಜಿ ಪಡೆಗಳು ಸೋವಿಯೆತ್ ಒಕ್ಕೂಟಕ್ಕೆ ನುಗ್ಗಿದುವು. ಶೀಘ್ರ ವಿಜಯ. ಸ್ಟಾಲಿನ್‌ಗ್ರಾಡ್ ಸಮರದ ಬಳಿಕ, ಬಂದ ದಾರಿಗೂ ಸುಂಕ. ಬೆನ್ನಟ್ಟಿದ ಕೆಂಪು ಪಡೆ ಎಲ್ಲ ಆರ್ತರಿಗಾಗಿ ಬಂಧ ವಿಮೋಚನೆಯ ಒಸಗೆ ತಂದಿತು. ಕೆಂಪು ಬಾವುಟ ಬರ್ಲಿನಿಗೆ ಬಂದಿತು. ಹಿಟ್ಲರ್ ಆತ್ಮಹತ್ಯೆ ಮಾಡಿಕೊಂಡ. ಅಜೇಯವೆಂದು ಭಾವಿಸಿದ್ದ ಅವನ ಪಡೆಗಳೆಲ್ಲ, ಮಿತ್ರರಾಷ್ಟ್ರಗಳಿಗೆ 1945ರ ಮೇ 8ರಂದು ಶರಣಾದುವು.

ಯುದ್ಧಾನಂತರದ ಚಿತ್ರ : 30 ಲಕ್ಷ ಜರ್ಮನರು ಮಿತ್ರರಾಷ್ಟ್ರಗಳ ಸೆರೆಶಿಬಿರಗಳಿಗೆ ; ಸತ್ತ ಅಥವಾ ನಾಪತ್ತೆಯಾದ ಜರ್ಮನ್ ಸೈನಿಕರು ಮೂವತ್ತು ಲಕ್ಷ. ಘನ ಕೈಗಾರಿಕೋದ್ಯಮಗಳ ಯಂತ್ರಸ್ಥಾವರಗಳು ಮಿತ್ರರಾಷ್ಟ್ರಗಳಿಗೆ – ಯುದ್ಧ ವೆಚ್ಚದ ಪರಿಹಾರವಾಗಿ. ಇವುಗಳ ಜತೆಗೆ ಧನಕನಕ ಕೂಡ.

ಯುದ್ಧಾರಂಭಕ್ಕೆ ಮುನ್ನ ಜರ್ಮನಿಯಲ್ಲೂ ಅದು ಕಣ್ಣು ಹಾಕಿದ ದೇಶಗಳಲ್ಲೂ 83 ಲಕ್ಷ ಯೆಹೂದಿಯರಿದ್ದರು. ಅವರಲ್ಲಿ ಹೆಚ್ಚಿನವರನ್ನು ಕೂಟ ಶಿಬಿರಗಳಿಗೆ ರವಾನಿಸಿದರು, ಬುಷೆನ್‌ವಾಲ್ಡ್ ...ಬೆಲ್ಸೆನ್...ಹೆಸರು ರೂಪಿಸುವ ನಿರ್ದಯ ಅಕ್ಷರಗಳು. 'ವೈಜ್ಞಾನಿಕ' ಚಿತ್ರಹಿಂಸೆಗೆ ಗುರಿಯಾಗಿ, ಜರ್ಮನ್ ಆಕ್ರಮಿತ ಯೂರೋಪಿನಲ್ಲಿ 60 ಲಕ್ಷ ಯೆಹೂದಿಯರು ಅಸುನೀಗಿದರು. ದೇಶಬಿಟ್ಟು ಹೋದವರ ಲೆಕ್ಕವಿಲ್ಲ. ಇಂಥದೆಲ್ಲ ಅಂದಾಜಿನ ಬಾಬು. ಅಜಮಾಸು ಅಜಮಾಸು.

ಸ್ಥಾಪಿತವಾದ ಮೇಲೆ 74 ವರ್ಷ ಸಂಘಟಿತ ರಾಷ್ಟ್ರವಾಗಿ ಜೀವಿಸಿತಲ್ಲ ಜರ್ಮನಿ ? ಸೋತ ಮೇಲೆ ಅದಕ್ಕೇನಾಯಿತು ? 1945ರಲ್ಲಿ ಪೋಟ್ಸ್‌ಡಾಮಿನಲ್ಲಾದ ಒಪ್ಪಂದದಂತೆ ಜರ್ಮನಿಯನ್ನು ನಾಲ್ಕು ಹೋಳುಗಳಾಗಿ ಮಾಡಿ ತಮ್ಮೊಳಗೆ ಹಂಚಿಕೊಂಡರು. ಪೂರ್ವ ಭಾಗ ಆ ದಾರಿಯಾಗಿ ಬಂದ ಸೋವಿಯೆತ್ ಒಕ್ಕೂಟಕ್ಕೆ. ಪಶ್ಚಿಮ ಭಾಗ ಪಶ್ಚಿಮದ ಮಿತ್ರರಿಗೆ, ಅಮೆರಿಕ ಸಂಯುಕ್ತ ಸಂಸ್ಥಾನ ಬ್ರಿಟನ್ ಫ್ರಾನ್ಸ್‌ಗಳಿಗೆ. (ಈ ಎರಡು ಭಾಗಗಳ ನಡುವೆ 800 ಮೈಲು ಉದ್ದದ ಗಡಿ.) ದೇಶದಲ್ಲೇ ಇದ್ದು ಅಥವಾ ಇತರ ಎಡೆಗಳಲ್ಲಿ ರಕ್ಷಣೆ ಪಡೆದು ಹಿಟ್ಲರ್‌ಶಾಹಿಯ ಶವದಾನಿಗೆ ಮೊಳೆ ಹೊಡೆದವರಲ್ಲಿ

ಪ್ರಮುಖರು ಜರ್ಮನ್ ಕಮ್ಯೂನಿಸ್ಟರು. 'ಪೂರ್ವ' ಜರ್ಮನಿಯಲ್ಲಿ ಸಹಜವಾಗಿಯೇ ಎಲ್ಲ ಚಟುವಟಿಕೆಗಳಲ್ಲೂ ಕಮ್ಯೂನಿಸ್ಟ್ ಪಕ್ಷದ್ದೇ ನೇತೃತ್ವ. 'ಪಶ್ಚಿಮ' ಭಾಗದಲ್ಲಿ ಸ್ವಾಭಾವಿಕ ವಾಗಿಯೇ ಕಮ್ಯೂನಿಸ್ಟರು 'ಅಸ್ಪೃಶ್ಯರು'. ಬರ್ಲಿನ್ ನಗರವೂ ನಾಲ್ಕು ಪಾಲು. ತೊಂದರೆ ಎಂದರೆ ಬರ್ಲಿನಿನ ಸುತ್ತಲೂ ಪೂರ್ವ ಜರ್ಮನ್ ಪ್ರದೇಶವಿರುವುದು. ತನ್ನ ಅಧೀನದಲ್ಲಿರುವುದು ಸ್ವತಂತ್ರ ದೇಶವಾಗಲಿದೆ ಎಂದಿತು ಸೋವಿಯೆತ್ ಒಕ್ಕೂಟ. ಪಶ್ಚಿಮದವರೂ ದಾಳ ಸರಿಸಿದರು. ತಾವು ರೂಪಿಸುವ ರಾಷ್ಟ್ರಕ್ಕೆ ಬಾನ್ ರಾಜಧಾನಿ ಎಂದರು. (ಇದರಲ್ಲಿ ಅಡಕವಾಗಿರುವುದು ಹತ್ತು ರಾಜ್ಯಗಳು ಮತ್ತು 185 ಚ. ಮೈಲು ವಿಸ್ತಾರದ ಪಶ್ಚಿಮ ಬರ್ಲಿನ್ ಪ್ರದೇಶ.) ಇದು 96,094 ಚ. ಮೈಲು ವಿಸ್ತೀರ್ಣದ ಫೆಡರಲ್ ಜರ್ಮನ್ ರಿಪಬ್ಲಿಕ್. ಇದು ಅಸ್ತಿತ್ವಕ್ಕೆ ಬಂದದ್ದು 1949 ಸೆಪ್ಟೆಂಬರ್‌ನಲ್ಲಿ. ಅಕ್ಟೋಬರ್‌ನಲ್ಲಿ ಘೋಷಿತವಾಯಿತು ಜರ್ಮನ್ ಡೆಮೊಕ್ರಾಟಿಕ್ ರಿಪಬ್ಲಿಕ್. ಅಲ್ಲಿ ಆಡಿನಾವರ್ ಅಧ್ಯಕ್ಷ ; ಇಲ್ಲಿ ವಿಲ್ಹೆಲ್ಮ್ ಪೀಕ್. (ಮುಂದೆ ಹಿರಿತನ ಕಮ್ಯೂನಿಸ್ಟ್ ನಾಯಕ ಉಲ್‌ಬ್ರಿಶ್ಟ್‌ಗೆ.)

ನರಮೇಧದ ಪಾತಕಿಗಳು ಕೆಲವರಿಗೆ ದಂಡನೆಯಾಯಿತು ; ಕೆಲವರು ತಲೆಮರೆಸಿಕೊಂಡರು ; ಬೇರೆ ಕೆಲವರು ಬದಲಿ ಬಟ್ಟೆಯುಟ್ಟು 'ಹೊಸಬ'ರಾದರು. ಬದುಕುವ ಆಸೆ, ಸುಲಿಯುವ ಛಲ, ಸುಲಿಗೆಯನ್ನು ಕೊನೆಗಾಣಿಸುವ ಹಟ. ಫೆಡರಲ್ ರಿಪಬ್ಲಿಕ್‌ನಲ್ಲಿರುವ ರುಹ್‌ರ್ ಪ್ರದೇಶ 'ಕಲ್ಲಿದ್ದಲಿನ ಕೊಳದಪ್ಪಲೆ'. ಕ್ರುಪ್ಸರು ಥಿಸೆನರು ಫ್ಲಿಕ್ಕರು ಮತ್ತೆ ಇಲ್ಲಿ ಆರೂಢರು. ಯೂರೋಪಿನ ಕೇಂದ್ರ ಸ್ಥಾನದಲ್ಲಿರುವ ಈ ದೇಶ ಜನಸಾಂದ್ರವಾದದ್ದು. ಈಗ ಜನಸಂಖ್ಯೆ 6 ಕೋಟಿಗೂ ಹೆಚ್ಚು. ಘನ ಕೈಗಾರಿಕೆಗಳು, ಕೃಷಿ – ಎರಡರಲ್ಲೂ ಮುಂದು. ರಫ್ತು, ಆಮದು – ಎರಡರಲ್ಲೂ ಬಿರುಸು.

ಡೆಮೊಕ್ರಾಟಿಕ್ ರಿಪಬ್ಲಿಕಿನ ವಿಸ್ತೀರ್ಣ 41,768 ಚ. ಮೈಲು ; ಜನಸಂಖ್ಯೆ ಎರಡು ಕೋಟಿಗೂ ಕಮ್ಮಿ. ಚೇತರಿಕೆ ಆರಂಭವಾದದ್ದು ನಿಧಾನವಾಗಿ ; ಆದರೆ ವೈಜ್ಞಾನಿಕವಾಗಿ. ಕೃಷಿಯ ಅಡಿಪಾಯ ಹೀಗೆ : 250 ಎಕರೆ ಮೀರಿದ ಹೊಲವನ್ನೆಲ್ಲ ಭೂಮಾಲಿಕರಿಂದ ವಶಪಡಿಸಿ ಕೊಂಡು ರೈತರಿಗೆ ಹಂಚಿದರು. ಕೂಡೊಕ್ಕಲು ಪ್ರಯೋಗದಿಂದ ಬೆಳೆ ಹೆಚ್ಚಿತು. ಕಾರಖಾನೆಗಳು ಕ್ರಮಬದ್ಧವಾಗಿ ತಲೆ ಎತ್ತಿದುವು. ಜನರ ಜೀವನ ಮಟ್ಟ ಏರಿತು. 1970ರ ಬಳಿಕ ಆರ್ಥಿಕವಾಗಿಯೂ ರಾಜಕೀಯವಾಗಿಯೂ ಆದ ಸಾಧನೆ ಗಣನೀಯ. ಎಷ್ಟು ಎಂದರೆ, ಪೂರ್ವ ಯೂರೋಪಿನಲ್ಲೇ ಜರ್ಮನ್ ಡೆಮೊಕ್ರಾಟಿಕ್ ರಿಪಬ್ಲಿಕ್ ಈಗ ಅತ್ಯಂತ ಸಂಪದ್ಭರಿತ ದೇಶವೆನಿಸಿದೆ. ಎಂಟು ಶತಮಾನ ಹಳೆಯದಾದ ಲೀಪ್‌ಜಿಗ್ ಅಂತರರಾಷ್ಟ್ರೀಯ ವಾಣಿಜ್ಯ ಮೇಳ ಪ್ರತಿ

ವರ್ಷ ಈಗಲೂ ನಡೆಯುತ್ತಿದೆ. ಸೋರ್ಬರು 6ನೇ ಶತಮಾನದಲ್ಲಿ ಕೇಂದ್ರ ಯೂರೋಪಿನಲ್ಲಿ – ಈಗ ಡೆಮೊಕ್ರಾಟಿಕ್ ರಿಪಬ್ಲಿಕ್ ಇರುವಲ್ಲಿ – ನೆಲೆಸಿದವರು. 10ನೆಯ ಶತಮಾನದ ಬಳಿಕ ಸೋರ್ಬರನ್ನು ಹತ್ತಿಕ್ಕಲು ಇತರ ಜರ್ಮನ್ ಬುಡಕಟ್ಟುಗಳು ಯತ್ನಿಸಿದುವು. ಒಂದು ಸಾವಿರ ವರ್ಷದ ಅನಂತರ ಸ್ವರಕ್ಷಣೆಗಾಗಿ ಅವರು ಸಂಘಟನೆ ರಚಿಸಿದಾಗ, ನಾಜಿಗಳು ಅದನ್ನು ನಿಷೇಧಿಸಿದರು. ಈಗ ಸೋರ್ಬ್ ಮಕ್ಕಳು ಶಾಲೆಗಳಲ್ಲಿ ತಮ್ಮ ಭಾಷೆ ಮತ್ತು ಜರ್ಮನ್ ಎರಡನ್ನೂ ಕಲಿಯುತ್ತಾರೆ. ಸೋರ್ಬರಿಗೆ ತಮ್ಮದೇ ಆದ ರಂಗಮಂದಿರವೂ ಇದೆ. ಜರ್ಮನ್ ಪ್ರಜಾಪ್ರಭುತ್ವವಾದಿ ಗಣರಾಜ್ಯದಲ್ಲಿ ಅಲ್ಪಸಂಖ್ಯಾತರನ್ನು ಹೇಗೆ ನೋಡಿ ಕೊಳ್ಳಲಾಗುತ್ತಿದೆ ಎಂಬುದಕ್ಕೆ ಮೇಲಿನದೊಂದು ಉದಾಹರಣೆ.

ಪೂರ್ವ ಜರ್ಮನಿಯಿಂದ ಪಶ್ಚಿಮಕ್ಕೆ ಜನ ಅಕ್ರಮವಾಗಿ ವಲಸೆ ಹೋಗುತ್ತಾರೆ ; ಅದೇ ರೀತಿ ಮರಳುತ್ತಾರೆ. ಬರ್ಲಿನ್ ನಗರದಲ್ಲಿ ಆಕರ್ಷಣೆಯ ಗದ್ದಲ ವಿಪರೀತವಾದಾಗ, 1961ರಲ್ಲಿ, ಬರ್ಲಿನ್ ಗೋಡೆ ನಿರ್ಮಾಣವಾಯಿತು. ಸೋದರರು ವಾಸಿಸುವ ಹಳೆಯ ಮನೆಗಳಲ್ಲಿ ವಿರಸದಿಂದಾಗಿ ಗೋಡೆ ಏಳುವುದು ಸಾಮಾನ್ಯ ಸಂಗತಿ. ಆದರೆ ಒಂದು ರಾಷ್ಟ್ರದಲ್ಲಿ – ಅದರ ಭಾಗಗಳ ನಡುವೆ ? ಪ್ರಧಾನ ನಗರದ ಮಧ್ಯದಲ್ಲಿ ?

ಫೆಡರಲ್ ರಿಪಬ್ಲಿಕ್–ಡೆಮೊಕ್ರಾಟಿಕ್ ರಿಪಬ್ಲಿಕ್‌ಗಳಲ್ಲಿ ಪರಸ್ಪರ ಸಂಪರ್ಕ ಎಂದೂ ಸಾಧ್ಯವಾಗದೆಂದು ಹಿಂದೆ ಭಾವಿಸಲಾಗಿತ್ತು. ಆದರೆ ಕಾಲ ಕಳೆದಂತೆ, ಬರಿಯ ಸಂಪರ್ಕವಲ್ಲ ಸ್ನೇಹಸಂಬಂಧದ ಮಾತೂ ಕೇಳಿಬಂತು. 'ಒಕ್ಕೂಟ', 'ಏಕತೆ' ಎಂಬ ಶಬ್ದಗಳೂ ಲಾಳವಾಡಿದುವು. ಕಾಲ ಪಕ್ವವಾದಾಗ, ಜರ್ಮನಿ ಮತ್ತೆ ಏಕರಾಷ್ಟ್ರವಾಗಲೂಬಹುದು. ಆಗ ಬರ್ಲಿನ್ ಗೋಡೆಯೂ ಮಣ್ಣಾಗುತ್ತದೆ, ಮರಳಾಗುತ್ತದೆ.

2

ನಿದ್ದೆಹೋಗಿದ್ದ ಸುಂದರಿ ರಾಜಕುಮಾರಿ ಚಿಟಾರನೆ ಚೀರಿದಳು. ಎಚ್ಚೆತ್ತ ತಾಯಿ ಮಗಳ ಬಳಿ ಸಾರಿ ಕೇಳಿದಳು :

"ಏನಾಯ್ತು ಮಗಳೆ ? ಕನಸು ಬಿತ್ತಾ ?"

'ಹೌದು ; ಕನಸು ಬಿದ್ದಿತ್ತು.' ಅಳುತಳುತ ಮಗಳು ಹೇಳಿದಳು :

"ನನ್ನ ಮುದ್ದು ಡೇಗೇನ ಎರಡು ಗಿಡುಗಗಳು ಕೊಲ್ಲೋದನ್ನ ನಾನು ಕಂಡೆ, ಅಮ್ಮ"

ಕ್ಷಣ ಮೌನ. ತಾಯಿ ಪ್ರಯಾಸಪಟ್ಟು ತುಟಿತೆರೆದು ನುಡಿದಳು :

"ಮುದ್ದು ಡೇಗೆ ನಿನ್ನ ಗಂಡ. ಗಿಡುಗಗಳು ನಿನ್ನ ಸೋದರರು. ಧೈರ್ಯ ತಂದುಕೋ ಮಗಳೇ."

ರಾಜಕುಮಾರಿ ಬಿಕ್ಕಿ ಬಂದ ಅಳುವನ್ನು ಹತ್ತಿಕ್ಕಿ, ನಿಟ್ಟುಸಿರು ಬಿಟ್ಟಳು...

– ಇದು ಜರ್ಮನಿಯ ಮಹಾಕಾವ್ಯ 'ನಿಬುಲೆಂಗೆನ್‌ಲಯ್ಡ್'ನ ಒಂದು ಸನ್ನಿವೇಶ. 'ನಿಬುಲೆಂಗರ ಹಾಡು'. ವಸ್ತು ಹಳೆಯದು ಐಸ್‌ಲೆಂಡಿನಲ್ಲಿ ರಚಿತವಾದ ವೊಲ್ಸಂಗ್ ಗಾಥಾವನ್ನು ಆಧರಿಸಿದ್ದು. ಬಂಗಾರದ ಹುಚ್ಚು ಹಾಗೂ ವಿಶ್ವಾಸಘಾತ ತಂದೊಡ್ಡುವ ಗಂಡಾಂತರ ಪರಂಪರೆ... 'ನಿಬುಲೆಂಗನ್‌ಲಯ್ಡ್' ಸೃಷ್ಟಿಯಾದದ್ದು ಆಸ್ಟ್ರಿಯದ ಆಸ್ಥಾನದಲ್ಲಿದ್ದೊಬ್ಬ ಜರ್ಮನ್ ಮಹಾಕವಿಯಿಂದ, 12ನೆಯ ಶತಮಾನದಲ್ಲಿ. ಕವಿ ಸಮರ್ಥ ; ತನ್ನ ಕುಲದ ಚರಿತ್ರ ಪೂರ್ವ ದಿನಗಳ ಪೌರಾಣಿಕ ಅಂಶಗಳನ್ನು ಊಹಿಸಿ ಕಂಡು ತನ್ನ ಕೃತಿಯಲ್ಲಿ ಅಳವಡಿಸಿಕೊಳ್ಳಲು ಶಕ್ತನಾದವನು.

ಕ್ರಿಸ್ತಶಕ 200–600 ಅವಧಿಯಲ್ಲಿ ಲಭಿಸಿದ 125 ಶಾಸನಗಳು ಜರ್ಮನ್ ಭಾಷೆಯ ಪ್ರಾಚೀನತೆಗೆ ಸಾಕ್ಷಿ. ಇವುಗಳಲ್ಲಿ ಹೆಚ್ಚಿನವು ದೊರೆತದ್ದು ಸ್ಕಾಂಡಿನೇವಿಯದಲ್ಲಿ ; ಉಳಿದವು ಬೇರೆ ಕಡೆ. ಶಾಸನಗಳ ಒಕ್ಕಣೆ ಇರುವುದು ಜರ್ಮನ್ ಭಾಷೆಯಲ್ಲಿ. ಕೊರೆಯಲು ಬಳಸಿದ ಲಿಪಿ ಹಳೆಯ ರೂನಿಕ್. ಬಿಶಪ್ ವುಲ್ಫಿಲ ಕ್ರಿ. ಶ. 350ರಲ್ಲಿ ಜರ್ಮನ್ ಬುಡಕಟ್ಟಿನ ಗೋಥರಿಗಾಗಿ ಬೈಬಲನ್ನು ಜರ್ಮನ್ ಭಾಷೆಗೆ ಅನುವಾದಿಸಿದ (ಬರವಣಿಗೆಗಾಗಿ 27 ಅಕ್ಷರಗಳುಳ್ಳ ಲಿಪಿಮಾಲೆಯನ್ನು ಆತನೇ ರಚಿಸಿದ). ಅದನ್ನು 'ಗೋಥರ ಬೈಬಲ್' ಎನ್ನುತ್ತಾರೆ.

ಯೂರೋಪಿನಲ್ಲಿ ಇತರ ರಾಜ್ಯಗಳು ನಕಾಶೆಯ ಮೇಲೆ ಒಡಮೂಡಿದರೂ ಜರ್ಮನಿಗೆ ಆ 'ಅದೃಷ್ಟ' ಒದಗಲಿಲ್ಲ. ಭಾಷೆಯ ಬೆಳವಣಿಗೆಗೆ ಇದರಿಂದ ಅಡಚಣೆ ಸಹಜ. ಹೀಗಿದ್ದರೂ ಕಥೆ ಕಟ್ಟುವವರು ತಮ್ಮ ಕೆಲಸ ತಾವು ಮಾಡಬೇಕು ; ಹಾಡುವವರು ಹಾಡ ಬೇಕು – ಆ ಸ್ವಾತಂತ್ರ್ಯ ಇರುವವರೆಗೂ. 11ನೆಯ ಶತಮಾನದಲ್ಲಿ ಕಥನ ಕವನಗಳು ನಿರ್ದಿಷ್ಟರೂಪ ತಳೆದವು. ಹಾಡುಗಾರರಿಗೆ ಪಿಟೀಲು ವಾದಕರ ಕೊಳಲು ನುಡಿಸುವವರ ಮೇಳ, ಹಾಡುಗಳಲ್ಲಿತ್ತು ಪ್ರೇಮ, ಸಾಹಸ, ಪೌರುಷ... ಶೃಂಗಾರದ ಜತೆಗೆ ಒಂದಿಷ್ಟು ಅಧ್ಯಾತ್ಮ ಧ್ವನಿ ಕೂಡ. 'ನಿಬುಲೆಂಗರ ಹಾಡು' ಸೃಷ್ಟಿಯಾದ ಅನಂತರ ಅವಧಿಯ ಮೂವರು ಶ್ರೇಷ್ಠ ಕವಿಗಳು : ಹಾರ್ಟ್‌ಮಾನ್, ವೊಲ್‌ಫ್ರಮ್, ಗೊಟ್‌ಫ್ರೈಡ್.

ಬೇರೆಯವರಿಗಿಂತ ಭಿನ್ನನಾಗಿದ್ದೊಬ್ಬ ರಾಜಕುಮಾರ 13ನೆಯ ಶತಮಾನದ ಫ್ರೆಡರಿಕ್. ಸಿಸಿಲಿಯಲ್ಲಿ ನಾನಾ ಬಗೆಯ ಜನರ ಜತೆ ಬೆಳೆದವನು. ದೇವರು ದಿಂಡರಲ್ಲಿ ನಂಬುಗೆಯಿಲ್ಲದ ಸ್ವತಂತ್ರ ವಿಚಾರಧಾರೆಯ ವ್ಯಕ್ತಿ. ಹಕ್ಕಿಗಳ ಮೇಲೊಂದು ಪುಸ್ತಕ ಬರೆದ. ಪ್ರಾಣಿಗಳ ಮೇಲೊಂದು, ಮಾನವಕುಲಗಳನ್ನು ಕುರಿತು ಮತ್ತೊಂದು.

ಈ ವಿಜ್ಞಾನಿ ಕವಿಯೂ ಆಗಿದ್ದ, ರಾಜ್ಯವನ್ನು ಆಳಿದ್ದೂ ದಕ್ಷತೆಯಿಂದಲೇ.

ಇವನು ಬರೆದದ್ದೂ ಬೇರೆಯವೂ ಸೊಗಸಾದ ಕೈಬರಹದಲ್ಲೇ ಉಳಿದ ಪುಸ್ತಕಗಳು. ಮುದ್ರಣ ಯಂತ್ರದ ಆಗಮನದೊಂದಿಗೆ ಸಾಹಿತ್ಯ ಲೋಕದಲ್ಲಿ ಕ್ರಾಂತಿಯಾಯಿತು. ಅದು ಸಂಭವಿಸಿದ್ದು 15ನೆಯ ಶತಮಾನದ ಮಧ್ಯದಲ್ಲಿ, ಸಂಶೋಧಕ, ಮೇಯಿನ್ಸ್‌ನ ಯೊಹಾನ್ ಗೂಟೆನ್‌ಬರ್ಗ್, ಅವನ ಪಾಲುಗಾರ, ಯೊಹಾನ್ ಫೂಸ್ಟ್, ಈತ ವೃತ್ತಿಯಲ್ಲಿ ಅಕ್ಕಸಾಲಿಗ; ಮುದ್ರಣ ಯಂತ್ರದಲ್ಲಿ ದುಡ್ಡುತೊಡಗಿಸುವಷ್ಟರ ಮಟ್ಟಿಗೆ ಸ್ಥಿತಿವಂತ. 1456ರಲ್ಲಿ ಯೂರೋಪಿನ ಮೊದಲ ಗ್ರಂಥ ಅಚ್ಚಾಯಿತು: ಲ್ಯಾಟಿನ್ ಭಾಷೆಯಲ್ಲಿ ಬೈಬಲ್. ಮುಂದಿನ ಶತಮಾನದಲ್ಲಿ ಲೂಥರ್ ಅನುವಾದಿಸಿದ ಜರ್ಮನ್ ಬೈಬಲ್ ಸಹ ಆ ಮುದ್ರಣ ಯಂತ್ರದ ಮೇಲೆಯೇ ಅಚ್ಚಾಯಿತು. ಧಾರ್ಮಿಕ ಕ್ಷೇತ್ರದಲ್ಲಿ ತಾನು ನಡೆಸಿದ ಬಂಡಾಯಕ್ಕೆ ಸಂಬಂಧಿಸಿ ಲೂಥರ್ ಬರೆದ ಕರಪತ್ರಗಳೂ ಸಹಸ್ರಾರು ಸಂಖ್ಯೆಯಲ್ಲಿ ಮುದ್ರಿತವಾದುವು. ಪ್ರತಿ ನಗರದಲ್ಲೂ, ಮುದ್ರಣ ವೃತ್ತಿ ಕೈಗೊಂಡವನು ಸಮಾಜದ ಪ್ರತಿಷ್ಠಿತ ವ್ಯಕ್ತಿ ಎನಿಸಿದ.

ಹದಿನೆಂಟನೆಯ ಶತಮಾನದಲ್ಲಿ ಪ್ರಷ್ಯದ ಪಟ್ಟಕ್ಕೇರಿದ 'ಶೀಲಗುಣ ಸಂಪನ್ನ' ದೊರೆ ಫ್ರೆಡರಿಕ್ ಮುಂದೆ 'ಮಹಾನ್' ಎಂಬ ಖ್ಯಾತಿಗೆ ಪಾತ್ರನಾದ. ಹಲವು ವರ್ಷ ವೀಮಾರ್ ಜರ್ಮನ್ ಸಂಸ್ಕೃತಿಯ ಮುಖ್ಯ ಕೇಂದ್ರವಾಯಿತು. ಫ್ರೆಡರಿಕ್ ಕಿಟಿಕಿಗಳಾಚೆ ದೂರ ನೋಡಿದ, ಫ್ರಾನ್ಸ್–ಇಂಗ್ಲೆಂಡ್‌ಗಳ ಪುನರುದಯ ಸಾಹಿತ್ಯ ಜರ್ಮನ್ ಲೇಖಕರ ಮೇಲೂ ಪ್ರಭಾವ ಬೀರಿತು. ಈ ಲೇಖಕರು ತಮ್ಮ ಕೃತಿಗಳಲ್ಲಿ 'ಭವ್ಯ' 'ರಮ್ಯ'ಗಳೆರಡರ ಸಮ್ಮಿಶ್ರಣವನ್ನು ಸಾಧಿಸಿದರು. ದಾಂತೆ, ಶೇಕ್ಸ್‌ಪಿಯರ್‌ರಂತೆ ಹಿರಿಮೆ ಮೆರೆದವನು ಕವಿ ಕಾದಂಬರಿಕಾರ ಕಥೆಗಾರ ನಾಟಕಕಾರ ವಿಜ್ಞಾನಿ ಗುಅಟೆ, ಹತ್ತು ವರ್ಷ ಆತ ಸರಕಾರದ ಅಧಿಕಾರಿಯೂ ಆಗಿದ್ದ. ಫ್ರೆಂಚ್ ಮಹಾಕ್ರಾಂತಿಯ ವೇಳೆ ದಂಡಿನೊಡನೆ ಗುಅಟೆಯನ್ನು ಫ್ರಾನ್ಸಿಗೆ ಕಳಿಸಲಾಯಿತು, ಅರಸೊತ್ತಿಗೆಗೆ ನೆರವಾಗಲು. ದಂಡು ಫ್ಯಾರಿಸ್ ತಲಪಿದಾಗ ಹೊತ್ತು ಮುಳುಗಿತ್ತು. ನಗರದ ಹೊರವಲಯದಲ್ಲಿ ಕುಳಿತು ಗುಅಟೆ ತನ್ನ ಯೋಧರಿಗೆ ಹೇಳಿದ. "ನೆನಪಿಡಿ. ಇತಿಹಾಸ ನಿರ್ಮಾಣವಾಗುತ್ತಿರುವುದಕ್ಕೆ ನೀವು ಸಾಕ್ಷಿಗಳಾಗಿದ್ದೀರಿ!" 1806ರಲ್ಲಿ ನೆಪೋಲಿಯನ್‌ನ ಸೇನೆ ವೀಮಾರನ್ನು ಹೊಕ್ಕಿತು. ಅಲ್ಲಿ ಗುಅಟೆಯನ್ನು ಸಂಧಿಸಿದಾಗ ನೆಪೋಲಿಯನ್ ಉದ್ಗರಿಸಿದ: "ನೀವೀಗ ಗಂಡಸು!" ಕಾವ್ಯ ನಾಟಕ 'ಫೌಸ್ಟ್' ಗುಅಟೆಯ ಮೇರು ಕೃತಿ. ಅದನ್ನು

ಬರೆಯಲು ಆತ 60 ವರ್ಷ ತೆಗೆದುಕೊಂಡ. ಸಾವಿಗೆ ಕೆಲ ತಿಂಗಳಿಗೆ ಮುನ್ನ ಕೃತಿ ರಚನೆ ಮುಗಿಯಿತು. ವ್ಯಂಗ್ಯ ಬೆರೆತ ಸಂದೇಶವನ್ನು ಹಸ್ತಪ್ರತಿಯ ಮೇಲೆ ಗುಅಟೆ ಬರೆದ: "ಭವಿಷ್ಯತ್ಕಾಲದ ವಿಮರ್ಶಕರಿಗೆ, ಇದರಲ್ಲಿನ ಲೋಪದೋಷಗಳನ್ನು ಕಂಡು ಹುಡುಕಲೆಂದು," ತನ್ನೆಲ್ಲ ಕೃತಿಗಳ ಬಗೆಗೆ ಆತ ವ್ಯಕ್ತಪಡಿಸಿದ ಅಭಿಪ್ರಾಯ ಇದು: "ಮಹಾ ಅಪರಾಧ ಕಥನದ ತುಣುಕುಗಳು."

ಗುಅಟೆಯ ಸಮಕಾಲೀನ ಸಾಹಿತ್ಯ ಪ್ರಮುಖ, ಷಿಲ್ಲರ್. ಅವನದು ರಾಜಕೀಯ ಅನ್ಯಾಯಕ್ಕಿದಿರು ಸದಾ ಸಿಡಿಯುತ್ತಿದ್ದ ಮನಸ್ಸು. 'ಕೊಡುಗೈ ದೊರೆ'ಗಳೆಂದರೆ ಅವನಿಗೆ ತಾತ್ಸಾರ. ತನ್ನ ಮೊದಲ ನಾಟಕವನ್ನು ಸ್ವಂತದ ಹಣ ಬಳಸಿಯೇ ಪ್ರಕಟಿಸಿದ. ಮಾನವನ ಸ್ವಾತಂತ್ರ್ಯ ಹೋರಾಟಕ್ಕಾಗಿ ಮುಡುಪಿಟ್ಟ ಕಾವ್ಯ ಜೀವನ ಅವನದು. ಗುಅಟೆ – ಷಿಲ್ಲರರ ಗೆಳೆತನ ಸಾಹಿತ್ಯ ಲೋಕದ ಸ್ಮರಣೀಯ ಸ್ನೇಹಗಳಲ್ಲಿ ಒಂದು.

ಗ್ರಿಮ್ ಸೋದರರು – ಜೇಕಬ್ ಮತ್ತು ವಿಲ್‌ಹೆಲ್ಮ್ – ಹಲವು ದೇಶಗಳ 200 ಶ್ರೇಷ್ಠ ಜಾನಪದ ಕಥೆಗಳನ್ನು ಸಂಗ್ರಹಿಸಿದರು. ಈವರೆಗೆ ಲೋಕದ ಎಪ್ಪತ್ತು ಭಾಷೆಗಳಿಗೆ ಈ ಗ್ರಂಥ ತರ್ಜುಮೆಯಾಗಿದೆ. (ಜೇಕಬ್ ಜರ್ಮನ್ ಭಾಷೆಯ ಮೊದಲ ವ್ಯಾಕರಣವನ್ನೂ ಬರೆದ.) ಗೊಟಿಂಗೆನ್ ವಿಶ್ವವಿದ್ಯಾನಿಲಯದಲ್ಲಿ ಇವರು ದುಡಿಯುತ್ತಿದ್ದರು. ಹಾನೋವರ್‌ನ ದೊರೆ ನಿರಂಕುಶಾಧಿಕಾರ ಆರಂಭಿಸಿದಾಗ ಪ್ರತಿಭಟಿಸಿ ರಾಜಿನಾಮೆ ಇತ್ತರು ; ಬಡತನಕ್ಕೆ ಆತುಬಿದ್ದರು.

ಹದಿನೆಂಟನೆಯ ಶತಮಾನದ ಅಂತ್ಯದಲ್ಲಿ ಜರ್ಮನಿಯಲ್ಲಿ ಹೆರ್ಡರ್‌ನ ನೇತೃತ್ವದಲ್ಲಿ 'ಬಿರುಗಾಳಿ ಮತ್ತು ತುಮುಲ' ಎಂಬ ಸಾಹಿತ್ಯ ಚಳವಳಿ ಆರಂಭವಾಯಿತು. (ಗ್ಲಿಂಕರನ ಒಂದು ನಾಟಕದಿಂದ ಎರವಲು ಪಡೆದ ಹೆಸರು ಅದು.) "ದಬ್ಬಾಳಿಕೆ ಮೂಢನಂಬಿಕೆ ಕತ್ತು ಹಿಸುಕುವ ನಿರ್ಬಂಧಗಳ ವಿರುದ್ಧ ಜನ ಬಂಡಾಯವೇಳುವಂತೆ ಸಾಹಿತ್ಯ ಪ್ರಚೋದಿಸಬೇಕು" – ಇದು ಆ ಚಳವಳಿಯ ಸಂದೇಶ. ಆ ನಿಲುವಿಗೆ ಗುಅಟೆ – ಷಿಲ್ಲರರೂ ಬೆಂಬಲ ನೀಡಿದರು.

ಜರ್ಮನರ ಅತಿ ಶ್ರೇಷ್ಠ ಹಾಡುಕವಿ ಹೇಯ್ನ್ ("ಗಾನದ ರೆಕ್ಕೆಗಳ ಮೇಲೆ ನನ್ನ ಸವಾರಿ") "ಬಂಧ ವಿಮೋಚನೆಗಾಗಿ ಮಾನವತೆ ನಡೆಸುವ ಸಮರದ ಪ್ರಚಾರಕ" ಎಂಬ ಬಿರುದೂ ಅವನಿಗೆ ಬಂತು. ಅವನ ಅನಂತರದ ಹಿರಿಯ ಕವಿ ರಿಲ್ಕೆ.

ಹೌಪ್ಟ್‌ಮಾನ್ (19–20ನೇ ಶತಮಾನ) ಮಹಾನ್ ನಾಟಕಕಾರ. ಕಾದಂಬರಿಕಾರ, ಕವಿ ಸಹ. ಜರ್ಮನ್ ತತ್ವಜ್ಞಾನಿ ಮಾರ್ಕ್ಸ್ ಮತ್ತು ಫ್ರೆಂಚ್ ಸಾಹಿತಿ ಜೋಲಾರ ಪ್ರಭಾವಕ್ಕೆ ಒಳಗಾದವನು. ಅವನ

ಪ್ರಥಮ ನಾಟಕ ಬರ್ಲಿನ್‌ನಲ್ಲಿ ಪ್ರದರ್ಶಿತವಾಯಿತು. ಅದರ ಹೆಸರು 'ಸೂರ್ಯೋದಯಕ್ಕೆ ಮುನ್ನ.' ಹೌಪ್ಟ್‌ಮಾನ್ ಕೀರ್ತಿಶಾಲಿಯಾದದ್ದು 'ನೇಕಾರರು' ನಾಟಕದಿಂದ. ಅರ್ಧ ಶತಮಾನ ಹಿಂದೆ ಸೈಲೀಸಿಯದಲ್ಲಿ ನಡೆದ ನೇಕಾರರ ದಂಗೆ ಆ ನಾಟಕದ ವಸ್ತು, ಅಧಿಕಾರಿಗಳ ಕಣ್ಣು ಕೆಂಪಡರಿದಷ್ಟೂ ಆ ನಾಟಕ ಹೆಚ್ಚು ಜನಪ್ರಿಯವಾಯಿತು.

ರಾಷ್ಟ್ರವಿರದಿದ್ದರೂ ಭಾಷೆ ಮಾತನಾಡುವ ಜನರಿದ್ದರು, ಹತ್ತು ಕೋಟಿ. ಅಂಥ ಸ್ಥಿತಿಯಲ್ಲಿ, ಸಾಹಿತ್ಯಕ್ಕೆ ಮಹಾಪೂರ ಬರದಿದ್ದರೂ ತೊರೆ ಬತ್ತುವುದಿಲ್ಲ. ಈ ಮಾತು ಚಿತ್ರಕಲೆಗೂ ಅನ್ವಯಿಸುತ್ತದೆ. ಸಂಗೀತ ತತ್ವಜ್ಞಾನಗಳಿಗೂ.

ಜರ್ಮನಿ 15ನೇ ಶತಮಾನದಲ್ಲೇ ಲೋಕಕ್ಕೆ ನೀಡಿದ ಅಸಾಧಾರಣ ಕಲಾವಿದ ಆಲ್ಬರ್ಟ್ ಡ್ಯೂರೆರ್. 18–19ನೇ ಶತಮಾನಗಳಲ್ಲಿ ಸಂಗೀತ ವಲಯದ ತಾರೆಗಳು : ಬಾಕ್, ಬಿಟೋವನ್, ವಾಗ್ನರ್, ಮೊಜಾರ್ಟ್...

ಅದೇ ಅವಧಿಯಲ್ಲಿ –

ಕಲೆಯನ್ನು ಕುರಿತು ಮಾತನಾಡುತ್ತ ತತ್ವಜ್ಞಾನಿ ಶಾಪೆನ್‌ಹಾವರ್ "ಕಲೆ ಮನುಷ್ಯನನ್ನು ಮುಕ್ತಗೊಳಿಸಿ ನಿರ್ವಾಣದತ್ತ ಒಯ್ಯುತ್ತದೆ," ಎಂದ. ತನ್ನ 70ನೇ ವಯಸ್ಸಿನಲ್ಲಿ ಖ್ಯಾತಿಯ ಸಂಕೋಲೆಯಲ್ಲಿ ಬಂಧಿತನಾದ.

ಇಮಾನ್ಯುಅಲ್ ಕಾಂಟ್ ಸಾಮಾಜಿಕ ರಾಜಕೀಯ ವಿಷಯಗಳ ಬಗೆಗೆ ಮಾತನಾಡಲಿಲ್ಲ. ವೈಚಾರಿಕತೆಯ ಇತಿಮಿತಿ ತೋರಲೆಳಸಿದ. "ಮನುಷ್ಯ ಚೇತನವಾದ ವೈಚಾರಿಕತೆ ದೇವರ ಮೋಂಬತ್ತಿ; ಕಾಂಟ್ ಹೊರಿಸುವ ನಿರ್ಬಂಧದಿಂದ ಅದು ಅಬಾಧಿತ," ಎಂದ ಹೆಗೆಲ್. ಆತ ಪ್ರತಿಪಾದಿಸಿದ್ದು ನಿರಂಕುಶ ಭಾವವಾದವನ್ನು. "ವಸ್ತುವೆಂಬುದು ಭ್ರಮೆ, ಹೋರಾಟ ಘರ್ಷಣೆಗಳ ಚಾರಿತ್ರಿಕ ಗತಿಕ್ರಿಯೆಯಿಂದ ನಿಜವಾದ ಚೇತನರೂಪ ಹೊರಹೊಮ್ಮುತ್ತದೆ. ಅದು ಪರಿಪೂರ್ಣ ಸಮಾಜ. ಅಲ್ಲಿ ಉನ್ನತ ಸಂಶ್ಲೇಷಣೆಯಲ್ಲಿ ಎಲ್ಲ ತಿಕ್ಕಾಟಗಳೂ ಬಗೆಹರಿಯುತ್ತವೆ."

– ಮೇಲಿನ ಹೆಗೆಲ್‌ವಾದವನ್ನು ತಲೆಕೆಳಗು ಮಾಡಿ ನೋಡಿದವನು ಮಾರ್ಕ್ಸ್. ಅವನ ಪ್ರತಿಪಾದನೆಯಂತೆ, ಎಲ್ಲಕ್ಕೂ ಮೂಲಾಧಾರ ನಿರಂಕುಶ ಭಾವವಾದವಲ್ಲ; ವಸ್ತುವೇ ಮೂಲಾಧಾರ; ವರ್ಗ ಸಮರಗಳ ಸರಣಿಯೇ, ಪ್ರಕ್ರಿಯೆಯೇ, ಇತಿಹಾಸದ ಪ್ರೇರಕಶಕ್ತಿ. ಇದರ ಚರಮಹಂತವೇ ಶಾಶ್ವತ ಸಂಶ್ಲೇಷಣೆ. ಅದೇ ಕಮ್ಯೂನಿಸಂ.

'ತತ್ವಜ್ಞಾನಿ'ಗಳಿಗೆ ಮಾರ್ಕ್ಸ್ ಕೆಲಸವನ್ನೂ ಕೊಟ್ಟ. ಇತಿಹಾಸವನ್ನು ಅರಿತರಷ್ಟೇ ಸಾಲದು; ಅರಿವಿನ ನೆರವಿನಿಂದ ಅದನ್ನು ರೂಪಿಸ ಬೇಕು. (ಆ ಕೆಲಸವನ್ನು ಕೈಗೊಂಡು ಯಶಸ್ವಿಯಾದವರಲ್ಲಿ ಮೊದಲಿಗ ಲೆನಿನ್.)

ಇನ್ನೊಬ್ಬ ತತ್ವವೇತ್ತ – ನೀಷೆ – ಗುಡುಗಿದ : "ಕ್ರೈಸ್ತ ಧರ್ಮ ಹಳಸಿ ಹಳವಂಡವಾಗಿದೆ. ದೇವರು ಸತ್ತಿದ್ದಾನೆ. ಬದುಕಿನ ಧೀರೋದಾತ್ತ ನವವಿಧಾನವನ್ನು ರೂಪಿಸುವುದು ಅತಿಮಾನವನಿಂದ ಮಾತ್ರ ಸಾಧ್ಯ."

ಆ ಅತಿಮಾನವನಾಗಲು ಹಿಟ್ಲರ್ ಯತ್ನಿಸಿದ. ಇತಿಹಾಸದ ಕಸದ ಬುಟ್ಟಿಯಲ್ಲಿ ಕಣವಾಗಿ ಹೋದ.

ಸರ್ವಾಧಿಕಾರಿ ಹಿಟ್ಲರನ ಸಮಾಜದಲ್ಲಿ ಮಾರ್ಕ್ಸ್‌ನ ಬೋಧನೆಗಳು ನಿಷಿದ್ಧವಾಗಿದ್ದುವು. ದುರ್ನಾತ ಬರುವ ಯೆಹೂದಿ ಮೂಲದ್ದೆಂದು, ಫ್ರಾಯ್ಡನ ಬೋಧನೆಗಳನ್ನೂ ಆತ ನಿಷೇಧಿಸಿದ. ವಿಜ್ಞಾನಿ ಐನ್‌ಸ್ಟೈನ್, ಕಾದಂಬರಿಕಾರ ಟೊಮಾಸ್ ಮಾನ್, ನಾಟಕಕಾರ ಬ್ರೆಶ್ಟ್... ತಲೆತಪ್ಪಿಸಿಕೊಂಡು ಜರ್ಮನಿಯಿಂದ ಹೊರಬಿದ್ದವರು ಒಬ್ಬರೆ ? ಇಬ್ಬರೆ ? ದೇಶದೊಳಗೆ ನಾಜಿಗಳಿಗಿದಿರು ಹೋರಾಡುತ್ತ ಮಡಿದವರು, ದೇಶದ ಹೊರಗೆ ಕೊನೆಯುಸಿರು ಬಿಟ್ಟವರು, ಒಬ್ಬರೆ ? ಇಬ್ಬರೆ ? ಬಂಧವಿಮೋಚನೆಯ ಬಳಿಕ ಮರಳಿದವರು, ದುಡಿಯುತ್ತ ಮಡಿದವರು ಒಬ್ಬರೆ ? ಇಬ್ಬರೆ ?

ಹೆರ್ಮಾನ್ ಹೆಸ್ಸೆ, ಹೈನ್ರೀಕ್ ಬೂಲ್, ಗೂಂಟರ್ ಗ್ರಾಸ್, ಅನ್ನಾ ಸೇಘರ್ಸ್, ಆರ್ನೋಲ್ಡ್ ಟ್ಸ್ವೈಗ್, ಬ್ರೂನೋ ಅಪಿಟ್ಸ್ ...ಕೆಲವರು ಫೆಡರಲ್ ರಿಪಬ್ಲಿಕ್‌ನಲ್ಲಿ, ಕೆಲವರು ಡೆಮೊಕ್ರಾಟಿಕ್ ರಿಪಬ್ಲಿಕ್‌ನಲ್ಲಿ.

ಎರಿಕ್ ವಯರ್ಟ್ ಹೆಸರಾಂತ ಫಾಸಿಸ್ಟ್ ವಿರೋಧಿ ಕವಿ. ಕಾರ್ಮಿಕ ವರ್ಗದೊಡನೆ ಅವನ ಪ್ರಥಮ ಸಂಪರ್ಕ, 1924ರಲ್ಲಿ (ಹಿಟ್ಲರ್ ತನ್ನ ಆತ್ಮವೃತ್ತ 'ನನ್ನ ಹೋರಾಟ'ವನ್ನು ಬರೆದದ್ದೂ ಆ ವರ್ಷವೇ). ಕಾರ್ಮಿಕ ವರ್ಗದೊಡನೆ ಬೆಳೆದ ತನ್ನ ಸಂಬಂಧದ ಬಗ್ಗೆ ಎರಿಕ್ ಹೇಳುತ್ತಾನೆ : "ಆ ಕ್ಷಣ ಮೊದಲ್ಗೊಂಡು, ಈಗ – ಇನ್ನು ಸದಾಕಾಲ – ನಾನು ಯಾರವನು ಎಂಬುದು ನನಗೆ ತಿಳಿಯಿತು." ಬಂಧಿತನಾದ ಮೇಲೆ ಕೂಟ ಶಿಬಿರದಿಂದ ಎರಿಕ್ ವಯರ್ಟ್ ತಪ್ಪಿಸಿಕೊಂಡ. ಆಗ ಅವನಲ್ಲಿದ್ದುವು : "ಮನದಲ್ಲಿ ನಿಖರತೆ, ಹೃದಯದಲ್ಲಿ ಬೆಂಕಿ, ಮುಷ್ಟಿಯಲ್ಲಿ ಶಕ್ತಿ." ಅವನ ಪುಸ್ತಕಗಳನ್ನು ನಾಜಿ ಜರ್ಮನಿಯಲ್ಲಿ ನಿಷೇಧಿಸಿದರು, ಸುಟ್ಟರು. ಡೆಮೊಕ್ರಾಟಿಕ್ ರಿಪಬ್ಲಿಕ್‌ನಲ್ಲಿ ಅವೀಗ ಎಲ್ಲ ವಿದ್ಯಾಮಂದಿರಗಳಲ್ಲಿ ಪಠ್ಯವಾಗಿವೆ.

ಎಡಕ್ಕೆ ಹೊರಳಿದರೂ ಗ್ರಂಥಭಂಡಾರ, ಬಲಕ್ಕೆ ಹೊರಳಿದರೂ ಅಂಥದೇ ಕಟ್ಟಡ, ಲೀಪ್‌ಜಿಗ್‌ನಲ್ಲಿ ಪುಸ್ತಕ ಮೇಳ, ಫ್ರಾಂಕ್‌ಫರ್ಟಿನಲ್ಲೂ ಅಂಥದೇ ಮೇಳ. ಬೀದಿಗಿಳಿದರೆ ರಂಗಮಂದಿರಗಳು, ನೃತ್ಯ-ಸಂಗೀತ ಕಾರ್ಯಕ್ರಮಗಳು, ಚಿತ್ರ ಕೃತಿಗಳ ಪ್ರದರ್ಶನಾಲಯಗಳು, ವಸ್ತುಸಂಗ್ರಹಾಲಯಗಳು.

ಪಂದ್ಯಾಟದ ಪಟುಗಳು : ಯುವಕರು, ಯುವತಿಯರು... ಆಡುವ ಭಾಷೆ ಜರ್ಮನ್. ಆದರೆ ಇವರು ಇಂಥದೇ ಬುಡಕಟ್ಟಿನವರೆಂದು ಬಾಜಿ ಕಟ್ಟಿ ಹೇಳುವುದು ಕಷ್ಟ.

3

ಸಂಘಟಿತ ಜರ್ಮನಿಯ ಜಂಟಿ ಆಸ್ತಿ: ಗುಂಟೆ, ಟೊಮಾಸ್ ಮಾನ್, ವಿಘಟಿತ ಜರ್ಮನಿಯ ಇತ್ತಂಡಗಳೂ ಅವರ ವಾರಸುದಾರರು.

ಆ ಕಾರಣದಿಂದಲೇ, ಎಲ್ಲೆಗಳಿಲ್ಲದ ಜರ್ಮನಿಯನ್ನೇ ಗಮನದಲ್ಲಿಟ್ಟು, ಈ ಸಂಪುಟಕ್ಕಾಗಿ ಹದಿನೈದು ಕಥೆಗಳನ್ನು ಆಯ್ಕೆ ಮಾಡಲಾಗಿದೆ, ಅಸಾಮಾನ್ಯ ಕಥೆಗಾರ ಟೊಮಾಸ್ ಮಾನನ 'ಬಾಲಮೇಧಾವಿ' ಸರ್ವಾಧಿಕಾರದ ಕ್ಷಿಪ್ರ ಉತ್ಕರ್ಷವನ್ನು ಕಲೆಯ ಕನ್ನಡಿಯಲ್ಲಿ ಸೆರೆಹಿಡಿದಿದೆ. ವಿವಿಧ ಸ್ತರಗಳಲ್ಲಿ ಕೆಲಸ ಮಾಡುವ ಮನುಷ್ಯಮನಸ್ಸುಗಳ ಕಲಾತ್ಮಕ ಚಿತ್ರಣ ಮಹಾಪ್ರಭೃತಿ ಗುಂಟೆಯ 'ಗೋರಿಯಾಚೆಗೂ ಜಾರದಿದೆ ನೆನಪು' ಇವೆರಡರ ನಡುವೆ ಇವೆ ವೈವಿಧ್ಯಪೂರ್ಣ ಕಥೆಗಳು.

ಪ್ರಸ್ತಾವನೆ ಹಾಗೂ ಕಥೆಗಳು ಜರ್ಮನ್ ಬದುಕಿನ ಬಗೆಗೆ ಕನ್ನಡ ಓದುಗರ ಅರಿವಿನ ಅಂಚನ್ನು ವಿಸ್ತರಿಸುತ್ತ ರಸಾಸ್ವಾದನೆ ನೀಡುತ್ತವೆ ಎಂದು ನಂಬಿದ್ದೇನೆ.

ಯುಗಾದಿ, 1982 ನಿರಂಜನ
ಬೆಂಗಳೂರು ಪ್ರಧಾನ ಸಂಪಾದಕ

○ **ಟೊಮಾಸ್ ಮಾನ್**

ಬಾಲಮೇಧಾವಿ

ಬಾಲಮೇಧಾವಿ ವೇದಿಕೆಯ ಮೇಲೆ ಬಂದ. ಸಭಾಂಗಣ ಸ್ತಬ್ಧವಾಯಿತು.

ಒಂದು ಕ್ಷಣ ಮೌನ. ಅನಂತರ ಸಂಗೀತ ಕೇಳಲೆಂದು ಬಂದ ಮಹನೀಯರು ಚಪ್ಪಾಳೆ ಹೊಡೆಯತೊಡಗಿದರು. ಏಕೆಂದರೆ, ಯಾವುದೋ ಮೂಲೆಯಿಂದ ಯಾರೋ ಒಬ್ಬ ವ್ಯಕ್ತಿ ಮೊದಲು ಚಪ್ಪಾಳೆ ಹೊಡೆದ. ಅವನೊಬ್ಬ ಹುಟ್ಟು ಸಂಘಟಕ. ಜನಸಂದಣಿಗೆ ನೇತೃತ್ವ ನೀಡುವ ಕಲೆಯಲ್ಲಿ ನಿಷ್ಣಾತ. ಶ್ರೋತೃವೃಂದ ಇದುವರೆಗೆ ಏನನ್ನೂ ಕೇಳಿರಲಿಲ್ಲ. ಆದರೂ ಅವರು ಕರತಾಡನ ಮಾಡಿದರು. ಯಾಕೆಂದರೆ, ಬಾಲ ಮೇಧಾವಿಯ ಆಗಮನ, ಸ್ವಾಗತ ಮತ್ತು ಪ್ರಚಾರದ ಹೊಣೆ ಹೊತ್ತ ಬೃಹತ್ ಸಂಸ್ಥೆಯು ತನ್ನ ಪಾಲಿನ ಕೆಲಸವನ್ನು ಬಹಳ ಚೆನ್ನಾಗಿ ಮಾಡಿತ್ತು. ಜನರು, ತಮಗೆ ಗೊತ್ತಿರಲಿ, ಬಿಡಲಿ, ಈಗಾಗಲೇ ಮಂತ್ರಮುಗ್ಧರಾಗಿದ್ದರು. ಭ್ರಮಾಧೀನರಾಗಿದ್ದರು.

ಕಲಾವಿದ ಬಂದದ್ದು ಭವ್ಯವಾದ ತೆರೆಯೊಂದರ ಹಿಂದಿನಿಂದ. ಆ ತೆರೆಯ ಮೇಲೆ ಚಕ್ರಾಧಿಪತ್ಯ ಕಾಲದ ಫ್ರೆಂಚ್ ಶೈಲಿಯ ಪುಷ್ಪಾಹಾರಗಳ ಮತ್ತು ಸಾಂಕೇತಿಕ ಶೈಲಿಯ ದೊಡ್ಡ ದೊಡ್ಡ ಹೂವುಗಳ ಕಸೂತಿ ಚಿತ್ರಗಳು, ಅವನು ವೇದಿಕೆಗೆ ಹೋಗುವ ಮೆಟ್ಟಲುಗಳನ್ನು ಬಹಳ ಚಟುವಟಿಕೆಯಿಂದ ಹತ್ತಿದ. ನೀರು ತುಂಬಿದ ಸ್ನಾನದ ತೊಟ್ಟಿಗೆ ಇಳಿಯುವಂತೆ, ಕರತಾಡನದ ಘೋಷದಿಂದ ಸ್ಪಂದಿಸುತ್ತಿದ್ದ ವಾತಾವರಣವನ್ನು ಪ್ರವೇಶಿಸಿದ – ಸ್ವಲ್ಪ ಚಳಿ ಮತ್ತು ಒಂದಿಷ್ಟು ನಡುಕದೊಂದಿಗೆ. ಆದರೂ ಆತ್ಮೀಯ ಪರಿಸರ ಒಂದಕ್ಕೆ ಕಾಲಿಡುವ ರೀತಿಯಲ್ಲಿ ಅವನು ಹಾಗೆಯೇ ವೇದಿಕೆಯ ಅಂಚಿನವರೆಗೂ ಹೆಜ್ಜೆಯಿಟ್ಟ. ಅನಂತರ ಒಂದು ಮುಗುಳ್ನಗೆ. ಇನ್ನೇನು, ತನ್ನದೊಂದು ಭಾವಚಿತ್ರವನ್ನು ತೆಗೆಯುತ್ತಾರೆ ಎನ್ನುವ ಹಾಗೆ. ಈಗ ಪ್ರೇಕ್ಷಕರ ಕಡೆಗೆ ನಾಚಿಕೆ ತುಂಬಿದ, ಮರುಳುಗೊಳಿಸುವ ನೋಟ, ಪುಟ್ಟ ಹುಡುಗಿಯ ಹಾಗೆ.

ಅವನದು ಸಂಪೂರ್ಣವಾಗಿ ಬಿಳಿಯ ರೇಷ್ಮೆಯ ಉಡುಪು. ಶ್ರೋತೃಗಳಿಗೆ ಅದು ಬಹಳ ಆಕರ್ಷಕವಾಗಿ ಕಂಡಿತು. ಅವನ ಶ್ವೇತವರ್ಣದ ಪುಟ್ಟ ಜ್ಯಾಕೆಟ್ ತುಂಬಾ ಆಧುನಿಕವಾದುದು.

ಅದರ ಕೆಳಗೆ ಬಿಳಿಯ ರೇಷ್ಮೆಯ ಸೊಂಟಪಟ್ಟಿ, ಅವನ ಪಾದರಕ್ಷೆಗಳು ಕೂಡ ಬಿಳಿಯ ರೇಷ್ಮೆಯಿಂದ ತಯಾರಾದಂಥವು, ಆದರೆ ಬಿಳಿಯ ಕಾಲುಚೀಲಗಳ ಹಿನ್ನೆಲೆಯಲ್ಲಿ ಅವನ ಪುಟ್ಟ ಕಾಲುಗಳ ಕಂದು ಬಣ್ಣ ಎದ್ದು ಕಾಣುತ್ತಿತ್ತು. ಏಕೆಂದರೆ ಅವನೊಬ್ಬ ಗ್ರೀಕ್ ಹುಡುಗ.

ಅವನನ್ನು ಬಿಬಿ ಸ್ಯಾಕ್ಸಿಲ್ಲಾ ಫಿಲಾಕ್ಸಸ್ ಎಂದು ಕರೆಯುತ್ತಿದ್ದರು ಮತ್ತು ಅದು ಅವನ ನಿಜವಾದ ಹೆಸರಾಗಿತ್ತು. ಬಿಬಿ ಎನ್ನುವ, ಮುದ್ದಿನ ಹೆಸರು ಯಾವುದರ ಸಂಕ್ಷಿಪ್ತ ರೂಪವೋ ಯಾರಿಗೂ ಗೊತ್ತಿರಲಿಲ್ಲ – ಮ್ಯಾನೇಜರ್ ಒಬ್ಬನನ್ನು ಬಿಟ್ಟರೆ. ಅವನಾದರೋ ಅದನ್ನು ಬಹಳ ಮಹತ್ವದ ವ್ಯಾಪಾರೀ ರಹಸ್ಯವೆಂಬಂತೆ ಕಾಪಾಡಿಕೊಂಡು ಬಂದಿದ್ದ. ಬಿಬಿಯ ತಲೆಗೂದಲು ಕಪ್ಪಾಗಿ ನುಣುಪಾಗಿದ್ದು, ಅವನ ಹೆಗಲಿನ ತನಕ ಇಳಿದಿತ್ತು. ಅವನು ಪಕ್ಕ ಬೈತಲೆ ತೆಗೆದಿದ್ದ. ಅವನ ಕಿರಿದಾದ ಉಬ್ಬು ಹಣೆಯ ಹಿಂದೆ ಬಾಬಿ ಕಟ್ಟಲಾಗಿದ್ದ ಕೂದಲನ್ನು, ಒಂದು ರೇಷ್ಮೆಯ ರಿಬ್ಬನ್, ಮುಂದೆ ಜಾರದಂತೆ ತಡೆದು ನಿಲ್ಲಿಸಿತ್ತು. ಅವನ ಮುಖಮುದ್ರೆ ಇಡೀ ಜಗತ್ತಿನಲ್ಲೇ ಅತ್ಯಂತ ಸಾಧುವಾದದ್ದೂ, ಬಾಲಿಶವಾದದ್ದೂ ಆಗಿತ್ತು. ಇನ್ನೂ ಪೂರಾ ಬೆಳೆಯದ ಮೂಗು, ನಿಷ್ಕಪಟ ಬಾಯಿ, ಅವನ ದಟ್ಟ ಕಪ್ಪು ಬಣ್ಣದ ಇಲಿಕಣ್ಣುಗಳ ಕೆಳಗಿನ ಜಾಗ ಈಗಾಗಲೇ ಆಯಾಸಗೊಂಡಂತೆ ಕಾಣುತ್ತಿತ್ತು. ಅಲ್ಲೆಲ್ಲಾ ದಣಿವು ಗೆರೆಗಳು ; ಸಪ್ಪೆ ಸುಕ್ಕುಗಳು, ಅವನು ನೋಡುವುದಕ್ಕೆ ಒಂಬತ್ತು ವರ್ಷದ ಹುಡುಗನ ಹಾಗೆ ಕಾಣುತ್ತಿದ್ದ, ಅವನ ನಿಜವಾದ ವಯಸ್ಸು ಎಂಟು ವರ್ಷ. ಆದರೆ ಅವನ ಕಾರ್ಯಕ್ರಮವನ್ನು ಏರ್ಪಡಿಸಿದವರ ಪ್ರಕಾರ ಅವನಿಗಿನ್ನೂ ಏಳು ವರ್ಷ. ಆ ಮಾತನ್ನು ನಂಬಬೇಕೋ, ಬಿಡಬೇಕೋ ಹೇಳುವುದು ಕಷ್ಟ. ಪ್ರಾಯಶಃ ಎಲ್ಲರಿಗೂ ಸತ್ಯವೇನೆಂದು ಗೊತ್ತಿತ್ತು. ಆದರೂ ಅವರು ಪ್ರಚಾರವನ್ನು ನಂಬಿದ್ದರು. ಅನೇಕ ವಿಷಯಗಳಲ್ಲಿ ಆಗುವುದು ಹೀಗೆಯೇ, ಸಾಮಾನ್ಯ ಮನುಷ್ಯನ ಪ್ರಕಾರ ಎಲ್ಲ ಸೌಂದರ್ಯದ ಸಂಗಡವೂ ಸ್ವಲ್ಪ ಸುಳ್ಳು ಇದ್ದೇ ಇರುತ್ತದೆ. ಒಂದಿಷ್ಟು ನಟನೆ ಮಾಡಲು ನಾವು ಸಿದ್ಧರಿಲ್ಲದಿದ್ದರೆ ನಿತ್ಯಜೀವನದಲ್ಲಿ – ಉತ್ಸಾಹ, ಉದ್ವೇಗಗಳು ಹೇಗೆ ತಾನೇ ದೊರೆಯಲು ಸಾಧ್ಯ! ಸಾಮಾನ್ಯ ಮೆದುಳಿನ, ಸಾಮಾನ್ಯ ಮನುಷ್ಯನ ಈ ಆಲೋಚನಾ ವಿಧಾನ ಖಂಡಿತವಾಗಿಯೂ ಸರಿ!

ನಮ್ಮ ಬಾಲ ಕಲಾವಿದ ಚಪ್ಪಾಳೆಯ ಸದ್ದು ಕರಗಿಹೋಗುವವರೆಗೆ ತಲೆ ಬಾಗುತ್ತಲೇ ಇದ್ದ. ಅನಂತರ ಅವನು ಗ್ರ್ಯಾಂಡ್ ಪಿಯಾನೋ ಕಡೆ ಹೋದ, ಮಹನೀಯರು ಮತ್ತು ಮಹಿಳೆಯರು ತಮ್ಮ ಕೈಯಲ್ಲಿದ್ದ ಕಾರ್ಯಕ್ರಮ ಪಟ್ಟಿಯ ಕಡೆಗೆ ಕೊನೆಯ ನೋಟ ಹರಿಸಿದರು. ಮೊದಲ ಸಂಗೀತ ಕೃತಿ 'ಗಂಭೀರ ಪಥಸಂಚಲನೆ' ಅನಂತರ ಒಂದು 'ಹಗಲಗನಸು' ಆಮೇಲೆ 'ಗೂಬೆ ಮತ್ತು ಗುಬ್ಬಚ್ಚಿ'. ಇವೆಲ್ಲವೂ ಬಿಬಿ ಸ್ಯಾಕ್ಸಿಲ್ಲಾ ಫಿಲಾಕ್ಸನ್ನನ ರಚನೆಗಳೇ. ಒಟ್ಟು ಕಾರ್ಯಕ್ರಮವೇ ಅವನದು. ಅಲ್ಲಿ ನುಡಿಸಲಾಗುವ ಎಲ್ಲ ಕೃತಿಗಳ ಸೃಷ್ಟಿಕರ್ತನೂ ಅವನೇ. ಅವುಗಳನ್ನು ಕಾಗದದ ಮೇಲೆ ಬರೆಯಲು ಮಾತ್ರ ಅವನಿಗೆ ಸಾಧ್ಯವಿರಲಿಲ್ಲ. ಆದರೆ ಅವೆಲ್ಲವೂ ಅವನ ಅಸಾಮಾನ್ಯ ಮೆದುಳಿನಲ್ಲಿ ಮನೆಮಾಡಿದ್ದವು ಮತ್ತು ಅವಕ್ಕೆ ನಿಜವಾದ ಕಲಾತ್ಮಕ ಮಹತ್ವವಿತ್ತು ಅಥವಾ ಶ್ರೋತೃಗಳಿಗೆ ಒದಗಿಸಲಾದ ಕಾರ್ಯಕ್ರಮ ಪಟ್ಟಿಯಲ್ಲಿ ಹಾಗೆ ಹೇಳಲಾಗಿತ್ತು – ಬಹಳ ಗಂಭೀರವಾಗಿ, ವಸ್ತುನಿಷ್ಠವಾಗಿ. ಅದನ್ನು ಓದಿದರೆ, ವ್ಯವಸ್ಥಾಪಕನ ವಿಮರ್ಶಕ ಬುದ್ಧಿಗೆ ನಿಜವಾಗಿಯೂ ಇಷ್ಟೊಂದು ಹೊಗಳಲು ಮನಸ್ಸಿಲ್ಲ, ಆದರೆ ಹೊಗಳದಿದ್ದರೆ ಕಲಾವಿದನಿಗೆ ಅನ್ಯಾಯವಾಗುತ್ತದೆಯೆಂದು ಅಷ್ಟು ಮಾತುಗಳನ್ನು ಬರೆದ –ಎನ್ನುವ ಹಾಗಿತ್ತು. ಅದೂ ಬರೆಯಲೋ ಬೇಡವೋ ಎಂದು ಮನಸ್ಸಿನಲ್ಲೇ ಚರ್ಚೆ ನಡೆಸಿದ ಮೇಲೆ.

ಮೇಧಾವಿಯು ತನ್ನ ತಿರುಗುವ ಸ್ಟೂಲ್ ಮೇಲೆ ಕುಳಿತುಕೊಂಡ. ಪಿಯಾನೋ ಪೆಡಲ್‌ಗಳನ್ನು ತನ್ನ ಕಾಲುಗಳಿಂದ ಒತ್ತಿನೋಡಿದ. ಅವುಗಳು ನಿಲುಕಲಾರದಷ್ಟು ಗಿಡ್ಡ ಕಾಲುಗಳು ಅವನವು. ಆದರೆ ಒಂದು ಕೌಶಲ್ಯಮಯ ಉಪಕರಣದ ಸಹಾಯದಿಂದ ಅವುಗಳನ್ನು ಮೇಲೆತ್ತಲಾಗಿತ್ತು. ಅವು ಬಿಬಿಯ ಕಾಲುಗಳಿಗೆ ಸಿಗುವ ಹಾಗೆ. ಅದು ಬಿಬಿಯ ಸ್ವಂತ ಪಿಯಾನೋ. ಅವನು ತಾನು ಹೋದಲ್ಲೆಲ್ಲಾ ಅದನ್ನೂ ತೆಗೆದುಕೊಂಡು ಹೋಗುತ್ತಿದ್ದ. ಅದನ್ನು ಮರದ ಆಸರೆಕಟ್ಟುಗಳ ಮೇಲೆ ನಿಲ್ಲಿಸಲಾಗಿತ್ತು. ಒಂದೇ ಸಮನೆ ಊರಿಂದ ಊರಿಗೆ ಸಾಗಾಣಿಕೆ ಮಾಡಿ ಅದರ ಮೆರುಗು ಮಾಸಿತ್ತು. ಆದರೆ ಈ ಎಲ್ಲ ಬದಲಾವಣೆಗಳು ನೋಡುವವರನ್ನು ಮತ್ತಷ್ಟು ಆಕರ್ಷಿಸುತ್ತಿದ್ದವು.

ಬಿಬಿ ರೇಷ್ಮೆಯಿಂದ ಆವೃತವಾದ ತನ್ನ ಪಾದಗಳನ್ನು ಪೆಡಲ್‌ಗಳ ಮೇಲೆ ಇಟ್ಟ. ಅನಂತರ ಅವನು ತನ್ನ ಮುಖಮುದ್ರೆಯನ್ನು ಬದಲಿಸಿ, ನೇರವಾಗಿ ಮುಂದೆ ನೋಡಿ ತನ್ನ ಬಲಗೈಯನ್ನು ಮೇಲೆತ್ತಿದ, ಅದು ಕಂದುಬಣ್ಣದ ಪುಟ್ಟ ಮೃದು ಕೈ; ಆದರೆ ಮಣಿಕಟ್ಟು ಬಲಿಷ್ಠವಾಗಿತ್ತು, ಚೆನ್ನಾಗಿ ಬೆಳೆದ ಮೂಳೆಗಳು, ಅದರಲ್ಲಿ ಸ್ವಲ್ಪವೂ ಮಗುತನ ಇರಲಿಲ್ಲ.

ಬಿಬಿ, ತನ್ನ ಮುಖಮುದ್ರೆಯನ್ನು ಬದಲಾಯಿಸಿದ್ದು ಶ್ರೋತೃವರ್ಗದ ಮನರಂಜನೆಗಾಗಿಯೇ. ಏಕೆಂದರೆ, ಅವರು ತನ್ನಿಂದ ಅಂತಹ ವರ್ತನೆಯನ್ನು ನಿರೀಕ್ಷಿಸುವರೆಂದು ಅವನಿಗೆ ಗೊತ್ತಿತ್ತು. ಆದರೆ ಸಂಗೀತವು, ಸ್ವತಃ ಅವನಿಗೆ ತೀವ್ರವಾದ ಸಂತೋಷವನ್ನು ಕೊಡುತ್ತಿತ್ತು. ಬೇರೆಯವರಿಗೆ ಸಂವಹನ ಮಾಡಲಾಗದ ಅನಿರ್ವಚನೀಯ ಆನಂದ, ತನ್ನ ಪಿಯಾನೋ ಮುಂದೆ ಕುಳಿತಾಗಲೆಲ್ಲ ಅವನು ಹರ್ಷದಿಂದ ರೋಮಾಂಚಿತನಾಗುತ್ತಿದ್ದ. ಅವನ ಮೈಯಲ್ಲಿ ಮಿಂಚಿನ ಹೊಳೆ ಹರಿದಾಡುತ್ತಿತ್ತು. ಈ ಸುಖ ಅವನ ಚಿರಂತನ ಸಂಗಾತಿ, ಇಗೋ, ಇಲ್ಲಿದೆ ಪಿಯಾನೋದ ಧ್ವನಿಫಲಕ, ಕಪ್ಪು ಬಿಳಿ ಬಣ್ಣದ ಬಟನ್‌ಗಳ ಕೆಳಗೆ ಸಪ್ತಸ್ವರಗಳ ವಿನ್ಯಾಸ. ಇವುಗಳ ನಡುವೆ ಅವನು ತನ್ನನ್ನು ತಾನೇ ಕಳೆದುಕೊಂಡದ್ದು ಎಷ್ಟು ಬಾರಿ! ನಾದಮಯ ವಿಶ್ವದಲ್ಲಿ ಮಾಡಿದ ಮೈನವಿರೇಳಿಸುವ ಸಾಹಸಯಾತ್ರೆಗಳು ಎಷ್ಟು ವಿಪುಲ! ಆದರೂ ಆ ಪಿಯಾನೋ ಅವನಿಗೆ ನಿತ್ಯನೂತನ. ಆಗತಾನೇ ನಿರ್ಮಲವಾಗಿ ತೊಳೆದ ಕಪ್ಪು ಹಲಗೆಯಂತೆ ಸದಾ ಶುಭ್ರ. ಇದು ಅವನ ಮುಂದೆ ಹರಡಿ ನಿಂತಿದ್ದ ಸಂಗೀತ ಸಾಮ್ರಾಜ್ಯ. ಹೊಸ ಸಾಹಸಗಳಿಗೆ ಆಮಂತ್ರಣ ನೀಡುವ ನೀಲ ವಿಶಾಲ ಸಾಗರದಂತೆ. ಅವನು ಅದರಲ್ಲಿ ಇಳಿದು, ನಿಶ್ಚಿಂತೆಯಾಗಿ ಈಜಾಡಬಹುದು, ತನ್ನನ್ನು ತಾನೇ ಅಲೆಗಳ ವಶಕ್ಕೆ ಕೊಟ್ಟು ತೇಲಿಹೋಗಬಹುದು. ರಾತ್ರಿಯಿರಲಿ, ಬಿರುಗಾಳಿಯಿರಲಿ ಈ ಸಂಗೀತ ಸಾಮ್ರಾಜ್ಯಕ್ಕೆ ಅವನೇ ಚಕ್ರವರ್ತಿ. ಅದರ ಮೇಲೆ ಅವನಿಗಿರುವ ಹತೋಟಿ ಸಂಪೂರ್ಣ,– ಅವನು ತನ್ನ ಬಲಗೈ ಎತ್ತಿ ಹಿಡಿದ. ಅದು ಒಂದು ಕ್ಷಣ, ಗಾಳಿಯಲ್ಲಿ ನಿಶ್ಚಲವಾಗಿ ನಿಂತಿತು.

ಸಭಾಂಗಣದಲ್ಲಿರುವ ಎಲ್ಲರೂ ಉಸಿರು ಬಿಗಿಹಿಡಿದಿದ್ದಾರೆ. ಸಂಗೀತದ ಮೊದಲ ಝೇಂಕಾರವನ್ನು ಕೇಳುವುದಕ್ಕೆ ಮುಂಚಿನ, ನಿರೀಕ್ಷಾಮಯ ಮೌನ... ಸಂಗೀತ ಹೇಗೆ ಪ್ರಾರಂಭವಾಗಬಹುದು? ಇದು ಎಲ್ಲರ ತುಟಿ ತುದಿಯ ಅನುಕ್ತ ಪ್ರಶ್ನೆ. ಅದು 'ಹಾಗೆ' ಪ್ರಾರಂಭವಾಯಿತು. ಬಿಬಿ ತನ್ನ ತೋರುಬೆರಳನ್ನು ಪಿಯಾನೋ ಮೇಲೆ ಒತ್ತಿ, ಮೊದಲ ಸ್ವರವನ್ನು ಹೊರಡಿಸಿದ. ಅನಿರೀಕ್ಷಿತ. ಕಹಳೆಯ ಶಬ್ದದಂತೆ, ಎತ್ತರವಾದ, ಶಕ್ತಿ ತುಂಬಿದ ಧ್ವನಿ, ಸಪ್ತಸ್ವರಗಳಲ್ಲಿ ನಡುವಿನದು, ಅನಂತರ ಒಂದರ ಹಿಂದೆ ಒಂದರಂತೆ ಸ್ವರಗಳ ಮೆರವಣಿಗೆ. ಅವೆಲ್ಲ ಒಟ್ಟು ಸೇರಿ ಒಂದು ವಿನ್ಯಾಸ, ನಾಂದಿ ನಿರೂಪಿತವಾಯಿತು, ಶ್ರೋತೃವರ್ಗದ ಮೈಸಡಿಲವಾಯಿತು.

ಈ ಸಂಗೀತ ಕಛೇರಿ ನಡೆಯುತ್ತಿದ್ದುದ್ದು ಪ್ರಥಮದರ್ಜೆಯ ಹೋಟೆಲ್ ಒಂದರ, ಅರಮನೆಯಂತೆ ಅಲಂಕರಿಸಿದ, ಸುವಿಶಾಲ ಸಭಾಂಗಣದಲ್ಲಿ. ಅದರ ಗೋಡೆಗಳು ಗುಲಾಬಿ ಬಣ್ಣದ ಭಿತ್ತಿಚಿತ್ರಗಳಿಂದ ಅಲಂಕೃತವಾಗಿದ್ದವು. ಮೈಕೈ ತುಂಬಿಕೊಂಡ ಮಾಂಸಲ ಚಿತ್ರಗಳು. ಆ ಚಿತ್ರಗಳ ನಡುವೆ ಕನ್ನಡಿಗಳು, ಆ ಕನ್ನಡಿಗಳಿಗೆ ಬಂಗಾರದ ಮೆರುಗು ಹಾಕಿದ ಕಟ್ಟುಗಳು, ಆ ಕಟ್ಟುಗಳ ಮೇಲೆ ಎಲೆ, ಕೊಂಬೆ ಇತ್ಯಾದಿಗಳ ಕೆತ್ತನೆಯ ವಿನ್ಯಾಸಗಳು. ಮೇಲ್ಚಾವಣಿಗೆ ಆಧಾರ ಕೊಟ್ಟಿದ್ದು ಸುಂದರವಾಗಿ ಅಲಂಕರಿಸಿದ ಸ್ತಂಭಗಳು. ಆ ಚಾವಣಿಯ ಮೇಲೆ ವಿದ್ಯುಚ್ಛಕ್ತಿಯ ದೀಪಗಳ ವಿಶ್ವ, ಗೊಂಚಲು ಗೊಂಚಲಾಗಿ ಓಲಾಡುತ್ತಿದ್ದ ದೀಪಗಳು ಹಗಲಿಗಿಂತ ಹೆಚ್ಚು ಪ್ರಕಾಶಮಾನವಾದ ಬೆಳಕನ್ನು ಕೊಡುತ್ತಿದ್ದವು. ಸಭಾಂಗಣದ ತುಂಬಾ ಮಂದವಾದ, ಚಂಚಲವಾದ ಹೊಂಬಣ್ಣದ ಬೆಳಕು. ಒಂದೇ ಒಂದು ಆಸನ ಕೂಡಾ ಖಾಲಿ ಇರಲಿಲ್ಲ. ಎಷ್ಟೋ ಜನ ಪ್ರೇಕ್ಷಾಗೃಹದ ಆಸನಗಳ ಪಕ್ಕಗಳಲ್ಲಿ ಮತ್ತು ಹಿಂದೆ ನಿಂತುಕೊಂಡಿದ್ದರು. ಮೊದಲ ಸಾಲಿನ ಪೀಠಗಳ ಟಿಕೆಟ್ ದರ ಕಡಿಮೆಯೇನಲ್ಲ. ಹನ್ನೆರಡು ಮಾರ್ಕ್‌ಗಳು, ಏಕೆಂದರೆ ಪಡೆಯಲೇಬೇಕಾದ ಅನುಭವಗಳಿಗೆಲ್ಲ, ಕೇಳಿದಷ್ಟು ಹಣ ಕೊಡಬೇಕಾಗುವುದು ನ್ಯಾಯ ಮತ್ತು ಸಹಜವೆಂದು ಮ್ಯಾನೇಜರನ ನಂಬಿಕೆ. ಆ ಜಾಗಗಳಲ್ಲಿ ಕುಳಿತಿದ್ದವರು ಸಮಾಜದ ಅತಿ ಗಣ್ಯವ್ಯಕ್ತಿಗಳು, ಯಾಕೆಂದರೆ ಈ ಕಾರ್ಯಕ್ರಮದ ಬಗ್ಗೆ ಹೆಚ್ಚು ಉತ್ಸಾಹಿತರಾಗಿದ್ದವರು ಸಹಜವಾಗಿಯೇ ಉನ್ನತವರ್ಗದ ಜನ, ಅಲ್ಲಿಯೇ ಕೆಲವು ಮಕ್ಕಳು ಕೂಡ ತಮ್ಮ ಕಾಲುಗಳನ್ನು ಕೃತಕ ಗಾಂಭೀರ್ಯದಿಂದ ಕುರ್ಚಿಗಳ ಕೆಳಗೆ ಇಳಿಬಿಟ್ಟು, ತಮ್ಮಷ್ಟೇ ವಯಸ್ಸಿನ, ಶ್ವೇತ ವಸ್ತ್ರಧಾರಿಯಾದ ಬಾಲಮೇಧಾವಿಯನ್ನು ಹೊಳೆ ಹೊಳೆಯುವ ಕಣ್ಣುಗಳಿಂದ ನೋಡುತ್ತ ಕುಳಿತಿದ್ದರು.

ಮುಂಭಾಗದಲ್ಲೇ, ಎಡಪಕ್ಕದಲ್ಲಿ ಅವನ ತಾಯಿ ಕುಳಿತಿದ್ದಳು. ಬಹಳ ಸ್ಥೂಲಕಾಯದ ಹೆಂಗಸು, ಎರಡೆರಡು ಗಲ್ಲ, ಅದರ ಮೇಲೆ ಪೌಡರ್ ಲೇಪ, ತಲೆಯ ಮೇಲೊಂದು ಗರಿ ಸಿಕ್ಕಿಸಿದ ಹ್ಯಾಟ್. ಅವಳ ಪಕ್ಕದಲ್ಲಿ ಮ್ಯಾನೇಜರ್, ಪೂರ್ವದೇಶಗಳವರಂತೆ ಕಾಣುತ್ತಿದ್ದ. ಎದ್ದುಕಾಣುತ್ತಿದ್ದ ಅಂಗಿಯ ತೋಳುಗಳ ಕೊನೆಯಲ್ಲಿ, ದೊಡ್ಡ, ಬಂಗಾರದ ಗುಂಡಿಗಳು. ರಾಜಕುಮಾರಿ ಮೊದಲ ಸಾಲಿನ ಮಧ್ಯದಲ್ಲಿ ಕುಳಿತಿದ್ದಳು. ಒಣಗಿಹೋದ, ಸುಕ್ಕುಗಟ್ಟಿದ ಮೈಯ, ಸಣ್ಣ ಶರೀರದ ಮುದುಕಿ ರಾಜಕುಮಾರಿ, ಆದರೂ ಕಲೆಗಳ ಪೋಷಕಿ, ಅದರಲ್ಲೂ ಭಾವನಾಮಯ ಕಲೆಗಳೆಂದರೆ ಪ್ರಾಣ. ಅವಳು ವೆಲ್ವೆಟ್ ಮೆತ್ತೆ ಹಾಕಿದ, ಆಳವಾದ, ಆರಾಮಕುರ್ಚಿಯ ಮೇಲೆ ಆಸೀನಳಾಗಿದ್ದಳು. ಅವಳ ಪಾದಗಳ ಕೆಳಗೆ, ಪರ್ಷಿಯದ ಪುಟ್ಟ ರತ್ನಗಂಬಳಿ. ಬೂದು ಬಣ್ಣದ, ಪಟ್ಟೆ ಪಟ್ಟೆಯ ರೇಷ್ಮೆ ಬಟ್ಟೆ ಅವಳ ಎದೆಯನ್ನು ಅಲಂಕರಿಸಿತ್ತು. ಅದರ ಮೇಲೆ ಕೈಕಟ್ಟಿಕೊಂಡು ಅವಳು ಕುಳಿತುಕೊಂಡಿದ್ದಳು. ಪಿಯಾನೋ ವಾದನದಲ್ಲಿ ನಿರತನಾದ ಮೇಧಾವಿಯ ಕಡೆಗೆ ನೋಡುತ್ತ, ತಲೆಯನ್ನು ಒಂದು ಕಡೆಗೆ ವಾಲಿಸಿ ಕುಳಿತಿದ್ದ ಆ ರಾಜಕುಮಾರಿಯ ಭಂಗಿ ಲಲಿತ ಗಾಂಭೀರ್ಯದ ಒಂದು ಚಿತ್ರದಂತಿತ್ತು. ಅವಳ ಪಕ್ಕದಲ್ಲಿದ್ದವಳು ಅವಳ ಪರಿಚಾರಕಿ. ಆಕೆ ಧರಿಸಿದ್ದು ಹಸಿರು ಬಣ್ಣದ, ಪಟ್ಟೆಪಟ್ಟೆಯ ರೇಷ್ಮೆ ಗೌನ್. ಆದರೆ ಅವಳು ಕೇವಲ ಪರಿಚಾರಕಿಯಾಗಿದ್ದುದರಿಂದ, ತನ್ನ ಕುರ್ಚಿಯಲ್ಲಿ, ಸೆಟೆದುಕೊಂಡು ಬೆನ್ನುಬಾಗಿಸದೆ ಕುಳಿತುಕೊಳ್ಳಬೇಕಾಗಿತ್ತು.

ಬಿಬಿಯು ಕಾರ್ಯಕ್ರಮದ ಮೊದಲ ಭಾಗವನ್ನು ಬಹಳ ಭವ್ಯವಾಗಿ ಮುಕ್ತಾಯ ಮಾಡಿದ, ಅಬ್ಬಾ, ಇಷ್ಟುದ್ದದ ಈ ಹುಡುಗ, ಪಿಯಾನೋದ ಧ್ವನಿಫಲಕವನ್ನು ಅದೆಷ್ಟು

ಶಕ್ತಿಯುತವಾಗಿ ತೀಡುತ್ತಿದ್ದ! ಶ್ರೋತೃಗಳಿಗೆ ತಮ್ಮ ಕಿವಿಗಳನ್ನು ನಂಬುವುದೇ ಕಷ್ಟವಾಯಿತು. ಅನಂತರ ಪಥಸಂಚಲನದ ಸಂಗೀತ, ಕೇಳುವವರಲ್ಲಿ ತನ್ನಷ್ಟಕ್ಕೆ ತಾನೇ ಸೈನಿಕರ ಚಲನವಲನಗಳ ಪುನರಭಿನಯವಾಗುವ ಹಾಗೆ ಹುಮ್ಮಸ್ಸು ಹರಡಿಸುವ ದ್ರುತಗತಿಯ ರಾಗ, ಪರಿಪೂರ್ಣವಾದ ಸ್ವರ ಸಂಯೋಜನೆ, ಥಳಕುಪಳಕಿನ ಧೀರ ನಾದ. ಪ್ರತಿಯೊಂದು ಸ್ವರಪ್ರಸ್ತಾರ ಮುಗಿದಾಗಲೂ, ಬಿಬಿ ತನ್ನ ಸೊಂಟದ ಮೇಲಿನ ಶರೀರವನ್ನು ಹಿಂದೆ ಬಾಗಿಸುತ್ತಿದ್ದ. ಅವನೇ ವಿಜಯಯಾತ್ರೆಯೊಂದರಲ್ಲಿ ಭಾಗಿಯಾಗಿ ಹೆಜ್ಜೆ ಹಾಕುತ್ತಿರುವನೇನೋ ಎನ್ನುವಂತೆ. ಅವನು ಕಿವಿಗಡಚಿಕ್ಕುವ ನಾದಲಹರಿಯೊಂದಿಗೆ ಮುಗಿಸಿದ, ಬಳಿಕ ಮುಂದೆ ಬಾಗಿದ, ಸ್ಟೂಲಿನಿಂದ ಕೆಳಗೆ ಜಾರಿದ. ಮುಖದ ಮೇಲೆ ಮುಗುಳುನಗೆ ತಂದುಕೊಂಡು ಜನರ ಕರತಾಡನಕ್ಕಾಗಿ ಕಾದುನಿಂತ.

ಕರತಾಡನ ಕೂಡಲೇ ಪ್ರಾರಂಭವಾಯಿತು. ಎಲ್ಲರೂ ಸರ್ವಸಮ್ಮತಿಯಿಂದ, ಅತ್ಯುತ್ಸಾಹದಿಂದ ಚಪ್ಪಾಳೆ ಹೊಡೆಯತೊಡಗಿದರು. ಆ ಚಿಕ್ಕ ಹುಡುಗ ನಾಚುಗುಳಿ ಕನ್ಯೆಯಂತೆ, ಮುಂದೆ ಬಾಗಿ ಜನರಿಗೆ ಅಭಿವಾದನೆ ಮಾಡಿದ. ಅವನನ್ನು ನೋಡುತ್ತ ಮುಂದಿನ ಸಾಲಿನಲ್ಲಿ ಕುಳಿತಿದ್ದ ಜನ ಮನಸ್ಸಿನಲ್ಲೇ ಅಂದುಕೊಂಡರು: "ಆಹಾ ನೋಡು, ಎಂಥ ಚಿಕ್ಕ ಹುಡುಗ. ಎಷ್ಟು ಕೋಮಲ, ಪುಟ್ಟ ಪಿರ್ರೆಗಳು. ಹೊಡೀರಿ, ಹೊಡೀರಿ ಚಪ್ಪಾಳೆ, ಭಲಾ, ಭೇಷ್. ಎಲಾ ಪುಟಾಣಿ ಪಂಡಿತ. ಏನು? ನಿನ್ನ ಹೆಸರೇನು ಸ್ಯಾಕ್ಯೋ ಫಿಲಾಕ್ಸ್? ಎಂಥದೋ ಒಂದು! ಸ್ವಲ್ಪ ಇರು, ನಾನೂ ಬಂದೆ, ಈ ಕೈಗವಸು ತೆಗೆದುಬಿಟ್ಟು ಚಪ್ಪಾಳೆ ಹೊಡೀತೇನೆ. ಇವನೇನು ಅಂಥಾ ಇಂಥ ಕಲಾವಿದ ಅಲ್ಲ. ಪ್ರತಿಭಾವಂಥ ಬಡ್ಡೀಮಗ!"

ಬಿಬಿ ಮೂರು ಬಾರಿ ತೆರೆಯ ಹಿಂದೆ ಹೋಗಿ ಮೂರು ಬಾರಿ ಮುಂದೆ ಬರಬೇಕಾಯಿತು. ಜನರಿಗೆ ಎಷ್ಟು ಚಪ್ಪಾಳೆ ಹೊಡೆದರೂ ಸಾಲದು. ಮತ್ತೆ ಮತ್ತೆ ಚಪ್ಪಾಳೆ; ಮುಂದೆ ಬಾ ಎಂಬ ಕೂಗು. ಕೊನೆಗೆ ಮೂರನೇ ಬಾರಿಯ ಬಳಿಕ ಅವರಿಗೆ ಸಮಾಧಾನವಾಯಿತು. ತಡವಾಗಿ ಬಂದ ಕೆಲವರು ಸಭಾಂಗಣವನ್ನು ಪ್ರವೇಶಿಸಿ ಜಾಗ ಹುಡುಕಿಕೊಂಡು ಅಲ್ಲಿ ಇಲ್ಲಿ ಓಡಾಡುತ್ತಿದ್ದರು. ಅನಂತರ ಕಛೇರಿ ಮುಂದುವರಿಯಿತು. ಬಿಬಿಯ 'ಹಗಲುಗನಸು' ತನ್ನ ಚರಣಗಳಿಂದ ಮರ್ಮರ ಧ್ವನಿ ಮಾಡುತ್ತ ಸಾಗಿತು. ಅದರ ಬಹುಭಾಗ ಮಂದ್ರಸ್ಥಾಯಿಯ ಸ್ವರಸಂಚಾರಗಳಿಂದ ಕೂಡಿತ್ತು. ಅಲ್ಲೊಂದು ಇಲ್ಲೊಂದು ತಾರ ಮಧುರ ಸ್ವರ, ದುರ್ಬಲ ರೆಕ್ಕೆಗಳನ್ನು ಬಡಿದು ಹಾರಲೆತ್ನಿಸುವ ಹಕ್ಕಿಯಂತೆ, ಆಮೇಲಿನದು 'ಗೂಬೆ ಮತ್ತು ಗುಬ್ಬಚ್ಚಿ.' ಇದಂತೂ ಬಹಳ ಯಶಸ್ವಿಯಾಗಿ, ಕೇಳುವವರ ಮೇಲೆ ತೀವ್ರ ಪರಿಣಾಮ ಬೀರಿತು. ಅದರ ವಸ್ತು ಭಾವನೆಗಳನ್ನು ಕಲಕುವ ಬಾಲಸ್ಮೃತಿ. ಭ್ರಮೆ ಮತ್ತು ಕಲ್ಪನೆಗಳ ವಿಚಿತ್ರ ಸಂಯೋಜನೆ. ಅದರ ಮಂದ್ರ ಧ್ವನಿ, ತನ್ನ ಪರದೆ ಗಣ್ಣುಗಳನ್ನು ಉರುಳಿಸುತ್ತ ಮಂಕಾಗಿ ಕುಳಿತಿರುವ ಗೂಬೆಯನ್ನು ಪ್ರತಿನಿಧಿಸುತ್ತಿತ್ತು. ತಾರಧ್ವನಿ, ಒಳಗೆ ಅರೆ ಭಯವನ್ನು ತುಂಬಿಕೊಂಡು ಹೊರಗೆ ಧೈರ್ಯವನ್ನು ನಟಿಸುವ ಗುಬ್ಬಿಯ ಚಿಲಿಪಿಲಿಯನ್ನು ಪ್ರತಿನಿಧಿಸುತ್ತಿತ್ತು. ಅದು ಮುಗಿದಾಗ ಬಿಬಿಗೆ ಅಮೋಘವಾದ ಪ್ರಶಂಸೆ ದೊರೆಯಿತು. ಅವನು ತೆರೆಯ ಹಿಂದಿನಿಂದ ನಾಲ್ಕು ಬಾರಿ ರಂಗದ ಮೇಲೆ ಬರಬೇಕಾಯಿತು. ಆ ಹೋಟೆಲ್‌ನ ಪರಿಚಾರಕನೊಬ್ಬ (ಹೊಳೆ ಹೊಳೆಯುವ ಗುಂಡಿಗಳಿದ್ದವನು) ಮೂರು ದೊಡ್ಡ ಲಾರೆಲ್ ಹೂಗಳ ಗುಚ್ಛಗಳನ್ನು ರಂಗದ ಒಂದು ಪಕ್ಕಕ್ಕೆ ತಂದು ಬಿಬಿಗೆ ಅರ್ಪಿಸಿದ. ಅವನು ತಲೆ ಬಾಗಿ ಅದನ್ನು ಸ್ವೀಕರಿಸಿ ಥ್ಯಾಂಕ್ಸ್ ನುಡಿದ. ರಾಜಕುಮಾರಿ ಕೂಡ ಕರತಾಡನದಲ್ಲಿ ಭಾಗಿಯಾದಳು – ತನ್ನೆರಡು

ಅಂಗೈಗಳನ್ನು ತುಂಬ ನಾಜೂಕಾಗಿ, ನಿಶ್ಶಬ್ದವಾಗಿ ಒಂದಕ್ಕೊಂದು ತಾಕಿಸುತ್ತ.

ಆಹಾ ! ಎಲ್ಲ ಬಲ್ಲ ಜಾಣ ಹುಡುಗ, ಜನರು ಚಪ್ಪಾಳೆ ತಟ್ಟುವಂತೆ ಮಾಡುವುದು ಹೇಗೆಂದು ಅವನು ಅರ್ಥಮಾಡಿಕೊಂಡಿದ್ದ. ತೆರೆಯ ಹಿಂದೆ ತುಸುಹೊತ್ತು ನಿಂತು ತನ್ನ ಆಗಮನಕ್ಕಾಗಿ ಅವರು ಕಾಯುವಂತೆ ಆತ ಮಾಡಿದ. ಬಂದಮೇಲೂ ಅಷ್ಟೇ. ವೇದಿಕೆಯ ಮೆಟ್ಟಿಲುಗಳ ಹತ್ತಿರ ಕ್ಷಣಕಾಲ ಬೇಕೆಂದೇ ತಡಮಾಡಿದ, ಆಮೇಲೆ ಆ ಪುಷ್ಪಗುಚ್ಛಗಳನ್ನು ಕಟ್ಟಿದ ಉದ್ದವಾದ ಟೇಪುಗಳನ್ನು ಮೆಚ್ಚುಗೆಯಿಂದ ನೋಡುತ್ತ ನಿಂತ. – ವಾಸ್ತವವಾಗಿ ಈ ವೇಳೆಗೆ ಅಂತಹ ಹೂಗೊಂಚಲುಗಳನ್ನು ನೋಡಿ ನೋಡಿ ಅವನ ತಲೆ ಚಿಟ್ಟು ಹಿಡಿದುಹೋಗಿತ್ತು. ಆಮೇಲೆ ಅವನು ತುಂಬಾ ಆಕರ್ಷಕವಾಗಿ ಶ್ರೋತೃವರ್ಗದವರಿಗೆ ತಲೆಬಾಗಿದ, ಅವನು ಅವರಿಗೆ ತಮ್ಮ ಉತ್ಸಾಹ ಆವೇಶಗಳನ್ನು ವ್ಯಕ್ತಪಡಿಸಲು ಬೇಕಾದಷ್ಟು ಕಾಲವನ್ನು ಕೊಟ್ಟ. ಏಕೆಂದರೆ ಕರತಾಡನಗಳು ತುಂಬಾ ಅಮೂಲ್ಯವಾದವು. ಅವುಗಳನ್ನು ಖಂಡಿತವಾಗಿಯೂ ಅರ್ಧದಲ್ಲೇ ನಿಲ್ಲಿಸಬಾರದು. 'ಗೂಬೆ ಮತ್ತು ಗುಬ್ಬಚ್ಚಿ' ಎಂದರೆ ನನ್ನ ತುರುಪಿನ ಎಲೆ ಇದ್ದ ಹಾಗೆ – ಎಂದು ಆಲೋಚಿಸಿದ ಅವನು. ಆ ಪದವನ್ನು ಅವನು ಕಲಿತದ್ದು ತನ್ನ ಮ್ಯಾನೇಜರ್‌ನಿಂದ. "ಇನ್ನು ಮುಂದೆ ನಾನು 'ಕಲ್ಪನಾ ವಿಲಾಸ'ವನ್ನು ನುಡಿಸ್ತೇನೆ. ಅದು ಈ 'ಗೂಬೆ ಮತ್ತು ಗುಬ್ಬಚ್ಚಿ'ಗಿಂತ ಎಷ್ಟೋ ಚೆನ್ನಾಗಿದೆ. ಅದರಲ್ಲೂ ನೈಜಕ್ಕಿಂತ ಅರ್ಧಸ್ಥಾಯಿ ಎತ್ತರದಲ್ಲಿ ಷಟ್ಜವನ್ನು ನುಡಿಸುವ ಚರಣ ಬಂದಾಗ. ಆದರೆ ನೀವು ಸಂಗೀತದ ಜ್ಞಾನವಿಲ್ಲದ ಮೂರ್ಖರು. ನಿಮಗೆ 'ಗೂಬೆ' ಅಂದರೆ ಪ್ರಾಣ. ಆದರೆ ಅದು ನನ್ನ ಮೊಟ್ಟಮೊದಲಿನ ಹಾಗೂ ಅತ್ಯಂತ ಬಾಲಿಶವಾದ ರಚನೆ." ಅವನು ತಲೆಬಾಗುವುದನ್ನು, ಮುಗುಳ್ನಗುವುದನ್ನು ಮುಂದುವರಿಸಿದ.

ಆಮೇಲೆ ಅವನು ನುಡಿಸಿದ್ದು ಒಂದು 'ಧ್ಯಾನಗೀತೆ', ಅನಂತರ ಒಂದು ಲಘು ಸಂಗೀತ. ಅವನ ಕಾರ್ಯಕ್ರಮ ಸಾಕಷ್ಟು ಸಮಗ್ರವಾಗಿತ್ತು. ಅದರಲ್ಲಿ ತುಂಬಾ ವೈವಿಧ್ಯವಿತ್ತು. ಅವನ ಧ್ಯಾನಗೀತೆ ಬಹುಮಟ್ಟಿಗೆ ಅವನ 'ಹಗಲುಗನಸ'ನ್ನೇ ಹೋಲುತ್ತಿತ್ತು. ಆದರೆ ಅದನ್ನು ದೋಷವೆಂದು ಕರೆಯಲಾಗುವುದಿಲ್ಲ. 'ಲಘು ಸಂಗೀತ' ಬಿಬಿಯ ಕಲಾಕೌಶಲ್ಯವನ್ನು ಸಂಪೂರ್ಣವಾಗಿ ತೋರಿಸಿತು. ಸಹಜವಾಗಿಯೇ ಅವನ ಸೃಜನಶೀಲ ಪ್ರತಿಭೆಗೆ ಹೋಲಿಸಿದರೆ, ಅವನ ಪಾಂಡಿತ್ಯ ಸ್ವಲ್ಪ ಹಿಂದೆ ಬಿದ್ದಿತ್ತೆಂದೇ ಹೇಳಬೇಕು. ತರುವಾಯ 'ಕಲ್ಪನಾ ವಿಲಾಸ'. ಇದು ಅವನಿಗೆ ಪರಮಪ್ರಿಯವಾದ ರಚನೆ. ಅದನ್ನು ಪ್ರತಿ ಬಾರಿ ನುಡಿಸುವಾಗಲೂ ಸ್ವಲ್ಪ ಭಿನ್ನವಾಗಿಸುತ್ತಿದ್ದ. ತನಗೆ ತಾನೇ ಸಂಪೂರ್ಣ ಸ್ವಾತಂತ್ರ್ಯವನ್ನು ಕೊಟ್ಟುಕೊಳ್ಳುತ್ತಿದ್ದ. ಎಷ್ಟೋ ಬಾರಿ ಅವನು ಸೃಷ್ಟಿಸಿದ ಸಂಗೀತ ಅವನನ್ನೇ ಆಶ್ಚರ್ಯಗೊಳಿಸುತ್ತಿತ್ತು. ಅವನ ಮನೋಧರ್ಮ ತುಂಬಾ ಚೆನ್ನಾಗಿದ್ದ ಸಂಜೆಗಳಲ್ಲಿ ಹೀಗಾಗುತ್ತಿತ್ತು.

ಅವನು ತನ್ನ ಪಾಡಿಗೆ ತಾನು ಕುಳಿತುಕೊಂಡು ಪಿಯಾನೋ ನುಡಿಸುತ್ತಲೇ ಹೋದ. ಅಷ್ಟು ಚಿಕ್ಕವನು ; ಬೆಳ್ಳಗೆ ಹೊಳೆಹೊಳೆಯುವ ಹುಡುಗ. ಅವನೆದುರು, ಭವ್ಯವಾದ ಕಪ್ಪು ಬಣ್ಣದ ಗ್ರ್ಯಾಂಡ್ ಪಿಯಾನೋ. ಅವನು ಉಳಿದವರೆಲ್ಲರಿಗಿಂತ ಭಿನ್ನ, ಅವರಿಗಿಲ್ಲದ ಪ್ರತಿಭೆ ಅವನಿಗಿದೆ ; ಅವನು ಏಕಾಂಗಿ, ಅವನ ಕೆಳಗಡೆ ಗೋಜಲು ಗೋಜಲಾಗಿ ಕಾಣುತ್ತಿದ್ದ ಮುಖಗಳ ಸಾಲುಗಳು. ಜಡವಾದ, ಸಂವೇದನಾರಹಿತವಾದ ಆ ಸಾಮುದಾಯಿಕ ಆತ್ಮವನ್ನು ಅದಕ್ಕಿಂತ ಭಿನ್ನವೂ ವಿಶಿಷ್ಟವೂ ಆದ ತನ್ನ ವೈಯಕ್ತಿಕ ಆತ್ಮದಿಂದ ಸ್ಪಂದಿಸಲು ಆತ ಪ್ರಯತ್ನಿಸುತ್ತಿದ್ದ. ಬಿಳಿಯ ರೇಷ್ಮೆಯ ಟೇಪು ಕಟ್ಟಿಕೊಂಡ ಅವನ ನುಣುಪಾದ ಕರಿಯ

ಕೂದಲುಗಳು ಮುಂದೆ ಜಾರಿ ಅವನ ಹಣೆಯ ಮೇಲೆ ಬಿದ್ದವು. ಚೆನ್ನಾಗಿ ಪಳಗಿದ, ಮೂಳೆ ತುಂಬಿದ, ಅವನ ಪುಟ್ಟ ಮಣಿಕಟ್ಟುಗಳು ಪಿಯಾನೋ ಕೀಗಳನ್ನು ಕುಟ್ಟುತ್ತಲೇ ಹೋದವು. ಕಂದುಬಣ್ಣದ, ಹಸುಳೆ ಕೆನ್ನೆಗಳ ಮೇಲೆ ಮಾಂಸಖಂಡಗಳು ಎದ್ದು ಕಾಣುತ್ತಿದ್ದವು.

ಅಲ್ಲಿ ಕುಳಿತಿದ್ದಾಗ ಅವನು ಕೆಲವು ಬಾರಿ ಏಕಾಂತದ, ವಿಸ್ಮೃತಿಯ ಕ್ಷಣಗಳಲ್ಲಿ ಕರಗಿಹೋಗುತ್ತಿದ್ದ. ಅವನ ಪುಟ್ಟ ಇಲಿಗಣ್ಣುಗಳ, ಆಯಾಸದ ಕಪ್ಪು ಉಂಗುರದಿಂದ ಸುತ್ತುವರಿದ ಕಣ್ಣುಗಳ ನೋಟವು ತನ್ನನ್ನು ತಾನೇ ಕಳೆದುಕೊಳ್ಳುತ್ತಿತ್ತು. ತನ್ನೆದುರಿನ ಬಣ್ಣ ಬಳಿದ ರಂಗಮಂದಿರವನ್ನು ಸೀಳಿಕೊಂಡು, ಅದರಾಚೆಗಿನ ಅಸ್ಪಷ್ಟ, ವಿಚಿತ್ರ ಆದರೂ ಜೀವಂತ ವಿಶ್ವದೊಳಗಡೆ ದಿಟ್ಟಿಸಿ ನೋಡುತ್ತಿತ್ತು. ಆಮೇಲೆ ಅವನು ತನ್ನ ಕಣ್ಣಿನ ಮೂಲೆ ಯಿಂದ, ಈ ಸಭಾಮಂದಿರದ ಕಡೆಗೆ ಒಂದು ಶೀಘ್ರನೋಟವನ್ನು ಬೀರುತ್ತಿದ್ದ. ಮತ್ತೆ ವಾಸ್ತವತೆಗೆ ಹಿಂದಿರುಗಿ ತನ್ನ ಶ್ರೋತೃಗಳನ್ನು ಸೇರುತ್ತಿದ್ದ.

"ನಲಿವು ಮತ್ತು ನೋವು, ಎತ್ತರಗಳು ಮತ್ತು ಆಳಗಳು, ಅದೇ ನನ್ನ 'ಕಲ್ಪನಾ ವಿಲಾಸ' ಅವನು ಒಲುಮೆಯಿಂದ ಆಲೋಚಿಸಿದ, "ಕೇಳಿ, ತೀವ್ರ ಸ್ಥಾಯಿಯ ಷಟ್ಜವುಳ್ಳ ಚರಣ ಇಲ್ಲಿದೆ." ಆ ಭಾಗವನ್ನು ಪ್ರವೇಶಿಸುವ ಮೊದಲು ಅವನು ಕ್ಷಣಕಾಲ ತಡೆದ, ಯಾರಾದರೂ, ಏನನ್ನಾದರೂ ಗಮನಿಸುವರೇನೋ ಎಂದು ಆಶ್ಚರ್ಯಪಡುತ್ತ, ಆಸೆ ಪಡುತ್ತ. ಆದರೆ ಇಲ್ಲ, ಖಂಡಿತವಾಗಿತೂ ಇಲ್ಲ. ಅವರು ಹೇಗೆ ತಾನೇ ಗಮನಿಸಲು ಸಾಧ್ಯ ? ಅವನು ತನ್ನ ಕಣ್ಣುಗಳನ್ನು ಬಹಳ ಮುದ್ದಾಗಿ ಚಾವಣಿಯ ಕಡೆಗೆ ತಿರುಗಿಸಿದ, ಜನರಿಗೆ ಕನಿಷ್ಠಪಕ್ಷ ನೋಡಲಿಕ್ಕಾದರೂ ಏನಾದರೂ ಸಿಗಲಿ ಎಂದು.

ಈ ಜನರೆಲ್ಲ ತಮ್ಮ ಕ್ರಮಬದ್ಧವಾದ ಸಾಲುಗಳಲ್ಲಿ ಕುಳಿತಿದ್ದರು, ಬಾಲಮೇಧಾವಿಯ ಕಡೆ ನೋಡುತ್ತಿದ್ದರು. ಅಷ್ಟೇ ಕ್ರಮಬದ್ಧವಾದ, ತಮ್ಮ ಮೆದುಳುಗಳಲ್ಲಿ ಏನೇನೋ ವಿಷಯಗಳನ್ನು ಕುರಿತು ಯೋಚಿಸುತ್ತಿದ್ದರು. ಅವರ ಪೈಕಿ ಒಬ್ಬ ಬಿಳಿ ಗಡ್ಡದ ಮುದುಕ. ಅವನ ಕೈಬೆರಳಲ್ಲಿ ಒಂದು ಮುದ್ರೆಯುಂಗುರ. ಅವನ ಬಕ್ಕತಲೆಯ ಮೇಲೆ ಗುಳ್ಳೆಯಂಥ ಊತ. ಬೇಕಾದರೆ ನೀವು ಅದನ್ನು ಅಸಹಜವಾದ ಒಂದು ಮೊಳಕೆಯೆಂದು ಕರೆಯಬಹುದು. ಅವನು ತನ್ನಷ್ಟಕ್ಕೆ ತಾನೇ ಯೋಚನೆ ಮಾಡುತ್ತಿದ್ದ: "ನಿಜವಾಗಿಯೂ, ನನ್ನಂಥವರಿಗೆ ನಾಚಿಕೆ ಆಗಬೇಕು, ನಾನು ಪಿಯಾನೋ ಕಲಿಯುವಾಗ 'ಆಹಾ, ನನ್ನ ಅಕ್ಕರೆಯ ಅಗಸ್ಟಿನ್'ಗಿಂತ ಮುಂದೆ ಹೋಗಲಿಲ್ಲ. ಈಗ ಇಲ್ಲಿ ಕುಳಿತಿದ್ದೇನೆ. ತಲೆ ಬೆಳ್ಳಗಾಗಿರೋ ಮುದುಕ. ಮೂರು ಮೆಣಸಿನಕಾಯಿ ಉದ್ದದ ಈ ಹುಡುಗ, ಪವಾಡಗಳನ್ನು ಮಾಡುತ್ತಿದ್ದರೆ ನಾನು ನೋಡ್ತಾ ಕುಳಿತಿದ್ದೇನೆ. ಹೌದು, ಹೌದು, ಇದು ದೇವರು ಕೊಟ್ಟ ವರ, ನಾವು ಆ ವಿಷಯವನ್ನು ನೆನಪಿಟ್ಟುಕೊಳ್ಳಬೇಕು. ದೇವರು ತನಗೆ ಇಷ್ಟ ಬಂದರೆ ವರಗಳನ್ನು ಕೊಡ್ತಾನೆ. ಇಲ್ಲವಾದರೆ ಇಲ್ಲ. ಅಲ್ಲದೆ ಸಾಮಾನ್ಯ ಮನುಷ್ಯನಾಗಿರೋದು ಅವಮಾನಪಡುವಂತಹ ಸಂಗತಿಯೇನೂ ಅಲ್ಲ. ಕ್ರಿಸ್ತ ಶಿಶುವಿನ ಎದುರಿಗೆ ಇರುವಾಗ ನಾಚಿಕೆಯೇಕೆ ? ಭಯವೇಕೆ ? ಚಿಕ್ಕ ಮಗುವಿನ ಎದುರು ಒಬ್ಬ ಮನುಷ್ಯ ಏನೂ ನಾಚಿಕೆಯಿಲ್ಲದೆ ಮೊಣಕಾಲೂರಬಹುದು." ಇಂತಹ ಆಲೋಚನೆಗಳು ಇಷ್ಟೊಂದು ತೃಪ್ತಿದಾಯಕವಾಗಿರುವುದು ನಿಜವಾಗಿಯೂ ವಿಚಿತ್ರ ಎಂದು ಆ ಮುದುಕ ಭಾವಿಸಿದ ಹಾಗೆ ನೋಡಿದರೆ 'ತೃಪ್ತಿದಾಯಕ' ಎನ್ನುವುದಕ್ಕಿಂತಲೂ 'ಮಧುರ' ಎಂದು ಹೇಳಬೇಕೆಂದೇ ಅವನಿಗೆ ಅನ್ನಿಸುತ್ತಿತ್ತು. ಆದರೆ ಅವನಂತಹ ಗಟ್ಟಿ ಮುದುಕ ಆ ಪದವನ್ನು ಬಳಸುವುದು ತುಂಬಾ ತಮಾಷೆಯಗಿ ಕಾಣಲಾರದೆ ? ಏನೇ ಆದರೂ ಅವನಿಗೆ ಅನ್ನಿಸುತ್ತಾ ಇದ್ದದ್ದು ಹಾಗೇನೇ.

ಕಲೆ... ಗಿಣಿಮೂಗಿನ ವ್ಯಾಪಾರಿ ಅಂದುಕೊಳ್ಳುತ್ತಿದ್ದ "ಹೌದು, ಅದು ಜೀವನಕ್ಕೆ ಸ್ವಲ್ಪ ಸಂತೋಷವನ್ನು ಸೇರಿಸ್ತದೆ. ಸ್ವಲ್ಪ, ಒಳ್ಳೆಯ ಬಿಳಿ ರೇಷ್ಮೆ ಮತ್ತು ಸ್ವಲ್ಪ ಸ–ರಿ–ಗ–ಮ–ಪ–ದ–ನಿ–ಸ. ನಿಜವಾಗಿಯೂ ಅವನು ಅಷ್ಟೇನು ಕೆಟ್ಟದಾಗಿ ನುಡಿಸ್ತಾ ಇಲ್ಲ...ಭರ್ತಿ ಐವತ್ತು ಸೀಟುಗಳು, ಒಂದು ಸೀಟಿಗೆ ಹನ್ನೆರಡು ಮಾರ್ಕ್, ಒಟ್ಟು ಆರುನೂರು ಮಾರ್ಕ್ ಆಯಿತು. ಇದರ ಜೊತೆ ಹಿಂದಿನ ಸೀಟುಗಳ ಹಣ ಬೇರೆ, ಅದರಲ್ಲಿ ರಂಗಮಂದಿರದ ಬಾಡಿಗೆ ಕಳೀಬೇಕು, ಲೈಟಿನ ಖರ್ಚು. ಕಾರ್ಯಕ್ರಮ ಪಟ್ಟಿ ಮುದ್ರಿಸೊ ಖರ್ಚು. ಸರಿ ಏನಿಲ್ಲಾ ಅಂದರೂ ನಿನಗೆ ಸಾವಿರ ಮಾರ್ಕ್ ಲಾಭ. ಪರವಾಗಿಲ್ಲ ಬೇಕಾದಷ್ಟು ಆಯಿತು.

"ಓಹೋ ಅವನು ಇದುವರೆಗೆ ನುಡಿಸ್ತಾ ಇದ್ದಿದ್ದು ಶೋಪಿನ್* ಕೃತಿ" ಹೀಗೆಂದುಕೊಂಡವಳು ಒಬ್ಬ ಪಿಯಾನೋ ಉಪಾಧ್ಯಾಯಿನಿ ; ಚೂಪು ಮೂಗಿನ ಹೆಂಗಸು. ಅವಳದು, ಬೇರೆಯವರನ್ನು ಅರ್ಥಮಾಡಿಕೊಳ್ಳುವ ಶಕ್ತಿ ಹರಿತವಾಗುತ್ತಿರುವ, ಆದರೆ – ಭರವಸೆ, ನಿರೀಕ್ಷೆಗಳು ಕುಸಿಯುತ್ತಿರುವ ವಯಸ್ಸು. "ಆದರೆ ಇವನ ಸಂಗೀತದಲ್ಲಿ ಅಂತಹ–ಸ್ವಂತಿಕೆಯಿಲ್ಲ, ಕಛೇರಿ ಮುಗಿದ ಮೇಲೆ ನಾನು ಈ ಮಾತು ಹೇಳ್ತೇನೆ. ಕೇಳೋದಕ್ಕೆ ಚೆನ್ನಾಗಿರ್ತದೆ. ಅಲ್ಲದೆ, ಅವನು ಪಿಯಾನೋ ಮೇಲೆ ಕೈಯಿಟ್ಟಿರೋ ರೀತಿ ತುಂಬಾ ಹುಡುಗು ಹುಡುಗಾಗಿದೆ. ಕೈಯ್ಯ ಹಿಂಭಾಗದ ಮೇಲೆ ಒಂದು ನಾಣ್ಯವಿಟ್ಟರೆ ಅದು ಕೆಳಗಡೆ ಬೀಳಲೇಬಾರದು, ನಾನಾಗಿದ್ರೆ ಇವನ ಕೈಗೆ ರೂಲುದೊಣ್ಣೆ ತಗೊಂಡು ಹೊಡೀತಿದ್ದೆ."

ಆಮೇಲೆ ಅಲ್ಲೊಬ್ಬ ಪಡ್ಡೆ ಹುಡುಗಿ ಇದ್ದಳು. ಅವಳದು ವ್ಯಕ್ತಪಡಿಸಲಾಗದ ಮಧುರ ಭಾವನೆಗಳು ಮೂಡುವ ವಯಸ್ಸು; ತನ್ನ ಬಗ್ಗೆ ತನಗೇ ತುಂಬಾ ಸಂಕೋಚ ಇರುವ ವಯಸ್ಸು. ಮುಟ್ಟಿದರೆ ಮುದುರುವ ವಯಸ್ಸು, ಅವಳು ಈ ರೀತಿ ಯೋಚಿಸುತ್ತಿದ್ದಳು : "ಏನದು ಅವನು ನುಡಿಸ್ತಾ ಇರೋದು ? ಅದು ಪ್ರಣಯೋದ್ವೇಗವನ್ನು ವ್ಯಕ್ತಪಡಿಸ್ತದೆ. ಆದರೆ ಅವನಿನ್ನೂ ಚಿಕ್ಕ ಹುಡುಗ, ಅವನು ನನಗೆ ಮುತ್ತು ಕೊಟ್ಟರೆ, ನನ್ನ ಚಿಕ್ಕ ತಮ್ಮ ಮುತ್ತು ಕೊಟ್ಟಹಾಗೆ ಆದೀತು. ಅದನ್ನ ಮುತ್ತು ಅಂತ ಕರೆಯೋದಕ್ಕೇ ಆಗಲಾರದು. ಹಾಗಾದರೆ ಶುದ್ಧವಾದ ಪ್ರೇಮಾವೇಶ ಅನ್ನೋದು ಇದೆಯಾ ? ಯಾವುದೇ ಮಣ್ಣಿನ ವಾಸನೆ ಅಂಟದ ಪ್ರೇಮಾವೇಶ ? ಒಂದು ಬಗೆಯ ಮಗುವಿನಾಟದ ಪ್ರೇಮಾವೇಶ ? ಏನೋ ಹುಚ್ಚು ಹುಚ್ಚಾಗಿ ಯೋಚನೆ ಮಾಡ್ತಿದ್ದೇನೆ. ಇಂಥ ಮಾತನ್ನೆಲ್ಲ ನಾನು ಗಟ್ಟಿಯಾಗಿ ಉಸುರಿದ್ರೆ ಜನ ನನಗೆ ಇನ್ನೊಂದಿಷ್ಟು ಕಾಡ್‌ಲಿವರ್ ಎಣ್ಣೆ ಕುಡಿಸೋದಕ್ಕೆ ಬರ್ಬಹುದು, ಅಷ್ಟೇ. ಇದೇ ಜೀವನ.

ಒಬ್ಬ ಸೈನ್ಯಾಧಿಕಾರಿ ಕಂಬಕ್ಕೆ ಒರಗಿಕೊಂಡು ನಿಂತಿದ್ದ. ಅವನು ಬಿಬಿಯ ಯಶಸ್ಸನ್ನು ನೋಡಿ ಈ ರೀತಿ ಯೋಚನೆ ಮಾಡಿದ : 'ಹೌದು, ನೀನೊಬ್ಬ ದೊಡ್ಡ ಮನುಷ್ಯ; ನಾನೂ ಒಬ್ಬ ದೊಡ್ಡ ಮನುಷ್ಯ, ಒಬ್ಬೊಬ್ಬನೂ ತನಗೇ ವಿಶಿಷ್ಟವಾದ ರೀತಿಯಲ್ಲಿ.' ಆದ್ದರಿಂದ ಅವನು ತನ್ನ ಹಿಮ್ಮಡಿಗಳನ್ನು ಜೋಡಿಸಿ, ಆ ಕಲಾವಿದನಿಗೆ ಸೆಲ್ಯೂಟ್ ಮಾಡಿದ, ಅಧಿಕಾರದಲ್ಲಿರುವ, ಅಧಿಕಾರಕ್ಕೆ ಬರುವ ಎಲ್ಲ ವ್ಯಕ್ತಿಗಳಿಗೂ ಆ ರೀತಿಯ ಗೌರವವನ್ನು ತೋರಿಸಲೇಬೇಕು ಎಂದು ಅವನ ಅಭಿಪ್ರಾಯ.

ಆಮೇಲೆ ಅಲ್ಲೊಬ್ಬ ವಿಮರ್ಶಕ, ವಯಸ್ಸಾದ ಮನುಷ್ಯ. ಹೊಳೆಯುತ್ತಿರುವ ಕರಿಯ

---

* ಶೋಪಿನ್ : ಪಿಯಾನೋ ವಾದನಕ್ಕೆಂದೇ ಕೃತಿಗಳನ್ನು ರಚಿಸಿದ 19ನೆಯ ಶತಮಾನದ ಸುಪ್ರಸಿದ್ಧ ಪೋಲಿಷ್–ವಾಗ್ಗೇಯಕಾರ.

ಕೋಟು ; ಅಂಚು ಮಡಿಸಿದ ಪ್ಯಾಂಟು. ಅದರ ಮೇಲೆಲ್ಲಾ ಕೆಸರಿನ ಕಲೆಗಳು. ಅವನು ತನ್ನ ಕಾಂಪ್ಲಿಮೆಂಟರಿ ಸೀಟಿನಲ್ಲಿ ಕುಳಿತುಕೊಂಡು ಹೀಗೆ ಯೋಚನೆ ಮಾಡುತ್ತಿದ್ದ: "ಅವನ ಮುಖ ನೋಡು, ಈ ಘಾಟಿ ಹುಡುಗ ಬಿಬಿ. ಕಲಾವಿದನಾಗಿ, ವ್ಯಕ್ತಿಯಾಗಿ ಅವನಿನ್ನೂ ಬೆಳೀಬೇಕು. ಆದರೆ ಇವನ ರೀತಿಯ ಜನರ ಮಾದರಿಯಾಗಿ, ಇವನು ಪರಿಪೂರ್ಣನಾಗಿದ್ದಾನೆ. ಅವನಲ್ಲಿ ಕಲಾವಿದನ ಆತ್ಮಪರವಶತೆ, ಸಂಪೂರ್ಣ ನಿಷ್ಪ್ರಯೋಜಕತೆ, ಕಪಟ ತುಂಬಿದ ನಟನೆ, ಪವಿತ್ರ ಪ್ರತಿಭೆ, ಕೇಳುವವರ ಬಗ್ಗೆ ಉರಿಯುವ ತಿರಸ್ಕಾರ, ಅಂತರಂಗದ ಆನಂದ ಎಲ್ಲ, ಎಲ್ಲ ಇವೆ. ಆದರೆ ನಾನು ಇದನ್ನೆಲ್ಲ ಬರೆಯೋದು ಸಾಧ್ಯವಿಲ್ಲ. ತುಂಬಾ ಒಳ್ಳೆಯ ಪ್ರಶಂಸೆ ಆಗಿಬಿಡ್ತಿತ್ತೆ. ಹಾಗೆ ನೋಡಿದರೆ, ಈ ಕಲೆಯ ಹಿಂದಿನ ವಾಸ್ತವತೆಗಳೆಲ್ಲ ನನಗೆ ಸ್ಪಷ್ಟವಾಗಿ ಗೊತ್ತಿಲ್ಲದೆ ಇದ್ದಿದ್ದರೆ, ನಾನೇ ಒಬ್ಬ ಕಲಾವಿದನಾಗ್ತಿದ್ದೆ.

ಅಷ್ಟು ಹೊತ್ತಿಗೆ ಬಾಲಮೇಧಾವಿ ಪಿಯಾನೋ ನುಡಿಸುವುದನ್ನು ನಿಲ್ಲಿಸಿದ. ಸಭಾಮಂದಿರದಲ್ಲಿ ದೊಡ್ಡ ಬಿರುಗಾಳಿಯೇ ಎದ್ದಿತು. ಅವನು ಮತ್ತೆ ಮತ್ತೆ ಪರದೆಯ ಹಿಂದಿನಿಂದ ರಂಗದ ಮೇಲೆ ಬರಬೇಕಾಯಿತು ಹೊಳೆಯುವ ಗುಂಡಿಗಳ ಮನುಷ್ಯ–ಇನ್ನಷ್ಟು ಪುಷ್ಪಗುಚ್ಛಗಳನ್ನು ತೆಗೆದು ಕೊಂಡು ಬಂದ ; ನಾಲ್ಕು ಲಾರೆಲ್ ಹಾರಗಳು, – ವಯೊಲೆಟ್ ಹೂವಿನಿಂದ ಮಾಡಿದ ಒಂದು ಲೈರ್* ; ಒಂದು ಗುಲಾಬಿ ಗೊಂಚಲು, ಇಷ್ಟೆಲ್ಲ ಕಾಣಿಕೆಗಳನ್ನೂ ಹೊತ್ತುಕೊಂಡು ಬರುವುದಕ್ಕೆ ಅವನ ತೋಳುಗಳು ಸಾಲದಾದವು. ಅವನಿಗೆ ಸಹಾಯ ಮಾಡುವುದಕ್ಕೆ ಸ್ವತಃ ಮ್ಯಾನೇಜರ್ ವೇದಿಕೆಯ ಮೇಲೆ ಹತ್ತಿಬಂದ. ಬಿಬಿಯ ಕೊರಳಿಗೆ ಆತ ಲಾರೆಲ್ ಹೂಗಳ ಒಂದು ಮಾಲೆಯನ್ನು ಹಾಕಿದ, ಅವನ ಕಪ್ಪು ಕೂದಲನ್ನು ತುಂಬ ಮೃದುವಾಗಿ ತಟ್ಟಿದ. ಆಮೇಲೆ ಇದ್ದಕ್ಕಿದ್ದಂತೆ, ಯಾವುದೇ ಭಾವಾವೇಶಕ್ಕೆ ಒಳಗಾದವನಂತೆ ಮುಂದೆ ಬಾಗಿ, ಮೇಧಾವಿಗೆ ಒಂದು ಮುತ್ತು ಕೊಟ್ಟ. ಅದೂ ಸೀದಾ ಬಾಯಿ ಮೇಲೆ ಲೊಚಕ್ ಎಂದು ಶಬ್ದ ಮಾಡುವ ಮುತ್ತು. ಸರಿ, ಇದುವರೆಗೂ ಬಿರುಗಾಳಿಯಾಗಿದ್ದದ್ದು ಈಗ ಸುಂಟರಗಾಳಿಯಾಯಿತು. ಆ ಮುತ್ತು ಇಡೀ ಸಭಾಮಂದಿರದ ತುಂಬಾ ವಿದ್ಯುತ್ಪ್ರವಾಹದಂತೆ ಹರಿಯಿತು. ಅವರ ಮೂಳೆಗಳ ಒಳಗೆ ಪ್ರವೇಶಿಸಿ, ಬೆನ್ನೆಲ್ಲ ಜುಮ್ಮುಗಟ್ಟುವ ಹಾಗೆ ಮಾಡಿತು. ಅವರೆಲ್ಲ ಶಬ್ದರಾಶಿಯ ಹಿಡಿತಕ್ಕೆ ಸಿಕ್ಕು ಅಸಹಾಯಕರಾಗಿದ್ದರು. ಉನ್ಮಾದಮಯವಾದ ಕೈಚಪ್ಪಾಳೆಗಳ ಜೊತೆಗೆ, ಗಟ್ಟಿಯಾದ ಹೊಗಳಿಕೆಯ ಕೂಗುಗಳು ಸೇರಿದವು. ಬಿಬಿಯ ಸಾಮಾನ್ಯ ಸಮವಯಸ್ಕರಲ್ಲಿ ಕೆಲವರು ತಮ್ಮ ತಮ್ಮ ಕರವಸ್ತ್ರಗಳನ್ನು ಬೀಸಲು ಮೊದಲುಮಾಡಿದರು. ಆದರೆ ಆ ವಿಮರ್ಶಕ ಈ ರೀತಿ ಯೋಚಿಸಿದ : "ಸರಿ, ಸರಿ, ಆ ಮುತ್ತು ಕೊಡೊ ತಂತ್ರ ಬರಲೇಬೇಕಾಗಿತ್ತು. ಎಷ್ಟು ಹಳೇ ಉಪಾಯ ಅದು ! ಆದರೂ ಪರಿಣಾಮಕಾರಿ. ಹೌದು. ದೇವರೇ, ನನಗೆ ಇವರು ಮಾಡೋ ಉಪಾಯ, ಮೋಸ ಎಲ್ಲವೂ ಇಷ್ಟು ಚೆನ್ನಾಗಿ ಗೊತ್ತಾಗದೆ ಇರ್ತಿದ್ರೆ ಎಷ್ಟು ಚೆನ್ನಾಗಿತ್ತು ?"

ಹೀಗೆ ಸಂಗೀತ ಕಛೇರಿ ಮುಕ್ತಾಯವಾಯಿತು. ಅದು ಪ್ರಾರಂಭವಾಗಿದ್ದು ಏಳೂವರೆ ಘಂಟೆಗೆ, ಮುಗಿದಿದ್ದು ಎಂಟೂವರೆ ಘಂಟೆಗೆ, ವೇದಿಕೆಯ ತುಂಬಾ ಹೂವಿನ ಹಾರಗಳು; ಗುಚ್ಛಗಳು, ಪಿಯಾನೋದ ದೀಪಸ್ತಂಭಗಳ ಮೇಲೆ ಎರಡು ಪುಟ್ಟ ಪುಷ್ಪಕರಂಡಕಗಳಿದ್ದವು. ಬಿಬಿ, ತನ್ನ ಕೊನೆಯ ಕೃತಿಯಾಗಿ ನುಡಿಸಿದ್ದು 'ಗ್ರೀಕ್ ಹರ್ಷಗೀತೆ' ಎಂಬ ರಚನೆಯನ್ನು, ಅದು ಕೊನೆಯಲ್ಲಿ ಗ್ರೀಸ್‌ನ ರಾಷ್ಟ್ರೀಯ ಗೀತೆಯಾಗಿ ಪರಿವರ್ತನೆ ಹೊಂದಿತು. ಶ್ರೋತೃವರ್ಗದಲ್ಲಿದ್ದ

---

* D ಆಕಾರದ ತಂತಿ ವಾದ್ಯ

ಅವನ ದೇಶಬಾಂಧವರು ಅವನೊಂದಿಗೆ ತಾವೂ ಅದನ್ನು ಸಂತೋಷವಾಗಿ ಹಾಡುತ್ತಿದ್ದರೋ ಏನೋ, ಆದರೆ ಉಳಿದ ಶ್ರೋತೃಗಳು ತುಂಬಾ ಗಣ್ಯರಾಗಿದ್ದುದರಿಂದ ಸುಮ್ಮನಾದರು. ಅದರ ಬದಲು ಅವರು ಜೋರಾದ ಕೂಗಾಟ, ತಳ್ಳಾಟಗಳಲ್ಲಿ ಮಗ್ನರಾದರು. ಅದೂ ಒಂದು ರೀತಿಯಲ್ಲಿ ಆವೇಶಯುತವಾದ ರಾಷ್ಟ್ರೀಯ ಗುಣಲಕ್ಷಣಗಳ ಪ್ರದರ್ಶನವೇ. ಇದರ ಮಧ್ಯೆ ಆ ವಯಸ್ಸಾಗುತ್ತಿದ್ದ ವಿಮರ್ಶಕನ ಆಲೋಚನೆ ಮುಂದುವರಿದಿತ್ತು: "ಹೌದು, ಹೌದು, ಈ ರಾಷ್ಟ್ರಗೀತೇನೂ ಬರಲೇಬೇಕಾಗಿತ್ತು. ಇವರು ಜನಪ್ರಿಯತೆಗಳಿಸೋ ಒಂದೇ ಒಂದು ಉಪಾಯವನ್ನೂ ಪ್ರಯೋಗಿಸದೆ ಬಿಟ್ಟಿಲ್ಲ. ಪ್ರಚಾರ ಪಡೆಯೋದಕ್ಕೆ ಸಹಾಯ ಮಾಡುವ ಯಾವುದೇ ದಾರಿಯನ್ನೂ ನಿರ್ಲಕ್ಷ್ಯ ಮಾಡೋಹಾಗಿಲ್ಲ. ಹೀಗೆ ಮಾಡಿದ್ದು ಕಲಾತ್ಮಕವಾಗಿರಲಿಲ್ಲ ಅಂತ ನನ್ನ ವಿಮರ್ಶೆಯಲ್ಲಿ ಟೀಕೆ ಮಾಡ್ಬಹುದು ಅಂತ ಕಾಣ್ತದೆ. ಅಥವಾ ನಾನೇ ತಪ್ಪು ಮಾಡ್ತಿರಬಹುದು. ಇದೇ ಅತ್ಯಂತ ಕಲಾತ್ಮಕವಾದ ಸಂಗತಿಯೋ ಏನೋ ? ಕಲಾವಿದ ಅಂದರೆ ಯಾರು ? ಒಂದು ಕೀಲುಗೊಂಬೆ, ವಿಮರ್ಶೆಯ ವಿಚಾರ ಬೇರೆ, ಅದು ನಿಜವಾಗಿಯೂ ಮೇಲು ಮಟ್ಟದ್ದು. ಆದರೆ ನಾನು ಹಾಗೆ ಬರೆಯೋದಕ್ಕೆ ಆಗೋದಿಲ್ಲ." ಹೀಗೆಂದುಕೊಂಡು, ಅವನು ತನ್ನ ಕೆಸರು ಮೆತ್ತಿದ ಪ್ಯಾಂಟುಗಳೊಂದಿಗೆ ಹೊರಟುಹೋದ.

ಸುಮಾರು ಒಂಬತ್ತೋ ಹತ್ತೋ ಬಾರಿ, ವೇದಿಕೆಗೆ ಬಂದುಹೋದ ಮೇಲೆ, ಬಾಲ ಮೇಧಾವಿ ಮತ್ತೆ ಪರದೆಯ ಹಿಂದಿನಿಂದ ಹೊರಬರಲಿಲ್ಲ. ಅದರ ಬದಲು ಸಭಾಮಂದಿರಕ್ಕೆ ಬಂದು ತನ್ನ ಮ್ಯಾನೇಜರ್ ಮತ್ತು ತಾಯಿಯ ಹತ್ತಿರ ಹೋದ. ಶ್ರೋತೃಗಳು ಕುರ್ಚಿಗಳ ನಡುವೆ ಅಲ್ಲಿ ಇಲ್ಲಿ ನಿಂತುಕೊಂಡು ಚಪ್ಪಾಳೆ ತಟ್ಟಿದರು. ಬಿಬಿಯನ್ನು ಹತ್ತಿರದಿಂದ ನೋಡೋಣವೆಂದು ಮುಂದೆ ನುಗ್ಗಿದರು. ಇನ್ನು ಕೆಲವರು ರಾಜಕುಮಾರಿಯನ್ನು ನೋಡಬೇಕೆಂದು ಇಷ್ಟಪಟ್ಟರು. ಸರಿ, ಎರಡು ಜನನಿಬಿಡವಾದ ವೃತ್ತಗಳು ನಿರ್ಮಿತವಾದವು. ಒಂದು ಬಿಬಿಯ ಸುತ್ತ, ಇನ್ನೊಂದು ರಾಜಕುಮಾರಿಯ ಸುತ್ತ, ಅವರಿಬ್ಬರಲ್ಲಿ ಯಾರಿಗೆ ಹೆಚ್ಚು ಅಭಿನಂದನೆಗಳು ಸಲ್ಲುತ್ತಿದ್ದವೋ ಹೇಳುವುದು ಕಷ್ಟ. ಆದರೆ ಪರಿಚಾರಿಕೆಗೆ ಬಿಬಿಯ ಹತ್ತಿರ ಹೋಗಬೇಕೆಂದು ಅಪ್ಪಣೆ ಕೊಡಲಾಯಿತು. ಅವಳು, ಅವನ ರೇಷ್ಮೆ ಜಾಕೆಟ್‌ನ ಸುಕ್ಕುಗಳನ್ನು ಸ್ವಲ್ಪ ಸರಿಪಡಿಸಿದಳು. ಅವನನ್ನು ರಾಜಾಸ್ಥಾನದಲ್ಲಿ ನಡೆಯುವ ಸಭೆಯೊಂದರಲ್ಲಿ ಭಾಗವಹಿಸಲು ಸಿದ್ಧಪಡಿಸುತ್ತಿದ್ದಳೇನೋ ಎನ್ನುವ ಹಾಗೆ. ಆಮೇಲೆ ಅವನ ತೋಳು ಹಿಡಿದು ರಾಜಕುಮಾರಿಯ ಹತ್ತಿರ ಕರೆದುಕೊಂಡು ಹೋದಳು. ಅವನು ರಾಜಕುಮಾರಿಯ ಪವಿತ್ರಹಸ್ತವನ್ನು ಮುದ್ದಿಸಬೇಕೆಂದು ಬಹಳ ಗಂಭೀರಾಗಿ ಸೂಚಿಸಿದಳು.

ಅನಂತರ ರಾಜಕುಮಾರಿ ಅವನೊಡನೆ ಕೇಳಿದಳು :

"ನೀನು ಅದನ್ನು ಹೇಗೆ ಮಾಡ್ತಿಯಾ ಮಗು ? ಪಿಯಾನೋ ಮುಂದೆ ಕೂತುಕೊಂಡಾಗ ಅದು ತನ್ನಷ್ಟಕ್ಕೆ ತಾನೇ ನಿನ್ನ ತಲೆ ಒಳಗೆ ಬರುತ್ತಾ ?".

"ಹೌದು ಮೇಡಂ" ಎಂದು ಉತ್ತರಕೊಟ್ಟ ಬಿಬಿ. ತನಗೆ ತಾನೇ, ಅವನು ಹೀಗೆಂದುಕೊಂಡ : "ಥೂ, ಎಂಥ ದಡ್ಡ ರಾಜಕುಮಾರಿ, ದರಿದ್ರ ಮುದುಕಿ." ಆಮೇಲೆ, ಅವನು ಆಸ್ಥಾನಿಕನಂತೆ ಅಲ್ಲ, ಆದರೆ ನಾಚಿಕೆಯಿಂದ ಹಿಂದೆ ತಿರುಗಿ ತನ್ನ ಕುಟುಂಬದ ಹತ್ತಿರ ಹೋದ.

ಹೊರಗಡೆ ಮೇಲುಡಿಗೆಗಳ ಕೊಠಡಿಯಲ್ಲಿ ಗುಂಪು ಸೇರಿತ್ತು. ಜನ ಟೋಕನ್ ತೋರಿಸಿ, ತಮ್ಮ ಚರ್ಮದ ಕೋಟುಗಳನ್ನು, ಶಾಲುಗಳನ್ನು ರಬ್ಬರ್ ಶೂಗಳನ್ನು ತೆರೆದ ತೋಳುಗಳಿಂದ ಸ್ವೀಕರಿಸುತ್ತಿದ್ದರು. ಎಲ್ಲೋ ಒಂದು ಕಡೆ ತನ್ನ ಪರಿಚಯಸ್ಥರ ನಡುವೆ ನಿಂತಿದ್ದ ಪಿಯಾನೋ

ಉಪಾಧ್ಯಾಯಿನಿ ಮಾಡಬೇಕೆಂದುಕೊಂಡಿದ್ದ ವಿಮರ್ಶೆಯನ್ನು ಮಾಡುತ್ತಿದ್ದಳು. "ಇವನಲ್ಲಿ ಅಷ್ಟೊಂದು ಸ್ವಂತಿಕೆ ಇಲ್ಲ" ಎಂದು ಎಲ್ಲರಿಗೂ ಕೇಳುವಂತೆ ಹೇಳಿ, ಅವಳು ಸುತ್ತಲೂ ನೋಡಿದಳು.

ಅಲ್ಲಿ ಹಾಕಲಾಗಿದ್ದ ಭವ್ಯವಾದ ಬೃಹತ್ ಕನ್ನಡಿಗಳಲ್ಲಿ ಒಂದರ ಮುಂದೆ ತುಂಬಾ ಸುಂದರಿಯೂ, ಆಕರ್ಷಣೀಯಳೂ ಆದ ಯುವತಿಯೊಬ್ಬಳು ನಿಂತಿದ್ದಳು, ತನ್ನ ಸಾಯಂಕಾಲದ ಮೇಲಂಗಿ ಮತ್ತು ಫರ್ ಪಾದರಕ್ಷೆಗಳನ್ನು ಧರಿಸುತ್ತಿದ್ದಳು. ಆ ಕೆಲಸದಲ್ಲಿ ಅವಳಿಗೆ ನೆರವು ನೀಡುತ್ತಿದ್ದವರು ಸೈನ್ಯದಲ್ಲಿ ಲೆಫ್ಟಿನೆಂಟರಾಗಿದ್ದ ಅವಳ ಸಹೋದರರಿಬ್ಬರು. ಅವಳದು ಕಡು ನೀಲಿಬಣ್ಣದ ಕಣ್ಣುಗಳು ; ಗೆರೆ ಕೊರೆದಂತಹ, ಕುಲೀನ ಮುಖ, ಅತಿಮಧುರ ರೂಪವತಿ, ನಿಜವಾಗಿಯೂ ಮಾನ್ಯ ಮನೆತನದ ಹೆಣ್ಣು ಅವಳು. ಸಿದ್ಧತೆಗಳೆಲ್ಲ ಮುಗಿದ ಮೇಲೆ, ಅವಳು ತನ್ನ ಸಹೋದರರಿಗಾಗಿ ಕಾಯುತ್ತಾ ನಿಂತಳು.

"ಏಯ್, ಅಡೋಲ್ಫ್ ಅಷ್ಟು ಹೊತ್ತು ಕನ್ನಡಿ ಮುಂದೆ ನಿಲ್ಲಬೇಡ" ಎಂದು ತುಂಬಾ ಮೃದುವಾಗಿ ಅವಳು ಸೋದರರಲ್ಲೊಬ್ಬನಿಗೆ ಹೇಳಿದಳು.

ಆದರೆ ಅವನೋ ತನ್ನ ಆರೋಗ್ಯಮಯವಾದ, ಸರಳ ಸುಂದರ ಮುಖದಿಂದ ಕಣ್ಣುಗಳನ್ನು ಕೀಳಲಾರ. ಅವನು ತನಗೆ ತಾನೇ ಹೇಳಿಕೊಂಡ : "ಇವಳಿಗೆ ಎಷ್ಟು ಕೊಬ್ಬು ನೋಡಿದ್ಯಾ ? ಆದರೆ ಅವಳೇನೇ ಹೇಳಿದರೂ ನಾನು ಕನ್ನಡಿಯ ಮುಂದೆ ನಿಂತೇ ನನ್ನ ಮೇಲಂಗಿಯ ಗುಂಡಿಗಳನ್ನು ಹಾಕಿಕೊಳ್ಳುವವ."

ಆಮೇಲೆ ಅವರೆಲ್ಲ ರಸ್ತೆಗೆ ಹೋದರು. ಅಲ್ಲಿ ಬಿಳಿ ಮಂಜಿನ ಪರದೆಯ ನಡುವೆ, ನಿಯಾನ್‌ದೀಪಗಳು ಹೊಳೆಯುತ್ತಿದ್ದವು – ಮಸುಕು ಮಸುಕಾಗಿ ; ಅಸ್ಪಷ್ಟವಾಗಿ.

ಲೆಫ್ಟಿನೆಂಟ್ ಅಡೋಲ್ಫ್ ಗಡ್ಡೆಗಟ್ಟಿದ ಮಂಜಿನ ಮೇಲೆ ನೀಗ್ರೋ ಕುಣಿತ ಮಾಡಿದ – ಮೈಯಲ್ಲಿ ಸ್ವಲ್ಪ ಶಾಖ ಬರಲೆಂದು. ಅವನ ಕೈಗಳು ಓವರ್‌ಕೋಟಿನ ಅಡ್ಡ ಹೊಲಿದ ಜೇಬುಗಳಲ್ಲಿ ; ಬೆಚ್ಚಗೆ, ಕಾಲರ್ ಕೂಡ ಮೇಲೆ ತಿರುಗಿತ್ತು.

ಕೆದರು ಕೂದಲಿನ, ಬೀಸು ತೋಳುಗಳ ಹುಡುಗಿಯೊಬ್ಬಳು ಅವರ ಹಿಂದೆಯೇ ಹೊರಗಡೆ ಬಂದಳು. ಅವಳ ಜೊತೆಯಲ್ಲೊಬ್ಬ ಮಂಕು ಮೋರೆಯ ಹುಡುಗ. ಅವಳು ಯೋಚಿಸುತ್ತಿದ್ದಳು : "ಇನ್ನೂ ಹುಡುಗ, ತುಂಬ ಮುದ್ದು ಹುಡುಗ, ಆದರೆ ಪಿಯಾನೋ ನುಡಿಸುವಾಗ ಆತ ಬೆರಗು ಮೂಡಿಸುವ... ಅನಂತರ ಗಟ್ಟಿಯಾದ, ರಸರಹಿತ ಧ್ವನಿಯಲ್ಲಿ ಅವಳು ಹೇಳಿದಳು : "ನಾವು, ಕಲಾವಿದರು, ನಾವೆಲ್ಲರೂ ಬಾಲಮೇಧಾವಿಗಳು."

"ಸರಿಯಪ್ಪಾ, ದೇವರೇ ಕಾಪಾಡಬೇಕು !" ಎಂದುಕೊಂಡ, ಪಿಯಾನೋದಲ್ಲಿ 'ಅಗಸ್ಟಿನ್'ಗಿಂತ ಒಂದು ಹೆಜ್ಜೆ ಕೂಡ ಮುಂದೆ ಹೋಗದಿದ್ದ ಮುದುಕ. ಈಗ ಅವನ ತಲೆಯ ಮೇಲಿನ ಗುಳ್ಳೆಯನ್ನು ಟಾಪ್‌ಹ್ಯಾಟ್ ಮುಚ್ಚಿತ್ತು. "ಏನು ಇವಳು ಹೇಳೋದರ ಅರ್ಥ ? ದೊಡ್ಡ ಭವಿಷ್ಯ ಹೇಳೋಳ ಹಾಗೆ ಮಾತಾಡ್ತಾಳೆ." ಆದರೆ ಆ ಮಂಕು ಮೋರೆಯ ಯುವಕನಿಗೆ ಅವಳ ಮಾತು ಅರ್ಥವಾಯಿತು, ಅವನು ನಿಧಾನವಾಗಿ ತನ್ನ ತಲೆಯನ್ನು ತೂಗಿದ.

ಆಮೇಲೆ ಅವರು ಮೌನವಾದರು, ಆ ಕೆದರು ಕೂದಲಿನ ಹುಡುಗಿ, ಅಣ್ಣತಂಗಿಯರ ಕಡೆಗೆ ಒಂದೇ ಸಮನೆ ನೋಡುತ್ತಾ ಹೋದಳು. ಅವಳಿಗೆ ಅವರನ್ನು ಕಂಡರೆ ಏನೋ ಒಂದು ಬಗೆಯ ತಿರಸ್ಕಾರ. ಆದರೆ ರಸ್ತೆಯ ಮೂಲೆಯಲ್ಲಿ ತಿರುಗುವವರೆಗೆ, ಅವರ ಕಡೆ ಅವಳು ನೋಡುತ್ತಲೇ ಇದ್ದಳು ○

O ಅನ್ನಾ ಸೇಘರ್ಸ್

ಆಸರೆ

ತಾವು ಆಕ್ರಮಿಸಿದ ದೇಶಗಳಲ್ಲಿ ದೊಡ್ಡ, ದೊಡ್ಡ ಸ್ವಸ್ತಿಕ ಗುರುತಿನ ಬಾವುಟಗಳನ್ನು ಹಾರಿಸುವುದು ಜರ್ಮನರಿಗೆ ಬಹಳ ಪ್ರಿಯವಾದ ಅಭ್ಯಾಸ. 1940ರ ಸೆಪ್ಟೆಂಬರ್ ತಿಂಗಳಿನ ಒಂದು ಮುಂಜಾನೆ. ಪ್ಯಾರಿಸ್ ನಗರದ 'ಫ್ಲಾಸ್ ದ ಲಾ ಕೊನ್ ಕಾರ್ಡೆ' ಚೌಕದಲ್ಲಿ ಇಂತಹ ಒಂದು ಧ್ವಜ ಹಾರಾಡುತ್ತಿತ್ತು. ಅದೇ ದಿನ, ಅಂಗಡಿಗಳ ಮುಂದಿನ ಗಿರಾಕಿಗಳ ಸಾಲುಗಳು ರಸ್ತೆಯಷ್ಟೇ ಉದ್ದವಾಗಿದ್ದವು. ನಗರದ ಮೆಕ್ಯಾನಿಕ್ ಒಬ್ಬನ ಹೆಂಡತಿಯಾಗಿದ್ದ, ಮೂರು ಮಕ್ಕಳ ತಾಯಿ ಲುಯೀಸ ಮೊಯ್ನಿಯರ್‌ಳಿಗೆ ಆ ದಿನ ಒಂದು ಸಂತೋಷದ ಸುದ್ದಿ ಗೊತ್ತಾಯಿತು. ನಗರದ ಹದಿನಾಲ್ಕನೆಯ ವಿಭಾಗದ ಅಂಗಡಿಯೊಂದರಲ್ಲಿ ಮೊಟ್ಟೆಗಳನ್ನು ಮಾರುತ್ತಿದ್ದರು.

ಅವಳು ಹೊರಗೆ ಓಡಿದಳು. ಒಂದು ಘಂಟೆ ಕಾಲ ತನ್ನ ಸರದಿಗಾಗಿ ಕಾದಳು. ಕೊನೆಗೆ ಐದು ಮೊಟ್ಟೆಗಳು ಸಿಕ್ಕವು. ಮನೆಯಲ್ಲಿರುವವರಿಗೆಲ್ಲ ತಲಾ ಒಂದು ಮೊಟ್ಟೆ. ಇದ್ದಕ್ಕಿದ್ದಂತೆ ಅವಳಿಗೆ, ಅದೇ ರಸ್ತೆಯ ಹೋಟೆಲ್ ಒಂದರಲ್ಲಿ ಕೆಲಸ ಮಾಡುತ್ತಿದ್ದ ತನ್ನ ಹಳೆಯ ಶಾಲಾ ಗೆಳತಿಯೊಬ್ಬಳ ನೆನಪಾಯಿತು. ಅವಳ ಹೆಸರು ಅನೆಟ್ ವಿಲಾರ್ಡ್. ಸರಿ, ಇವಳು ಅಲ್ಲಿಗೆ ಹೋದಳು, ಸಾಮಾನ್ಯವಾಗಿ ಅನೆಟ್ ಸಮಾಧಾನದ ಸ್ವಭಾವದವಳು; ಜಾಣೆ, ಆದರೆ ಈ ದಿನ ಅವಳಿಗೆ ಏನೋ ಆದಂತಿತ್ತು. ಲುಯೀಸಳಿಗೆ ಆಶ್ಚರ್ಯವಾಯಿತು.

ಅನೆಟ್ ಕಿಟಿಕಿಗಳನ್ನೂ ಮುಸುರೆ ತೊಟ್ಟಿಗಳನ್ನೂ ಒರೆಸಿ ಸ್ವಚ್ಛ ಮಾಡುತ್ತಿದ್ದಳು. ಲೂಯೀಸ ಅವಳಿಗೆ ನೆರವಾದಳು. ಅವರಿಬ್ಬರೂ ಹೀಗೆ ಕೆಲಸ ಮಾಡುತ್ತಿದ್ದಾಗ ಅನೆಟ್‌ಳ ಮನಸ್ಸನ್ನು ಕಲಕಿದ್ದ ಸಂಗತಿ ನಿಧಾನವಾಗಿ ಹೊರಬಂತು. ಹಿಂದಿನ ದಿನ ಗೆಸ್ಟಪೋ ದಳದವರು ಅಲ್ಲಿಗೆ ಬಂದು, ಹೋಟೆಲಿನಲ್ಲಿ ವಾಸಮಾಡುತ್ತಿದ್ದ ವ್ಯಕ್ತಿಯೊಬ್ಬನನ್ನು ಸೆರೆಹಿಡಿದಿದ್ದರು. ಅವನು ತಪ್ಪು ಹೆಸರು ಕೊಟ್ಟಿದ್ದನಂತೆ, ತಾನು ಅಲ್ಲೇ ಪ್ರಾಂತ್ಯದವನೆಂದು ಪುಸ್ತಕದಲ್ಲಿ ಬರೆಸಿದ್ದ. ಆದರೆ ವಾಸ್ತವ ಸಂಗತಿಯೇ ಬೇರೆ. ಅವನು ಕೆಲವು ವರ್ಷಗಳ ಹಿಂದೆ ಜರ್ಮನ್ ಕೂಟ ಶಿಬಿರವೊಂದರಿಂದ ಓಡಿಬಂದಿದ್ದವನಂತೆ.

ಕಿಟಿಕಿಯೊಂದನ್ನು ಫಳಫಳ ಹೊಳೆಯುವಂತೆ ಉಜ್ಜುತ್ತಾ, ಅನೆಟ್ ತನ್ನ ಕಥೆಯನ್ನು ಮುಂದುವರಿಸಿದಳು : ಆ ಮನುಷ್ಯನನ್ನು 'ಲಾ ಸಾಂಟಾ'ಗೆ ಕರೆದುಕೊಂಡು ಹೋಗಿದ್ದರು, ಅಲ್ಲಿಂದ ಆದಷ್ಟು ಬೇಗ ಅವನನ್ನು ಜರ್ಮನಿಗೆ ಹಿಂದೆ ಕಳುಹಿಸುವುದು ಖಚಿತ. ಪ್ರಾಯಶಃ ಅವನನ್ನು ಅಲ್ಲಿ ಗುಂಡಿಕ್ಕಿ ಕೊಲ್ಲಲೂಬಹುದು, ಆದರೆ ಅವನಿಗೆ ಏನು ಆಗುತ್ತದೆ ಎನ್ನುವುದರ ಬಗ್ಗೆ ಅನೆಟ್ ಅಷ್ಟೊಂದು ತಲೆಕೆಡಿಸಿಕೊಂಡಿರಲಿಲ್ಲ. ಅವನಾದರೆ ಗಂಡಸು, ಯುದ್ಧ ನಡೆಯುತ್ತಿರುವಾಗ ನೋವು, ಸಾವು, ಎಲ್ಲ ಮಾಮೂಲಿ. ಆದುದರಿಂದ ಅನೆಟ್‌ಳ ಮನಸ್ಸನ್ನು ಕೊರೆಯುತ್ತಿದ್ದದ್ದು ಅವನ ಗತಿಗಿಂತ ಹೆಚ್ಚಾಗಿ ಅವನ ಮಗನ ಪ್ರಶ್ನೆ. ಹನ್ನೆರಡು ವರ್ಷದ ಚಿಕ್ಕ ಹುಡುಗ ; ತಂದೆಯ ಜೊತೆಯಲ್ಲಿ ಇದ್ದ ; ಸ್ಕೂಲಿಗೆ ಹೋಗುತ್ತಿದ್ದ ; ಅವಳಷ್ಟೇ ಚೆನ್ನಾಗಿ ಫ್ರೆಂಚ್ ಮಾತಾಡುತ್ತಿದ್ದ. ಅವನ ತಾಯಿ ಯಾವಾಗಲೋ ಸತ್ತುಹೋಗಿದ್ದಳು. ಒಟ್ಟಿನಲ್ಲಿ ಪರಿಸ್ಥಿತಿ ಗೊಂದಲಮಯವಾಗಿತ್ತು. ವಿದೇಶೀಯರಿಗೆ ಸಂಬಂಧಿಸಿದ ವ್ಯವಹಾರಗಳೆಲ್ಲ ಸಾಮಾನ್ಯವಾಗಿ ಹಾಗೆಯೇ ಎಂದುಕೊಂಡಿದ್ದಳು ಅನೆಟ್.

ಹುಡುಗ ಸ್ಕೂಲಿನಿಂದ ಮನೆಗೆ ಬಂದಾಗ, ತನ್ನ ತಂದೆಯನ್ನು ಸೆರೆಹಿಡಿದ ಸುದ್ದಿ ಅವನಿಗೆ ಗೊತ್ತಾಗಿತ್ತು. ಅವನು ಕಮಕ್-ಕಿಮಕ್ ಅಂದಿರಲಿಲ್ಲ. ಒಂದು ಹನಿ ಕಣ್ಣೀರು ಹಾಕಿರಲಿಲ್ಲ, ಆದರೆ ಗೆಸ್ಟಪೋ ಅಧಿಕಾರಿ, "ನೀನೂ ಗಂಟೂಮೂಟೆ ಕಟ್ಕೋ, ನಾಳೆ ಬೆಳಿಗ್ಗೆ ಬರ್ತೇವೆ, ಜರ್ಮನೀಲಿರೋ ನಿನ್ನ ನೆಂಟರ ಹತ್ತಿರ ಕಳಿಸ್ತೇವೆ," ಅಂದಾಗ ಅವನು ಬಾಯಿಬಿಟ್ಟಿದ್ದ. "ಜರ್ಮನಿಗೆ ವಾಪಸ್ ಹೋಗೋದಕ್ಕಿಂತ ಕಾರ್ ಕೆಳಗೆ ಬಿದ್ದು ಸಾಯೋದು ವಾಸಿ," ಎಂದು ಧೈರ್ಯವಾಗಿ ಹೇಳಿದ್ದ. ಗೆಸ್ಟಪೋ ಅಧಿಕಾರಿಗೆ ಕೋಪ ಬಂದಿತ್ತು. "ಹೋಗ್ತೇನೆ, ಹೋಗೋದಿಲ್ಲ ಅಂತ ಹೇಳೋದಕ್ಕೆ ನೀನು ಯಾರು ? ಒಳ್ಳೇ ಮಾತ್ನಲ್ಲಿ ಬಂದ್ರೆ ನೆಂಟರ ಹತ್ತಿರ ಕಳಿಸ್ತೇನೆ. ಇಲ್ಲದೆ ಹೋದ್ರೆ ಬಾಲಕರ ಜೈಲಿಗೆ ಕಳಿಸ್ತೇನೆ" ಅಂದಿದ್ದ.

ಆ ದಿನ ರಾತ್ರಿ, ಹುಡುಗ ಅನೆಟ್ ಹತ್ತಿರ ಇದನ್ನೆಲ್ಲ ತಿಳಿಸಿ ತನಗೆ ಸಹಾಯ ಮಾಡಬೇಕು ಎಂದು ಕೇಳಿಕೊಂಡಿದ್ದ. ಬೆಳಗಿನ ಜಾವದಲ್ಲಿ ಅನೆಟ್ ಅವನನ್ನು ತನ್ನ ಕೆಲವು ಸ್ನೇಹಿತರ ಬಳಿ ಕರೆದುಕೊಂಡು ಹೋಗಿದ್ದಳು. ಆ ಸ್ನೇಹಿತರದು ಒಂದು ಪುಟ್ಟ ಹೋಟೆಲ್ ಇತ್ತು. ಆ ಹುಡುಗ ಈಗಲೂ ಅಲ್ಲೇ ಕಾಯುತ್ತಾ ಇದ್ದ. ಅವಳು, 'ಏನೂ ತೊಂದರೆ ಇಲ್ಲ, ಯಾರಾದ್ರೂ ಅವನನ್ನು ತಮ್ಮೊಂದಿಗೆ ಇಟ್ಟುಕೊಳ್ಳಬಹುದು' ಎಂದು ಭಾವಿಸಿದ್ದಳು. ಆದರೆ ಯಾರನ್ನು ಕೇಳಿದರೂ "ಆಗೋದಿಲ್ಲ" ಅಂದಿದ್ದರು. ಜನರಿಗೆಲ್ಲ ಜರ್ಮನರ ಭಯ. ಅನೆಟ್ ಕೆಲಸ ಮಾಡುತ್ತಿದ್ದ ಹೋಟೆಲಿನ ಒಡತಿಗೆ ಆಗಲೇ ಕೋಪ ಬಂದಿತ್ತು – ಹುಡುಗ ಓಡಿಹೋಗಿದ್ದಾನೆ, ತನ್ನ ತಲೆಗೆ ಸಂಚಕಾರವಾದೀತು ಎಂದು.

ಲುಯೀಸ ಇದನ್ನೆಲ್ಲ ಮಾತಾಡದೆ ಕೇಳಿದಳು. ಅನೆಟ್ ಮಾತು ಮುಗಿಸಿದೊಡನೆಯೇ ಅವಳೆಂದಳು :

"ಅಂಥ ಹುಡುಗನ್ನ ನಮ್ಮ ಮನೇಲಿ ಇಟ್ಕೊಳ್ಳೋದಕ್ಕೆ ನಾನು ತಯಾರಿದ್ದೇನೆ."

ಆ ಹುಡುಗ ಇದ್ದ ಹೋಟೆಲಿನ ಹೆಸರನ್ನು ಅನೆಟ್ ಅವಳಿಗೆ ತಿಳಿಸಿ ಬಳಿಕ ಕೇಳಿದಳು :

"ಆ ಹುಡುಗನ ಬಟ್ಟೆಬರೆ ತೆಗೆದುಕೊಂಡು ಹೋಗೋದಕ್ಕೆ ನಿಂಗೇನು ಭಯ ಇಲ್ಲ, ಅಲ್ವಾ ?"

ಲುಯೀಸ ಸೀದಾ ಅಲ್ಲಿಗೆ ಹೋದಳು. ಅನೆಟ್ ಬರೆದುಕೊಟ್ಟ ಚೀಟಿಯನ್ನು ಹೋಟೆಲ್ ಒಡೆಯನಿಗೆ ತೋರಿಸಿದಳು. ಅವನು ಅವಳನ್ನು ಬಿಲಿಯರ್ಡ್ಸ್- ರೂಂ ಒಳಗೆ ಕರೆದುಕೊಂಡು ಹೋದ, ಅಷ್ಟು ಹೊತ್ತಿನಲ್ಲಿ ಆ ರೂಂ ಮುಚ್ಚಿರುತ್ತದೆ. ಆ ಹುಡುಗ ಅಲ್ಲಿ ಕೂತಿದ್ದ. ಕಿಟಕಿಯ

ಹೊರಗಡೆ ಇದ್ದ ಖಾಲಿ ಜಾಗವನ್ನು ನೋಡುತ್ತಿದ್ದ, ನೋಡಲು ಲುಯೀಸಳ ದೊಡ್ಡ ಮಗನಷ್ಟು ಎತ್ತರ–ಗಾತ್ರ ಇದ್ದ, ಅವನ ಉಡುಪು ಕೂಡ ಹೆಚ್ಚು ಕಡಿಮೆ ಹಾಗೆಯೇ ಇತ್ತು. ಬೂದಿ ಬಣ್ಣದ ಕಣ್ಣು. ಅವನ ಮುಖಲಕ್ಷಣಗಳನ್ನು ನೋಡಿದರೆ ವಿದೇಶೀಯನೆಂದು ಅನ್ನಿಸುತ್ತಿರಲಿಲ್ಲ. ಅವನು ಲುಯೀಸಳತ್ತ ತೀಕ್ಷ್ಣನೋಟ ಬೀರಿದ, ಆದರೆ ಮಾತಾಡಲಿಲ್ಲ, ಥ್ಯಾಂಕ್ಸ್ ಅನ್ನಲಿಲ್ಲ.

ಇಷ್ಟು ದಿನ ಲುಯೀಸಳು ಎಲ್ಲ ತಾಯಂದಿರ ಹಾಗೆಯೇ ಹೊಟ್ಟೆ ಬಟ್ಟೆ ಕಟ್ಟಿಕೊಂಡು ಬದುಕಿದ್ದಳು. ಘಂಟೆಗಟ್ಟಳೆ ಕ್ಯೂನಲ್ಲಿ ನಿಂತಿದ್ದಳು, ಏನೂ ಇಲ್ಲದೆ ಇದ್ದಾಗಲೂ ಹಿಟ್ಟೋ ಸೊಪ್ಪೋ ಬೇಯಿಸುತ್ತಿದ್ದಳು. ಚೂರೋ ಪಾರೋ ಇದ್ದಾಗ, ಅದನ್ನೇ ನಾಜೂಕಾಗಿ ಉಪಯೋಗಿಸಿ ಬಾಳಿಕೆ ಬರುವ ಹಾಗೆ ಕಾಪಾಡುತ್ತಿದ್ದಳು. ಮನೆ ಕೆಲಸದ ಜೊತೆಗೆ ಹೊರಗಡೆ ಹೋಗಿ ಚಿಕ್ಕಪುಟ್ಟ ಕೆಲಸ ಮಾಡುತ್ತಿದ್ದಳು. ಇದೆಲ್ಲ ಒಂದು ದೊಡ್ಡ ಹೊರೆಯೆಂದು ಅವಳು ಭಾವಿಸಿರಲಿಲ್ಲ. ತನ್ನ ಪಾಲಿಗೆ ಬಂದ ಕರ್ತವ್ಯವೆಂದು ತಿಳಿದಿದ್ದಳು. ಆದರೆ ಈಗ, ಆ ಹುಡುಗನ ಕಣ್ಣುಗಳು ತನ್ನ ಮೇಲೆ ಬೀಳುವುದೇ ತಡ, ತನ್ನ ಜವಾಬ್ದಾರಿ ಎಷ್ಟು ಜಾಸ್ತಿ ಆಗಲಿದೆ ಎಂದು ಅವಳಿಗೆ ಗೊತ್ತಾಯಿತು. ಅದಕ್ಕೆ ಸರಿಯಾಗಿ ಅವಳ ಒಳಗಿನ ಶಕ್ತಿಯೂ ಜಾಸ್ತಿ ಆಯಿತು.

"ಇವತ್ತು ಸಾಯಂಕಾಲ 7 ಘಂಟೆಗೆ ಮಾರ್ಕೆಟ್ ಹೊರಗಡೆ ಇರೋ ಬಿಯಾರ್ಡ್ ಹೋಟೆಲ್ ಹತ್ತಿರ ಬಾ" ಎಂದು ಹೇಳಿದಳು, ಅವಳು.

ಅವಳು ಬೇಗಬೇಗ ಮನೆಗೆ ಹೋದಳು, ಯಾಕೆಂದರೆ ಅವಳಿಗೆ ಅಡಿಗೆಮನೆಯಲ್ಲಿ ಬೇಕಾದಷ್ಟು ಕೆಲಸ ಇತ್ತು. ಇದ್ದುದರಲ್ಲೇ ರುಚಿರುಚಿಯಾಗಿ ಅಡಿಗೆಮಾಡಿ, ಮೇಜಿನ ಮುಂದೆ ಕೂತವರಿಗೆ ಅಚ್ಚುಕಟ್ಟಾಗಿ ಬಡಿಸುವ ಕೆಲಸ. ಅವಳ ಗಂಡ ಆಗಲೇ ಮನೆಗೆ ಬಂದಿದ್ದ. ಅವನು ಮ್ಯಾಗಿನೊ* ಕೋಟೆ ಕೊತ್ತಲಗಳ ಸಾಲಿನಲ್ಲಿ ಒಂದು ವರ್ಷ ಕೆಲಸ ಮಾಡಿದ್ದ. ಮೂರು ವಾರದ ಹಿಂದೆ, ಅವನನ್ನು ಸೇನೆಯಿಂದ ನಿವೃತ್ತಿಗೊಳಿಸಿದ್ದರು. ಅವನು ತನ್ನ ಹಳೇ ಕಾರ್ಖಾನೆಯಲ್ಲಿ ಈಗ ಪಾರ್ಟ್–ಟೈಂ ಕೆಲಸ ಮಾಡುತ್ತಿದ್ದ. ಅದರ ಬಾಗಿಲು ತೆಗೆದು ಒಂದು ವಾರ ಆಗಿತ್ತಷ್ಟೆ. ಕೆಲಸವಿಲ್ಲದ ವೇಳೆಯನ್ನೆಲ್ಲ ಅವನು ಹೆಂಡದಂಗಡಿಯಲ್ಲಿ ಕಳೆಯುತ್ತಿದ್ದ. ಆದರೆ ಮನೆಗೆ ಬರುವ ಹೊತ್ತಿಗೆ ಅವನಿಗೆ ಭಯಂಕರ ಕೋಪ. ಸಂಪಾದನೆ ಮಾಡುವ ದುಡ್ಡೇ ಸ್ವಲ್ಪ. ಅದರಲ್ಲಿ ಒಂದು ಭಾಗ ಹೆಂಡಕ್ಕೆ ಹಾಳಾಗುತ್ತಿದೆಯಲ್ಲ ಎಂದು ಎಂದಿನಂತೆ ಈ ದಿನವೂ ಅವನಿಗೆ ಕೋಪ ಬಂದಿತ್ತು ಎನ್ನುವುದು ಲುಯೀಸಳಿಗೆ ತಕ್ಷಣ ಗೊತ್ತಗಲಿಲ್ಲ. ಅವಳಿಗೆ ಅವಳ ಚಿಂತೆಯೇ ಜಾಸ್ತಿಯಾಗಿತ್ತು. ಹುಡುಗ ಬರುವ ವಿಷಯ ಗಂಡನಿಗೆ ಗೊತ್ತಿದ್ದರೆ ಒಳ್ಳೆಯದೆಂದು, ಮೊಟ್ಟೆಗಳನ್ನು ಅಡಿಗೆಗೆ ಸಿದ್ಧ ಮಾಡುತ್ತ ಅವಳು ನಡೆದ ಸಂಗತಿಯನ್ನು ಅವನಿಗೆ ಹೇಳತೊಡಗಿದಳು. ಆದರೆ, ಹುಡುಗ ಹೋಟೆಲ್ ಬಿಟ್ಟು ಓಡಿಹೋದ, ಬಚ್ಚಿಟ್ಟುಕೊಳ್ಳಲು ಜಾಗ ಹುಡುಕುತ್ತಿದ್ದಾನೆ ಎನ್ನುವ ಹಂತವನ್ನು ಅವಳು ತಲಪುವುದೇ ತಡ, ಅವನು ಮಧ್ಯೆ ಬಾಯಿಹಾಕಿ, ಕೂಗಲು ಶುರು ಮಾಡಿದ :

"ನಿನ್ನ ಸ್ನೇಹಿತೆ ಅನೆಟ್‌ಗೆ ತಲೇಲಿ ಬುದ್ಧಿ ಇಲ್ಲ. ಇಂಥಾ ಹುಚ್ಚುತನಕ್ಕೆ ಯಾರಾದ್ರೂ

---

* 1930ರ ದಶಕಲ್ಲಿ ಫ್ರೆಂಚ್–ಜರ್ಮನ್ ಗಡಿ ಪ್ರದೇಶದಲ್ಲಿ ಫ್ರೆಂಚರಿಂದ ನಿರ್ಮಿಸಲ್ಪಟ್ಟ ರಕ್ಷಣಾ ಕೋಟೆಗಳ ಸಾಲು. ಆಗ ಫ್ರಾನ್ಸಿನ ಯುದ್ಧ ಮಂತ್ರಿಯಾಗಿದ್ದ ಅಂದ್ರೆ ಮ್ಯಾಗಿನೊ ಎಂಬಾತ ಈ ಕೆಲಸವನ್ನು ಪ್ರಾರಂಭಿಸಿದ್ದರಿಂದ ಅದಕ್ಕೆ ಮ್ಯಾಗಿನೊ ಸಾಲು ಎಂಬ ಹೆಸರು ಬಂತು. ಆದರೆ ಎರಡನೇ ಮಹಾಯುದ್ಧದಲ್ಲಿ ಜರ್ಮನ್ ದಾಳಿಯನ್ನು ತಡೆಗಟ್ಟಲು ಇದು ಸಮರ್ಥವಾಗಲಿಲ್ಲ.

ಸಹಾಯ ಮಾಡ್ತಾರಾ ? ಅವಳ ಜಾಗದಲ್ಲಿ ನಾನಿದ್ದಿದ್ರೆ, ಆ ಹುಡುಗನ್ನ ಕೋಣೇಲಿ ಕೂಡ್ಹಾಕಿ ಬೀಗ ಹಾಕ್ತಾ ಇದ್ದೆ. ಆ ಜರ್ಮನಿಯವನನ್ನು ಅವನ ಪಾಡಿಗೇ ಬಿಡೋದು ಒಳ್ಳೇದು. ತನ್ನ ದೇಶಬಾಂಧವರೊಂದಿಗೆ ಅವನು ತನಗೆ ಸಾಧ್ಯವಾದ ರೀತೀಲಿ ವ್ಯವಹರಿಸಲಿ, ಅವನಿಗೆ ತನ್ನ ಮಗನನ್ನು ಸರಿಯಾಗಿ ಕಾಪಾಡೋದಕ್ಕೆ ಕೈಲಾಗದೇ ಇದ್ರೆ, ಯಾರು ಏನು ಮಾಡೋದಕ್ಕಾಗ್ತದೆ ? ಆ ಅಧಿಕಾರಿ ಹುಡುಗನ್ನ ಊರಿಗೆ ಕಳಿಸೋದಕ್ಕೆ ಇಚ್ಛೆಪಡ್ತಿರೋದು ಖಂಡಿತ ಸರಿ. ಅದೂ ಅಲ್ಲದೆ, ಹಿಟ್ಲರ್ ಇಗೀ ಪ್ರಪಂಚಾನೇ ಆಕ್ರಮಿಸಿದ್ದಾನೆ, ಯಾರು ಎಷ್ಟು ಮಾತಾಡಿದ್ರೂ ಏನೂ ಬದಲಾವಣೆ ಆಗೋದಿಲ್ಲ."

ಅವನ ಹೆಂಡತಿ ಜಾಣೆ, ಅವಳು ತಕ್ಷಣ ಮಾತು ಬದಲಾಯಿಸಿದಳು, ತನ್ನ ಗಂಡನ ಸ್ವಭಾವದಲ್ಲಿ ಎಷ್ಟೊಂದು ಬದಲಾವಣೆ ಆಗಿತ್ತು ಎನ್ನುವುದು ಅವತ್ತು ಅವಳಿಗೆ ಮೊದಲನೆಯ ಸಲ ಗೊತ್ತಾಯಿತು. ಹಿಂದೆಲ್ಲಾ ಅವನು, ಯಾವುದೇ ಮುಷ್ಕರ, ಪ್ರದರ್ಶನ ಆದರೂ ತಾನೇ ಮುಂದಿರುತ್ತಿದ್ದ. ಜೂಲೈ ಹದಿನಾಲ್ಕನೇ ತಾರೀಕಿನಂದಂತೂ ತಾನೊಬ್ಬನೇ ಬ್ಯಾಸ್ಟಿಲ್ ಸೆರೆಮನೆಯ* ಮೇಲೆ ದಾಳಿ ಮಾಡಿಬಿಡುತ್ತೇನೆ ಎನ್ನುವ ಹಾಗೆ ಯಾವಾಗಲೂ ಹಾರಾಡುತ್ತಿದ್ದ. ಆದರೆ ಅವನು ಅಜ್ಜಿಕಥೆಯಲ್ಲಿ ಬರುವ ಕ್ರಿಸ್ಟೋಫರ್ ರಾಕ್ಷಸನ ಹಾಗೆ ; ಅವನಂಥವರು ಬೇಕಾದಷ್ಟು ಜನ ಇದ್ದಾರೆ ; ಎಲ್ಲಾ ಗೆದ್ದ ಎತ್ತಿನ ಬಾಲ ಹಿಡಿಯುವ ಜಾತಿ ; ಇಂಥವರೆಲ್ಲ ಕೊನೆಗೆ ಸೈತಾನನ ಕಡೆ ಸೇರಿಬಿಡುತ್ತಾರೆ – ಎಂದು ಅವಳು ಯೋಚಿಸಿದಳು. ಆದರೆ ಇಂಥ ವಿಷಯಗಳ ಬಗ್ಗೆ ಯೋಚನೆ ಮಾಡಿ ತಲೆಕೆಡಿಸಿಕೊಳ್ಳಲು ಅವಳಿಗೆ ಇಷ್ಟವೂ ಇರಲಿಲ್ಲ, ಕಾಲವೂ ಇರಲಿಲ್ಲ, ಎಂಥವನಾದರೂ ಏನು ? ಈ ಮನುಷ್ಯ ಅವಳ ಗಂಡ ; ತಾನು ಅವನ ಹೆಂಡತಿ ; ಈಗ ಆ ಪರದೇಶೀ ಹುಡುಗ ಅವಳ ಬರವಿಗಾಗಿ ಕಾಯುತ್ತಿದ್ದ, ಅಷ್ಟೇ.

ಸಂಜೆ, ಅವಳು ಮಾರ್ಕೆಟ್ ಹತ್ತಿರದ ಹೋಟೆಲ್‌ಗೆ ಹೋದಳು. ಆ ಹುಡುಗ ಕಾಯುತ್ತಾ ಇದ್ದ.

"ನಾಳೇ ತನಕ ನಿನ್ನನ್ನ ಮನೆಗೆ ಕರ್ಕೊಂಡು ಹೋಗೋದಕ್ಕೆ ನನಗೆ ಆಗೋದಿಲ್ಲ" ಎಂದು ಅವಳು ಹೇಳಿದಳು.

ಅವನು ಅವಳನ್ನೇ ಎವೆಯಿಕ್ಕದೆ ನೋಡಿದ. "ನಿಮಗೆ ಭಯ ಆಗ್ತಾ ಇದ್ದರೆ, ಈ ಕೆಲಸ ಮಾಡಲೇಬೇಡಿ" ಎಂದ.

ಲುಯೀಸ, ಒಣಗಿದ ಧ್ವನಿಯಲ್ಲಿ, ಇನ್ನೊಂದು ದಿನ ಕಾದರೆ ಏನೂ ನಷ್ಟವಿಲ್ಲವೆಂದು ಹೇಳಿದಳು. ಆಮೇಲೆ ಆ ಹೋಟೆಲ್‌ನ ಒಡತಿಯೊಂದಿಗೆ ಹುಡುಗನನ್ನು ಇನ್ನೂ ಒಂದು ದಿನ ಅಲ್ಲೇ ಇಟ್ಟಿರುವಂತೆ ಕೇಳಿಕೊಂಡಳು. ಆತ ತನ್ನ ಚಿಕ್ಕಪ್ಪನ ಮಗಳ ಮಗನೆಂದು ಹೇಳಿದಳು. ಹೀಗೆ ಕೇಳಿಕೊಳ್ಳುವುದರಲ್ಲಿ ಆಶ್ಚರ್ಯವೇನೂ ಇರಲಿಲ್ಲ. ಯಾಕೆಂದರೆ ಆಗ ಪ್ಯಾರಿಸ್‌ನ ತುಂಬ ಇಂಥ ನಿರಾಶ್ರಿತರೇ ಇದ್ದರು.

ಮಾರನೇ ದಿನ, ಅವಳು ಮತ್ತೆ ತನ್ನ ಗಂಡನೊಂದಿಗೆ ಈ ವಿಷಯವನ್ನು ಪ್ರಸ್ತಾಪಿಸಿದಳು :

---

* ಇತಿಹಾಸ ಪ್ರಸಿದ್ಧವಾದ ಫ್ರಾನ್ಸಿನ ಪುರಾತನ ಕಾರಾಗೃಹ. 1789 ಜುಲೈ 14ರಂದು ಪ್ಯಾರಿಸ್ ನಗರದ ಬಡಜನತೆ ಈ ಕಾರಾಗೃಹದ ಮೇಲೆ ದಾಳಿ ನಡೆಸಿ ಅದನ್ನು ನೆಲಸಮ ಮಾಡಿದರು. ಈ ಘಟನೆ ಫ್ರೆಂಚ್ ಕ್ರಾಂತಿಗೆ ನಾಂದಿಯಾಯಿತು. ಆದುದರಿಂದ ಜುಲೈ 14 ಫ್ರೆಂಚರ ರಾಷ್ಟ್ರೀಯ ರಜಾ ದಿನಗಳಲ್ಲೊಂದು. ಪ್ರತಿ ವರ್ಷ ಅದನ್ನು ವಿಜೃಂಭಣೆಯಿಂದ ಆಚರಿಸುತ್ತಾರೆ.

"ನನಗೆ ನಿನ್ನೆ ದಿನ ನಮ್ಮ ಚಿಕ್ಕಪ್ಪನ ಮಗಳು ಆಲಿಸ್ ಸಿಕ್ಕಿದ್ದಳು. ಅವಳ ಗಂಡ ಯುದ್ಧ ಕೈದಿಯಾಗಿ ಆಸ್ಪತ್ರೇಲಿ ಇದ್ದಾನಂತೆ. ಇವಳು ಒಂದೆರಡು ದಿನ ಹೋಗಿ ಅವನನ್ನ ನೋಡಿಕೊಂಡು ಬರ್ತಾಳಂತೆ. ಅವಳು ವಾಪಸ್ ಬರೋತನಕ ಅವಳ ಮಗನ್ನ ನಾವೇ ನೋಡ್ಕೋಬೇಕಂತೆ."

ಅವಳ ಗಂಡನಿಗೆ ತನ್ನ ಮನೆಯ 4 ಗೋಡೆಗಳ ಮಧ್ಯೆ ಅಪರಿಚಿತರನ್ನು ಕಂಡರೆ ಆಗುತ್ತಿರಲಿಲ್ಲ. ಆದುದರಿಂದ ಅವನು ಹೆಂಡತಿಯೊಡನೆ "ಹುಷಾರಾಗಿರು. ಮಗೂನ ಇಲ್ಲೇ ಬಿಟ್ಟು ನಿನ್ನ ತಂಗಿ ಪರಾರಿಯಾದಾಳು," ಎಂದು ಗೊಣಗಿದ. ಸರಿ, ಇವಳು ಒಂದು ಹಾಸಿಗೆ ಹಾಸಿ, ಆ ಅಪರಿಚಿತ ಹುಡುಗನನ್ನು ಕರೆದುಕೊಂಡು ಬರಲು ಹೋದಳು.

"ನೀನು ನಿಮ್ಮ ದೇಶಕ್ಕೆ ಯಾಕೆ ಹೋಗೋದಿಲ್ಲ" ಎಂದು ಮನೆಗೆ ಬರುವಾಗ ಲುಯೀಸ ಆ ಹುಡುಗನನ್ನು ಕೇಳಿದಳು. ಅದಕ್ಕೆ ಅವನೆಂದ :

"ನಿಮಗೆ ಅಷ್ಟೊಂದು ಹೆದರಿಕೆ ಇದ್ರೆ, ನನ್ನ ಇಲ್ಲೇ ಬಿಟ್ಟು ಹೋಗಿ, ನಾನು ನಮ್ಮ ನೆಂಟರ ಮನೇಗೆ ಹೋಗೋದಿಲ್ಲ. ಹಿಟ್ಲರ್ ನಮ್ಮ ತಂದೆ ತಾಯೀನ ಸೆರೆಹಿಡಿದು ಜೈಲಿಗೆ ಕಳಿಸಿದ. ಅವರಿಬ್ಬರೂ ಅವನ ವಿರುದ್ಧ ಕರಪತ್ರ ಬರೆದು, ಅಚ್ಚುಮಾಡಿಸಿ, ಜನಗಳಿಗೆ ಹಂಚ್ತಾ ಇದ್ರು. ನಮ್ಮ ಅಮ್ಮ ಸತ್ತುಹೋದಳು, ನೋಡಿ. ನನ್ನ ಮುಂದುಗಡೆ ಹಲ್ಲು ಮುರಿದುಹೋಗಿದೆ. ನಾನು ಸ್ಕೂಲಲ್ಲಿ ಇದ್ದಾಗಲೇ ಅವರು ಇದನ್ನ ಮುರಿದುಹಾಕಿದ್ರು. ಯಾಕೇಂದ್ರೆ ನಾನು ಅವರ ಜೊತೆಗೆ ನಾಝಿ ಹಾಡುಗಳನ್ನು ಹಾಡ್ಲಿಲ್ಲ. ನನ್ನ ನೆಂಟರು ಕೂಡ ನಾಝಿಗಳೇ, ಹಾಗೆ ನೋಡಿದ್ರೆ ನನ್ನನ್ನ ನಾಯಿ ಹಾಗೆ ನಡೆಸಿಕೊಳ್ತಿದ್ದವರು ಅವರೇ. ನಮ್ಮ ಅಪ್ಪ ಅಮ್ಮನ ಬಗ್ಗೆ ಬಾಯಿಗೆ ಬಂದ ಹಾಗೆ ಮಾತಾಡ್ತಾ ಇದ್ದವ್ರೂ ಅವರೇ."

ಇದೆಲ್ಲಾ ಸುದ್ದಿ ಯಾರ ಹತ್ತಿರವೂ ಮಾತಾಡಬಾರದೆಂದು ಲುಯೀಸ ಅವನಿಗೆ ಹೇಳಿದಳು. ತನ್ನ ಗಂಡ, ಮಕ್ಕಳು, ಅಕ್ಕಪಕ್ಕದ ಮನೆಯವರು, ಯಾರಾದರೂ ಅಷ್ಟೆ.

ಅವಳ ಸ್ವಂತ ಮಕ್ಕಳಿಗೆ ಆ ಹುಡುಗ ಅಷ್ಟೊಂದೇನೂ ಇಷ್ಟ ಆಗಲಿಲ್ಲ. ಹಾಗೆಂದು ಅವರು ಅವನೊಡನೆ ಒರಟಾಗಿ ನಡಕೊಳ್ಳಲೂ ಇಲ್ಲ. ಅವನ ಪಾಡಿಗೆ ಅವನು ಇರುತ್ತಿದ್ದ; ಎಂದೂ ನಗುತ್ತಿರಲಿಲ್ಲ. ಲುಯೀಸಳ ಗಂಡ ಅವನನ್ನು ನೋಡಿದ ಕೂಡಲೇ ಬೇಸರಪಟ್ಟುಕೊಂಡಿದ್ದ. ಅವನ ಮುಖ ನೋಡಿದರೆ ತನಗೆ ರೇಗಿಹೋಗುತ್ತದೆ ಎಂದಿದ್ದ. ತಮ್ಮ ಪಾಲಿನ ಕೂಳನ್ನು ಆ ಹುಡುಗನಿಗೆ ಕೊಡುತ್ತಿದ್ದಾಳೆಂದು ಹೆಂಡತಿಯನ್ನು ಬಯ್ಯುತ್ತಿದ್ದ. ತನ್ನ ಮಗನನ್ನು ನಮ್ಮ ತಲೆಯ ಮೇಲೆ ಹಾಕಿಬಿಟ್ಟು ಹೋದಳು ಎಂದು ಅವಳ ತಂಗಿಯ ಮೇಲೆ ರೇಗುತ್ತಿದ್ದ. ಅದೇನಿದ್ದರೂ ಯುದ್ಧದಲ್ಲಿ ಫ್ರಾನ್ಸ್ ಸೋತುಹೋಗಿದೆ ; ದೇಶ ಜರ್ಮನಿಯ ಸ್ವಾಧೀನದಲ್ಲಿದೆ, ಆದರೆ ಅಚ್ಚುಕಟ್ಟಿನ ಜನರಾದ ಅವರಿಗೆ ಕಡೇ ಪಕ್ಷ ಶಿಸ್ತು ಪಾಲನೆ ಮಾಡುವುದು ಹೇಗೆಂದು ಗೊತ್ತು ಎಂಬ ಉದ್ರೇಕಯುಕ್ತ ಭಾಷಣದೊಂದಿಗೆ ಅವನ ಗೊಣಗಾಟ ಸಾಮಾನ್ಯವಾಗಿ ಮುಕ್ತಾಯವಾಗುತ್ತಿತ್ತು.

ಒಂದು ಸಲ, ಆ ಹುಡುಗ ಹಾಲಿನ ಪಾತ್ರೆಯನ್ನು ಕೆಳಗಡೆ ಬೀಳಿಸಿದ, ಲುಯೀಸಳ ಗಂಡ ಮೇಲೆದ್ದವನೇ ಅವನಿಗೆ ಒಂದು ಏಟು ಕೊಟ್ಟ. ಆ ಹುಡುಗ ಸ್ವಲ್ಪವೂ ಬೇಜಾರು ಮಾಡಿಕೊಳ್ಳಲಿಲ್ಲ. ಲುಯೀಸ ಅವನನ್ನು ಸಮಾಧಾನ ಮಾಡಲು ಹೋದಾಗ, "ಅಲ್ಲೀಗಿಂತ ಇಲ್ಲೇ ಎಷ್ಟೋ ವಾಸಿ" ಅಂದ.

ಇನ್ನೊಂದು ದಿನ, "ಊಟ ಮಾಡೋವಾಗ ಸ್ವಲ್ಪ ಬೆಣ್ಣೆ, ತುಪ್ಪಾ ಇದ್ದರೆ ಎಷ್ಟು ಚೆನ್ನಾಗಿರ್ತದೆ, ಅವುಗಳ ವಾಸನೇನೇ ಮರೆತುಹೋಗಿದೆ" ಅಂದ ಲುಯೀಸಳ ಗಂಡ.

ಆವತ್ತಿನ ದಿನ ಸಂಜೆ ಮನೆಗೆ ಬಂದಾಗ ಅವನು ಬಹಳ ಉದ್ವೇಗಭರಿತನಾಗಿದ್ದ :

"ಇವತ್ತು ನಾನು ಏನು ನೋಡಿದೆ ಗೊತ್ತಾ ? ಒಂದು ದೊಡ್ಡ ಜರ್ಮನ್ ಲಾರಿ, ಅದರ ತುಂಬಾ ಬೆಣ್ಣೆರಾಶಿ, ಅವರಿಗೇನು? ಏನು ಖುಷಿ ಬರ್ತದೋ ಅದನ್ನ ಕೊಂಡ್ಕೋತಾರೆ. ಲಕ್ಷಗಟ್ಟಲೆ ನೋಟ್ ಪ್ರಿಂಟ್ ಮಾಡ್ತಾರೆ. ಖರ್ಚು ಮಾಡ್ತಾರೆ."

ಎರಡು ಮೂರು ವಾರ ಆದ ಮೇಲೆ ಲುಯೀಸ ಇನ್ನೊಂದು ಸಲ ತನ್ನ ಗೆಳತಿ ಅನೆಟ್ ಮನೆಗೆ ಹೋದಳು. ಇವಳು ತನ್ನಲ್ಲಿಗೆ ಬಂದದ್ದು, ಅವಳಿಗೆ ಏನೇನೂ ಇಷ್ಟ ಆಗಲಿಲ್ಲ. ಇನ್ನೊಂದು ಸಲ ಈ ಕಡೆ ತಲೆ ಹಾಕಬೇಡ ಎಂದು ಲುಯೀಸಳಿಗೆ ಅವಳು ಎಚ್ಚರಿಕೆ ಕೊಟ್ಟಳು. ಆ ಹುಡುಗ ಹೋದ ದಿನ ಗೆಸ್ಟಪೋದವರು ಬಂದು ಸಿಕ್ಕಾಪಟ್ಟೆ ಗಲಾಟೆ ಮಾಡಿದ್ದರಂತೆ. ಇವರನ್ನೆಲ್ಲಾ ಬೈದಿದ್ದರಂತೆ, ಹೆದರಿಸಿದ್ದರಂತೆ, ಆ ಹುಡುಗ ರಾತ್ರಿ ಎಲ್ಲಿ ಕಳೆದ ಎಂದು ಅವರು ಕಂಡುಹಿಡಿದಿದ್ದರಂತೆ. ಆ ಜಾಗಕ್ಕೆ ಯಾರೋ ಒಬ್ಬ ಹೆಂಗಸು ಬಂದಿದ್ದಳು, ಆಮೇಲೆ ಆ ಹುಡುಗ ಮತ್ತು ಆ ಹೆಂಗಸು ಇಬ್ಬರೂ ಬೇರೆ ಬೇರೆ ಕಾಲದಲ್ಲಿ ಆ ಜಾಗ ಬಿಟ್ಟು ಹೋಗಿದ್ದರು ಎನ್ನುವುದು ಅವರಿಗೆ ಗೊತ್ತಾಗಿತ್ತಂತೆ. ಲುಯೀಸ, ಮನೆಗೆ ಹೋಗುವಾಗ ತನ್ನ ಮನೆಯವರನ್ನೆಲ್ಲ ಎಂಥ ಅಪಾಯಕ್ಕೆ ತಾನು ಗುರಿ ಮಾಡಿದ್ದೇನೆ ಎಂದು ಯೋಚಿಸಿದಳು. ಆದರೆ ಯೋಚನೆ ಮಾಡಿದಷ್ಟೂ, ತಾನೊಂದು ಹಠಾತ್ ಪ್ರೇರಣೆಯಿಂದ ಮಾಡಿದ ಕೆಲಸ ನೂರಕ್ಕೆ ನೂರರಷ್ಟು ಸರಿ ಎಂದು ಅವಳಿಗೆ ಹೆಚ್ಚೆಚ್ಚು ಖಚಿತವಾಗುತ್ತ ಹೋಯಿತು. ಅದರಲ್ಲೂ ಅಂಗಡಿಗಳ ಮುಂದಿದ್ದ ಕ್ಯೂ ನೋಡಿದಾಗ, ಮುಚ್ಚಿದ ಅಂಗಡಿ ಬಾಗಿಲುಗಳನ್ನು ನೋಡಿದಾಗ, ರಸ್ತೆ ತುಂಬಾ ಶಬ್ದ ಮಾಡಿಕೊಂಡು ಹಾರಾಡುತ್ತಿದ್ದ ಜರ್ಮನ್ ಕಾರುಗಳನ್ನು ನೋಡಿದಾಗ, ಅವಳ ನಿರ್ಧಾರ ಮತ್ತಷ್ಟು ದೃಢವಾಯಿತು. ಮನೆಗೆ ಹೋದ ತಕ್ಷಣ, ಆಕೆ ಆ ಹುಡುಗನನ್ನು ಮತ್ತೊಂದು ಸಲ ಸ್ವಾಗತಿಸುತ್ತಿರುವಂತೆ ಅವನ ಕೂದಲು ನೇವರಿಸಿದಳು.

"ನಿನಗೆ ಆ ಹುಡುಗನ್ನ ಕಂಡರೆ ಪ್ರಾಣ" ಎಂದು ಅವಳ ಗಂಡ ಪುನಃ ಗೊಣಗಿದ. ತನ್ನ ಸ್ವಂತ ಮಕ್ಕಳ ಗತಿ ನೋಡಿ ಅವನಿಗೆ ಅಯ್ಯೋ ಅನ್ನಿಸುತ್ತಿತ್ತು. ಆದುದರಿಂದ ಆ ಸಿಡುಕನ್ನೆಲ್ಲ ಅವನು ಈ ಪರದೇಶಿ ಹುಡುಗನ ಮೇಲೆ ತೀರಿಸಿಕೊಳ್ಳುತ್ತಿದ್ದ. ಅವನ ಹಿಂದಿನ ಉತ್ಸಾಹ ಈಗ ತಣ್ಣಗಾಗತೊಡಗಿತು. ಭವಿಷ್ಯದ ಬಗ್ಗೆ ಅವನಿಗಿದ್ದ ಭರವಸೆಯೆಲ್ಲ ಚೂರು ಚೂರಾಗಿತ್ತು. ಆ ಹುಡುಗ ಅಂತೂ ಅವನಿಗೆ ಹೊಡೆಯಲು ಅವಕಾಶ ಕೊಡುತ್ತಿರಲಿಲ್ಲ. ಗಪ್‌ಚಿಪ್ ಆಗಿ ಇರುತ್ತಿದ್ದ. ಹುಷಾರಾಗಿ ಇರುತ್ತಿದ್ದ, ಆದರೂ ಲುಯೀಸಳ ಗಂಡ ಅವನಿಗೆ ಹೊಡೆಯುತ್ತಾ ಇದ್ದ. "ಅವನ ಮುಖ ನೋಡಿದ್ರೆ ಕೋಪ ಬರ್ತದೆ. ಯಾವ ಪಾಟಿ ಕೊಬ್ಬು ಅವನಿಗೆ" ಎಂದು ಕಾರಣ ಕೊಡುತ್ತಿದ್ದ.

ಆ ಮನುಷ್ಯ, ಇಷ್ಟು ದಿನ ತನಗೆ ಬಿಡುವು ಇದ್ದ ಕಾಲವೆಲ್ಲ ಹೆಂಡದಂಗಡಿಯಲ್ಲೇ ಕಳೆಯುತ್ತ ಬಂದಿದ್ದ. ಆದರೆ ಈಗ ಆ ಅವಕಾಶವೂ ತಪ್ಪಿಹೋಗಿತ್ತು. ಅವನಿಗಿದ್ದ ಒಂದೇ ಒಂದು ಚಿಕ್ಕ ಸಂತೋಷ ಕೂಡ ಇಲ್ಲದ ಹಾಗೆ ಆಗಿತ್ತು. ಆ ಗಲ್ಲಿಯ ಕೊನೆಯಲ್ಲಿದ್ದ ಒಂದು ಕಬ್ಬಿಣದ ಕುಲುಮೆಯನ್ನು ಜರ್ಮನ್ ಸೈನಿಕರು ವಶಪಡಿಸಿಕೊಂಡರು. ಇದುವರೆಗೂ ಶಾಂತವಾಗಿದ್ದ ಆ ಗಲ್ಲಿ ತುಂಬ ಜರ್ಮನ್ ಮೆಕ್ಯಾನಿಕ್‌ಗಳು ಮತ್ತು ರಿಪೇರಿಗಾಗಿ ಕಾಯುತ್ತಿದ್ದ ಜರ್ಮನ್ ವಾಹನಗಳೇ ಆಗಿಹೋಗಿದ್ದವು. ಹೆಂಡದಂಗಡಿಯ ತುಂಬ ನಾಝಿ ಸೈನಿಕರೇ ತುಂಬಿಹೋದರು. ತಮ್ಮ ಮಾವನ ಮನೆ ಎನ್ನುವ ಹಾಗೆ ಅಲ್ಲಿ ಮಜವಾಗಿ ಕಾಲ ಕಳೆಯಲು ಶುರುಮಾಡಿದರು.

ಲುಯೀಸಳ ಗಂಡನಿಗೆ ಅವರ ಮುಖ ನೋಡಲು ಆಗುತ್ತಿರಲಿಲ್ಲ ಅವನು ಎಷ್ಟೋ ಸಲ ಅಡಿಗೆಮನೆಯಲ್ಲಿ ಗಂಟುಮೋರೆ ಹಾಕಿಕೊಂಡು ಕೂತಿರುತ್ತಿದ್ದ. ಒಂದು ಸಲ ಅಂತೂ

ತಲೆಯನ್ನು ಕೈಮೇಲೆ ಊರಿಕೊಂಡು, ದೊಡ್ಡದಾಗಿ ಕಣ್ಣುಬಿಟ್ಟುಕೊಂಡು, ಆ ಕಡೆ ಈ ಕಡೆ ಅಲ್ಲಾಡದೆ ಒಂದು ಘಂಟೆ ಹೊತ್ತು ಕೂತಿದ್ದ. ಅವನ ಹೆಂಡತಿ "ಏನು ಯೋಚನೆ ಮಾಡ್ತಾ ಇದ್ದೀಯಾ" ಎಂದು ಕೇಳಿದಳು.

ಅದಕ್ಕೆ ಅವನೆಂದ :

"ಓ ಇರೋದು, ಇಲ್ಲದ್ದು ಎಲ್ಲದರ ಬಗೆಗೆ. ಅಲ್ಲದೆ ನಮಗೆ ಸಂಬಂಧಪಡದ ಇನ್ನೊಂದು ವಿಷಯದ ಬಗ್ಗೆ ಕೂಡ. ನಿನ್ನ ಗೆಳತಿ ಅನೆಟ್ ಹೇಳಿದ್ದಳಲ್ಲಾ, ಆ ಜರ್ಮನ್ ಹುಡುಗನ ವಿಚಾರ, ಅವನ ಗತಿ ಏನಾಯ್ತು ಅಂತ ಯೋಚನೆ ಮಾಡ್ತಾ ಇದ್ದೇನೆ. ನಿಂಗೆ ನೆನಪಿದ್ಯಾ ? ಅದೇ ಒಬ್ಬ ಜರ್ಮನ್, ಹಿಟ್ಲರ್ ತಲೆ ಕಂಡರೆ ಆಗ್ತಾ ಇರಲಿಲ್ಲವಲ್ಲಾ, ಅವನು, ಜರ್ಮನಿಯವರು ಇಲ್ಲಿ ಅವನನ್ನ ಸೆರಿಹಿಡಿದ ಮೇಲೆ ಅವನಿಗೆ, ಅವನ ಮಗಂಗೆ ಏನಾಯ್ತು ಅಂತ ತಿಳಿಯೋದಿಕ್ಕೆ ನನಗೆ ಆಸೆ."

ಅವನ ಹೆಂಡತಿ ಉತ್ತರಿಸಿದಳು :

"ಮೊನ್ನೆ, ಯಾವತ್ತೋ ಒಂದು ದಿನ ಅನೆಟ್ ಸಿಕ್ಕಿದ್ಳು, ಆ ಮನುಷ್ಯನ್ನ ಅವತ್ತೇ ಲಾ ಸಾಂಟಾಗೆ ಕರ್ಕೊಂಡು ಹೋದರಂತೆ. ಇಷ್ಟು ಹೊತ್ತಿಗೆ ಅವನನ್ನ ಕೊಂದುಹಾಕಿಬಿಟ್ಟಿರ್ತಾರೆ ಅಂತ ಕಾಣ್ತದೆ. ಅವನ ಮಗ ಎಲ್ಲೋ ಮಾಯವಾಗಿಬಿಟ್ಟಿದ್ದಾನಂತೆ. ಪ್ಯಾರಿಸ್ ದೊಡ್ಡ ಊರು. ಇಷ್ಟು ದೊಡ್ಡ ನಗರದಲ್ಲಿ ಎಲ್ಲೋ ಒಂದು ಕಡೆ ಅವನಿಗೆ ಜಾಗ ಸಿಕ್ಕೇ ಇರತ್ತೆ."

ಯಾರಿಗೂ ಕೂಡ, ಜರ್ಮನ್ ಸೈನಿಕರ ಮಧ್ಯೆ ಕುಳಿತುಕೊಂಡು, ಒಂದು ಲೋಟ ವೈನ್ ಕುಡಿಯಲು ಮನಸ್ಸು ಬರುತ್ತಿರಲಿಲ್ಲ. ಆದ್ದರಿಂದ ಎಷ್ಟೋ ಜನ ಒಂದು ಎರಡೋ ಬಾಟಲ್ ತೆಗೆದುಕೊಂಡು ಮೊಯ್ನಿಯರ್ ಕುಟುಂಬದ ಅಡಿಗೆಮನೆಗೆ ಬರಲು ಶುರುಮಾಡಿದರು. ಈ ಥರ ಮುಂಚೆ ಯಾವಾಗಲೂ ಆಗಿರಲಿಲ್ಲ. ಒಂದು ಪಕ್ಷ, ಹಾಗಾಗಿದ್ದರೆ ಅದು ಮೊಯ್ನಿಯರನಿಗೆ ಇಷ್ಟವೂ ಆಗುತ್ತಿರಲಿಲ್ಲ. ಅವರ ಪೈಕಿ ಬಹಳ ಜನ ಅವನ ಜೊತೆ ಕೆಲಸ ಮಾಡುತ್ತಿದ್ದವರೇ. ಅವರೆಲ್ಲ ಬಹಳ ಧೈರ್ಯವಾಗಿ, ಬೇರೆ ಬೇರೆ ವಿಷಯ, ತಮ್ಮ ಮನಸ್ಸಿಗೆ ಬಂದಹಾಗೆ ಮಾತಾಡುತ್ತಿದ್ದರು. ಅವರ ಕಾರ್ಖಾನೆಯ ಮಾಲಿಕ ತನ್ನ ಕಛೇರಿಯನ್ನು ಒಬ್ಬ ಜರ್ಮನ್ ಅಧಿಕಾರಿಗೆ ವಹಿಸಿಕೊಟ್ಟುಬಿಟ್ಟಿದ್ದ. ಆ ಅಧಿಕಾರಿ ತನಗೆ ಇಷ್ಟ ಬಂದಾಗ ಬರುತ್ತಿದ್ದ; ಇಷ್ಟ ಬಂದಾಗ ಹೋಗುತ್ತಿದ್ದ. ಆ ಕಾರ್ಖಾನೆಯಲ್ಲಿ ತಯಾರಾಗುತ್ತಿದ್ದ ಪ್ರತಿಯೊಂದು ವಸ್ತುವನ್ನೂ, ಜರ್ಮನ್ ಕೆಲಸಗಾರರು ಪರೀಕ್ಷೆ ಮಾಡಿ, ತೂಕ ಮಾಡಿ, ಚೆನ್ನಾಗಿದೆ ಎಂದು ಗ್ಯಾರಂಟಿ ಆದ ಮೇಲೆ ಹೊರಗಡೆ ಹೋಗಲು ಬಿಡುತ್ತಿದ್ದರು. ತಾವು ಏನು ಕೆಲಸ ಮಾಡುತ್ತಾ ಇದ್ದೇವೆ ಎನ್ನುವುದು ಎಲ್ಲರಿಗೂ ಗೊತ್ತಾಗಿ ಹೋಗಿತ್ತು. ಅದನ್ನು ಮರೆಮಾಚಲು ಆಡಳಿತವು ಈಗ ಏನೂ ಪ್ರಯತ್ನ ಮಾಡುತ್ತಿರಲಿಲ್ಲ. ದೋಚಿ ತಂದ ಲೋಹದಿಂದ ತಯಾರಿಸಿದ್ದ ಭಾಗಗಳನ್ನೆಲ್ಲ ಪೂರ್ವಕ್ಕೆ ಕಳುಹಿಸಲಾಗುತ್ತಿತ್ತು – ಇತರ ದೇಶಗಳ ಜನರ ಕುತ್ತಿಗೆ ಕೊಯ್ಯಲು. ಕೆಲಸಗಾರರ ಮೇಲೆ ಇದರಿಂದಾಗಿದ್ದ ಪರಿಣಾಮವೆಂದರೆ ಕೆಲಸದಲ್ಲಿ ಕಡಿತ, ಕೂಲಿಯಲ್ಲಿ ಇಳಿತ ಮತ್ತು ಕಡ್ಡಾಯ ವರ್ಗಾವಣೆ.

ಇಂಥ ಸಂದರ್ಭಗಳಲ್ಲಿ ಲುಯೀಸಳು ಕಿಟಿಕಿಯ ಪರದೆಗಳನ್ನು ಇಳಿಬಿಡುತ್ತಿದ್ದಳು ಮತ್ತು ಅವರೆಲ್ಲ ಧನಿ ತಗ್ಗಿಸಿ ಮಾತಾಡುತ್ತಿದ್ದರು. ಆ ಹುಡುಗ, ಮುಖಕ್ಕೆ ಮುಖ ಕೊಟ್ಟು ಜನರನ್ನು ನೋಡುವುದನ್ನೇ ಬಿಟ್ಟುಬಿಟ್ಟ – ತನ್ನ ಕಣ್ಣುಗಳಲ್ಲಿದ್ದ ಕಹಿ, ಹೃದಯದಲ್ಲಿ ಬಚ್ಚಿಟ್ಟಿದ್ದ ಭಾವನೆಗಳನ್ನು ಹೊರಗಡೆ ತೋರಿಸಿಬಿಡಬಹುದು ಎಂಬ ಹೆದರಿಕೆಯಿಂದಲೋ ಎನ್ನುವ ಹಾಗೆ.

ಆ ಹುಡುಗ ಈಗ ಬಹಳ ತೆಳ್ಳಗಾಗಿ, ತುಂಬ ಬಿಳಿಚಿಕೊಂಡಿದ್ದ. ಇದರಿಂದಾಗಿ ಮೊಯ್ನಿಯರನಿಗೆ ಅವನ ಮೇಲಿನ ಕೋಪ ಇನ್ನಷ್ಟು ಜಾಸ್ತಿ ಆಯಿತು. "ಇವನಿಗೇನೋ ರೋಗ ಬಂದಿದೆ, ಅದನ್ನ ನನ್ನ ಮಕ್ಕಳಿಗೂ ಅಂಟಿಸಿಬಿಡ್ತಾನೆ ಅಂತ ನನಗೆ ಹೆದರಿಕೆ ಆಗ್ತಿದೆ" ಅಂದ.

ಈ ಮಧ್ಯೆ ಲುಯೀಸಳಿಗೆ ಒಂದು ಕಾಗದ ಬಂತು. ಅದನ್ನು ಬರೆದು ಪೋಸ್ಟ್ ಮಾಡಿದ್ದು ಅವಳೇ. ಅದರಲ್ಲಿ ಅವಳ ಚಿಕ್ಕಪ್ಪನ ಮಗಳು ತನ್ನ ಗಂಡನಿಗೆ ತುಂಬಾ ಹುಷಾರಿಲ್ಲ, ತನಗೆ ಇನ್ನೊಂದು ನಾಲ್ಕು ದಿನ ಅವನ ಜೊತೆಯಲ್ಲಿ ಇರಬೇಕೆಂದು ಇಷ್ಟ, ಆದ್ದರಿಂದ ಇನ್ನೂ ಸ್ವಲ್ಪ ದಿನ ತನ್ನ ಮಗನನ್ನು ಲುಯೀಸಳೇ ನೋಡಿಕೊಳ್ಳಬೇಕೆಂದು ಬರೆದಿದ್ದಳು.

ಅದನ್ನು ಕೇಳಿ ಮೊಯ್ನಿಯರ್ ಗೊಣಗಿದ :

"ಆಹಾ ! ತನ್ನ ಮಗನ್ನ ನಿನ್ನ ತಲೇ ಮೇಲೆ ಹಾಕಿ, ತಾನು ಕೈತೊಳೆದುಕೊಳ್ಳೋದಕ್ಕೆ ಎಂಥಾ ಉಪಾಯ ಹುಡುಕಿದಾಳೆ ನೋಡಿದ್ಯಾ ?" ತಕ್ಷಣ, ಲುಯೀಸ್ ಆ ಹುಡುಗನನ್ನು ಹೊಗಳಲು ಶುರು ಮಾಡಿದಳು. "ಅವನು ಪ್ರತಿದಿನ ಬೆಳಗಿನ ಜಾವ ನಾಲ್ಕು ಘಂಟೆಗೇ ಎದ್ದು ಮಾರ್ಕೆಟ್‌ಗೆ ಹೋಗಲ್ವಾ ?" ಅಂದಳು. "ಇನ್ನು ಇವತ್ತಿನ ದಿನ ರೇಷನ್ ಕಾರ್ಡ್ ತೋರಿಸದೆ ಒಂದು ದೊಡ್ಡ ಚೂರು ದನದ ಮಾಂಸ ಕೊಂಡುಕೊಂಡು ಬಂದಿಲ್ವಾ ?" ಎಂದು ಪ್ರಶ್ನಿಸಿದಳು.

ಮೊಯ್ನಿಯರ್ ಕುಟುಂಬದ ಮನೆಯ ಹತ್ತಿರ ಇದ್ದ ಎರಡು ಕೋಣೆಗಳಲ್ಲಿ ಇಬ್ಬರು ಅಕ್ಕ – ತಂಗಿಯರು ವಾಸವಾಗಿದ್ದರು. ಅವರ ಶೀಲ, ಸ್ವಭಾವ ಮೊದಲಿಂದ ಅಷ್ಟಕ್ಕಷ್ಟೇ. ಅವರಿಗೆ ಒಂದು ಕೆಟ್ಟ ಅಭ್ಯಾಸ ಬಂದುಬಿಟ್ಟಿತ್ತು. ಆ ಹೆಂಡದಂಗಡಿಗೆ ಹೋಗುವುದು. ಆ ಜರ್ಮನ್ ಮೆಕ್ಯಾನಿಕ್‌ಗಳ ತೊಡೆ ಮೇಲೆ ಕೂತುಕೊಳ್ಳುವುದು. ಅದೂ ಇದೂ ಚಕ್ಕಂದ ಆಡುವುದು. ಪೊಲೀಸಿನವರು ಸ್ವಲ್ಪದಿನ ಈ ಆಟಾ ನೋಡುತ್ತಾ ಇದ್ದರು. ಆಮೇಲೆ ಒಂದು ದಿನ ಅವರನ್ನು ಪೊಲೀಸ್ ಸ್ಟೇಷನ್ನಿಗೆ ಕರೆದುಕೊಂಡು ಹೋಗಿ, ಅವರ ಹೆಸರುಗಳನ್ನು ವೇಶ್ಯೆಯರ ಪಟ್ಟಿಗೆ ಸೇರಿಸಿಬಿಟ್ಟರು. ಅವರು ಅತ್ತು ಗೋಳಾಡಿದರೂ ಬಿಡಲಿಲ್ಲ. ಇದರಿಂದ. ಬೀದಿಯಲ್ಲಿದ್ದ ಜನರಿಗೆಲ್ಲ ತುಂಬ ಸಂತೋಷಬಾಯಿತು. ಆದರೆ ಆ ಅಕ್ಕತಂಗಿಯರ ನಡತೆ ಇನ್ನಷ್ಟು ಅಧ್ವಾನವಾಯಿತು. ಆ ಜರ್ಮನ್ ಮೆಕ್ಯಾನಿಕ್‌ಗಳೆಲ್ಲ, ಅವರಿಬ್ಬರ ಮನೆಗೆ ಇಷ್ಟ ಬಂದಾಗ ಹೋಗಿಬರಲು ಶುರು ಮಾಡಿದರು, ತಮ್ಮದೇ ಮನೇ ಎನ್ನುವ ಹಾಗೆ ಮಜಾಮಾಡಿದರು. ಮೊಯ್ನಿಯರ್‌ನ ಅಡಿಗೆಮನೆಯಲ್ಲಿ ಕೂತುಕೊಂಡಿದ್ದರೆ, ಅವರು ಮಾಡುವ ಗಲಾಟೆ ಕೇಳಿಸುತ್ತಿತ್ತು. ಅವನಿಗೆ, ಅವನ ಸ್ನೇಹಿತರಿಗೆ ಇದನ್ನು ಕೇಳಿಕೇಳಿ ಸಾಕಾಗಿಹೋಯಿತು.

ಮೊಯ್ನಿಯರ್ ಜರ್ಮನ್ನರ ಶಿಸ್ತನ್ನು ಹೊಗಳುವುದನ್ನು ನಿಲ್ಲಿಸಿಬಿಟ್ಟಿದ್ದ. ಆ ಶಿಸ್ತಿನಿಂದ ಅವನ ಸಮಗ್ರ ಜೀವನ ವಿಷಮಯವಾಗಿ ಹೋಗಿತ್ತು. ಕೆಲಸ ಮಾಡುವಾಗ – ಮನೆಯೊಳಗೆ, ಅವನ ದೊಡ್ಡ ಸಣ್ಣ ಸಂತೋಷ, ಅವನ ಸುಖ – ಮರ್ಯಾದೆ, ಅವನ ಶಾಂತಿ –ಸಮಾಧಾನ, ಅಷ್ಟೇಕೆ, ಅವನು ತಿನ್ನುವ ಆಹಾರ ಮತ್ತು ಸೇದುವ ಗಾಳಿ, ಎಲ್ಲ ಸಂಪೂರ್ಣವಾಗಿ, ಕ್ರಮಬದ್ಧವಾಗಿ ಆ ಶಿಸ್ತಿನಿಂದ ಹಾಳಾಗಿಹೋಗಿತ್ತು.

ಒಂದು ದಿನ ಮೊಯ್ನಿಯರ್ ತನ್ನ ಹೆಂಡತಿಯ ಜೊತೆಯಲ್ಲಿ ಕೂತಿದ್ದ. ತುಂಬಾ ಹೊತ್ತು ಮೌನವಾಗಿ ಕೂತಿದ್ದ. ಆಮೇಲೆ ಭಾವನೆಗಳ ಕಟ್ಟೆ ಒಡೆದು ಮಾತು ಹೊರಗಡೆ ಬಂತು :

"ಅವರು ಅಧಿಕಾರದಲ್ಲಿದಾರೆ, ನಾವು ಏನೂ, ಏನೂ ಮಾಡೋದಕ್ಕೆ ಆಗ್ತಾ ಇಲ್ಲ ! ಇಡೀ ಪ್ರಪಂಚದಲ್ಲಿ ಯಾರಾದ್ರೂ ಒಬ್ಬರು ಅವರಿಗಿಂತ ಶಕ್ತರಾಗಿದ್ರೆ ? ಆದರೆ, ನಾವು ಕೈಲಾಗದ ಜನ. ನಾವು ಬಾಯಿ ಬಿಟ್ರೆ ಸಾಕು. ಅವರು ಸಾಯೋತನಕ ಹೊಡೀತಾರೆ, ಆದರೆ ನಿನ್ನ ಅನೆಟ್

ಹೇಳಿದಳಲ್ಲ, ಆ ಜರ್ಮನ್ ಮನುಷ್ಯ – ನೀನು ಅವನ ವಿಷಯ ಮರೆತಿರ್ಬಹುದು. ಆದರೆ, ನಾನು ಮರೆತಿಲ್ಲ – ಅವನು ಕನಿಷ್ಠ ಪಕ್ಷ ಸ್ವಲ್ಪ ಧೈರ್ಯ ತೋರಿಸಿದ, ಆಮೇಲೆ ಅವನ ಮಗ ಆ ಹುಡುಗನ್ನ ನಾನು ಗೌರವಿಸ್ತೇನೆ. ನಿನ್ನ ಚಿಕ್ಕಪ್ಪನ ಮಗಳು, ತನ್ನ ಮಗನ್ನ ಕರ್ಕೊಂಡು ಹಾಳಾಗಿ ಹೋಗ್ಲಿ. ಅದನ್ನು ಕಟ್ಟಿಕೊಂಡು ನನಗೆ ಏನೂ ಆಗಬೇಕಾಗಿಲ್ಲ. ಆದರೆ ಆ ಜರ್ಮನ್ ಹುಡಗನ್ನ ಯಾವತ್ತು ಬೇಕಾದ್ರೂ ನಮ್ಮ ಮನೇ ಒಳಗೆ ಸ್ವಾಗತಿಸ್ತೇನೆ. ಹಾಗೆ ಮಾಡಿದ್ರೆ ಅದೊಂದು ಭರ್ಜರಿ ಕೆಲಸವಾಗ್ತದೆ. ಅವನನ್ನು ನಾನು ನನ್ನ ಸ್ವಂತ ಮಕ್ಕಳಿಗಿಂತ ಹೆಚ್ಚು ಪ್ರೀತಿಸಿಯೇನು. ಹೆಚ್ಚು ಊಟ ಹಾಕಿಸಿಯೇನು. ನೋಡು, ಆ ಹುಡುಗ ನಮ್ಮ ಮನೇಲಿ ಇದಾನೆ ಅಂತ ಇಟ್ಕೋ. ಆಗ ಈ ಸೂಳೇ ಮಕ್ಕಳು ಈ ಕಡೆ... ಆ ಕಡೆ ಓಡಾಡ್ತಾನೇ ಇರ್ತಾರೆ. ಆದರೆ ನಾನು ಏನು ಮಾಡ್ತಾ ಇದ್ದೇನೆ. ಎಂಥಾ ಮನುಷ್ಯ , ಯಾರನ್ನ ಇಲ್ಲಿ ಬಚ್ಚಿಟ್ಕೊಂಡಿದೇನೆ ಅಂತ ಅವರಿಗೆ ಗೊತ್ತಾಗೋದೇ ಇಲ್ಲ ! ಆಹಾ ! ಆ ಹುಡುಗ ಇವತ್ತು ಬಂದರೆ ಕೂಡ, ನಾನು ಅವನನ್ನು ತೆರೆದ ತೋಳುಗಳಿಂದ ಅಪ್ಪಿಕೊಳ್ಳುತ್ತೇನೆ."

ಅವನ ಹೆಂಡತಿ ಅವನ ಕಡೆ ಬೆನ್ನು ತಿರುಗಿಸಿದಳು.

"ಅವನನ್ನು ಈಗಾಗಲೇ ನೀನು ಮನೆಯೊಳಗೆ ಕೂರಿಸಿಕೊಂಡಿದ್ದೀಯ" ಎಂದು ಅವಳು ಹೇಳಿದಳು.

* * *

ನನಗೆ ಈ ಕಥೆ ಹೇಳಿದ್ದು ಅನೆಟ್. ಅವಳಿಗೆ ತನ್ನ ಹಿಂದಿನ ಕೆಲಸ ಬೇಜಾರು ಹಿಡಿಸಿತ್ತು. ಆದ್ದರಿಂದ ಅವಳು ಹದಿನಾರನೆಯ ವಿಭಾಗದಲ್ಲಿರುವ ನನ್ನ ಹೋಟೆಲಿನಲ್ಲಿ ಕೆಲಸಕ್ಕೆ ಸೇರಿಕೊಂಡಿದ್ದಳು.

O

○ ಬ್ರೂನೋ ಅಪಿಟ್ಸ್

ಎರಡು ನಿಮಿಷ

ಕ್ರಿಸ್‌ಮಸ್ ಹಬ್ಬದ ಮುನ್ನಾದಿನ, ನಗರದ ಸೆರೆಮನೆಯ ತುಂಬಾ ಗಭೀರಮೌನ. ನಿರಂತರವಾದ ಸೆರೆಮನೆಯ ಸದ್ದುಗಳಿಗೆ ಇಂದು ಪೂರ್ಣವಿರಾಮ. ಕೋಣೆಗಳಿಗೆ ಬೀಗಹಾಕುವ, ತೆಗೆಯುವ ಖಣಖಣ ಶಬ್ದ; ಕಾವಲುಗಾರರ, ಕಿವಿಗಡಚಿಕ್ಕುವ ಕೋಪ ತುಂಬಿದ ಕೂಗು; ಸಂಕೋಲೆಗಳಿಂದ ಬಂಧಿತರಾದ ಕೈದಿಗಳು ಕಬ್ಬಿಣದ ಮೆಟ್ಟಲುಗಳನ್ನು ಹತ್ತಿ ಇಳಿಯುವ ಗದ್ದಲ – ಎಲ್ಲ, ಎಲ್ಲ ನಿಂತಿದ್ದವು. ಇದೆಲ್ಲ ಹೋಗಲಿ, ಸೆರೆಯಾಳುಗಳನ್ನು ಅಡ್ಡ ವಿಚಾರಣೆಗೋಸ್ಕರ ಹೊರಗೆ ಕರೆಯುವ ಘಂಟೆಯ ಕರ್ಕಶ ಧ್ವನಿ – ಮೈಮನಸ್ಸುಗಳ ಆಳವನ್ನೇ ಪ್ರವೇಶಿಸಿಬಿಡುವ, ಭಯದ ಬೀಜಗಳನ್ನು ಬಿತ್ತುವ, ಆ ರಾಕ್ಷಸ ಧ್ವನಿ – ಕೂಡ ಇರಲಿಲ್ಲ.

ಮಹಡಿಯ ಕೆಳಗಿನ ಕಛೇರಿಯ ಕೋಣೆಯೊಂದರಲ್ಲಿ ಒಬ್ಬ ಸಾರ್ಜೆಂಟ್ ಕುಳಿತಿದ್ದಾನೆ. ಅವನ ಬಾಯಲ್ಲಿ ಸಿಗಾರ್, ಕೈಯಲ್ಲಿ ವೃತ್ತಪತ್ರಿಕೆ, ಅವನ ಹಿಂದಿದ್ದ ಕ್ಯಾಲೆಂಡರ್ ಮತ್ತು ಗೋಡೆ ನಡುವೆ ನಿತ್ಯ ಹಸಿರುಮರದ ಎಲೆ – ಹೂಗಳ ಗೊಂಚಲು. ಸೆರೆಮನೆಯ ಕಾವಲುಗಾರರನ್ನು ಬಿಟ್ಟು ಉಳಿದ ಪೋಲೀಸರೆಲ್ಲ ಹಬ್ಬವನ್ನು ಸಂಭ್ರಮದಿಂದ ಆಚರಿಸಲು ಮನೆಗೆ ಹೋಗಿದ್ದಾರೆ.

ಮೃತ್ಯುಮೌನ.

ಸೆರೆಮನೆಯನ್ನು ನಿರ್ಮಲವಾಗಿಡುವ ಹೊಣೆ ಹೊತ್ತ ಕೈದಿಗಳು, ವಾರದ ದಿನಗಳ ಗಡಿಬಿಡಿ – ಗದ್ದಲಗಳನ್ನೆಲ್ಲ ಕಸ ದೊಂದಿಗೆ ಗುಡಿಸಿಬಿಟ್ಟಿದ್ದಾರೆ. ಈಗ ಉಳಿದಿರುವುದು ಕೈದಿ ಗೂಡುಗಳ ಬೀಗ ಹಾಕಿದ ಬಾಗಿಲುಗಳ ಸುತ್ತಮುತ್ತ ಗಸ್ತು ಹೊಡೆಯುತ್ತಿರುವ ಭಾರವಾದ ನೀರವತೆ ಮಾತ್ರ. ಸೆರೆಮನೆ ಯೊಳಗೆ ಒತ್ತಿ ಒತ್ತಿ ತುಂಬಿದ ಜನ. ಒಂದೊಂದು ಗೂಡಿನಲ್ಲೂ ಐದಾರು ಮಂದಿ, ಆದರೆ ಇವರೆಲ್ಲರ ನಡುವೆ ಒಬ್ಬ ಮಾತ್ರ ಏಕಾಂಗಿ, ಅವನಿಗೆ ಎರಡನೆಯ ಮಹಡಿಯ ನೂರ ನಲವತ್ತಾರನೆಯ ಗೂಡಿನಲ್ಲಿ ಏಕಾಂತವಾಸದ ಶಿಕ್ಷೆ. ಅವನು ಗೆಸ್ಟಪೋಗಳ ಬಂದಿ. ಅವನ ಹೆಸರು ಲುಡ್ವಿಗ್ ಗೆರ್‌ಮರ್.

ಅವನು ಅಲ್ಲಿಗೆ ಬಂದು ಬಹಳ ದಿನಗಳಾಗಿರಲಿಲ್ಲ, ಅವನು ವಾಸಿಸುತ್ತಿದ್ದ ನಗರ ಭಾಗದ ಸಂಗಾತಿಗಳನ್ನೆಲ್ಲ ತಿಂಗಳುಗಳ

ಹಿಂದೆಯೇ ಸೆರೆಹಿಡಿದಿದ್ದರು. ಆದರೆ, ಗೆಸ್ಟಪೋ ಇವನನ್ನು ಹಿಡಿದು ತಂದದ್ದು ಕೇವಲ ಹದಿನೈದು ದಿನಗಳ ಹಿಂದೆ. ಒಂದು ದಿನ ಮುಂಜಾನೆ, ಮನೆಯ ಕರೆಗಂಟೆ ಜೋರಾಗಿ ಚೀರಿತ್ತು. ಹೆಡಿ, ಹಾಸಿಗೆಯ ಮೇಲೆ ಥಟ್ಟನೆ ಎದ್ದು ಕುಳಿತುಕೊಂಡಿದ್ದಳು.

"ಲುಡ್ವಿಗ್ ! ಅದು ಯಾರಿರ್ಬಹುದು ?"

"ಅವರು ಬಂದಿದ್ದಾರೆ" ಎಂದು ಗೊಣಗಿದ್ದ ಅವನು, ಅವನ ಮುಖದ ಮೇಲೆ ಕಳೆಯಿಲ್ಲದ ಮುಗುಳ್ನಗೆ.

ಮಗು ತನ್ನ ಮಂಚದ ಮೇಲೆ ಶಾಂತವಾಗಿ ಮಲಗಿತ್ತು. ಬಂದ ಅಪರಿಚಿತ ಜನ ಮಲಗುವ ಮನೆಯನ್ನು ತಲೆಕೆಳಗು ಮಾಡತೊಡಗಿದಾಗಲೇ ಅದಕ್ಕೆ ಎಚ್ಚರ. ಹೆದರಿದ ಹಸುಳೆಯನ್ನು ಹೆಡಿ ತನ್ನ ತೋಳುಗಳಲ್ಲಿ ಅಡಗಿಸಿಕೊಂಡಿದ್ದಳು...

ಇದೆಲ್ಲ ನಡೆದದ್ದು ಎರಡು ವಾರಗಳ ಹಿಂದೆ. ಆಮೇಲೆ ಗೆರ್‌ಮರ್ ತನ್ನ ಹೆಂಡತಿಯನ್ನು ನೋಡಿದ್ದು ಒಂದೇ ಒಂದು ಬಾರಿ. ಅವನ ಬಂಧನವಾಗಿ ಮೂರು ದಿನಗಳ ಅನಂತರ. ಅವನನ್ನು ಕೈದಿಗೂಡಿನಿಂದ ಹೊರಗೆ, ಕಬ್ಬಿಣದ ಮೆಟ್ಟಲುಗಳ ದಾರಿಯಲ್ಲಿ ಕರೆದು ತಂದಿದ್ದರು. ಅವನಂತೂ ಇನ್ನೊಂದು ಅಡ್ಡವಿಚಾರಣೆ ತನಗಾಗಿ ಕಾದಿದೆಯೆಂದೇ ನಂಬಿದ್ದ. ಆದರೆ ಹೊರಗಿನ ಜನರಿಂದ ತುಂಬಿದ್ದ ಕೋಣೆಯೊಂದರೊಳಗೆ ಅವನನ್ನು ಕರೆದೊಯ್ದಿದ್ದರು. ಇದ್ದಕ್ಕಿದ್ದಂತೆ ಅವನೆದುರು ಅವನ ಹೆಂಡತಿ. ಅವರಿಬ್ಬರ ಸುತ್ತ ಇತರ ಸೆರೆಯಾಳುಗಳ ಮತ್ತು ಅವರನ್ನು ನೋಡಲು ಬಂದಿದ್ದ ಜನ.

ಗಡ್ಡ ಬೆಳೆದ, ಏಟುಗಳಿಂದ ಜರ್ಜರಿತವಾಗಿದ್ದ, ತನ್ನ ಗಂಡನ ಮುಖವನ್ನು ನೋಡಿದಾಗ ಹೆಡಿಗೆ ತೀವ್ರ ಆಘಾತವಾಯಿತು. ತಾನು ಹೇಗೆ ಕಾಣಿಸುತ್ತಿರುವೆನೆನ್ನುವುದು, ಸ್ವತಃ ಗೆರ್‌ಮರ್‌ಗೇ ಗೊತ್ತಿರಲಿಲ್ಲ. ಏಕೆಂದರೆ ಅವನ ಹತ್ತಿರ ಕನ್ನಡಿ ಇರಲಿಲ್ಲ, ಆದ್ದರಿಂದ ತನ್ನಲ್ಲಾಗಿದ್ದ ಭೀಕರ ಬದಲಾವಣೆಯ ಅರಿವು ಅವನಿಗಿರಲಿಲ್ಲ.

ಬಂಧುಮಿತ್ರರ ಭೇಟಿಗಳನ್ನು ನಿಯಂತ್ರಿಸುವ ಕಾವಲುಗಾರರು, ಬಂದವರನ್ನು ಹೊರಗೆ ಹೋಗಿರೆಂದು ಅವಸರಪಡಿಸತೊಡಗಿದ್ದರು, ಸೆರೆಯಾಳುಗಳನ್ನು ಬಲವಂತವಾಗಿ ಅವರ ಗೂಡುಗಳಿಗೆ ತಳ್ಳುವ ಕೆಲಸ ನಡೆದಿತ್ತು. ಬೇಕಾದಷ್ಟು ಗದ್ದಲ. ತಳ್ಳುವುದು ; ನೂಕುವುದು. ಹೆಡಿ ಮತ್ತು ಲುಡ್ವಿಗ್ ಆಗತಾನೇ ಒಬ್ಬರನ್ನೊಬ್ಬರು ನೋಡಿದ್ದರು. ಅಷ್ಟರಲ್ಲೆ ಅವರನ್ನು ಬೇರ್ಪಡಿಸಲಾಯಿತು. ತಾವು ಪರಸ್ಪರ ಒಂದು ಮಾತನ್ನೂ ಆಡಿಲ್ಲವೆನ್ನುವುದು ಲುಡ್ವಿಗ್‌ಗೆ ಗೊತ್ತಾಗುವುದರೊಳಗೆ, ಅವನ ಹೆಂಡತಿ ಬಾಗಿಲ ಹತ್ತಿರ ಇದ್ದಳು. ಒಂದು ಮಾತನ್ನು ತೊದಲಲು ಮಾತ್ರ ಅವನಿಗೆ ಸಾಧ್ಯವಾಯಿತು. ಹೆಡಿಯ ಮುಖ ನೋವಿನಿಂದ ವಿಕಾರವಾಗಿತ್ತು.

"ಯೋಚನೆ ಮಾಡಬೇಡ ಹೆಡಿ, ನಾನು ವಾಪಸ್ ಬರ್‍ತೇನೆ. ಕ್ರಿಸ್‌ಮಸ್ ಹಬ್ಬದ ಹೊತ್ತಿಗೆ ನಾನು ಮನೇಲೇ ಇರ್‍ತೇನೆ. ಹುಡುಗನಿಗೆ, ನನ್ನ ಪರವಾಗಿ ಒಂದು ಮುತ್ತು ಕೊಡು."

ಅಷ್ಟು ಹೇಳಿ ಅವನು ಮುಗುಳ್ನಗೆ ಬೀರಿದ್ದ. ಮುರಿದ ಹಲ್ಲುಗಳನ್ನು ಮರೆತು ನಕ್ಕಿದ್ದ. ಹಲ್ಲಿದ್ದ ಜಾಗದಲ್ಲಿ ಹಳ್ಳವಿತ್ತು. ಬಾಯಿ ಇದ್ದ ಕಡೆ ರಕ್ತ ಅಂಟಿದ ಬಿಲ. ಏಕೆಂದರೆ ಅಲ್ಲಿಗೆ ಬಂದ ದಿನವೇ ಅವನ ಹಲ್ಲುಗಳನ್ನು ಮುರಿದಿದ್ದರು.

ನಗರವನ್ನು ಇತ್ತೀಚೆಗೆ ಅಪ್ಪಳಿಸಿದ್ದ ಬಂಧನಗಳ ಅಲೆಗೆ ಸಿಲುಕಿ ಸೆರೆಮನೆಗೆ ಸೆಳೆಯಲ್ಪಟ್ಟವರಲ್ಲಿ ಗೆರ್‌ಮರ್ ಕೊನೆಯವನು, ಅವನಿದ್ದ ವಿಸ್ತರಣದಲ್ಲಿ ಹೊಸದಾಗಿ ವ್ಯವಸ್ಥಿತವಾಗಿದ್ದ ಭೂಗತ ಪಾರ್ಟಿ ತಂಡವು, ಅದರಲ್ಲಿದ್ದ ಎಲ್ಲ ಸಂಗಾತಿಗಳ ಬಂಧನದೊಂದಿಗೆ, ಸಂಪೂರ್ಣವಾಗಿ

ಚೂರುಚೂರಾಗಿತ್ತು. ಗೆಸ್ಟಪೋ ಅಧಿಕಾರಿ ಟ್ಸ್ಲೋಖರ್, ಸೆರೆಯಾದವರನ್ನು ಹೊಡೆದು, ತನಗೆ ಬೇಕಾದ ಮಾಹಿತಿಯನ್ನು ಅವರಿಂದ ಕೊಂಚಕೊಂಚವಾಗಿ ಹೊರಗೆ ತೆಗೆದಿದ್ದ. ಹಾಗೆ ನೋಡಿದರೆ ಅವನು ಬಹಳ ಸಭ್ಯನೂ ಸುಸಂಸ್ಕೃತನೂ ಆಗಿದ್ದ ಮನುಷ್ಯ. ಹೊಡೆತ, ಬಡಿತಗಳಲ್ಲಿ ಅವನು ನೇರವಾಗಿ ಭಾಗವಹಿಸಿದ್ದೇ ಇಲ್ಲ. ಯಾವನಾದರೂ ಒಬ್ಬ ಬಂದಿಯನ್ನು ಬಾಯಿ ಬಿಡಿಸುವುದರಲ್ಲಿ ಅವನು ವಿಫಲನಾದರೆ, ಅಂತಹ ವ್ಯಕ್ತಿಯನ್ನೂ ನೇರವಾಗಿ ನೆಲಮಾಳಿಗೆಗೆ ಕರತರಿಸುತ್ತಿದ್ದ. ಅಲ್ಲೊಂದು ಏಕಾಂತ ವಾಸದ ಗೂಡು. ಅದರೊಳಗೊಂದು ಪುಟ್ಟ ಮೇಜು. ಅದರ ಮೇಲೊಂದು ಟೈಪ್‌ರೈಟರ್. ಮಧ್ಯದಲ್ಲಿ ಒಂದು ಕುರ್ಚಿ, ಮೂಲೆಯಲ್ಲಿ ಒಂದು ನಲ್ಲಿ. ಅದರ ಪಕ್ಕದಲ್ಲಿ ನೇತಾಡುತ್ತಿತ್ತು, ಒಂದು ರಕ್ತಸಿಕ್ತ ಕೊಳಕು ಟವೆಲ್. ಅಲ್ಲಿ ಆರು ಜನ ಸಮವಸ್ತ್ರ ಧರಿಸಿದ ಎಸ್. ಎಸ್. ಯೋಧರು. ಸೆರೆಯಾಳುಗಳನ್ನು ಅಡ್ಡ ವಿಚಾರಣೆಗಾಗಿ ಸಿದ್ಧಪಡಿಸುವುದು ಅವರ ಕೆಲಸ.

"ಹಾಗಾ? ನೀನು ಬಾಯಿ ಬಿಡೋದಿಲ್ವಾ, ಹಂದೀ? ನೋಡ್ತಾ ಇರು, ಇನ್ನು ಹದಿನೈದು ನಿಮಿಷದಲ್ಲಿ ಗಿಳೀ ಹಾಗೆ ಮಾತಾಡ್ತಿರ್ತೀಯಾ."

ಸೆರೆಯಾಳನ್ನು ಕುರ್ಚಿಯ ಮೇಲೆ ತಳ್ಳುತ್ತಿದ್ದರು. ಇಬ್ಬರು, ಅವನ ತೋಳಗಳನ್ನು ಗಟ್ಟಿಯಾಗಿ ಎಳೆದು ಕುರ್ಚಿಯ ಹಿಂದೆ ಹಿಡಿಯುತ್ತಿದ್ದರು. ಇನ್ನಿಬ್ಬರು ಮುಂದೆ ಚಾಚಿದ ಅವನ ಪಾದಗಳನ್ನು, ನೆಲಕ್ಕೆ ಒತ್ತಿ ಹಿಡಿಯುತ್ತಿದ್ದರು, ಐದನೆಯವನು ಅವನ ಹಿಂದೆ ನಿಂತು ಕೂದಲುಗಳನ್ನು ಜಗ್ಗುತ್ತಿದ್ದ. ಕೊನೆಯವನು ಅವನ ಅಗಲಿಸಿದ ಕಾಲುಗಳ ನಡುವೆ ನಿಂತು, ತನ್ನ ರಾಕ್ಷಸ ಮುಷ್ಟಿಗಳಿಂದ ಒಂದೇಸಮನೆ ಹೊಡೆಯುತ್ತಿದ್ದ. ಅವನ ಕೂಗು - ಕಿರಿಚಾಟಗಳು, ನೋವು ತುಂಬಿದ ದುರ್ಬಲ ನರಳುವಿಕೆಯಲ್ಲಿ ಕರಗಿ ಹೋಗುವವರೆಗೆ, ಹೀಗೆ ಅವನನ್ನು ಸಾಕಷ್ಟು ಹಣ್ಣುಗಾಯಿ – ನೀರುಗಾಯಿ ಮಾಡಿದ ಬಳಿಕ, ಅವನು ಇನ್ನು ಮೇಲೆ ಬಾಯಿಬಿಡುತ್ತಾನೆ ಎನ್ನಿಸಿದರೆ, ಕುರ್ಚಿಯನ್ನು ಮೇಜಿನ ಹತ್ತಿರ ತಳ್ಳುತ್ತಿದ್ದರು. ಸೆರೆಯಾಳನ್ನು ಮತ್ತೆ ಅಧಿಕಾರಿಯ ವಶಕ್ಕೆ ಒಪ್ಪಿಸುತ್ತಿದ್ದರು. ಕೆಲವು ಸಾರಿ ಅವರು ಎಚ್ಚರ ತಪ್ಪಿದ ಮನುಷ್ಯನನ್ನು ನಲ್ಲಿಯ ಹತ್ತಿರ ಎಳೆದುಕೊಂಡುಹೋಗಿ, ಪ್ರಜ್ಞೆ ಬರುವ ತನಕ, ಅವನ ಮೈ - ಮುಖಗಳ ಮೇಲೆ ನೀರು ರಾಚುತ್ತಿದ್ದರು.

ಎಷ್ಟೋ ಜನ ಸಂಗಾತಿಗಳು ಇಂತಹ ಯಮಯಾತನೆಯನ್ನು ಅನುಭವಿಸಿಯೂ ಕೂಡ ಮೌನಿಗಳಾಗಿಯೇ ಉಳಿದಿದ್ದರು. ಆದರೆ ಬೇರೆ ಕೆಲವರು ಕಣ್ಣು ಮೂಗು ಗುರುತಿಸಲಾಗದಷ್ಟು ಏಟು ತಿಂದು ರಕ್ತ ಬಳಿದ ಮುದ್ದೆಗಳಾದ ಮೇಲೆ ನಿಧಾನವಾಗಿ ಬಾಯಿ ಬಿಟ್ಟಿದ್ದರು. ತಮ್ಮೊಂದಿಗೆ ಸಂಪರ್ಕ ಹೊಂದಿದ್ದವರ ಹೆಸರುಗಳನ್ನು ನರಳುತ್ತ ತಿಳಿಸಿದ್ದರು. ಟ್ಸ್ಲೋಖರ್‌ಗೆ ಸಂಘಟನೆಯನ್ನು ಕುರಿತ ಮಾಹಿತಿಗಳೆಲ್ಲ ದೊರೆತದ್ದು ಹೀಗೆಯೇ, ಈಗ ನಗರದ ಈ ಭಾಗದಲ್ಲಿ ನಡೆಯುತ್ತಿದ್ದ ಎಲ್ಲ ಚಟುವಟಿಕೆಗಳೂ ಅವನಿಗೆ ಚಾಚೂ ತಪ್ಪದೆ ಗೊತ್ತಾಗಿದ್ದವು. ಇನ್ನು ಅವನ ಮುಂದೆ ಇದ್ದದ್ದು ಒಂದೇ ಒಂದು ಹೆಜ್ಜೆ, ಸ್ಥಳೀಯ ಗುಂಪಿಗೂ ಭೂಗತ ಪಕ್ಷದ ಜಿಲ್ಲಾ ಸಂಘಟನೆಗೂ ನಡುವೆ ಇರುವ ಕೊಂಡಿ ಯಾರೆಂದು ಕಂಡುಹಿಡಿಯುವುದು. ಎಂದಿನಂತೆ ಈ ಮಹತ್ವದ ಕೆಲಸವನ್ನು ಮಾಡುತ್ತಿದ್ದವನು ಒಬ್ಬನೇ ಒಬ್ಬ ವ್ಯಕ್ತಿ. ಆತ ಲುಡ್ವಿಗ್ ಗೆರ್‌ಮರ್. ಅವನೇ ಟ್ಸ್ಲೋಖರನ ಕೊನೆಯ ಆಶಾಕಿರಣ. ಅವನ ಮೂಲಕ ಮೇಲಿನ ಸಂಘಟನೆಯ ಮುಖ್ಯಸ್ಥರನ್ನು ಕಂಡುಹಿಡಿಯಲು ಸಾಧ್ಯವಾಗಬಹುದೆಂದು ಟ್ಸ್ಲೋಖರನ ಆಸೆ.

ಕಳೆದ ಹದಿನಾಲ್ಕು ದಿನಗಳಿಂದ, ಗೆರ್‌ಮರ್ ತನ್ನ ಸಂಗಾತಿಗಳು ಅನುಭವಿಸಿದ ಚಿತ್ರಹಿಂಸೆಗೆ ತಾನೂ ಗುರಿಯಾಗಿದ್ದ. ಅವನನ್ನು ನೆಲಮಾಳಿಗೆಗೆ ಎಳೆದುಕೊಂಡು ಹೋದದ್ದು ಒಂದಲ್ಲ, ಹಲವು ಬಾರಿ. ದೇಹ ಬಲದ ದೃಷ್ಟಿಯಿಂದ ನೋಡಿದರೆ, ತನಗೆ ಹಿಂಸೆ ಕೊಡುತ್ತಿದ್ದ ಯೋಧರಷ್ಟೇ ಆತನೂ ಶಕ್ತಿವಂತನಾಗಿದ್ದ. ಆದ್ದರಿಂದಲೇ ಎಲ್ಲವನ್ನೂ ಸಹಿಸಿಕೊಂಡು ಇನ್ನೂ ಬದುಕಿದ್ದ. ಅವರ ಗುದ್ದುವ ಮುಷ್ಟಿಗಳು, ಅವನನ್ನು ಇನ್ನಷ್ಟು ಸದೃಢಗೊಳಿಸುತ್ತಿವೆಯೇನೋ ಎನ್ನುವ ಹಾಗೆ. ಕಬ್ಬಿಣವನ್ನು ಕುಟ್ಟಿ ಕುಟ್ಟಿ ಗಟ್ಟಿ ಮಾಡುವಂತೆ. ಕೊನೆಗೂ ಟ್ರೋಖರ್‌ಗೆ ಸರಿಯಾದ ಎದುರಾಳಿ ಸಿಕ್ಕಿದ್ದ.

ಗೆರ್‌ಮರ್‌ನನ್ನು ನೋಡುತ್ತ ಅವನು ಗುರುಗುಟ್ಟಿದ್ದ :

"ಲೋ, ನನ್ಮಗನೇ, ನೀನು ಇದರಿಂದ ಜೀವಸಹಿತ ಹೊರಗೆ ಬರೋದಿಲ್ಲ. ಒಂದೋ ನೀನು ಮಾತಾಡ್ತಿ. ಇಲ್ಲವಾದ್ರೆ ನಾನು ನಿನ್ನನ್ನ ಕೊಲ್ತೇನೆ."

ಇಂದು ಕ್ರಿಸ್‌ಮಸ್ ಹಬ್ಬದ ಮುನ್ನಾ ದಿನ. ರಾತ್ರಿಯ ಎಷ್ಟೋ ಗಂಟೆಗಳು ಕಳೆದಿವೆ. ಎಲ್ಲೆಲ್ಲಿಯೂ ಎಲೆ ಮಿಸುಕದ ಮಸಣ ಮೌನ.

ಗೆರ್‌ಮರ್ ತನ್ನ ಗೂಡಿನೊಳಗೆ ಒಂದು ಸ್ಟೂಲ್ ಮೇಲೆ ಕುಳಿತಿದ್ದಾನೆ ಅವನು ತೊಡೆಗಳ ಕೆಳಗೆ, ಅಗಲವಾಗಿ ಬಿಡಿಸಿದ ಅಂಗೈಗಳು. ಈ ದುಷ್ಟ ಮೌನ ಅವನಲ್ಲಿ ಯಾವುದೋ ಹೆಸರಿಸಲಾಗದ ಭಯವನ್ನು ಹುಟ್ಟಿಸುತ್ತಿದೆ.

ಗೂಡಿನ ಛತ್ತಿನಲ್ಲಿ ಒಂದೇ ಒಂದು ವಿದ್ಯುದ್ದೀಪ ಮಂಕಾಗಿ ಉರಿಯುತ್ತಿದೆ. ಅದರ ಕೆಳಗೆ ತಂತಿಬಲೆ. ಗೆರ್‌ಮರ್ ಮೇಲೆ ನೋಡುತ್ತಾನೆ. ಮನಸ್ಸಿನಲ್ಲಿ ಒಂದು ಬಗೆಯ ವಿಚಿತ್ರ ಉದ್ವೇಗ. ಅವನ ನಾಲಿಗೆ, ಹಲ್ಲಿಲ್ಲದ ಒಸಡಿನ ಮೇಲೆ ನಿಧಾನವಾಗಿ ಚಲಿಸಿತು.

ಅಲ್ಲಿ ಛಿದ್ರಛಿದ್ರವಾಗಿದ್ದ ಮಾಂಸವು ಈಗ ಕೂಡಿಕೊಳ್ಳತೊಡಗಿದೆ. ಅವನ ಮೆದುಳು ಬರಿದಾದಂತಿತ್ತು. ಉರಿಯುತ್ತಿರುವ ದೀಪ ಅವನನ್ನು ಆಕರ್ಷಿಸಿತು. ಮೆದುಳು ಮತ್ತೆ ಕೆಲಸಮಾಡತೊಡಗಿತು.

ಅವನು ತಾನು ಕುಳಿತ ಸ್ಟೂಲನ್ನು ಕೋಣೆಯ ಮಧ್ಯಭಾಗಕ್ಕೆ ಎಳೆದುಕೊಂಡು ಹೋಗಬೇಕೆಂದುಕೊಂಡ. ಅದರ ಮೇಲೆ ನಿಂತುಕೊಳ್ಳುವುದು, ಇನ್ನೇನು ಓಡಲಿರುವ ಓಟಗಾರನ ಹಾಗೆ, ಕಾಲೂರಿ, ಮುಂದೆ ಬಾಗಿ ಆಮೇಲೆ ಒಂದು ಕೈಯನ್ನು ಮೇಲೆ ಚಾಚಿ, ಚಿಮ್ಮಿ ನೆಗೆಯುವುದು... ಅನೇಕ ಬಾರಿ ಪ್ರಯತ್ನಪಟ್ಟ ಬಳಿಕ, ಆ ಬಲ್ಬ್ ಕೈಗೆ ಸಿಗಬಹುದು... ಗಾಜಿನ ಚೂರುಗಳು ಬ್ಲೇಡಿನಷ್ಟೇ ಹರಿತವಾಗಿರುತ್ತವೆ... ಅವನು ಹೆಬ್ಬೆರಳಿನಿಂದ ತನ್ನ ನಾಡಿ ಬಡಿತವನ್ನು ನೋಡಿಕೊಂಡ. ಅದು ಅವನನ್ನು ವಸ್ತು ಸ್ಥಿತಿಗೆ ಹಿಂದಿರುಗಿ ತಂದಿತು.

ಗೆರ್‌ಮರ್ ಎದ್ದುನಿಂತ, ತನ್ನ ಕೊಠಡಿಯಲ್ಲೇ ಈ ಕಡೆಯಿಂದ ಆ ಕಡೆ ಆ ಕಡೆಯಿಂದ ಈ ಕಡೆ ಶತಪಥ ಹಾಕಲು ಪ್ರಾರಂಭಿಸಿದ. ಮನಸೆಳೆಯುವ ಆತ್ಮಹತ್ಯೆಯ ಆಲೋಚನೆಗಳನ್ನು ಹತ್ತಿಕ್ಕಲು ಯತ್ನಸಿದ. ಅವು ಏಕೆ ತನ್ನನ್ನು ಪೀಡಿಸುತ್ತಿವೆಯೆಂದು ಅವನಿಗೆ ಗೊತ್ತು. ಚಿತ್ರಹಿಂಸೆಗೆ ಗುರಿಯಾದ ಶರೀರ ಮತ್ತು ಮನಸ್ಸಿನಿಂದ ಯಾವುದಾದರೊಂದು ರೀತಿಯಲ್ಲಿ ಬಿಡುಗಡೆ ಪಡೆಯಲು ಅವನು ಬಯಸುತ್ತಿದ್ದ.

"...ಒಂದೋ ನೀನು ಮಾತಾಡ್ತಿ, ಇಲ್ಲವಾದ್ರೆ ನಾನು ನಿನ್ನನ್ನ ಕೊಲ್ತೇನೆ."

"...ನೀನು ಹೆದರಬೇಡ, ಕ್ರಿಸ್‌ಮಸ್ ಹಬ್ಬಕ್ಕೆ ನಾನು ಮನೆಗೆ ಬರ್ತೇನೆ..."

ಗೆರ್‌ಮರ್‌ನನ್ನು ಮುಳುಗಿಸಿಬಿಡುವಂತೆ ತೋರಿದ ಭಾವನೆಗಳ ಸುಳಿಯಲ್ಲಿ ಈ ಪದಗಳು

ಈಜಾಡತೊಡಗಿದವು. ಆದರೆ ಅವನು ತನ್ನ ಸಮಸ್ತ ಇಚ್ಛಾಶಕ್ತಿಯನ್ನೂ ಉಪಯೋಗಿಸಿ, ಈ ವಿನಾಶಕಾರೀ ಮನಃಸ್ಥಿತಿಯಿಂದ ಹೊರಗೆ ಬಂದ. ದೀಪವನ್ನು ಚೂರುಮಾಡಿ, ಚುಚ್ಚಿಕೊಂಡು ಸಾಯುವ ಕಡೆಗೆ ಮನಸ್ಸನ್ನು ಸೆಳೆಯುವ ಇಂತಹ ಆಲೋಚನೆಗಳಿಂದ ತಾನು ದೂರವಿರಬೇಕು ಎಂದುಕೊಂಡ.

ಇದೆಂಥ ದರಿದ್ರ, ಸುಡುಗಾಡು ಮೌನ, ಅವನು ಆಲೋಚಿಸಿದ, ಯಾಕೆ ಯಾವನೊಬ್ಬನಾದರೂ ಚೀರುತ್ತಿಲ್ಲ? ಈ ಬಾಗಿಲನ್ನು ಜೋರಾಗಿ ತಟ್ಟುತ್ತಿಲ್ಲ? ಹೊರಗೆ! ನಮ್ಮನ್ನು ಹೊರಗೆ ಬಿಡಿ.

ಗೂಡಿನ ಮಧ್ಯೆ ನಿಂತಿದ್ದ ಗೆರ್‌ಮರ್ ಇದ್ದಕ್ಕಿದ್ದಂತೆ ಜೋರಾಗಿ ನಕ್ಕ. ಅರ್ಥವಿಲ್ಲದ ಬೊಗಳುನಗೆ, ತೆರೆದ ಗಾಯವನ್ನು ಸೀಳಿಕೊಂಡು ಬರುವ ಹಾಗೆ ಬಂತು, ಅವನ ಬಾಯಿಂದ ಆ ನಗು.

"ಕ್ರಿಸ್‌ಮಸ್ ಹಬ್ಬ ! ಬಂದಿದೆ ಕ್ರಿಸ್‌ಮಸ್ ಹಬ್ಬ !" ಅವನು ಕೂಗಿದ ; ಪೇಟೆಯ ಮಧ್ಯೆ ಡಂಗುರ ಬಾರಿಸುವವನಂತೆ.

ಕ್ರಮೇಣ ಆ ನಗು, ನೋವು ತುಂಬಿದ, ಎದೆ ಸೀಳುವ ಆರ್ತನಾದವಾಯಿತು. ಗೆರ್‌ಮರ್
ಗೋಡೆಯ ಕಡೆಗೆ ತಿರುಗಿದ, ಅದರ ಹತ್ತಿರ ಹೋಗಿ ತನ್ನ ಹಣೆಯನ್ನು
ಗೋಡೆಗೆ ಒತ್ತಿಕೊಂಡು ಅಳತೊಡಗಿದ.

ಆ ಅಳು ಎಷ್ಟು ಹಿತಕರವಾಗಿತ್ತು...

ಬೆಚ್ಚನೆಯ ಮಳೆಯ ಹಾಗೆ, ಅವನ ಶರೀರದಿಂದ ನೋವು ನಿರ್ಗಮಿಸಿತು, ದೊಡ್ಡ ಎತ್ತರ – ಗಾತ್ರದ ಆ ಬಲಿಷ್ಠ ಗಂಡಸು ಮಗುವಿನ ಹಾಗೆ ಅತ್ತ.

"ನಾನು ಅಳ್ತಾ ಇದ್ದೇನೆ, ಯಾಕೇ ಅಂದರೆ ಅತ್ತರೆ ನನಗೆ ಏನೋ ಸಮಾಧಾನ...ಯಾಕೇ ಅಂದರೆ ಈ ದಿನ ಕ್ರಿಸ್‌ಮಸ್. ನನಗೆ ಇವತ್ತು ನಿಮ್ಮ ಜೊತೆ ಮನೇಲಿ ಇರಬೇಕೂಂತ ಆಸೆ ಇತ್ತು. ನನ್ನ ಪ್ರೀತಿಯ, ಪ್ರೀತಿಯ ಹೆಡಿ, ನನ್ನ ಮುದ್ದು, ಮುದ್ದು ಮಗೂ...ನನ್ನ ಮೇಲೆ ಕೋಪ ಮಾಡ್ಕೋಬೇಡಿ...ನನಗೆ ಬರೋದಕ್ಕೆ ಆಗ್ತಾ ಇಲ್ಲ...ನನಗೆ ಬರೋದಕ್ಕೆ ತುಂಬಾ ಇಷ್ಟ. ತುಂಬಾ ತುಂಬಾ ಇಷ್ಟ. ಆದರೆ ನಾನು ಬರಲಾರೆ..."

ಇದ್ದಕ್ಕಿದ್ದಂತೆ ಕಬ್ಬಿಣದ ಬಾಗಿಲಿನ ಶಬ್ದ, ಬೀಗದ ಕೈ ಎರಡು ಸಲ ತಿರುಗಿತು. ಬಾಗಿಲಿನಲ್ಲಿ... ಕಾವಲುಗಾರ.

ಗೆರ್‌ಮರ್ ಹಿಂದೆ ತಿರುಗಿದ, ಅವನನ್ನು ದಿಟ್ಟಿಸಿದ, ಭಯ ತುಂಬಿದ ನೋಟ.

"ಬಾ" ಅಷ್ಟೇ ಆ ಕಾವಲುಗಾರ ಹೇಳಿದ್ದು.

ತನ್ನನ್ನು ತಾನು ಸ್ವಾಧೀನಕ್ಕೆ ತಂದುಕೊಳ್ಳಲು, ಗೆರ್‌ಮರ್‌ಗೆ ಒಂದು ಕ್ಷಣ ಬೇಕಾಯಿತು. ಅವನ ಆಲೋಚನೆಗಳು ಇನ್ನೂ ಅಲ್ಲಿ ಇಲ್ಲಿ ಹರಿದಾಡುತ್ತಿದ್ದವು. ಅವನು ಯಾಂತ್ರಿಕವಾಗಿ ತನ್ನ ಜಾಕೆಟ್‌ನ ಗುಂಡಿಗಳನ್ನು ಹಾಕಿಕೊಂಡ. ಗೂಡಿನಿಂದ ಹೊರಗಡೆ ಹೆಜ್ಜೆಯಿಟ್ಟ. ಅವರು ಮೌನವಾಗಿ, ಗೂಡುಗಳ ಮುಂದಣ ಓಣಿಯಲ್ಲಿ ನಡೆದರು. ಕಬ್ಬಿಣದ ಮೆಟ್ಟಲುಗಳನ್ನು ಇಳಿದರು. ನೆಲಮಟ್ಟಕ್ಕೆ ಬಂದರು.

'ಓಹೋ ಹೆಡಿ ಬಂದಿದಾಳೆ' ಎಂದುಕೊಂಡ ಗೆರ್‌ಮರ್, ತಾನು ಹಿಂದಿನ ಸಲ ಅವಳನ್ನು ನೋಡಿದ ಸಿಹಿನೆನಪನ್ನು ಅವನ ಹೃದಯ ಇನ್ನೂ ಪ್ರತಿಧ್ವನಿಸುತ್ತಿತ್ತು.

ಮತ್ತೊಬ್ಬ ಕಾವಲುಗಾರ ಅವನನ್ನು ಪೊಲೀಸ್ ಸ್ಟೇಷನ್‌ಗೆ ಕರೆದುಕೊಂಡು ಹೋದ. ಆ

ದಾರಿ ಗೆರ್‌ಮರ್‌ಗೆ ಗೊತ್ತಿತ್ತು. ಏಕೆಂದರೆ, ಎಷ್ಟೋ ಸಲ ಅವನನ್ನು ಪ್ರಶ್ನಿಸಲೆಂದು ಅಲ್ಲಿಗೆ ಕರೆದುಕೊಂಡು ಹೋಗಿದ್ದರು. ಆದರೆ ಈ ಸಲ ಅವನು ಅಲ್ಲಿಗೆ ಸಂತೋಷವಾಗಿಯೇ ಹೋದ. ಏಕೆಂದರೆ ಅವನ ಮನಸ್ಸಿನಲ್ಲಿ ಏನೋ ಉಲ್ಲಾಸ ಏನೋ ಸುಮಧುರ ನಿರೀಕ್ಷೆ. ಹೆಡಿ ಬಂದಿರಬೇಕು. ಈಗ ಅವನಿಗೆ ಅದರ ಬಗ್ಗೆ ಅನುಮಾನವೇ ಇರಲಿಲ್ಲ, ಆದರೆ ಅವನನ್ನು ಕರೆದುಕೊಂಡು ಹೋದ ಕೋಣೆಯಲ್ಲಿ ಇದ್ದಿದ್ದು ಟ್ಲೋಖರ್ ಮಾತ್ರ.

ಆದರೂ ಗೆರ್‌ಮರ್‌ಗೆ ತನಗಾದ ನಿರಾಶೆಯ ಅರಿವಾಗಲೇ ಇಲ್ಲ. ಅವನ ಅಂತರಂಗದಲ್ಲಿ ಬೆಳೆದು ಬಂದಿದ್ದ ಒತ್ತಡ, ಉದ್ವೇಗಗಳು ಸಡಿಲವಾದವು ಕರಗಿದವು, ಅವನ ಹೃದಯ ಶೀತಲವಾಯಿತು.

ಅವನು ಒಂದೇ ನೋಟದಲ್ಲಿ ಕೊಠಡಿಯೊಳಗಿನ ಸನ್ನಿವೇಶವನ್ನು ಗ್ರಹಿಸಿದ.

ಮೇಜಿನ ಮೇಲೆ ಒಂದು ಪುಟ್ಟ ಉಡುಗೊರೆಯ ಪ್ಯಾಕೆಟ್ ಇತ್ತು. ಬಿಳಿಯ ಕಾಗದದಲ್ಲಿ ಸುತ್ತಿದ್ದು. ಅದರ ಸುತ್ತ ಎಚ್ಚರಿಕೆಯಿಂದ ಕಟ್ಟಿದ ಹಸಿರು ಬಣ್ಣದ ಟೇಪ್, ಟ್ಲೋಖರ್‌ನ ಕೋಟು, ಅವನು ಕುಳಿತ ಕುರ್ಚಿಯ ಹಿಂಭಾಗದಲ್ಲಿ ನೇತಾಡುತ್ತಿತ್ತು. ಅವನು ಅದನ್ನು ಆಗತಾನೇ ಅಲ್ಲಿ ಎಸೆದಿದ್ದ. ಸ್ವತಃ ಟ್ಲೋಖರ್ ಕಡುನೀಲಿ ಬಣ್ಣದ ಹೊಚ್ಚ ಹೊಸ ಸೂಟ್ ಹಾಕಿಕೊಂಡು ಕೂತಿದ್ದ. ಅವನ ಬಿಳಿಯ ಅಂಗಿಯ ತೋಳುಗಳು ಫಳಫಳ ಹೊಳೆಯುತ್ತಿದ್ದವು. ಅವನು ಇಲ್ಲಿನ ಕೆಲಸ ಮುಗಿದ ಮೇಲೆ, ಯಾವುದೋ ಕ್ರಿಸ್‌ಮಸ್ ಸಂತೋಷ ಕೂಟಕ್ಕೆ ಹೋಗಲಿರುವನೆಂಬ ಸಂಗತಿ ಸ್ಪಷ್ಟವಾಗಿಯೇ ಇತ್ತು.

"ಕುಳಿತುಕೊಳ್ಳಿ, ಶ್ರೀಯುತ ಗೆರ್‌ಮರ್ ಅವರೇ."

ಟ್ಲೋಖರ್, ತನ್ನ ಮೇಜಿನ ಮುಂದಿದ್ದ ಕುರ್ಚಿಯ ಕಡೆ ಕೈಮಾಡಿ ತೋರಿಸಿದ, ಬಾಗಿಲ ಹತ್ತಿರ ನಿಂತಿದ್ದ ಕಾವಲುಗಾರನಿಗೆ ತಮ್ಮಿಬ್ಬರನ್ನು ತಮ್ಮ ಪಾಡಿಗೆ ಬಿಟ್ಟು ದೂರ ಹೋಗುವಂತೆ ಸನ್ನೆ ಮಾಡಿದ. ತಾನು ಒಂದು ಸಿಗರೇಟನ್ನು ಹಚ್ಚಿಕೊಂಡು ಪ್ಯಾಕೆಟ್‌ಅನ್ನು ಗೆರ್‌ಮರ್ ಕಡೆ ಚಾಚಿದ.

"ಸಿಗರೇಟ್ ?"

ಗೆರ್‌ಮರ್ ಬೇಡವೆಂದು ತಲೆ ಅಲ್ಲಾಡಿಸಿದ.

ಟ್ಲೋಖರ್, ಈ ನಿರಾಕರಣೆಯನ್ನು ಗಂಭೀರವಾಗಿ ತೆಗೆದುಕೊಳ್ಳಲಿಲ್ಲ. ಪ್ಯಾಕನ್ನು ಪಕ್ಕಕ್ಕೆ ತಳ್ಳಿದ.

"ನಾನು ಇಷ್ಟು ಹೊತ್ನಲ್ಲಿ ನಿನ್ನ ಯಾಕೆ ಕರದೇ ಅಂತ ನಿನಗೆ ಆಶ್ಚರ್ಯ ಆಗ್ತಾ ಇದೆಯಾ ?"

ಅವನು ಮೇಜಿನ ತುದಿಯಲ್ಲಿ ಕುಳಿತ.

"ಗೆರ್‌ಮರ್, ಇವತ್ತು ಕ್ರಿಸ್‌ಮಸ್ ಹಬ್ಬದ ಮುನ್ನಾದಿನ."

ಅವನ ನಡೆ, ನುಡಿ, ಉಡುಪು, ವ್ಯವಹಾರ ಯಾವುದರಲ್ಲೂ ಅಧಿಕಾರ ದರ್ಪದ ಸುಳಿವೂ ಇರಲಿಲ್ಲ. ಗೆರ್‌ಮರ್ ಯಾವ ಉತ್ತರವನ್ನೂ ಕೊಡಲಿಲ್ಲ. ಅವನು ತನ್ನ ಹೆಂಡತಿ ಮತ್ತು ಮಗನ ಬಗ್ಗೆ ಯೋಚಿಸುತ್ತಿದ್ದ. ಅಷ್ಟೊಂದು ದೂರದಲ್ಲಿ... ತನಗೆ ಎಟುಕದ ಹಾಗೆ... ಅಷ್ಟೊಂದು ಒಂಟಿಯಾಗಿ... ಆಮೇಲೆ, ಅವನು ತನ್ನ ದೌರ್ಬಲ್ಯವನ್ನು ನುಂಗಿಕೊಂಡ. ಮಂಡಿಗಳ ಮೇಲೆ ನೆಲೆಸಿದ್ದ ಅವನ ಮುಷ್ಟಿಗಳು ಅಲ್ಲಿಯೇ ಬಿಗಿಯಾದವು.

"ಕಳೆದ ಹದಿನಾಲ್ಕು ದಿನಗಳಲ್ಲಿ, ನನಗೆ ನಿನ್ನ ಬಗ್ಗೆ ಹೊಸ ಗೌರವ ಮೂಡಿದೆ

ಗೆರ್‌ಮರ್. ನೀನು ನಿಜವಾಗಿಯೂ ಗಂಡಸು. ನಾವು ನಿನ್ನಂಥವರಿಗೆ ತಲೆಬಾಗಿ ನಮಸ್ಕಾರ ಮಾಡಬೇಕು... ನನಗೆ ನಿನ್ನನ್ನ ಮನೆಗೆ ಕಳಿಸಬೇಕೂ ಅಂತ ಇಷ್ಟ... ಇವತ್ತು... ಈಗ."

ಅವನು ಬೇಗ ಎದ್ದು ನಿಂತ, ಆ ಕಡೆ ಈ ಕಡೆ ಓಡಾಡತೊಡಗಿದ. ತನ್ನನ್ನು ತಾನೇ ಬೈದುಕೊಳ್ಳತೊಡಗಿದ, ಕೋಪದಿಂದ, ನಾಟಕೀಯವಾಗಿ.

'ಇದೆಲ್ಲದರ ಮನೇ ಹಾಳಾಗ ! ನಾನೂ ಒಬ್ಬ ಮನುಷ್ಯ, ಮಕ್ಕಳೂ ಮರೀ ಇರೋನು. ಅದೂ ಅಲ್ಲದೆ ಕ್ರಿಸ್‌ಮಸ್ ಹಬ್ಬ ಬೇರೆ. ಬೇರೆಯವರಿಗೆ ಸ್ವಲ್ಪವಾದರೂ ಸಂತೋಷ ಕೊಡ ಬೇಕೂಂತ ನಮಗೂ ಆಸೇ ಇರೋದಿಲ್ವಾ ? ನೀನೇ ಯೋಚನೆ ಮಾಡು... ನಿನ್ನ ಹೆಂಡತಿ... ನಿನ್ನ ಪುಟ್ಟ ಮಗ... ಇದ್ದಕ್ಕಿದ್ದಂತೆ ಕಾಲಿಂಗ್‌ಬೆಲ್ ಶಬ್ದ ಆಗ್ತದೆ... ನೀನು ಅಲ್ಲಿ ನಿಂತಿರ್ತಿ... ದೇವರೇ... ಗೆರ್‌ಮರ್, ಆ ದೃಶ್ಯ ನನ್ನ ಕಣ್ಣ ಮುಂದೆ ಕಟ್ಟಿದೆ... ಅಬ್ಬಾ, ಅವರಿಗೆ ಎಷ್ಟು ಸಂತೋಷ ಆಗ್ಬಹುದು !'

ಗೆರ್‌ಮರ್‌ನ ಕತ್ತು ಬಾಗಿತು. ಕಣ್ಣ ಹನಿಗಳಲ್ಲಿ ಮುಳುಗಿಸಲಾಗದ ಅವನ ನೋವು ಮತ್ತೆ ಕುಡಿಯೊಡೆಯಿತು. ಆದರೆ ಅವನಿಗೆ ವಸ್ತುಸ್ಥಿತಿ ಸ್ಪಷ್ಟವಾಗಿ ಗೊತ್ತಾಯಿತು. ಈ ಸಕ್ಕರೆ ಸವರಿದ ಮಾತುಗಳೆಲ್ಲ ಗುಳ್ಳೇನರಿ ಟ್ರೋಖರ್‌ನ ಮತ್ತೊಂದು ತಂತ್ರ ಅಷ್ಟೇ, ತನ್ನ ಮನಸ್ಸನ್ನು ಮೆತ್ತಗೆ ಮಾಡಿ ತನ್ನ ಬಾಯಿ ಬಿಡಿಸುವುದಕ್ಕೆ.

ಟ್ರೋಖರ್ ನಿಧಾನವಾಗಿ ಅವನ ಹತ್ತಿರಕ್ಕೆ ಬಂದ, ಅವನ ಬೆನ್ನ ಹಿಂದೆ ನಿಂತುಕೊಂಡು ಮಾತಾಡತೊಡಗಿದ.

"ಇದರಿಂದ ಏನೂ ಪ್ರಯೋಜನ ಇಲ್ಲ ಗೆರ್‌ಮರ್. ನಿಮ್ಮ ಗುಂಪು ಪುಡಿಪುಡೀ ಆಗಿಹೋಗಿದೆ. ನಿಮ್ಮ ಜಿಲ್ಲಾ ಸಂಘಟನೆಯೊಂದಿಗೆ ನಿನ್ನ ಸಂಪರ್ಕ ಯಾರ ಮೂಲಕ ಅಂತ ನೀನು ಹೇಳದೆ ಇದ್ದರೆ, ಬೇರೆ ಯಾವುದೋ ದಾರಿಯಿಂದ ಗೊತ್ತಾಗೇ ಗೊತ್ತಾಗ್ತದೆ. ಒಂದು ನಾಲ್ಕು ದಿವಸ ಜಾಸ್ತಿ ಬೇಕಾಗ್ಬಹುದು ಅಷ್ಟೇ. ಆದರೆ ಆಯ್ತು. ನನಗೆ ಬೇಕಾದಷ್ಟು ವೇಳೆ ಇದೆ."

ಅವನು ಕ್ಷಣಕಾಲ ಸುಮ್ಮನಾದ, ಗೆರ್‌ಮರ್ ಹಾಗೆಯೇ ಕುಳಿತಿದ್ದ. ಅವನ ಮುಖದಲ್ಲಿ ಯಾವ ಭಾವನೆಯೂ ಇಲ್ಲ. ಕಣ್ಣುಗಳಲ್ಲಿ ಒಂದು ಹನಿ ನೀರಿಲ್ಲ. ಟ್ರೋಖರ್ ನಿರೀಕ್ಷೆ ತುಂಬಿಕೊಂಡು ಕಾದ. ಆಮೇಲೆ ಗೆರ್‌ಮರ್‌ಗೆ ಮತ್ತೆ ಅವನ ಧ್ವನಿ ಕೇಳಿಸಿತು, ಅವನ ಅಂತರಂಗವನ್ನು ಸೀಳಿ ಒಳಬಂತು.

"ನಾನು ಇದನ್ನು ತುಂಬಾ ಸರಳಗೊಳಿಸ್ತಿದ್ದೇನೆ. ನಿನಗೆ ಏನೇನೂ ಕಷ್ಟ ಇಲ್ಲ. ನೀನು ಅವನ ನಿಜವಾದ ಹೆಸರು ಹೇಳದೇ ಇದ್ದರೂ ಪರವಾಗಿಲ್ಲ. ಸಂಕೇತನಾಮ ಏನು ಅಂತ ಹೇಳು ಸಾಕು. ಮಿಕ್ಕಿದ್ದೆಲ್ಲಾ ನಾನೇ ನೋಡ್ಕೋತೇನೆ, ಬರೀ... ಅವನ ಸಂಕೇತನಾಮ. ಹೇಳು... ಗೆರ್‌ಮರ್, ಆಮೇಲೆ ನೀನು ಮನೇಗೆ ಹೋಗ್ಬಹುದು. ನಾನು ನಿನಗೆ ಭಾಷೆ ಕೊಡ್ತೇನೆ, ಈ ಕ್ಷಣ... ಈಗಲೇ ಹೋಗ್ಬಹುದು."

ಅದೆಲ್ಲಾ ಸುಳ್ಳು, ಮೋಸ. ಈ ವಿಷಯ ಗೆರ್‌ಮರ್‌ಗೆ ಗೊತ್ತು; ಚೆನ್ನಾಗಿ ಗೊತ್ತು. ಆದರೂ... ಆದರೂ ಅವನ ಮನಸ್ಸಿನಲ್ಲಿ ಏನೋ ಒಂದು ಆಸೆ, ಹೃದಯದಲ್ಲಿ ಹೋರಾಟ, ಅವನು ಯೋಚಿಸಿದ :

"ಕ್ರಿಸ್‌ಮಸ್ ಹಬ್ಬ, ಸುಮ್ಮನೆ ಹೋಗೋದು, ಕಾಲಿಂಗ್‌ಬೆಲ್ ಒತ್ತೋದು... ನಿಜವಾದ ಹೆಸರೂ ಹೇಳಬೇಕಾಗಿಲ್ಲ... ಬರೀ ಸಂಕೇತನಾಮ ಅಷ್ಟೇ... ಆಮೇಲೆ... ಆಮೇಲೆ... ಮನೇಗೆ ಹೋಗೋದು... ಬೆಲ್ ಒತ್ತೋದು ಅವರಿಗೆಲ್ಲಾ ಎಷ್ಟು ಸಂತೋಷ. ಕಣ್ಣ ಮುಂದೆ ಕಟ್ಟಿದಂತೆ..."

ಗೆರ್‌ಮರ್ ತನಗೇ ಗೊತ್ತಿಲ್ಲದಂತೆ ಉದ್ವಿಗ್ನನಾದ. ಕೈಗಳನ್ನು ಮಂಡಿಗಳ ನಡುವೆ ಒತ್ತಿಹಿಡಿದ. ಹಾಗಾಗುವುದನ್ನು ಅವನು ಇದಕ್ಕೆ ಮುಂಚೆ ಗಮನಿಸಿರಲಿಲ್ಲ. ಅವನು ಕುರ್ಚಿಯಿಂದ ಮೇಲೆದ್ದು ನಿಂತ. ಟ್ರೋಖರ್‌ಗೆ ಎದುರಾಗಿ ನಿಂತ. ಟ್ರೋಖರ್ ಕಾಲುಗಳನ್ನು ಅಗಲಿಸಿಕೊಂಡು ನಿಂತಿದ್ದ. ಅವನ ಕೈಗಳು ಕೋಟಿನ ಜೇಬಿನಲ್ಲಿದ್ದವು. ಗೆರ್‌ಮರ್ ಹೇಳಿದ.

"ನನ್ನನ್ನು ನನ್ನ ಗೂಡಿಗೆ ವಾಪಸ್ ಕಳಿಸಿ."

ಟ್ರೋಖರ್ ಬೇಸರಗೊಂಡವನಂತೆ ಭೂಜ ಕುಣಿಸಿ ಹೇಳಿದ :

"ಬಹಳ ಶೋಚನೀಯ..."

ಕಾವಲುಗಾರನನ್ನು ಕರೆಯುವುದಕ್ಕೆ ಟ್ರೋಖರ್ ಬಾಗಿಲ ಹತ್ತಿರ ಹೋದ. ಅಷ್ಟರಲ್ಲಿ ಇದ್ದಕ್ಕಿದ್ದಹಾಗೆ ತನ್ನ ಕೈಯಿಂದ ಹಣೆ ಚಚ್ಚಿಕೊಂಡ. ಆಮೇಲೆ ಏನೋ ತಪ್ಪು ಮಾಡಿದವನಂತೆ ಹೇಳಿದ.

"ಅಯ್ಯೋ ಮರೆತೇಬಿಟ್ಟೆ. ನಿನಗೆ ನಿನ್ನ ಉಡುಗೊರೆ ಬೇಡವಾ ? ನಿನ್ನ ಹೆಂಡತಿ ತಂದು ಕೊಟ್ಟದ್ದು."

ಅವನು ಮೇಜಿನ ಹತ್ತಿರ ಹೋದ, ಆ ಪುಟ್ಟ ಅಚ್ಚುಕಟ್ಟಾದ ಪ್ಯಾಕೆಟ್ಟನ್ನು ತುಂಬಾ ಎಚ್ಚರಿಕೆಯಿಂದ ನಾಟಕೀಯವಾಗಿ, ನಿಧಾನವಾಗಿ ಎತ್ತಿಕೊಂಡ.

"ನನ್ನ ಹೆಂಡತಿ ಇಲ್ಲಿಗೆ ಬಂದಿದ್ದಳಾ ?" ನೋವು ತುಂಬಿದ ಉತ್ಸಾಹದಿಂದ ಗೆರ್‌ಮರ್ ಕೇಳಿದ...

ಟ್ರೋಖರ್ ಮತ್ತೆ ಆ ಪ್ಯಾಕೆಟ್ಟನ್ನು ಮೇಜಿನ ಮೇಲೆ ಇಟ್ಟ. ನಿಧಾನವಾಗಿ ; ಹುಷಾರಾಗಿ. ಆಮೇಲೆ ಉತ್ತರ ಕೊಟ್ಟ, ದಯೆ ತುಂಬಿದ ಧ್ವನಿಯಲ್ಲಿ.

"ಅವಳು ಇನ್ನೂ ಇಲ್ಲೇ ಇದಾಳೆ, ನಿನಗೋಸ್ಕರ ಕಾಯ್ತಾ ಇದಾಳೆ, ಅವಳು ನಿನ್ನ ಮಗನ್ನೂ ಜೊತೇಲಿ ಕರ್‍ಕೊಂಡು ಬಂದಿದಾಳೆ. ಪುಟಾಣಿ ಹುಡುಗ, ಮುದ್ದಾಗಿದಾನೆ."

ಗೆರ್‌ಮರ್‌ನ ಒಳಗಡೆ ಒಂದು ಆರ್ತನಾದ ಮೈತಳೆಯಿತು. ಅವನು ಅದನ್ನು ಪ್ರಯತ್ನಪಟ್ಟು ತಡೆಹಿಡಿದ. ಭಾವನೆಗಳ ಒತ್ತಡಕ್ಕೆ ಎದೆ ಬಿರಿಯುವಂತಹ ಅನುಭವ. ಅವನ ಉಸಿರಾಟ ಭಾರವಾಯಿತು. ಅವನು ದೃಷ್ಟಿಹೀನನಂತೆ ಮೇಜಿನ ಕಡೆ ನಡೆದ.

"ನನ್ನ ಹೆಂಡತಿ ? ನೀನು, ನನ್ನ ಹೆಂಡತಿ ಅಂದಿರಾ ? ಎಲ್ಲಿದಾಳೆ ಅವಳು ?"

ಟ್ರೋಖರ್ ಮುಗುಳ್ನಕ್ಕ, ತನ್ನ ಜಾಗಕ್ಕೆ ಹೋದ, ಬ್ರೀಫ್‌ಕೇಸ್‌ನಿಂದ ಒಂದು ಕಾಗದ ತೆಗೆದ.

"ಇಗೋ, ಇದು-ನಿನ್ನನ್ನು ತಕ್ಷಣ ಬಿಡುಗಡೆ ಮಾಡೋ ಅಪ್ಪಣೆ ಚೀಟಿ ನೋಡು, ನಾನು ಅದರ ಮೇಲೆ ನನ್ನ ಸಹಿ ಹಾಕ್ತೇನೆ, ಅಷ್ಟೇ, ಆಗೇಹೋಯ್ತು."

ಹೀಗೆ ಹೇಳುತ್ತಾ, ಅವನು ಆ ಕಾಗದದ ಮೇಲೆ ತನ್ನ ರುಜು ಹಾಕಿದ. ಅವನು ಏನು ಮಾಡುತ್ತಿದ್ದನೆಂಬುದು ಗೆರ್‌ಮರ್‌ಗೆ ಕೇವಲ ಅರ್ಧಂಬರ್ಧ ಗೊತ್ತಾಗುತ್ತಿತ್ತು.

"ಎಲ್ಲಿದಾಳೆ ಅವಳು ?" ಅವನು ಏದುಸಿರು ಬಿಡುತ್ತ ಕೇಳಿದ.

"ಇಲ್ಲೇ ದೊಡ್ಡ ಕಛೇರೀಲಿ ಕೂತಿದಾಳೆ. ನಿನಗೋಸ್ಕರ ಕಾಯ್ತಿದಾಳೆ." ಟ್ರೋಖರ್ ತುಂಬಾ ಲೋಕಾಭಿರಾಮವಾಗಿ ಉತ್ತರಕೊಟ್ಟ.

ಗೆರ್‌ಮರ್ ಕಣ್ಣು ಪಿಳಿಪಿಳಿ ಮಾಡಿದ.

"ಅವಳು ಇಲ್ಲಿ ಯಾಕೆ ಇಲ್ಲ ?"

ಟ್ರೋಖರ್ ಮತ್ತೆ ಮುಗುಳ್ನಕ್ಕ–ಹೆಚ್ಚು ಕಡಿಮೆ ಸ್ನೇಹ ತುಂಬಿದ ಮುಗುಳ್ನಗೆ.

"ನಾನು, ಅವಳಿಗೆ ಕ್ರಿಸ್‌ಮಸ್ ಹಬ್ಬಕ್ಕೆ, ಅವಳು ಕನಸಿನಲ್ಲೂ ಕಾಣದ ಉಡುಗೊರೆ ಕೊಡೋಣ ಅಂದ್ಕೊಂಡೆ."

ಅವನು ಮತ್ತೆ ತನ್ನ ಮೇಜು ದಾಟಿ ಗೆರ್‌ಮರ್‌ನ ಹತ್ತಿರ ಬಂದ. ಅವನಿಗೆ ಆ ಸಹಿಮಾಡಿದ ಕಾಗದ ತೋರಿಸಿದ.

"ಅದೃಷ್ಟವಂತ ನೀನು ಅಲ್ಲವಾ ? ಆದರೂ ನೀನು ಮಾಡಬೇಕಾದ ಒಂದೇ ಒಂದು ಚಿಕ್ಕ ಕೆಲಸ ಇದೆ. ಅದು ಏನೂ ಅಂತ ನಿನಗೆ ಗೊತ್ತಲ್ಲಾ ? ಆಮೇಲೆ ನಾವಿಬ್ಬರೂ ಒಟ್ಟಾಗಿ ಮನೆಗೆ ಹೋಗ್ಬಹುದು. ನನ್ನ ಮನೆಗೆ ನಾನು, ನಿಮ್ಮ ಮನೆಗೆ ನೀನು, ಸರಿ, ಗೆರ್‌ಮರ್, ಅದೊಂದು ಸಾಮಾನ್ಯ ಸಂಗತಿಯೇನು ?"

ಆ ಗೆಸ್ಟಪೋ ಅಧಿಕಾರಿಯ ಕಣ್ಣುಗಳಲ್ಲಿ ಹೊಳೆಯುತ್ತಿದ್ದ ವಿಚಿತ್ರ ಬೆಳಕು ಗೆರ್‌ಮರ್‌ಗೆ ಕಾಣಿಸಿತು. ಅವನು ಇನ್ನೂ ಏದುಸಿರು ಬಿಡುತ್ತಿದ್ದ. ತನ್ನ ಭಾವನೆಗಳನ್ನು ಹಿಡಿದಿಟ್ಟುಕೊಳ್ಳುವ ಕೆಲಸಕ್ಕಾಗಿ, ಅವನು ತನ್ನ ಮನೋಶಕ್ತಿಯನ್ನೆಲ್ಲ ಕೇಂದ್ರೀಕರಿಸಿದ. ತನ್ನ ಎದೆಬಡಿತದ ವೇಗ ಕಡಿಮೆಯಾಗುವವರೆಗೆ, ಅವುಗಳನ್ನು ಎಣಿಸಲೆತ್ನಿಸಿದ. ಕ್ರಮೇಣ ಅವನ ಮನಸ್ಸು ಒಂದು ಸ್ತಿಮಿತಕ್ಕೆ ಬಂತು. ಬಿಗಿಹಿಡಿದಿದ್ದ ಅವನ ಮುಖದ ಮಾಂಸಖಂಡಗಳು ಸಡಿಲವಾದವು. ತನ್ನ ಹಿಂಸಾಪೀಡಿತ ಮನಸ್ಸು, ಸಮಸ್ಥಿತಿಯನ್ನು ಮರಳಿ ಪಡೆದಿದೆಯೆಂದು ಅವನಿಗೆ ಖಂಡಿತವಾಯಿತು, ಆಗ ಅವನು ಶಾಂತವಾಗಿ ಕೇಳಿದ.

"ಇಲ್ಲಿಂದ ಮುಖ್ಯ ಕಛೇರಿಗೆ ಹೋಗೋದಕ್ಕೆ ಎಷ್ಟು ಹೊತ್ತು ಬೇಕು ?"

ಟ್ರೋಖರ್‌ನ ಹುಬ್ಬುಗಳು ಮೇಲೇರಿದವು. ಯಾಕೆಂದರೆ ಈ ಪ್ರಶ್ನೆಯ ಉದ್ದೇಶ ಅವನಿಗೆ ಗೊತ್ತಾಗಲಿಲ್ಲ.

"ಎರಡು ನಿಮಿಷಾನೂ ಬೇಡ."

"ಆ ಸಂಕೇತನಾಮ ನಿಮಗೆ ಅಷ್ಟೊಂದು ಮುಖ್ಯಾನಾ ?"

"ಖಂಡಿತವಾಗಿ ! ಇಲ್ಲದೆ ಇದ್ದರೆ, ಅದರ ಬದಲು ನಾನು ನಿನಗೆ ಸ್ವಾತಂತ್ರ್ಯ ಕೊಡ್ತಾ ಇದ್ನಾ ?"

ಈಗ ಗೆರ್‌ಮರ್, ತನ್ನ ಮೇಲೆ ಸಂಪೂರ್ಣ ಹತೋಟಿಯನ್ನು ಪಡೆದುಕೊಂಡಿದ್ದ, ಅವನು ಶಾಂತವಾಗಿ ನುಡಿದ :

"ಸರಿ, ಹಾಗಾದ್ರೆ, ಇನ್ನು ಎರಡು ನಿಮಿಷಗಳಲ್ಲಿ ನಾನು ಆ ಹೆಸರು ಹೇಳ್ತೀನೆ."

ಟ್ರೋಖರ್‌ನ ಮುಖ ಅರಳಿತು.

"ಶುಭ ಕ್ರಿಸ್‌ಮಸ್, ಗೆರ್‌ಮರ್ ; ಸಂತೋಷಮಯ ಕ್ರಿಸ್‌ಮಸ್ ನಿನಗೆ" ಎಂದು ಉದ್ಗರಿಸಿದ ಅವನು, ಅನಂತರ ಮತ್ತೆ ತನ್ನ ಮೇಜಿನ ಕಡೆಗೆ ಓಡಿ, ಅಲ್ಲಿದ್ದ ನೋಟ್ ಪುಸ್ತಕದಿಂದ ಒಂದು ಹಾಳೆ ಹರಿದು, ಕೈಯಲ್ಲಿ ಒಂದು ಪೆನ್ಸಿಲ್ ಹಿಡಿದುಕೊಂಡು ಸಿದ್ಧವಾಗಿ ನಿಂತ.

ಗೆರ್‌ಮರ್, ಅರೆತೆರೆದ ಕಣ್ಣುಗಳಿಂದ ಅವನ ಚಲನವಲನಗಳನ್ನು ಗಮನಿಸುತ್ತಲೇ ಇದ್ದ.

"ನಾನು ನಿನಗೆ ಆ ಹೆಸರನ್ನು ಇನ್ನೆರಡು ನಿಮಿಷಗಳಲ್ಲಿ ಹೇಳ್ತೀನೆ. ಆದರೆ ಆಗ ನನ್ನ ಹೆಂಡತಿ ನನ್ನೆದುರಿಗೆ ಇರ್ಬೇಕು."

ಟ್ರೋಖರ್ ಪೆನ್ಸಿಲ್ಲನ್ನು ಜೋರಾಗಿ ಕೆಳಗಡೆ ಎಸೆದ. ಅವನ ಕುತಂತ್ರ ಬಯಲಾಗಿತ್ತು.

ಅವನು ಗೆರ್‌ಮರ್ ಕಡೆ, ಬಿಟ್ಟ ಕಣ್ಣು ಮುಚ್ಚದೆ ನೋಡಿದ. ಗೆರ್‌ಮರ್‌ಗಾದರೋ ಮುಗುಳುನಗೆಯನ್ನು ತಡೆಹಿಡಿಯಲಾಗಲಿಲ್ಲ.

ಟ್ರೋಖರ್ ತೊದಲುತ್ತ ಹೇಳಿದ :

"ಅದೆಲ್ಲ ಆಗೋದಿಲ್ಲ ಕಣಯ್ಯ."

ಆದರೆ ಟ್ರೋಖರ್ ತನ್ನನ್ನು ತಡೆಯುವುದರೊಳಗಾಗಿ ಗೆರ್‌ಮರ್ ಮುಂದೆ ಬಾಗಿ, ಆ ಪ್ಯಾಕೆಟ್ಟನ್ನು ಎಳೆದುಕೊಂಡ. ಅದು ಹಕ್ಕಿಗರಿಯ ಹಾಗೆ ಹಗುರವಾಗಿತ್ತು. ಅವನು ಅದನ್ನು ಹರಿದು ತೆಗೆದ. ಅದರೊಳಗಿದ್ದದ್ದು ಒಂದು ಖಾಲೀ ಚಾಕೊಲೆಟ್ ಪೊಟ್ಟಣ.

ಟ್ರೋಖರ್ ಹುಬ್ಬು ಗಂಟಿಕ್ಕಿದ. ಅವನು ತನ್ನ ಮೇಜಿನ ಮೇಲಿನ ಬಟನ್ ಒತ್ತಿದ. ತಕ್ಷಣ ಕಾವಲುಗಾರ ಪ್ರತ್ಯಕ್ಷನಾದ. ಟ್ರೋಖರ್ ದಾಪುಗಾಲು ಹಾಕಿ ಒಂದೇ ಹೆಜ್ಜೆಯಲ್ಲಿ ಗೆರ್‌ಮರ್ ಎದುರಿಗೆ ಹೋಗಿನಿಂತ.

"ಹಂದಿ !" ಎಂದು ಚೀರಿದ ಟ್ರೋಖರ್. ಬಳಿಕ ನಸುನಗುತ್ತಿದ್ದ ಗೆರ್‌ಮರ್‌ನ ಬಾಯ ಮೇಲೆ ಬಲವಾಗಿ ಹೊಡೆದ. ಅವನ ಅಂಗಿಯ ತೋಳ ಮೇಲೆ ಒಂದು ಹನಿರಕ್ತ ಬಿತ್ತು.

"ಈ ಹಂದೀನ ಇಲ್ಲಿಂದ ಕರ್‍ಕೊಂಡು ಹೋಗು !" ಅವನ ಧ್ವನಿ ಗುಡುಗಿತು.

ಅವನು ಕಾವಲುಗಾರನ ಕಡೆ ತಿರುಗಿದ.

ಕಬ್ಬಿಣದ ಮೆಟ್ಟಲುಗಳನ್ನು ಹತ್ತಿ ಗೆರ್‌ಮರ್ ತನ್ನ ಗೂಡಿಗೆ ಹಿಂದಿರುಗುವ ವೇಳೆಗೆ ಸೆರೆಯಾಳುಗಳೆಲ್ಲ ಮಲಗಿದ್ದರು, ಮೌನ ಮತ್ತಷ್ಟು ಗಂಭೀರವಾಗಿತ್ತು. ಕಾವಲುಗಾರ ಅವನನ್ನು ಒಳಗೆ ತಳ್ಳಿ ಬೀಗ ಹಾಕಿದ.

ಗೂಡಿನ ತುಂಬಾ ಕಗ್ಗತ್ತಲು. ಗೆರ್‌ಮರ್, ಕೋಣೆಯ ಮಧ್ಯೆ ನಿಂತು ಒಂದೆರಡು ಬಾರಿ ಉಸಿರಾಡಿದ. ಅವನ ಚೈತನ್ಯದ ಕೊನೆಯ ಹನಿಗಳು ನಿಧಾನವಾಗಿ ಸೋರಿಹೋದವು. ನಿತ್ರಾಣನಾದ ಅವನು ಮತ್ತೆ ಗೋಡೆಗೆ ಹಣೆಯೂರಿದ. ಕಣ್ಣುಗಳನ್ನು ಮುಚ್ಚಿಕೊಂಡ. ಆದರೆ ಅಳಲಿಲ್ಲ.

"ನಾನು ಮನೆಗೆ ಬರಲಾಗೋದಿಲ್ಲ... ನನ್ನ ಮೇಲೆ ಸಿಟ್ಟಾಗಬೇಡಿ..." ಅವನು ತನ್ನೊಳಗಿನಿಂದ ಉಕ್ಕಿಉಕ್ಕಿ ಬರುತ್ತಿದ್ದ ಕತ್ತಲೆಗೆ ಪಿಸುಗುಟ್ಟಿದ.

ಎಲ್ಲೋ ದೂರದಲ್ಲಿ ಟ್ರಾಮ್‌ಗಾಡಿಯೊಂದು, ತನ್ನ ಹಳಿಗಳ ಮೇಲೆ ಹರಿದಿಹೋಗುವ ಶಬ್ದ, ಬಹಳ ಮೆಲ್ಲನೆ ಕೇಳಿಬರುತ್ತಿತ್ತು. ○

○ ವಾಲ್ಟರ್ ಕೌಫ್‌ಮಾನ್

ಸರಳ ಸಂಗತಿಗಳು

ಗೇಆರ್ಗ್ ಈಗಲೂ ನನ್ನ ಸ್ನೇಹಿತ. ಹೀಗೆಂದರೆ ನಿಮಗೆ ಆಶ್ಚರ್ಯವಾಗಬಹುದು. ಯಾಕೆಂದರೆ ಈಗ ಗೇಆರ್ಗ್ ನಾನು ಕೈಚಾಚಿ ಮುಟ್ಟಬಲ್ಲ ಯಾವ ಜಾಗದಲ್ಲೂ ಇಲ್ಲ. ಅವನಿಗೂ ನನಗೂ ನನ್ನ ಅರ್ಧ ಜಿವಮಾನದಷ್ಟು ದೀರ್ಘವಾದ ಅಂತರವಿದೆ. ಅವನು ಸತ್ತುಹೋಗಿರಲೂಬಹುದು. ಆದರೆ ಈಗಲೂ ಅವನು ನನ್ನ ಸ್ನೇಹಿತ. ನನ್ನ ಮಟ್ಟಿಗೆ ಅವನು ಎಲ್ಲ ಸ್ನೇಹದ ಜೀವಂತ ಸಂಕೇತ.

ನನಗೆ ಇನ್ನೂ ಚೆನ್ನಾಗಿ ನೆನಪಿದೆ. ಆಗ ನಾನು ಹನ್ನೊಂದು ವರ್ಷದ ಹುಡುಗ. ಗೇಆರ್ಗ್ ನನಗಾಗಿ ನಮ್ಮ ಮನೆ ಮುಂದಣ ರಸ್ತೆಯ ಮೂಲೆಯಲ್ಲಿ ಕಾಯುತ್ತಾ ಇರುತ್ತಿದ್ದ. ಅವನು ನಮ್ಮ ಮನೆಗೆ ಬರುತ್ತಿರಲಿಲ್ಲ. ಯಾವ ಶಕ್ತಿ, ಅವನನ್ನು ನಮ್ಮ ಮನೆಗೆ ಬರದ ಹಾಗೆ ತಡೆಯುತ್ತಿತ್ತು? ಅಭಿಮಾನವೆ? ನಾಚಿಕೆಯೆ? ಅಥವಾ ಅಪರಿಚಿತ ಲೋಕವೊಂದರಲ್ಲಿ ಹೆಜ್ಜೆ ಇಡಲಿಕ್ಕೆ ಭಯವೆ? ಈ ಪ್ರಶ್ನೆಗೆ ಉತ್ತರ ನನಗೆ ಗೊತ್ತಿಲ್ಲ. ನಾನೇ ಗೇಆರ್ಗ್ ಹತ್ತಿರ ಹೋಗುತ್ತಿದ್ದೆ ಎಂದು ಮಾತ್ರ ನನಗೆ ಗೊತ್ತು.

ನಮ್ಮ ಮನೆ ಹೇಗಿತ್ತು ಎಂಬುದು ಈಗಲೂ ಕಣ್ಣಿಗೆ ಕಟ್ಟಿದ ಹಾಗಿದೆ. ನೆಲದಿಂದ ನಿಧಾನವಾಗಿ, ಸುರುಳಿ ಸುರುಳಿಯಾಗಿ ಮೇಲೇರುವ ಮೆಟ್ಟಲುಗಳು. ಅವು ಮುಗಿದ ಕೂಡಲೇ ಮುಂಬಾಗಿಲು. ಬಾಗಿಲ ಬಳಿ ಒಂದು ವಿದ್ಯುತ್ ಕರೆಗಂಟೆ. ಮನೆಯೊಳಗೆ ಸ್ಪಷ್ಟವಾಗಿ ಕೇಳಿಸಿ, ಮನೆಗೆಲಸದಾಕೆ ಕೇಟ್‌ಳನ್ನು ಕರೆಯುತ್ತಿದ್ದ ಅದರ ಶಬ್ದ. ಕೊಠಡಿಗಳ ನಡುವಣ ನೆಲ ದಾರಿಗಳ ಮೇಲೆ ಆತುರಾತುರವಾಗಿಯೂ ಹಾಸುಗಂಬಳಿಗಳ ಮೇಲೆ ಮೆಲ್ಲಡಿಯಿಡುತ್ತಲೂ ಗಾಜಿನ ಬಾಗಿಲುಗಳನ್ನು ಹಿಂದೆ ತಳ್ಳಿಕೊಂಡು ಬರುತ್ತಿದ್ದ ಕೇಟ್. ಹೀಗೆ ಹಿಂದೆ ತಳ್ಳುವಾಗ ಆಗುತ್ತಿದ್ದ 'ಊಫ್, ಊಫ್' ಎಂಬ ಸದ್ದು. ನಂತರ ಅವಳು ಮುಂಬಾಗಿಲನ್ನು ತೆರೆಯುತ್ತಿದ್ದಳು. ಬಂದ ಅತಿಥಿಗೆ ಮನೆಯ ಶಾಂತಿಯುತ ಮೌನದೊಳಗೆ ಪ್ರವೇಶ ಸಿಗುತ್ತಿತ್ತು – ಅಧ್ಯಯನದ ಕೋಣೆಯೊಳಗೆ ಅಥವಾ ತಂದೆಯವರ, ವಿಶಾಲವಾದ ಪುಸ್ತಕ

ಭಂಡಾರದೊಳಗೆ. ಆ ಪುಸ್ತಕಭಂಡಾರವಂತೂ ತಂದೆಯವರ ಕ್ರಮಬದ್ಧತೆ ಮತ್ತು ಸರಳತೆಯ ಪ್ರತಿಬಿಂಬವಾಗಿತ್ತು. ಒಂದು ಪಕ್ಷ, ಬಂದವರು ನಮ್ಮ ತಾಯಿಯನ್ನು ಹುಡುಕಿಕೊಂಡು ಬಂದಿದ್ದರೆ, ಅವರಿಗೆ ಬೇರೆಯೇ ಒಂದು ಜಗತ್ತಿಗೆ ಪ್ರವೇಶ ಸಿಗುತ್ತಿತ್ತು. ಮಹಡಿಯ ಮೇಲಿನ ಗಾಳಿ ತುಂಬಿದ, ಬೆಳಕು ತುಂಬಿದ, ಅಮ್ಮನ ಕೊಠಡಿಗೆ. ಗೋಡೆಗಳ ಮೇಲೆ ಜಲವರ್ಣದ ನಿಸರ್ಗ ಚಿತ್ರಗಳು. ಗಾಜಿನ ಬೀರುಗಳೊಳಗೆ ಮುಟ್ಟಿದರೆ ಮುರಿಯುವಷ್ಟು ನಾಜೂಕಾದ ಪಿಂಗಾಣಿಯ ವಸ್ತುಗಳು. ಹಳದಿಬಣ್ಣದ ಕೋಮಲ ಕುರ್ಚಿ ಮೇಜುಗಳು. ಇವೆಲ್ಲದರ ಮೇಲೆ, ಮನೆಯ ಮುಂದಣ ಹೂದೋಟವನ್ನು ಹಾದು ಕಿಟಿಕಿಗಳ ಮೂಲಕ ಒಳಗೆ ನುಸುಳುವ ಬಿಸಿಲಿನ ಮಳೆ.

ನಾನು ಮುಂದಿನ ಬಾಗಿಲನ್ನು ಧಡಾರನೆ ಮುಚ್ಚಿದೆ. ಆ ಶಬ್ದ ಮನೆಯೊಳಗೆ ಪ್ರತಿಧ್ವನಿಸಿತು. ಕಲ್ಲಿನ ಮೆಟ್ಟಲುಗಳ ಮೇಲೆ ಹಾರಿ ನೆಗೆಯುತ್ತಾ ಓಡಿದೆ. ಓಡಿ ಓಡಿ, ಬೀದಿಯ ಕೊನೆಗೆ ಬಂದೆ. ಏದುಸಿರು, ಉತ್ಸಾಹ, ಕಾಯುತ್ತಾ ನಿಂತಿದ್ದ ಗೇಆರ್ಗ್ ಮೇಲೆ ಜಿಗಿದೆ.

"ಹಲೋ, ನೀನು ಬಂದೆ ಬರ್ತಿಯಾ ಅಂತ ನನಗೆ ಗೊತ್ತಿತ್ತು."

"ಓಹೋ" ಎಂದ ಗೇಆರ್ಗ್ "ಸ್ವಲ್ಪ ಚೆಸ್ನಟ್ ಇದೆ. ತಿನ್ನೋಣ್ವಾ ?"

ಅವನು ತನ್ನ ಜೇಬುಗಳಲ್ಲಿ ಕೈತೂರಿಸಿ ಹುಡುಕಿದ. ದೊಡ್ಡ, ಕಂದು ಬಣ್ಣದ ಚೆಸ್ನಟ್ ಗಳನ್ನು ತೆಗೆದು ತೋರಿಸಿದ. ಅವುಗಳನ್ನು ಆ ಕೈಯಿಂದ ಈ ಕೈಗೆ, ಈ ಕೈಯಿಂದ ಆ ಕೈಗೆ ಹಾರಿಸಲು ಮೊದಲು ಮಾಡಿದ.

"ಮಜಾನೋ ಮಜಾ, ನಡಿ, ಈಗಲೇ ಹೋಗಿ ಅವನ್ನು ಸುಡೋಣ" ಎಂದೆ ನಾನು. ಅವನು 'ಆಗಲಿ' ಅಂದ.

ಆಮೇಲೆ ನಮ್ಮಿಬ್ಬರದೂ ಒಂದೇ ಓಟ. ಕಾಡಿನ ಕಡೆಗೆ, ಗೇಆರ್ಗ್‌ನ ಕೈಗಳು ಅವನ ಜೇಬುಗಳೊಳಗೆ ಸೇರಿದ್ದವು. ತಿಂಡಿ ಕೆಳಗೆ ಬೀಳದಿರಲೆಂದು. ಅವನ ಕಡುಗಪ್ಪು ಬಣ್ಣದ ಕೂದಲುಗಳು ಹಿಡಿತಕ್ಕೆ ಸಿಗದೆ ಹಣೆಯ ಮೇಲೆ ಹಾರುತ್ತಿದ್ದವು. ಅವನ ಹತ್ತಿ ಬಟ್ಟೆಯ ಅಂಗಿ ಎದೆಯ ಬಳಿ ತೆರೆದಿತ್ತು. ಬೀಸುವ ಗಾಳಿಗೆ ಹೆದರದ ಪ್ರಾಯ ನಮ್ಮದು. ಟಕಟಕಟಕ... ಎರಡು ಜೋಡಿ ಹೆಜ್ಜೆಗಳ ಸದ್ದು. ಕಾಲಿನಿಂದ ಜಾರಿ ಪಾದಗಳ ಮೇಲೆ ಬೀಳುವ ಕಾಲು ಚೀಲಗಳು.

ನನ್ನ ತಾರುಣ್ಯದ ದಿನಗಳು ಬಹಳ ಹಿಂದೆ ಉಳಿದಿವೆ. ಮೆದುಳಿನ ತುಂಬ ಗೇಆರ್ಗ್‌ನ ನೆನಪುಗಳ ಮೆರವಣಿಗೆ. ಮಾಯಾಲಾಂದ್ರದ ನೆರವಿನಿಂದ ಮೂಡಿ ಮುಳುಗುವ ಬಿಂಬಗಳಂತೆ ಸ್ಮೃತಿ ಚಿತ್ರಗಳು. ಇವೆಲ್ಲವನ್ನೂ ಹೊಸದೊಂದು ವಿನ್ಯಾಸದಲ್ಲಿ ಜೋಡಿಸುವ ನಾನು, ಆ ವಿನ್ಯಾಸವನ್ನು ಅರಳಿಸಿ ಬರುತ್ತದೆ ನಮ್ಮ ಗೆಳೆತನ. ಅದಕ್ಕೊಂದು ಹೊಸ ಅರ್ಥ ಪ್ರಾಪ್ತವಾಗಿದೆ ಈಗ.

ಕಾಡಿನ ನಡುವೆ ಖಾಲಿ ಜಾಗ. ಅಲ್ಲಿಷ್ಟು ಪುಟ್ಟ ಬೆಂಕಿ, ಅದರ ಪಕ್ಕದಲ್ಲಿ ನಾವು, ಸ್ವಲ್ಪ ಕಾಲ ಮೌನವಾಗಿ ಕುಳಿತು, ಚೆಸ್ನಟ್‌ಗಳು ಸುಡುವುದನ್ನು ಇನ್ನಷ್ಟು ಕಂದು ಬಣ್ಣ ಪಡೆ ಯುವುದನ್ನು ನೋಡುತ್ತೇವೆ ; ಬೆಂಕಿಯ ಬಿಸಿಗೆ ಚಿಪ್ಪುಗಳು ಬಿರಿಯುವ ಚಟಚಟ ಶಬ್ದವನ್ನು ಕೇಳುತ್ತೇವೆ. ನಮ್ಮ ಸುತ್ತಲೂ ಮರಗಳು. ಎಲ್ಮ್, ಬರ್ಚ್, ಓಕ್, ಇತ್ಯಾದಿ. ಹಲವು ಹಸಿರು ಮರಗಳು ಎಲೆಗಳ ಚಾಪೆಯ ನಡುವೆ ಅಲ್ಲಿಷ್ಟು ಇಲ್ಲಿಷ್ಟು ನೀಲಿ ಆಕಾಶ, ನಡುಗುವ ಎಲೆಗಳನ್ನು ಸೀಳಿಕೊಂಡು, ಕೆಳಗೆ ಬರುವ ಸೂರ್ಯಕಿರಣಗಳು. ಬೆಂಕಿಗೆ ಚಿಕ್ಕಪುಟ್ಟ

ಕಡ್ಡಿಗಳನ್ನು ಸೇರಿಸುತ್ತಾ ಕುಳಿತ ಗೇಆರ್ಗ್. ಚೆಷ್ನಟ್‌ಗಳನ್ನು ಹಾಗೆ ಹೀಗೆ ತಿರುಗಿಸುವುದರಲ್ಲಿ ಮಗ್ನನಾದ ನಾನು.

ಇದ್ದಕ್ಕಿದ್ದಂತೆ ಮೌನದ ಬಸಿರೊಡೆದು ಮಾತು. ಗೇಆರ್ಗ್ ಹೀಗೆಂದ :

"ನೋಡು, ತಮ್ಮ ತಂದೆ ನನಗೆ ಹಿಟ್ಲರನ ಯುವದಳವನ್ನು ಸೇರೋದಕ್ಕೆ ಅವಕಾಶ ಕೊಡ್ತಿಲ್ಲ. ಏನೇ ಆದರೂ ಹೋಗಬೇಡ ಅಂತಾರೆ."

"ನಿನಗೆ ಅದನ್ನು ಸೇರಬೇಕು ಅಂತ, ಅಷ್ಟೊಂದು ಆಸೇನಾ ? ನಾನಂತೂ ಸೇರೋಕಾಗೋದಿಲ್ಲ, ನಿನಗೆ ಗೊತ್ತಲ್ಲ ?"

"ನಿನ್ನ ವಿಷಯ ಬೇರೆ, ನೀನಾದರೆ ಯೆಹೂದಿ."

"ಹಾಗಲ್ಲದೆ ಇದ್ದರೂ ನಾನು ಸೇರ್‍ತಾ ಇರಲಿಲ್ಲ."

"ಯಾಕೆ ?"

"ಯಾರೋ ಹೇಳಿದ ಹಾಗೆ ಕೇಳೋದು ನನಗೆ ಇಷ್ಟವಿಲ್ಲ."

"ನನಗೂ ಅಷ್ಟೇ."

"ಹಾಗಾದರೆ ಆ ಸುದ್ದಿ ಯಾಕೆ ತೆಗೀತಿದೀಯಾ ?"

"ನಿನಗೆ ಗೊತ್ತಿಲ್ಲ. ಅದಕ್ಕೆ ಸೇರದೆ ಇದ್ದರೆ ಶಾಲೇಲಿ ಹುಡುಗರು ಕಿಚಾಯಿಸ್ತಾರೆ."

"ಅದನ್ನ ಸಹಿಸೋದಿಕ್ಕೆ ನಿನ್ನ ಕೈಯಲ್ಲಿ ಆಗೋದಿಲ್ವಾ ಗೇಆರ್ಗ್ ?"

"ನೀನು ಸುಮ್ಮನಿರು ಶ್ಟೇಫಾನ್. ನಿನಗೆ ಅರ್ಥ ಆಗೋದಿಲ್ಲ."

ಅವನು ಗಂಟುಮೋರೆ ಹಾಕಿಕೊಂಡು ಬೆಂಕಿಯಿಂದ ಒಂದು ಚೆಷ್ನಟ್ ಹೊರಗೆ ತೆಗೆದ. ಅದರ ಸಿಪ್ಪೆ ಸುಲಿಯಲು ಮೊದಲು ಮಾಡಿದ. ಒಳಗಡೆ ಇರುವ ಮೃದುವಾದ ಭಾಗ ತೆಗೆದು ಬಾಯಲ್ಲಿ ಹಾಕಿಕೊಂಡ. ಬಳಿಕ ಅದನ್ನು ಅಗಿಯತೊಡಗಿದ.

ಇದ್ದಕ್ಕಿದ್ದಂತೆ ತನ್ನ ತಲೆ ತುಂಬಾ ಅದೇ ಪ್ರಶ್ನೆ ತುಂಬಿದೆ ಎನ್ನುವ ಹಾಗೆ ಆತ ಒಂದು ಮಾತು ಆಡಿದ :

"ಯೆಹೂದಿಗಳನ್ನು ನಾಝಿಗಳು ಯಾಕೆ ದ್ವೇಷಿಸ್ತಾರೆ ?"

ಆ ಪ್ರಶ್ನೆ ಕೇಳಿ ನನಗೆ ಶಾಕ್ ಆಯಿತು, ನಾಝಿಗಳು ನಮ್ಮನ್ನು ದ್ವೇಷಿಸುತ್ತಿದ್ದರೆಂದು ನನಗೆ ಗೊತ್ತಿತ್ತು. ಆದರೆ ಯಾಕೆ, ಏನು ಎಂದು ಯಾರು, ಯಾವಾಗಲೂ ಹೇಳಿರಲಿಲ್ಲ. ಏನು ಉತ್ತರ ಕೊಡಬೇಕೆಂದು ನನಗೆ ಗೊತ್ತಾಗಲಿಲ್ಲ. ಏನೋ ಒಂದು ಥರ ಅವಮಾನ ಆದ ಹಾಗಾಯಿತು. ಮುಖ ಸಪ್ಪಗೆ ಮಾಡಿಕೊಂಡು ನಾನು ಹೇಳಿದೆ :

"ಯಾಕೋ ನನಗೂ ಗೊತ್ತಿಲ್ಲ, ನಿಜವಾಗಿಯೂ ಗೊತ್ತಿಲ್ಲ."

ಒಂದು ಕ್ಷಣ ಗೇಆರ್ಗ್ ಸುಮ್ಮನೆ ಇದ್ದ. ನನ್ನ ಮುಖವನ್ನೇ ನೋಡುತ್ತಿದ್ದ. ಆಮೇಲೆ ನನ್ನ ಕಡೆ ಒಂದು ಚೆಷ್ನಟ್ ಎಸೆದ. ಅನಂತರ ಹೇಳಿದ :

"ಮರೆತುಬಿಡು, ಈ ವಿಷಯ ಮರೆತುಬಿಡು. ಅವರು ನಿನ್ನ ದ್ವೇಷಿಸಿದರೆ ನನಗೂ ಅದಕ್ಕೂ ಸಂಬಂಧ ಇಲ್ಲ. ನಾನೂ ನೀನೂ ಸ್ನೇಹಿತರು. ಅಲ್ವಾ ?"

ಬಳಿಕ ಮತ್ತೊಮ್ಮೆ ಮತ್ತಷ್ಟು ಸ್ಪಷ್ಟವಾಗಿ ಆತ ಕೇಳಿದ : "ಅಲ್ಲವಾ !"

* * *

ನಾನೀಗ ಇದನ್ನು ಬರೆಯುತ್ತಿರುವಂತೆ, ನನ್ನ ಮತ್ತು ಗೇಆರ್ಗ್‌ನ ನಡುವೆ, ಯುದ್ಧದಿಂದ ಚೂರು ಚೂರಾಗಿರುವ ಜರ್ಮನಿಯ ಮತ್ತು ನನ್ನ ನಡುವೆ ನನ್ನ ಅರ್ಥ ಜೀವಮಾನದಷ್ಟು

ಕಾಲ ಅಡ್ಡನಿಂತಿದೆ: ಒಂದು ಜಗತ್ತೇ ನಮ್ಮನ್ನು ಬೇರ್ಪಡಿಸಿದೆ. ಆದುದರಿಂದ ಹೀಗೆ ಬರೆಯಲು ಕಾಲ ಮೀರಿ ಹೋಯಿತೆ? ನನಗೆ ಗೊತ್ತಿಲ್ಲ. ಹಾಗೆ ನೋಡಿದರೆ, ಈ ಮಾತುಗಳನ್ನು, ಅಂದರೆ ಗೇಆರ್ಗ್ ಈಗಲೂ ನನ್ನ ಸ್ನೇಹಿತನೇ ಮತ್ತು ಅವನನ್ನು ಬೆಳೆಸಿದ ಜನ – ದುಡಿಯುವ ಜನ – ಅವರು ಕೂಡ ನನ್ನ ಸ್ನೇಹಿತರೇ ಎಂಬ ಮಾತುಗಳನ್ನು ಪ್ರಾಮಾಣಿಕವಾಗಿ, ನನ್ನ ಮನಸ್ಸಿನಲ್ಲಿರುವಂತೆ ಹೇಳಲು ಇದೇ ತಕ್ಕ ಸಮಯವಲ್ಲವೆ? ಇನ್ನು ಮೇಲೆ ಹಾಗೆ ಮಾಡಲು ಆಗದೆ ಇರಬಹುದು.

ನಾವು ಚಿಕ್ಕಮಕ್ಕಳಾಗಿರುವಾಗ, ಕೆಲವು ಸಂಗತಿಗಳು ನಮ್ಮಲ್ಲಿ ಬೇರುಬಿಡುತ್ತವೆ. ನಮ್ಮೊಂದಿಗೆ ಉಳಿಯುತ್ತವೆ, ವರ್ಷಗಳೊಂದಿಗೆ ಬೆಳೆಯುತ್ತವೆ. ಯಾವಾಗಲೂ ಹಾಗೆಯೇ, ಅವು ಬಹಳ ಸರಳವಾದ ಸಂಗತಿಗಳು. ಆಗಾಗ ಸಂಭವಿಸುವ ಅಂತಹ ಸಂಗತಿಗಳು ಕ್ರಮೇಣ ಒಂದರೊಡನೊಂದು ಹೆಣೆದುಕೊಂಡು ಬದುಕನ್ನು ಅರ್ಥಪೂಣವಾಗಿಸುತ್ತವೆ: ತಾರುಣ್ಯದಿಂದ ಪ್ರಾಯದ ಪಕ್ವತೆಯವರೆಗೆ ನಮ್ಮನ್ನು ಆಧರಿಸುವ ಒಂದು ಕೊಂಡಿಯಾಗಿ ಪರಿಣಮಿಸುತ್ತವೆ.

*   *   *

"ಅಮ್ಮಾ, ಇವನೇ ಶ್ಟೇಫಾನ್."

"ನಮಸ್ಕಾರ ಅಮ್ಮ" ಅಂದೆ ನಾನು ಗೇಆರ್ಗ್‌ನ ತಾಯಿಯ ಮುಂದೆ ನಿಂತು. ಬಾಗಿದ ತಲೆ, ಸೆಟೆದು ನಿಂತ ತೋಳುಗಳು.

ಅವಳು ಒಂದು ಕ್ಷಣ ಕಳೆ ಕೀಳುವುದನ್ನು ನಿಲ್ಲಿಸಿದಳು. ತರಕಾರಿ ತೋಟದಲ್ಲಿ ಹಾಗೇ ಕಾಲೂರಿಕೊಂಡು ನನ್ನ ಕಡೆ ನೋಡಿದಳು. ಹುಡುಕುವ ಕಣ್ಣುಗಳಿಂದ. ಆಮೇಲೆ ಪ್ರೀತಿ ಮತ್ತು ಸ್ವಾಗತ.

"ಓಹೋ! ನೀನಾ ಮಗು? ಹಾಗಾದ್ರೆ ನಮ್ಮ ಗೇಆರ್ಗ್‌ನ ಸ್ನೇಹಿತ ನೀನೇನಾ? ಒಳ್ಳೇದು, ಅವನು ನಿನ್ನ ವಿಷಯ ಎಷ್ಟೋ ಸಲ ಹೇಳಿದಾನೆ."

ದುಡಿಮೆಯಿಂದ ಸವೆದ ಅವಳ ಕೈ, ಬೆಳ್ಳಗಾಗುತ್ತಿದ್ದ ಕೂದಲ ಗೊಂಚಲುಗಳನ್ನು ಹಿಂದೆ ಸರಿಸಿತು. ದಣಿದ ಹೆಗಲುಗಳು ನಿಧಾನವಾಗಿ ನೇರವಾದವು. ಅವಳು ತನ್ನ, ಮರದ ಗುಡಿಸಿಲಿನ ಬಾಗಿಲ ಕಡೆಗೆ ಕೈ ತೋರಿಸಿದಳು.

"ನಿನ್ನ ಸ್ನೇಹಿತನ್ನ ಒಳಗಡೆ ಕರೆದುಕೊಂಡು ಹೋಗು ಮಗೂ. ಒಲೆ ಮೇಲೆ ಟೀ ಕೆಟಲ್ ಇಡು. ಇನ್ನೇನು ನಾನೂ ಬಂದೆ."

ಅಷ್ಟು ಹೇಳಿ, ಅವಳು ತನ್ನ ಕೆಲಸವನ್ನು ಮುಂದುವರಿಸಿದಳು, ನಿಧಾನವಾಗಿ. ಆ ಕೈತೋಟದಲ್ಲಿ ಮಂಡಿಗಳನ್ನು ನೆಲಕ್ಕೂರಿ ಮುಂದೆ ಸರಿಯುವ ಹೆಂಗಸು. ಮಾಸಿಹೋದ, ಹತ್ತಿಬಟ್ಟೆಯ ಫ್ರಾಕ್. ಬರೀ ಮೂಳೆಚರ್ಮಗಳ ದುರ್ಬಲ ಹೆಣ್ಣು. ಆದರೆ ಈಗ ಎಷ್ಟೋ ಚಿಕ್ಕವಳ ಹಾಗೆ ಕಾಣುತ್ತಾಳೆ. ಯಾಕೆಂದರೆ, ಬದುಕಿನ ಬಲೆಯಲ್ಲಿ ಸುಟ್ಟು ಹಪ್ಪಳವಾದ ಅವಳ ಮುಖ, ಸ್ವಲ್ಪ ಮಟ್ಟಿಗೆ ಕೂದಲುಗಳಿಂದ ಮರೆಯಾಗಿದೆ.

ಈ ನೆನಪು, ಈ ಚಿತ್ರ ಇಂದಿಗೂ ನನ್ನ ಮನಸ್ಸಿನಲ್ಲಿ ಬದುಕಿದೆ. ಪ್ರಜ್ಞೆಯ ಆಳದಲ್ಲಿ ಅಡಗಿದೆ. ಪರಿಣಾಮವಾಗಿ, ಆ ಹಳೆಯ ಭೇಟಿಯ ಕ್ಷಣದ ಮೇಲೆ ನನ್ನ ಮನಸ್ಸನ್ನು ಕೇಂದ್ರೀಕರಿಸಿ, ಈಗ ಹೇಳುತ್ತಿದ್ದೇನೆ, ಇದನ್ನು :

ಗೇಆರ್ಗ್‌ನ ತಾಯಿ, ಅವಳ ಪ್ರಶಾಂತ ಆತ್ಮವಿಶ್ವಾಸ, ತನ್ನ ಬದುಕಿನ ಬಗ್ಗೆ ಅವಳಿಗಿದ್ದ

ಅಭಿಮಾನ–ಗೇಅರ್ಗ್ ಕೂಡಾ ಅಷ್ಟೇ ಅಭಿಮಾನಿ–ಅವಳು ನನ್ನನ್ನು ನೋಡಿದ ರೀತಿ. ಆ ಪ್ರೀತಿ, ಪ್ರಶ್ನೆ ಕೇಳದೆ ಒಪ್ಪಿಕೊಳ್ಳುವ ದೊಡ್ಡತನ. "ನನ್ನದೆಲ್ಲ ನಿನ್ನದು, ನೀನೂ ನಮ್ಮವನೇ" ಎನ್ನುವ ವಿಶಾಲ ಹೃದಯ. ಇಲ್ಲಿ ನನ್ನ ಸಾಮಾಜಿಕ ಸ್ಥಾನಮಾನ ಮುಖ್ಯ ಅಲ್ಲ. ಧರ್ಮವಂತೂ ಲೆಕ್ಕಕ್ಕೇ ಬರುವುದಿಲ್ಲ. ಆದರೆ ಒಂದು ವಿಷಯ ಮಾತ್ರ. ನನಗೆ ಮೊದಲಿನಿಂದ ಗೊತ್ತಿತ್ತು. ನಾನು ನಿಜವಾಗಿಯೂ ಗೇಅರ್ಗ್‌ನ ಸ್ನೇಹಿತನೆಂಬ ಮಾನದಂಡದಿಂದ ನನ್ನನ್ನು ಅಳೆಯುತ್ತಾರೆಂದು, ಅದರಿಂದ ನನಗೂ ಎಷ್ಟೋ ಸಮಾಧಾನ.

* * *

1938. ನವೆಂಬರ್ ತಿಂಗಳು. ರ್ಹೈನ್‌ಲ್ಯಾಂಡ್ ಪ್ರಾಂತ್ಯ. 'ಡಿ' ನಗರ :

ಸುರುಳಿ ಸುರುಳಿಯಾದ ಕಲ್ಲುಮೆಟ್ಟಲುಗಳನ್ನು ಹತ್ತಿ ಮುಂಬಾಗಿಲನ್ನು ಸೇರಬೇಕಾದ ನಮ್ಮ ಮನೆ, ಬೀಗ ಒಡೆದಿದೆ, ಬಾಗಿಲು ಮುರಿದಿದೆ. ಈಗಲೋ ಆಗಲೋ ಬೀಳುವ ಹಾಗೆ ಚೌಕಟ್ಟಿಗೆ ಅಂಟಿಕೊಂಡಿದೆ. ಆ ಬಾಗಿಲ ಹತ್ತಿರ ಒಂದು ವಿದ್ಯುತ್ ಕರೆಗಂಟೆ. ಅದನ್ನು ಅದರ ಜಾಗದಿಂದ ಕಿತ್ತುಹಾಕಿದ್ದಾರೆ. ಅದು ಎರಡು ತಂತಿಗಳ ಆಧಾರದಿಂದ ಜೋತಾಡುತ್ತಿದೆ. ಕೇಟ್ ಈಗ ನಮ್ಮ ಮನೆಯಲ್ಲಿ ಕೆಲಸ ಮಾಡುತ್ತಿಲ್ಲ. ಅವಳು ಕಾನೂನಿನ ಪ್ರಕಾರ ಮನೆ ಬಿಟ್ಟು ಎರಡು ವರ್ಷಗಳಾದವು. ಮನೆಯೊಳಗಣ ಕಿರುದಾರಿಗಳಲ್ಲಿ ಹಿಂದೆ ಮುಂದೆ ಚಲಿಸುವ ಗಾಜಿನ ಬಾಗಿಲುಗಳು. ಈಗ ಗಾಜು ಪುಡಿ ಪುಡಿ. ಹಾಸುಗಂಬಳಿಗಳ ಮೇಲೆಲ್ಲ ಗಾಜಿನ ಚೂರುಗಳು. ಹೆಜ್ಜೆಯಿಟ್ಟರೆ, ಸೀಳುವ, ಒಡೆಯುವ, ಚುಚ್ಚುವ, ಚರಚರಗುಟ್ಟುವ ಗಾಜು. ಅಲ್ಲಿಂದ ಮುಂದೆ ತಂದೆಯವರ ಅಧ್ಯಯನದ ಕೊಠಡಿ ಮತ್ತು ಪುಸ್ತಕ ಭಂಡಾರ. ಅವುಗಳ ಮಧ್ಯೆ ಮುರಿದುಹೋಗಿದ್ದ ಕುರ್ಚಿ, ಮೇಜು, ಬೀರುಗಳ ರಾಶಿ. ಗಾಜಿನ ಖಾನೆಗಳಿದ್ದ ಪುಸ್ತಕದ ಬೀರು ತಲೆಕೆಳಗಾಗಿದೆ. ಕಾನೂನನ್ನು ಕುರಿತ ಪುಸ್ತಕಗಳು, ಕಾದಂಬರಿಗಳು ನೆಲದ ತುಂಬ ಹರಡಿವೆ. 'ಜರ್ಮನ್ ನ್ಯಾಯ ಪದ್ಧತಿ'ಯೇ ಮೊದಲಾದ ಕೆಲವು ಉದ್ಗ್ರಂಥಗಳು ಮೂಲೆಗೆ ಎಸೆಯಲ್ಪಟ್ಟಿವೆ. ಅವುಗಳ ರಟ್ಟು ಹರಿಯಲ್ಪಟ್ಟಿದೆ. ಮಹಡಿಯ ಮೇಲಿನ ಅಮ್ಮನ ಕೋಣೆ. ಅದರ ಪಾಡೂ ಅಷ್ಟೆ. ಪೀಠೋಪಕರಣಗಳ ಹತ್ಯಾಕಾಂಡ. ಪಿಂಗಾಣಿ ವಸ್ತುಗಳ ಸರ್ವನಾಶ. ಜಲವರ್ಣದ ನಿಸರ್ಗ ಚಿತ್ರಗಳನ್ನು ಬಂದೂಕಿನ ಸನೀನುಗಳಿಂದ ಸೀಳಿಹಾಕಲಾಗಿದೆ.

ಕೆಳಗಡೆಯ ತೋಟದಲ್ಲಿ ಪಿಯಾನೋ ಬಿದ್ದಿದೆ – ತಲೆಕೆಳಗಾಗಿರುವ, ದೊಡ್ಡ, ಅಸಹಾಯಕ ಆಮೆಯಂತೆ. ಅದರ ಒಂದು ಪಕ್ಕ, ಹೂಬೆಳೆದ ಪಾತಿಯಲ್ಲಿ ಹೂತುಹೋಗಿದೆ. ಗೋಡೆಯ ಮಧ್ಯೆ ಮೂಡಿದ ವಿಕಾರವಾದ ತೂತುಗಳು ; ಕಿಟಕಿಗಳು.

ಈ ಬರವಣಿಗೆ ನನ್ನ ಮಟ್ಟಿಗೆ, ಕೆಟ್ಟ ಕನಸೊಂದರ ಮರುನೆನಪು. ಆದರೆ ಯೆಹೂದಿಗಳನ್ನು ನಿರ್ಮೂಲಮಾಡಲು ಹೊರಟ ಜನ ನಮ್ಮ ಮನೆಗೆ ಬಂದುದನ್ನು ಹೇಳುವಾಗ ನಾನು ನಿರುದ್ವಿಗ್ನ, ಅನುದ್ರಿಕ್ತ. ಅದು ಎಷ್ಟೊಂದು ಅನಿರೀಕ್ಷಿತ, ಆದರೂ ಎಷ್ಟು ಪೂರ್ವ ಯೋಜಿತ. ಎಂತಹ ನಿಷ್ಕಾರಣವಾದ ಆಕ್ರಮಣ. ಆ ಕ್ರೌರ್ಯ ; ಇದೆಲ್ಲ ನಿಜವಿರಲಾರದೆಂಬ ಭ್ರಮೆ ಹುಟ್ಟಿಸುವ ಕ್ರೌರ್ಯ. ಆದರೂ ಅನೇಕ ವರ್ಷಗಳಿಂದ ಉಕ್ಕೇರುತ್ತಿದ್ದು ಹೀಗೆ ಸ್ಫೋಟಗೊಂಡ ದ್ವೇಷದ ಸಾಮೀಪ್ಯದಲ್ಲೂ ನನ್ನ ಹೃದಯದ ತುಂಬ ಭರವಸೆಯಿದೆ.

ಬಿರುಗಾಳಿಯಂತೆ ದಾಳಿ ಮಾಡುವ ನಾಝಿ ಭಟರು. ಮನೆಯೊಳಗೆ ನುಗ್ಗುವವರು, ಕಾಲಕೆಳಗೆ ತುಳಿಯುವವರು, ಹಳೆಯದನ್ನು ಉಳಿಸದವರು, ಸೆರೆಹಿಡಿಯುವವರು. ನಾವು

ನಾಶಮಾಡುತ್ತಿರುವುದು ಆ ಜೀವನ ಕ್ರಮವನ್ನು. ಹೌದು, ನಮ್ಮ ಹೃದಯಗಳಲ್ಲಿ, ನಮ್ಮ ಮನಸ್ಸುಗಳಲ್ಲಿ ಆ ವ್ಯವಸ್ಥೆ ಸಾಯುತ್ತಿದೆ. ನಮ್ಮಲ್ಲಿ ಪ್ರತಿಯೊಬ್ಬರನೂ ಅದನ್ನು ನಾಶ ಮಾಡುತ್ತಿದ್ದಾನೆ. ನಾವು ಬದುಕುವ ಬಗೆ, ಆಲೋಚಿಸುವ ವಿಧಾನ, ದುಡಿಯುವ ರೀತಿ, ಎಲ್ಲ ಅದನ್ನು ಪುಡಿಪುಡಿ ಮಾಡುತ್ತಿವೆ.

ಹಾಗೆಯೇ, ನನ್ನ ಹೃದಯವನ್ನು ತುಂಬಿರುವ ಭರವಸೆ ಕೂಡ, ಅದನ್ನು ನಾಶ ಮಾಡುತ್ತಿದೆ. ಏಕೆಂದರೆ ನನ್ನ ಭರವಸೆ ಹುಟ್ಟಿದ್ದು ನವೆಂಬರ್ ತಿಂಗಳ ಆ ದಿನದಂದೇ. ನಮ್ಮ ಮನೆ ಮಣ್ಣಾದ ದಿನದಂದೇ. ಆ ಭರವಸೆಯನ್ನು ಅಂದಿನಿಂದ ಇಂದಿನವರೆಗೆ ನನ್ನ ಹೃದಯದಲ್ಲಿ ಪೋಷಿಸಿಕೊಂಡು ಬಂದಿದ್ದೇನೆ. ಅದು ಈಗ ಹೆಮ್ಮರವಾಗಿದೆ.

ಆ ದಿನ ತುಂಬಾ ದೀರ್ಘವಾಗಿತ್ತು. ಕ್ರೌರ್ಯ, ಪಾಶವೀಯತೆಗಳಿಂದ ತುಂಬಿದ ದಿನ. ನಮ್ಮ ಜನ–ಯೆಹೂದಿಗಳು–ರಕ್ತ ಸುರಿಸುತ್ತಿದ್ದರು. ಚೂರು ಚೂರಾಗಿದ್ದರು, ಏಟು ತಿಂದಿದ್ದರು, ಜರ್ಮನಿಯಲ್ಲಿ ದಿಕ್ಕುಪಾಲಾಗಿದ್ದರು.

ಆ ದಿನ, ರಾತ್ರಿ ಬರುವುದೂ ಬಹಳ ತಡವಾಗಿತ್ತು.

ಆ ರಾತ್ರಿ ನಮ್ಮ ಮನೆಯಲ್ಲಿ ಕಂಬನಿಗಳಿರಲಿಲ್ಲ. ಪ್ರಾಯಶಃ ನಮಗೆ ಕಣ್ಣೀರನ್ನು ಸುರಿಸಲಾಗದಷ್ಟು ಆಘಾತವಾಗಿತ್ತೆಂದು ಕಾಣುತ್ತದೆ ಅಥವಾ ಅಷ್ಟೊಂದು ಅಭಿಮಾನವೋ ? ನಮ್ಮ ಆಲೋಚನೆಗಳ ಬಹುಭಾಗ, ಆ ದಿನ ಸೆರೆಯಾಳಾದ ನಮ್ಮ ತಂದೆಯೊಂದಿಗಿತ್ತು. ಅವರಿಗಾಗಿ ನಾವೆಲ್ಲರೂ ಪ್ರಾರ್ಥಿಸುತ್ತಿದ್ದೆವು.

ಹೀಗಿರುವಾಗ ನಮ್ಮ ಮನೆಗೆ ಒಬ್ಬ ಮನುಷ್ಯ ಬಂದ. ಮುರಿದ ಮನೆಯೊಳಗೆ ಅವನು ನೇರವಾಗಿ ಹೆಜ್ಜೆಯಿಟ್ಟ. ಎಲ್ಲವನ್ನೂ ನೋಡಿದ. ಅದೆಷ್ಟೋ ಹೊತ್ತು ಮೌನಾಗಿದ್ದ.

ಆಮೇಲೆ ಅವನು ನನ್ನ ಭುಜಗಳನ್ನು ತನ್ನ ತೋಳಿನಿಂದ ಸುತ್ತಿಹಿಡಿದ. ಅನಂತರ ಹೇಳಿದ :

"ನೀನೇನೂ ಹೆದರಬೇಡ. ನೀನು ಮತ್ತು ನಾನು ಸೇರಿ ಇದೆಲ್ಲವನ್ನೂ ಮತ್ತೆ ಕಟ್ಟೋಣ. ಒಂದಾದ ಮೇಲೆ ಒಂದರಂತೆ ಇದಿಷ್ಟನ್ನೂ ರಿಪೇರಿ ಮಾಡೋಣ."

ಅವನು ಒಬ್ಬ ಬಡಗಿ.

ಅವನು ನನ್ನ ತಾಯಿಗೆ ಈ ಮಾತು ಹೇಳಿದ : "ನನಗೆ ಇದರಿಂದ ತುಂಬ ನೋವಾಗಿದೆ. ನನಗೆ ನಮ್ಮ ಬಗ್ಗೆ ನಾಚಿಕೆಯಾಗಿದೆ."

ಅವನು, ಒಂದು ಮುರಿದ ಮೇಜು ಮತ್ತು ಕುರ್ಚಿಯನ್ನು ತೆಗೆದುಕೊಂಡ. ಅವುಗಳನ್ನು ಮನೆಯಿಂದ ಹೊರಗಡೆ ತೆಗೆದುಕೊಂಡು ಹೋದ. ಒಂದು ಕೈಗಾಡಿಯಲ್ಲಿರಿಸಿ ತಳ್ಳುತ್ತ ಹೋದ, ನಟ್ಟ ನಡುರಾತ್ರಿಯೊಳಗೆ.

ಆ ಮನುಷ್ಯ ಗೇಲಾರ್ಗ್‌ನ ತಂದೆ.

○ ಆರ್ನೋಲ್ಡ್ ಟ್ಸ್ವೈಗ್

ದಿವ್ಯದರ್ಶನ

ಈ ಘಟನೆ ನಡೆದದ್ದು ಪೂರ್ವ ಯೂರೋಪಿನ ಕರ್ಪಾಥಿಯನ್ ಪರ್ವತಶ್ರೇಣಿಗಳಲ್ಲಿ. ಚಳಿಗಾಲದ ಅತ್ಯಂತ ಶೀತಲ ದಿನಗಳಲ್ಲಿ. ಅದು ಬಯಲುನೆಲದ ನಡುವಿನಿಂದ ಅನಿರೀಕ್ಷಿತವಾಗಿ ಮೇಲೇಳುವ ಗಿರಿ ಶಿಖರಗಳ ದೇಶ. ಉಣ್ಣೆ ತುಂಬಿದ ಕುರಿಗಳು ನಿಶ್ಚಿಂತೆಯಾಗಿ ತಿರುಗಾಡುವ ದೇಶ. ಅಲ್ಲಲ್ಲಿ ಪುಟ್ಟ ಪುಟ್ಟ ಹಳ್ಳಿಗಳು. ನೆಲದ ಮೇಲಿನ ಚುಕ್ಕೆಗಳಂತೆ ಹೊಲಗಳು. ಬೆಟ್ಟದ ಮೇಲಿನಿಂದ ಇಳಿದು ಬರುವ ಕಾಡಿನ ಸೆರಗುಗಳು ಒಂದು ವ್ಯವಸಾಯ-ಕ್ಷೇತ್ರವನ್ನು ಇನ್ನೊಂದರಿಂದ ಪ್ರತ್ಯೇಕಿಸುತ್ತವೆ. ಅವು ಸ್ಲೊವಾಕ್‌ನಾಡಿನ ಕಲ್ಲುನೆಲದಿಂದ ಮಾನವ ತನ್ನ ಬೆವರು ಸುರಿಸಿ, ಕಿತ್ತುಕೊಂಡಿರುವ ಹಸಿರು ಹೊಲಗಳು. ಎಷ್ಟೋ ಯುಗಗಳ ಹಿಂದೆ. ಈ ಪ್ರದೇಶ ಇರುವುದ ಆಧುನಿಕ ಕಾಲಕ್ಕಿಂತ ಬಹಳ ಬಹಳ ಹಿಂದೆ. ಸಂಪೂರ್ಣವಾಗಿ ನಾಲ್ಕುನೂರು ವರ್ಷಗಳಷ್ಟು ಹಿಂದೆ. ಸಂತರು, ದೆವ್ವಗಳು ಮತ್ತು ಪವಾಡಗಳೆಂದರೆ ಇಲ್ಲಿನ ಜನರಿಗೆ ದಿನನಿತ್ಯದ ವಿಷಯ, ಈಗಲೂ ಹಾಗೆಯೇ. ಅವು ಪ್ರಕೃತಿಯಷ್ಟೇ ಸಹಜ. ಆದರೆ ಕೆಲವು ಸಂಗತಿಗಳ ಬಗ್ಗೆ ಅವರಿಗೆ ಬಹಳ ಭಯವಿದೆ. ಮೂಢನಂಬಿಕೆ ಎಂದೇ ಕರೆಯಬಹುದಾದ ತೀವ್ರ ಭಯ. ಪ್ರಾಯಶಃ ಆ ಭಯ ಸರಿಯದುದೇ ಹೌದು – ಸರ್ಕಾರಿ ಅಧಿಕಾರಿಗಳು, ವೃತ್ತಪತ್ರಿಕೆಗಳು ಯಂತ್ರಗಳು, ಟೆಲಿಫೋನ್, ರೇಡಿಯೋ – ಇವೆಲ್ಲ ಅವರ ಭಯದ ಮೂಲಗಳು.

ಈ ಪ್ರದೇಶದ ನಿವಾಸಿಗಳೆಲ್ಲರೂ ಧಾರ್ಮಿಕ ಮನೋಭಾವವುಳ್ಳವರು. ಹಾಗಿಲ್ಲದ ಒಬ್ಬನೇ ಒಬ್ಬ ವ್ಯಕ್ತಿ ಕೂಡ ಇಲ್ಲ. ಯೆಹೂದಿಗಳಿಗೆ ತಮ್ಮ ಧರ್ಮದ ಸಂಪ್ರದಾಯಗಳಲ್ಲಿ ನಂಬಿಕೆಯಿದ್ದರೆ, ಸ್ಲೊವಾಕರಿಗೆ ಕ್ರೈಸ್ತಧರ್ಮದ ಐತಿಹ್ಯಗಳಲ್ಲಿ ಅಚಲವಿಶ್ವಾಸ. ಇವುಗಳನ್ನು ಭಕ್ತಿಯಿಂದ ಅವರು ಅಕ್ಷರಶಃ ನಂಬುತ್ತಾರೆ. ತಮ್ಮ ಹಿರಿಯರು ಬರವಣಿಗೆ ಹಾಗೂ ಬಾಯಿ ಮಾತಿನ ಮೂಲಕ ತಮಗೆ ಕೊಟ್ಟಿರುವ ಸಂಪ್ರದಾಯಗಳನ್ನು ಅವರು ಚಾಚೂ ತಪ್ಪದೆ ಪರಿಪಾಲಿಸುತ್ತಾರೆ. ಅವರೆಲ್ಲರೂ ಕಡು ಬಡವರು. ಸ್ಲೊವಾಕರು ಸ್ವಲ್ಪ ಕಡಿಮೆ ಬಡವರು ; ಯೆಹೂದಿಗಳು ಸ್ವಲ್ಪ ಜಾಸ್ತಿ ಬಡವರು. ಇವರಡೂ ಸಮುದಾಯಗಳು

ಒಬ್ಬರನ್ನೊಬ್ಬರು ಅವಲಂಬಿಸಲೇಬೇಕು. ಒಬ್ಬರಿಗೆ ಇನ್ನೊಬ್ಬರು ನೆರವು ನೀಡಲೇಬೇಕು. ಇಂದು ಇವರು ; ನಾಳೆ ಅವರು, ದಂತಕಥೆಯಲ್ಲಿ ಬರುವ ಸಿಂಹ ಮತ್ತು ಇಲಿಗಳ ಹಾಗೆ.

ಇಂತಹ ಬಡತನ ಮತ್ತು ಮೈಕೊರೆಯುವ ಚಳಿಗಳ ನಡುವೆ ಒಂದು ದಿನ, ಚಳಿಗಾಲದ ಸಂಜೆ, ರಿಫ್ಕ ಲೇಅ ತನ್ನ ಗುಡಿಸಲಿಂದ ಹೊರಗಡೆ ಹೊರಟು, ಕಾಡಿನ ಕಡೆಗೆ ನಡೆದಳು. ಅಲ್ಲಿ ನೆಲದ ಮೇಲೆ ತುಂಬಾ ಆಳವಾದ, ಜನ ಮುಟ್ಟಿರದ ಹಿಮದ ಹಾಸಿಗೆ. ಯೆಹೂದಿ ಹೆಂಗಸರದು ಒಂದು ಸಂಪ್ರದಾಯ. ಮುಟ್ಟು ಕಳೆದ ಮಾರನೆಯ ದಿನ, ಅವರು ತಮ್ಮನ್ನು ತಾವು ಹರಿಯುವ ನೀರಿನಲ್ಲಿ ಶುಚಿಗೊಳಿಸಿಕೊಳ್ಳಬೇಕು. ರಿಫ್ಕ ಲೇಅ ಹೊರಟಿದ್ದು ಅದಕ್ಕಾಗಿಯೇ. ಅವಳ ಕೈಯಲ್ಲಿ ಒಂದು ಚಿಕ್ಕ ಗುದ್ದಲಿ. ಅವಳು, ಕಾಡಿನ ಅಂಚಿನಲ್ಲಿದ್ದ, ತನಗೆ ಚಿರಪರಿಚಿತವಾದ ಜಾಗಕ್ಕೆ ನಡೆದಳು. ಆ ಜನವಿದೂರ ಜಾಗ ಕದ್ದುಮುಚ್ಚಿ ನೋಡುವವರ ಕಣ್ಣುಗಳಿಂದ ಸುರಕ್ಷಿತವಾಗಿತ್ತು. ಸರಿ, ಅವಳು ಬೇಗ ಬೇಗ ತೋಡಿದಳು ; ಹಿಮವನ್ನು ಪಕ್ಕಕ್ಕೆ ಸರಿಸಿದಳು. ಅದರ ಕೆಳಗಿನ ಮಂಜುಗಡ್ಡೆಯನ್ನು ಒಡೆದಳು. ತನ್ನ ಗಂಡನಿಗೋಸ್ಕರ ನಿರ್ಮಲವಾಗಲು ಅನುವಾದಳು. ಕೊರೆಯುವ ನೀರಿನ ಸಂಪರ್ಕ ಬಂದೊಡನೆಯೇ ಅವಳು ಗಡಗಡ ನಡುಗಿದಳು ; ಸೆಟೆದುಕೊಂಡಳು. ಅದು ಸ್ಫಟಿಕದಂತೆ ಶುಭ್ರವಾದ, ಅದರ ಹಾಗೆಯೇ ಶೀತಲವಾದ ನೀರು. ಅದು ಬೆಟ್ಟದ ಮೇಲಿನಿಂದ ಹರಿದು ಬರುವ ಸಣ್ಣದೊಂದು ತೊರೆ, ಮಂಜುಗಡ್ಡೆಯ ಕೆಳಗೆ ಗುಪ್ತಗಾಮಿಯಾಗಿ ಅದರ ಪ್ರಯಾಣ. ತನ್ನ ಮೇಲಿನ ಆವರಣ ಒಡೆಯುವುದೇ ತಡ, ಆ ನೀರು ಮೇಲೆ ಚಿಮ್ಮಿತ್ತು. ತನಗಿಂತ ಶೀತಲವಾದ ವಾತಾವರಣದ ಸಂಪರ್ಕ ಬಂದ ಕೂಡಲೇ ಅದು ಹಬೆಯಾಗ ತೊಡಗಿತು. ಆದರೆ ರಿಫ್ಕ ಲೇಅ ನಡುಗಿದ್ದು ಅದಕ್ಕಾಗಿ ಅಲ್ಲ. ದಾರಿಯಲ್ಲಿ ಹೋಗುವ ಯಾರಾದರೂ ತನ್ನನ್ನು ನೋಡಿಬಿಡಬಹುದೇನೋ ಎನ್ನುವ ಭಯದಿಂದ.

ಆಗಿನ್ನೂ ಮುಸ್ಸಂಜೆ. ಹಳದಿ ಬಣ್ಣದ ಚಂದ್ರ ದಿಗಂತಕ್ಕೆ ಹತ್ತಿರ ಹತ್ತಿರ ಇದ್ದ. ಆದರೆ ಚಳಿಗಾಲದ ಹೊಳೆಯುವ ನಕ್ಷತ್ರಗಳು, ಎಲೆಯಿಲ್ಲದ ಮರಗಳ ಕೊಂಬೆಗಳ ಮೂಲಕ ಫಳಫಳಿಸುತ್ತಿದ್ದವು... ಆಗ, ಅವಳು ಹೆದರಿಕೊಂಡಂತೆಯೇ ಆಯಿತು. ಇದ್ದಕ್ಕಿದ್ದಂತೆ ಅವಳಿಗೆ ತನ್ನ ಹಳ್ಳಿಯ ರೈತರು ಮಾತನಾಡುವ ಶಬ್ದ ಕೇಳಿಸಿತು. ಅವರೆಲ್ಲ ಹೆಂಡದಂಗಡಿಯಿಂದ ತಮ್ಮ ಮನೆಗಳಿಗೆ ಹೋಗುತ್ತಿದ್ದರು. ಕಾಡಿನ ಮೂಲಕ ಹಾದುಹೋಗುವ ಕಿರುದಾರಿಯಲ್ಲಿ. 'ಅಯ್ಯೋ ದೇವರೇ... ಗಂಡಸರು ! ಅದೂ ತನ್ನಿಂದ ಸ್ವಲ್ಪವೇ ಸ್ವಲ್ಪ ದೂರದಲ್ಲಿ. ಅವರೆಲ್ಲ ಕುಡಿದಿದ್ದಾರೆ, ಹಾಡು ಹೇಳುತ್ತಿದ್ದಾರೆ, ಎಲ್ಲರೂ ಒಳ್ಳೇ ಜನರು. ಆದರೆ ಕುಡಿದಿದ್ದು ಜಾಸ್ತಿಯಾದಾಗ ಏನಾದರೂ ತರಲೇ ಮಾಡೋದಕ್ಕೆ ತಯಾರಾಗಿಯೇ ಇರ್ತಾರೊ,' ಎಂದು ಅವಳು ಯೋಚಿಸಿದಳು, ಅವಳೂ ತನ್ನ ಆಶ್ಚರ್ಯಭರಿತ ಉದ್ಗಾರವನ್ನು ತಡೆಹಿಡಿದಳು. ಆಮೇಲೆ ತನ್ನ ಲಂಗವನ್ನು ಮೇಲೆತ್ತಿ ತಲೆ, ಮುಖಗಳನ್ನು ಮುಚ್ಚಿಕೊಂಡಳು. ಯಾರೂ ತನ್ನ ಗುರುತು ಹಿಡಿಯದೆ ಇರಲಿ ಎಂದು. ಅನಂತರ ಹೊಂಬಣ್ಣದ ಚಂದ್ರನ ಮಂದಪ್ರಕಾಶದ ಕೆಳಗೆ, ಮುತ್ತಿ ಬರುವ ಮಂಜಿನ ಮೂಲಕ, ನಿಧಾನವಾಗಿ, ಮೌನವಾಗಿ ಮನೆಯ ಕಡೆಗೆ ತೇಲಿದಳು. ಶ್ವೇತವಸ್ತ್ರದಿಂದ ಆವೃತಳಾದ ರಹಸ್ಯಮಯ ಮೂರ್ತಿಯ ಹಾಗೆ. ಆ ಗಂಡಸರ ಕೈಗೆ ಸಿಗದೆ ತಪ್ಪಿಸಿಕೊಳ್ಳುವುದರಲ್ಲಿ ರಿಫ್ಕ ಲೇಅ ಯಶಸ್ವಿಯಾದಳು, ನಡುಗುವ ಮೈ ಮತ್ತು ಬಡಿಯುವ ಹೃದಯದೊಂದಿಗೆ ಅವಳು ಮುಂದೆ ನಡೆದಳು. ಹೆಂಡದಂಗಡಿಯ ಕಡೆ ಹೋಗದೆ ಬಳಸುದಾರಿ ಹಿಡಿದಳು, ಕೆಲವು ನಿಮಿಷಗಳ ಬಳಿಕ ತನ್ನ ಗುಡಿಸಲು ಸೇರಿದಳು.

ಇದರ ಮಧ್ಯೆ, ಆ ಮೂರು ಜನ ರೈತರು, ಕಪ್ಪು ಬಣ್ಣದ ನೀರಿನ ಹೊಂಡದ ಪಕ್ಕದಲ್ಲಿ, ಆಶ್ಚರ್ಯಚಕಿತರಾಗಿ ನಿಂತಿದ್ದರು. ಇದಾವ ಪವಾಡವೋ ಅವರಿಗೆ ತಿಳಿಯದು. ಹಿಮದರಾಶಿ ಪಕ್ಕಕ್ಕೆ ಸರಿದಿತ್ತು. ಮಂಜುಗಡ್ಡೆ ಬಿರುಕುಬಿಟ್ಟಿತ್ತು. ಅದರ ನಡುವೆ ಇನ್ನೂ ಹಬೆ ಬರುವ ನೀರು. ಅವರು ಕಣ್ಣಾರೆಕಂಡ ವಿಚಿತ್ರ ದೃಶ್ಯವಾದರೂ ಏನು? ಶ್ವೇತಸುಂದರ ಸ್ತ್ರೀ ರೂಪವೊಂದು ಮರಗಳ ನಡುವೆ ತೇಲಿಹೋದ ಸೋಜಿಗ. ಅದು ಹಳ್ಳಿಯ ಜನರಿಗೆ, ಒಳ್ಳೆಯ ಸುಗ್ಗಿಯ ಭರವಸೆಕೊಡಲೆಂದು ಆಗಮಿಸಿದ, ನಿತ್ಯಪವಿತ್ರಳಾದ ದೇವಮಾತೆಯೇ ಆಗಿರಬೇಕು! ಅವರಿಗೆ ನೆರವು ಅತ್ಯವಶ್ಯವಾಗಿದ್ದಾಗ, ಸ್ವರ್ಗದ ಕರುಣೆ ಪ್ರತ್ಯಕ್ಷವಾಗಿತ್ತು. ಎಲ್ಲಿ, ಎಲ್ಲರೂ ನಿಮ್ಮ ಹ್ಯಾಟುಗಳನ್ನು ತೆಗೆದು ತಲೆಬಾಗಿರಿ; ಈ ಕಾಡಿನ ಹಿಮನಿಬಿಡ ಏಕಾಂತದಲ್ಲೊಂದು ಪವಾಡ ನಡೆದಿದೆ. ಖಂಡಿತವಾಗಿಯೂ ನಿಜ, ಇದೋ ನೋಡಿ, ಅವರ ಕಣ್ಣೆದುರಿನಲ್ಲಿಯೇ ಕರ್ಪೂರದ ಹೊಗೆಯಂತೆ ಹಿಮದ ಹಬೆ ಮೇಲೇರುತ್ತಿದೆ. ಅವರು ಒಬ್ಬರ ಮಾತಿಗೆ ಇನ್ನೊಬ್ಬರು ಸಮರ್ಥನೆ ನೀಡುತ್ತಾರೆ – ಅವರೆಲ್ಲ ನೋಡಿದ್ದ ಒಂದೇ ದೃಶ್ಯ. ಮಂಜು ಮುಸುಕಿದ ದಾರಿಯಲ್ಲಿ, ಮರಗಳ ನಡುವೆ ತೇಲಿತೇಲಿ ಹೋದ, ಶ್ವೇತವಸ್ತ್ರಾಚ್ಛಾದಿತಳಾದ ಕ್ರಿಸ್ತಮಾತೆಯ ದಿವ್ಯಜೀವಂತ ಮೂರ್ತಿ.

ಅವರು ಆ ನೀರಿನ ಹೊಂಡದ ಸುತ್ತಲೂ, ಮರದ ಕೊಂಬೆಗಳನ್ನು ಅವಸರವಸರವಾಗಿ ನೆಡುವುದರ ಮೂಲಕ ಆ ಜಾಗವನ್ನು ಗುರುತಿಸಿದರು. ಮಾರನೆಯ ದಿನ ಬೆಳಿಗ್ಗೆ ಮತ್ತು ಅದಕ್ಕಿಂತ ಹೆಚ್ಚಾಗಿ ಮುಂದಿನ ಭಾನುವಾದ ಅವರ ಬಾಯಿ ತುಂಬಾ ಅದೇ ಮಾತು. ತಾವು ನೋಡಿದ ಪವಾಡವನ್ನು ಎಲ್ಲರಿಗೂ ವರ್ಣಿಸಿದರು. ಅವರು ಅಲ್ಲಿಯೇ, ತಮ್ಮ ಮೇಲೆ ಶಿಲುಬೆಯ ಗುರುತನ್ನು ಮಾಡಿಕೊಳ್ಳಲು, ಮೊಣಕಾಲೂರಿ ಪ್ರಾರ್ಥನೆ ಮಾಡಲು, ಅವಳು ಕೊಟ್ಟ ಭೇಟಿಗಾಗಿ ದೇವಮಾತೆಗೆ ವಂದನೆಗಳನ್ನು ಸಲ್ಲಿಸಲು ಮರೆತಿರಲಿಲ್ಲ.

ಹೆಂಗಸರು ಮತ್ತು ಕಷ್ಟಕ್ಕೆ ಸಿಕ್ಕಿದ ಅನೇಕ ಮನುಷ್ಯರು ಮತ್ತೆ ಮತ್ತೆ ಆ ಜಾಗಕ್ಕೆ ಹೋಗತೊಡಗಿದರು. ಅದು ಮೊದಲಿನ ಹಾಗೆ ಗಟ್ಟಿಯಾಗಿತ್ತು. ಹಿಮದಿಂದ ಆವೃತವಾಗಿತ್ತು. ಭಕ್ತಕೋಟಿಯಲ್ಲಿ ಒಬ್ಬ, ಹತ್ತಿರದಲ್ಲಿದ್ದ ಮರವೊಂದಕ್ಕೆ ದೇವಮಾತೆ ಮತ್ತು ಶಿಶುಕ್ರಿಸ್ತನ ಚಿತ್ರಗಳನ್ನು ತಗಲುಹಾಕಿದ. ಅದರ ಹಿಂದೆಯೇ ಇಗರ್ಜಿಯಿಂದ ಕಾಗದದ ಹೂವುಗಳು ಬಂದವು. ಆಮೇಲೆ ಆ ಚಿತ್ರವನ್ನು ಮಳೆಯಿಂದ ರಕ್ಷಿಸಲು ಚಿಕ್ಕದೊಂದು ಗುಡಿಸಲನ್ನು ಕಟ್ಟಿದರು. ಕ್ರಮೇಣ ಅಲ್ಲಿಗೆ ತೀರ್ಥಯಾತ್ರೆಗೆಂದು ಬರುವ ದೈವಭಕ್ತರಾದ ರೈತರ ಮತ್ತು ಪಟ್ಟಣಿಗರ ಸಂಖ್ಯೆ ಹೆಚ್ಚತೊಡಗಿತು. ಈ ಸುದ್ದಿ ಇಗರ್ಜಿಯ ಗುರುಗಳಿಗೆ ತಲಪಿತು. ಅವರು ಆ ರೈತರ ಹಾಗೆ ಸರಳರಾದ, ಮುಗ್ಧರಾದ ಜನ. ಇಷ್ಟೊಂದು ಜನ ಆಸ್ತಿಕರಿಗೆ ಶಾಂತಿ, ಸಮಾಧಾನ ಮತ್ತು ಚಿಕ್ಕಪುಟ್ಟ ತಾಪತ್ರಯಗಳಿಗೆ ಪರಿಹಾರವನ್ನು ತಂದಿದ್ದ ಈ ಪವಾಡದ ಬಗೆಗೆ ಅನುಮಾನಪಡಲು ಅವರಿಗೆ ಯಾವ ಕಾರಣವೂ ಇರಲಿಲ್ಲ.

ಆ ವರ್ಷದ ವಸಂತಕಾಲ ಸ್ವಲ್ಪ ಮುಂಚಿತವಾಗಿಯೇ ಬಂತು. ಹೊಲಗಳಿಗೆಲ್ಲ ಬೆಚ್ಚನೆಯ ಸೂರ್ಯಪ್ರಕಾಶದ ಅಭಿಷೇಕ. ಸ್ವರ್ಗದ ರಾಣಿಯಿಂದ ಸುಖದ ಭರವಸೆ ಪಡೆದ ರೈತರಿಗೆಲ್ಲ ಹೊಸ ಉತ್ಸಾಹ. ಅವರ ತಮ್ಮ ಕುದುರೆಗಳ ನೆರವಿನಿಂದ ನೆಲ ಉಳತೊಡಗಿದರು. ಕಾಲ ಕಳೆದಂತೆ ಈ ವನದೇವಾಲಯದ ಸಂಗತಿ ಯೆಹೂದಿಗಳಿಗೂ ತಿಳಿಯಿತು. ಇದರಲ್ಲೊಂದು ವಿಚಿತ್ರವೆಂದರೆ ಆ ಜಾಗ ಕರಾರುವಾಕ್ಕಾಗಿ ಎಲ್ಲಿದೆಯೆಂದು ಅವರ ಸಮುದಾಯದಲ್ಲಿ ಮೊತ್ತ ಮೊದಲು ಗೊತ್ತಾದದ್ದು ರಿಫ್ಕ ಲೇಅ ಮತ್ತು ಅವಳ ಗಂಡನಿಗೆ.

"ಬೆಂಜಮೀನ್‌ನ ಕಣ್ಣು ಯಾವಾಗಲೂ ಚುರುಕು" ಎಂದು ಹೇಳಿದ ಯೆಹೂದಿಗಳು, ಅವನ ಮಾರ್ಗದರ್ಶನವನ್ನು ತಾವೂ ಅನುಸರಿಸಿದರು. ಹವಾಮಾನ ಬೇಸಿಗೆಗೆ ಸಮೀಪವಾದಾಗ, ಬೆಂಜಮೀನ್ ಮತ್ತು ರಿಫ್‌ಕ ಲೇಅ ಯಾತ್ರಿಕರಿಗಾಗಿ ಬ್ರೆಡ್, ವೇಫರ್ಸ್, ಬಿಸ್ಕೀಟ್, ಲೆಮನೇಡ್ ಮತ್ತು ಮೇಣದ ಬತ್ತಿಗಳನ್ನು ಮಾರತೊಡಗಿದರು.

ಆ ವರ್ಷ ಹೇರಳವಾದ ಸುಗ್ಗಿ. ಮುಂದಿನ ಚಳಿಗಾಲಕ್ಕಿಂತ ಎಷ್ಟೋ ಮುಂಚೆ ದಿವ್ಯ ಮಾತೆಯ ದಯಾಮಯ ಆಗಮನದ ಸ್ಮಾರಕವಾಗಿ, ಪ್ರಾರ್ಥನಾ ಮಂದಿರವೊಂದಕ್ಕೆ ತಳಹದಿಯನ್ನು ಹಾಕಲಾಯಿತು. ಚಳಿಗಾಲದ ಪ್ರಾರಂಭಕ್ಕೆ ಸ್ವಲ್ಪ ಮುಂದೆ, ಕೋಸಿಕ್ ನಗರದಿಂದ ಆಗಮಿಸಿದ ಬಿಷಪ್ ಸಿದ್ಧವಾದ ಪ್ರಾರ್ಥನಾ ಮಂದಿರವನ್ನು ದೇವರಿಗೆ ಅರ್ಪಿಸಿದ. ಸ್ಥಳೀಯ ಪಾದ್ರಿಗಳ ಮಾತುಗಳಲ್ಲಿ, ಮೊದಮೊದಲು ಆ ಬಿಷಪ್‌ಗೆ ನಂಬಿಕೆ ಬರಲಿಲ್ಲ. ಆದರೆ ಕ್ರಮೇಣ ಅವು ಆ ಜನರ ಹೃದಯದ ಉತ್ಕಟ ಆಕಾಂಕ್ಷೆಯೊಂದನ್ನು ಪ್ರತಿಫಲಿಸುತ್ತಿವೆಯೆಂದು ಅವನಿಗೆ ಗೊತ್ತಾಯಿತು. ಅವನು ಮನಸ್ಸಿನಲ್ಲೇ ಯೋಚಿಸಿದ : ಮುಕ್ತಿಗೆ ಇರುವ ಮಾರ್ಗಗಳು ಹಲವು. ಅವುಗಳಲ್ಲಿ ಯಾವುದನ್ನೂ ನಿರ್ಲಕ್ಷ್ಯದಿಂದ ತಿರಸ್ಕರಿಸಬಾರದು. ಅದೂ ಅಲ್ಲದೆ, ಯಾರಿಗೂ ಇಲ್ಲದ ಬುದ್ಧಿಶಕ್ತಿ ನಮಗಿದೆಯೆಂದು, ಅನಗತ್ಯವಾದ ಅನುಮಾನಗಳನ್ನೆತ್ತಿ ಜನರ ಆಧ್ಯಾತ್ಮಿಕ ಅವಶ್ಯಕತೆಗಳನ್ನು ಗಮನಿಸದಿರುವಂತಹ ಕಾಲವೇನು ಇದು ? ಪವಾಡ ನಿಜವಾಗಿಯೂ ನಡೆದಿರಲೇಬೇಕು. ಜನ ಅದನ್ನು ನಂಬಿದ್ದಾರೆ ಅಂದಮೇಲೆ ಮುಗಿದುಹೋಯಿತು.

ಬಿಷಪ್‌ನ ಕಣ್ಣೆದುರು, ಬಿಸಿಲು, ಮಳೆ, ಗಾಳಿಗಳಿಗೆ ಮಾಗಿದ ಆ ರೈತರ ಕಂದು ಬಣ್ಣದ ಮುಖಗಳು ತೇಲಿಬಂದವು. ಅವರ ಬಟ್ಟಲುಗಣ್ಣುಗಳಲ್ಲಿ ಹರ್ಷಮಿಶ್ರಿತ ಆಶ್ಚರ್ಯ : ಅವರನ್ನು ಎಷ್ಟು ಬಾರಿ ವಿಚಾರಣೆ, ಮರು ವಿಚಾರಣೆಗಳಿಗೆ ಗುರಿಪಡಿಸಿದರೂ ಅವರು ಕೊಡುತ್ತಿದ್ದ ಉತ್ತರ ಒಂದೇ. ನೀವು ಏನನ್ನು ನೋಡಿದಿರೆಂದು ಕೇಳಿದರೆ, ಚಳಿಗಾಲದ ಕಾಡಿನಲ್ಲಿ ತೇಲಿ ತೇಲಿ ಹೋದ ದೇವಮಾತೆಯನ್ನು ಕಂಡೆವೆಂದೇ ಹೇಳುತ್ತಿದ್ದರು. ಅವರ ನಂಬಿಕೆ ಬಂಡೆಯಂತೆ ಅಚಲ. ರಾತ್ರಿಯ ಆಕಾಶದ ಕಡೆಗೆ ದಿವ್ಯ ಧೂಪದಂತಹ ಹಬೆ ಕಳಿಸುತ್ತಿದ್ದ, ಪವಿತ್ರ ಜಲಕುಂಡದ ದಿವ್ಯದರ್ಶನ ಅವರಿಗಾಗಿತ್ತು. ಹೆಚ್ಚೂ ಇಲ್ಲ ; ಕಡಿಮೆಯೂ ಇಲ್ಲ. ಆದುದರಿಂದ ಅವನೆಂದುಕೊಂಡ : ನಾಸ್ತಿಕರಾದವರು ಅಪನಂಬಿಕೆಯಿಂದ ಹಲ್ಲುಕಿರಿಯಲಿ, ಅಣಕಿಸಲಿ, ಅಲ್ಲಸಲ್ಲದ ಆಪಾದನೆಗಳನ್ನು ಮಾಡಲಿ, ಒಂದಲ್ಲ ಹಲವು ವಿವರಣೆಗಳನ್ನು ಕೊಡಲಿ. ಆದರೆ ತಾನು ದೇವರ ಪ್ರತಿನಿಧಿಯಾದ ಬಿಷಪ್ ಈ ದಿವ್ಯದರ್ಶನಕ್ಕೆ, ಆಧ್ಯಾತ್ಮಿಕ ಹಾಗೂ ಅಧಿಕಾರಯುತ ಸಮ್ಮತಿಯನ್ನು ಕೊಡಲು ನಿರಾಕರಿಸಬಾರದು. ಹಾಗೆ ಮಾಡಿದರೆ, ಈ ಕುರಿಮರಿಗಳಂತಹ ಮುಗ್ಧ ಆತ್ಮಗಳಿಗೆ ಮಾರ್ಗದರ್ಶನ ಮಾಡಲು ತಾನು ಅನರ್ಹನಾದಂತೆಯೇ ಸರಿ. ಭ್ರಮೆಯೊಂದನ್ನು ಪರಿಪೋಷಿಸಬಾರದೆಂಬ ತಿಳಿವಳಿಕೆ ತನ್ನ ಕರ್ತವ್ಯ ಪಥದಲ್ಲಿ ಅಡ್ಡಿ ಆಗಬಾರದು. ಹೀಗೆ ಭಾವಿಸುತ್ತ ಅವನು ಮುಂದೆ ಬಂದ ; ಆ ರೈತರ ಎದುರು ಸರಳವಾಗಿ, ಗಂಭೀರವಾಗಿ ನಿಂತುಕೊಂಡ ; ಲ್ಯಾಟಿನ್ ಭಾಷೆಯಲ್ಲಿ ದೇವರ ಮಹಿಮೆಗಳನ್ನು ಹೊಗಳಿದ ; ಈ ಮುಗ್ಧ ಗ್ರಾಮೀಣ ಜನತೆಯ ಮೇಲೆ ದೈವಾನುಗ್ರಹದ ರಕ್ಷೆ ಚಿರಂತನವಾಗಿರಲೆಂದು ಬೇಡಿಕೊಂಡ.

ಯಾಕೆಂದರೆ ಪೂರ್ವ ಯೂರೋಪಿನ ಯಾವುದೋ ದೂರದ ಮೂಲೆಯಲ್ಲಿರುವ ಕೋಸಿಕ್ ಪಟ್ಟಣ ಕಾಲದ ದೃಷ್ಟಿಯಿಂದ ಕೂಡ, ಸಮಕಾಲೀನ ಜಗತ್ತಿಗಿಂತ ನೂರಾರು

ವರ್ಷ ಹಿಂದುಳಿದಿರುವ ಒಂದು ಪ್ರದೇಶ, ಅಲ್ಲಿ ರಕ್ತಮಯ ಸಂಗ್ರಾಮಗಳು ನಡೆದು ಬಹಳ ಕಾಲವೇನೂ ಆಗಿಲ್ಲ. ಈಚೆಗೆ ಅಲ್ಲಿಗೆ ತೀರ್ಥಯಾತ್ರೆಗೆಂದು ಬರುವ ಪ್ರಯಾಣಿಕರ ಸಂಖ್ಯೆ ಸ್ವಲ್ಪ ಜಾಸ್ತಿಯಾಗಿದೆ. ಪ್ರವಾಸಿಗಳೆಂದರೆ ವ್ಯಾಪಾರ. ಪಾಪ, ಆ ಊರಿನ ಬಡ ಯೆಹೂದಿಗಳಿಗೆ ಅಷ್ಟೋ ಇಷ್ಟೋ ದುಡ್ಡು ಕಾಸು ಮಾಡಿಕೊಳ್ಳಲು ಸಾಧ್ಯವಾಗಿದೆ. ಇದರಲ್ಲಿ ಏನೇನೂ ತಪ್ಪಿಲ್ಲ. ಕಷ್ಟದಲ್ಲಿ ಕೈತೊಳೆಯುತ್ತಿದ್ದವರ ಮೇಲೆ ದೈವಾನುಗ್ರಹವಾಗಿದೆ ಎಂದು ಯೆಹೂದಿಗಳು ತಮ್ಮ ತಮ್ಮಲ್ಲೇ ಮಾತಾಡಿಕೊಳ್ಳುತ್ತಾರೆ.

ಹಾಗಾದರೆ ದಿವ್ಯದರ್ಶನದ ಹಿಂದಿರುವ ನಿಜವಾದ ಕಥೆಯನ್ನು ಬಯಲಿಗೆ ತಂದವನು ಒಬ್ಬ ಯಾತ್ರಿಕನೇನು? ಸರಿ, ಒಂದು ವಿಧದ ಯಾತ್ರಿಕನೆಂದು ನೀವು ಬೇಕಾದರೆ ಹೇಳಬಹುದು. ಆತ ಒಬ್ಬ ದೊಡ್ಡ ವಿದ್ವಾಂಸ ಮತ್ತು ರಾಜಕಾರಣಿ. ದೂರದ ಪ್ರಾಗ್ ನಗರದಿಂದ, ಕೋಸಿಕ್‌ಗೆ ಬಂದಿದ್ದ. ಬಡ ಯೆಹೂದಿಗಳು ಯಾರಿಗೆ, ಯಾಕೆ ಓಟು ಮಾಡಬೇಕು ಎಂದು ಹೇಳಲು ಬಂದಿದ್ದ. ಈ ಕಥೆಯನ್ನು ಅವನಿಗೆ ಹೇಳಿದವನು ಬೆಂಜಮೀನ್. ರಿಫ್‌ಕ ಲೇಅಳ ಗಂಡ. ಯಾಕೆಂದರೆ, ಒಂದೊಂದು ಸಲ ಅವನು ಒಂದು ತೊಟ್ಟು ಜಾಸ್ತಿ ಮದ್ಯ ಕುಡಿಯುತ್ತಾನೆ ಹಾಗೂ ಅದರಿಂದಾಗಿ ಅವನ ನಾಲಿಗೆ ಆಗ ಸಡಿಲವಾಗುತ್ತದೆ. ❍

○ ಹೈನ್‌ರಿಕ್ ಬೂಲ್

ಕಳಾಹೀನೆ ಅನ್ನಾ

1950ರ ವಸಂತಕಾಲದವರೆಗೆ ನಾನು ಯುದ್ಧದಿಂದ ಹಿಂದಿರುಗಲಾಗಲಿಲ್ಲ. ಹಾಗೆ ಮರಳಿ ಬಂದಾಗ ಇಡೀ ಊರಿನಲ್ಲಿ ನನಗೆ ಪರಿಚಿತನಾದ ಒಬ್ಬನೇ ಒಬ್ಬ ವ್ಯಕ್ತಿಯೂ ಉಳಿದಿಲ್ಲವೆಂಬ ಸಂಗತಿ ನನಗೆ ಗೊತ್ತಾಯಿತು. ಅದೃಷ್ಟವಶಾತ್ ನನ್ನ ತಾಯಿ ತಂದೆಗಳು ನನಗಾಗಿ ಸ್ವಲ್ಪ ಆಸ್ತಿಯನ್ನು ಬಿಟ್ಟುಹೋಗಿದ್ದರು. ನಾನು ಊರಿನಲ್ಲಿ ಒಂದು ಕೋಣೆಯನ್ನು ಬಾಡಿಗೆಗೆ ತೆಗೆದುಕೊಂಡೆ. ಹಾಸಿಗೆಯ ಮೇಲೆ ಮಲಗಿಕೊಂಡು ಸಿಗರೇಟು ಸೇದುತ್ತಿದ್ದೆ. ಕಾಯುತ್ತಾ ಮಲಗಿರುತ್ತಿದ್ದೆ. ನಾನು ಯಾವುದಕ್ಕಾಗಿ ಕಾಯುತ್ತಿದ್ದೆನೆಂದು ನನಗೆ ಗೊತ್ತಿರಲಿಲ್ಲ. ನನಗೆ ಕೆಲಸ ಮಾಡಲು ಇಷ್ಟವಿರಲಿಲ್ಲ. ನಾನು ಆ ಮನೆಯ ಒಡತಿಗೆ ಹಣ ಕೊಡುತ್ತಿದ್ದೆ. ಅವಳು ನನಗೆ ಬೇಕಾದ ಸಾಮಾನುಗಳನ್ನೆಲ್ಲ ಕೊಂಡುಕೊಂಡು ಬಂದು, ನನಗಾಗಿ ಅಡಿಗೆ ಮಾಡುತ್ತಿದ್ದಳು. ಅವಳು ನನಗಾಗಿ ಕಾಫಿಯನ್ನೋ, ಊಟವನ್ನೋ ಕೋಣೆಯೊಳಗೆ ತಂದಾಗಲೆಲ್ಲ, ನಾನು ಇಷ್ಟಪಡುವುದಕ್ಕಿಂತ ಹೆಚ್ಚು ಕಾಲವನ್ನು ಅಲ್ಲಿಯೇ ಕಳೆಯುತ್ತಿದ್ದಳು. ಅವಳ ಮಗನನ್ನು ಕಲಿನೋಫ್‌ಕ ಎಂಬ ಸ್ಥಳದಲ್ಲಿ ಕೊಂದುಹಾಕಲಾಗಿತ್ತು. ಅವಳು ಕೋಣೆಯೊಳಗೆ ಬಂದು ಆಹಾರದ ಟ್ರೇಯನ್ನು ಮೇಜಿನ ಮೇಲೆ ಇಟ್ಟು, ಅನಂತರ ನನ್ನ ಮಂಚವಿದ್ದ ಮಬ್ಬು ಬೆಳಕಿನ ಜಾಗದಲ್ಲಿ ನಿಲ್ಲುತ್ತಿದ್ದಳು. ನಾನು ಅಲ್ಲಿ ತೂಕಡಿಸುತ್ತಿದ್ದೆ; ತರಕಾರಿಯಂತೆ ಜಡವಾಗಿ ಬದುಕುತ್ತಿದ್ದೆ; ನನ್ನ ಸಿಗರೇಟುಗಳನ್ನು ಗೋಡೆಗೆ ಒರಸಿ ಆರಿಸುತ್ತಿದ್ದೆ. ಅದರ ಪರಿಣಾಮವಾಗಿ ನನ್ನ ಮಂಚದ ಪಕ್ಕದ ಗೋಡೆಯ ಮೇಲೆಲ್ಲ ಕಪ್ಪು ಕಪ್ಪು ಕಲೆಗಳಿದ್ದವು. ನನ್ನ ಮನೆಯೊಡತಿ ತೆಳ್ಳಗೆ, ರಕ್ತಹೀನಳಾಗಿ ಇದ್ದಳು. ಅವಳ ಮುಖ, ಅರೆಬರೆ ಬೆಳಕಿನಲ್ಲಿ, ನನ್ನ ಹಾಸಿಗೆಯ ಹತ್ತಿರಬಾಗಿದಾಗಲೆಲ್ಲ ನನಗೆ ಭಯವಾಗುತ್ತಿತ್ತು. ಮೊದಮೊದಲು ನಾನು ಅವಳೊಬ್ಬ ಹುಚ್ಚಿಯೆಂದು ಭಾವಿಸಿದ್ದೆ. ಯಾಕೆಂದರೆ ಅವಳ ಕಣ್ಣುಗಳು ಬಹಳ ದೊಡ್ಡವಾಗಿದ್ದು, ಫಳಫಳ ಹೊಳೆಯುತ್ತಿದ್ದವು ಮತ್ತು ಅವಳು ತನ್ನ ಮಗನ ಬಗ್ಗೆ ಪದೇ ಪದೇ ವಿಚಾರಿಸುತ್ತಿದ್ದಳು: "ನಿನಗೆ ಅವನು ಖಂಡಿತವಾಗಿಯೂ

ಗೊತ್ತಿರಲಿಲ್ವಾ? ಆ ಜಾಗದ ಹೆಸರು ಕಲಿನೋಫ್ಕ ಅಂತ. ನೀನು ಯಾವಾಗ್ಲೂ ಅಲ್ಲಿಗೆ ಹೋಗಿರಲಿಲ್ವಾ?"

ಆದರೆ ನಾನು, ಆ ಊರಿನ ಹೆಸರನ್ನು ಯಾವಾಗಲೂ ಕೇಳಿರಲಿಲ್ಲ. ಅವಳು ನನ್ನನ್ನು ಪ್ರಶ್ನಿಸಿದಾಗಲೆಲ್ಲ ನಾನು ಗೋಡೆಯ ಕಡೆಗೆ ತಿರುಗಿಕೊಂಡು ಉತ್ತರಿಸುತ್ತಿದ್ದೆ. "ಇಲ್ಲ, ನಿಜವಾಗಿಯೂ ನಾನು ಅಲ್ಲಿಗೆ ಹೋಗಿಲ್ಲ, ನನಗೆ ನೆನಪಿಲ್ಲ."

ನನ್ನ ಮನೆಯೊಡತಿಗೆ ಹುಚ್ಚು ಹಿಡಿದಿರಲಿಲ್ಲ. ಅವಳು ಬಹಳ ಸಭ್ಯಳಾದ ಹೆಂಗಸು. ಅವಳೂ ತನ್ನ ಮಗನ ಬಗ್ಗೆ ಪ್ರಶ್ನಿಸಿದಾಗ ನಿಜವಾಗಿಯೂ ನನ್ನ ಮನಸ್ಸಿಗೆ ನೋವಾಗುತ್ತಿತ್ತು. ಅವಳು ನನ್ನನ್ನು ಮತ್ತೆ ಮತ್ತೆ ಕೇಳುತ್ತಿದ್ದಳು. ಒಂದೇ ದಿನದಲ್ಲಿ ಅನೇಕ ಬಾರಿ. ನಾನು ಅವಳ ಅಡಿಗೆಮನೆಗೆ ಹೋದಾಗ, ಅವಳ ಮಗನ ಭಾವಚಿತ್ರವನ್ನು ನೋಡಬೇಕಾಗುತ್ತಿತ್ತು. ಸೋಫಾದ ಮೇಲಿನ ಗೋಡೆಗೆ ನೇತಾಡುತ್ತಿದ್ದ ವರ್ಣಚಿತ್ರ. ಅದೊಂದು ನಗುನಗುತ್ತಿದ್ದ ಹೊಂಗೂದಲಿನ ಹುಡುಗನ ಚಿತ್ರ. ಆ ಚಿತ್ರದಲ್ಲಿ ಅವನು ಕಾಲ್ದಳದ ಸೈನಿಕನ ಸಮವಸ್ತ್ರವನ್ನು ಧರಿಸಿದ್ದ.

"ಇದು ಅವರ ಬ್ಯಾರಕ್‌ಗಳ ಹತ್ತಿರ ತೆಗೆದ ಚಿತ್ರ; ಅವರು ಯುದ್ಧರಂಗಕ್ಕೆಂದು ಹೊರಡುವುದಕ್ಕೆ ಮುಂಚೆ" – ಎನ್ನುತ್ತಿದ್ದಳು ನನ್ನ ಮನೆಯೊಡತಿ,

ಅದು ಅರ್ಧ ಶರೀರದ ಭಾವಚಿತ್ರ; ಅದರಲ್ಲಿ ಅವನು ಉಕ್ಕಿನ ಶಿರಸ್ತ್ರಾಣವನ್ನು ಹಾಕಿಕೊಂಡಿದ್ದ. ಅದರ ಹಿನ್ನೆಲೆಯಲ್ಲಿ, ಹಾಳುಬಿದ್ದ ಕೋಟೆಯೊಂದರ ನಕಲಿ ಪ್ರತಿಕೃತಿಯನ್ನು, ತುಂಬಾ ಸ್ಪಷ್ಟವಾಗಿ ನೋಡಬಹುದಾಗಿತ್ತು. ಆ ಕೋಟೆಯ ಮೇಲೆ ಕೃತಕ ಬಳ್ಳಿಗಳ ವಿನ್ಯಾಸವಿತ್ತು.

"ಅವನು ಕಂಡಕ್ಟರ್ ಆಗಿದ್ದ. ಒಂದು ಟ್ರಾಮ್‌ನಲ್ಲಿ. ಕಷ್ಟಪಟ್ಟು ಕೆಲ್ಸಾ ಮಾಡೋ ಹುಡುಗ." ಹೀಗೆ ಹೇಳಿದ ಮೇಲೆ ನನ್ನ ಮನೆಯೊಡತಿ ಪ್ರತಿಸಲವೂ ಭಾವಚಿತ್ರಗಳ ಪೆಟ್ಟಿಗೆಯೊಂದನ್ನು ಹೊರಗೆ ತೆಗೆಯುತ್ತಿದ್ದಳು. ಅದು ಯಾವಾಗಲೂ, ಅವಳ ಹೊಲಿಗೆಯ ಯಂತ್ರದ ಮೇಜಿನ ಮೇಲೆ ಹರಕುಮುರುಕು ಬಟ್ಟೆಯ ಚೂರುಗಳು ಮತ್ತು ಸಿಕ್ಕುಸಿಕ್ಕಾದ ದಾರದುಂಡೆಗಳ ಮಧ್ಯೆ ಕೂತಿರುತ್ತಿತ್ತು. ಅವಳು ತನ್ನ ಮಗನ ರಾಶಿರಾಶಿ ಚಿತ್ರಗಳನ್ನು ಒಂದರ ಬಳಿಕ ಒಂದರಂತೆ ನನ್ನ ಕೈಯಲ್ಲಿಡುತ್ತಿದ್ದಳು; ಶಾಲಾ ತರಗತಿಗಳ ಸಹಪಾಠಿಗಳ ಸಮೂಹ ಚಿತ್ರಗಳು. ಪ್ರತಿಯೊಂದರಲ್ಲೂ ಮುಂದಿನ ಸಾಲಿನ ಮಧ್ಯದ ಜಾಗದಲ್ಲಿ ಒಬ್ಬ ಹುಡುಗ ಕುಳಿತಿರುತ್ತಿದ್ದ. ಅವನ ಮಂಡಿಗಳ ಮೇಲೆ ಒಂದು ಸ್ಲೇಟು. ಆ ಸ್ಲೇಟಿನ ಮೇಲೆ ಆರು, ಏಳು ಮತ್ತು ಕೊನೆಗೆ ಎಂಟು ಎಂಬ ಸಂಖ್ಯೆಗಳು. ಕೆಂಪುಬಣ್ಣದ ರಬ್ಬರ್‌ಬ್ಯಾಂಡಿನ ಸಹಾಯದಿಂದ ಒಟ್ಟಾಗಿ ಸೇರಿಸಿದ ಪ್ರತ್ಯೇಕ ಕಟ್ಟೊಂದರಲ್ಲಿ ಅವನ ಶುದ್ಧಿ ಸಂಸ್ಕಾರದ ಚಿತ್ರಗಳಿದ್ದವು. ಕಪ್ಪು ಬಣ್ಣದ ಬಾಬಾಸೂಟ್ ಹಾಕಿಕೊಂಡು ಮುಗುಳ್ನಗುತ್ತಿದ್ದ ಮಗು. ಅದರ ಕೈಯಲ್ಲಿ ಒಂದು ರಾಕ್ಷಸ ಗಾತ್ರದ ಮೇಣದಬತ್ತಿ. ಅವನು ನಿಂತಿದ್ದು ಹಾಗೆ ; ಬಂಗಾರದ ಬಣ್ಣದ ಮಧುಕಲಶದ ಚಿತ್ರವಿದ್ದ, ಪಾರದರ್ಶಕವಾದ ಪರದೆಯ ಮುಂದೆ. ಅನಂತರ ಅವನು ಕಮ್ಮಾರನೊಬ್ಬನ ಹತ್ತಿರ ತರಬೇತಿ ತೆಗೆದುಕೊಳ್ಳುವಾಗ, ಲೇತ್‌ನ ಮುಂದೆ ನಿಂತುಕೊಂಡು ತೆಗೆಸಿದ ಚಿತ್ರಗಳು. ಅವನ ಮುಖದ ತುಂಬ ಕಪ್ಪು ಕಪ್ಪು ಕಲೆಗಳು, ಅವನ ಕೈಯಲ್ಲಿ ಒಂದು ಅರ.

ಆ ಚಿತ್ರಗಳನ್ನು ತೋರಿಸುವಾಗ ನನ್ನ ಮನೆಯ ಮಾಲಿಕಳು ಹೀಗೆನ್ನುತ್ತಿದ್ದಳು. "ಅದು, ಅವನಿಗೆ ತಕ್ಕ ಕೆಲಸವಾಗಿರ್ಲಿಲ್ಲ. ಬಹಳ ಕಷ್ಟಪಡಬೇಕಾಗ್ತಿತ್ತು." ಆಮೇಲೆ, ಅವಳು ತನ್ನ ಮಗ ಸೈನ್ಯಕ್ಕೆ ಸೇರುವುದಕ್ಕೆ ಮುಂಚಿನ ಕೊನೆಯ ಚಿತ್ರವನ್ನು ತೋರಿಸುತ್ತಿದ್ದಳು. ಅದರಲ್ಲಿ ಅವನು ಟ್ರಾಮ್ ಕಂಡಕ್ಟರ್‌ನ ಸಮವಸ್ತ್ರವನ್ನು ಧರಿಸಿಕೊಂಡು ಒಂಬತ್ತನೆಯ ನಂಬರ್‌ನ ಟ್ರಾಮ್

ಪಕ್ಕದಲ್ಲಿ ನಿಂತಿದ್ದ. ಅದರ ಕೊನೆಯ ನಿಲ್ದಾಣದಲ್ಲಿ. ಟ್ರಾಮ್‌ನ ಹಳಿಗಳು ವೃತ್ತದ ಸುತ್ತ ವಕ್ರಾಕೃತಿಯಲ್ಲಿ ತಿರುಗುವ ಜಾಗದಲ್ಲಿ. ನಾನು ಅದರ ಹತ್ತಿರದಲ್ಲೇ ಇದ್ದ ತಿಂಡಿಸಾಮಾನುಗಳ ಅಂಗಡಿಯನ್ನು ಗುರುತಿಸಿದೆ. ನಾನು ಅಲ್ಲಿ ಆಗಾಗ ಸಿಗರೇಟುಗಳನ್ನು ಕೊಂಡುಕೊಳ್ಳುತ್ತಿದ್ದೆ. ಆಗ ಇನ್ನೂ ಯುದ್ಧ ಪ್ರಾರಂಭವಾಗಿರಲಿಲ್ಲ. ಈಗಲೂ ಅಲ್ಲೇ ಇರುವ ಪೋಪ್ಲಾರ್ ಮರಗಳು ಕೂಡ ನನಗೆ ಗುರುತು ಸಿಕ್ಕವು. ತನ್ನ ಪ್ರವೇಶದ್ವಾರದಲ್ಲಿ ಬಂಗಾರದ ಬಣ್ಣದ ಸಿಂಹಗಳನ್ನು ಹೊಂದಿದ್ದ ಬಂಗಲೆ ಕೂಡಾ ಆ ಭಾವಚಿತ್ರದಲ್ಲಿತ್ತು. ಈಗ ಅವು ಅಲ್ಲಿ ಇಲ್ಲ. ಇವೆಲ್ಲಕಿಂತ ಹೆಚ್ಚಾಗಿ, ಯುದ್ಧ ನಡೆಯುತ್ತಿದ್ದಾಗ, ಅನೇಕ ಬಾರಿ ನನ್ನ ಆಲೋಚನೆಯನ್ನು ಸೆರೆಹಿಡಿದಿದ್ದ ಹುಡುಗಿ ನನ್ನ ಸ್ಮೃತಿಪಟಲದಲ್ಲಿ ಸುಳಿದಳು, ಅವಳು ಸುಂದರಿಯಾಗಿದ್ದಳು ; ತೆಳುಬಣ್ಣ ; ಅರೆಬಿರಿದ ಕಣ್ಣುಗಳು ; ಅವಳು ಯಾವಾಗಲೂ ಒಂಬತ್ತನೆಯ ಸಂಖ್ಯೆಯ ಟ್ರಾಮ್‌ನ ನಿಲ್ದಾಣದಲ್ಲಿ ಟ್ರಾಮ್ ಹತ್ತುತ್ತಿದ್ದಳು.

ಪ್ರತಿಯೊಂದು ಸಾರಿಯೂ, ನಾನು ನನ್ನ ಮನೆಯೊಡತಿಯ ಮಗ, ಟ್ರಾಮ್ ನಿಲ್ದಾಣದಲ್ಲಿ ನಿಂತಿದ್ದ ಭಾವಚಿತ್ರದ ಕಡೆಗೆ ಬಹಳಕಾಲ ನಿಟ್ಟಿಸುತ್ತಿದ್ದೆ. ಆಗ ನಾನು ಅನೇಕ ವಿಷಯಗಳನ್ನು ಕುರಿತು ಆಲೋಚಿಸುತ್ತಿದ್ದೆ ; ಆ ಹುಡುಗಿಯನ್ನು ಕುರಿತು ; ಆ ದಿನಗಳಲ್ಲಿ ನಾನು ಕೆಲಸ ಮಾಡುತ್ತಿದ್ದ ಸಾಬೂನು ಕಾರ್ಖಾನೆಯನ್ನು ಕುರಿತು ; ಟ್ರಾಮ್‌ನ ಕಿರುಚು ಶಬ್ದ ನನ್ನ ಕಿವಿಗಳಲ್ಲಿ ನಿನದಿತವಾಗುತ್ತಿತ್ತು. ಬೇಸಿಗೆ ಕಾಲದಲ್ಲಿ ಆ ಹೋಟೆಲ್ ಹತ್ತಿರ ನಾನು ಕುಡಿಯುತ್ತಿದ್ದ ಕೆಂಪು ಬಣ್ಣದ ಲೆಮನೇಡ್ ನನ್ನ ಕಣ್ಣೆದುರಿಗೆ ಪ್ರತ್ಯಕ್ಷವಾಗುತ್ತಿತ್ತು. ಅದರ ಜೊತೆಗೆ ಸಿಗರೇಟುಗಳ ಹಸಿರುಬಣ್ಣದ ಜಾಹೀರಾತು ; ಮತ್ತೆ ಆ ಹುಡುಗಿ,

"ನಿಜವಾಗಿಯೂ ಅವನು ನಿನ್ಗೆ ಗೊತ್ತು ಅಂತಾನೇ ಕಾಣ್ತದೆ," ಮತ್ತೆ ನನ್ನ ಮನೆಯೊಡತಿಯ ಮಾತು.

ನಾನು ತಲೆಯಾಡಿಸಿದೆ, ಭಾವಚಿತ್ರವನ್ನು ಮತ್ತೆ ಪೆಟ್ಟಿಗೆಯೊಳಗಿಟ್ಟೆ. ಅದನ್ನು ತೆಗೆದು ಎಂಟು ವರ್ಷಗಳಾಗಿದ್ದರೂ, ಇನ್ನೂ ಅದರ ಮೆರಗೂ ಮಾಸಿರಲಿಲ್ಲ ; ಹೊಸದಾಗಿಯೇ ಕಾಣಿಸುತ್ತಿತ್ತು.

"ಇಲ್ಲ, ಇಲ್ಲ" ನಾನು ಹೇಳಿದೆ, "ಕಲಿನೋಫ್‌ಕ ಕೂಡ, ಖಂಡಿತವಾಗೂ ನಾನು ಅಲ್ಲಿಗೆ ಹೋಗೊಲ್ಲ."

ನಾನು ಆಗಾಗ ಅವಳ ಅಡಿಗೆಮನೆಗೆ ಹೋಗಬೇಕಾಗುತ್ತಿತ್ತು. ಅವಳೂ ಪದೇಪದೇ ನನ್ನ ಕೋಣೆಗೆ ಬರುತ್ತಿದ್ದಳು. ನಾನು ದಿನವೆಲ್ಲಾ, ಯಾವ ವಿಷಯವನ್ನು ಮರೆಯಬೇಕೆಂದು ಇಷ್ಟಪಡುತ್ತಿದ್ದೆನೋ ಅದನ್ನೇ ಕುರಿತು ಯೋಚಿಸುತ್ತಿದ್ದೆ; ಯುದ್ಧ. ನಾನು ಸಿಗರೇಟಿನ ಬೂದಿಯನ್ನು ಮಂಚದ ಹಿಂದೆ ಎಗರಿಸಿದೆ, ಅನಂತರ ಗೋಡೆಗೆ ಒರಸಿ ಅದನ್ನು ಆರಿಸಿದೆ.

ಕೆಲವು ಬಾರಿ, ಸಂಜೆಯ ಹೊತ್ತಿನಲ್ಲಿ, ನಾನು ಮಲಗಿದ್ದಾಗ ಪಕ್ಕದ ಕೋಣೆಯಲ್ಲಿ ವಾಸ ಮಾಡುವ ಹುಡುಗಿಯ ಹೆಜ್ಜೆ ಸಪ್ಪಳ ನನಗೆ ಕೇಳಿಸುತ್ತಿತ್ತು. ಅಥವಾ ಅಡಿಗೆಮನೆಯ ಪಕ್ಕದ ಕೋಣೆಯ ಯುಗೋಸ್ಲಾವ್ ಮನುಷ್ಯ ಮಾಡುವ ಶಬ್ದ; ಅವನು ತನ್ನ ಕೋಣೆಯೊಳಗೆ ಪ್ರವೇಶಿಸುವುದಕ್ಕೆ ಮುಂಚೆ ದೀಪದ ಸ್ವಿಚ್‌ಗಾಗಿ ಹುಡುಕಾಡುವಾಗ ಶಪಿಸುತ್ತಿದ್ದ.

ನಾನು ಆ ಕೋಣೆಯಲ್ಲಿ ವಾಸಮಾಡತೊಡಗಿ ಮೂರು ವಾರಗಳಾಗುವವರೆಗೆ, ಕಾರ್ಲನ ಭಾವಚಿತ್ರವನ್ನು ಸುಮಾರು ಐವತ್ತು ಬಾರಿ ಕೈಗಳಲ್ಲಿ ಹಿಡಿದು ನೋಡುವವರೆಗೆ, ಚರ್ಮದ ಚೀಲವನ್ನು ಹಿಡಿದು ನಸುನಗುತ್ತಾ ನಿಂತಿದ್ದ ಅವನ ಪಕ್ಕದಲ್ಲಿದ್ದ ಟ್ರಾಮ್ ಖಾಲಿಯಾಗಿರಲಿಲ್ಲವೆಂಬ

ಸಂಗತಿಯನ್ನು ನಾನು ಗಮನಿಸಿರಲಿಲ್ಲ. ಆ ಭಾವಚಿತ್ರವನ್ನು ಮೊಟ್ಟಮೊದಲ ಬಾರಿಗೆ ನಾನು ಬಹಳ ಜಾಗರೂಕತೆಯಿಂದ ಪರಿಶೀಲಿಸಿದೆ. ಆಗ ಟ್ರಾಮ್‌ನೊಳಗೆ ನಸುನಗುವ ಹುಡುಗಿಯೊಬ್ಬಳು ಕಾಣಿಸಿದಳು. ಅವಳು ನಾನು ಯುದ್ಧಕಾಲದಲ್ಲಿ ಅನೇಕ ಬಾರಿ ಆಲೋಚಿಸಿದ್ದ ಮುದ್ದು ಮುಖದ ಹುಡುಗಿ. ಮನೆಯೊಡತಿ ನನ್ನ ಹತ್ತಿರ ಬಂದಳು. ನನ್ನ ಮುಖವನ್ನು ಗಮನವಿಟ್ಟು ನೋಡಿದಳು. "ಆಹಾ ! ಈಗ ನಿನಗೆ ಅವನು ಯಾರೂಂತ ಗುರುತು ಸಿಕ್ಕಿತಾ ?" ಇಷ್ಟು ಹೇಳಿ ಅವಳು ನನ್ನ ಬೆನ್ನ ಹಿಂದೆ ಬಂದಳು. ಅವಳ ಏಪ್ರನ್‌ನಿಂದ, ಹೊಚ್ಚ ಹೊಸ ಹಸಿರು ಬಟಾಣಿಗಳ ವಾಸನೆ ನನ್ನ ಕಡೆಗೆ ಹರಿದುಬಂತು.

ನಾನು ಮೆಲುದನಿಯಲ್ಲಿ ಹೇಳಿದೆ :

"ಇಲ್ಲ ; ಆದರೆ ಈ ಹುಡುಗಿ ನನಗೆ ಗೊತ್ತು."

ಅದಕ್ಕೆ ಅವಳೆಂದಳು :

"ಆ ಹುಡುಗೀನಾ ? ಅವಳು ನನ್ನ ಮಗನ ಪ್ರೇಯಸಿಯಾಗಿದ್ದಳು. ಆದರೆ ಅವನು ಅವಳನ್ನ ಮತ್ತೆ ನೋಡ್ಲೇ ಇಲ್ಲಾ ಅನ್ನೋದು ಒಳ್ಳೇ ಸಂಗತೀನೇ ಅಂತ ಕಾಣ್ತದೆ."

"ಯಾಕೆ ?" ಮತ್ತೆ ನನ್ನ ಪ್ರಶ್ನೆ.

ಅವಳು ಉತ್ತರ ಕೊಡಲಿಲ್ಲ. ನನ್ನಿಂದ ದೂರ ನಡೆದಳು, ಕಿಟಿಕಿಯ ಹತ್ತಿರದ ಕುರ್ಚಿಯ ಮೇಲೆ ಕುಳಿತಳು. ಬಟಾಣಿಗಳ ಸಿಪ್ಪೆ ಸುಲಿಯುವ ಕೆಲಸವನ್ನು ಮುಂದುವರಿಸಿದಳು. ನನ್ನ ಕಡೆ ನೋಡದೆ ಅವಳು ಕೇಳಿದಳು.

"ನಿನಗೆ ಆ ಹುಡುಗಿ ಗೊತ್ತಿತ್ತಾ ?"

ನಾನು ಆ ಭಾವಚಿತ್ರವನ್ನು ಒತ್ತಿಹಿಡಿದೆ. ನನ್ನ ಮನೆಯೊಡತಿಯ ಕಡೆಗೆ ನೋಡಿದೆ. ಅವಳಿಗೆ ಸಾಬೂನು ಕಾರ್ಖಾನೆಯ ವಿಷಯ, ಒಂಬತ್ತನೆಯ ನಂಬರ್ ಟ್ರಾಮ್‌ನ ಕೊನೆಯ ನಿಲ್ದಾಣದ ವಿಷಯ ಮತ್ತು ಯಾವಾಗಲೂ ಅಲ್ಲೇ ಟ್ರಾಮ್ ಹತ್ತುತ್ತಿದ್ದ ಸುಂದರ ಹುಡುಗಿಯ ವಿಷಯ...

"ಇನ್ನೇನೂ ಇಲ್ವಾ ?"

"ಇಲ್ಲ" ಎಂದೆ ನಾನು. ಅವಳು ಬಟಾಣಿಗಳನ್ನು ಜರಡಿಯಲ್ಲಿ ಉರುಳಾಡಿಸತೊಡಗಿದಳು. ನಲ್ಲಿಯ ನೀರನ್ನು ಬಿಟ್ಟಳು. ನನಗೆ ಅವಳ ಇಷ್ಟೇ ಇಷ್ಟು ಅಗಲದ ಬೆನ್ನು ಮಾತ್ರ ಕಾಣಿಸುತ್ತಿತ್ತು.

"ನೀನು ಅವಳನ್ನು ಇನ್ನೊಂದು ಸಲ ನೋಡಿದಾಗ, ಅವನು ಅವಳನ್ನು ಮತ್ತೆ ನೋಡದೇ ಇದ್ದದ್ದೇ ಯಾಕೆ ಒಳ್ಳೇದು ಅಂತ ನಿನಗೂ ಗೊತ್ತಾಗ್ತದೆ."

"ಮತ್ತೆ ಅವಳನ್ನು ನೋಡೋದಾ ?" ಎಂದು ಕೇಳಿದೆ ನಾನು,

ಅವಳು ತನ್ನ ಒದ್ದೆ ಕೈಗಳನ್ನು ಏಪ್ರನ್‌ನಿಂದ ಒಣಗಿಸಿಕೊಂಡಳು. ನನ್ನ ಹತ್ತಿರ ಬಂದಳು. ಬಹಳ ಎಚ್ಚರಿಕೆಯಿಂದ, ಆ ಭಾವಚಿತ್ರವನ್ನು ನನ್ನ ಕೈಗಳಿಂದ ತೆಗೆದುಕೊಂಡಳು. ಅವಳ ಮುಖ ಈಗ ಇನ್ನಷ್ಟು ತೆಳ್ಳಗೆ ಕಾಣುತ್ತಿತ್ತು. ಅವಳ ಕಣ್ಣುಗಳು ನನ್ನಿಂದಾಚೆಗಿನ ಶೂನ್ಯದಲ್ಲಿ ನಾಟಿದ್ದವು. ಅವಳು ತನ್ನ ಕೈಯನ್ನು ಬಹಳ ಮೃದುವಾಗಿ ನನ್ನ ಎಡ ತೋಳಿನ ಮೇಲೆ ಇಟ್ಟಳು.

"ಅವಳು ನಿನ್ನ ಪಕ್ಕದ ಕೋಣೆಯಲ್ಲೇ ವಾಸ ಮಾಡ್ತಾಳೆ. ಹೌದು, ಅನ್ನಾ ಇರೋದು ಅಲ್ಲೇ, ನಾವೆಲ್ಲಾ ಅವಳನ್ನ ಕಳಾಹೀನೆ ಅನ್ನಾ ಅಂತ ಕರೀತೇವೆ. ಯಾಕೇಂದ್ರೆ ಅವಳ ಮುಖ ಅಷ್ಟು ಬೆಳ್ಳಗಿದೆ. ನೀನು ನಿಜವಾಗ್ಲೂ, ಈವರೆಗೂ ಅವಳ್ನ ನೋಡಿಲ್ವಾ ?"

"ಇಲ್ಲ, ಖಂಡಿತವಾಗಿಯೂ ನಾನು ಅವಳ್ನ ಇನ್ನೂ ನೋಡಿಲ್ಲ. ಆದ್ರೆ ಕೆಲವು ಸಲ ಅವಳು ತನ್ನ ಕೋಣೆಗೆ ನಡ್ಕೊಂಡು ಹೋಗೋ ಶಬ್ದಾನ ಕೇಳಿದೇನೆ. ಏನಾಗಿದೆ ಅವಳಿಗೆ ?"

"ನನಗೆ ಅದರ ವಿಷಯ ಮಾತಾಡೋದಕ್ಕೆ ಇಷ್ಟ ಇಲ್ಲ. ಆದ್ರೆ ಆ ವಿಷಯ ನಿನ್ಗೆ ಗೊತ್ತಿದ್ರೆ ಒಳ್ಳೇದು. ಅವಳ ಮುಖ ಪೂರ್ತಿ ಹಾಳಾಗಿಹೋಗಿದೆ. ಅದರ ತುಂಬಾ ಕಲೆಗಳು. ಒಂದು ಸಲ ಅವಳಿದ್ದ ಅಂಗಡೀ ಒಳಗೆ ಬಾಂಬ್ ಸಿಡೀತು. ಅವಳು ಕಿಟಿಕಿಯಿಂದ ಹೊರಗಡೆ ಎಗರಿ ಬಿದ್ಳು. ಈಗ ಅವಳ್ನ ಗುರ್ತು ಹಿಡಿಯೋದಕ್ಕೂ ನಿನ್ನ ಕೈಲಾಗೋದಿಲ್ಲ."

ಆ ದಿನ ಸಾಯಂಕಾಲ ನಾನು ಬಹಳ ಹೊತ್ತು ಕಾದೆ. ಮೇಲುಗಡೆ ಬರುವ ದಾರಿಯಲ್ಲಿ ಹೆಜ್ಜೆ ಸದ್ದು ಕೇಳುವವರೆಗೆ. ಮೊದಲ ಸಲ ನಾನು ಮೋಸಹೋದೆ. ಹೆಜ್ಜೆಸದ್ದು ಕೇಳಿಸಿದ ತಕ್ಷಣ, ಆತುರಾತುರವಾಗಿ ಕೆಳಗಡೆ ಓಡಿಹೋದೆ. ಆದರೆ ಅಲ್ಲಿದ್ದದ್ದು, ಆ ಎತ್ತರದ ಯುಗೋಸ್ಲಾವ್ ಮನುಷ್ಯ. ಅವನಿಗೆ, ನಾನು ದಿಢೀರ್ ಅಂತ ಎದುರುಗಡೆ ಹೋದಾಗ ತುಂಬಾ ಆಶ್ಚರ್ಯ ಆಯಿತು. ನನಗೂ ಏನು ಹೇಳಬೇಕು ಅಂತ ಗೊತ್ತಾಗದೆ ಕಕ್ಕಾಬಿಕ್ಕಿ ಆಯಿತು. "ನಮಸ್ಕಾರ" ಅಂತ ಹೇಳಿಬಿಟ್ಟು ನನ್ನ ಕೋಣೆಗೆ ವಾಪಸು ಹೊರಟು ಹೋದೆ.

ನಾನು ಕಲೆಗಳಿಂದ ತುಂಬಿದ ಅವಳ ಮುಖವನ್ನು ಕಲ್ಪಿಸಿಕೊಳ್ಳಲು ಪ್ರಯತ್ನಪಟ್ಟೆ. ಆದರೆ ಅದು ನನಗೆ ಸಾಧ್ಯವಾಗಲಿಲ್ಲ. ನನ್ನ ಕಣ್ಣುಗಳ ಮುಂದೆ ಬಂದಾಗ, ಅದು ಯಾವಾಗಲೂ ಸುಂದರವಾದ ಮುಖವಾಗಿರುತ್ತಿತ್ತು. ಕಲೆಗಳಿದ್ದರೂ ಕೂಡ ಅಷ್ಟೆ. ನನಗೆ ಸಾಬೂನು ಕಾರ್ಖಾನೆಯ, ನನ್ನ ತಾಯಿ ತಂದೆಗಳ ಮತ್ತು ಆಗೀಗ ನಾನು ತಿರುಗಾಡಲು ಕರೆದುಕೊಂಡು ಹೋಗುತ್ತಿದ್ದ ಇನ್ನೊಬ್ಬ ಹುಡುಗಿಯ ಜ್ಞಾಪಕ ಬಂತು. ಅವಳ ಹೆಸರು ಎಲಿಜಬೆತ್. ಆದರೆ ನಾನು ಅವಳನ್ನು ಮುಟ್ಸ್ ಎಂದು ಕರೆಯಲು ಅವಳು ಅವಕಾಶ ಕೊಟ್ಟಿದ್ದಳು. ನಾನು ಮುತ್ತು ಕೊಟ್ಟಾಗಲೆಲ್ಲಾ ಅವಳೂ ನಗುತ್ತಿದ್ದಳು. ಅವಳು ನಕ್ಕಾಗ, ನನಗೆ ನಾನೇ ಪೆದ್ದನೇನೋ ಎನ್ನಿಸುತ್ತಿತ್ತು. ನಾನು ಅವಳಿಗೆ ಯುದ್ಧರಂಗದಿಂದ ಪೋಸ್ಟ್ ಕಾರ್ಡ್‌ಗಳನ್ನು ಬರೆದಿದ್ದೆ. ಮತ್ತು ಅವಳು ನನಗೆ ಚಿಕ್ಕ ಚಿಕ್ಕ ಪಾರ್ಸಲ್‌ಗಳನ್ನು ಕಳಿಸುತ್ತಿದ್ದಳು. ಮನೆಯಲ್ಲೇ ತಯಾರಿಸಿದ ಬಿಸ್ಕೀಟುಗಳ ಪಾರ್ಸಲ್‌ಗಳು, ಯಾವಾಗಲೂ ಅಷ್ಟೆ. ನನಗೆ ತಲಪುವ ವೇಳೆಗೆ ಅವು ಪುಡಿಪುಡಿಯಾಗಿರುತ್ತಿದ್ದವು. ಅದರ ಜೊತೆಗೆ ಅವಳು ಸಿಗರೇಟುಗಳು ಮತ್ತು ವೃತ್ತ ಪತ್ರಿಕೆಗಳನ್ನು ಕಳಿಸುತ್ತಿದ್ದಳು. ತನ್ನ ಪತ್ರಗಳಲ್ಲೊಂದರಲ್ಲಿ ಅವಳು ಹೀಗೆಂದು ಬರೆದಿದ್ದಳು : "ನೀವೆಲ್ಲಾ ತರುಣರು ಯುದ್ಧದಲ್ಲಿ ಖಂಡಿತವಾಗಿಯೂ ಗೆಲ್ತೀರಿ, ನೀನು ರಣರಂಗದಲ್ಲಿ ಇದ್ದೀಯಾ ಅನ್ನೋದು ನನಗೆ ಬಹಳ ಬಹಳ ಹೆಮ್ಮೆಯ ವಿಷಯ."

ಆದರೆ ಯುದ್ಧ ರಂಗದಲ್ಲಿರುವುದು ನನಗಂತೂ ಖಂಡಿತವಾಗಿಯೂ ಹೆಮ್ಮೆಯ ಸಂಗತಿಯಾಗಿರಲಿಲ್ಲ ಮತ್ತು ನನಗೆ ಊರಿಗೆ ಬರುವುದಕ್ಕೆ ರಜಾಸಿಕ್ಕಾಗ, ಆ ವಿಷಯವನ್ನು ಅವಳಿಗೆ ತಿಳಿಸಲೂ ಇಲ್ಲ. ಅದರ ಬದಲು, ನಮ್ಮ ಮನೆಯಲ್ಲೇ ವಾಸ ಮಾಡುತ್ತಿದ್ದ, ಹೊಗೆಸೊಪ್ಪು ಮಾರುವವನೊಬ್ಬನ ಮಗಳ ಜೊತೆಯಲ್ಲಿ ಪ್ರಣಯ ಸಂಬಂಧವನ್ನು ಬೆಳೆಸಿದೆ. ಅವಳಿಗೆ ನಾನು, ನಮ್ಮ ಕಾರ್ಖಾನೆಯಲ್ಲಿ ತಯಾರಾಗುತ್ತಿದ್ದ ಸಾಬೂನನ್ನು ಉಡುಗೊರೆಯಾಗಿ ಕೊಟ್ಟೆ. ಅವಳು ನನಗೆ ಸಿಗರೇಟುಗಳನ್ನು ಕೊಟ್ಟಳು. ನಾವು ಒಂದು ಸಲ ಸಿನಿಮಾಗೆ ಹೋದೆವು. ಇನ್ನೊಂದು ಬಾರಿ ನೃತ್ಯ ಶಾಲೆಗೆ. ಒಂದು ಬಾರಿ ತನ್ನ ತಾಯಿ-ತಂದೆ ಎಲ್ಲೋ ಹೋಗಿದ್ದಾಗ, ಅವಳು ನನ್ನನ್ನು ತನ್ನ ಮಲಗುವ ಕೋಣೆಗೆ ಕರೆದುಕೊಂಡು ಹೋದಳು. ನಾನು ಅವಳನ್ನು ಹಾಸಿಗೆ ಮೇಲೆ ಕೆಡವಿಕೊಂಡೆ. ಆದರೆ ನಾನು ಅವಳ ಮೇಲೆ ಬಾಗಿದಾಗ ಅವಳು ದೀಪದ ಸ್ವಿಚ್ ಹಾಕಿದಳು. ಅವಳ ಮುಖದ ಮೇಲೆ ನರಿ ನಗು ಕಾಣಿಸುತ್ತಾ ಇತ್ತು. ಆ ದೀಪದ ಕಣ್ಣು ಕೋರೆಯುವ ಬೆಳಕಿನಲ್ಲಿ, ನನಗೆ ಗೋಡೆ ಮೇಲೆ ಕಾಣಿಸಿದ್ದು ಹಿಟ್ಲರ್‌ನ ಭಾವಚಿತ್ರ ; ಬಣ್ಣ

ಬಣ್ಣದ್ದು. ಅವನ ಭಾವಚಿತ್ರದ ಸುತ್ತ, ಗುಲಾಬಿ ಬಣ್ಣದ ಗೋಡೆ ಕಾಗದದ ಮೇಲೆ, ಒರಟು ಮುಖದ ಗಂಡಸರು ನೇತಾಡುತ್ತಿದ್ದರು. ಅವರ ಚಿತ್ರಗಳನ್ನು ಹೃದಯವೊಂದರ ಆಕಾರದಲ್ಲಿ ಜೋಡಿಸಲಾಗಿತ್ತು. ಅವರೆಲ್ಲ ಉಕ್ಕಿನ ಶಿರಸ್ತ್ರಾಣ ಹಾಕಿಕೊಂಡ ಯೋಧರು. ಅವರೆಲ್ಲರನ್ನು ಬಣ್ಣ ಬಣ್ಣದ ಪೋಸ್ಟ್ ಕಾರ್ಡ್‌ಗಳಿಂದ ಹರಿದು ತೆಗೆದು, ಗೋಡೆಗೆ ಗುಂಡುಸೂಜಿಗಳಿಂದ ಚುಚ್ಚಲಾಗಿತ್ತು. ನಾನು ಅಂಗಾತವಾಗಿ ಮಲಗಿದ್ದ ಆ ಹುಡುಗಿಯನ್ನು ಅಲ್ಲೇ ಬಿಟ್ಟೆ. ಒಂದು ಸಿಗರೇಟ್ ಹಚ್ಚಿಕೊಂಡೆ. ಅಲ್ಲಿಂದ ಹೊರಗಡೆ ನಡೆದೆ. ಆಮೇಲೆ, ನಾನು ಯುದ್ಧರಂಗಕ್ಕೆ ಹಿಂದಿರುಗಿದ ಮೇಲೆ, ಆ ಹುಡುಗಿಯರಿಬ್ಬರೂ ನನಗೆ ಪತ್ರ ಬರೆದರು. ನನ್ನ ವರ್ತನೆಯು ಬಹಳ ಹೊಲಸಾಗಿತ್ತೆಂದು ಅವರಿಬ್ಬರೂ ಆಪಾದಿಸಿದ್ದರು. ಆದರೆ ನಾನು ಅವರಿಗೆ ಉತ್ತರವನ್ನೇ ಬರೆಯಲಿಲ್ಲ...

ನಾನು ಅನ್ನಾಳಿಗಾಗಿ ಬಹಳ ಹೊತ್ತು ಕಾದೆ. ಅನೇಕ ಸಿಗರೇಟುಗಳನ್ನು ಸೇದಿದೆ. ಆ ಕತ್ತಲಲ್ಲಿ ಎಷ್ಟೋ ವಿಚಾರಗಳನ್ನು ಕುರಿತು ಆಲೋಚಿಸಿದೆ. ಮತ್ತು ಕೊನೆಗೊಮ್ಮೆ ಬೀಗದಲ್ಲಿ ಬೀಗದ ಕೈ ತಿರುಗಿದ ಶಬ್ದವಾದಾಗ, ಎದ್ದು ನಿಂತು ಅವಳ ಮುಖ ನೋಡಲು ನನಗೆ ಧೈರ್ಯ ಬರಲಿಲ್ಲ. ಅವಳು ಬಾಗಿಲು ತೆಗೆಯುವ ಶಬ್ದ ಕೇಳಿಸಿತು. ಮೃದುವಾದ ಧ್ವನಿಯಲ್ಲಿ ಯಾವುದೋ ಹಾಡನ್ನು ಗುಣುಗುಣಿಸುತ್ತ, ಕೋಣೆಯಲ್ಲೇ ಆ ಕಡೆಯಿಂದ ಈ ಕಡೆಗೆ ಓಡಾಡುವ ಸದ್ದು ಕೂಡ ಕೇಳಿಸಿತು. ಬಳಿಕ ನಾನು ಮೇಲೆದ್ದೆ. ಕೆಳಗಿಳಿದು ಮೆಟ್ಟಿಲುಗಳ ಹತ್ತಿರ ಕಾಯುತ್ತಾ ನಿಂತುಕೊಂಡೆ. ಇದ್ದಕ್ಕಿದ್ದಂತೆ ಅವಳ ಕೋಣೆ ಶಾಂತವಾಯಿತು. ಅವಳು ಓಡಾಡುತ್ತಿರಲಿಲ್ಲ ; ಹಾಡುತ್ತಿರಲಿಲ್ಲ ; ನನಗೋ ಬಾಗಿಲು ತಟ್ಟಲು ಹೆದರಿಕೆ. ಆ ಎತ್ತರದ ಯುಗೋಸ್ಲಾವ್ ಮನುಷ್ಯ, ಮೇಲುದನಿಯಲ್ಲಿ ಏನೋ ಗೊಣಗುತ್ತಾ ತನ್ನ ಕೋಣೆಯಲ್ಲೇ ಓಡಾಡುತ್ತಿರುವುದು ನನಗೆ ಕೇಳಿಸುತ್ತಿತ್ತು. ಮನೆಯೊಡತಿಯ ಅಡಿಗೆಯ ಮನೆಯಲ್ಲಿ ನೀರು ಕುದಿಯುವ ಶಬ್ದ ಕೇಳಿಸುತ್ತಿತ್ತು. ಆದರೆ ಅನ್ನಾಳ ಕೋಣೆಯಲ್ಲಿ ಎಲ್ಲವೂ ಶಾಂತವಾಗಿತ್ತು. ಅಗಲವಾಗಿ ತೆರೆದಿದ್ದ ನನ್ನ ಕೋಣೆಯ ಬಾಗಿಲುಗಳ ಮೂಲಕ ಒಳಗೆ ನೋಡಿದಾಗ ಗೋಡೆ ಕಾಗದದ ಮೇಲೆಲ್ಲ, ನನ್ನ ಸಿಗರೇಟುಗಳಿಂದಾದ ಕಪ್ಪು ಗುರುತುಗಳು ಕಾಣಿಸುತ್ತಿದ್ದವು.

ಎತ್ತರದ ಯುಗೋಸ್ಲಾವ್ ಮನುಷ್ಯ ತನ್ನ ಹಾಸಿಗೆಯ ಮೇಲೆ ಮಲಗಿದ್ದ. ಅವನ ಹೆಜ್ಜೆ ಸದ್ದು ಕೇಳಿಸುತ್ತಿರಲಿಲ್ಲ ; ಆದರೆ ಗೊಣಗಾಟ ಕೇಳಿಸುತ್ತಿತ್ತು. ಮನೆಯೊಡತಿಯ ಅಡಿಗೆಯ ಮನೆಯಲ್ಲಿ ನೀರು ಕುದಿಯುವ ಶಬ್ದ ನಿಂತಿತ್ತು. ಅವಳು ಕಾಫಿ ಪಾತ್ರೆಯ ಮುಚ್ಚಳವನ್ನು ಭದ್ರವಾಗಿ ಮುಚ್ಚುವ ಠಣ್ ಎಂಬ ಶಬ್ದ ನನಗೆ ಕೇಳಿಸಿತು ಅನ್ನಾಳ ಕೋಣೆ ಮಾತ್ರ ಈಗಲೂ ನೀರವವಾಗಿತ್ತು. ಆಗ ನನಗೆ ಒಂದು ವಿಷಯ ಹೊಳೆಯಿತು. ಇಂದಲ್ಲ ನಾಳೆ, ಅವಳ ಕೊಠಡಿಯ ಬಾಗಿಲ ಮುಂದೆ ನಾನು ಕಾಯುತ್ತಾ ನಿಂತಿದ್ದಾಗ, ತಾನು ಆಲೋಚಿಸುತ್ತಿದ್ದ ವಿಷಯಗಳು ಏನೆಂದು ಅವಳು ನನಗೆ ಹೇಳುತ್ತಾಳೆ, ಎಂದು. ವಾಸ್ತವವಾಗಿ ಅದು ಆಗಿದ್ದೂ ಹಾಗೆಯೇ, ಆಮೇಲೆ ಅವಳು ಎಲ್ಲವನ್ನೂ ಹೇಳಿಯೇ ಹೇಳಿದಳು.

ನಾನು ಅವಳ ಕೋಣೆಯ ಬಾಗಿಲ ಪಕ್ಕದಲ್ಲಿ ನೇತಾಡುತ್ತಿದ್ದ ಚಿತ್ರವನ್ನು ದಿಟ್ಟಿಸಿ ನೋಡಿದೆ : ಫಳಫಳ ಹೊಳೆಯುತ್ತಿರುವ ಬೆಳ್ಳಿ ಬಣ್ಣದ ಕೊಳ. ಅದರಿಂದ ಮೇಲೆದ್ದು ಬರುತ್ತಿರುವ ಜಲಕನ್ಯೆ. ಸ್ವಲ್ಪ ಒದ್ದೆಯಾದ, ಬಂಗಾರದ ಬಣ್ಣದ ಕೂದಲು. ಕಡು ಹಸಿರು ಬಣ್ಣದ ಪೊದೆಗಳಲ್ಲಿ ಅಡಗಿ ಕುಳಿತಿದ್ದ ಹಳ್ಳಿಯ ಹುಡುಗನ ಕಡೆಗೆ ಅವಳು ಬೀರುತ್ತಿದ್ದ ನಗು ತುಂಬಿದ ನೋಟ. ಆ ಜಲಕನ್ಯೆಯ ಎಡ ಎದೆ ನನಗೆ ಹೆಚ್ಚು ಕಡಿಮೆ ಕಾಣುತ್ತಿತ್ತು. ಸ್ವಲ್ಪ ಉದ್ದವೆನಿಸುತ್ತಿದ್ದ ಅವಳ ಕುತ್ತಿಗೆ ಅತ್ಯಂತ ಬೆಳ್ಳಗಿತ್ತು.

ಯಾವಾಗ ಎಂದು ನನಗೆ ಗೊತ್ತಾಗಲಿಲ್ಲ. ಆದರೆ ಸ್ವಲ್ಪ ಕಾಲದ ಬಳಿಕ ನಾನು ಬಾಗಿಲ ಹಿಡಿಯ ಮೇಲೆ ಕೈಯಿಟ್ಟೆ. ಅದನ್ನು ಕೆಳಗೆ ತಳ್ಳಿದೆ. ನಿಧಾನವಾಗಿ ಬಾಗಿಲನ್ನು ತೆಗೆದೆ. ಆದರೆ ಇಷ್ಟೆಲ್ಲವನ್ನೂ ಮಾಡುವುದಕ್ಕೆ ಮೊದಲೇ ಅನ್ನಾ ನನ್ನವಳೆಂಬುದು ನನಗೆ ಗೊತ್ತಾಗಿಹೋಗಿತ್ತು. ಅವಳ ಮುಖವು ಚಿಕ್ಕ ಚಿಕ್ಕ, ನೀಲಿಬಣ್ಣದ, ಗಾಯದ ಕಲೆಗಳಿಂದ ಸಂಪೂರ್ಣವಾಗಿ ಮುಚ್ಚಿಹೋಗಿತ್ತು. ನಾಯಿಕೊಡೆಗಳು ನಿಧಾನವಾಗಿ ಬೇಯುತ್ತಿರುವ ವಾಸನೆ ಅವಳ ಕೊಠಡಿಯಿಂದ ಹೊರಬರುತ್ತಿತ್ತು. ನಾನು ಬಾಗಿಲನ್ನು ಅಗಲವಾಗಿ ತೆಗೆದೆ, ಅನ್ನಾಳ ಭುಜದ ಮೇಲೆ ಕೈಯಿಟ್ಟೆ ಮತ್ತು ಮುಗುಳ್ನಗಲು ಪ್ರಯತ್ನಿಸಿದೆ. O

೦ ಗೂಂಟರ್ ಗ್ರಾಸ್

ಎಡಚರು

ಎರಿಕ್ ನನ್ನನ್ನು ಬಹಳ ಜಾಗರೂಕತೆಯಿಂದ ಗಮನಿಸುತ್ತಿದ್ದಾನೆ. ನಾನೂ ಅಷ್ಟೆ. ನನ್ನ ಕಣ್ಣುಗಳನ್ನು ಅವನಿಂದ ಕೀಳಲಾರೆ. ಪರಸ್ಪರರನ್ನು ಗಾಯಗೊಳಿಸಲು ಯಾವ ಆಯುಧ ಗಳನ್ನು ಉಪಯೋಗಿಸಬೇಕೆಂದು ನಾವು ಮೊದಲೇ ನಿರ್ಧರಿಸಿದ್ದೆವು. ಈಗ ನಾವಿಬ್ಬರೂ ಅವುಗಳನ್ನು ಹಿಡಿದುಕೊಂಡಿದ್ದೇವೆ. ನಮ್ಮ ಬಂದೂಕುಗಳಲ್ಲಿ ಗುಂಡು ತುಂಬಿವೆ. ಅವುಗಳನ್ನು ನಾವು ಅನೇಕಬಾರಿ ಉಪಯೋಗಿಸಿದ್ದೇವೆ ; ಪರೀಕ್ಷೆ ಮಾಡಿದ್ದೇವೆ. ಪ್ರತಿ ಬಾರಿ ಉಪಯೋಗಿಸಿದ ಅನಂತರವೂ ಬಹಳ ಎಚ್ಚರಿಕೆಯಿಂದ, ಕೊಳೆ ಕಸ ಸೇರದಂತೆ ಶುಚಿಗೊಳಿಸಿದ್ದೇವೆ. ಈಗ ಅವನ್ನು ನಮ್ಮ ಕೈಯಲ್ಲಿ ಹಿಡಿದು ಆ ಕಡೆ ಈ ಕಡೆ ಅಲ್ಲಾಡಿಸುತ್ತಿದ್ದೇವೆ. ತಣ್ಣನೆಯ ಲೋಹ ನಿಧಾನವಾಗಿ ಬಿಸಿಯಾಗುತ್ತಿರುವುದು ನಮ್ಮ ಅನುಭವಕ್ಕೆ ಬರುತ್ತಿದೆ.

ವಸ್ತುನಿಷ್ಠವಾಗಿ ನೋಡಿದರೆ, ಬಂದೂಕು ನಿಜವಾಗಿಯೂ ಬಹಳ ನಿರಪಾಯಕರವಾಗಿ ಕಾಣುವ ವಸ್ತು. ಹಾಗೆ ನೋಡಿದರೆ ಒಂದು ಭಾರವಾದ ಬೀಗದ ಕೈಯನ್ನೋ ಅಥವಾ ಒಂದು ಫೌಂಟನ್ ಪೆನ್ನನ್ನೋ ಬಂದೂಕಿನ ಹಾಗೆಯೇ ಕೈಯಲ್ಲಿ ಹಿಡಿಯಬಹುದು ; ನಿಮ್ಮ ಮನೆಯಲ್ಲಿ ಯಾರಾದರೂ ಪುಕ್ಕಲು ಮುದುಕಿ ಇದ್ದರೆ, ಕೇವಲ ಕಪ್ಪು ಕೈಗವುಸುಗಳಲ್ಲಿ ಬೆರಳುಗಳನ್ನು ತೂರಿಸಿ ಅಗಲಿಸುವುದರಿಂದ ಕೂಡ ಅವಳು ಹೆದರಿ ಚೀರುವಂತೆ ಮಾಡಬಹುದು.

ಆದರೆ ಎರಿಕ್‌ನ ಬಂದೂಕು ಖಾಲಿ ಅಥವಾ ನಿರಪಾಯಕರ ಎಂಬ ಆಲೋಚನೆ ನನ್ನ ಮನಸ್ಸನ್ನು ಪ್ರವೇಶಿಸಲು ನಾನು ಅವಕಾಶ ಕೊಡಕೂಡದು. ಖಂಡಿತವಾಗಿಯೂ ಕೇವಲ ಆಟದ ಸಾಮಾನಲ್ಲ. ನನ್ನ ಬಂದೂಕಿನ ಸಾಚಾತನದ ಬಗ್ಗೆ ಎರಿಕ್‌ನಲ್ಲಿ ಎಳ್ಳುಕಾಳು ಮುಳ್ಳು ಮೊನೆಯಷ್ಟೂ ಅನುಮಾನವಿಲ್ಲವೆನ್ನುವುದು ನನಗೂ ಅಷ್ಟೇ ಚೆನ್ನಾಗಿ ಗೊತ್ತು, ನಮ್ಮ ಉದ್ದೇಶ ಮತ್ತು ಪ್ರಾಮಾಣಿಕತೆಗಳನ್ನು ಸ್ಪಷ್ಟಪಡಿಸಲೆಂದೇ, ಕೇವಲ ಅರ್ಧ ಘಂಟೆಯ ಹಿಂದೆ ನಾವು ನಮ್ಮ ಪಿಸ್ತೂಲುಗಳ ಭಾಗಗಳನ್ನು ಬಿಡಿಬಿಡಿಯಾಗಿ ತೆಗೆದು ತೋರಿಸಿದ್ದೇವೆ. ಅವುಗಳನ್ನು

ಶುಚಿಗೊಳಿಸಿ, ಮತ್ತೆ ಮೊದಲಿನಂತೆ ಜೋಡಿಸಿ, ಅವುಗಳಲ್ಲಿ ಮದ್ದನ್ನು ತುಂಬಿ, ಕೊನೆಯಲ್ಲಿ ಅವುಗಳ ಕಾಪುಕೀಲಿಗಳನ್ನು ತೆಗೆದಿದ್ದೇವೆ. ನಾವು ಕನಸುಗಾರರಲ್ಲ.

ನಾವು ಅನಿವಾರ್ಯವಾಗಿ ತೊಡಗಲಿರುವ ಕ್ರಿಯೆಗೆ ಸೂಕ್ತ ಹಿನ್ನೆಲೆಯಾಗಿ, ಎರಿಕ್‌ನ ಚಿಕ್ಕ ಮನೆಯೊಂದನ್ನು ಆರಿಸಿಕೊಂಡಿದ್ದೇವೆ. ಅದು ಅವನು ವಾರಾಂತ್ಯದ ರಜಾದಿನಗಳನ್ನು ಕಳೆಯಲೆಂದೇ ಇರುವ ಮನೆ. ಆ ಬಂಗಲೆ, ಅತಿ ಹತ್ತಿರದ ರೈಲ್ವೆ ನಿಲ್ದಾಣದಿಂದ ಒಂದು ಘಂಟೆಯ ದಾರಿ. ಆದ್ದರಿಂದಲೇ ಅದರ ಸುತ್ತಮುತ್ತ ಯಾರೂ ಸುಳಿಯುವುದಿಲ್ಲ. ಆ ಮನೆ ಜನಸಂದಣಿಯಿಂದ ದೂರವಿರುವುದು ನಮಗೆ ಒಂದು ಭರವಸೆಯನ್ನು ಕೊಟ್ಟಿತ್ತು. ನಮ್ಮ ಬಂದೂಕುಗಳು ಮಾಡುವ ಸದ್ದು ಬೇರೆಯವರಿಗೆ ಕೇಳುವುದಿಲ್ಲವೆಂಬ ಭರವಸೆ.

ನಾವು ಆ ಮನೆಯ ವಾಸದ ಕೊಠಡಿಯನ್ನು ಖಾಲಿ ಮಾಡಿದ್ದೇವೆ. ಗೋಡೆಯ ಮೇಲಿದ್ದ ಬೇಟೆಯ ಚಿತ್ರಗಳು ಮತ್ತು ಕಾಡುಪ್ರಾಣಿಗಳ ಸ್ತಬ್ಧಚಿತ್ರಗಳನ್ನು ಕೆಳಗಿಳಿಸಿ ದೂರದಲ್ಲಿಟ್ಟಿದ್ದೇವೆ. ಯಾಕೆಂದರೆ ಈಗ ಹೊಡೆಯಲಿರುವ ಗುಂಡಿನೇಟುಗಳ ಗುರಿ ಕುರ್ಚಿಗಳಾಗಲೀ, ಕಣ್ಣಿಗೊಪ್ಪುವ ಪಾಲಿಶ್ ಹಾಕಿದ ಮೇಜಾಗಲೀ ಅಲ್ಲ. ಅಲಂಕಾರದಿಂದ ಕೂಡಿರುವ ಕಟ್ಟುಹಾಕಿದ ವರ್ಣಚಿತ್ರಗಳಂತೂ ಖಂಡಿತ ಅಲ್ಲ. ಅಥವಾ ಕೋಣೆಯಲ್ಲಿರುವ ಕನ್ನಡಿಗಳನ್ನಾಗಲೀ, ಪಿಂಗಾಣಿ ಸಾಮಾನುಗಳನ್ನಾಗಲೀ ಗುಂಡು ಹೊಡೆದು ಪುಡಿ ಮಾಡುವುದೂ ನಮ್ಮ ಯೋಜನೆಯಲ್ಲ. ನಾವು ಗುರಿಯಿಟ್ಟು ಹೊಡೆಯಬೇಕೆಂದಿರುವುದು ಕೇವಲ ನಮ್ಮನ್ನು ಮಾತ್ರ.

ನಾವಿಬ್ಬರೂ ಎಡಚರು. ನಮ್ಮ ಪರಸ್ಪರ ಪರಿಚಯವಾಗಿದ್ದು ಕೂಡ ಕ್ಲಬ್‌ನ ಮೂಲಕವಾಗಿಯೇ. ಈ ಊರಿನ ಎಡಚರೆಲ್ಲರೂ ತಮ್ಮದೇ ಆದ ಕ್ಲಬ್ ಒಂದನ್ನು ಸ್ಥಾಪಿಸಿಕೊಂಡಿರುವರೆಂಬ ಸಂಗತಿ ನಿಮಗೂ ಗೊತ್ತೇ ಇದೆ. ಅಲ್ಲವೇ ? ಸಮಾನ ವಿಕಲತೆಗಳನ್ನು ಹೊಂದಿರುವ ಜನರು ಈ ರೀತಿಯ ಗುಂಪುಗಳನ್ನು ಕಟ್ಟಿಕೊಳ್ಳುವುದು ಕೇವಲ ಸಹಜ. ನಾವು ಕ್ರಮಬದ್ಧವಾಗಿ, ನಿಯತವಾಗಿ ಒಟ್ಟುಗೂಡುತ್ತೇವೆ. ದುರ್ಬಲವಾದ ನಮ್ಮ ಬಲಗೈಗಳ ಶಕ್ತಿಯನ್ನು ಹೆಚ್ಚು ಮಾಡಿಕೊಳ್ಳಲು ಸಂತತವಾಗಿ ಪ್ರಯತ್ನ ನಡೆಸುತ್ತೇವೆ. ಸ್ವಲ್ಪ ದಿನಗಳ ಕಾಲ ಒಳ್ಳೆಯ ಸ್ವಭಾವದ ಬಲಚನೊಬ್ಬನು ನಮಗೆ ಪಾಠ ಹೇಳಿಕೊಡಲು ಬರುತ್ತಿದ್ದ. ದುರದೃಷ್ಟವಶಾತ್, ಇನ್ನು ಮೇಲೆ ಅವನು ಬರುವುದಿಲ್ಲ. ನಮ್ಮ ಸಂಘದ ಗೌರವಾನ್ವಿತ ಅಧಿಕಾರಿಗಳು ಅವನ ಶಿಕ್ಷಣ ವಿಧಾನಗಳನ್ನು ಖಂಡಿಸಿದರು. ಇನ್ನು ಮೇಲೆ ಸಂಘದ ಸದಸ್ಯರೆಲ್ಲರೂ ಕೇವಲ ಸ್ವಇಚ್ಛೆ ಮತ್ತು ಸ್ವಪ್ರಯತ್ನಗಳಿಂದಲೇ ಬಲಗೈ ಉಪಯೋಗವನ್ನು ಕಲಿಯಬೇಕೆಂದು ತೀರ್ಮಾನಿಸಿದರು.

ಇದರ ಫಲಿತಾಂಶವೆಂಬಂತೆ, ನಾವು ಅದಕ್ಕಾಗಿಯೇ ಕಂಡುಹಿಡಿದ ಕೆಲವು ಆಟಗಳನ್ನು ಉಪಯೋಗಿಸುತ್ತೇವೆ. (ಇವೇನೂ ಕಡ್ಡಾಯವಲ್ಲ) ಮಾಮೂಲಾಗಿ ಬಳಸುವ ಕರಕೌಶಲ್ಯದ ಪರೀಕ್ಷೆಗಳಂತೂ ಇದ್ದೇ ಇವೆ. ಉದಾಹರಣೆಗೆ, ನಾವು ಸೂಜಿಯಲ್ಲಿ ದಾರ ಪೋಣಿಸುವುದು, ಪಾತ್ರೆಯಿಂದ ಲೋಟಗಳಿಗೆ ಪಾನೀಯಗಳನ್ನು ತುಂಬುವುದು, ಗುಂಡಿಗಳನ್ನು ಹಾಕಿಕೊಳ್ಳುವುದು ಬಿಚ್ಚುವುದು ಮುಂತಾದ ಸರಳವಾದ ಕೆಲಸಗಳನ್ನು ಬಲಗೈಯಿಂದಲೇ ಮಾಡಲು ಪ್ರಯತ್ನಿಸುತ್ತೇವೆ. ಯಾಕೆಂದರೆ, "ನಮ್ಮ ಬಲಗೈ ಎಡಗೈಯಷ್ಟೇ ಶಕ್ತಿಯುತವಾಗುವ ತನಕ ನಾವು ವಿಶ್ರಾಂತಿ ಪಡೆಯುವುದಿಲ್ಲ" ಎಂಬುದು ನಮ್ಮ ಸಂಘದ ಸಂವಿಧಾನದ ನಿಯಮಗಳಲ್ಲೊಂದು.

ಈ ವಾಕ್ಯವು ಬಹಳ ಉಚಿತವಾಗಿಯೂ ಪರಿಣಾಮಕಾರಿಯಾಗಿಯೂ ಕಾಣಬಹುದು. ಆದರೆ ವಾಸ್ತವವಾಗಿ ಅದು ಶುದ್ಧ ತಲೆಹರಟೆ ; ಅರ್ಥವಿಲ್ಲದ ಮಾತಿನ ಮಾಲೆ. ಹೀಗಾದರೆ

ನಾವು ನಮ್ಮ ಗುರಿಯನ್ನು ಎಂದೆಂದಿಗೂ ಮುಟ್ಟುವುದಿಲ್ಲ. ನಮ್ಮ ಸಂಘಟನೆಯಲ್ಲೇ ಇರುವ ತೀವ್ರವಾದಿಗಳ ಗುಂಪೊಂದು ಮೇಲೆ ಹೇಳಿದ ಘೋಷವಾಕ್ಯವನ್ನು ಅಳಿಸಿಹಾಕಬೇಕೆಂದು, ಸ್ವಲ್ಪ ಕಾಲದಿಂದ ಹೋರಾಟ ನಡೆಸುತ್ತಿದೆ. ಅವರ ಪ್ರಕಾರ ನಮ್ಮ ಯುದ್ಧಗರ್ಜನೆಯು, "ನಮಗೆ ನಮ್ಮ ಎಡಗೈ ಬಗ್ಗೆ ಹೆಮ್ಮೆಯೆನಿಸುತ್ತದೆ. ನಮ್ಮ ಜನ್ಮಜಾತವಾದ ವರ್ತನೆಯ ಬಗ್ಗೆ ನಾವು ನಾಚಿಕೆಪಟ್ಟುಕೊಳ್ಳುವುದಿಲ್ಲ" ಎಂದಿರಬೇಕು, ಆದರೆ ಏನೇ ಆದರೂ ಈ ಘೋಷವಾಕ್ಯ ಕೂಡ ಸರಿಯಾದುದಲ್ಲ. ಈ ವಾಕ್ಯದಲ್ಲಿ ತುಂಬಿರುವ ಮರುಕ ಮತ್ತು ಒಂದು ಬಗೆಯ ಭಾವನಾತ್ಮಕ ಉದಾರತೆಯು ನಾವು ಈ ಮಾತುಗಳನ್ನು ಆಲಿಸುವಂತೆ ಮಾಡಿತು. ನಮ್ಮ ಕ್ಲಬ್‌ನಲ್ಲಿ ತೀವ್ರವಾದಿಗಳ ಗುಂಪಿಗೆ ಸೇರಿದವರೆಂದು ಪರಿಗಣಿಸಲಾಗಿರುವ ಎರಿಕ್‌ಗೆ ಮತ್ತು ನನಗೆ, ನಮ್ಮ ನಾಚಿಕೆ ಎಷ್ಟು ಆಳವಾಗಿ ಬೇರೂರಿದೆಯೆನ್ನುವುದು ಬಹಳ, ಬಹಳ ಚೆನ್ನಾಗಿಯೇ ಗೊತ್ತು. ಮೊದಲು ತಾಯಿತಂದೆಗಳ ಮನೆಯಲ್ಲಿ, ಅನಂತರ ಶಾಲೆಯಲ್ಲಿ, ಆಮೇಲೆ ಸೈನ್ಯದಲ್ಲಿ ಸೇವೆ ಸಲ್ಲಿಸುವಾಗ – ಎಲ್ಲಿಯೂ ಕೂಡ ನಮ್ಮ ಈ ನ್ಯೂನತೆಯನ್ನು ಸಮಚಿತ್ತದಿಂದ ಸಹಿಸುವುದು ಹೇಗೆಂದು ನಮಗೆ ಹೇಳಿ ಕೊಡಲಿಲ್ಲ. ಹಾಗೆ ನೋಡಿದರೆ, ಎಲ್ಲರಿಗೂ ಗೊತ್ತಿರುವ ಬೇರೆ ಕೆಲವು ವಿಕಲತೆಗಳೊಂದಿಗೆ ಹೋಲಿಸಿದರೆ ನಮ್ಮದು ಬಹಳ ಚಿಕ್ಕದು.

ನಾವು ಉಳಿದವರಿಗಿಂತ "ಭಿನ್ನ"ವೆಂಬ ಅರಿವು, ನಮಗೆ ಚಿಕ್ಕ ವಯಸ್ಸಿನಲ್ಲೇ ಬಂತು. ಚಿಕ್ಕ ಮಕ್ಕಳಿಗೆ ಪ್ರೀತಿಯಿಂದ ಹೇಳುವ, "ಎಲ್ಲಿ ಮರಿ, ಮಾಮನ ಕೈ ಕುಲುಕು, ನೋಡೋಣ" ಎಂಬ ಮಾತಿನೊಂದಿಗೇ ಬಂತು. ಚಿಕ್ಕಮ್ಮಂದಿರು, ಚಿಕ್ಕಪ್ಪಂದಿರು, ತಾಯಿಯ ಸ್ನೇಹಿತೆಯರು, ತಂದೆಯ ಸಹೋದ್ಯೋಗಿಗಳು... ಹೀಗೇ ಕೈಕುಲುಕಬೇಕಾದವರ ಸಂಖ್ಯೆ ಬೆಳೆಯುತ್ತಲೇ ಇತ್ತು, ಕುಟುಂಬದ ಎಲ್ಲ ಸದಸ್ಯರ ಸಾಮೂಹಿಕ ಭಾವಚಿತ್ರವನ್ನು ತೆಗೆಯಬೇಕಾದಂತಹ ಮಹತ್ವದ ದಿನವಂತೂ, ಪ್ರತಿಯೊಬ್ಬ ಬಾಲಕನಿಗೆ ಸಿಂಹಸ್ವಪ್ನ. ಕೈಬೀಳುವವರೆಗೆ ಕೈಕುಲುಕಬೇಕು. "ಥೂ... ಥೂ... ಬೇಡ ಮರೀ, ಆ ಕೈಯಲ್ಲ. ಅದು ಕಕ್ಕ. ಒಳ್ಳೆಯ ಇನ್ನೊಂದು ಕೈ, ಅದು ಜಾಣ ಕೈ, ಕುಶಲ ಕೈ, ಅದೊಂದೇ ನಿಜವಾದ ಕೈ ಬಲಗೈ.

ಹುಡುಗಿಯೊಬ್ಬಳನ್ನು ನಾನು ಮೊದಲಬಾರಿಗೆ ಮುಟ್ಟಿದಾಗ ನನಗೆ ಹದಿನಾರು ವರ್ಷ. ಅವಳು ನಿರಾಶೆ ತುಂಬಿದ ದನಿಯಲ್ಲಿ ಹೇಳಿದಳು. "ಹೋಗಾಚೆ, ನೀನೊಬ್ಬ ಎಡಚ." ಹೀಗೆ ಹೇಳುತ್ತಲೇ ಅವಳು ನನ್ನ ಎಡಗೈಯನ್ನು ತನ್ನ ಕುಪ್ಪಸದಿಂದ ಹೊರಗೆ ತೆಗೆದು, ಪಕ್ಕಕ್ಕೆ ತಳ್ಳಿದಳು.

ಅಂತಹ ನೆನಪುಗಳು ಇಂದಿಗೂ ಉಳಿದಿವೆ. ಹಾಗಿದ್ದರೂ ಕೂಡ, ಹೊಸ ಘೋಷ ವಾಕ್ಯದ ಸೃಷ್ಟಿಕರ್ತರಾದ ನಾನು ಮತ್ತು ಎರಿಕ್ ಅದನ್ನು ಒಪ್ಪಿಕೊಳ್ಳಲು ಈಗ ಸಿದ್ಧರಾಗಿದ್ದೇವೆ ಎಂದರೆ, ಕೈಗೂಡದ ಆದರ್ಶವೊಂದನ್ನು ನಿರ್ವಹಿಸಲು ನಾವು ಪ್ರಯತ್ನಿಸುತ್ತಿದ್ದೇವೆಂದು ಮಾತ್ರ ಅದರ ಅರ್ಥ.

ಈಗ ಎರಿಕ್‌ನ ತುಟಿಗಳು ಬಿಗಿದಿವೆ. ಮತ್ತು ಅವನ ಕಣ್ಣುಗಳು ಸಂಕುಚಿತವಾಗಿ ಕೇವಲ ಎರಡು ಬಿರುಕುಗಳು ಕಾಣುತ್ತಿವೆ. ನಾನೂ ಅವನನ್ನು ಅನುಕರಿಸುತ್ತೇನೆ. ನಮ್ಮ ಮುಖದ ಮಾಂಸಖಂಡಗಳು ಒತ್ತಡದಿಂದ ಬಿಗಿಯಾಗಿವೆ. ನಮ್ಮ ಹಣೆಗಳು ಸೆಟೆದಿವೆ; ಮೂಗಿನ ಹೊಳ್ಳೆಗಳು ಅಗಲವಾಗಿವೆ, ಈಗ ನನಗೆ ಎರಿಕ್‌ನ ಮುಖವನ್ನು ನೋಡಿದರೆ, ತನ್ನ ಅನೇಕ ಸಾಹಸಮಯ ಚಲನಚಿತ್ರಗಳ ಮೂಲಕ, ಎಲ್ಲರಿಗೂ ಪರಿಚಿತವಾದ ಮುಖಲಕ್ಷಣಗಳನ್ನು ಹೊಂದಿರುವ ಚಿತ್ರನಟನೊಬ್ಬನ ನೆನಪು ಬರುತ್ತದೆ.

ನನ್ನ ಮನಸ್ಸಿನಲ್ಲಿಯೂ ಆಸೆ ಮತ್ತು ಆಶ್ಚರ್ಯ. ನಾನು ಕೂಡ ಈಗ ನಮ್ಮ ಬೆಳ್ಳಿ ಪರದೆಯ ಖೋಟಾ ನಾಯಕರಲ್ಲಿ ಒಬ್ಬನನ್ನು ಹೋಲುತ್ತಿರುವೆನೇನೋ ಎಂದು.

ನಮ್ಮನ್ನು ನೋಡಿದರೆ ಹೆದರಿಕೆ ಹುಟ್ಟುವಂತೆ ಇದ್ದೇವೆಂದು ನನಗೆ ಖಂಡಿತವಾಗಿ ಗೊತ್ತು, ಸದ್ಯಃ, ನಮ್ಮ ಸುತ್ತಮುತ್ತ ಯಾರೂ ಇಲ್ಲವೆನ್ನುವುದು ಸಂತೋಷದ ಸಂಗತಿ. ಯಾರಾದರೂ ಅನಪೇಕ್ಷಿತ ವೀಕ್ಷಕನೊಬ್ಬ ನಮ್ಮನ್ನು ನೋಡಿದರೆ, ಅವನು ನಿಸ್ಸಂದೇಹವಾಗಿ ಒಂದು ತೀರ್ಮಾನಕ್ಕೆ ಬರುತ್ತಾನೆ. ನಾವಿಬ್ಬರೂ ದ್ವಂದ್ವಯುದ್ಧದಲ್ಲಿ ತೊಡಗಿರುವ ಭಾವನಾಮಯ ಯುವಕರು ಎಂದು. ಅದರ ಉದ್ದೇಶ ? ಏನು ಬೇಕಾದರೂ ಆಗಿರಬಹುದು, ಹೆಣ್ಣೊಂದು ಗಂಡೆರಡು ? ಯಾರೋ ಹರಡಿರುವ ಅವಮಾನಕರ ಗುಲ್ಲು ? ಅನೇಕ ಪೀಳಿಗೆಗಳಿಂದ ಬೆಳೆದುಬಂದಿರುವ ಕುಟುಂಬಗಳ ಅಂತಃಕಲಹ ? ಮರ್ಯಾದೆಯ ರಕ್ಷಣೆಗಾಗಿ ನಡೆಯುತ್ತಿರುವ ಹೋರಾಟ ? ಕಾರಣ ಯಾರಿಗೆ ಗೊತ್ತು ? ಒಟ್ಟಿನಲ್ಲಿ ರಕ್ತರಂಜಿತವಾದ ಸೋಲುಗೆಲುವಿನ ಆಟ. ಯಾಕೆಂದರೆ ಶತ್ರುಗಳು ಮಾತ್ರ ಹೀಗೆ ಒಬ್ಬರನ್ನೊಬ್ಬರು ದಿಟ್ಟಿಸಿ ನೋಡಲು ಸಾಧ್ಯ. ಗೆರೆಗಳಾಗಿಬಿಟ್ಟಿರುವ ನಮ್ಮ ತುಟಿಗಳನ್ನು ಗಮನಿಸಿ. ರಕ್ತದ ಸುಳಿವೇ ಇಲ್ಲ. ಕರುಣೆಯ ಕುರುಹೂ ಇಲ್ಲವೆನ್ನುವ ಹಾಗೆ. ಚೂಪಾದ, ಒರಟಾದ ಮೂಗುಗಳನ್ನು ನೋಡಿ. ನಮ್ಮ ಹೃದಯಗಳನ್ನು ತುಂಬಿರುವ ದ್ವೇಷ, ನಮ್ಮ ಜೀವರಸವನ್ನೇ ಹೀರುತ್ತಿದೆ. ಯಾವುದೋ ಆತ್ಮಘಾತಕವಾದ ಆಕಾಂಕ್ಷೆ ನಮ್ಮನ್ನು ಆವರಿಸಿದೆ.

ಆದರೂ ನಾವು ಸ್ನೇಹಿತರು, ನಮ್ಮಿಬ್ಬರ ಕಾರ್ಯಕ್ಷೇತ್ರಗಳ ನಡುವೆ ಅಪಾರ ಅಂತರವಿದೆ. ಎರಿಕ್ ಸರ್ವವಸ್ತು ಮಳಿಗೆಯೊಂದರಲ್ಲಿ ವಿಭಾಗ ಪ್ರಮುಖ, ನನ್ನದಾದರೋ ಬಹಳ ಲಾಭದಾಯಕವಾದ ಸೂಕ್ಷ್ಮಯಂತ್ರಗಳ ವ್ಯವಹಾರ. ಆದರೆ ನಮ್ಮಿಬ್ಬರಲ್ಲಿ ನಮ್ಮ ಸ್ನೇಹವನ್ನು ಶಾಶ್ವತವಾಗಿ ಮಾಡಲು ಅವಶ್ಯವಾದಷ್ಟು ಸಮಾನ ಆಸಕ್ತಿಗಳಿವೆ. ಎರಿಕ್ ನನಗಿಂತ ಮೊದಲೇ ಕ್ಲಬ್‌ನ ಸದಸ್ಯನಾದವನು. ನಾನು ಮೊದಲಬಾರಿಗೆ 'ಏಕ ಪಾರ್ಶ್ವದವರು' ಕ್ಲಬ್‌ನ ಆವರಣವನ್ನು ಪ್ರವೇಶಿಸಿದ ದಿನ ನನಗಿನ್ನೂ ಚೆನ್ನಾಗಿ ನೆನಪಿದೆ – ನಾಚಿಕೆ ತುಂಬಿದ ವರ್ತನೆ ; ಎಲ್ಲಿ ತಪ್ಪು ಮಾಡುವೆನೋ ಎಂಬ ಆತಂಕ, ಅತಿ ಅಲಂಕಾರದ ಪೋಷಾಕು ; ಎರಿಕ್ ನೇರವಾಗಿ ನನ್ನ ಕಡೆ ಬಂದ. ಎಲ್ಲ ಬಲ್ಲವನಂತೆ ನನ್ನನ್ನು ನೋಡಿದ. ಆದರೆ ಆ ನೋಟದಲ್ಲಿ ಅತಿಯಾದ ಕುತೂಹಲವೂ ಇರಲಿಲ್ಲ, ಅವನು ಹೇಳಿದ :

"ನಿನಗೆ ನಮ್ಮ ಕ್ಲಬ್ ಸೇರಬೇಕು ಅಂತ ಆಸೆ ಇದೆ ಅನ್ನೋದು ನನಗೆ ಗೊತ್ತು. ನೀನೇನು ನಾಚಿಕೆಪಡಬೇಡ, ಒಬ್ಬರಿಗೊಬ್ಬರು ಸಹಾಯ ಮಾಡೋದೇ ನಮ್ಮೆಲ್ಲರ ಗುರಿ."

ನಾನು ಈಗ ತಾನೇ 'ಏಕ ಪಾರ್ಶ್ವದವರ ಸಂಘಟನೆ' ಬಗ್ಗೆ ಮಾತಾಡಿದೆ ಎನ್ನುವ ಸಂಗತಿ ನಿಮ್ಮ ಗಮನಕ್ಕೆ ಬಂದಿದೆ. ಅದು ನಮ್ಮ ಕ್ಲಬ್‌ನ ಅಧಿಕೃತ ಹೆಸರು. ಆದರೆ ನಮ್ಮ ನಿಯಮಾವಳಿಗಳ ಬಹುಭಾಗದಂತೆ ಆ ಹೆಸರು ಕೂಡ ಅನ್ವರ್ಥನಾಮವಲ್ಲ. ನಮ್ಮೆಲ್ಲರ ನಡುವಿನ ಸ್ನೇಹ ಬಂಧನವನ್ನು ಉಳಿಸುವ, ಬೆಳೆಸುವ ಬಲಪಡಿಸುವ ಸಂಗತಿ ಯಾವುದೆನ್ನು ವುದನ್ನು ಆ ಹೆಸರು ಸರಿಯಾಗಿ ಸ್ಪಷ್ಟಪಡಿಸುವುದಿಲ್ಲ. ಹಾಗೆ ನೋಡಿದರೆ, "ವಾಮಹಸ್ತರು" ಅಥವಾ "ವಾಮ ಸಹೋದರರು" ಎನ್ನುವ ಹೆಸರುಗಳು ನಮಗೆ ಈಗಿರುವುದಕ್ಕಿಂತ ಚೆನ್ನೆಂಬ ಸಂಗತಿ ನನಗೂ ಗೊತ್ತು. ಆದರೆ ಆ ಹೆಸರುಗಳನ್ನು ನಾವೇಕೆ ಇಟ್ಟುಕೊಂಡಿಲ್ಲವೆನ್ನುವುದನ್ನು ನೀವು ಊಹಿಸಬಲ್ಲಿರಿ, ಇಲ್ಲ ; ಇಲ್ಲ ; ಅದಕ್ಕಿಂತ ಸತ್ಯದೂರವಾದ ಮಾತು ಬೇರಾವುದೂ ಇರಲಾರದು. ನಮ್ಮ ಬಗ್ಗೆ ಆ ರೀತಿಯ ಅನುಮಾನಪಡುವುದೆಂದರೆ ಬಹಳ ಅವಮಾನಕರ.

ಲೈಂಗಿಕ ಕ್ರಿಯೆಯಲ್ಲಿ ಸಹಜವಾಗಿ ವರ್ತಿಸಲಾಗದ, ಕರುಣೆ ಹುಟ್ಟಿಸುವ ಜೀವಗಳೊಂದಿಗೆ ನಮ್ಮನ್ನು ಹೋಲಿಸುವುದೆಂದರೇನು? ಹಾಗೆ ನೋಡಿದರೆ ನಮ್ಮ ಸಂಘಟನೆಯಲ್ಲಿ ಗಂಡಸರು ಮತ್ತು ಹೆಂಗಸರು ಸಮಪ್ರಮಾಣದಲ್ಲೇ ಇದ್ದಾರೆ. ಸೌಂದರ್ಯದಲ್ಲಿ, ಮನಸ್ಸನ್ನು ಮರುಳು ಗೊಳಿಸುವ ನಡೆನುಡಿಗಳಲ್ಲಿ, ನಮ್ಮ ಮಹಿಳೆಯರು ತಮ್ಮ ಬಲಗೈ ಬಳಸುವ ಸಹೋದರಿಯರಿಗಿಂತ ಮಿಗಿಲೆಂದು, ನಾನು ಸ್ವಲ್ಪವೂ ಹಿಂದೆ ಮುಂದೆ ನೋಡದೆ ಹೇಳಬಲ್ಲೆ.

ವಾಸ್ತವವಾಗಿ ವಾಮಹಸ್ತರು ಮತ್ತು ಬಲಹಸ್ತರನ್ನು ತುಂಬ ಎಚ್ಚರಿಕೆಯಿಂದ ಹೋಲಿಸಿ ನೋಡಿದರೆ, ಇಬ್ಬರ ನೀತಿ ನಡತೆಗಳ ಬಗೆಗೆ ಮೂಡಿಬರುವ ಚಿತ್ರವೇ ಬೇರೆ. ತನ್ನ ಧಾರ್ಮಿಕ ಕಕ್ಷೆಯಲ್ಲಿರುವ ಜನಸ್ತೋಮದ ಆಧ್ಯಾತ್ಮಿಕ ಆರೋಗ್ಯ ಮತ್ತು ಮುಕ್ತಿ ಸಾಧನೆಗಳಲ್ಲಿ ಆಸಕ್ತನಾಗಿರುವ ಯಾವನೇ ಪಾದ್ರಿ ನಮ್ಮನ್ನು ಮೆಚ್ಚಿಕೊಳ್ಳುತ್ತಾನೆ. ವೇದಿಕೆಯ ಮೇಲೆ ನಿಂತು, ಉಪದೇಶ ಮಾಡುವಾಗ, "ಪ್ರೀತಿಯ ಸೋದರರೇ. ನೀವೆಲ್ಲರೂ ಎಡಚರಾಗಿದ್ದಿದ್ದರೆ ಎಷ್ಟು ಚೆನ್ನಾಗಿರುತ್ತಿತ್ತು!..." ಎಂದು ಉದ್ಗಾರ ತೆಗೆಯುತ್ತಾನೆ.

ನಮ್ಮ ಕ್ಲಬ್‌ನ ಹೆಸರು ಎಷ್ಟೊಂದು ತಾಪತ್ರಯದ್ದು! ಈ ಮಾತನ್ನು ನಮ್ಮ ಸಂಘದ ಮೊದಲ ಅಧ್ಯಕ್ಷ ಕೂಡಾ ಒಪ್ಪಿಕೊಳ್ಳಬೇಕಾಯಿತು. ಅವನು ಪುರಸಭೆಯ ಜಮೀನು ದಾಖಲಾತಿ ಕಛೇರಿಯಲ್ಲಿ ದೊಡ್ಡ ಅಧಿಕಾರಿ. ದುರದೃಷ್ಟವಶಾತ್ ಅವನದು ಸ್ವಲ್ಪ ಜಬರದಸ್ತಿನ ಸ್ವಭಾವ. ತಾನು ಆಡಿದ್ದೇ ಸರಿ, ಮಾಡಿದ್ದೇ ಸರಿ ಎನ್ನುವಂತಹ ಮನೋಭಾವ. ಅವನೂ ನಮ್ಮ ಹೆಸರಿನಲ್ಲಿ ಏನೋ ಕೊರತೆಯಿದೆಯೆಂದು ಒಪ್ಪಿಕೊಳ್ಳುತ್ತಾನೆ. ಯಾಕೆಂದರೆ ಆ ಹೆಸರಿನಲ್ಲಿ 'ಎಡ' ಎನ್ನುವ ಪದವೇ ಇಲ್ಲ. ನಾವಂತೂ ಖಂಡಿತವಾಗಿಯೂ ಏಕ ಪಾರ್ಶ್ವದವರಲ್ಲ, ಶಾರೀರಿಕವಾಗಿಯೂ ಅಷ್ಟೆ. ನಮ್ಮ ಭಾವನೆ, ಆಲೋಚನೆ ಮತ್ತು ವರ್ತನೆಗಳಲ್ಲೂ ಅಷ್ಟೆ.

ನಮ್ಮ ಕ್ಲಬ್‌ಗೆ ಹೆಸರಿಡುವಾಗ ನಾವು ಕೆಲವು ರಾಜಕೀಯ ಅಂಶಗಳನ್ನು ಗಮನಕ್ಕೆ ತಂದುಕೊಳ್ಳಬೇಕಾಯಿತು ಎಂಬುದು ನಿಜ. ಅದರಿಂದಾಗಿ ನಾವು ಕೆಲವು ಹೆಚ್ಚು ಉಚಿತವಾದ, ಆಕರ್ಷಕವಾಗಿ ಕೇಳಿಸುವ ಹೆಸರುಗಳನ್ನು ತಿರಸ್ಕರಿಸಿ ಏನೇನೂ ಸರಿಯಲ್ಲದ ಈ ಹೆಸರನ್ನು ಆರಿಸಿಕೊಳ್ಳಬೇಕಾಯಿತು. ಯಾಕೆಂದರೆ ನಮ್ಮ ಪಾರ್ಲಿಮೆಂಟ್‌ನ ಸದಸ್ಯರು ಮಧ್ಯದಿಂದ ಒಂದೋ ಆ ಕಡೆಗೆ ಇಲ್ಲವೆ ಈ ಕಡೆಗೆ ಹೇಗೆ ಸರಿಯುತ್ತಿರುತ್ತಾರೆ ಎಂಬುದನ್ನು ಯಾರೂ ಕಡೆಗಣಿಸುವಹಾಗಿಲ್ಲ. ಪಾರ್ಲಿಮೆಂಟ್ ಭವನದಲ್ಲಿ ಆಸನಗಳ ವ್ಯವಸ್ಥೆಯೂ ಹಾಗೆಯೇ ಇರುತ್ತದೆ. ಅದನ್ನು ನೋಡಿದರೆ ದೇಶದ ರಾಜಕೀಯ ಒಲವುಗಳು ಗೊತ್ತಾಗುತ್ತವೆ. ಯಾವುದಾದರೂ ಲೇಖನದಲ್ಲಿ ಅಥವಾ ಭಾಷಣದಲ್ಲಿ 'ಎಡ' ಎನ್ನುವ ಪದ ಒಂದಕ್ಕಿಂತ ಜಾಸ್ತಿ ಸಲ ಬಂದರೆ ಸಾಕು, ಅದನ್ನು ತೀವ್ರವಾದಿಯೆಂದೂ ಅಪಾಯಕರವೆಂದೂ ಕರೆಯುವುದು ಸರ್ವಸಮ್ಮತವಾದ ಸಂಪ್ರದಾಯವಾಗಿಬಿಟ್ಟಿದೆ.

ಏನೇ ಆದರೂ, ನಮ್ಮ ಕ್ಲಬ್‌ಗೆ ಸಂಬಂಧಪಟ್ಟ ಹಾಗೆ, ಯಾರು ಆ ವಿಷಯದಲ್ಲಿ ತಲೆಕೆಡಿಸಿಕೊಳ್ಳಬೇಕಾಗಿಲ್ಲ. ಇಡೀ ಊರಿನಲ್ಲಿ, ಯಾವುದೇ ವಿಧವಾದ ರಾಜಕೀಯ ಮಹತ್ವಾಕಾಂಕ್ಷೆಗಳೂ ಇಲ್ಲದ ಸಂಸ್ಥೆಯೊಂದು ಇರುವುದಾದರೆ ಅದು ನಮ್ಮದು. ಪರಸ್ಪರ ಸಹಾಯ ಮತ್ತು ಸಮಾಧಾನಗಳನ್ನು ನೀಡುವುದೊಂದೇ ನಮ್ಮ ಗುರಿ. ಲೈಂಗಿಕ ಅಪಪ್ರಯೋಗಗಳಿಗೂ ನಮಗೂ ಯಾವುದೇ ಸಂಬಂಧವಿದೆಯೆಂಬ ಆಲೋಚನೆಗಳನ್ನು ಒಂದೇ ಬಾರಿಗೆ ಚೂರು ಚೂರು ಮಾಡಲು, ನಾನು ಮುಂದೆ ಹೇಳುವ ಮಾತೇ ಸಾಕು. ನಾನು ನನ್ನ ಪ್ರೇಯಸಿಯನ್ನು ಭೇಟಿಯಾದದ್ದು ನಮ್ಮ ಕ್ಲಬ್‌ನ ಯುವ ವಿಭಾಗದಲ್ಲಿ ಎಂದು

ಸಂಕ್ಷಿಪ್ತವಾಗಿ ಹೇಳಬಯಸುತ್ತೇನೆ. ವಾಸಮಾಡಲು ಉಚಿತವಾದ ಫ್ಲ್ಯಾಟ್‌ಸಿಗುವುದೇ ತಡ, ನಾವಿಬ್ಬರೂ ಮದುವೆಯಾಗಬೇಕೆನ್ನುವುದು ನಮ್ಮ ಸದ್ಯದ ಯೋಜನೆ.

ಹೆಣ್ಣು ಜಾತಿಯೊಂದಿಗೆ ನಾನು ಮೊದಲಬಾರಿ ಪಡೆದ ಸಂಪರ್ಕವು, ನನ್ನ ವ್ಯಕ್ತಿತ್ವಕ್ಕೆ ಕೊಟ್ಟ ಏಟಿನಿಂದಾದ ಗಾಯ ಎಂದಿಗಾದರೂ ಮಾಯುವುದಾದರೆ, ಆ ಬಿಡುಗಡೆಗಾಗಿ ನಾನು ನಿಸ್ಸಂದೇಹವಾಗಿಯೂ ಋಣಿಯಾಗಿರಬೇಕಾದ್ದು ಮೋನಿಕಾಗೆ. ನಿಮಗೆಲ್ಲರಿಗೂ ಚಿರಪರಿಚಿತವಾದ, ಸರ್ವಸಾಮಾನ್ಯವಾದ ಅಡ್ಡಿ ಆತಂಕಗಳನ್ನು ಮಾತ್ರವಲ್ಲದೆ, ನಮ್ಮ ಶಾರೀರಿಕ ನ್ಯೂನತೆಗಳನ್ನೂ ಕೂಡ ನಮ್ಮ ಪ್ರೇಮ ವ್ಯವಹಾರ ಎದುರಿಸಬೇಕಾಗಿತ್ತು. ಕೊನೆಗೆ "ಪೊಲ್ಲಮೆಯೆ ಲೇಸು ನಲ್ಲರ ಮೆಯ್ಯೊಳ್" ಎಂದು ತಿಳಿದು, ಈ ನ್ಯೂನತೆಯೇ ಆಕರ್ಷಕವೆಂದುಕೊಳ್ಳಬೇಕಾಗಿತ್ತು. ನಮಗೆಂದೇ ಮೀಸಲಾದ ಒಲವಿನ ರುಚಿ ನಮಗೆ ಸಿಕ್ಕಿದ್ದು ಇಷ್ಟೆಲ್ಲ ಆದಮೇಲೆಯೇ.

ಮೊದಮೊದಲು ನಮ್ಮಿಬ್ಬರಿಗೂ ಏನೋ ಒಂದು ಬಗೆಯ ಆತಂಕ; ಸಂಕೋಚ, ಅರ್ಥಮಾಡಿಕೊಳ್ಳಬಹುದಾದ್ದೇ. ನಾವಿಬ್ಬರೂ ನಮ್ಮ ಬಲಗೈಗಳನ್ನು ಉಪಯೋಗಿಸುವುದರ ಮೂಲಕ ಪರಸ್ಪರರನ್ನು ಖುಷಿಪಡಿಸಲು ಮೊದಲು ಪ್ರಯತ್ನಿಸಿದೆವು. ಆದರೆ ಕ್ರಮೇಣ, ನಮ್ಮ ನಿರ್ವೀರ್ಯ ಬಲಗೈ ಎಷ್ಟೊಂದು ಸಂವೇದನಾರಹಿತವೆಂದು ನಮಗೆ ಗೊತ್ತಾಯಿತು. ಈಗ ನಾವು ಒಬ್ಬರನ್ನೊಬ್ಬರು ಮುಟ್ಟುವುದು, ಮುದ್ದಿಸುವುದು, ರೋಮಾಂಚಕಾರಿಯಾಗಿ ವರ್ತಿಸುವುದು, ನಮ್ಮ ಎಡಗೈಯಿಂದಲೇ. ನಾವು ಅಂತಹ ಕೆಲಸಕ್ಕಾಗಿ ಆ ಕೈಯನ್ನು ಉಪಯೋಗಿಸಬೇಕೆನ್ನುವುದೇ ದೇವರ ಇಷ್ಟ. ಮುಂದಿನ ಮಾತುಗಳನ್ನು ಹೇಳುವಾಗ, ನಾನು ಯಾವುದೇ ಗುಟ್ಟುಗಳನ್ನು ಬಯಲುಮಾಡುತ್ತಿಲ್ಲವೆಂದೇ ನನ್ನ ಭಾವನೆ. ಅಥವಾ ಅಂತಹ ಅವಿವೇಕದ ಮಾತನ್ನು ನಾನು ಆಡುತ್ತಲೂ ಇಲ್ಲ; ನಾನು ಮೋನಿಕಾಗೆ ಕೊಟ್ಟಿರುವ ವಚನವನ್ನು ಉಳಿಸಿಕೊಳ್ಳುವ ಶಕ್ತಿಯನ್ನು ನನಗೆ ಮತ್ತೆ ಮತ್ತೆ, ಕೊಟ್ಟಿರುವುದು ಅವಳ ಪ್ರೀತಿಯ ಎಡಗೈ ಮಾತ್ರ. ನಾವು ಮೊಟ್ಟಮೊದಲನೆಯ ಬಾರಿ ಸಿನಿಮಾಗೆ ಹೋದಾಗಲೇ ನಾನು ಅವಳಿಗೊಂದು ಮಾತು ಕೊಟ್ಟಿದ್ದೆ – ನಾವಿಬ್ಬರೂ ಪರಸ್ಪರ ಮದುವೆಯ ಉಂಗುರಗಳನ್ನು ವಿನಿಮಯ ಮಾಡಿಕೊಳ್ಳುವವರೆಗೆ ಅವಳ ಕನ್ನೆತನವನ್ನು ಗೌರವಿಸುತ್ತೇನೆ ಎಂದು. ಆದರೆ ದುರದೃಷ್ಟವಶಾತ್ ನಾವು ಆ ಉಂಗುರಗಳನ್ನು ಧರಿಸಿಕೊಳ್ಳಬೇಕಾಗುವುದು ಬಲಗೈ ಬೆರಳುಗಳಲ್ಲಿಯೇ. ಹಾಗೆ ಮಾಡುವುದರಿಂದ ನಾವು ಸಾಮಾಜಿಕ ಸಂಪ್ರದಾಯಗಳಿಗೆ ಸೋತಂತೆ ಆಗುತ್ತದೆ. ನಮಗೆ, ನಿಸರ್ಗದತ್ತವಾದ ಪ್ರವೃತ್ತಿಗಳಲ್ಲಿ ಏನೋ ಅಸಹಜವಾದದ್ದು, ಅವಮಾನಕರವಾದದ್ದು ಇದೆ ಎಂದು ಒಪ್ಪಿಕೊಂಡಂತೆ ಆಗುತ್ತದೆ.

ಆದರೂ ದಕ್ಷಿಣ ಯೂರೋಪಿನ ಕ್ಯಾಥೋಲಿಕ್ ರಾಷ್ಟ್ರಗಳಲ್ಲಿ, ವಿವಾಹದ ಸ್ವರ್ಣ ಸಂಕೇತವನ್ನು ಎಡಗೈಯಲ್ಲೆ ಧರಿಸುವರಂತೆ. ಹೌದು, ಸೂರ್ಯ ತುಂಬಿದ ಅದೇ ದೇಶಗಳಲ್ಲಿ ಹೃದಯವು, ಸೋಲೊಪ್ಪಿಕೊಳ್ಳದ ಮೆದುಳಿನ ಮೇಲೆ ಅಧಿಕಾರ ನಡೆಸುತ್ತದೆ. ನಮ್ಮ ಸಂಘಟನೆಯ ಸದಸ್ಯೆಯರಾದ ತರುಣಿಯರು, ನಮ್ಮ ಕ್ಲಬ್‌ನ ಹಸಿರು ಬಾವುಟದ ಮೇಲೆ, ಧ್ಯೇಯವಾಕ್ಯವೋ ಎನ್ನುವಂತೆ "ಎಡಗಡೆ ಇದೆ ಹೃದಯ" ಎಂಬ ಮಾತನ್ನು ಕಸೂತಿ ಹಾಕಿದ್ದಾರೆ. ಅದೊಂದು ಬಗೆಯ ದಂಗೆಯ ಸೂಚನೆಯಾಗಿರಲೇಬೇಕು. ನಮ್ಮ ಬದುಕಿನ ಮೌಲ್ಯಗಳಿಗೆ ಆಘಾತಕರವಾದ ಸನ್ನಿವೇಶ ಬಂದಾಗ, ಮಹಿಳೆಯರ ತರ್ಕ ವಿಧಾನವೇ ಸರಿಯಾದುದೆನ್ನುವುದನ್ನು ತೋರಿಸುವ ಪ್ರಯತ್ನ ಅದು.

ಉಂಗುರಗಳನ್ನು ವಿನಿಮಯ ಮಾಡಿಕೊಳ್ಳುವ ಕ್ಷಣದ ಬಗ್ಗೆ ನಾನು ಮತ್ತು ಮೋನಿಕಾ

ಮತ್ತೆ ಮತ್ತೆ ಚರ್ಚಿಸಿದ್ದೇನೆ. ಅನಿವಾರ್ಯವಾಗಿ, ಎಲ್ಲ ಸಲವೂ ಅದೇ ನಿರ್ಧಾರವನ್ನು ತಲಪಿದ್ದೇವೆ: ಅಯ್ಯೋ ಮದುವೆಯಾಗಿ, ಬದುಕಿನ ಚಿಕ್ಕ ದೊಡ್ಡ ಸುಖ ದುಃಖಗಳನ್ನು ಹಂಚಿ ಕೊಂಡು ಎಷ್ಟೋ ಕಾಲ ಕಳೆದ ಮೇಲೂ ಕೂಡ, 'ಇವರಿಬ್ಬರ ಮದುವೆ ಇನ್ನೂ ಆಗಿಲ್ಲ, ಕೇವಲ ನಿಶ್ಚಿತಾರ್ಥ ಆಗಿದೆ ಅಷ್ಟೆ' ಎನ್ನಿಸಿಕೊಂಡು ಬದುಕುವುದು ನಮ್ಮಿಂದ ಸಾಧ್ಯವಿಲ್ಲ. ಅಪರಿಚಿತವಾದ, ಅನೇಕ ಬಾರಿ ದ್ವೇಷಮಯವಾದ ಬಾಹ್ಯ ಜಗತ್ತನ್ನು ಮದುವೆಯಾಗದ ಗಂಡು ಹೆಣ್ಣುಗಳಂತೆ ಎದುರಿಸಲು ನಾವು ಅಸಮರ್ಥರು. ಬಲಗೈ ಬೆರಳಾದರೂ ಪರವಾಗಿಲ್ಲ. ಉಂಗುರಗಳನ್ನು ಧರಿಸಿಕೊಳ್ಳದೆ ಬೇರೆ ದಾರಿಯಿಲ್ಲ.

ಈ ಉಂಗುರದ ಪ್ರಶ್ನೆ ಬಂದಾಗ ಮೋನಿಕಾ ಕಣ್ಣೀರು ಹಾಕುತ್ತಾಳೆ. ಎಷ್ಟೋ ಸಲ ಹಾಗೆ ಆಗಿದೆ. ಆದ್ದರಿಂದ, ನಾವು ನಮ್ಮ ಮದುವೆಯ ದಿನವನ್ನು ಎಷ್ಟೇ ಹರ್ಷ ಮತ್ತು ಆತುರಗಳಿಂದ ಎದುರು ನೋಡುತ್ತಿದ್ದರೂ, ಅಂದಿನ ಸಮಾರಂಭವನ್ನು ಹಗುರವಾದ ದುಃಖದ ಮಂಜು ಕವಿದಿರುತ್ತದೆ. ಸುಂದರವಾದ ಉಡುಗೊರೆಗಳು, ರುಚಿ ರುಚಿಯಾದ ಭಕ್ಷ್ಯಭೋಜ್ಯಗಳನ್ನು ಹೇರಲಾದ ಊಟದ ಮೇಜು, ನಗುತುಂಬಿದ ಬಂಧುವರ್ಗ ಇವೆಲ್ಲದರ ಮೇಲೆ ತೆಳುವಾದ ದುಃಖಲೇಪ.

ಈಗ ಮತ್ತೊಮ್ಮೆ ಎರಿಕ್ ನನ್ನ ಕಡೆಗೆ ನೋಡುತ್ತಿದ್ದಾನೆ – ಎಂದಿನಂತೆ ಕರುಣೆ ತುಂಬಿದ ಮುಖ ಮುದ್ರೆಯೊಂದಿಗೆ. ನಾನು ಶಾಂತನಾಗುತ್ತೇನೆ. ಆದರೂ ನನ್ನ ಗಲ್ಲದ ಮಾಂಸಖಂಡಗಳು, ಬಹಳ ಕಾಲ ಅಸಹಜ ಸ್ಥಿತಿಯಲ್ಲಿ ಇದ್ದುದರಿಂದ ಇನ್ನೂ ನೋಯುತ್ತಿವೆ. ಕೆನ್ನೆ ನಡುಗುತ್ತಿದೆ. ದ್ವೇಷ ಮಿಶ್ರಿತ ಮುಖಭಾವಗಳು ನಮ್ಮನ್ನು ಕುರೂಪಿಗಳಾಗಿ ಮಾಡುತ್ತವೆಂದು ನನಗೂ ಗೊತ್ತು. ಈಗ ನಮ್ಮ ಕಣ್ಣುಗಳು ಹೆಚ್ಚು ಶಾಂತವಾಗಿ, ಆದ್ದರಿಂದಲೇ ಹೆಚ್ಚಿನ ಧೈರ್ಯದೊಂದಿಗೆ ಪರಸ್ಪರ ಸಂಧಿಸುತ್ತವೆ. ನನ್ನ ಎಡಗೈ ಕಡೆಗೆ ಅವನು, ಅವನ ಎಡಗೈಗೆ ನಾನು ಗುರಿಯಿಡುತ್ತೇವೆ. ನಾನು ಖಂಡಿತವಾಗಿಯೂ ಗುರಿ ತಪ್ಪುವುದಿಲ್ಲವೆಂದು ನನಗೆ ಗೊತ್ತು. ಎರಿಕ್ ಕೂಡ ಅಷ್ಟೇ. ಅವನ ಗುರಿಯನ್ನು ನಂಬಬಹುದು. ನಾವು ದೀರ್ಘಕಾಲದಿಂದ ಈ ಕೆಲಸವನ್ನು ಅಭ್ಯಾಸ ಮಾಡಿದ್ದೇವೆ. ನಮ್ಮ ಬಿಡುವಿನ ಕ್ಷಣಗಳನ್ನೆಲ್ಲ ಇದಕ್ಕಾಗಿ ಖರ್ಚು ಮಾಡಿದ್ದೇವೆ. ನಮ್ಮ ಊರಿನ ಹೊರವಲಯದ ಜಲ್ಲಿಕಲ್ಲಿನ ಗಣಿಗಳ ಹತ್ತಿರ, ನಮ್ಮ ಅಭ್ಯಾಸದ ತಾಣ, ನಮ್ಮ ಜೀವನವೇ ಅದನ್ನು ಅವಲಂಬಿಸಿರುವಾಗ, ಈ ದಿನ ನಾವು ಗುರಿ ತಪ್ಪುವುದು ಸಾಧ್ಯವೇ ಇಲ್ಲ.

ಹೀಗೆ ಬುದ್ಧಿಪೂರ್ವಕವಾಗಿ ನಮ್ಮನ್ನು ನಾವೇ ಅಂಗವಿಹೀನರಾಗಿ ಮಾಡಿಕೊಳ್ಳುವುದು ಹಿಂಸ್ರಾರತಿಗೆ ಸಮೀಪದ ಬಂಧುವೆಂದು ನೀವು ಹೂಡಬಹುದಾದ ವಾದಗಳೆಲ್ಲವೂ ನನಗೆ ಗೊತ್ತು. ನಾವಿಬ್ಬರೂ ಒಬ್ಬರ ಮೇಲೊಬ್ಬರು ಹೊರಿಸದಿರುವ ಅಪರಾಧವೇ ಇಲ್ಲ ಅಥವಾ ಈ ಖಾಲೀ ಕೋಣೆಯಲ್ಲಿ ನಾವು ಎದುರುಬದುರಾಗಿ ನಿಂತಿರುವುದು ಇದೇ ಮೊದಲ ಬಾರಿಯೂ ಅಲ್ಲ. ನಾಲ್ಕು ಬಾರಿ. ಬಾವುಜೀಗೆ ಆಯುಧಹಸ್ತರಾಗಿ ಎದುರಾಗಿದ್ದೇವೆ – ಈಗಿನಂತೆಯೇ, ನಾಲ್ಕು ಬಾರಿ, ಭಯಗ್ರಸ್ತರಾಗಿ ನಮ್ಮ ಪಿಸ್ತೂಲುಗಳನ್ನು ಕೆಳಗೆ ಹಾಕಿದ್ದೇವೆ – ನಮ್ಮ ಯೋಜನೆಗೆ ನಾವೇ ಹೆದರಿ. ಆದರೆ ಈಗ, ಕೊನೆಗೊಮ್ಮೆ ನಮ್ಮ ಉದ್ದೇಶದಲ್ಲಿ ಶಾಂತಿಯನ್ನು ಕಂಡುಕೊಂಡಿದ್ದೇವೆ.

ನಮ್ಮ ವೈಯಕ್ತಿಕ ಜೀವನದಲ್ಲಿ ಮತ್ತು ಕ್ಲಬ್‌ನಲ್ಲಿ ಈಚೆಗೆ ನಡೆದಿರುವ ಕೆಲವು ಘಟನೆಗಳು ನಮ್ಮ ಯೋಜನೆಗೆ ಸಮರ್ಥನೆ ನೀಡಿವೆ. ನಾವು ಮುಂದುವರಿಯಲೇಬೇಕು.

ದೀರ್ಘಕಾಲದವರೆಗೆ ನಾವು ಸಂಶಯಪೀಡಿತರಾಗಿದ್ದೆವು. ಆಗ ನಾವು ಕ್ಲಬ್‌ನ ಮತ್ತು ಅದರ ತೀವ್ರ ವಾದಿಗಳ ಗುರಿಗಳನ್ನು ಪ್ರಶ್ನಿಸತೊಡಗಿದೆವು. ಈಗ ಬೇರೇನೂ ದಾರಿ ಕಾಣದೆ ನಮ್ಮ ಆಯುಧಗಳನ್ನು ಕೈಗೆತ್ತಿಕೊಂಡಿದ್ದೇವೆ. ಈ ಸಂಗತಿಯು ಪಶ್ಚಾತ್ತಾಪಪಡುವಂತಹುದೇನೋ ಹೌದು. ಆದರೆ ನಾವು ಈಗಿರುವ ಹಾಗೆ ಮುಂದುವರಿಯುವುದು ಸಾಧ್ಯವೇ ಇಲ್ಲ. ನಾವು ನಮ್ಮ ಸಂಘಟನೆಯ ಸಹಸದಸ್ಯರ ಚಟುವಟಿಕೆಗಳಿಂದ ದೂರ ಉಳಿಯಬೇಕೆಂದು ನಮ್ಮ ಆತ್ಮಸಾಕ್ಷಿಯು ಒತ್ತಾಯ ಮಾಡುತ್ತಿದೆ.

ಈಚೆಗೆ ನಮ್ಮ ಕ್ಲಬ್‌ನಲ್ಲಿ ಹೊಸದೊಂದು ಅಂಶವು ಪ್ರಬಲವಾಗುತ್ತಿರುವಂತೆ ಕಂಡು ಬರುತ್ತಿದೆ. ನಮ್ಮ ಅತ್ಯಂತ ಸ್ಥಿರಮನಸ್ಕರಾದ ಸದಸ್ಯರ ನಡುವೆ ಕೂಡ ಕನಸುಗಾರರ ಮತ್ತು ಅಂಧ ವಿಶ್ವಾಸಿಗಳ ಪ್ರಭಾವವು ಅಧಿಕವಾಗುತ್ತಿದೆ. ಒಂದು ಕಡೆ ಮೊದಲಿನ ಗುಂಪಿಗೆ ಸೇರಿದವರು, ಎಂದರೆ ಕನಸುಗಾರರು ಅತ್ಯುತ್ಸಾಹದಿಂದ ಮಾತಿನ ಮಳೆ ಸುರಿಸುತ್ತಿದ್ದರೆ, ಇನ್ನೊಂದು ಕಡೆ ಅಂಧ ವಿಶ್ವಾಸಿಗಳು ರೇಗಿ, ಕೂಗಿ ಶಾಪಹಾಕುತ್ತಿದ್ದಾರೆ. ರಾಜಕೀಯ ಘೋಷಣೆಗಳು ಮತ್ತು ಟೀಕೆ, ಪ್ರತಿಟೀಕೆಗಳು ಮೇಜಿನಿಂದ ಮೇಜಿಗೆ ಹಾರಾಡುತ್ತಿವೆ. ನಮ್ಮ ಕ್ಲಬ್‌ನಲ್ಲಿ ಹೀಗಾಗಬಹುದೆಂದು, ನಾನು ಎಂದೆಂದಿಗೂ ಊಹಿಸುವುದು ಸಾಧ್ಯವಿರಲಿಲ್ಲ, ಅಲ್ಲದೆ ಹೊಸದಾಗಿ ಸಂಘದ ಸದಸ್ಯರಾದವರು ಪ್ರಮಾಣವಚನವನ್ನು ಸ್ವೀಕರಿಸಲೆಂದು ತೀರಾ ಅಸಹ್ಯಕರವಾದ ವಿಧಾನವೊಂದನ್ನು ಅನುಸರಿಸಲಾಗುತ್ತಿದೆ. ಹೊಸ ಸದಸ್ಯನು ತನ್ನ ಎಡಗೈಯಿಂದಲೇ ಮೊಳೆಯೊಂದನ್ನು ಹೊಡೆಯಬೇಕೆನ್ನುವುದೇ ಆ ವಿಧಾನ. ಈ ಪದ್ಧತಿ ಅದೆಷ್ಟು ಬೇಗ ಜನಪ್ರಿಯವಾಗಿ ಹರಡುತ್ತಿದೆಯೆಂದರೆ, ನಮ್ಮ ಕ್ಲಬ್‌ನ ಆಡಳಿತ ಮಂಡಳಿಯ ಕೆಲವು ಸಭೆಗಳಲ್ಲಿ ಮೊದಲಿನಿಂದ ಕೊನೆಯವರೆಗೆ ಮೊಳೆ ಹೊಡೆಯವ ಶಬ್ದವೇ ಕೇಳಿಸುತ್ತಿರುತ್ತದೆ – ಅವರೆಲ್ಲರೂ ಒಂದೇ ಸಮನೆ, ಹುಚ್ಚು ಹಿಡಿದವರಂತೆ ಮೊಳೆ ಹೊಡೆಯುವ ಕ್ರಿಯೆಯಲ್ಲಿಯೇ ಆನಂದದ ಪರಾಕಾಷ್ಠೆಯನ್ನು ತಲಪುತ್ತಾರೆ ಎನ್ನುವ ಹಾಗೆ. ಅಲ್ಲದೆ ಇನ್ನೂ ಒಂದು ವಿಷಯ : ಯಾರಿಗೂ ಅದರ ಬಗೆಗೆ ಬಹಿರಂಗವಾಗಿ ಮಾತನಾಡಲು ಧೈರ್ಯವಿಲ್ಲ. ಕಣ್ಣಿಗೆ ಕಾಣುವಷ್ಟು ಸ್ಪಷ್ಟವಾಗಿ ಆ ದುರಭ್ಯಾಸಕ್ಕೆ ಬಲಿಯಾದವರನ್ನು ಈಗಲೂ ಕ್ಲಬ್‌ನಿಂದ ಹೊರಗಡೆ ಕಳಿಸುತ್ತಾರೆ. ಆದರೂ, ಅಸಹಜವಾದ, ನನ್ನ ಮಟ್ಟಿಗಂತೂ ಕಲ್ಪನಾತೀತವಾದ ಸಲಿಂಗರತಿಯನ್ನು, ನಮ್ಮ ಸದಸ್ಯರಲ್ಲಿ ಅನೇಕರು ಇಷ್ಟಪಡುತ್ತಾರೆಂಬ ಸಂಗತಿಯನ್ನು ನಿರಾಕರಿಸುವುದರಿಂದ ಏನೇನೂ ಪ್ರಯೋಜನವಿಲ್ಲ. ಎಲ್ಲಕ್ಕಿಂತ ದುಃಖಕರವಾದ ಮತ್ತೊಂದು ಸಂಗತಿಯನ್ನೂ ಹೇಳಿಬಿಡುತ್ತೇನೆ : ಇದರಿಂದ ಮೋನಿಕಾ ಮತ್ತು ನನ್ನ ನಡುವಿನ ಸಂಬಂಧ ಕೂಡ ಹದಗೆಟ್ಟಿದೆ. ಅವಳು ತನ್ನ ಸ್ನೇಹಿತೆಯೊಂದಿಗೆ, ಅಗತ್ಯವಿರುವುದಕ್ಕಿಂತ ಎಷ್ಟೋ ಹೆಚ್ಚು ಪಟ್ಟು ಕಾಲ ಕಳೆಯುತ್ತಾಳೆ. ಆ ಸ್ನೇಹಿತೆಯೋ ಇಂದು ಇರುವ ಹಾಗೆ ನಾಳೆ ಇರದ ಚಂಚಲ ಹುಡುಗಿ. ಅದೂ ಅಲ್ಲದೆ, ಆ ಉಂಗುರದ ಪ್ರಸಂಗಕ್ಕೆ ಸಂಬಂಧಪಟ್ಟ ಹಾಗೆ, ನಾನು ಅತ್ಯಂತ ದುರ್ಬಲ ವ್ಯಕ್ತಿ ಹಾಗೂ ಹೇಡಿಯೆಂದು ಅವಳು ಪದೇ ಪದೇ ಆರೋಪಿಸಿದ್ದಾಳೆ. ನಮ್ಮಿಬ್ಬರ ನಡುವೆ ಮೊದಲಿದ್ದ ವಿಶ್ವಾಸ ಈಗ ಅಳಿದಿದೆಯೆಂದು ನನಗೆನ್ನಿಸುವುದಿಲ್ಲ. ನನ್ನ ತೋಳುಗಳಲ್ಲಿ ಈಚೆಗೆ ನಾನು ಸೆರೆಹಿಡಿಯುವ ಹುಡುಗಿ ಮೊದಲಿನ ಮೋನಿಕಾ ಅಲ್ಲ. ಅಯ್ಯೋ ನಾವೇನು ಮಾಡಲಿ ? ಹಾಗೆ ಅಪ್ಪಿಕೊಳ್ಳುವ ಸಂದರ್ಭಗಳು ಕೂಡ ದಿನದಿಂದ ದಿನಕ್ಕೆ ಕಡಿಮೆಯಾಗುತ್ತಿವೆ.

ಈಗ ನಾನು ಮತ್ತು ಎರಿಕ್ ನಮ್ಮ ಉಸಿರಾಟವನ್ನು ಒಂದೇ ಲಯಕ್ಕೆ ತರಲು

ಪ್ರಯತ್ನಿಸುತ್ತಿದ್ದೇವೆ. ಈ ಕ್ರಿಯೆಯಲ್ಲೂ ಅಷ್ಟೆ. ನಮ್ಮ ನಡುವೆ ಏಕಸ್ಥಿತಿ ಬಂದಹಾಗೆಲ್ಲ, ನಾವು ಮಾಡಲಿರುವ ಕೆಲಸವು ನಮ್ಮ ಅಂತರಂಗದ ಆಳಗಳಿಂದಲೇ ಪ್ರೇರಿತವಾಗಿದೆಯೆನ್ನುವ ನಮ್ಮ ವಿಶ್ವಾಸ ದೃಢವಾಗುತ್ತಿದೆ. ನಾವು "ದುರ್ನಡತೆಯ ಮೂಲವನ್ನೇ ಕಿತ್ತೊಗೆಯಿರಿ" ಎಂಬ ಬೈಬಲ್‌ನ ಆಣತಿಯನ್ನು ಪರಿಪಾಲಿಸುತ್ತಿದ್ದೇವೆಂದು ನೀವು ತಿಳಿಯಬಾರದು. ನಮ್ಮ ಉದ್ದೇಶವೇ ಬೇರೆ. ಮನುಷ್ಯನ ನಿಜವಾದ ಪರಿಮಿತಿಗಳು ಏನೆಂದು ತಿಳಿಯುವುದು ; ಒಬ್ಬನ ವಿಧಿಯು ನಿಜವಾಗಿಯೂ ಅನುಲ್ಲಂಘನೀಯವೇ ಎಂದು ಕಂಡುಹಿಡಿಯುವುದು ಅಥವಾ ವಿಧಿನಿಯಮಗಳ ನಡುವೆ ಪ್ರವೇಶ ಮಾಡಿ, ನಮ್ಮ ಬದುಕನ್ನು ಮತ್ತೆ ಹೆಚ್ಚು ಸಹಜವಾದ ಮಾರ್ಗಗಳಲ್ಲಿ ನಡೆಸುವುದು ಸಾಧ್ಯವೇ ಎಂದು ಪರಿಶೀಲಿಸುವುದು. ಈ ಎಲ್ಲ ಸಂಗತಿಗಳನ್ನು ಅರಿಯಲು ಅಗತ್ಯವಾದ ಬೆಳಕನ್ನು ಪಡೆಯಬೇಕೆನ್ನುವುದೇ ನಮ್ಮ ಅಂತರಂಗದ ಎಣೆಯಿಲ್ಲದ ಕೊನೆಯಿರದ ಹಂಬಲ.

ಇನ್ನು ಮೇಲೆ ಬಾಲಿಶ ನಿರ್ಬಂಧಗಳಾಗಲೀ, ಕಟ್ಟುಪಾಡುಗಳಾಗಲೀ ಇಲ್ಲ. ಬ್ಯಾಂಡೇಜುಗಳನ್ನು ಕಟ್ಟಿಕೊಳ್ಳುವುದೇ ಮೊದಲಾದ ತಂತ್ರಗಳಿಗೆ ಮೊರೆಹೋಗಬೇಕಾಗಿಲ್ಲ. ಇನ್ನು ಮೇಲೆ ನಾವು ಪ್ರಾಮಾಣಿಕರು ಮತ್ತು ಸ್ವತಂತ್ರರು. ಸಮಾಜದ ಉಳಿದ ಸದಸ್ಯರಿಗೂ ನಮಗೂ ಯಾವ ಅಂತರವೂ ಉಳಿದಿಲ್ಲ. ನಮ್ಮದೇ ಸ್ವತಂತ್ರ ಆಯ್ಕೆಯಿಂದ, ನಾವು ಬದುಕನ್ನು ಹೊಸದಾಗಿ ಪ್ರಾರಂಭಿಸಲು ನಿರ್ಧರಿಸಿದ್ದೇವೆ. ಒಂದೇ ಒಂದು ಕೈಯೊಂದಿಗೆ, ಅದು ಬಲಗೈ.

ಈಗ ನಮ್ಮ ಉಸಿರಾಟಗಳು ಸಂಪೂರ್ಣವಾಗಿ ಸಮಲಯವನ್ನು ಸಾಧಿಸಿವೆ. ಯಾವ ಪೂರ್ವ ನಿಶ್ಚಿತ ಸಂಕೇತವೂ ಇಲ್ಲದೆ ನಾವಿಬ್ಬರೂ ಏಕಕಾಲದಲ್ಲಿ ಗುಂಡು ಹಾರಿಸುತ್ತೇವೆ. ಎರಿಕ್ ತನ್ನ ಗುರಿಗೆ ಸರಿಯಾಗಿ ಹೊಡೆದಿದ್ದಾನೆ. ನಾನು ಅವನನ್ನು ನಿರಾಶೆಗೊಳಿಸಿಲ್ಲ. ಪೂರ್ವಯೋಜಿತವಾದಂತೆ ನಾವು ನಮ್ಮ ಕೈಗಳ ಆಯಕಟ್ಟಿನ ರಕ್ತನಾಳವೊಂದನ್ನು ಕತ್ತರಿಸಿದ್ದೇವೆ. ನಮ್ಮ ಕೈಗಳ ಹಿಡಿತದ ಬಿಗಿ ಸಡಿಲವಾಗಿ ಪಿಸ್ತೂಲುಗಳು ನೆಲಕ್ಕೆ ಜಾರುತ್ತವೆ. ಮತ್ತೊಮ್ಮೆ ಗುಂಡು ಹೊಡೆಯುವುದು ಖಂಡಿತವಾಗಿಯೂ ಅನವಶ್ಯ.

ನಾವು ನಗುತ್ತೇವೆ. ನಮ್ಮ ಮಹತ್ವಪೂರ್ಣ ಪ್ರಯೋಗವನ್ನು ಪ್ರಾರಂಭಿಸುತ್ತೇವೆ, ಕೈಗೆ ತಾತ್ಕಾಲಿಕವಾದ ಬ್ಯಾಂಡೇಜುಗಳನ್ನು ಅಡ್ಡಾದಿಡ್ಡಿಯಾಗಿ ಕಟ್ಟಿಕೊಳ್ಳುವುದರ ಮೂಲಕ. ಆ ಕೆಲಸಕ್ಕೆ ನಾವು ಉಪಯೋಗಿಸುತ್ತಿರುವುದು ನಮ್ಮ ಬಲಗೈಗಳನ್ನು ಮಾತ್ರ. ❍

○ ಗೂಂಟರ್ ಹೋಫೆ

ನರಕದೊಳಗೊಂದು ಸ್ವಗತ

...ಶ್ಟಾಲ್‌ಬೌಅರ್...

ಅವರನ್ನು ಸಾಲುಸಾಲಾಗಿ ಮಲಗಿಸಿದ್ದಾರೆ, ಕೊಳಕು ಹುಲ್ಲಿನ ಪೆಂಡೆಗಳ ಮೇಲೇ ಬ್ಯಾಂಡೇಜು ಕಟ್ಟಿದ ಮನುಷ್ಯರು. ಎಲ್ಲೆಲ್ಲಿಯೂ ನರಳಾಟ ; ದುರ್ವಾಸನೆ. ಆದರೆ ಅವನು ಇಲ್ಲಿಲ್ಲ. ಎಡಗಡೆಯೂ ಇಲ್ಲ, ಬಲ ಗಡೆಯೂ ಇಲ್ಲ. ನೆಲಮಾಳಿಗೆಗೆ ಹೋಗುವ ದಾರಿ ಬಹಳ ಕಡಿದಾಗಿದೆ. ಥೂ, ಹೆಜ್ಜೆ ಇಟ್ಟರೆ ಜಾರುವ ಕಲ್ಲು ಮೆಟ್ಟಲುಗಳು. ಇದೆಲ್ಲಾ ಏನು ? ಓಹ್ ! ಇಲ್ಲಿರುವವರೆಲ್ಲ ಗಾಯಗೊಳ್ಳದ ವೀರಯೋಧರು ಮತ್ತು ಹೋರಾಟಗಾರರು ! ಸಾಮಾನು ತುಂಬುತ್ತಿದ್ದ ನೆಲಮಾಳಿಗೆಯ ಎರಡೂ ಪಕ್ಕದ ಅಟ್ಟಗಳ ಮೇಲೆ... ಕಾಲಾಳುಗಳು, ಮುಂಚೂಣಿ ದಳದವರು, ಸಿಡಿಮದ್ದಿನ ಸೈನಿಕರು ಮತ್ತು ಇತರರು. ಆಯುಧಗಳನ್ನು ಹಿಡಿದವರು, ಹಿಡಿಯದವರು, ಮಂಕಾಗಿ ಮೌನವಾಗಿ, ಭಾವಶೂನ್ಯರಾಗಿರುವವರು. ಸಿಗರೇಟು ಸೇದುತ್ತಿರುವವರು ಕೂಡ ಎಲ್ಲೋ ಒಬ್ಬರು. ಇವರ ಕಥೆ ಮುಗಿದಿದೆ. ಇನ್ನು ಮೇಲೆ ಇವರು ಏನನ್ನೂ ಮಾಡಲಾರರು. ಅಥವಾ ಮಾಡುವ ಇಷ್ಟವನ್ನೇ ಕಳೆದುಕೊಂಡಿದ್ದಾರೆ. ಏಯ್, ಈ ಜಾಗ ಬಿಟ್ಟು ಹೊರಗಡೆ ಹೋಗಯ್ಯಾ. ಇನ್ನೂ ಕೆಲವೇ ನಿಮಿಷಗಳಲ್ಲಿ ಇಲ್ಲಿಗೆ ಟ್ಯಾಂಕುಗಳು ಬರುತ್ತವೆ. ತಪ್ಪಿಸಿಕೊಂಡು ಹೊರಗಡೆ ಹೋಗುವುದಕ್ಕೆ ಇದೇ ಕಡೆಯ ಅವಕಾಶ. ಬಹುಶಃ ಮುಖ್ಯ ಗೋಲಂದಾಜನ ಮೋಟರ್ ಗಾಡಿ ನಿನಗಾಗಿ ಕಾಯುತ್ತಾ ಇರಬಹುದು. ಅಥವಾ ಆಫ್ರಿಕನ್ ರೇಡಿಯೋ ಕಾರ್ ! ಎಂಥಾ ಐಲು ಗಿರಾಕಿ ಇವನು ಯಾರನ್ನೊ ಹುಡುಕುತ್ತಿದ್ದಾನಂತೆ. ಸಿಕ್ಕಹಾಗೇ ಇದೆ. ದರಿದ್ರ ಮಂಜು ಹೊಗೆಯಲ್ಲಿ ಕೋಲು ಹಿಡಿದುಕೊಂಡು ಹುಡುಕಿದ ಹಾಗೆ.

ಅಗೋ, ಅಲ್ಲಿದ್ದಾನೆ ಅವನು.

ಮೃತ್ಯುಶೀತಲ ಹಸ್ತವೊಂದು ನನ್ನನ್ನು ತಡೆದು ನಿಲ್ಲಿಸಿದ ಹಾಗೆ, ಯಾವುದೋ ಒಂದು ಧ್ವನಿ ಕಿವಿಯಲ್ಲಿ ಪಿಸುಗುಟ್ಟಿದ ಹಾಗೆ, "ನೋಡು, ಅವನ ಕಡೆ ನೋಡು, ಅಲ್ಲಿ, ಮೌನದಲ್ಲಿ ಮುಳುಗಿದ ಧೀರಯೋಧ."

...ಶ್ಟಾಲ್‌ಬೌಅರ್, ಲೆಫ್ಟಿನೆಂಟ್ ಅರ್ನ್‌ಸ್ಟ್ ಶ್ಟಾಲ್‌ಬೌಅರ್...

ಅವನ ಮುಖ ಹಳದಿಯ ಮೇಣದ ಬಣ್ಣ. ಅವನ ನೋಟ ಚಾವಣಿಯ ಕಡೆ ನಾಟಿದೆ. ಚಲನೆಯ ಸೂಚನೆಯೂ ಇಲ್ಲ. ಕೊಳೆಯ ಕಲೆಗಳಿಂದ ತುಂಬಿದ ಹೊದಿಕೆಯ ಕೆಳಗಿನ ದೇಹವೂ ಅಷ್ಟೇ, ನಿಶ್ಚಲ ; ನೀರವ.

ಅವನ ಪಕ್ಕದಲ್ಲಿ ಮಲಗಿರುವವನ ತಲೆ, ಮುಖಗಳ ಸುತ್ತ ಬ್ಯಾಂಡೇಜು ಅದರ ಮಧ್ಯದಿಂದ ಪಿಳಿಪಿಳಿಸುತ್ತಿರುವ ಎರಡು ಕಣ್ಣುಗಳು. ಇನ್ನೊಂದು ಪಕ್ಕದವನು ಯಾರೋ ಒಬ್ಬ ಅಧಿಕಾರಿ. ಅವನಿಗೆ ಒಂದೇ ಕೆಲಸ. ತನ್ನೆರಡೂ ಕೈಗಳನ್ನೂ ಒಗ್ಗೂಡಿಸಿ ಭದ್ರಮುಷ್ಟಿ ಕಟ್ಟುವುದು ; ಸಡಿಲಬಿಡುವುದು ; ಮತ್ತೆ ಬಿಗಿ ಹಿಡಿಯುವುದು. ಪ್ರಾಯಶಃ ಅವನು, ಪ್ರಾಣ ಹಿಂಡುತ್ತಿರುವ ನೋವನ್ನು ನಿಯಂತ್ರಿಸುವ ರೀತಿ ಅದು. ತನ್ನ ತುಕಡಿಗೆ ಒದಗಿದ ಘೋರ ದುರಂತ ಅವನ ಹೃದಯವನ್ನು ಹಿಂಸಿಸುತ್ತಿದೆಯೋ ಏನೋ ? ಏನೇ ಆಗಲಿ, ಅವನು ವರ್ತಿಸುತ್ತಿರುವ ರೀತಿ ವೀರೋಚಿತವಾದುದು. ಅವನು ತನ್ನ ಹಿಂಬಾಲಕರಿಗೊಂದು ಮಾದರಿ. ಆದರೆ ಅವರು ಯಾರೂ ಇಲ್ಲಿ ಇಲ್ಲ. ಅವನನ್ನು ನೋಡಿ ಆಶ್ಚರ್ಯ ಪಡುವವರು, ಗೌರವಿಸುವವರು ಯಾರೂ ಇಲ್ಲ. ಅವನ ಬಗ್ಗೆ ಮೇಲಧಿಕಾರಿಗಳಿಗೊಂದು ವರದಿ ಕಳುಹಿಸುವವರೂ ಇಲ್ಲ.

ಇತರ ಗಾಯಾಳುಗಳನ್ನು ಮರೆತುಬಿಡು. ಅವರಿಗಾಗಿ ನೀನು ಏನನ್ನೂ ಮಾಡಲಾರೆ. ನಡಿ, ಶ್ಟಾಲ್‌ಬೌಅರ್ ಹತ್ತಿರ ಹೋಗು. ಧೈರ್ಯ ತಂದುಕೋ. ಅವನ ಪಕ್ಕದ ಹುಲ್ಲಿನಲ್ಲಿ, ಮಂಡಿಯೂರಿ ಕುಳಿತುಕೊಳ್ಳುವುದೇ ತುಂಬಾ ಸರಿಯಾದ ಕೆಲಸ.

ಅವನು ನನ್ನನ್ನು ಗಮನಿಸುವುದಕ್ಕೆ ಸ್ವಲ್ಪಹೊತ್ತು ಬೇಕಾಗುತ್ತದೆ.

"ಏನಯ್ಯಾ ಅರ್ನ್‌ಸ್ಟ್, ಚೆನ್ನಾಗಿದ್ದೀಯಾ ?" ನನ್ನ ಧ್ವನಿಯಲ್ಲಿ ಆಶಾವಾದದ ಸುಳಿವೂ ಇಲ್ಲ.

"ನಾನು ಮತ್ತೆ ನಿನ್ನನ್ನು ಕಂಡೆ ಅನ್ನೋದು ಎಂಥಾ ಅದೃಷ್ಟ ಅಲ್ವಾ ?"

ಇದ್ದಕ್ಕಿದ್ದಂತೆ ನನ್ನ ಮೆಷಿನ್ ಪಿಸ್ತೂಲ್ ತುಂಬಾ ಅಸಹಜವಾಗಿ ಕಾಣುತ್ತಿದೆ. ಲೆಫ್ಟಿನೆಂಟ್‌ನ ಬಾಯಮೂಲೆಗಳು ಸ್ವಲ್ಪವೆ ಸ್ವಲ್ಪ ತಿರುಚುತ್ತವೆ. ಮುಗುಳ್ನಗೆಯಲ್ಲ – ಆದರೂ, ತನಗೆ ಏನೋ ಸಮಾಧಾನ ಕೊಡುವಂತಹುದು ಸಿಕ್ಕಿದೆ ಎನ್ನುವ ಮುಖಭಾವ.

ಒಬ್ಬ ವ್ಯಕ್ತಿ. ತನ್ನ ಪಿತೃಗಳನ್ನು ಸೇರಿಕೊಳ್ಳಲು ನಿರ್ಗಮಿಸುತ್ತಿರುವಾಗ, ಅವನ ಹತ್ತಿರ ಇರುವ ಜನರು ಹೇಗೆ ನಡೆದುಕೊಳ್ಳಬೇಕೆಂಬುದನ್ನು ವಿವರಿಸುವ ನಡಾವಳಿಯ ಸೂಚನೆಗಳು ಯಾಕಿಲ್ಲ ? ಗತಿಸಿ ಹೋಗುವುದು ಕೂಡ ಸಂದರವಾದ ಚಿತ್ರವೇ. ಆದರೆ 'ಗೊಟಕರಿಸುವುದು' ಎಂಬ ಮಾತು, ಈ ಘಟನೆಯ ತಿರುಳನ್ನೇ ಪ್ರತಿಬಿಂಬಿಸುತ್ತದೆ.

"ನೀನು ಇಲ್ಲಿಗೆ ಹೇಗೆ ಬಂದೆ ?"

"ಟ್ರಾಕ್ಟರ್..."

"ನಿನ್ನ ವೈದ್ಯ ಪರೀಕ್ಷೆ ಆಯ್ತಾ ?"

ಅವನ ತಲೆ ಹೌದೋ ಅಲ್ಲವೋ ಎನ್ನುವಷ್ಟು ಅಲ್ಲಾಡಿದಂತೆ ನನಗೆ ಭಾಸವಾಗುತ್ತದೆ.

"ಆದರೆ, ಸರಿಯಾಗಿ ಬ್ಯಾಂಡೇಜು ಕಟ್ಟಿದಾರಾ ?"

ಅವನು ತಲೆ ತೂಗುತ್ತಾನೆ.

"ಅರ್ನ್‌ಸ್ಟ್, ನನಗೆ ಈಗ ಎಷ್ಟು ಒಳ್ಳೇ ಉಪಾಯ ಹೊಳೆದಿದೆ ಗೊತ್ತಾ ? ಹೊರಗಡೆ ಮೋಟಾರ್ ಗಾಡಿಯುಳ್ಳ ಒಬ್ಬ ಮುಖ್ಯ ಗೋಲಂದಾಜನಿದ್ದಾನೆ. ಇನ್ನು ಕೆಲವೇ ನಿಮಿಷಗಳಲ್ಲಿ ನಮ್ಮ ಟ್ಯಾಂಕುಗಳು ಹೊರಡತ್ತವೆ. ತಪ್ಪಿಸಿಕೊಂಡು ಹೋಗೋದಕ್ಕೆ ದಾರಿ ಎಲ್ಲಿದೆ ಅಂತ

ಅವರಿಗೆ ಗೊತ್ತು. ನಾವೂ ಹೋಗೋಣ್ವಾ? ನಿನ್ನ ಕೈಯಲ್ಲಿ ಆದೀತಾ ಅವನು ನಮಗಾಗಿ ಕಾಯ್ತಾ ಇದ್ದಾನೆ."

"ಸೊಂಟ...ಪುಡಿಪುಡಿಯಾಗಿ ಹೋಗಿದೆ."

ಅವನ ಸ್ವರ ಸ್ವಲ್ಪ ಗಟ್ಟಿಯಾಗಿ ಪಿಸು ದನಿಯಂತಿದೆ, ಅಷ್ಟೇ. ನಮ್ಮ ಬೆವರು ತುಂಬಿದ ಬೆನ್ನುಗಳ ಮೇಲೆ ಮಂಜುಗಡ್ಡೆಯಂತಹ ಗಾಳಿ. ಎರಡು ನಿಮಿಷ, ಜಾಸ್ತಿ ಎಂದರೆ ಮೂರು ನಿಮಿಷ ಕಾಯಬಹುದು. ಥತ್, ಆ ಕಾರು ಕಾಯದೆ ಇದ್ದರೆ ಬೇಡ, ಹಾಳಾಗಿ ಹೋಗಲಿ. ನಾನು ಇವನ ಜೊತೆಯಲ್ಲೇ ಇರುತ್ತೇನೆ. ಅದೇ ಈಗ ಅತಿ ಮುಖ್ಯವಾದ ವಿಷಯ. ಆದರೆ ನೀನು ಅವನಿಗೆ ಏನೇನೂ ಸಹಾಯ ಮಾಡಲಾರೆ. ಇಷ್ಟು ಗಾಯ ಆಗಿರುವವರನ್ನು ಯಾರೂ ಸಾಗಿಸುವುದಿಲ್ಲ ಅಪ್ಪಪ್ಪಾ ಅಂದರೆ ಇಂಗ್ಲಿಷಿನವರು ಆ ಕೆಲಸ ಮಾಡಬಹುದು. ಆಮೇಲೆ ? ನಾನೂ ಅವನೂ ದೂರದೂರ ಆಗುತ್ತೇವೆ.

ಈಗ ಟ್ಯಾಂಕ್‌ಗಳ ಎಂಜಿನ್‌ಗಳು ಚಾಲೂ ಆಗುತ್ತಿವೆ. ಮ್ಯಾಬಾಖ್ ಟ್ಯಾಂಕುಗಳು. ಅವರು ತಮ್ಮ ಪಾಲುದಾರರಿಗೆ ಎಷ್ಟು ಡಿವಿಡೆಂಡ್ ಲಾಭಾಂಶ ಹಂಚಿರಲಿಕ್ಕಿಲ್ಲ!... ಅವುಗಳ ಧ್ವನಿ ಮಂದಕಗಳು 88 ಬಂದೂಕಿನಿಂದ ಹೊಡೆದ ಗಂಡುಗಳಂತೆ ಶಬ್ದ ಮಾಡುತ್ತಿವೆ. ಸೈನ್ಯದ ಹಳೆ ಕುದುರೆ ಪಥಸಂಚಲನದ ಸಂಗೀತವನ್ನು ಕೇಳುವಂತೆ ನಾನೂ ಕೂಡ ಇಷ್ಟವಿಲ್ಲದಿದ್ದರೂ ಆ ಶಬ್ದವನ್ನು ಕೇಳುತ್ತಿದ್ದೇನೆ...ಮತ್ತು ಇಲ್ಲಿ ಬಿದ್ದಿದ್ದಾನೆ ಅರ್ನ್‌ಸ್ಟ್ ಶ್ವಾಲ್‌ಬೌಅರ್.

ಅಸಹಾಯತೆ ಮತ್ತು ಚೀರಾಟಕ್ಕೆ ಯಾವಾಗಲೂ ಬಹಳ ಹತ್ತಿರದ ನೆಂಟು. ಸ್ವಲ್ಪ ಧೈರ್ಯ ತಂದುಕೋ, ಸಹಜವಾಗಿರು, ಚೈತನ್ಯಶಾಲಿಯಾಗಿರು. ಅದು ಅವನ ಬದುಕುವ ಹಂಬಲವನ್ನು ಸ್ವಲ್ಪ ಜಾಸ್ತಿ ಮಾಡಬಹುದು. ಯಾರಿಗೆ ಗೊತ್ತು, ಅವನು ಬದುಕಿದರೂ ಬದುಕಬಹುದು, ಇದಕ್ಕಿಂತ ದೊಡ್ಡ ಪವಾಡಗಳು ನಡೆದಿವೆ...

"ಯಾವ ಭ್ರಮೆಗೂ ಅವಕಾಶವಿಲ್ಲ...ಎಲ್ಲಾ ಮುಗಿದಿದೆ."

"ಏನೂ ಮುಗಿದಿಲ್ಲ, ನಿನಗೊಬ್ಬ ಡಾಕ್ಟರರ ಸಹಾಯ ಬೇಕು ಅಷ್ಟೇ. ಅದೊಂದೇ ಈಗ ಮುಖ್ಯ."

ಆತ್ಮವಂಚನೆ ಮುಗಿಯುವುದೆಲ್ಲಿ ? ಸುಳ್ಳು ಮೊದಲಾಗುವುದೆಲ್ಲಿ ?

"ಹೌದು ? ನಿನಗೆ ಹಾಗನ್ನಿಸ್ತದಾ ?"

ಅವನ – ಕಂದು ಹಳದಿ ಮುಖದಲ್ಲಿ ನವಿರಾದ ಮುಗುಳ್ನಗೆ, ಯುದ್ಧದ ಕಠಿಣ ವರ್ಷಗಳಿಂದ ಹದಗೆಟ್ಟ ಮುಖ, ಮುಂಜಾನೆಯ ಗಾಳಿ ಅದೆಷ್ಟು ತಣ್ಣಗೆ ಬೀಸುತ್ತಿದೆ.

'ಬಾ ಪ್ರಿಯಳೆ, ಹಾಂ ತುಂಬು, ಇನ್ನೊಂದು ಬಟ್ಟಲನು.

ಸಾವು ಕರೆಯುವ ಮುನ್ನ.....ಸಾವು ಕರೆಯುವ ಮುನ್ನ...'

ಆಹಾ ! ಕೈಯಲ್ಲೊಂದು ಗಿಟಾರ್, ಪಕ್ಕದಲ್ಲೊಂದು ರಿಕಾರ್ಡರ್, ಎಷ್ಟು ಚೆನ್ನಾಗಿ ಕೇಳುತ್ತಾ ಇತ್ತು ಹಾಡು – ಕ್ಯಾಂಪಿನಲ್ಲಿ. ಬೆಚ್ಚಗೆ ಬೆಂಕಿ ಮುಂದೆ ಕೂತಿದ್ದಾಗ. ಎಂತಹ ಧೈರ್ಯ, ಎಷ್ಟೊಂದು ನಿರ್ಧಾರ, ಗಂಡಸು ಅಂದರೆ ಗಂಡಸು. ಆದರೆ ಈಗ ? ಈ ನೆಲಮಾಳಿಗೆಯಲ್ಲಿ ? ಸ್ನೇಹಿತರೇ ನಮಗೆ ನಾವೇ ಮೋಸ ಮಾಡಿಕೊಳ್ಳುವುದು ಬೇಡ.

"ಒಳ್ಳೇದು, ನಾನು ಇನ್ನೇನಾದರೂ ಮಾಡಬೇಕಾ ?"

"ಇನ್ನೊಂದೆರಡು ನಿಮಿಷ ಇಲ್ಲೇ ಇರು."

ಲೆಫ್ಟಿನೆಂಟ್ ತನ್ನ ಕಣ್ಣುಗಳನ್ನು ಮುಚ್ಚುತ್ತಾನೆ. ಕೊನೆಯ ಕೆಲವು ಪದಗಳನ್ನು ಹೊರಗಡೆ

ತರಲು ಅವನಿಗೆ ಬಹಳ ಕಷ್ಟ ಆಗಿರಬೇಕು. ಅವನಿಗೆ ತಡೆಯಲಾಗದಷ್ಟು ನೋವಿರಬೇಕು.

ಮೆಡಿಕಲ್ ಸಾರ್ಜೆಂಟ್ ಕೆಳಗಡೆ ಬರುತ್ತಾನೆ. ಅವನ ಎದೆಯ ಮೇಲೆ ದುರ್ಬೀನು ನೇತಾಡುತ್ತಿದೆ. ಪ್ರಾಯಶಃ ಅವನು ಚಿಕ್ಕ ಪುಟ್ಟ ಸಾಮಾನು ಕದಿಯಲು ಪ್ರಯತ್ನಿಸಬಹುದು. ತಾನು ಲೂಟಿ ಮಾಡಿದ ಫ್ರೆಂಚ್ ರೇಡಿಯೋವನ್ನು ಮನೆಗೆ ತೆಗೆದುಕೊಂಡು ಹೋಗಲು ಸಾಧ್ಯವಿಲ್ಲವೆಂದು ಬೇಜಾರುಮಾಡಿಕೊಳ್ಳಬಹುದು. ಟ್ಯಾಂಕ್‌ಗಳ ಚಲನೆಯ ಶಬ್ದ ಆಗ್ನೇಯ ದಿಕ್ಕಿನಲ್ಲಿ ಕರಗಿಹೋಗುತ್ತದೆ... ನಾನು ಅದನ್ನೇ ಕೇಳುತ್ತಾ ಇದ್ದೇನೆ. ಆ ಶಬ್ದವನ್ನು ಆಲಿಸದಿರಲು, ಅದನ್ನು ಮರೆಯಲು ಬಹಳ ಕಾಲದವರೆಗೆ ಸಾಧ್ಯವಾಗದು.

"ಅರೆ, ಭಾಯಿಸಾಬ್, ಈ ಲೆಫ್ಟಿನೆಂಟ್‌ಗೆ ಏನಾದ್ರೂ ನೋವು ಕಡಿಮೆಯಾಗುವಂತಹ ಔಷಧ ಕೊಡಬಲ್ಲೆಯಾ ? ಮಾರ್ಫಿಯಂ ?"

"ಓಹೋ ಖಂಡಿತವಾಗಿ."

ನೋಡಿದೆಯಾ ? ಎಂಥಾ ಆಶ್ಚರ್ಯ. ಅವನು ನೇತುಹಾಕಿಕೊಂಡಿರುವ ಎಮರ್ಜೆನ್ಸಿ ಚೀಲದಲ್ಲಿ ಎರಡು ಟ್ಯೂಬ್ ಮಾರ್ಫಿಯಂ ಇವೆ. ಅವುಗಳ ಪೈಕಿ ಒಂದನ್ನು ಆತ ಬಹಳ ಹುಷಾರಾಗಿ ಹೊರಗಡೆ ತೆಗೆಯುತ್ತಾನೆ. ಸೂಜಿ, ಸ್ಟರಿಲೈಸ್ ಆಗಿದೆಯಾ ? ಅಯ್ಯೋ ಭಗವಂತಾ ? ಏನಯ್ಯಾ ನಾವೇನು ಹುಡುಗಿಯರ ಶಾಲೆಯಲ್ಲಿ ಓದುತ್ತಿದ್ದೇವೇನು ?

ಅವನ ಸೊಂಟದ ಮೇಲಿನ ಬ್ಯಾಂಡೇಜ್ ಮೂಲಕ, ಕಪ್ಪು – ಕೆಂಪು ಬಣ್ಣದ ರಕ್ತ ಕಾಣುತ್ತಿದೆ. ಇಂಜೆಕ್ಷನ್ ಸೂಜಿ, ತೊಡೆಯನ್ನು ತೂತು ಮಾಡಿದಾಗ ಅವನ ದೇಹ ಅಲುಗಾಡುವುದೂ ಇಲ್ಲ. ಇನ್ನು ಅವನು ಬೇಗ ನಿದ್ದೆ ಹೋಗಲಿದ್ದಾನೆ. ಈಗಾಗಲೇ ಅವನ ಉಸಿರಾಟ ಮಂದವಾಗಿದೆ.

ಇಲ್ಲಿ ಮಲಗಿದ್ದಾನೆ ಲೆಫ್ಟಿನೆಂಟ್ ಶ್ಟಾಲ್‌ಬೌಅರ್. ವಿಶ್ರಾಂತ ಮುಖ ಮುದ್ರೆ – ಅವನು ಯಾವಾಗಲೂ ಹಾಗೆಯೇ. ಈ ಹುಲ್ಲಿನ ಪೆಂಡೆ ಮೇಲೆ ಕೂಡ. ಬರೀ ಇಪ್ಪತ್ತೆಂಟು ವರ್ಷ ವಯಸ್ಸೇನು ? ಮುಖ ನೋಡಿದರೆ ನಲವತ್ತೈದು ವರ್ಷ ಆದ ಹಾಗಿದೆ. ಇಲ್ಲಿ ಇರುವ ಎಲ್ಲರ ಮುಖಗಳೂ ಶ್ಟಾಲ್‌ಬೌಅರ್‌ನ ಮುಖ ಇದ್ದ ಹಾಗೆಯೇ ಇವೆ. ಈ ಮುಖದಲ್ಲಿ ಯಾವುದೇ ವಿಧವಾದ ವ್ಯಕ್ತಿತ್ವದ ಗುರುತೇ ಕಾಣುವುದಿಲ್ಲ. ಅನಿವಾರ್ಯತೆಯನ್ನು ಒಪ್ಪಿಕೊಂಡ ಮನೋಭಾವವನ್ನು ಸೂಚಿಸುವ ಬಾಯಿ, ಒತ್ತಾಗಿ ಒಂದರೊಡನೊಂದು ಹೆಣೆದುಕೊಂಡ ಬಂಗಾರದ ಬಣ್ಣದ ಗಡ್ಡದ ಹಿಂದೆ, ಆಳವಾಗಿ ಗೆರೆಕೊರೆದ ಸುಕ್ಕುಗಳು. ಮೂಳೆ ಮುಖ. ಕಲ್ಪನೆಗೂ ಮೀರಿದ ಯಾವುದೋ ನಿಗೂಢವನ್ನು ತಾನು ಎದುರಿಸಲು ಹೊರಟಿರುವೆನೆನ್ನುವುದನ್ನು ಚೆನ್ನಾಗಿ ತಿಳಿದ ಕಣ್ಣುಗಳು.

ನಾನು ಈ ಮುಖವನ್ನು ಮೊದಲ ಬಾರಿ ನೋಡಿದ್ದು 1941ರಲ್ಲಿ. ಕೀವ್ ನಗರದ ವಾಯವ್ಯ ದಿಕ್ಕಿನಲ್ಲಿರುವ ಯುದ್ಧನೆಲೆಯೊಂದರಲ್ಲಿ. ಆಗ ಅವರು ಸಿಡಿಗುಂಡುಗಳು ತೋಡಿದ ಹೊಂಡಗಳಿಂದ, ಬುಡಮೇಲಾದ ಮರಗಿಡಗಳ ಮಧ್ಯದಿಂದ ಮುಗ್ಗರಿಸುತ್ತ ಹಿಂದೆ ಬರುತ್ತಿದ್ದರು. ಅವರು ಕಕ್ಕಾಬಿಕ್ಕಿಯಾಗಿದ್ದರು, ಭವಿಷ್ಯದ ಬಗೆಗೆ ವಿಹ್ವಲರಾಗಿದ್ದರು. ಆದರೆ ಅವರ ಸುತ್ತಲಿನ ಅನೇಕರಿಗೆ, ಒಬ್ಬರ ಅನಂತರ ಒಬ್ಬರಂತೆ ಕ್ರಮಬದ್ಧವಾಗಿ ಒದಗುತ್ತಿದ್ದ ದುರ್ಗತಿಯಿಂದ ಅವರು ಅದು ಹೇಗೋ ತಪ್ಪಿಸಿಕೊಂಡಿದ್ದರು.

ಈ ಮುಖ, ಯುದ್ಧರಂಗದ ಎಲ್ಲ ಕ್ಷೇತ್ರಗಳಲ್ಲೂ ಕಾಣಿಸಿಕೊಳ್ಳುವ, ಅಜ್ಞಾತ ಜರ್ಮನ್ ಸೈನಿಕನ ಮುಖ. ಯೂರೋಪಿನ ಹೊಸ ಆಡಳಿತ ಕ್ರಮವನ್ನು, ತನ್ನ ಸೈನ್ಯಶಕ್ತಿಯಿಂದ

ಮುಂದೊತ್ತುವುದು. ಇವನ ಗುರಿಯಾಗಿತ್ತು. ಹದ್ದಿನ ಗುರುತಿರುವ ಜರ್ಮನ್ ಗಡಿಸ್ತಂಭಗಳನ್ನು ಉರಾಲ್ ನೆಲದಲ್ಲಿ ನೆಟ್ಟುಬಿಡುವೆನೆಂದು ಹೊರಟವನು ಇವನು. ಆದರೆ

"ನಿನ್ನ ಹೆಜ್ಜೆ ತಲಪಲಾರದಂಥ ಕೋಟೆಯೊಂದಿಗೆ..."

ರಿಚರ್ಡ್‌ವ್ಯಾಗ್ನರನ* 'ಪವಿತ್ರ ತಟ್ಟೆ'ಯ** ಕಥೆ ಪ್ರಾರಂಭವಾಗುವುದು ಹೀಗೆ: "ನಿನ್ನ ಹೆಜ್ಜೆ ತಲಪಲಾರದಂಥ..."

ಆಮೇಲೆ ಪಶ್ಚಿಮದಲ್ಲಿ, ಪೈರೆನೀಸ್ ಪರ್ವತಶ್ರೇಣಿಯಲ್ಲಿ, ಸೆರೆಮನೆ ಸರಳುಗಳಂಥ ಕೆಂಪು-ಹಳದಿ-ಕೆಂಪಿನ ಲಾಂಛನವುಳ್ಳ 'ನೇತಾರ' ಜನರಲ್ ಫ್ರಾಂಕೋನ ಗಡಿಕಂಬಗಳ ಜತೆ. ಹೆಗಲಿಗೆ ಹೆಗಲು ಕೊಟ್ಟು.

ಅಷ್ಟೇ ಅಲ್ಲ, ಉತ್ತರಧ್ರುವದಲ್ಲಿ, ಅಡ್ರಿಯಾಟಿಕ ಸಮುದ್ರದಲ್ಲಿ ಎಲ್ಲೆಲ್ಲೂ ಜರ್ಮನಿಯ ಹೊಸ ಗಡಿಗಳನ್ನು ಗುರುತಿಸುವ ಸ್ತಂಭಗಳನ್ನು ನೆಡಲು ಹೊರಟವನ ಮುಖ ಇದು.

"ಪರದೇಶದ ನೆಲದ ಮೇಲೆ, ಒಮ್ಮೆ ಹೆಜ್ಜೆಯಿಟ್ಟ ಬಳಿಕ, ಸರಳನಾದ ಜರ್ಮನ್ ಸೈನಿಕ ಅದನ್ನು ಎಂದೆಂದಿಗೂ ಬಿಟ್ಟುಕೊಡುವುದಿಲ್ಲ" – ಹೀಗೆಂದು ಎತ್ತರದ ಧ್ವನಿಯಲ್ಲಿ ಸಾರಿದವನು ಹಿಟ್ಲರ್...

ಈಗ ಮಾತ್ರ ಅವರು ಕಾಲೆಳೆದುಕೊಂಡು ತೆವಳುತ್ತಿದ್ದಾರೆ. ಅಸಂಖ್ಯಾತ ಮುಖಗಳು. ಓಲ್ಗಾ ಮತ್ತು ದಾನ್ ನದಿಗಳು, ಮಾಸ್ಕೋ ನಗರದ ಹೊರ ವಲಯಗಳು, ಕಾಕಸಸ್ ಪರ್ವತಶ್ರೇಣಿ, ಉರಾಲ್ ಪ್ರದೇಶ ಮತ್ತು ಕ್ರಿಮಿಯಾ, ನೀಪರ್ ನದಿ ಮತ್ತು ಬಗ್ ನದಿ, ಪೈಪಸ್ ಸರೋವರ ಮತ್ತು ಡ್ರಿಪೆಟ ಜೌಗು ಭೂಮಿ – ಇವನ್ನೆಲ್ಲ ಹಿಂದೆ ಬಿಟ್ಟು ಬಂದವರು. ಗೆದ್ದುಕೊಂಡ ಪ್ರದೇಶಗಳಲ್ಲಿ ಹೆಚ್ಚು ಕಡಿಮೆ ಎಲ್ಲವನ್ನೂ ಬಿಟ್ಟುಕೊಡಲೇಬೇಕು. ಉತ್ತರ ಆಫ್ರಿಕ, ಗ್ರೀಸ್, ಅದರೊಂದಿಗೆ ಇಟಲಿಯ ಅರ್ಧ ಭಾಗ. ಪ್ರಾಯಶಃ ಇದು ಇತಿಹಾಸವು ನೋಡದೆ ಮಾಡಿದ ಒಂದು ಚಿಕ್ಕ ಪ್ರಮಾದವಾಗಿರಬೇಕು. ಇಷ್ಟೇ ಸಾಲದೋ ಎಂಬಂತೆ ಈಗ ಅಂಟ್ಲಾಟಿಕ್ ಗೋಡೆ ಮತ್ತು ನಾರ್ಮಂಡಿ, ಈ ಮುಖಗಳ ಪೈಕಿ ಹಲವಕ್ಕೆ ನನಗೆ ಪರಿಚಿತವಾದ ಹೆಸರುಗಳಿವೆ.

ಉಕ್ಕಿನ ಶಿರಸ್ತ್ರಾಣದ ಹರಿತವಾದ ಅಂಚು ಹಣೆಯೊಳಗೆ ಇನ್ನಷ್ಟು. ಮತ್ತಷ್ಟು ಆಳವಾಗಿ ಒತ್ತುತ್ತದೆ. ನೋವಿನ, ಮುಳ್ಳಿನ ಕಿರೀಟದ ಹಾಗೆ, ಅನಿವಾರ್ಯವಾದುದರ ಲೆಕ್ಕವಿಡುವ ಹಾಗೆ. ಸೋಲು, ಈಗಾಗಲೇ ಮನದ ಮೂಲೆಯಲ್ಲೆಲ್ಲೋ ಅಸ್ಪಷ್ಟವಾಗಿ ದಾಖಲೆಯಾಗಿರುವ ಅನುಮಾನ.

ಪ್ರತಿಯೊಂದು ಶಿರಸ್ತ್ರಾಣದ ಬಲಪಕ್ಕದಲ್ಲಿ ಕೂಡ – ಅದು ಮಣ್ಣು ಮೆತ್ತಿದ್ದಾಗಿರಲಿ ಅಥವಾ ಮಂಜುಗಡ್ಡೆಯು ಹೆಪ್ಪುಗಟ್ಟಿದ್ದಾಗಿರಲಿ ಹಳೆಯ ಪ್ರಶಿಯನ್ ಸೈನ್ಯದ ಯುದ್ಧ ಚಿಹ್ನೆಯಿದೆ. ಅದರ ಕಪ್ಪು-ಕೆಂಪು-ಬಿಳಿ ಬಣ್ಣದ ಪಟ್ಟಿಗಳು ಈಗಾಗಲೇ ಮಾಸಿಹೋಗಿವೆ. ಮತ್ತು ಆ ಶಿರಸ್ತ್ರಾಣದ ಎಡಗಡೆಗೆ, ತನ್ನ ಕಾಲುಗುರುಗಳಲ್ಲಿ ಸ್ವಸ್ತಿಕ ಚಿಹ್ನೆಯನ್ನು ಅದುಮಿ ಹಿಡಿದಿರುವ ಜರ್ಮನ್ ಹದ್ದು. ವರ್ಷಗಳು ಕಳೆದಂತೆ ಈ ಮುಖಗಳಲ್ಲಿನ ತುಟಿಗಳು ತೆಳ್ಳಗಾಗಿವೆ;

---

* ರಿಚರ್ಡ್ ವ್ಯಾಗ್ನರ್ : 19ನೇ ಶತಮಾನದ ಸುಪ್ರಸಿದ್ಧ ಜರ್ಮನ್ ವಾಗ್ಗೇಯಕಾರ. 'ಪವಿತ್ರ ತಟ್ಟೆ'ಯೇ ಮೊದಲಾದ ಹಲವು ಗೀತ ನಾಟಕಗಳ ಕರ್ತೃ.

** ಯೇಸುಕ್ರಿಸ್ತ ತನ್ನ ಕೊನೆಯ ಊಟವನ್ನು ಮಾಡಿದ ಮತ್ತು ಅರಿಮಾಥಿಯದ ಯೋಸೇಫ ಎಂಬಾತ ಶಿಲುಬೆಯಿಂದ ಕ್ರಿಸ್ತನ ರಕ್ತವನ್ನು ಹಿಡಿದುಕೊಂಡ ತಟ್ಟೆ.

ರಕ್ತರಹಿತವಾಗಿವೆ. ಅದರ ಮುಖಭಾವಗಳು ಕಹಿಯಾಗಿವೆ, ನೋಟ ಭರವಸೆಗಳನ್ನು ಕಳೆದುಕೊಂಡು ಭಾವಶೂನ್ಯವಾಗಿದೆ.

ಅವರಲ್ಲಿ ಕೆಲವರು ಅತ್ಯಂತ ಅದೃಷ್ಟಶಾಲಿಗಳಾಗಿರಬಹುದು. ಅಂದರೆ, ಅವರಿಗೆ ಕೆಲವು ದಿನಗಳ ಕಾಲ ರಜೆಯ ಮೇಲೆ ಮನೆಗೆ ಹೋಗುವ ಅವಕಾಶ ಸಿಕ್ಕಿರಬಹುದು, ಆಗಲೂ ಅಷ್ಟೇ, ತಮ್ಮ ಹುಡುಗಿಯ ಪಕ್ಕದಲ್ಲಿ ಮಲಗಿ, ಬ್ಯಾರನ್ ಮಂಚಾಸನ್ನನ* ಸಾಹಸ ಕಾರ್ಯಗಳಂಥ ಶೌರ್ಯ ಸಾಹಸಗಳ ಕಟ್ಟುಕಥೆ ಹೇಳುತ್ತಿರುವಾಗ ಅಥವಾ ಹೆಂಡದಲ್ಲಿ ಮುಳುಗಿರುವಾಗ ಅವರ ಗುರಿ ಒಂದೇ. ಇದೆಲ್ಲವನ್ನೂ ಮರೆಯುವಂತೆ ಮಾಡುವ ಯಾವುದಾದರೊಂದು ಔಷಧಕ್ಕಾಗಿ ಹುಡುಕಾಟ.

ಮತ್ತು ದಿನ ಕಳೆದಂತೆ ಯುದ್ಧವು ಹಳೆಯದಾಗಿದೆ, ಕೊಳೆತುಹೋಗಿದೆ. ಒಂದು ಕಾಲದಲ್ಲಿ ಸೈನಿಕರು ಹೋಗಲು ಹಂಬಲಿಸುತ್ತಿದ್ದ ಪಶ್ಚಿಮದ ನಾಡುಗಳಲ್ಲಿ ಕೂಡ. ಈಗ, ಇಲ್ಲಿ ಕಂಡು ಕಾಣದ ರೈತನೊಬ್ಬನ ಖಾಲಿ ನೆಲಮಾಳಿಗೆಯಲ್ಲಿ ಯುದ್ಧ ಕುಳಿತಿದೆ. ಇಲ್ಲಿ ಯುದ್ಧದ ಆರ್ಭಟದಿಂದ ಹೊರದೂಡಲ್ಪಟ್ಟವರು ಹುಲ್ಲುಹಾಸಿಗೆಗಳ ಮೇಲೆ ನರಳುತ್ತಿದ್ದಾರೆ, ಸಾವನ್ನು ಹಿಂದೆ ಹಾಕಲು ಪ್ರಯತ್ನಿಸುತ್ತಿದ್ದಾರೆ ಅಥವಾ ಡಬ್ಬಿಯೊಳಗಿಂದ ಬರುವ ರುಚಿರುಚಿಯಾದ ಯಾವುದೋ ತಿಂಡಿಯ ಕನಸನ್ನು ಕಾಣುತ್ತಿದ್ದಾರೆ.

ರಷ್ಯನ್ ಗುಡಿಸಿಲೊಂದರ ಒಳಗಿನ ಹುಲ್ಲಿಗೂ ಉತ್ತರ ಫ್ರಾನ್ಸ್, ಯುಗೊಸ್ಲಾವಿಯಾ, ರೊಮಾನಿಯಾ, ಇಟಲಿ, ನಾರ್ವೆ ಹೀಗೆ ಹಲವು ಹನ್ನೆರಡು ದೇಶಗಳ ಬ್ಯಾಂಡೇಜು ಕೋಣೆಗಳೊಳಗಿನ ಹುಲ್ಲಿಗೂ ಏನಾದರೂ ಅಂತರವಿದೆಯೇನು ? ಎರಡರಲ್ಲೂ ಮನುಷ್ಯ ನೋಯುತ್ತಾನೆ, ನರಳುತ್ತಾನೆ, ಶಪಿಸುತ್ತಾನೆ, ಪ್ರಾರ್ಥಿಸುತ್ತಾನೆ ಮತ್ತು ಆಮೇಲೆ ಸಾಮಾನ್ಯವಾಗಿ ಸಾಯುತ್ತಾನೆ.

ಸೋವಿಯೆತ್, ಬ್ರಿಟಿಷ್ ಮತ್ತು ಅಮೆರಿಕನ್ ಗ್ರೆನೇಡುಗಳೆಲ್ಲ ಯಾವ ಪಕ್ಷಪಾತವೂ ಇಲ್ಲದೆ ಗುರಿಹಿಡಿದು ನಿಂತಿಲ್ಲವೇನು ? ಹಿಟ್ಲರನ 'ತೃತೀಯ ಸಾಮ್ರಾಜ್ಯ'ದ ಕಡೆಗೆ ಮತ್ತು ಅವನ ಉದ್ಧಟ ಪ್ರಚಾರದ ಕಡೆಗೆ. ಪೂರ್ವದಲ್ಲಿ, ಪಶ್ಚಿಮದಲ್ಲಿ ಅವರು ಹಿಟ್ಲರನ ಸಮಸ್ತ ಹಿಂಬಾಲಕ ವರ್ಗವನ್ನೂ ನಿಷ್ಕರುಣೆಯಿಂದ ಹೊಡೆದುಹಾಕುತ್ತಿಲ್ಲವೇನು ? ನಾಝಿಗಳ ಸಹವರ್ತಿಗಳಾಗಿದ್ದವರೆಲ್ಲ ಆ ಹೊಡೆತಕ್ಕೆ ಗುರಿಯಾಗುತ್ತಿಲ್ಲವೇನು ? – ಸ್ವಂತ ಇಚ್ಛಾಶಕ್ತಿ ಇಲ್ಲದವರು, ಬುದ್ಧಿಹೀನರು, ದೆವ್ವ ಹಿಡಿದಂತಾದವರು, ಮೇಲಿನಿಂದ ಬಂದ ಅಪ್ಪಣೆಗಳನ್ನು ಕಣ್ಣು ಮುಚ್ಚಿ ಪರಿಪಾಲಿಸುವ ಅಪ್ಪಟ ಜರ್ಮನರು. ಕರ್ತವ್ಯಪ್ರಜ್ಞೆಯ ಚುಚ್ಚುಮದ್ದನ್ನು ತೆಗೆದುಕೊಂಡವರಂತೆ ಹೃದಯವನ್ನು ಹಿಂಸೆಗೆ ಗುರಿಪಡಿಸಿಕೊಂಡವರು. ಶಾಶ್ವತ ಗುಲಾಮರು. ಆದರೂ ಅವರಲ್ಲಿ ಅನೇಕರು ಅಪೂರ್ವವಾದ, ಮಾತಿಲ್ಲದ ಆತ್ಮಸಂಯಮವನ್ನು ತೋರಿಸುತ್ತಿದ್ದಾರೆ. ತಾವು ಮೋಸಹೋಗಿದ್ದೇವೆ ; ತಮ್ಮ ಯೌವನವನ್ನು, ಪ್ರಾಯಶಃ ತಮ್ಮ ಬದುಕನ್ನು ಕೂಡ ತಮ್ಮಿಂದ ಕಸಿಯಲಾಗಿದೆ ; ಅವು ಎಂದೆಂದೂ ಮರಳಲಾರವು ಎಂಬ ಸತ್ಯ ಅವರಿಗೆ ಗೊತ್ತಾಗುತ್ತಿದೆ...

ಈಗ ಇವನಿಗೂ ಬಾಳಿನ ಕೊನೆಯ ದಿನ ಬಂದಿದೆ. ಲೆಫ್ಟಿನೆಂಟ್ ಅರ್ನ್‌ಸ್ಟ್ ಶ್ಟಾಲ್ ಬೌಅರ್. ಇವನ ಅಂತರಂಗದಲ್ಲೊಂದು ರಹಸ್ಯ ನಂಬಿಕೆಯಿತ್ತು, ಸಾವು ಇತರರಿಗೆ

---

* ಆರ್. ಇ. ರಾಸ್ಪೆ ಎಂಬ ಒಬ್ಬ ಗ್ರಂಥಕರ್ತ ಇಂಗ್ಲಿಷಿನಲ್ಲಿ ಬರೆದ, ಎಲ್ಲೆ ಮೀರಿದ ಸಾಹಸ ಕಾರ್ಯಗಳನ್ನು ಕುರಿತ ಕಾದಂಬರಿಯ ನಾಯಕ.

ಮೀಸಲಾಗಿದೆಯೆಂದು. ತಾನು ಸಾಯುವುದೆಂದರೇನು? ತಾನಂತೂ ಖಂಡಿತವಾಗಿಯೂ ಬದುಕಿ ಉಳಿಯುತ್ತೇನೆ. ತನ್ನ ಸಾವಿನ ಕ್ಷಣ ಸುದೂರ ಭವಿಷ್ಯದ ನಿಗೂಢ ಆಳದಲ್ಲೆಲ್ಲೋ ಅಡಗಿದೆ. ವಿಜಯವಾದ್ಯಗಳ ಘೋಷಣೆಗಳಾದ ಎಷ್ಟೋ ವರ್ಷಗಳಾಚೆ ಇದೆ. ಆದರೆ ಈಗ, ಗೆಲುವಿನ ಬಾವುಟಗಳು ಅವರದಾದರೂ ಒಂದೇ, ಇವರದಾದರೂ ಒಂದೇ. ನಿನ್ನ ಜೀವನವಂತೂ ವ್ಯರ್ಥವಾಯಿತು... ನಿನ್ನ ಮುಖ ಕ್ಷಯಿಸಿಹೋಗಿರುವ ಸೈನಿಕನ ಮುಖ. ಅದರಲ್ಲಿ ಸಹನೆ ತುಂಬಿದೆ. ಆ ಸಹನೆಗೆ ಕಾರಣ, ತಾನು ಪಾಪಕೃತ್ಯವೊಂದರಲ್ಲಿ ಭಾಗಿಯಾಗಿರುವೆನೆಂಬ ಅರಿವು. ಮುರಿದುಹೋದ ಮನೆಮಠಗಳು ಮತ್ತು ಕೊಳೆಯುತ್ತಿರುವ ಹೆಣಗಳ ಕೆಳಗಿನ ಕೊನೆಯ ಘಳಿಗೆಯವರೆಗೆ ನಿನ್ನ ತಲೆಯ ಸುತ್ತ ಉಕ್ಕಿನ ಕವಚದ ಕೊನೆಯಿಲ್ಲದ ಆಲಿಂಗನ.

ನಿನ್ನ ಮುಖದಲ್ಲಿ ಏನೇನೂ ಚಲಿಸುತ್ತಿಲ್ಲ. ಭೂತಕಾಲದ ಸುಳಿವೂ ಇಲ್ಲ, ಭವಿಷ್ಯದ ಸೂಚನೆಯೂ ಇಲ್ಲ. ಜೀವಕ್ಕಾಗಿ ಹೋರಾಡುತ್ತಿರುವ ಲಕ್ಷಣವೂ ಇಲ್ಲ. ಈ ಸಾವು, ಈ ಸೋಲು ಅಷ್ಟೊಂದು ಘೋರ ಪ್ರತಿಭಟನೆಗೆ ಅವಕಾಶವೇ ಇಲ್ಲ.

ಒಂದು ಕಡೆ ಬದುಕಿ ಉಳಿಯಬೇಕೆಂಬ ಬಯಕೆ, ಇನ್ನೊಂದು ಕಡೆ ಅಜ್ಞಾತವಾದ ಸಾವಿನ ಸೀಮೆ. ಕೆಲವು ಬಾರಿ ಮನುಷ್ಯನಿಗೆ ತಾನು ಆ ಅಜ್ಞಾತ ಸೀಮೆಗೆ ತುಂಬಾ ಹತ್ತಿರವಾಗಿದ್ದೇನೆ ಎನ್ನಿಸುತ್ತದೆ. ನನಗೊಮ್ಮೆ ಹೀಗಾಗಿತ್ತು. 1942. ಉರಾಲ್ ಪ್ರಾಂತ್ಯದಲ್ಲಿ ಟೈಫಸ್ ತುಂಬಿದ ಸೈನಿಕ ಶಿಬಿರ. ಕೊರೆಯುವ ಕಿಟಿಕಿಗಳ ಹೊರಗೆ ಸೊನ್ನೆಗಿಂತ ನಲವತ್ತು ಡಿಗ್ರಿಗಳಷ್ಟು ಕೆಳಗಿನ ಚಳಿ. ಅಂದು ಸಾವಿನ ಮುಖದ ಬಣ್ಣ ಹಸಿರು-ಹಳದಿ ಮತ್ತು ಅದಕ್ಕೆ ತಡೆಯಲಾಗದ ದುರ್ವಾಸನೆ. ಯಾವುದೇ ವೈದ್ಯನಿಗೆ ಅಥವಾ ಸೇವಕನಿಗೆ ನಾನು ಬದುಕಿ ಉಳಿಯುವೆನೆಂಬ ನಂಬಿಕೆ ಇರಲಿಲ್ಲ. ತುಕಡಿಯೊಳಗಿನ ನನ್ನ ಸ್ಥಾನಕ್ಕೆ ಬೇರೊಬ್ಬ ಸೈನಿಕ ಬಂದು ಎಷ್ಟೋ ದಿನಗಳಾಗಿದ್ದವು. ಎಲ್ಲರೂ ಆಸೆ ಬಿಟ್ಟಿದ್ದರು. ಕೊನೆಯ ಕ್ಷಣಕ್ಕಾಗಿ ಕಾಯುತ್ತಿದ್ದರು, ಅಷ್ಟೇ. ಸಾವಿನ ವಿವರಗಳನ್ನು ತಿಳಿಸುವ ಫಾರ್ಮ್‌ಅನ್ನು ಭರ್ತಿ ಮಾಡುವ ಕೆಲಸ ಮಾತ್ರ ಬಾಕಿ ಉಳಿದಿತ್ತು. ಆದರೆ ಜ್ವರದ ತಾಪದಿಂದ ಹುಟ್ಟಿದ ಎಲ್ಲ ಭ್ರಮೆಗಳು, ಹಳವಂಡಗಳ ನಡುವೆಯೂ ನನ್ನೊಳಗೆ ಸಾವನ್ನು ಸೋಲಿಸಬೇಕೆಂಬ ಅದಮ್ಯ ಹಟ ಜೀವಂತವಾಗಿತ್ತು. ನಾನು ಕೊಳೆತು ಹೋಗುವುದರ, ಕರಗಿಹೋಗುವುದರ, ಹೆಣವಾಗುವುದರ ವಿರುದ್ಧ ನಿರ್ಣಯವೊಂದನ್ನು ತೆಗೆದುಕೊಂಡೆ. ಹಗಲು – ರಾತ್ರಿ, ರಾತ್ರಿ – ಹಗಲು ನಾನು ನನ್ನ ಶಕ್ತಿ ಸಮಗ್ರವನ್ನೂ ಒಂದುಗೂಡಿಸಿ ಹೋರಾಡಿದೆ.

ಮತ್ತು ಇಲ್ಲಿ? ಮೇಲುನೋಟಕ್ಕೆ ಅನಿವಾರ್ಯವಾಗಿ ಕಾಣುವ ಅಂತ್ಯದ ವಿರುದ್ಧ ದಂಗೆ ಏಳುವ ಸೂಚನೆಗಳಿಗಾಗಿ ನನ್ನ ಕಣ್ಣುಗಳು ಹುಡುಕುತ್ತಲೇ ಇವೆ. ಆದರೆ ಎಲ್ಲ ಪ್ರತಿಭಟನೆಯನ್ನೂ ಹೇಳಹೆಸರಿಲ್ಲದಂತೆ ಪುಡಿಪುಡಿಮಾಡಲಾಗಿದೆ. ಅವನ ಪಕ್ಕದಲ್ಲಿ ಬಿದ್ದುಕೊಂಡು ಮಿಸುಕಾಡುತ್ತಿರುವ ಸಮವಸ್ತ್ರದ ಗಂಟುಗಳು ಅವನಿಗೆ ಯಾವ ಆತ್ಮವಿಶ್ವಾಸವನ್ನೂ ಕೊಡಲಾರವು, ಯಾಕೆಂದರೆ ಅವರ ಉಸಿರು ಕೂಡ ಮಂದಶ್ರುತಿಯದೇ.

ಎರಡು V ಆಕಾರದ ಕಿಟಿಕಿಗಳಿಂದ ಈ ಹಳಸಲು ಆಳಗಳ ಮೇಲೆ ಹೊಳೆಹೊಳೆಯುವ ಸೂರ್ಯನ ಬೆಳಕು ಬೀಳುತ್ತದೆ. ಪಟ್ಟೆ ಪಟ್ಟೆ ಬಿಸಿಲು. 1944ರ ಆಗಸ್ಟ್ ತಿಂಗಳ ಇಪ್ಪತ್ತನೆಯ ದಿನಾಂಕ ಭಾನುವಾರ ಅನಂತವಾಗಿ ಹಾಗೆಯೇ ಉಳಿದಿದೆ.

ನಾನು ಈ ಹಗಲುಗನಸುಗಳಲ್ಲಿ, ಚಿಂತನೆಯಲ್ಲಿ ತೊಡಗಿ ಎಷ್ಟು ಹೊತ್ತಾಯಿತು?

ಅವನಿಗೆ ಎಚ್ಚರವಾಗುತ್ತದೆ. ಅವನ ಮುಖದ ಆಕಾರ ಮತ್ತೊಮ್ಮೆ ಸ್ಪಷ್ಟವಾದ ಓರೆ ಕೋರೆಗಳನ್ನು ಪಡೆಯುತ್ತದೆ. ಒಂದು ಕಣ್ಣರೆಪ್ಪೆ ಹೌದೋ ಅಲ್ಲವೋ ಎನ್ನುವಂತೆ ತೆರೆಯುತ್ತದೆ. ಹೊರಗಡೆ ಶರ್ಮಾನ್ ಅಥವಾ ಪ್ಯಾಟನ್ ಅಥವಾ ಜನರಲ್ ಲೀ ಟ್ಯಾಂಕುಗಳು ಗುಂಡೆಸೆಯುತ್ತಿವೆ. ತುಂಬಾ ಹತ್ತಿರದಲ್ಲೇ ಇರಬೇಕು. ಅದು ಟ್ಯಾಂಕ್‌ನಿರೋಧಕ ಬಂದೂಕುಗಳ ಶಬ್ದವಾಗಿದ್ದರೂ ಆಶ್ಚರ್ಯವೇನಿಲ್ಲ. ಹಾಗಿದ್ದರೆ, ಅದು ಇನ್ನಷ್ಟು ಅಪಾಯಕಾರಿ. ಅಥವಾ ಅವರು ಬೆಂಗಳೂರು ಟಾರ್ಪೆಡೋಗಳಿಂದ ರಸ್ತೆಗೆ ಅಡ್ಡವಾಗಿ ನಿಲ್ಲಿಸಿರುವ ತಡೆಗಳನ್ನು ಧ್ವಂಸ ಮಾಡುತ್ತಿರಬಹುದು. ಸ್ವಲ್ಪ ದಾರಿಯಾಗುವುದೇ ತಡ, ಭಾರವಾದ ಯಾವುದಾದರೊಂದು ದೊಡ್ಡ ಫಿರಂಗಿಯನ್ನು ಅವರು ಮುಂದೆ ನೂಕಬಹುದು.

"ನೀನು ಬರುವುದಾದರೆ...ಈಗಲೂ..."

ಅವನ ಉತ್ತರ ಪಿಸುದನಿಗಿಂತ ಕೆಳಗಿನ ಶ್ರುತಿಯಲ್ಲಿ, ತುಟಿಗಳು ಸ್ವಲ್ಪವೇ ಸ್ವಲ್ಪ ಚಲಿಸುತ್ತವೆ.

"ಟ್ಯಾಂಕುಗಳು ಹಾಳಾಗಲಿ, ಅವು ಬಂದರೂ ಅಷ್ಟೇ, ಈ ನೆಲಮಾಳಿಗೆಯ ಮೇಲೆ ದಾಳಿ ಮಾಡಿದರೂ ಅಷ್ಟೇ. ನನಗಂತೂ ಎಲ್ಲಾ ಒಂದೇ."

ಅವನಿಗೆ ಏನು ಮಾಡಿದರೆ ಸಮಾಧಾನವಾಗಬಹುದು, ಪ್ರಾರ್ಥನೆಯಿರಬಹುದೇ ? "ಪ್ರಭೂ, ಬಾನು ನಿನ್ನ ಮೇಲಿನ ನಂಬಿಕೆಯನ್ನು ಕಳೆದುಕೊಳ್ಳುವುದಿಲ್ಲ. ನಿನ್ನ ಅನುಗ್ರಹ ವಿರಲಿ..." ನೀನು ಇದಕ್ಕಿಂತ ಬಹಳ ಮೊದಲೇ ನಮ್ಮನ್ನು ಅನುಗ್ರಹಸಬೇಕಿತ್ತು. ಸೈನ್ಯಾಧಿಕಾರಿ ಬ್ಲುಂಕ್ ನನಗೆ ಹೇಳಿದ್ದನ್ನು ನಾನು ಶ್ವಾಲ್‌ಬೌಅರ್‌ಗೆ ಹೇಳಲಾರೆ. ಅವನು ಹೇಳಿದ್ದ, ಇವನು ಇಲ್ಲೇ ಬಿದ್ದಿರಲಿ, ಸಾಯಲಿ ಎಂದು. ಸಹಾಯಾಧಿಕಾರಿಯಾದ ಲುಡ್ವಿಗ್‌ಷಿಲ್ಲರ್ ಹೇಳಿದ್ದೂ ಅದನ್ನೇ. ಹಾಗೆಂದ ಮಾತ್ರಕ್ಕೆ ನಾನು ಬ್ಲುಂಕ್‌ನನ್ನು ದ್ವೇಷಿಸುತ್ತೇನೆ, ನನ್ನದೇ ಬೇರೊಂದು ನ್ಯಾಯಕಲ್ಪನೆಯಿದೆ ಎಂದು ಅರ್ಥವಲ್ಲ. ಆದರೆ ಬಹುಶಃ ಈ ವೇಳೆಗೆ ಬ್ಲುಂಕ್ ತಪ್ಪಿಸಿಕೊಂಡು ಹೋಗಿರಬಹುದು. ಪ್ರಾಯಶಃ ಅವು ತನ್ನ ಸಂಗಡಿಗರೊಂದಿಗೆ ತಿಂದು ಕುಡಿದು ಮಜವಾಗಿದ್ದಾನೆ. ಅವನು ಇನ್ನೊಂದು ಬಾರಿ ನನ್ನ ಮುಂದೆ ಬರುವುದಿಲ್ಲ.

ಅದೂ ಅಲ್ಲದೆ, ಮಾರಣಾಂತಿಕವಾದ ಏಟು ತಿಂದಿರುವ ಅರ್ನ್‌ಸ್ಟ್ ಶ್ವಾಲ್‌ಬೌಅರ್‌ಗೆ, ಬ್ಲುಂಕ್ ಏನು ಹೇಳಿದರೇನು ? ಏನು ಮಾಡಿದರೇನು ? ಅಥವಾ ಇದರ ಬಗ್ಗೆ ನಾನು ಮಾಡುವ ಆಲೋಚನೆಯಲ್ಲಿ ಶ್ವಾಲ್‌ಬೌಅರ್‌ಗೆ ಆಸಕ್ತಿಯಿದೆಯೇ ? ಅಥವಾ ಈ ಪಾಶವೀಯ ಕ್ರೌರ್ಯಕ್ಕೆ ಯಾರಾದರೂ ಸೇಡು ತೀರಿಸಿಕೊಂಡರೇ, ಇಲ್ಲವೇ ಎನ್ನುವುದು ಅವನ ಗಮನ ಸೆಳೆಯುತ್ತದೆಯೇ ? ಅವನು ಇದೆಲ್ಲದರ ಬಗ್ಗೆ ಈಗ ತಲೆಕೆಡಿಸಿಕೊಳ್ಳುತ್ತಿಲ್ಲವೆಂದು ನನಗೆ ಚೆನ್ನಾಗಿ ಗೊತ್ತು. ಅವನಿಗೆ ಬೇಕಾಗಿರುವುದು ನಾನು ಅವನ ಜೊತೆಯಲ್ಲಿರುವುದು ಅಷ್ಟೇ. ಒಂದು ವೇಳೆ ನಾನು ಪಲಾಯನ ಮಾಡುವುದಾದರೆ ಅವನಿಗೆ ಯಾವ ನೆಪ ಹೇಳಬಲ್ಲೆ ? ನೋಡಿದೆಯಾ ಪೇಟರ್ ಪಿಲ್ಟ್ಸ್, ನೀನು ಏನು ಮಾಡಿದರೂ ತಪ್ಪಿಸಿಕೊಳ್ಳಲಾಗದ ನೈತಿಕ ಕರ್ತವ್ಯ ಇಲ್ಲಿದೆ. ಕೊನೆಯ ಕಹಿ ಕ್ಷಣದವರೆಗೆ ನೀನು ಇಲ್ಲಯೇ ಉಳಿಯಬೇಕು. ಬೇರೆ ಯಾವುದೂ ಮುಖ್ಯವಲ್ಲ.

ಆದರೆ ಲೆಫ್ಟಿನೆಂಟ್ ಶ್ವಾಲ್‌ಬೌಅರ್ ಈ ನೆಲಮಾಳಿಗೆಯನ್ನು ಬಿಡುವುದು ಒಂದೇ ಒಂದು ರೀತಿಯಲ್ಲಿ. ಒಂದು ಸ್ಟ್ರೆಚರ್ ಮೇಲೆ ಮಲಗಿಸಿದ ಹೆಣವಾಗಿ, ಯಾವುದಾದರೊಂದು ವೈದ್ಯ ದಳಕ್ಕೆ ಸೇರಿದ ಇಬ್ಬರು ನೀಗ್ರೋಗಳು ಅವನನ್ನು ಹೊತ್ತುಕೊಂಡು ಹೋಗುತ್ತಾರೆ, ಕಾನ್ಸಾಸ್

ನಗರದಿಂದ ಅಥವಾ ಅಲಬಾಮಾದಿಂದ ಬಂದಿರುವ ಜಿಮ್ ಅಥವಾ ಜೋ, ಗ್ಲೆನ್ ಅಥವಾ ಸ್ಯಾಮಿ, ಅವನನ್ನು ಸಾಮೂಹಿಕ ಸಮಾಧಿಯೊಂದರೊಳಗೆ ಇಳಿಸುತ್ತಾರೆ. ಮುರಿದುಹೋದ ಕೈ ಕಾಲುಗಳು. ತೊಡೆ ಮತ್ತು ಸೊಂಟಗಳಿಗೆ ಕಟ್ಟಿದ ರಕ್ತಸಿಕ್ತ ಬ್ಯಾಂಡೇಜುಗಳು ನಾರ್ಮಂಡಿಯ ಬಿಸಿಲಿನಲ್ಲಿ ಕೊಳೆಯುತ್ತವೆ. ಕೊನೆಗೊಮ್ಮೆ ಸುಣ್ಣಕಲ್ಲು ಮತ್ತು ಮಣ್ಣಿನ ಹೆಂಟೆಗಳಲ್ಲಿ ಎಲ್ಲವೂ ಆವೃತವಾಗುತ್ತದೆ. ಅನಂತಕಾಲದವರೆಗೆ ನಾನು ಏನು ಮಾಡಲಿ ? ಅವನಿಗಾಗಿ ಒಂದು ಮರದ ಶಿಲುಬೆ ಮಾಡಲೇ ? ಅದರ ಮೇಲೆ ಅವನ ಹೆಸರು, ಕೆಲಸ, ಒಂದು ನಕ್ಷತ್ರದ ಗುರುತು. ಆಮೇಲೆ ? 'ಆತ್ಮಕ್ಕೆ ಶಾಂತಿಯಿರಲಿ' ಅಥವಾ 'ಅನಂತ ಪ್ರೀತಿ' ಇತ್ಯಾದಿ ಬರವಣಿಗೆ ?

ವೀರ ಪುರುಷನ ಸಾವು !! ಈ ಪದಗಳನ್ನು ಅರ್ಥಮಾಡಿಕೊಳ್ಳಲು, ನನಗೆ ಯಾವಾಗಲೂ ಸಾಧ್ಯವಾಗಿಲ್ಲವಲ್ಲ ? ಯಾಕೆ ? ಖಂಡಿತವಾಗಿಯೂ ಸಾವಿಗೆ ತನ್ನದೇ ಆದ ಯಾವ ಬೆಲೆಯೂ ಇಲ್ಲ. "ಯಾಕೆ ?" ಎನ್ನುವ ಪ್ರಶ್ನೆ ಅದನ್ನು ಅರ್ಥಪೂರ್ಣವಾಗಿ ಮಾಡುತ್ತದೆ. ಅಲ್ಲದೆ ಅರ್ನ್‌ಸ್ಟ್ ಶ್ವಾಲ್‌ಬೌಅರ್ ಯಾಕೆ ಇಲ್ಲಿದ್ದಾನೆ...? ಅವನು ಇನ್ನೂ ಬದುಕಿದ್ದಾನೆ...ಹೌದು, ಇನ್ನೂ...

ಹೌದು ನೂರಕ್ಕೆ ನೂರರಷ್ಟು ಸರಿ. ಯಾಕೆ ? ನಿನಗೆ ಇಲ್ಲಿಂದ ಹೊರಗಡೆ ಹೋಗ ಬೇಕೆಂಬ ಆಸೆ ಯಾಕೆ ? ನಿನ್ನ ದರಿದ್ರ ಜೀವನವನ್ನು ಇಲ್ಲಿ, ಈಗ ಮುಗಿಸಿಬಿಡಲು ನಿನಗೇಕೆ ಇಷ್ಟವಿಲ್ಲ ? ಒಂದೇ ರೀತಿಯಲ್ಲಿ ಯೋಚನೆ ಮಾಡುವ ನೂರು ಸಾವಿರ ಸೈನಿಕರು ಒಂದೇ ರೀತಿಯಲ್ಲಿ ಕ್ರಿಯಾನಿರತರಾಗುವಂತಿದ್ದರೆ... ಆಗ ಪರಿಣಾಮ ಎರಿಕ್ ಕ್ಯಾಸ್ನರ್ ತನ್ನ ಪದ್ಯವೊಂದನ್ನು ಬರೆದಾಗ ನಿರೀಕ್ಷಿಸಿದ್ದಂತೆ ಆಗುತ್ತಿತ್ತು. ಆ ಪದ್ಯದಲ್ಲಿ ಹೆಂಗಸರು ತಮ್ಮ ಗಂಡಂದಿರನ್ನು ಯುದ್ಧಕ್ಕೆ ಹೋಗಲು ಬಿಡುವುದಿಲ್ಲ. ಆಗ ಯುದ್ಧ ನಡೆಯುವುದೇ ಇಲ್ಲ. ಕಾರಣ : ಬಲಿಯಾಗಲು ಸಿದ್ಧರಾದ ಜನಸಮುದಾಯದ ಅಭಾವ.

ಆದರೆ ಈಗ, ಅವರು ಬದುಕಿ ಉಳಿದಿಲ್ಲ. ಈ ನೂರು ಸಾವಿರ ಜನ, ಅವರು ರಷ್ಯ ಮುಂತಾದ ಪೂರ್ವಯೂರೋಪಿನ ದೇಶಗಳಲ್ಲೂ ಉಳಿದಿಲ್ಲ – ಕೆಂಪು ಸೈನ್ಯ ಅಷ್ಟೆಲ್ಲ ಕರಪತ್ರಗಳನ್ನು ಮಳೆಗರೆದಿದ್ದರೂ ಕೂಡ. ಮಾನವನ ಸಹಜ ಸ್ವಭಾವವನ್ನು ಬುದ್ಧಿಮತ್ತೆಯನ್ನು ಉದ್ದೇಶಿಸಿ ಆ ಕರಪತ್ರಗಳು ವಿನಂತಿ ಮಾಡಿದ್ದವು : "ನಿಮ್ಮ ತಾಯಿತಂದೆಗಳ ಬಗ್ಗೆ ಯೋಚಿಸಿ, ಹೆಂಡತಿ–ಮಕ್ಕಳನ್ನು ಕುರಿತು ಚಿಂತಿಸಿ, ಜೀವ ಉಳಿಯುವುದು ಮುಖ್ಯ, ಬದುಕಿ ಬಾಳುವುದು ಮುಖ್ಯ. ನೀವು ಕ್ಷೇಮವಾಗಿ ಮನೆ–ಮಕ್ಕಳನ್ನು ತಲಪಬೇಕಾದರೆ ನಿಮಗಿರುವ ದಾರಿ ಶರಣಾಗತಿಯೊಂದೇ." ಮತ್ತು ಕರಪತ್ರದ ಕೊನೆಯಲ್ಲಿ ಸೋವಿಯತ್ ಸೈನ್ಯದ ಯಾವುದೇ ಪಹರೆ ದಳದ ಅಧಿಕಾರಿಗೆ ತೋರಿಸಬಹುದಾದ ಅಪ್ಪಣೆ ಚೀಟಿಯೊಂದನ್ನು ಲಗತ್ತಿಸಲಾಗಿತ್ತು. "ಮುಂದೆ ಏನು ಮಾಡಬೇಕೆಂಬುದನ್ನು ಅವನು ಹೇಳುತ್ತಾನೆ. ಹೋಗಿ, ಶರಣಾಗಿ."

ಆದರೂ ಜರ್ಮನ್ ಸೈನಿಕರು ಶರಣಾಗತರಾಗಲಿಲ್ಲ, ಅನೇಕ ಕಾರಣಗಳಿಗಾಗಿ. ಭಯದಿಂದ, ತಪ್ಪು ಮಾಡಿದೆವಲ್ಲಾ ಎಂಬ ಆತ್ಮನಿಂದೆಯಿಂದ, ಮಂಕು ಕವಿದ ಬುದ್ಧಿ ಶಕ್ತಿಯಿಂದ ಅಥವಾ ಇದು ನಮ್ಮ ಆತ್ಮಗೌರವಕ್ಕೆ ಕುಂದೆಂಬ ತಪ್ಪು ಭಾವನೆಯಿಂದ. ಅವರಿಗಿನ್ನೂ ಭ್ರಮೆ : "ಯಾವುದೋ ಒಂದು ಅಗೋಚರ ಹಿಂಬಾಗಿಲು ತೆರೆಯುತ್ತದೆ. ತಾವು ಅದರಿಂದ ಏನೇನೂ ತೊಂದರೆಯಿಲ್ಲದೆ ತಪ್ಪಿಸಿಕೊಳ್ಳಬಹುದು. ದೈನಂದಿನ ನೆಮ್ಮದಿಗಳ ಒಂದು ಹೊಸ ಜಗತ್ತಿಗೆ ಜಾರಬಹುದು." ಯಾವಾಗಲೂ ಕೆಟ್ಟದ್ದನ್ನು ಮಾಡುವವರು ಬೇರೆಯವರು... ನಮ್ಮಂತಹ ಜನ ಬದಲಾಗಬೇಕಾದ ಅಗತ್ಯವೇ ಇಲ್ಲ. ನಾವು ಈಗಾಗಲೇ ಒಳ್ಳೆಯವರು, ನಾವು ಮೊದಲಿನಿಂದಲೂ ಮರ್ಯಾದಸ್ಥರು...

ಆ ಕೈ... ಶ್ವಾಲ್‌ಬೌಅರ್‌ನ ಕೈ! ಅವನು ಅದನ್ನು ನನ್ನ ಕಡೆಗೆ ಚಾಚುತ್ತಾನೆ, ವಿದಾಯ ಹೇಳುವವನಂತೆ. ನಾನು ಇಲ್ಲಿಂದ ಹೊರಡುವ ಕ್ರಿಯೆ ಸುಲಭವಾಗಲೆಂದಿರಬೇಕು. ನನ್ನ ಮನಸ್ಸಿನಲ್ಲಿ ನಡೆಯುತ್ತಿರುವ ಹೋರಾಟ, ನಿನಗೂ ಗೊತ್ತಾಗಿದೆಯಲ್ಲವೇ ? ಆದರೆ ನಿನ್ನನ್ನು ಒಂಟಿಯಾಗಿ ಬಿಟ್ಟುಹೋಗುವುದು ತುಂಬಾ ಅಮಾನವೀಯ ವರ್ತನೆಯಾಗುತ್ತದೆ. ಪರಿಣಾಮ ಏನು ಬೇಕಾದರೂ ಆಗಲಿ, ಪರವಾಗಿಲ್ಲ, ನಿನ್ನನ್ನು ಇಲ್ಲಿಯೇ ಚಿರನಿದ್ರೆಯಲ್ಲಿ ಬಿಟ್ಟು, ನಾನು ಜೀವ ಉಳಿಸಿಕೊಂಡು ಓಡಿದರೆ, ಆ ಬ್ಲುಂಕ್‌ಗಿಂತ ಹೇಗೆ ತಾನೇ ಉತ್ತಮನಾಗುತ್ತೇನೆ ?

ಈ ಕೈಯಲ್ಲಿ ಇನ್ನೂ ಜೀವ ಉಳಿದಿದೆಯೇ ? ಅದರಲ್ಲಿ ಮಾಂಸವಿರುವಂತೆ, ಸ್ನಾಯುಗಳಿರುವಂತೆ ಕಾಣುತ್ತಿಲ್ಲ. ಯಾರಾದರೂ ಅದಕ್ಕೆ ಶಾಖವನ್ನು, ಶಕ್ತಿಯನ್ನು ಕೊಡುವಂತೆ ಇದ್ದರೆ! ಆ ದಿನದಂದು... ನಾವಿಬ್ಬರೂ ಸೋವಿಯೆತ್ ವಿಮಾನ ಚಾಲಕನೊಬ್ಬನಿಗೆ ತಪ್ಪಿಸಿ ಕೊಳ್ಳಲು ಅವಕಾಶ ಕೊಟ್ಟೆವು – ಬುದ್ಧಿಪೂರ್ವಕವಾಗಿ. ಆ ದಿನದಿಂದ ನಿಗೂಢ ರಹಸ್ಯವೊಂದು ನಮ್ಮಿಬ್ಬರನ್ನು ಬೆಸೆದಿದೆ. ಅದರೊಂದಿಗೆ ಗೆಳೆತನ, ಆ ಮೈತ್ರಿ ಎಷ್ಟೊಂದು ಆಳವಾಗಿದೆಯೆಂದು ನನಗೆ ಇಂದಿನವರೆಗೆ ತಿಳಿದಿರಲಿಲ್ಲ.

ಅವನ ತಿಳಿನೀಲಿ ಬಣ್ಣದ ಕಣ್ಣುಗಳು ಈಗ ವಿಶಾಲವಾಗಿ ತೆರೆದಿವೆ, ಯಾವುದೋ ಬಿಗಿತವನ್ನು ಮೀರಿ ನನ್ನ ಕಡೆಗೆ ನೋಡುವಂತೆ. ಅವನ ದೃಷ್ಟಿ ದೂರದಲ್ಲೆಲ್ಲೋ ನಾಟಿದೆ.

"ನನ್ನ ಪಿಸ್ತೂಲ್...ನನ್ನ ನೆನಪಿಗಾಗಿ..."

ನೆಲಮಾಳಿಗೆಯ ಗೋಡೆಯ ಮೇಲೆ, ತುಕ್ಕು ಹಿಡಿದ ಉದ್ದ ಮೊಳೆಯೊಂದರಿಂದ ಅವನ ಬೆಲ್ಟ್ ನೇತಾಡುತ್ತಿದೆ. ಅದರೊಂದಿಗೆ ಅವನ ವಾಲ್ಥರ್ ಪಿಸ್ತೂಲು ; ಕ್ಯಾಲಿಬರ್ 765. ಇದು ಈ ಯುದ್ಧವು ಮತ್ತೊಮ್ಮೆ ರೂಢಿಗೆ ತಂದಿರುವ ಸಂಕೇತ. ಒಬ್ಬನ ಆಯುಧ ಅವನ ಸ್ನೇಹಿತನಿಗೆ, ಅವನ ಅನಂತರ ಬದುಕಿ ಉಳಿಯುವವನಿಗೆ. ನಾನು ಅದನ್ನು ಕೆಳಗೆ ಇಳಿಸುತ್ತೇನೆ. ಚರ್ಮದ ಕವಚದಿಂದ ಹೊರಗೆ ತೆಗೆಯುತ್ತೇನೆ. ಅವನು ಅದರಿಂದ ಯಾರನ್ನಾದರೂ ಎಂದಾದರೂ ಕೊಂದಿದ್ದಾನೆಯೇ ? ಬುದ್ಧಿಪೂರ್ವಕವಾಗಿ, ಗುರಿಯಿಟ್ಟು ಹೊಡೆದಿದ್ದಾನೆಯೇ ? ನನಗೆ ಅದನ್ನು ಕಲ್ಪಿಸಿಕೊಳ್ಳುವುದು ಕೂಡ ಸಾಧ್ಯವಿಲ್ಲ. ಆ ಬಂದೂಕು ಅವನದಲ್ಲ, ಅದು ಸೈನ್ಯದ ಸಮವಸ್ತ್ರದ ಒಂದು ಭಾಗ. ತನಗೆ ಆತ್ಮರಕ್ಷಣೆ ಮಾಡಿಕೊಳ್ಳುವ ಶಕ್ತಿಯಿದೆಯೆಂದು ತೋರಿಸುವ ಸಾಕ್ಷಿ.

"ಧನ್ಯವಾದಗಳು...ಅರ್ನ್‌ಸ್ಟ್" ನನ್ನ ಧ್ವನಿ ಎಷ್ಟೊಂದು ಗದ್ಗದವಾಗಿದೆಯೆಂದರೆ, ಅವನಿಗೆ ಆ ಮಾತು ಅರ್ಥವಾಗಿರುವುದು ಸಾಧ್ಯವೇ ಇಲ್ಲ. ಅವನ ಮುಖದ ಮೇಲೆ ಯಾವುದೇ ವಿಧವಾದ ಪ್ರತಿಕ್ರಿಯೆಯೂ ಕಂಡುಬರುತ್ತಿಲ್ಲ.

ಮಂಕಾಗಿ ಹೊಳೆಯುವ ಆ ಪಿಸ್ತೂಲನ್ನು ಎಚ್ಚರಿಕೆಯಿಂದ ನನ್ನ ಜೇಬಿನೊಳಗೆ ಇಟ್ಟುಕೊಂಡಿದ್ದೇನೆ. ನಾನು ಅದನ್ನು ಗೌರವದಿಂದ ನೋಡಿಕೊಳ್ಳುತ್ತೇನೆ. ಒಂದು ಆಯುಧಕ್ಕೆ ಯಾರಾದರೂ ಗೌರವ ತೋರಿಸಲು ಸಾಧ್ಯವೇ ? ಹೌದು, ಅದನ್ನು ನ್ಯಾಯಪರವಾದ ಹೋರಾಟಗಳಿಗೆ ಬಳಸಿಕೊಂಡರೆ ಅದಕ್ಕೆ ಗೌರವ ತೋರಿಸಿದಂತೆ. ಆಗ ಮಾತ್ರ ಅದರ ಬದುಕು ಅರ್ಥಪೂರ್ಣವಾಗುತ್ತದೆ...ನಿಮಿಷಗಳು ಕಳೆಯುತ್ತಿವೆ.

ಸರಿ, ಏನಾದರೂ ಹೇಳು ಶ್ವಾಲ್‌ಬೌಅರ್! ಆದರೆ ಅವನ ಕಣ್ಣುಗಳು ಮತ್ತೊಮ್ಮೆ ಮುಚ್ಚಿವೆ. ಈಗ ನಿನ್ನ ಆಲೋಚನೆಗಳು ಎಲ್ಲಿರಬಹುದು ? ಅವನ ಬಾಯಿ ಅರೆ ತೆರೆದಿದೆ. ಪ್ರಾಯಶಃ ಅವನು ಸರಿಯಾದ ಪದಕ್ಕಾಗಿ ಹುಡುಕುತ್ತಿರಬಹುದು. ಆತ್ಮೀಯವಾದ, ಪ್ರೀತಿ ತುಂಬಿದ ಪದ...

ನನ್ನ ಕೈಯೊಳಗೆ ಹಿಡಿದಾಗ ಅವನ ಕೈ ಎಷ್ಟು ಹಳದಿಯಾಗಿ ಕಾಣುತ್ತಿದೆ...

ಒಂದು ಬೆರಳೂ ಚಲಿಸುತ್ತಿಲ್ಲ...ಏನಾಯಿತು ? ಇಲ್ಲ, ಇಲ್ಲ, ಇರಲಾರದು. ಅವನ ಹಿಡಿತ ಸಡಿಲವಾಗುತ್ತದೆ. ಬಲಗೈ ಕೆಳಗೆ ಜಾರಿ ಹುಲ್ಲಿನ ಮಧ್ಯೆ ಬೀಳುತ್ತದೆ. ನಿಶ್ಚಲವಾಗಿ ಮಲಗುತ್ತದೆ.

ಮತ್ತೆ ನಿದ್ದೆಯೇ ? ಪ್ರಜ್ಞೆಯಿಲ್ಲವೇ ? ಆತ್ಮವಂಚನೆಯೇಕೆ ? ಇದು ನಿರ್ಗಮನ, ಜನ ಸಾವನ್ನು ಕೊಯ್ಲುಗಾರನೆಂದು ಕರೆಯುತ್ತಾರೆ. "ನೀವು ಮೃತನಿಗೆ ಗೌರವ ತೋರಿಸಲೆಂದು ಎದ್ದು ನಿಂತಿರುವಿರಾ ? ಧನ್ಯವಾದಗಳು, ಮಹನೀಯರೇ."

ಅಗೋ, ಮೆಡಿಕಲ್ ಸಾರ್ಜೆಂಟ್ ಮರಳಿಬಂದ ; ನೆಲದೊಳಗಿನಿಂದ ಮೇಲೆ ಬಂದವನಂತೆ. ಅನೇಕ ವರ್ಷಗಳ ಅನುಭವ, ಅವನು ತನ್ನ ಹೆಬ್ಬೆರಳು ಮತ್ತು ತೋರು ಬೆರಳುಗಳನ್ನು ಅರ್ನ್‌ಸ್ಟ್‌ನ ಕಣ್ಣರೆಪ್ಪೆಗಳ ಮೇಲೆ ಇಡುತ್ತಾನೆ. ಬಿಳಿ – ನೀಲಿ ಕಣ್ಣುಗಳು. ಇನ್ನೇನೂ ಇಲ್ಲ. ಆಮೇಲೆ ಅವನ ಮಣಿಕಟ್ಟನ್ನು ಹಿಡಿದು, ಕೆಲವು ಕ್ಷಣ ಮೇಲೆ ನೋಡುತ್ತಾನೆ. ನಾಡಿಬಡಿತವಿಲ್ಲ. ಅವನು ಸತ್ತವನ ಮುಖದ ಮೇಲೆ ಬಟ್ಟೆ ಹೊದಿಸುತ್ತಾನೆ. ಯಾರನ್ನೋ ನಿಂದಿಸುವವನಂತೆ ತಲೆ ಆಡಿಸುತ್ತಾನೆ...

ಹೌದು, ಪೇಟರ್ ಪಿಲ್‌ಟ್ಸ್, ಈಗ ನೀನು ಹೋಗಬಹುದು. ನೀನು ಮಾಡಬೇಕಾದ ಕೆಲಸ ಏನೂ ಬಾಕಿ ಉಳಿದಿಲ್ಲ. ಸದ್ಯಕ್ಕಂತೂ ಇಲ್ಲ. ಯಾರೋ ಒಬ್ಬರು ಅವನನ್ನು ಹೊರಗಡೆ ತಂದಾರು. ಮನೆಯ ಮುಂದೆ ಮಲಗಿಸಿಯಾರು. ಹೋಗಲಿ ಬಿಡಿ. ನಾನು ಇದೆಲ್ಲವನ್ನೂ ಆಗಲೇ ಒಂದು ಸಾರಿ ಆಲೋಚಿಸಿದ್ದೇನೆ.

ಅವನ ಮೆಷಿನ್–ಪಿಸ್ತೂಲನ್ನು ಹೆಗಲಿಗೇರಿಸು. ಅಷ್ಟೇ. ಇನ್ನು ಮೇಲೆ ಶಾಂತಿಯ ದಿನಗಳಲ್ಲಿ ಸತ್ತವರನ್ನು ಕಾಯುವುದಕ್ಕೆ ಪ್ರತ್ಯೇಕ ಪಡೆಯಿರುತ್ತದೆ. ಅವರಿಗೆ ಶಿರಸ್ತ್ರಾಣಗಳಿರುತ್ತವೆ. ವಿಶೇಷವಾಗಿ ಪಾಲಿಶ್ ಮಾಡಿದ ಬೂಟುಗಳಿರುತ್ತವೆ. ಹೊಳೆಹೊಳೆಯುವ ಬೂಟುಗಳು, ಆದರೆ ಇಲ್ಲಿ ಏನೂ ಇಲ್ಲ.

ಕೊನೆಯ ನೋಟ. ತಲೆಗೂದಲೆಲ್ಲ ಬಿಳಿ. ಇನ್ನಷ್ಟು ಸಣ್ಣದಾಗಿ ಕಾಣಿಸುವ ಉದ್ದನೆಯ ತಲೆಬುರುಡೆ. ಈಗಾಗಲೇ ಎಲ್ಲವೂ ಕುಗ್ಗಿ, ಕೊರಗಿ ಸಣ್ಣಗಾಗಿದೆ. ಜನರಿಗೆ ಸಾವಿನ ಅನಂತರದ ಪುನರ್ಮಿಲನಗಳಲ್ಲಿ ನಂಬಿಕೆಯಿದೆ. ಇಂತಹುದೊಂದು ಘಟನೆಯ ತರುವಾಯ ಆ ಲೋಕದಲ್ಲಿ ಒಬ್ಬರನ್ನೊಬ್ಬರು ಗುರುತು ಹಿಡಿಯಲು ಸಾಧ್ಯವಾಗಲೆಂದು ನನ್ನ ಆಸೆ.

ಸಾವಿನ ನಿಲಯವೇ, ಇದೋ, ನಿನಗೆ ವಿದಾಯ. ನೀನು ಹಿಂದೆ ಉಳಿಯುವೆ. ನಿನ್ನೆ ನೋಡಿದ ಇಗರ್ಜಿಯ ಹಾಗೆ...

ಹೊಚ್ಚ ಹೊಸ ಗಾಳಿ. ಭಾನುವಾರದ ಸೂರ್ಯ. ಈ ದಿನ, ಸೂರ್ಯ ಬೆಳಗ ಬೇಕಾದರೂ ಯಾಕೆ ?

○ ವೋಲ್ಫ್‌ಗಾಂಗ್ ಕೋಲ್‌ಹಾಸೆ

ಕತ್ತಲಲ್ಲಿ ಹುಟ್ಟಿತೊಂದು ಭಾಷೆ

ಧ್ವನಿವರ್ಧಕದ ಮೂಲಕ ಹತ್ತು ಸಂಖ್ಯೆಗಳನ್ನು ಕರೆಯಲಾಗುತ್ತದೆ. ಹತ್ತನೆಯದು ಅವನದು. ಸ್ಪ್ರಾಟ್‌ನ ಮನಸ್ಸಿನಲ್ಲಿ ಭಯವೂ ಇಲ್ಲ, ಭರವಸೆಯೂ ಇಲ್ಲ. ಅವನು ಸಾಲಿನಿಂದ ಮುಂದೆ ಬರುತ್ತಾನೆ. ತತ್ತರಿಸುತ್ತಾ ಹೆಜ್ಜೆ ಹಾಕುತ್ತಾನೆ. ಅವನು ಮುಂದೆ ಹೋದಹಾಗೆ, ಹಿಂದೆ ಬೆನ್ನುಗಳು, ಮುಖಗಳು. ಅವನು ಬಲಗಡೆಗೆ ತಿರುಗಿ ಬಹಳ ಪರಿಶ್ರಮದಿಂದ ಮುಂದುವರಿಯುತ್ತಾನೆ. ತನ್ನನ್ನು ಕೂಗಿ ಕರೆದ ಮನುಷ್ಯನ ಕಡೆಗೆ. ವೇದಿಕೆಯ ಮೇಲೆ ನಿಂತಿರುವ ಮನುಷ್ಯ. ಅವನ ಮುಂದಿರುವ ಮೇಜಿನ ಮೇಲೆ ಕಾಗದಪತ್ರಗಳು ಮತ್ತು ಧ್ವನಿವರ್ಧಕ.

1944ನೇ ವರ್ಷದ ಏಪ್ರಿಲ್ ತಿಂಗಳು. ಗೋಡೆಯ ಕಡೆ ಮುಖ ಮಾಡಿ ನಿಂತಿರುವ ಹತ್ತು ಜನರ ಸಾಲಿನಲ್ಲಿ ಸ್ಪ್ರಾಟ್ ಕೊನೆಯವನು. ಅವನಿನ್ನೂ ತರುಣ. ಆಗತಾನೇ ಬೆಳಗಾಗಿದೆ. ಆದರೂ ಅವನಿಗೆ ವಿಪರೀತ ಆಯಾಸ. ಅವನು ತಲೆಯೆತ್ತಿ ಕಾವಲುಗಾರರ ಮನೆಯ ಮೇಲ್ಛಾವಣಿ ಆಚೆ ನೋಡಿದರೆ ಆಕಾಶ ಕಾಣುತ್ತದೆ. ಮಳೆ ಸುರಿಸುವ ಮಂಕು ಆಕಾಶ. ಮೋಡಗಳ ಅಡಿಯಲ್ಲಿ ತೇಲಿಹೋದರೆ ಒಂದಿಷ್ಟೇ ದೂರದಲ್ಲಿ, ಈ ಜಗತ್ತಿನಿಂದ ಸ್ವಲ್ಪ ಆಚೆಗೆ ಇದೆ ಅವನ ದೇಶ, ಹಾಲೆಂಡ್. ಸ್ಪ್ರಾಟ್ ಮತ್ತು ಅವನ ಐವರು ಸಂಗಡಿಗರನ್ನು ಸೆರೆಹಿಡಿದು ತಂದದ್ದು ಅಲ್ಲಿಂದ. ನೂರು ದಿನಗಳ ಹಿಂದೆ; ಬಹಳ, ಬಹಳ ದೀರ್ಘಕಾಲದ ಹಿಂದೆ, ಯಾಕೆ? ಬಿಸಿಲಿನಲ್ಲಿ ಬೆವರು ಸುರಿಸಿ, ಚಳಿಯಲ್ಲಿ ಸೆಟೆದು ಹೋಗಲೆಂದೆ? ಕಲ್ಲುಗಳನ್ನು ಹೊತ್ತು, ಏಟು ತಿಂದು ಹೊಲಸಿನಲ್ಲಿ ಬಿದ್ದಿರಲೆಂದೇ? ಕೊಳೆತ ತರಕಾರಿಗಳನ್ನು ತಿಂದು ಮರದ ಹಲಗೆಗಳ ಮೇಲೆ ಮಲಗಲೆಂದೇ? ಕೊನೆಗೊಂದು ದಿನ ಶೂನ್ಯದಲ್ಲಿ ಕರಗಿಹೋಗಲೆಂದೇ? ಆದರೆ ಆ ಬಿಡುಗಡೆ ದೊರೆಯುವುದಕ್ಕೆ ಮೊದಲೇ, ಅವನು ಉಸಿರಾಡುತ್ತಿದ್ದರೂ, ತನ್ನ ಸುತ್ತಲಿನ ಬದುಕನ್ನು ನೋಡುತ್ತಿದ್ದರೂ, ತಾನು ಯಾರೆಂಬುದನ್ನೇ ಮರೆಯಲಿದ್ದಾನೆ. ಅಷ್ಟೇಕೆ, ಈಗಾಗಲೇ ಅವನು ಹೆಚ್ಚು ಕಡಿಮೆ ಎಲ್ಲವನ್ನೂ ಮರೆತಿದ್ದಾನೆ. ಅಗೋ, ಅಲ್ಲೇ ಆಕಾಶದಂಚಿನಿಂದ ಸ್ವಲ್ಪವೇ ಸ್ವಲ್ಪ ದೂರದಲ್ಲಿ ತಾನು ಹುಟ್ಟಿ ಬೆಳೆದ ದೇಶ

ಇದೆಯೆಂದು ಕಲ್ಪಿಸಿಕೊಳ್ಳುವುದೂ ಸಾಧ್ಯವಿಲ್ಲ. ಆ ಭೂಮಿ, ಆ ನೀರು, ತನ್ನ ತಾಯಿತಂದೆ, ಆ ಸಂಜೆಗಳು, ಹುಡುಗಿಯರ ತರಗತಿಗಳಲ್ಲಿನ ವಿಭಿನ್ನ ವಾಸನೆ, ಗಾಜಿನ ಬಾಗಿಲುಗಳ ಹಿಂದೆ ತನ್ನ ದಾರಿ ಕಾಯುತ್ತಿದ್ದ ವೈಜ್ಞಾನಿಕ ಉಪಕರಣಗಳು, ಅಲಮಾರು, ಭೌತಶಾಸ್ತ್ರ, ಅವೆಲ್ಲ ಇನ್ನೂ ಇವೆಯೇ ? ಎಂತಹ ನಂಬಲಾಗದ ಕನಸು, ಹಾಗೆ ಕಳೆದ ಮೂರು ವರ್ಷಗಳು, ಎಲ್ಲ ಬರಿಯ ಭ್ರಮೆ. ಯಾಕೆಂದರೆ ಶಕ್ತಿಸ್ಥಾಯಿತ್ವದ ನಿಯಮ ಈಗ ಅಸಿಂಧುವಾಗಿ ಪರಿಣಮಿಸಿದೆ. ಕಲ್ಲುಬಂಡೆಗಳನ್ನು ಹೊತ್ತು ಮೆಟ್ಟಲುಗಳನ್ನು ಹತ್ತಿ ಇಳಿಯುವ ಹತಭಾಗ್ಯರಿಗೆ, ದೊಣ್ಣೆ, ಬಂದೂಕುಗಳ ಆಕ್ರಮಣಗಳ ನಡುವೆ ಜೀವಂತರಾಗಿ ಉಳಿಯಲು ಹೋರಾಡಬೇಕಾದವರಿಗೆ, ಒಂದು ಕತ್ತಲಿನಿಂದ ಮತ್ತೊಂದು ಕತ್ತಲಿನ ಕಡೆಗೆ ಚಲಿಸುತ್ತಿರುವವರಿಗೆ ಆ ನಿಯಮ ಅಸಿಂಧು. ಬಂದವರು ಆರು ಜನ ಭೌತಶಾಸ್ತ್ರದ ವಿದ್ಯಾರ್ಥಿಗಳು. ಅವರಲ್ಲಿ ಐವರು ಈಗ ಇಲ್ಲ. ಆರನೆಯವನು ಮೂಳೆ ಚರ್ಮವಾಗಿರುವ ಸ್ಟ್ರಾಟ್. ಅವನು ಈ ದಿನ ಕಲ್ಲುಗಳನ್ನು ಅಗೆಯುವ ಗಣಿಗೆ ಹೋಗುತ್ತಿಲ್ಲ. ಏಕೆಂದರೆ, ಈ ದಿನ ಅವನ ಸಂಖ್ಯೆಯನ್ನು ಬೇರೆ ಯಾವುದೋ ಕೆಲಸ ಮಾಡಲು ಕರೆದಿದ್ದಾರೆ.

ಹತ್ತು ಜನ, ಆದರೆ ಅವರು ಹೋಗುವ ಸ್ಥಳ ಯಾವುದು ? ನೆಲಮಾಳಿಗೆಯೇ ? ಆಸ್ಪತ್ರೆಯೇ ? ಬಿಳಿಯ ಜಾಕೆಟ್ ತೊಟ್ಟ ಕಾವಲುಗಾರನೊಬ್ಬ ಅವರನ್ನು ಅಡುಗೆಮನೆಗೆ ಕರೆದುಕೊಂಡು ಹೋಗುತ್ತಾನೆ. ಅದೊಂದು ಕಲ್ಲಿನ ಕಟ್ಟಡ. ಹಾಸುಹಂಚಿನ ನೆಲ, ಅಲ್ಲಿ ಆರು ಫಳಫಳ ಹೊಳೆಯುವ ಪಾತ್ರೆಗಳು, ಅವುಗಳಲ್ಲಿ ಹೊಲಸು ವಾಸನೆ ಹೊಡೆಯುವ ಸೂಪ್‌ಅನ್ನು ಬೇಯಿಸುತ್ತಾರೆ. ಆದರೆ ಅವರನ್ನು ಕರೆಸಿರುವುದು ಸೂಪ್ ಕುಡಿಯಲಿಕ್ಕಲ್ಲ. ಆಲೂಗಡ್ಡೆ ಸುಲಿಯುವುದಕ್ಕೆ.

ಈ ದಿನ ಶಿಬಿರಾಧಿಕಾರಿ ತನ್ನ ಗೆಳೆಯರಿಗೆ ಭೋಜನಕೂಟವೊಂದನ್ನು ಏರ್ಪಡಿಸಿದ್ದಾನೆ. ಅಂತಹ ಸಂದರ್ಭಗಳಲ್ಲಿ ಕಾವಲುಗಾರರು, ಕೊಲೆಗಡುಕರು ಕೋಶಾಧಿಕಾರಿ, ವಾರ್ಡನ್‌ಗಳು, ಆಡಳಿತಗಾರರು, ಹಿಂಸೆಕೊಟ್ಟು ಬಾಯಿ ಬಿಡಿಸುವವರು, ಗುಮಾಸ್ತರು, ವೈದ್ಯರು ಎಲ್ಲರೂ ಒಟ್ಟಾಗಿ ಊಟಕ್ಕೆ ಕುಳಿತುಕೊಳ್ಳುತ್ತಾರೆ. ಆಗ ಬಹಳ ಮೋದದ ವಾತಾವರಣ. ಈ ಕಾರ್ಯಕ್ರಮ ಮೂರು ಆಧಾರಸ್ತಂಭಗಳನ್ನು ಅವಲಂಬಿಸಿರುತ್ತದೆ. ಮೊದಲನೆಯದು ಅವರ ನಡುವಿನ ಗೆಳೆತನ. ಎರಡನೆಯದು ಬೀರ್. ಮೂರನೆಯದು ಹುರಿದ ಹಂದಿ ಮಾಂಸ ಮತ್ತು ಆಲೂಗಡ್ಡೆ ಪಲ್ಯ. ಅಡಿಗೆಮನೆಯಲ್ಲಿ ಈಗ, ಹತ್ತು ಸ್ಟೂಲುಗಳು. ಸಾಲಾಗಿ ಕುಳಿತಿರುವುದು ಅದಕ್ಕಾಗಿಯೇ. ಹತ್ತು ಸ್ಟೂಲುಗಳು. ಅವುಗಳ ಪಕ್ಕದಲ್ಲಿ ಹತ್ತು ಬುಟ್ಟಿ ಆಲೂಗಡ್ಡೆ. ಅವುಗಳ ಮುಂದೆ, ಸಿಪ್ಪೆ ಎಸೆಯುವುದಕ್ಕೆ ಹತ್ತು ಬೋಗುಣಿಗಳು. ಆ ಸ್ಟೂಲ್‌ಗಳ ಮುಂದೆ, ಸಿಪ್ಪೆ ಸುಲಿದ ಆಲೂಗಡ್ಡೆ ಹಾಕುವುದಕ್ಕೆ ಒಂದು ದೊಡ್ಡ ಲೋಹದ ಟಬ್. ಇವೆಲ್ಲದರ ಮಧ್ಯೆ ಒಂದು ಸ್ಟೂಲ್ ಮೇಲೆ ಕುಳಿತ ಸ್ಟ್ರಾಟ್.

ಅಡುಗೆಮನೆ ಬೆಚ್ಚಗೆ, ನಿಶ್ಶಬ್ದವಾಗಿ ಇದೆ. ಹತ್ತಿರದಲ್ಲೇ ಇರುವ ಕಲ್ಲಿನ ? ಗಣಿ, ಎಲ್ಲೋ ದೂರದಲ್ಲಿ ಇರುವ ಹಾಗಿದೆ. ಬಾಗಿಲ ಪಕ್ಕದ ಚಿಕ್ಕ ಕೋಣೆಯಲ್ಲಿ ಒಬ್ಬ ಅಧಿಕಾರಿ ಏನೋ ಓದುತ್ತಾ ಕುಳಿತಿದ್ದಾನೆ. ಆಗೊಂದು ಸಲ, ಈಗೊಂದು ಸಲ ಕಾವಲುಗಾರ ಒಳಗಡೆ ಬರುತ್ತಾನೆ. ಆಲೂಗಡ್ಡೆ ಸಿಪ್ಪೆ ಸುಲಿಯುವವರ ಪಕ್ಕದಲ್ಲಿ ನಿಂತುಕೊಂಡು, ಅವರು ಕೆಲಸ ಮಾಡುವುದನ್ನು ನೋಡುತ್ತಾನೆ. ಅವರಿಗೆ ಹೊಡೆಯಬೇಕು, ಬಡಿಯಬೇಕು ಎನ್ನುವ ಸಣ್ಣ ಬುದ್ಧಿಯಿಂದ ಅಲ್ಲ, ಆ ಕೆಲಸ ಮಾಡುವುದು ಹೇಗೆ ಎಂದು ನೋಡುವ ಆಸಕ್ತಿಯಿಂದ

ಅಷ್ಟೇ. ಏನೇ ಆಗಲಿ, ಸ್ಪ್ರಾಟ್‌ನ ಕೈಗಳು ನಡುಗುತ್ತಿವೆ, ಅವನಿಗೆ ಸಿಪ್ಪೆ ಸುಲಿಯುವ ಕೆಲಸದಲ್ಲಿ ಅನುಭವ ಇಲ್ಲ. ಅವನು ಸುಲಿದು ಎಸೆಯುವ ಸಿಪ್ಪೆಗೆ ಬೇಕಾದಷ್ಟು ಆಲೂಗಡ್ಡೆ ಅಂಟಿಕೊಂಡಿರುತ್ತದೆ. ಕಾವಲುಗಾರ ತನ್ನ ಕೈಗಳ ಕಡೆ ದುರುಗುಟ್ಟಿಕೊಂಡು ನೋಡುತ್ತಾ ಇದ್ದರೆ, ಅವನು ಕೆಲಸ ಮಾಡುವ ವೇಗ ಮತ್ತಷ್ಟು ನಿಧಾನ ಆಗುತ್ತದೆ. ಕಾವಲುಗಾರ ಒಂದು ಕ್ಷಣ ಹೊರಗಡೆ ಹೋಗುತ್ತಾನೆ. ಹೋಗುತ್ತಿದ್ದ ಹಾಗೆಯೇ ಮತ್ತೆ ವಾಪಸ್ ಬರುತ್ತಾನೆ. ಸ್ಪ್ರಾಟ್ ಬೇಗ ಬೇಗ ಕೆಲಸ ಮಾಡಲು ಪ್ರಯತ್ನಪಡುತ್ತಾನೆ. ಆದರೆ ಏನೂ ಪ್ರಯೋಜನ ಇಲ್ಲ. ಕಾವಲುಗಾರ ಆಗಲೇ ಪ್ರಶ್ನೆ ಕೇಳುವುದಕ್ಕೆ ಸಿದ್ಧವಾಗಿದ್ದಾನೆ. ಅವನು ಕೇಳುವ ಪ್ರಶ್ನೆ ಗೊತ್ತೇ ಇದೆ.

"ಏಯ್, ಇಲ್ಲಿಗೆ ಬರೋದಕ್ಕೆ ಮುಂಚೆ ಏನು ಕೆಲಸಾ ಮಾಡ್ತಾ ಇದ್ದೆ ?"

ಸ್ಪ್ರಾಟ್ ತಲೆಯೆತ್ತಿ ನೋಡದೆ, "ವಿದ್ಯಾರ್ಥಿ" ಎಂದು ಉತ್ತರಕೊಟ್ಟು ತನ್ನ ಕೆಲಸವನ್ನು ಮುಂದುವರಿಸುತ್ತಾನೆ. ಕೈಗಳ ನಡುಕ ಮತ್ತಷ್ಟು ಜಾಸ್ತಿ. ಇನ್ನೊಂದು ಕ್ಷಣದಲ್ಲಿ ಅವನಿಗೆ ಬೂಟುಕಾಲಿನ ಏಟು ಬೀಳಲಿದೆ. ಪುಸ್ತಕ ಓದುತ್ತಿರುವ ಅಧಿಕಾರಿ ತಲೆಯೆತ್ತಿ ಈ ಕಡೆ ನೋಡಲಿದ್ದಾನೆ. ಆಮೇಲೆ ? ಆದರೆ ಏನೂ ಆಗುವುದೇ ಇಲ್ಲ. ಕಾವಲುಗಾರ ಇನ್ನೊಂದು ಪ್ರಶ್ನೆ ಕೇಳುತ್ತಾನೆ ಅಷ್ಟೆ.

"ಆಹಾ, ಈಗೇನು ವಿದ್ಯಾಭ್ಯಾಸ ಎಲ್ಲಾ ಮುಗಿದ್ಹಂಗೇನಾ ?"

ಮಧ್ಯಾಹ್ನ ಅವರಿಗೆಲ್ಲ, ಹಬೆ ಏಳುತ್ತಿರುವ ಬಿಸಿ ಬಿಸಿ ಸೂಪ್, ಒಂದೊಂದು ಬಟ್ಟಲಿನಂತೆ ಕೊಡುತ್ತಾರೆ. ಅದರಲ್ಲಿ ಅಲ್ಲೊಂದು, ಇಲ್ಲೊಂದು ಮಾಂಸದ ತುಂಡು ತೇಲುತ್ತಿದೆ. ಅನಂತರ ಇನ್ನೊಂದು ಬಾರಿ, ಬಟ್ಟಲು ತುಂಬ. ಸರಿ, ತನ್ನ ದೇಹವೆಂಬ ಅಸ್ಥಿಪಂಜರದೊಳಗೆ ಅಷ್ಟೊಂದು ಸೂಪ್ ತುಂಬಿಕೊಂಡ ಸ್ಪ್ರಾಟ್. ಅಡುಗೆಮನೆಯ ಗೋಡೆಗೆ ಒರಗಿಕೊಂಡು, ಸುಮ್ಮನೆ ನಿಂತಿದ್ದಾನೆ. ಇದ್ದಕ್ಕಿದ್ದಹಾಗೆ ಏನು ಆಶ್ಚರ್ಯ! ಈಗ ಅವನಿಗೆ ಹಸಿವು ಇಲ್ಲ, ಕಲ್ಲುಬಂಡೆ ಹೊರುವ ಕೆಲಸ ಇಲ್ಲ. ಕೂಗಾಟ, ಉಗಿದಾಟ ಇಲ್ಲ. ತುಂಬಾ ದೂರದಲ್ಲಿ ವಿದ್ಯುತ್ ಬೇಲಿಯ ಕೆಳಗಡೆ – ಅದರ ಹತ್ತಿರ ಯಾರೂ ಹೋಗಕೂಡದು – ಅವನಿಗೆ ಒಂದು ಚೂರು ಹಸಿರು ಹುಲ್ಲು ಕಾಣಿಸುತ್ತದೆ. ಇದು ವಸಂತಕಾಲ ಎಂದು ನೆನಪಾಗುತ್ತದೆ. ಅವನನ್ನೇ ನೋಡುತ್ತಿರುವ ಕಾವಲುಗಾರ, ಹತ್ತಿರ ಬಂದು ಕೇಳುತ್ತಾನೆ.

"ಏನಯ್ಯಾ, ನೀನು ಏನು ಓದ್ತಾ ಇದ್ದೆ ?"

"ಭೌತಶಾಸ್ತ್ರ."

ಅವನು, 'ಅದೇನು ಮಹಾ ? ನನಗೂ ಗೊತ್ತು' ಎನ್ನುವ ಧಾಟಿಯಲ್ಲಿ "ಹೌದಾ ?" ಎಂದು ಕೇಳಿ ಸುಮ್ಮನಾಗುತ್ತಾನೆ.

ಮಧ್ಯಾಹ್ನ ಕಾವಲುಗಾರ ತನ್ನ ಹತ್ತಿರ ಬಂದು ನಿಂತಾಗ ಸ್ಪ್ರಾಟ್‌ಗೆ ಅಷ್ಟೊಂದು ಭಯ ಇಲ್ಲ. ಅಡುಗೆಮನೆ ಒಳಗಡೆ, ಅದು ಹೇಗೋ, ಒಂದು ಸೂರ್ಯನಕಿರಣ ತೆವಳಿಕೊಂಡು ಬಂದಿದೆ. ಆಲೂಗಡ್ಡೆಗಳು, ಒಂದೇ ಸಮನೆ ಕುದಿಯುವ ನೀರಿನೊಳಗಡೆ ಬೀಳುತ್ತಿವೆ. ಅಡುಗೆಮನೆಯಲ್ಲಿ ಖಾಯಂ ಆಗಿ ಕೆಲಸ ಮಾಡುವವರ ಗುಂಪು ಮಾರನೆಯ ದಿನದ ಅಡುಗೆಗೆ ಬ್ರೆಡ್ ಕತ್ತರಿಸುತ್ತಿದೆ. ಈಗ, ಈ ಕ್ಷಣದಲ್ಲಿ, ಇಲ್ಲಿ, ಅಲ್ಲಿ, ಹತ್ತಿರದಲ್ಲಿ ಯಾರೋ ಒಬ್ಬರು ಸುಡುವ ಮರಳಿನಲ್ಲಿ ಬಿದ್ದು ಸಾಯುತ್ತಿರಬಹುದೆಂದು ಯಾರು ತಾನೇ ಯೋಚಿಸುತ್ತಾರೆ ? ಇದ್ದಕ್ಕಿದ್ದಂತೆ ಸ್ಪ್ರಾಟ್‌ನ ಪಕ್ಕದಲ್ಲಿ ನಿಂತಿರುವ ಕಾವಲುಗಾರನಿಗೆ ತನ್ನ ಹೃದಯದಲ್ಲಿರುವುದನ್ನೆಲ್ಲ ಹೇಳಿಕೊಳ್ಳಬೇಕೆಂಬ ಬಯಕೆ ಹುಟ್ಟುತ್ತದೆ. ಅವನೆನ್ನುತ್ತಾನೆ :

"ಇದರ ಮನೇ ಹಾಳಾಗ! ಈ ಸುಡುಗಾಡು ಯುದ್ಧ ಮುಗಿಯೋದೇ ತಡ, ನಾನು ಇಲ್ಲಿಂದ ದೂರ ಹೊರಟುಹೋಗ್ತೇನೆ. ಪರ್ಶಿಯಾಗೆ ಹೋಗ್ತೇನೆ."

ಈ ಕಾವಲುಗಾರನ ಅಣ್ಣ ಒಬ್ಬ ಪರ್ಶಿಯಾದಲ್ಲಿ ಇದ್ದಾನಂತೆ. ಇನ್ನೇನು ಯುದ್ಧ ಶುರು ಆಗಬೇಕು ಅನ್ನುವಷ್ಟರಲ್ಲಿ ಅವನು ತಪ್ಪಿಸಿಕೊಂಡು ಪರ್ಶಿಯಾಗೆ ಹೋದ. 1939ರಲ್ಲಿ. ಈಗ ನೋಡಿದರೆ ಅವನು ಮಜವಾಗಿದ್ದಾನೆ. ದೊಡ್ಡ ವ್ಯಾಪಾರಿ. ಪಾಪ, ನಮ್ಮ ಕಾವಲುಗಾರ, ದಡ್ಡ ಬಡ್ಡೀಮಗ, ಇಲ್ಲಿ ಕೊಳೆಯುತ್ತಿದ್ದಾನೆ.

"ನೀನು ಹಾಲೆಂಡಿನವನಲ್ಲವಾ ? ನಿನಗೆ ಏನು ಅನ್ನಿಸ್ತದೆ ? ಪರ್ಶಿಯಾಗೆ ಹೋಗೋದು ಒಳ್ಳೇ ಕೆಲಸಾನಾ ?"

"ಓಹೋ ಅದರಲ್ಲಿ ಅನುಮಾನವೇ ಇಲ್ಲ" – ಸ್ಟ್ರಾಟ್‌ನ ಉತ್ತರ. ಆಲೂಗಡ್ಡೆ ಸುಲಿಯುವ ಅವನ ಕೆಲಸಕ್ಕೆ ನಿಲುಗಡೆಯೇ ಇಲ್ಲ. ಆದರೆ, ಏಕೋ ಈಗ ಸುಲಿಯುವ ವೇಗ ಕಡಿಮೆಯಾಗಿದೆ ಅಷ್ಟೇ. ಹಿತವಾದ ಮಧ್ಯಾಹ್ನದ ಬೆಳಕಿನಲ್ಲಿ, ತನ್ನ ಕಷ್ಟ ಬೇರೆಯವರಿಗೆ ಅರ್ಥ ಆಯಿತಲ್ಲ ಎನ್ನುವ ಸಮಾಧಾನದಿಂದ ನಿಧಾನವಾಗಿ ತಲೆದೂಗುತ್ತಾನೆ, ನಮ್ಮ ಕಾವಲುಗಾರ. ಆಮೇಲೆ ನಿಟ್ಟುಸಿರುಬಿಡುತ್ತಾನೆ.

"ಎಷ್ಟೊಂದು ವರ್ಷ ದಂಡವಾಗಿ ಹೋಯ್ತು. ಅದೂ ಎಂತಹ ಒಳ್ಳೆಯ ವಯಸ್ಸಿನಲ್ಲಿ. ಇಲ್ಲಿ ಪರ್ಶಿಯನ್ ಭಾಷೆ ಕಲಿಯೋದಕ್ಕಾದ್ರೂ ಸಾಧ್ಯವಿದ್ದಿದ್ದರೆ ಎಷ್ಟು ಚೆನ್ನಾಗಿರ್ತಿತ್ತು."

ಅವನು ಕಳವಳಗೊಂಡಿರುವಂತೆ ತೋರುತ್ತದೆ. ಚಿಂತೆಯ ಗೆರೆಗಳು ಮೂಡಿದ ಅವನ ಮುಖ ನಂಬಬಹುದಾದ ನನ್ನ ಗೆಳೆಯನ ಮುಖದಂತಿದೆ. ಅವನಿಗೆ ಸುಮಾರು ನಲವತ್ತು ವರ್ಷ. ಅವನ ಸುತ್ತ ಕುಳಿತಿರುವ ಬಡಕಲು ಮನುಷ್ಯರಿಗೆ ಹೋಲಿಸಿದರೆ ದುಂಡು ದುಂಡಾಗಿಯೇ ಇದ್ದಾನೆ. ಅದೃಷ್ಟ ಅವನನ್ನು ಕೆಳಗಡೆ ಎಸೆದು ಮತ್ತೆ, ಮೇಲೆತ್ತಿತ್ತು. ಆದರೂ ಅವನಿಗೆ ಮೋಸವಾಗಿದ್ದದ್ದು ಖಂಡಿತ. ಜೀವನ ಎಂದರೆ ಇಷ್ಟೇ. ಇದ್ದಕ್ಕಿದ್ದಂತೆ ಸ್ಟ್ರಾಟ್‌ನ ಬಾಯಿಯಿಂದ ಅವನಿಗರಿವಿಲ್ಲದಂತೆ ಒಂದು ಮಾತು ಹೊರಬೀಳುತ್ತದೆ :

"ನನಗೆ ಪರ್ಶಿಯನ್ ಭಾಷೆ ಬರ್ತದೆ."

ಕಾವಲುಗಾರನಿಗೆ ಆಶ್ಚರ್ಯ. ಅವನು ನೀರು ತುಂಬಿದ ಕಣ್ಣುಗಳಿಂದ ಒಂದೇ ಸಮನೆ ಸ್ಟ್ರಾಟ್ ಕಡೆ ನೋಡುತ್ತಾನೆ. ಮೊದಲು ಅಪನಂಬಿಕೆ, ಅನಂತರ ಅನುಮಾನ. ಕೊನೆಗೆ ಏನೋ ಒಂದು ರೀತಿಯ ಕೋಮಲತೆ.

"ನಿನಗೆ ಪರ್ಶಿಯನ್ ಬರ್ತ್ತದಾ ?"

ಸ್ಟ್ರಾಟ್ ತಲೆದೂಗುತ್ತಾನೆ. ಅವನ ಮುಖದಲ್ಲಿ ಯಾವ ಭಾವನೆಯೂ ಇಲ್ಲ.

"ಹಾಗಾದರೆ ನನ್ನ ಜೊತೆ ಬಾ."

ಕಾವಲುಗಾರ ಮುಂದೆ ಓಡುತ್ತಾನೆ. ಅವನ ಹಿಂದೆ ಏಳುತ್ತಾ, ಬೀಳುತ್ತಾ ಸ್ಟ್ರಾಟ್. ಚಿಕ್ಕ ಆಫೀಸು ಕೋಣೆಯಲ್ಲಿ ಇಬ್ಬರು ಕುಳಿತಿದ್ದಾರೆ.

"ಈಗ, ಹೇಳು ನಿನಗೆ ಪರ್ಶಿಯನ್ ಹೇಗೆ ಗೊತ್ತು ?"

ಇನ್ನು ಮುಂದೆ ಸ್ಟ್ರಾಟ್ ಹಿಂಜರಿಯುವ ಪ್ರಶ್ನೆಯೇ ಇಲ್ಲ. ಕಾವಲುಗಾರನ ಹತ್ತಿರ ಯಾರೂ ತಮಾಷೆ ಮಾಡುವುದಿಲ್ಲ. ಅದರಲ್ಲೂ ಒಂದು ಏಟು ಬಿದ್ದರೆ ಸಾಕು, ನೆಲದ ಮೇಲೆ ಉರುಳಿ ಹೆಣವಾಗಲಿರುವಂಥ ಒಬ್ಬ ವ್ಯಕ್ತಿ. ಅಲ್ಲದೆ ಸ್ಟ್ರಾಟ್‌ಗೆ ತಮಾಷೆ ಮಾಡಬೇಕು ಎಂದೇನೂ ಇಷ್ಟ ಇಲ್ಲ. ಪ್ರಾಣ ಹಿಂಡುವ ಕಲ್ಲಿನ ಗಣಿಗೆ ಇನ್ನೊಂದು ಸಲ ಹೋಗದೆ ಇದ್ದರೆ ಅವನಿಗೆ ಸಾಕು.

ಈ ಅಡುಗೆಮನೆಯಲ್ಲಿ, ಮನುಷ್ಯನ ಹಾಗೆ, ಸ್ಟೂಲ್ ಮೇಲೆ ಕುಳಿತುಕೊಂಡು, ಆಲೂಗಡ್ಡೆ ಸುಲಿಯುತ್ತಾ ಇರಲು ಅವಕಾಶ ಸಿಕ್ಕಿದರೆ ಸಾಕು. ಇಲ್ಲಿ ಅವನಿಗೆ ಒಂದು ತಟ್ಟೆ ಸೂಪ್ ಕೊಡುತ್ತಾರೆ. ಎಲ್ಲಿ ತನ್ನ ಧ್ವನಿ ತನಗೇ ಮೋಸ ಮಾಡುತ್ತದೆಯೋ ಎಂದು ಅವನಿಗೆ ಭಯ. ದೇವರ ದಯ, ಹಾಗೆ ಆಗಲಿಲ್ಲ, ಆದರೆ ಆ ದನಿ ತುಂಬ ಕ್ಷೀಣವಾಗಿದೆ. ಅವನು ಹೇಳುತ್ತಾನೆ.

"ನಾನು ಯುದ್ಧಕ್ಕಿಂತ ಮುಂಚೆ ಪರ್ಶಿಯಾದಲ್ಲಿದ್ದೆ."

"ಅಯ್ಯಾ ಮಹಾನುಭಾವ, ನೀನು ಹೇಳ್ತಾ ಇರೋದು ನಿಜ ಅಲ್ಲದೆ ಇದ್ದರೆ, ನಿನ್ನ ಗತಿ ಏನಾಗ್ತದೆ, ಗೊತ್ತಾ ?"

ಸ್ಪ್ರಾಟನ ಕಣ್ಣುಗಳಲ್ಲಿ ತುಂಬಿದ ಭಯದ ತೀವ್ರತೆಯನ್ನು ನೋಡಿದ ಕೂಡಲೇ ಕಾವಲುಗಾರನಿಗೆ ಖಚಿತವಾಗುತ್ತದೆ – ಸುಳ್ಳು ಹೇಳಿದರೆ ತನಗೇನು ಕಾದಿದೆ ಎಂಬ ಸಂಗತಿ ಈ ಮನುಷ್ಯನಿಗೆ ಗೊತ್ತೆಂದು.

"ಸರಿ, ಹಾಗಾದ್ರೆ. ಗುಡ್‌ಮಾರ್ನಿಂಗ್ ಅಂತ ಪರ್ಷಿಯನ್ ಭಾಷೆಯಲ್ಲಿ ಹೇಳೋದು ಹೇಗೆ ?"

"ದಲಾಮ್" ಸ್ಪ್ರಾಟನ ಉತ್ತರ.

"ಹಾಗಾದ್ರೆ, ಹೇಲು ಅನ್ನೋದಕ್ಕೆ."

ಉತ್ತರ ಬರುವುದು ಬಹಳ ತಡವಾಗುತ್ತದೆ. ಕಾವಲುಗಾರನಿಗೆ ರೇಗುತ್ತದೆ.

"ಹೇಲು ಅನ್ನೋದಕ್ಕೆ ಏನಾದ್ರೂ ಒಂದು ಪದ ಇರಲೇಬೇಕು."

"ತೂಪಾ"

"ತೂಪಾ" ಕಾವಲುಗಾರ ಆ ಪದವನ್ನೇ ಪುನರುಚ್ಚರಿಸುತ್ತಾನೆ. ಹೊಸ ಭಾಷೆಯನ್ನು ಕಲಿಯುತ್ತಿದ್ದೇನೆ ಎನ್ನುವ ಗಂಭೀರ ಉದ್ವೇಗ ಅವನಲ್ಲಿ ಸ್ಪಷ್ಟ. ಆಮೇಲೆ ಅವನು ಹೇಳುತ್ತಾನೆ.

"ಇನ್ನು ಮೇಲೆ ಸಾಯೋವರೆಗೆ ಆಲೂಗಡ್ಡೆ ಸುಲೀತಾ ಇರೋದೇ ನಿನ್ನ ಕೆಲಸ."

ಅವರ ಸಂಭಾಷಣೆಯ ಬಗ್ಗೆ ಇಷ್ಟೇ ಸಾಕು. ಆದರೆ ಅದರಿಂದಾದ ಪರಿಣಾಮಗಳು ಅಪಾರ. ಉದಾಹರಣೆಗೆ, ಅಡುಗೆಮನೆಯ ಕಾವಲುಗಾರ ಬಾಟೆನ್‌ಬಾಖ್, ಭರ್ಜರಿ ಊಟ ಮುಗಿದ ಮೇಲೆ ಕಾಣಿಸಿಕೊಂಡ ತಂಡ ನಾಯಕ ರೊಯೆಡರ್ ಹತ್ತಿರ ಹೋಗಿ ಹೇಳುತ್ತಾನೆ :

"ಎಷ್ಟೋ ದಿನಗಳಿಂದ, ಅಡುಗೆಮನೆಯಲ್ಲಿ ಕೆಲಸ ಮಾಡುವವರ ಗುಂಪಿಗೆ ಇನ್ನೊಬ್ಬನನ್ನು ಸೇರಿಸೋ ಅವಶ್ಯಕತೆ ಇತ್ತು. ಆದರೆ ಇದುವರೆಗೆ ಸರಿಯಾದ ಮನುಷ್ಯ ಸಿಕ್ಕಿರಲಿಲ್ಲ. ಈಗ, ಈ ಕೆಲಸ ಮಾಡೋದಕ್ಕೇ ಹುಟ್ಟಿರುವಂತಹ ಆಸಾಮಿ ಒಬ್ಬ ಸಿಕ್ಕಿದ್ದಾನೆ."

ತಂಡನಾಯಕ ಒಂದೇ ಸಮ ತಲೆ ತೂಗುತ್ತಿದ್ದಾನೆ. ಇಂತಹ ನಳ ಮಹಾರಾಜನನ್ನು ಒಂದು ಸಲ ನೋಡುವುದಕ್ಕೆ ಅವನ ಅಭ್ಯಂತರ ಏನೂ ಇರಲಿಲ್ಲ. ಸರಿ, ಬಾಟೆನ್‌ಬಾಖ್‌ನನ್ನು ಹಿಂದೆ ಬಿಟ್ಟುಕೊಂಡು, ಆಲೂಗಡ್ಡೆ ಸುಲಿಯುತ್ತಿರುವವರ ಹತ್ತಿರ ಹೋಗುತ್ತಾನೆ. ಮೂಳೆ ಬಿಟ್ಟುಕೊಂಡಿರುವ ಡಚ್ ಮನುಷ್ಯನನ್ನು ನೋಡುತ್ತಾನೆ. ಅವನು ಭೌತಶಾಸ್ತ್ರದ ಮಾಜೀ ವಿದ್ಯಾರ್ಥಿ. ಮೂರು ವರ್ಷಗಳ ಕಾಲ. ಆದರೆ ಅದನ್ನೆಲ್ಲ ಕಟ್ಟಿಕೊಂಡು ರೊಯೆಡರ್‌ಗೆ ಏನಾಗಬೇಕು ? ಅವನಿಗೆ ಆಸಕ್ತಿಯಿರುವುದು ಅವನ ಕಣ್ಣೆದುರಿಗೆ ಕಾಣುತ್ತಿರುವ ಸತ್ಯದಲ್ಲಿ. ಹಾಗೆ ಅವನ ಕಣ್ಣಿಗೆ ಕಾಣಿಸುತ್ತಿರುವುದು, ಈ ಮನುಷ್ಯ ಎಷ್ಟೇ ಪ್ರಯತ್ನಿಸುತ್ತಿದ್ದರೂ ಆಲೂಗಡ್ಡೆ ಸುಲಿಯುವ ಕಲೆಯ ಓನಾಮವೂ ಅವನಿಗೆ ಗೊತ್ತಿಲ್ಲವೆಂಬುದು. ಆದರೆ ಅದರಿಂದೇನೂ ಬಾಧಕವಿಲ್ಲ. ಯಾಕೆ ಅಂದರೆ ತಂಡನಾಯಕ ವಾರಕ್ಕೆ ಎರಡು ಸಲ ಒಂದು

ಚೂರು ಸಾಸೇಜ್ ಮನೆಗೆ ತೆಗೆದುಕೊಂಡು ಹೋಗುತ್ತಾನೆ. ಪ್ರತಿ ಭಾನುವಾರ ಒಂದು ತುಂಡು ಹುರಿದ ಮಾಂಸ. ಆಗೊಂದು ಈಗೊಂದು ಕೃತಕ ಬೆಣ್ಣೆಯ ಮುದ್ದೆ. ಎಲ್ಲ ಬಾಟೆನ್‌ಬಾಖ್‌ನ ನೆರವಿನಿಂದ. ಸರಿ, ರೊಯೆಡರ್ ಇನ್ನೊಂದು ಸಲ ಗೋಣು ಹಾಕುತ್ತಾನೆ. ತನ್ನ ಮಟಾಣಿ ಕೋಣೆಗೆ ವಾಪಸ್ ಹೋಗುತ್ತಾನೆ. ಒಂದು ಕಾಗದದ ಚೂರಿನ ಮೇಲೆ ಸ್ಟ್ರಾಟ್‌ನ ಹೆಸರು ಮತ್ತು ಸಂಖ್ಯೆಗಳನ್ನು ಬರೆಯುತ್ತಾನೆ. ಆ ಚೀಟಿ, ಅದೇ ದಿನ ಮಧ್ಯಾಹ್ನ ಅಲ್ಲಿ ಕಾರ್ಮಿಕರ ಅಂಕೆಸಂಖ್ಯೆಗಳ ವಿಭಾಗಕ್ಕೆ ಹೋಗುತ್ತದೆ. ಅಲ್ಲಿಂದ ಕಾರ್ಮಿಕರ ದಳದ ನಾಯಕನಿಗೆ. ಸರಿ, ಮಾರನೇ ದಿನ ಬೆಳಿಗ್ಗೆ ಹಾಜರಿ ತೆಗೆಯುವಾಗ, ಮತ್ತೆ ಹತ್ತು ಜನರನ್ನು ಅಡುಗೆಮನೆ ಕೆಲಸಕ್ಕೆ ಕಳುಹಿಸುತ್ತಾರೆ. ನಿನ್ನೆ ಆ ಕೆಲಸಕ್ಕೆ ಹೋದವರಿಗೆಲ್ಲ ಇವತ್ತು ಬಂಡೆ ಕೆಲಸ. ಸ್ಟ್ರಾಟ್ ಒಬ್ಬನನ್ನು ಬಿಟ್ಟರೆ. ಈ ದಿನ ಬೆಳಿಗ್ಗೆ ಒಳ್ಳೇ ಬಿಸಿಲು ; ಆದರೂ ತಂಪಾಗಿದೆ. ಸ್ಟ್ರಾಟ್ ಆಲೂಗಡ್ಡೆ ಸುಲಿಯಲು ಅಡುಗೆಮನೆಗೆ ಹೋಗುತ್ತಾನೆ, ಅಲ್ಲಿ, ಅವನು ತನ್ನ ಹಳೆ ಗೆಳೆಯ ಎನ್ನುವ ಹಾಗೆ ಬಾಟೆನ್‌ಬಾಖ್ ಅವನ ಬೆನ್ನು ತಟ್ಟುತ್ತಾನೆ.

ಈಗ ಸ್ಟ್ರಾಟ್, ಬಾಟೆನ್‌ಬಾಖ್‌ನ ಅಡಿಯಾಳು. ಇನ್ನು ಮುಂದೆ ಉರಿ ಬಿಸಿಲಿನಲ್ಲಿ ಕೆಲಸ ಮಾಡಿ ಅವನು ಸುಟ್ಟು ಸೀಕರಿಯಾಗಲಾರ. ಅವನಿಗೆ ಬೇಕಾದಷ್ಟು ಬ್ರೆಡ್ ಮತ್ತು ಸೂಪ್ ದೊರೆಯಲಿದೆ, ಅವನ ಶಕ್ತಿ ನಿಧಾನವಾಗಿ ಮರಳಿ ಬರಲಿದೆ.

"ಆಹಾ ಎಂಥ ಮೆದುಳು ! ಇದಕ್ಕಿಂತ ಅನ್ಯಾಯ ಬೇರೆ ಏನಾದರೂ ಇದೆಯಾ ?"

ಬಾಟೆನ್‌ಬಾಖ್ ತನ್ನ ಕೈಗಳನ್ನು ತಾನೇ ಉಜ್ಜಿಕೊಳ್ಳುತ್ತಾ ಯೋಚನೆ ಮಾಡುತ್ತಾನೆ. ತಲೆಹಿಡಿಯುವ ಅರಾಜಕೀಯ ಕೆಲಸ ಮಾಡಿದ್ದಕ್ಕೆ ತನ್ನನ್ನು ಅವರು ಸೆರೆಮನೆಗೆ ತಳ್ಳ ಬಹುದಿತ್ತು; ಆದರೆ ಈಗ ತಾನು ಪರ್ಷಿಯನ್ ಭಾಷೆ ಕಲಿಯುವುದನ್ನು ತಪ್ಪಿಸಲು ಅವರಿಂದ ಸಾಧ್ಯವಿಲ್ಲ, ಎಂದು ಅವನು ಹಿಗ್ಗುತ್ತಾನೆ. ಮೊದಲು ಒಂದು ನಾಲ್ಕುದಿನ, ಸ್ಟ್ರಾಟನ ಹಿಂದೆಮುಂದೆ ಓಡಾಡಿ, ಇದರ ಹಿಂದಿನ ಒಳಗುಟ್ಟು ಏನೆಂದು ಅರ್ಥಮಾಡಿಕೊಳ್ಳಲು ಪ್ರಯತ್ನಪಟ್ಟ ರೊಯೆಡರ್‌ಗೆ ಅದರ ತಲೆಬುಡ ಗೊತ್ತಾಗಲಿಲ್ಲ. ತಿಂದು ಕೊಬ್ಬಿರುವ ಈ ಕಾವಲುಗಾರನನ್ನು ಮತ್ತು ಹಸಿದು ಸೊರಗಿರುವ ಆ ಡಚ್ ಮನುಷ್ಯನನ್ನು ಒಟ್ಟಾಗಿ ಹೆಣೆದಿರುವ ಬಂಧನ, ಒಂದು ವಿಶಿಷ್ಟ ಭಾಷೆ ಎಂದು ಅವನಿಗೆ ಗೊತ್ತಾಗಲು ಸಾಧ್ಯವೇ ಇಲ್ಲ. ಆದರೆ ಈ ಭಾಷೆ ಭೂಮಿಯ ಮೇಲೆ ಎಲ್ಲೂ ಇಲ್ಲ ಎನ್ನುವ ವಿಷಯ ಬಾಟೆನ್‌ಬಾಖ್‌ಗೂ ಗೊತ್ತಿಲ್ಲ. ಅದು ಗೊತ್ತಿರುವುದು ಸ್ಟ್ರಾಟ್‌ಗೆ ಮಾತ್ರ. ಆ ಭಾಷೆಯ ಪದಗಳನ್ನು ಮತ್ತು ನಿಯಮಗಳನ್ನು ನಿರ್ಧರಿಸುವವನು ಅವನೇ. ಅವನಿಗೆ ಒಂದು ದಿನಕ್ಕೆ ಎಷ್ಟು ಹೊಸ ಪದಗಳು ಬೇಕಾಗಬಹುದು ? ಹಾಗೇ ಎಷ್ಟು ದಿನ ?

ಮಧ್ಯಾಹ್ನ ಆಗುವುದೇ ತಡ, ತಂಡನಾಯಕ ರೊಯೆಡರ್ ಊಟಕ್ಕೆ ಹೋಗುತ್ತಾನೆ. ಬಾಟೆನ್‌ಬಾಖ್, ಸ್ಟ್ರಾಟ್‌ನನ್ನು ಆಫೀಸುಕೋಣೆಗೆ ಕರೆಯುತ್ತಾನೆ. ಅಲ್ಲಿ ಗುರು ಮತ್ತೆ ಶಿಷ್ಯ ಮೇಜಿನ ಆ ಕಡೆ ಈ ಕಡೆ ಕುಳಿತುಕೊಳ್ಳುತ್ತಾರೆ. ಶಿಷ್ಯನ ಮುಖದಲ್ಲಿ ಏನೋ ಒಂದು ಸಮಾಧಾನ ; ವಿದ್ಯಾರ್ಥಿಗೆ ಬೇಕಾದ ಏಕಾಗ್ರಚಿತ್ತ. ಅವನ ಮುಂದುಗಡೆ, ಒಂದು ಚೂರು ಮುದುರಿದ ಬಿಳಿ ಕಾಗದ ; ಒಂದು ಪೆನ್ಸಿಲ್ ತುಂಡು, ಪರ್ಶಿಯನ್ ಭಾಷೆಯ ಜ್ಞಾನವನ್ನು ಪಡೆದುಕೊಳ್ಳುವುದಕ್ಕೆ ಬೇಕಾದ ಸಿದ್ಧತೆಗಳೆಲ್ಲಾ ಆಗಿವೆ. ಮೊದಲ ದಿನ ಪರ್ಶಿಯ ದೇಶವನ್ನು ಕುರಿತಾದ ಕೆಲವು ಸಾಮಾನ್ಯ ಮಾಹಿತಿಗಳನ್ನು ತಿಳಿದುಕೊಳ್ಳಬೇಕು ಎಂದು ಬಾಟೆನ್‌ಬಾಖ್‌ನ ಆಸೆ. ಸರಿ, ಸ್ಟ್ರಾಟ್‌ನ ಪ್ರಕಾರ ಅಲ್ಲಿನ ಹವೆ ಬಹಳ ಉಷ್ಣ; ಅಲ್ಲಿನ ಹೆಂಗಸರು ಸುಂದರಿಯರು,

ಅಲ್ಲಿನ ಬಡವರೆಲ್ಲ ಬಡವರು ; ಶ್ರೀಮಂತರೆಲ್ಲ ಶ್ರೀಮಂತರು. ಬಾಟೆನ್‌ಬಾಖ್‌ಗೆ ತುಂಬಾ ಸಂತೋಷ. ಅವನು ಅಂದುಕೊಂಡಿದ್ದೂ ಹಾಗೆಯೇ. ಆದರೆ ಅವನು ಹಿಂದೆ ಮನೋರಂಜನೆಯ ಧಂಧೆಯಲ್ಲಿದ್ದ. ಅದು ಆ ದೇಶದಲ್ಲೂ ಇದೆಯಾ ? ಸೂಳೆಮನೆಗಳು ? ಅವನು ಏನು ಕೇಳುತ್ತಿದ್ದಾನೆಂದು ಸ್ಟ್ರಾಟ್‌ಗೆ ತಕ್ಷಣ ಗೊತ್ತಾಗುವುದಿಲ್ಲ. ಬಾಟೆನ್‌ಬಾಖ್ ವಿವರಿಸುತ್ತಾನೆ. "ಓಹೋ, ಖಂಡಿತವಾಗಿ ! ಅನುಮಾನವೇ ಇಲ್ಲ" ಎನ್ನುತ್ತಾನೆ ಸ್ಟ್ರಾಟ್. ಬಾಟೆನ್‌ಬಾಖ್ ಮತ್ತೆ ತಲೆತೂಗಿಸುತ್ತಾನೆ. ಅವನೂ ಹಾಗೇ ಅಂದುಕೊಂಡಿದ್ದ, ಆದರೆ, ಈಗ ಅವನಿಗೆ ಕೆಲವು ಪದಗಳನ್ನು ಕಲಿತುಕೊಳ್ಳಬೇಕು ಎಂಬ ಆಸೆ ; ಶ್ನಾಪ್ಸ್ ಮದ್ಯ, ಪೋಲೀಸ್, ವಂದನೆಗಳು, ದಯವಿಟ್ಟು, ಮೇಜು, ಕುರ್ಚಿ, ಕ್ಯಾಂಟೀನ್, ಸ್ಟೀಕ್, ಸ್ಟ್ರಾಟ್ ಹಿಂದೆ ಮುಂದೆ ನೋಡಲು ಸಾಧ್ಯವೇ ಇಲ್ಲ. ಅದೂ ಮೊದಲನೇ ದಿನ. ಅವನು ಪ್ರತಿಯೊಂದು ಪದವನ್ನು ಪರ್ಶಿಯನ್‌ಗೆ ಅನುವಾದ ಮಾಡುತ್ತಾನೆ. ಒಂದಾದ ಮೇಲೆ ಒಂದರಂತೆ ; 'ಅಲಾನ್, ಮೊಸಾಟೋ, ಲಾಪ್ಸ್, ನಾಮ್, ತೋಕಿ, ಸಾಲ್, ಓಲ್ಟೋಕ್, ರುನಿದಾಮ್, ಸ್ಟೀಕ್,' ಆ ಕೊನೇ ಪದ ಇದೆಯಲ್ಲ, ಅದು ಎರವಲು ತೆಗೆದುಕೊಂಡಿರುವ ಪದ ; ಅದು ಅಂತರರಾಷ್ಟ್ರೀಯವಾಗಿ ಬಳಕೆಯಲ್ಲಿದೆ ಎಂದು ಸ್ಟ್ರಾಟ್ ವಿವರಿಸುತ್ತಾನೆ, ಬಾಟೆನ್‌ಬಾಖ್ ಪ್ರತಿಯೊಂದು ಪದವನ್ನೂ ಕಷ್ಟಪಟ್ಟು ಬರೆದುಕೊಳ್ಳುತ್ತಾನೆ.

ಸಾಯಂಕಾಲ ; ಹರಿದು ಚೂರಾದ ಕಂಬಳಿಯ ಕೆಳಗೆ ಸ್ಟ್ರಾಟ್. ಪಕ್ಕದಲ್ಲಿ ಮಲಗಿರುವ ಸಂಗಡಿಗನ ಭುಜ ಅವನಿಗೆ ತಗಲುತ್ತಿದೆ. ಕಣ್ಣು ರೆಪ್ಪೆಗಳ ಮೇಲೆ ಆಯಾಸದ ದೊಡ್ಡ ಹೊರೆ ; ಮೈಮುರಿಯುವ ನೋವು. ಸಾಯಂಕಾಲ ; ಸ್ಟ್ರಾಟ್ ಹೊಸ ಹೊಸ ಪದಗಳಿಗಾಗಿ ಹುಡುಕುತ್ತಿದ್ದಾನೆ. ಅದಕ್ಕಿಂತ ಹೆಚ್ಚಾಗಿ, ಅವುಗಳನ್ನೆಲ್ಲ ನೆನೆಪಿಟ್ಟುಕೊಳ್ಳಲು ನೆರವು ನೀಡುವ ವ್ಯವಸ್ಥೆಯೊಂದಕ್ಕಾಗಿ. ಅವನ ಸುತ್ತಲೂ ದಿನವಿಡೀ ದುಡಿದು ಮೈಸೋತವರ ಬಿಸಿಯುಸಿರು, ಅವನ ಪಕ್ಕದ ಮನುಷ್ಯ ನಿದ್ದೆಯಲ್ಲೇ ನರಳುತ್ತಾನೆ. ಸ್ಟ್ರಾಟ್‌ನ ತುಟಿಗಳು ಇದುವರೆಗೂ ಯಾರೂ, ಎಲ್ಲೂ ಕೇಳದ ಪದಗಳನ್ನು ರೂಪಿಸುತ್ತಿವೆ : "ಓರ್, ತಾಲ್, ಮೆಲ್, ಮೆಟ್, ಮೆಬ್" ಹಾಗೆಂದರೆ ಅರ್ಥ : "ನಾನು, ನೀನು, ಅವನ, ಅವಳು, ಅದು."

ಬಾಟೆನ್‌ಬಾಖ್‌ನ ಮುಷ್ಟಿಯ ಮೊದಲ ಏಟು ಬಿದ್ದಿದ್ದು ಅವನ ಕಣ್ಣುಗಳ ನಡುವೆ. ಅನಂತರ ಮಂಡಿಯ ಮೂಳೆಯ ಮೇಲೆ ಒದೆತ ; ಆಮೇಲೆ ಗೋಡೆಗೆ ಒತ್ತಿ ಚಚ್ಚುತ್ತಾನೆ. ಬಾಟೆನ್‌ಬಾಖ್ ಕೋಪ ಮತ್ತು ನಿರಾಶೆಗಳಿಂದ ನಡುಗುತ್ತಿದ್ದಾನೆ. ಇಷ್ಟೆಲ್ಲಾ ಆಗಿದ್ದು 'ರುನಿದಾಮ್' ಎನ್ನುವ ಪದದಿಂದ. ಅದು ಕ್ಯಾಂಟೀನ್ ಎನ್ನುವುದರ ಪರ್ಶಿಯನ್ ಪದ. ಸ್ಟ್ರಾಟ್ ಆ ಪದವನ್ನು ಮೊದಲದಿನವೇ ಕಂಡುಹಿಡಿದಿದ್ದ. ಈಗ ಬಾಟೆನ್ ಬಾಖ್ ಮತ್ತೆ ಕೇಳಿದರೆ ಅವನಿಗೆ ಆ ಪದ ನೆನಪಾಗಲೇ ಇಲ್ಲ. ಆ ಪದ ತನ್ನ ಮನಸ್ಸಿಂದ ಮಾಯವಾಗಿ ಹೋಗಿದೆ ಎಂದು ಸ್ಟ್ರಾಟ್‌ಗೆ ಗೊತ್ತು. ಆದರೆ ತನ್ನ ಹತ್ತಿರ ಇರುವ ಕಾಗದಗಳ ಕಡೆ ಓರೆನೋಟ ಹರಿಸಲು ಕೂಡ ಅವಕಾಶ ಕೊಟ್ಟಿಲ್ಲ ಬಾಟೆನ್‌ಬಾಖ್. ಅವನು ಎರಡು ದಿನ ಕಾದಿದ್ದ ; ಹೊಸ ಪದಗಳನ್ನು ಬರೆದುಕೊಂಡಿದ್ದ. ತಾನು ಏನು ಬರೆಯುತ್ತಿದ್ದೇನೆಂದು ಸ್ಟ್ರಾಟ್ ಇಣುಕಿ ನೋಡದೆ ಇರುವ ಹಾಗೆ, ಅವನಿಂದ ಆ ಪದಗಳ ಅಕ್ಷರ ಸಂಯೋಜನೆಯನ್ನು ಬಿಡಿ ಬಿಡಿಯಾಗಿ ಹೇಳಿಸಿಕೊಂಡಿದ್ದ. ಆದರೆ ಈಗ ಸ್ಟ್ರಾಟ್ ಅವನ ಮುಷ್ಟಿ ಏಟುಗಳ ಮಧ್ಯೆ ಸಿಕ್ಕಿಬಿದ್ದಿದ್ದಾನೆ. ಮಧ್ಯಾಹ್ನದ ವಿಶ್ರಾಂತಿ ಮುಗಿಯುವಷ್ಟರಲ್ಲಿ ಈ ಡಚ್ ಹಂದಿಗೆ ಅವನು ಬುದ್ಧಿ ಕಲಿಸುತ್ತಾನೆ. ಅವನ ಬಣ್ಣ ಬಯಲು ಮಾಡುತ್ತಾನೆ. ಸ್ಟ್ರಾಟ್‌ಗೆ ಒಂದು ಕಡೆ ನೋವು, ಇನ್ನೊಂದು ಕಡೆ ಭಯ, ಅವನು ಕಿರಿಚುತ್ತಾನೆ :

"ನಾನು ಪರ್ಶಿಯಾಗೆ ಹೋಗಿ ಹತ್ತು ವರ್ಷ ಆಯ್ತು. ಆವಾಗ ನಾನಿನ್ನು ಚಿಕ್ಕ ಹುಡುಗ, ಅದೂ ಅಲ್ಲದೆ 'ರುನಿದಾಮ್' ಅನ್ನೋದು ಬಹಳ ಅಪರೂಪದ ಪದ. ನನಗೆ ಅದು ನೆನಪಾದದ್ದು ಕೇವಲ ಆಕಸ್ಮಿಕ ಅಷ್ಟೆ. ಹಾಗೆ ನೋಡಿದ್ರೆ, ಕ್ಯಾಂಟೀನ್ ಅನ್ನೋದಕ್ಕೆ ಸರಿಯಾದ ಪದ 'ಮರ್ದಾಮ್'. ಆದರೆ ನನಗೆ ಸ್ವಲ್ಪ ಕಾಗದ, ಪೆನ್ಸಿಲ್ ಕೂಡಲೇ ಕೊಡ್ಬೇಕು. ಇಷ್ಟು ದೀರ್ಘ ಕಾಲದ ತರುವಾಯ ಅವುಗಳ ನೆರವಿಲ್ಲದೆ ಆ ಹಳೆ ನೆನಪುಗಳನ್ನು ಕೆದಕೋದಕ್ಕೆ ನನ್ನಿಂದ ಎಂದಿಗೂ ಸಾಧ್ಯವಾಗಲಾರದು."

"ನೀನು ನರಕದಲ್ಲಿ ಕೊಳೆತುಹೋಗೋ ಹಾಗೆ ಮಾಡ್ತೇನೆ, ಸೂಳೇಮಗನೇ" ಎನ್ನುತ್ತಾನೆ ಬಾಟೆನ್‌ಬಾಖ್. ಆಮೇಲೆ ಸ್ವಲ್ಪ ಹೊತ್ತು ಮೌನ. ಸ್ಟ್ರಾಟ್ ಗೋಡೆಗೆ ಒರಗಿಕೊಂಡು ನಿಂತಿದ್ದಾನೆ. ಭಯ ತುಂಬಿದ ಕಣ್ಣುಗಳಿಂದ ಆ ಕಾವಲುಗಾರನ ಕಡೆ ನೋಡುತ್ತಿದ್ದಾನೆ. ಬಾಟೆನ್‌ಬಾಖ್ ಆ ಹುಡುಗನ ಹಣೆಯ ಕಡೆ ನೋಡುತ್ತಾನೆ. ಅಲ್ಲಿ ಚರ್ಮ ಬಿಗಿಯಾಗಿದೆ, ರಕ್ತವೇ ಇಲ್ಲದ ಬೂದಿ ಬಣ್ಣ. ಕೆನ್ನೆಯ ಹತ್ತಿರ, ಒಂದು ನರ ಪಟಪಟ ಹೊಡೆದುಕೊಳ್ಳುತ್ತಿದೆ. 'ಪೆದ್ದ ಬಡ್ಡೀಮಗ, ಬುದ್ಧಿ ಉಪಯೋಗಿಸಿ ಯೋಚನೆ ಮಾಡೋಕೆ ಇವನಿಗೆ ಏನು ಧಾಡಿ ?' ಎಂದು ಬಾಟೆನ್‌ಬಾಖ್ ಯೋಚಿಸುತ್ತಾನೆ. ನಿಧಾನವಾಗಿ ಅವನ ಮನಸ್ಸಿನಲ್ಲಿ ಸಂಶಯದ ಜೊತೆಗೆ, ಈ ಹುಡುಗ ಹೇಳುತ್ತಿರುವುದು ನಿಜ ಇರಬಹುದೇನೋ ಎನ್ನುವ ಅನುಮಾನ ಮೂಡುತ್ತಿದೆ. ಆ ಅನುಮಾನ ಸರಿಯಾದರೆ ಅವನಿಗೂ ಸಂತೋಷವೇ. ಯಾಕೆಂದರೆ ಈ ಕೆಲವು ದಿನಗಳಲ್ಲಿ ಅವನ ಮೇಲೆ ಪರ್ಶಿಯನ್ ಭಾಷೆ ಪೂರ್ಣ ಪ್ರಭಾವ ಬೀರಿಬಿಟ್ಟಿದೆ. ತನ್ನ ಬದುಕಿನ ಶೂನ್ಯ ಸಂಜೆಗಳಲ್ಲಿ ಕಿಟಕಿಯ ಸರಳುಗಳ ಮೂಲಕ ಸೈನಿಕರು ಕವಾಯತು ಮಾಡುವ ಮೈದಾನದ ಕಡೆಗೆ ನೋಡುವಾಗ, ಇಡೀ ಜಗತ್ತಿನ ಬಗ್ಗೆ ಒಂದು ಬಗೆಯ ಅರ್ಥರಹಿತ ದ್ವೇಷ ತುಂಬಿರುವಾಗ, ಹೆಣ್ಣುಗಳ ನೆನಪು ಮರುಕಳಿಸಿದಾಗ, ಈ ಭಾಷೆ ಅವನಿಗೆ ಹೊಸ ಚೈತನ್ಯವನ್ನು ಕೊಟ್ಟಿದೆ. ಕಲಿತುಕೊಳ್ಳಲು ಅಷ್ಟೊಂದು ಕಷ್ಟವಾದ ಆ ಕೆಲವು ಪರ್ಶಿಯನ್ ಪದಗಳು ಅವನನ್ನು ಉದ್ಯಮಶೀಲನಾದ, ದಿನದ ಒಂದು ಘಂಟೆಯನ್ನೂ ವ್ಯರ್ಥ ಮಾಡದ, ಭವಿಷ್ಯದ ಬಗ್ಗೆ ಆಲೋಚಿಸುವ, ಕನಸು ಕಟ್ಟುವ, ತನ್ನದೇ ಆದ ಗುಟ್ಟುಗಳನ್ನು ದೂರ ದೃಷ್ಟಿಯ ಯೋಜನೆಗಳನ್ನು ಹೊಂದಿರುವ ವ್ಯಕ್ತಿಯಾಗಿ ಪರಿವರ್ತಿಸಿಬಿಟ್ಟಿವೆ.

"ಲೇ ಹುಡುಗಾ, ನೀನೇನಾದ್ರೂ ನನಗೆ ಮೋಸ ಮಾಡ್ತಾ ಇದ್ದರೆ, ನಿನಗೆ ಪರ್ಶಿಯನ್ ಬರದೆ ಇದ್ದರೆ..." ಎನ್ನುತ್ತಾನೆ ಬಾಟೆನ್‌ಬಾಖ್. ಈ ಯೋಚನೆ ಎಷ್ಟು ಭಯಾನಕವಾಗಿತ್ತೆಂದರೆ ಅದರಿಂದಾಗಿ ಅವನ ಧ್ವನಿ ನಡುಗುತ್ತದೆ.

"ಇಲ್ಲ, ಇಲ್ಲ ನನಗೆ ಬರ್ತದೆ, ನನಗೆ ಪರ್ಶಿಯನ್ ಭಾಷೆ ಗೊತ್ತು. ಆದರೆ ನಾನು ಅಲ್ಲಿಗೆ ಹೋಗಿ ತುಂಬಾ ಕಾಲ ಆಯ್ತು," ಎನ್ನುತ್ತಾನೆ ಸ್ಟ್ರಾಟ್.

ಸರಿ, ಇನ್ನು ಮೇಲೆ ಸ್ಟ್ರಾಟ್‌ನ ಬಳಿ ಸ್ವಲ್ಪ ಕಾಗದ ಮತ್ತು ಒಂದು ಪೆನ್ಸಿಲ್ ಇರುತ್ತವೆ. ಈ ನಿಧಿ ಅವನಲ್ಲಿದೆಯೆಂದು ಗೊತ್ತಾದರೆ ಅವನನ್ನು ನೆಲಮಾಳಿಗೆಗೆ ನೂಕುವುದು ಖಂಡಿತ. ಆದರೆ ಅವರೇನಾದರೂ ಸ್ಟ್ರಾಟ್‌ನನ್ನು ಹಿಡಿದರೆ ಈ ವಿಷಯದ ಬಗ್ಗೆ ಏನೂ ಗೊತ್ತಿಲ್ಲದವನಂತೆ ಬಾಟೆನ್‌ಬಾಖ್ ನಟಿಸುವುದರಲ್ಲಿ ಸಂಶಯವಿಲ್ಲ. ಆ ಪೆನ್ಸಿಲನ್ನು ತನ್ನ ಬೂಟಿನ ಒಳಗೂ ಕಾಗದವನ್ನು ಟೋಪಿಯ ಒಳಗೂ ಸ್ಟ್ರಾಟ್ ಬಚ್ಚಿಟ್ಟುಕೊಳ್ಳುತ್ತಾನೆ. ಅವನ ಮೆದುಳಿನ ಮೇಲೆ ಬೋಳಿಸಿದ ತಲೆ ಮತ್ತು ಟೋಪಿಯ ನಡುವೆ ಬೆಚ್ಚಗೆ ಕೂತಿದೆ ಪರ್ಶಿಯನ್ ಭಾಷೆ. ಬೆಳಿಗ್ಗೆ ಹಾಜರಿ ಕರೆಯುವಾಗ ಅವನು ಬಹಳ ಹುಷಾರಾಗಿರಬೇಕು. ಅದರಲ್ಲೂ "ಟೋಪಿ ತೆಗೀರಿ"

ಎಂಬ ಅಪ್ಪಣೆ ಬಂದಾಗ, ಭಾಷೆ ಕೆಳಗಡೆ ಬಿದ್ದು ಹೋಗಬಹುದು. ಯಾರ ಕೈಗಾದರೂ ಸಿಗಬಹುದು, ಅವರು ಅದನ್ನು ಕಿತ್ತುಕೊಳ್ಳಬಹುದು. ಆಮೇಲೆ ಯಾರಿಗೆ ಏನೇ ಆಗಲಿ, ಆಗದಿರಲಿ, ಅವನ ಕಥೆ ಮಾತ್ರ ಮುಗಿದ ಹಾಗೆಯೇ. ಅವನ ಕಾವಲುಗಾರರು, ಇಲ್ಲವೇ ಅವನ ವಿದ್ಯಾರ್ಥಿ ಅವನನ್ನು ಹೊಡೆದು ಹೊಡೆದು ಪ್ರಾಣ ತೆಗೆದುಬಿಡುತ್ತಾರೆ. ಪ್ರತಿದಿನ ಸಾಯಂಕಾಲ, ಅವನು ತನ್ನ ಬಟ್ಟೆಗಳ ಸಂದಿಯಲ್ಲಿ ಒಂದು ಚೂರು ಬ್ರೆಡ್ಡು, ನಾಲ್ಕೋ ಐದೋ ಆಲೂಗಡ್ಡೆ ಬೇರೆ ಬಚ್ಚಿಟ್ಟುಕೊಂಡು ಹೋಗುತ್ತಾನೆ. ತನ್ನ ಪಕ್ಕದಲ್ಲಿ ಮಲಗುವ ಸಂಗಡಿಗನಿಗೋಸ್ಕರ. ಅವನು ಗ್ರಾನಿಂಗೆನ್ ಪಟ್ಟಣದಿಂದ ಬಂದಿರುವ ವಿದ್ಯುಚ್ಛಕ್ತಿ ಕೆಲಸಗಾರ. ಅವನು ಈಗ ಕೆಲಸ ಮಾಡುತ್ತಿರುವುದು ಕಲ್ಲಿನ ಗಣಿಯಲ್ಲಿ. ಅವನ ತೂಕ ಕೇವಲ ತೊಂಬತ್ತು ಪೌಂಡುಗಳು.

ರಾತ್ರಿಯ ಕಾಲದಲ್ಲಿ, ಸ್ಟ್ರಾಟ್ ತನ್ನ ಭಾಷೆಯನ್ನು ಕಟ್ಟುವ ಕೆಲಸದಲ್ಲಿ ತೊಡಗಿರುತ್ತಾನೆ. ಅಕ್ಷರಗಳನ್ನು ಪದಭಾಗಗಳನ್ನು ಆಚೀಚೆ ತಿರುಗಿಸಿ ಹೊಸ ಹೊಸ ಪದಗಳನ್ನು ಕಂಡುಹಿಡಿ ಯುತ್ತಾನೆ. ತನ್ನ ಸುತ್ತ ತುಂಬಿರುವ ಜರ್ಮನ್ನರಿಗೇ ವಿಶಿಷ್ಟವಾದ ಪದ್ಧತಿಗಳು ಅವನ ಭಾಷೆಯೊಳಗೆ ಸೇರಿಹೋಗುತ್ತವೆ. ಆ ಪದಗಳಿಗೆ ಅವನು ಹೊಸ ಧ್ವನಿ ನೀಡುತ್ತಾನೆ. ಆಗ ಅವು ಅವನನ್ನು ಪರ್ಶಿಯಾಕ್ಕಲ್ಲ, ಬೇರೊಂದು ವಿಚಿತ್ರ, ಶಾಂತ ಜಗತ್ತಿಗೆ ಕರೆದುಕೊಂಡು ಹೋಗುತ್ತವೆ. ಅಂತಹ ಕ್ಷಣಗಳಲ್ಲಿ ಅವನು ಆ ಪದಗಳ ಭಯಾನಕವಾದ ಅರ್ಥಗಳನ್ನು ಮರೆತುಬಿಡುತ್ತಾನೆ. ಅದೊಂದು ಬಗೆಯ ಬಿಡುಗಡೆ. "ಊಮಿ, ಮಾಶ, ಶಾನಭೂ, ಇಮೂಭ, ಸಶಾನ, ಊಸ್ಮ, ನಾಶ, ಭನಾಶ್, ಸ್ಮನಾಮಿ, ಮನಾಭ, ಮೂನಾಶ್, ಮಾಶಾನಿ, ಭಾಮಾಶ್, ನಿಮಾ, ಸಿನಾಮೂ, ಮಾನಿಮೂಸ, ಶಾಸು, ಭಾಶಾ."

ಇಷ್ಟೂ ಪದಗಳನ್ನು ಅವನು ತಯಾರಿಸಿರುವುದು ಸ್ಮಶಾನಭೂಮಿ ಎಂಬ ಒಂದೇ ಒಂದು ಪದದಿಂದ. ಹೀಗೆಯೇ ಬಂಧನ ಮತ್ತು ಸಿಪಾಯಿ ಗೃಹ, ಮುಳ್ಳುತಂತಿಯ ಬೇಲಿ ಮತ್ತು ಬಂಡೆಗಣಿ, ಎಲ್ಲ ಪದಗಳನ್ನೂ ಅವನು ಉಪಯೋಗಿಸಿಕೊಳ್ಳುತ್ತಾನೆ. ಅಷ್ಟೇಕೆ, ತನ್ನ ರಕ್ಷಕನಾದ ಬಾಟೆನ್‌ಬಾಖ್‌ನ ಹೆಸರನ್ನೂ ಕೂಡ ಅವನು ಚೂರುಚೂರು ಮಾಡಿ ಹೊಸ ಪದಗಳನ್ನು ಕಟ್ಟುತ್ತಾನೆ. ಹೀಗೆ ಆ ವ್ಯಕ್ತಿ ಸ್ವಯಂ ತನ್ನ ಹೆಸರಿನಿಂದಲೇ ವಿದ್ಯೆ ಕಲಿಯುತ್ತಾನೆ. ಉಸಿರು ಕಟ್ಟಿಸುವ ಕಪ್ಪು 'ಹೊಗೆ', ಪರ್ಶಿಯನ್ ಭಾಷೆಯಲ್ಲಿ 'ಗೂಹೆ ಎಂದಾಗುತ್ತದೆ. ಆ ಪದಕ್ಕೆ ಸ್ಟ್ರಾಟ್ ಕೊಡುವ ಅರ್ಥ 'ಗಾಳಿ' ಎಂದು.

ಕತ್ತಲಿನಲ್ಲಿ, ಒಂದು ಚೂರು ಕಾಗದದ ಮೇಲೆ ಸ್ಟ್ರಾಟ್ ಈ ಪದಗಳನ್ನು ಬರೆಯುತ್ತಾನೆ. ಸಾಧ್ಯವಾದಷ್ಟು ಸಣ್ಣಗಿನ ಕಾಗದ. ಆ ಕಾಗದವನ್ನು ಟೋಪಿಯ ಒಳಗೆ, ಆ ಟೋಪಿಯನ್ನು ತನ್ನ ಹುಲ್ಲುಹಾಸಿಗೆಯ ಕೆಳಗೆ ಆತ ಬಚ್ಚಿಡುತ್ತಾನೆ. ಅವನು ಒಂದು ರಾತ್ರಿಯಲ್ಲಿ ಐದಕ್ಕಿಂತ ಹೆಚ್ಚು ಪದಗಳನ್ನು ಸೃಷ್ಟಿಸುವುದಿಲ್ಲ. ಆ ಲೆಕ್ಕದಲ್ಲಿ ವಾರಕ್ಕೆ ಮೂವತ್ತು ಪದಗಳಾದವು. ಅಷ್ಟರಿಂದ ಬಾಟೆನ್‌ಬಾಖ್‌ಗೆ ಕೂಡ ಸಮಾಧಾನ. ಭಾನುವಾರಗಳಂದು ಅವರಿಗೆ ರಜಾ. ಸ್ಟ್ರಾಟ್ ಪ್ರತಿದಿನವೂ ಎರಡು ಡಬರಿ ಸೂಪ್ ಕುಡಿಯುತ್ತಾನೆ. ದಿನದಿಂದ ದಿನಕ್ಕೆ ಅವನ ಶಕ್ತಿ ಹೆಚ್ಚುತ್ತದೆ. ಈಗ ಬೇಸಿಗೆ ಕಾಲವೆಂದು ಅವನು ಗಮನಿಸುತ್ತಾನೆ. ದೂರದ ಹೊಲಗಳಿಂದ, ಮೈತುಂಬಿ ಅರಳಿರುವ ಲ್ಯುಪಿನ್ ಹೂಗಳ ಮಸುಕುಮಸುಕಾದ ಸುಗಂಧ ತೇಲಿ ಬರುತ್ತಿದೆ. ಒಂದು ದಿನ ಕಾರ್ಮಿಕರ ಅಂಕೆಸಂಖ್ಯೆಗಳ ವಿಭಾಗದಲ್ಲಿ ಕೆಲಸಮಾಡುವ ಡಚ್ ಮನುಷ್ಯನೊಬ್ಬ, ಶೌಚಗೃಹದಲ್ಲಿ ಸ್ಟ್ರಾಟ್‌ಗಾಗಿ ಕಾಯುತ್ತಿದ್ದಾನೆ.

"ಪ್ರತಿದಿನ, ನೀನು ಮತ್ತೆ ಆ ಕಾವಲುಗಾರ, ಅವನ ಕೋಣೆಯಲ್ಲಿ ಕೂತ್ಕೊಂಡು ಏನು ಮಾಡ್ತೀರಿ ?"

"ಅದನ್ನು ಕಟ್ಟಿಕೊಂಡು ನಿನಗೇನು ?" ಎನ್ನುತ್ತಾನೆ ಸ್ಟ್ರಾಟ್. ಅವನ ಧ್ವನಿಯಲ್ಲಿ ಸಂಶಯ.

ಆ ಡಚ್ ಮನುಷ್ಯ ಅವನ ಕಡೆ ನೋಡುತ್ತಾನೆ, ಸಹನೆ ತುಂಬಿದ ಕಣ್ಣುಗಳಿಂದ. ಆಮೇಲೆ ಅವನು ಹೇಳಿದ :

"ನೋಡು, ಆಲೂಗಡ್ಡೆ ಸುಲಿಯೋ ಕೆಲಸ ಎಲ್ಲಾರ್ಗೂ ಸುಮ್ಮಸುಮ್ಮನೆ ಸಿಗೋದಿಲ್ಲ. ನಾವೇ ಮೊದಲನೇ ದಿನ ಆ ಪಟ್ಟೀಲಿ ನಿನ್ನ ಹೆಸರು ಹಾಕಿಸಿದ್ದು. ಯಾಕೆಂದರೆ, ವಿದ್ಯಾರ್ಥಿಗಳ ಪೈಕಿ ಬದುಕಿ ಉಳಿದಿದ್ದು ನೀನೊಬ್ಬನೆ. ಒಂದು ದಿನವಾದರೂ ನಿನಗೆ ವಿಶ್ರಾಂತಿ ಸಿಗಲಿ ಅಂತ. ಆಮೇಲೆ ಏನೋ ಆಯ್ತು. ಬಾಟೆನ್‌ಬಾಖ್ ಶಾಶ್ವತವಾಗಿ ನೀನೇ ಬೇಕು ಅಂತ ಕೇಳಿದ, ಯಾಕೆ ?"

ಸ್ವಲ್ಪ ಹೊತ್ತು ಮೌನ. ಹೊಳೆಹೊಳೆಯುವ ಹಸಿರು ನೊಣಗಳ ಗುಂಯ್‌ಗುಟ್ಟುವ ಶಬ್ದ ಮಾತ್ರ. ತನ್ನ ಎದುರಿಗೆ ನಿಂತಿದ್ದ ಮನುಷ್ಯನ ಕಣ್ಣುಗಳಲ್ಲಿ ಸ್ಟ್ರಾಟ್ ಕಂಡದ್ದು ಸಂಶಯವನ್ನು ಮಾತ್ರವಲ್ಲ, ಭಯ ಸಹಾನುಭೂತಿ, ಹಟ, ಕಾಠಿಣ್ಯ ಹೀಗೆಯೇ ಹಲವು ಭಾವಗಳು ಅಲ್ಲಿ ಮನೆ ಮಾಡಿದ್ದವು. ಆ ಕ್ಷಣದಲ್ಲಿ ಸ್ಟ್ರಾಟ್‌ಗೆ ಒಂದು ಸಂಗತಿ ಸ್ಪಷ್ಟವಾಯಿತು. ತನಗೊಬ್ಬನಿಗೆ ಮಾತ್ರ ಗೊತ್ತಿರುವ ಈ ಭಾಷೆಯು ತನ್ನನ್ನು ರಕ್ಷಿಸಬಲ್ಲುದು ಮಾತ್ರವಲ್ಲ, ಕೊಲ್ಲಬಲ್ಲುದು ಕೂಡ. ಏಕೆಂದರೆ ಅದರಿಂದಾಗಿ ಉಳಿದ ಸೆರೆಯಾಳುಗಳಿಗೆ ಸಿಗದ ಸೌಕರ್ಯಗಳು ತನಗೆ ಸಿಕ್ಕುತ್ತಿವೆ. ಮತ್ಸರಕ್ಕೆ ಬೇರೇನು ಕಾರಣ ಬೇಕು ? ಆದರೆ ತನ್ನ ಗುಟ್ಟನ್ನು ಬಿಟ್ಟುಕೊಡಲು ಅವನಿಗೆ ಭಯ. ಅಲ್ಲದೆ, ಅವನು ನಿಜವಾಗಿಯೂ ತನ್ನ ಸ್ನೇಹಿತನೆಂಬ ಭರವಸೆ ಎಲ್ಲಿದೆ ? ಎಲ್ಲರಿಗಿಂತಲೂ ಹೆಚ್ಚಾಗಿ ತನ್ನ ಪಕ್ಕದಲ್ಲಿ ಮಲಗುವ ಗ್ರಾನಿಂಗೆನ್‌ನಿಂದ ಬಂದ ಹುಡುಗ. ತಾನು ಅವನಿಗೆ ಬ್ರೆಡ್ಡು, ಆಲೂಗಡ್ಡೆ ಮತ್ತು ಹೊಸ ಧೈರ್ಯವನ್ನು ಕೊಡುತ್ತಿರುವುದೇನೋ ನಿಜ. ಆದರೆ ತನ್ನ ಗುಟ್ಟನ್ನು ಅವನಿಗೆ ಸಹ ಹೇಳುವುದು ಸಾಧ್ಯವಿಲ್ಲ.

1944ರ ಬೇಸಿಗೆ ಕಾಲ.

ಜರ್ಮನಿಯ ಆಕಾಶದ ಮೇಲೆ ಬೆಳ್ಳಿಬಣ್ಣದ ಬಾಂಬರ್ ವಿಮಾನಗಳ ರಂಗವಲ್ಲಿ. ಸ್ಟ್ರಾಟ್, 'ಜೀವನ' ಎನ್ನುವುದಕ್ಕೆ ಹೊಸ ಪದವೊಂದನ್ನು ಸೃಷ್ಟಿಸಿದ – 'ಸವಾಲ್' ಎಂದು. ಹಾಗೆಯೇ ಸೇಬಿನಮರಕ್ಕೆ 'ಪಾಲಿಮೊಲಿ' ಎನ್ನುವ ಹೆಸರು. ಕೇವಲ ತಮಾಷೆಗೆಂದು, ಬಾಟೆನ್‌ಬಾಖ್‌ನನ್ನು ಸಂತೋಷಪಡಿಸಲೆಂದಲ್ಲ. ಆಮೇಲೆ, ಪರ್ಶಿಯನ್ ಸಂಖ್ಯೆಗಳನ್ನು ಬಾಟೆನ್‌ಬಾಖ್ ತಾನೇ ಕೇಳಿ ತಿಳಿದುಕೊಂಡ. ಅನಂತರ ಸೂಳೆಗಾರಿಕೆಗೆ ಸಂಬಂಧಿಸಿದ ಪದ, ಪದವೃಂದ ಮತ್ತು ವಾಕ್ಯಗಳನ್ನು. ಒಂದೊಂದು ಸಲ ಬಾಟೆನ್‌ಬಾಖ್‌ಗೆ ತುಂಬಾ ಕೋಪ ಬಂದಿರುವಾಗ, ಸ್ಟ್ರಾಟ್ ಅವನ ಮೇಲೆ ಸೇಡು ತೀರಿಸಿಕೊಳ್ಳಲೆಂದೇ ಉದ್ದುದ್ದದ ಪದಗಳನ್ನು ಸೃಷ್ಟಿಸುತ್ತಾನೆ. 'ಸೂಲಿದುಲಾದೊರ್ನಾತ್ಲಾಮ್' ಎನ್ನುವುದು ಅಂತಹ ಒಂದು ಪದ. ಬಾಟೆನ್‌ಬಾಖ್ ಅದನ್ನು ನಿರಾಕರಿಸಲು ಪ್ರಯತ್ನಿಸುತ್ತಾನೆ ; ಕೋಪದಿಂದ ಕೆಂಡವಾಗುತ್ತಾನೆ. ತನಗೆ ಪ್ರತಿದಿನ ಮಾತಾಡಲು ಬೇಕಾದ ಸರಳವಾದ ಪರ್ಶಿಯನ್ ಬಂದರೆ ಸಾಕು ಎನ್ನುತ್ತಾನೆ. ಆದರೆ ಸ್ಟ್ರಾಟ್ ಕೇಳುವುದಿಲ್ಲ. ಅದು ಪರ್ಶಿಯನ್ ಭಾಷೆಯಲ್ಲಿ ಶುಭ ಕೋರುವ ಪದ, ಅಲ್ಲಿ 'ಸೂಲಿದುಲಾದೊರ್ನಾತ್ಲಾಮ್' ಎಂದು ಹೇಳದೆ ಯಾರದೇ ಮನೆ ಹೊಸಲು ದಾಟಲು ಕೂಡ ಸಾಧ್ಯವಿಲ್ಲವೆಂದು ಸ್ಟ್ರಾಟ್ ವಿವರಿಸುತ್ತಾನೆ.

ಬಾಟೆನ್‌ಬಾಖ್, ಹಳಬನಾದ ಒಬ್ಬ ಪರ್ಶಿಯನ್ನನ ಹಾಗೆ 'ತೂಪಾ' ಎನ್ನುತ್ತಾನೆ. ಭೌತಶಾಸ್ತ್ರದ ಅಭ್ಯಾಸದಿಂದ ಹರಿತವಾದ ಸ್ಟ್ರಾಟ್‌ನ ಬುದ್ಧಿ, ಹೊಸದೊಂದು ಭಾಷೆಗೆ ಅಗತ್ಯವಾದ ಚೌಕಟ್ಟನ್ನು ಕಟ್ಟುತ್ತಾ ಹೋಗುತ್ತದೆ. ಈಗ ಅವನಿಗೆ ಹಸಿವಿನಿಂದ ಹುಟ್ಟಿದ ದೌರ್ಬಲ್ಯವೂ ಇಲ್ಲ. ಭಯದಿಂದ ಹುಟ್ಟಿದ ನಿಷ್ಕ್ರಿಯತೆಯೂ ಇಲ್ಲ. ಆದರೆ ಅವನ ಸುತ್ತ ಸುಮಾರು ಐವತ್ತು ಜನ ಸಾಯುತ್ತಿದ್ದಾರೆ. ದಿನದಿಂದ ದಿನಕ್ಕೆ ವಾರದಿಂದ ವಾರಕ್ಕೆ ಅವರ ಮಾಂಸಖಂಡಗಳು ಸುಟ್ಟುಹೋಗುತ್ತಿವೆ. ಬುದ್ಧಿಶಕ್ತಿ ಕರಗಿಹೋಗುತ್ತಿದೆ. ಆತ್ಮಗಳು ಅವರವರು ನಂಬಿದ ಸ್ವರ್ಗದ ಕಡೆಗೆ ಚಲಿಸುತ್ತಿವೆ. ಪ್ರಾಯಶಃ ಅವರ ತುಟಿಗಳು, ತಾವು ಸಾಯುವ ಕ್ಷಣದಲ್ಲಿ ಆಡಲಿರುವ ಕೊನೆಯ ಮಾತನ್ನು ರೂಪಿಸಿರಬಹುದು. ಆ ಮಾತು ಮನುಷ್ಯನಿಂದ ಮನುಷ್ಯನಿಗೆ ತಲಪಿ, ದೇಶಗಳನ್ನೂ ದಾಟಿಹೋಗಿ, ಕೊನೆಗೊಮ್ಮೆ ಅದಕ್ಕಾಗಿ ಕಾತರದಿಂದ ಕಾಯುತ್ತಿರುವವರನ್ನು ಸೇರಿದರೂ ಸೇರಬಹುದು.

ಆದರೆ ಸ್ಟ್ರಾಟ್ ಕಂಡುಹಿಡಿದಿರುವ ಭಾಷೆ ಮಾತ್ರ ಬಾಟೆನ್‌ಬಾಖ್‌ನನ್ನು ಬಿಟ್ಟರೆ ಬೇರೆ ಯಾರನ್ನೂ ಮುಟ್ಟುವುದಿಲ್ಲ. ಅದು ಯಾವ ಸಂದೇಶವನ್ನೂ ಹೊರುವುದಿಲ್ಲ. ಅದು ತನ್ನನ್ನು ಹೊರತುಪಡಿಸಿ ಬೇರೇನನ್ನೂ ಪ್ರತಿನಿಧಿಸುವುದಿಲ್ಲ. ಅದು ತನ್ನ ಸೃಷ್ಟಿಕರ್ತನ ಜೀವ ಉಳಿಸುತ್ತದೆ. ಅದನ್ನು ಕಷ್ಟಪಟ್ಟು ಕಲಿಯುತ್ತಿರುವ ಇನ್ನೊಬ್ಬ ಮನುಷ್ಯನನ್ನು – ಅವನೊಬ್ಬ ಕೊಳಕು ನಾಯಿ ನಿಜ, ಆದರೆ ರಕ್ತದ ರುಚಿ ನೋಡಿದ ಬೇಟೆನಾಯಿಯಲ್ಲ–ಸ್ವಲ್ಪವೇ ಸ್ವಲ್ಪ ಮೃದುವಾಗಿ, ಕರುಣಿಯಾಗಿ ಪರಿವರ್ತಿಸುತ್ತದೆ. ಇಷ್ಟನ್ನು ಬಿಟ್ಟರೆ ಅದೊಂದು ನಿಷ್ಪ್ರಯೋಜಕ ವಸ್ತು. ಆದರೆ ಅದನ್ನು ಸೃಷ್ಟಿಸುವುದಕ್ಕೆ ಸ್ಟ್ರಾಟ್‌ಗೆ ದೊಡ್ಡ ದೊಡ್ಡ ಸಂಶೋಧನೆಗಳಿಗೆ ಅಗತ್ಯವಾದ ಕಲ್ಪನಾಶಕ್ತಿ ಬೇಕಾಗಿತ್ತು. ಮಹತ್ವದ ಊಹಾಕಲ್ಪನೆಗಳನ್ನು ಮಾಡಲಗತ್ಯವಾದ ಧೈರ್ಯದ ಅವಶ್ಯತೆಯಿತ್ತು. ಮಹತ್ವಪೂರ್ಣವಾದ ಪ್ರಯೋಗಗಳಲ್ಲಿ ಯಶಸ್ಸನ್ನು ಪಡೆಯಲು ನೆರವಾಗುವ ಪ್ರಯತ್ನಶೀಲತೆ ಬೇಕಾಗಿತ್ತು. ಹಾಗೆಯೇ ಅದನ್ನು ಕಲಿಯಲು ಅಡುಗೆಮನೆಯ ಕಾವಲುಗಾರ, ಹ್ಯಾಂಬರ್ಗ್‌ನ ತಲೆಹಿಡುಕ ಬಾಟೆನ್‌ಬಾಖ್‌ಗೆ ವ್ಯಾಸಂಗಶೀಲ ದಡ್ಡತನ ಅವಶ್ಯವಾಗಿತ್ತು. ಅವನು ತನ್ನ ಶಾಲಾಪರೀಕ್ಷೆಗಳನ್ನು ಪಾಸಾಗಿದ್ದು ತನ್ನಲ್ಲಿದ್ದ ಈ ಗುಣದಿಂದಲೇ.

ಆಗಸ್ಟ್ ತಿಂಗಳ ಒಂದು ಮುಂಜಾನೆ. ಸ್ಟ್ರಾಟ್‌ನನ್ನು ಕವಾಯತಿನ ಮೈದಾನದಿಂದ ಆಸ್ಪತ್ರೆಯ ಕೋಣೆಗೆ ಹೊತ್ತುಕೊಂಡು ಬರುತ್ತಾರೆ. ಅವನು ಅಲ್ಲಿ ಕುಸಿದುಬಿದ್ದನಂತೆ. ಅವನ ಮುಖ ಬಣ್ಣಗೆಟ್ಟಿದೆ. ನಾಲಿಗೆ ಬಾಯಿಂದ ಹೊರಗೆ ನೇತಾಡುತ್ತಿದೆ. ಮೂರು ದಿನಗಳ ಕಾಲ ಅವನು ನೆಲದ ಮೇಲಿನ ಹುಲ್ಲುಹಾಸಿಗೆಯ ಮೇಲೆ ಬಿದ್ದಿರುತ್ತಾನೆ; ಎಚ್ಚರ ತಪ್ಪಿದ ಸ್ಥಿತಿಯಲ್ಲೇ ಏನೇನೋ ಬಡಬಡಿಸುತ್ತಾನೆ. ಅವನು ಅಸ್ತವ್ಯಸ್ತವಾದ ಡಚ್ ಭಾಷೆಯಲ್ಲಿ ಮಾತನಾಡುವುದನ್ನು ಅಲ್ಲಿನ ಜವಾನರು ಕೇಳುತ್ತಾರೆ. ಅದರ ಜೊತೆಗೆ ಬೇರಾವುದೋ ಭಾಷೆಯಲ್ಲಿ ಗ್ರಹಿಸಲಾಗದ ಮಾತು. ಅರ್ಥವೇ ಇಲ್ಲದ ಪದಗಳ ಸರಪಣಿ. ಒಂದು ದಿನ, ಅವನು ಚೇತರಿಸಿಕೊಳ್ಳುವವನಂತೆ ಕಾಣುತ್ತಾನೆ. ಯಾಕೆಂದರೆ ಅವನು ಉಳಿದವರಿಗಿಂತ ಬಲಶಾಲಿ, ಆದರೆ ಅವನ ಬುದ್ಧಿ ಸರಿಯಾಗಿದೆಯೇನು? ಒಬ್ಬ ಜವಾನ ತನ್ನ ಕೈಯಲ್ಲಿ ಜೀರ್ಕೊಳವೆಯೊಂದನ್ನು (ಸಿರಿಂಜ್) ಹಿಡಿದುಕೊಂಡು, ಸಾಲುಸಾಲು ರೋಗಿಗಳ ಪಕ್ಕದಲ್ಲಿ ನಡೆದುಕೊಂಡು ಹೋಗುತ್ತಾನೆ. ಎಲ್ಲ ನೋವುಗಳಿಗೂ ರಾಮಬಾಣ ಅವನ ಹತ್ತಿರ ಇದೆ. ರಕ್ತನಾಳಗಳ ಮೂಲಕ ಶರೀರದೊಳಗೆ ಸ್ವಲ್ಪ ಗಾಳಿಯನ್ನು ಕಳಿಸಿದರೆ ಸಾಕು, ಸತ್ತವರಿಗೆ ನೋವೆಲ್ಲಿ? ರೋಗವೆಲ್ಲಿ? ಸ್ಟ್ರಾಟ್‌ನ ಕಿರಿಚಾಟವನ್ನು ಕೇಳಿದೊಡನೆಯೇ ಆತ ಅವನಿಗೆ

ಹುಚ್ಚು ಹಿಡಿದಿದೆಯೆಂದು ತೀರ್ಮಾನಿಸಲಿದ್ದಾನೆ. ಅವನ ಕ್ರಮಸಂಖ್ಯೆಯನ್ನು ಗುರುತು ಮಾಡಿಕೊಂಡು, ಅಂಗಿಯ ತೋಳನ್ನು ಮೇಲೆ ಸರಿಸಿ ರಕ್ತನಾಳಕ್ಕಾಗಿ ಹುಡುಕಲಿದ್ದಾನೆ. ಜವಾನ ಸ್ಪ್ರಾಟ್‌ನ ಕಾಲುಹಿಡಿದು ಅವನನ್ನು ಇನ್ನೊಂದು ಕೋಣೆಗೆ ಎಳೆದುಕೊಂಡು ಹೋಗುತ್ತಾನೆ. ಅಲ್ಲಿ ಹೆಣಗಳು ಮಲಗಿವೆ. ಸ್ಪ್ರಾಟ್ ಎಷ್ಟು ಕೂಗಿದರೂ ಯಾರಿಗೂ ಕೇಳಿಸಲಾರದು. ಅವನಿಗಾಗಿ ಅಲ್ಲಿ ಯಾರೂ ಹುಡುಕಲಾರರು. ಸ್ಪ್ರಾಟ್‌ಗೆ ಎಚ್ಚರ ಬರುತ್ತದೆ. ಕಿಟಕಿಯ ಮೂಲಕ ಹರಿದುಬರುವ ಬೆಚ್ಚನೆಯ ಸೂರ್ಯಪ್ರಕಾಶದಲ್ಲಿ ಅವನು ತನ್ನ ಸಂಗಡಿಗರನ್ನು ನೋಡುತ್ತಾನೆ. ಎಲ್ಲರೂ ನಿಶ್ಚಲರು. ಬದುಕಿನ ಕೊನೆಯ ಕ್ಷಣಗಳ ಅಸಹನೀಯ ಯಾತನೆ ಅವರ ದೇಹಗಳನ್ನು ವಿಕಾರಗೊಳಿಸಿದೆ. ಕಣ್ಣುಗುಡ್ಡೆಗಳು ಚಲನೆಯನ್ನು ಕಳೆದು ಕೊಂಡು ಶಾಶ್ವತ ಮೌನ ತಳೆದಿವೆ. ನೋವಿನಿಂದ ಚೀರಲೆಂಬಂತೆ, ಬಾಯಿಗಳು ಇಷ್ಟಗಲ ತೆರೆದಿವೆ, ಮತ್ತು ಅವನು ? ಅವನಿನ್ನೂ ಬದುಕಿರುವನೇನು ? ಅವನೀಗ ತೋಳದಂತೆ ಊಳಿಡುವುದನ್ನು ಮಾತ್ರ ಬಲ್ಲ. ಅವನು ಪದಗಳನ್ನು ಉಚ್ಚರಿಸಿದರೆ ಕೇಳಿದವರಿಗೆಲ್ಲ ಆಶ್ಚರ್ಯವಾಗುತ್ತದೆ. ಆದರೆ ಅವನ, ಮಾತಿಲ್ಲದ ಸಂಗಾತಿಗಳಿಂದ ಯಾವ ಪ್ರತಿಕ್ರಿಯೆಯೂ ಇಲ್ಲ. ಈಗ ಅವನೂ ಅವುಗಳ ಪೈಕಿ ಒಂದಾಗಿಬಿಟ್ಟಿರುವನೇನು ?

ಜಿಂಕ್‌ಷೀಟ್ ತಡಿಕೆ ಕಟ್ಟಿದ, ಹೆಣ ಸಾಗಿಸುವ ಗಾಡಿಯ ಆಗಮನಕ್ಕಿಂತ ಮೊದಲು ಜ್ವರದಿಂದ ಗದಗುಟ್ಟಿ ನಡುಗುತ್ತಿರುವ ಸ್ಪ್ರಾಟ್‌ನನ್ನು ಹೊತ್ತುಕೊಂಡು ಹೋಗಿ ಒಂದು ಹಾಸಿಗೆಯ ಮೇಲೆ ಮಲಗಿಸುತ್ತಾರೆ. ಮಾರನೆಯ ದಿನ ಅವನು ಸ್ವಲ್ಪ ಶಾಂತವಾಗಿದ್ದಾನೆ. ಜರ್ಮನ್ ಜವಾನ ಜೋರಾಗಿ ತಲೆಯಲ್ಲಾಡಿಸುತ್ತಾ ಅವನ ಕಡೆ ನೋಡುತ್ತಾನೆ : "ಏನೋ ಹುಡುಗ, ಅದೆಂಥ ಗಜಿಬಿಜಿ ಭಾಷೆಯಲ್ಲಿ ನೀನು ಕೂಗಾಡ್ತಿದ್ದದ್ದು ? ನಾವೆಲ್ಲ ನಿನಗೆ ಹುಚ್ಚು ಹಿಡೀತು ಅಂತಲೇ ತಿಳಕೊಂಡ್ವಿ."

ಹೀಗೆಂದು ಅವನು ಅರ್ಥಪೂರ್ಣವಾಗಿ ತನ್ನ ತಲೆಯ ಕಡೆ ಕೈ ತೋರಿಸುತ್ತಾನೆ. ಸ್ಪ್ರಾಟ್‌ನ ದೌರ್ಬಲ್ಯ ಮಿತಿಮೀರಿದೆ. ಅವನಿಗೆ ತಾನು ಏನು ಹೇಳುತ್ತಿರುವೆನೆಂದು ಗೊತ್ತಿಲ್ಲ. ಅವನು ಎಲ್ಲ ಮುನ್ನೆಚ್ಚರಿಕೆಯನ್ನೂ ಗಾಳಿಗೆ ತೂರುತ್ತಾನೆ, ಅವನೆನ್ನುತ್ತಾನೆ :

"ಓ, ಅದಾ ? ಅದು ಪರ್ಶಿಯನ್ ಭಾಷೆ, ಆದರೆ ಅದು ನಿಜವಾದ ಪರ್ಶಿಯನ್ ಅಲ್ಲ. ಅದನ್ನ ನಾನೇ ಹುಟ್ಟಿಸ್ತಾ ಹೋಗ್ತೇನೆ."

"ಏನದು, ನೀನು ಹುಟ್ಟಿಸೋದು ?"

"ಒಂದು ಹೊಸ ಭಾಷೆ" – ಸ್ಪ್ರಾಟ್‌ನ ಉತ್ತರ.

ಓಹೋ ! ಹಾಗಾದರೆ ತಾವು ಒಬ್ಬ ಹುಚ್ಚನ್ನ ಬದುಕಿಸಿಬಿಟ್ಟಿದ್ದೇವೆ. ಈ ಅದೃಷ್ಟ ಅನ್ನೋದಕ್ಕೆ ಕಣ್ಣೇ ಇಲ್ಲ. ಎಂಥೆಂಥ ಬುದ್ಧಿವಂತರಿಗೇ ಹುಚ್ಚು ಹಿಡಿಯುತ್ತೆ. ಈ ಡಚ್ ಮನುಷ್ಯ ಅದೃಷ್ಟಶಾಲಿ ಆಗಿದ್ದ. ಈಗಲೂ ಅಷ್ಟೆ. ಆ ಅಡುಗೆಮನೆ ಕಾವಲುಗಾರ ತನ್ನ ಶಿಫಾರಸ್ ಉಪಯೋಗಿಸಿ, ಇವನಿಗೆ ಆಗಿಷ್ಟು ಈಗಿಷ್ಟು ಬ್ರೆಡ್ಡಿನ ಚೂರು ಕಳಿಸ್ತಾನೇ ಇದ್ದಾನೆ, ಎಂದು ಆ ಜವಾನ ಆಲೋಚಿಸುತ್ತಾನೆ. ಸ್ಪ್ರಾಟ್ ಮತ್ತೆ ತನ್ನ ಕಾಲುಗಳ ಮೇಲೆ ನಿಂತುಕೊಳ್ಳುವ ಹಾಗೆ ಆದ. ಆ ಜವಾನ ಮತ್ತೆ ಭಾಷೆಯ ಬಗ್ಗೆ ಪ್ರಶ್ನೆ ಕೇಳಿದಾಗ ತನಗೇನೂ ನೆನಪಿಲ್ಲ ಎನ್ನುವ ಹಾಗೆ ನಟನೆ ಮಾಡಿದ. ಅಂತೆಯೇ ತನ್ನ ಟೋಪಿ ಎಲ್ಲೋ ಕಳೆದುಹೋಗಿದೆ ಎಂಬ ವಿಷಯ ಗೊತ್ತಾದಾಗ ತನಗಾದ ಆಘಾತವನ್ನೂ ಅವನು ಮುಖದ ಮೇಲೆ ತೋರಿಸಿಕೊಳ್ಳಲಿಲ್ಲ. ಅವನು ಮತ್ತೆ ತನ್ನ ಜಾಗಕ್ಕೆ ವಾಪಸ್ ಹೋದ. ಸಾವಿನ ಮಡಿಲಿನಿಂದ ಹಿಂದಿರುಗಿ

ಬಂದವನ ಹಾಗೆ. ಅಲ್ಲಿ ಎಲ್ಲಾ ಹೊಸ ಮುಖಗಳು. ಅವನ ಪಕ್ಕದಲ್ಲಿ ಮಲಗುತ್ತಿದ್ದ ಗ್ರಾನಿಂಗೆನ್ ಹುಡುಗ ಕೂಡ ಇಲ್ಲ. ಅವನು ಆ ವಿಭಾಗದ ಹಿರೇ ಕೈದಿ ತನ್ನ ಹತ್ತಿರ ಬರುವ ತನಕ ಕಾದ. ಅವರಿಬ್ಬರೂ ಪರಸ್ಪರ ಕೈಕುಲುಕಿದರು.

"ನನ್ನ ಜೊತೆ ಬಾ, ನಾನು ನಿನಗೆ ಏನೋ ಕೊಡಬೇಕು."

ಅವರು ಹಿರೇ ಕೈದಿಯ ಕೋಣೆಗೆ ಹೋಗುತ್ತಾರೆ. ಅಲ್ಲಿನ ನೆಲದ ಹಲಗೆಯೊಂದನ್ನು ಎಬ್ಬಿಸಲಾಗಿದೆ. ಅದರ ಕೆಳಗಿಂದ ಅವನು, ಒಂದು ಹರಕಲು ಬಟ್ಟೆ ತುಂಡು ಮೇಲೆ ತೆಗೆಯುತ್ತಾನೆ. ಅಲ್ಲ, ಅದು ಬಟ್ಟೆ ತುಂಡಲ್ಲ. ಅದೊಂದು ಟೋಪಿ. ಸ್ಟ್ರಾಟ್ ಅದನ್ನು ಕೈಯಲ್ಲಿ ತೆಗೆದುಕೊಂಡು ಆ ಕಡೆ ಈ ಕಡೆ ತಿರುಗಿಸುತ್ತಾನೆ. ಒತ್ತಿ ನೋಡುತ್ತಾನೆ. ಪರ್ಶಿಯನ್ ಭಾಷೆ ಬರೆದಿರುವ ಕಾಗದದ ತುಂಡು ಅಲ್ಲೇ ಭದ್ರವಾಗಿದೆ.

"ನಿನ್ನ ಪಕ್ಕದಲ್ಲಿ ಮಲಗ್ತಾ ಇದ್ದನಲ್ಲ, ಎಲೆಕ್ಟ್ರಿಕ್ ಕೆಲಸ ಮಾಡೋನು, ಅವನು ಇದನ್ನ ಕವಾಯತಿನ ಮೈದಾನದಿಂದ ತನ್ನ ಜೊತೆ ತಗೊಂಡು ಬಂದ."

"ಅವನು ಎಲ್ಲಿ ಹೋದ ?" ಸ್ಟ್ರಾಟನ ಪ್ರಶ್ನೆ.

"ನಿನ್ನ ತರುವಾಯ ಅವನ ಆರೋಗ್ಯ ಕೆಟ್ಟುಹೋಯ್ತು, ಅವನು ವಾಪಸ್ ಬರೋದಿಲ್ಲ."

ಹಿರೇ ಕೈದಿ ತನ್ನ ಮೂಗಿನಲ್ಲಿ ಏನೋ ಮುರಿದುಹೋಗಿದೆ ಎನ್ನುವ ಹಾಗೆ ಉಸಿರಾಡುತ್ತಿದ್ದಾನೆ.

"ನೀನು ಇನ್ನೂ ಅಡುಗೆಮನೆಯಿಂದ ಏನಾದ್ರೂ ತರಬಹುದು. ಇಲ್ಲಿ ಅದು ಬೇಕಾಗಿರೋರು ತುಂಬಾ ಜನ ಇದಾರೆ."

ಸರಿ, ಎಲ್ಲ ಮೊದಲಿನ ಹಾಗೆಯೇ ಮುಂದುವರಿಯುತ್ತದೆ. ಸ್ಟ್ರಾಟ್ ಅಡುಗೆಮನೆ ಕೆಲಸಕ್ಕೆ ಮತ್ತೆ ಹಾಜರಾಗುತ್ತಾನೆ. ಬಾಟೆನ್‌ಬಾಖ್‌ನ ನೀಲಿ ಕಣ್ಣುಗಳು ತೃಪ್ತಿಯಿಂದ ಫಳಫಳ ಹೊಳೆಯುತ್ತಿವೆ. ಅವನು ತನ್ನನ್ನು ನಂಬಿರುವ ಯಾರನ್ನೂ ಸಾಯಲು ಬಿಡುವುದಿಲ್ಲ, ಮಧ್ಯಾಹ್ನ ತಂಡನಾಯಕ ರೊಯೆಡರ್ ಊಟಕ್ಕೆ ಹೋದ ಬಳಿಕ ಬಾಟೆನ್‌ಬಾಖ್, ಕೈಯಲ್ಲಿ ಒಂದು ಪೆನ್ಸಿಲ್ ಚೂರು ಹಿಡಿದುಕೊಂಡು ಮೇಜಿನ ಮುಂದೆ ಕುಳಿತುಕೊಳ್ಳುತ್ತಾನೆ. ಅವನ ಮುಖದಲ್ಲಿ ಕಲಿಯುವವನ ನಮ್ರತೆ. 'ಕಲಿಯುವುದು' ಎಂಬುದಕ್ಕೆ ಸಮಾನವಾದ ಪರ್ಶಿಯನ್ ಪದ 'ಲಿಕು'. ಸ್ಟ್ರಾಟ್ ತನ್ನ ಮಲಗುವ ಜಾಗಕ್ಕೆ ಕಾಗದ, ಪೆನ್ಸಿಲ್, ಬ್ರೆಡ್ಡು, ಆಲೂಗಡ್ಡೆಗಳನ್ನು ಹಿಂದಿನಂತೆ ಕದ್ದು ಸಾಗಿಸುತ್ತಿದ್ದಾನೆ – ಹಾಜರಿ ಹಾಕುವ ಗಲಾಟೆಯ ನಡುವೆ, ಸಾಯಂಕಾಲ, ಯಥಾಪ್ರಕಾರ ತನ್ನ ಪಕ್ಕದಲ್ಲಿ ಮಲಗುವ ಹೊಸ ಮನುಷ್ಯನ ಹೆಗಲಿಗೆ ಹೆಗಲು ತಾಕಿಸುತ್ತಾ ಪದವೃಂದಗಳನ್ನು, ವಾಕ್ಯಗಳನ್ನು ಸೃಷ್ಟಿಸುತ್ತಾ ಹೋಗುತ್ತಾನೆ. ವಿಭಕ್ತಿ ಪ್ರತ್ಯಯಗಳನ್ನು ಧಾತು ರೂಪಗಳನ್ನು ರಚಿಸುತ್ತಾನೆ. ಈಗ ಅವನು ಈ ಕೆಲಸ ಮಾಡುತ್ತಿರುವುದು ಕೇವಲ ಬಾಟೆನ್‌ಬಾಖ್‌ಗೆ ಸಂತೋಷವಾಗಲೆಂದು ಅಲ್ಲ. ಅವನಂತೂ ತೃಪ್ತನಾಗಿದ್ದಾನೆ. ಆದರೆ ಈಗ ಸ್ಟ್ರಾಟ್‌ನನ್ನು ಸೆರೆಹಿಡಿದಿರುವುದು ಆ ಭಾಷೆಯ ಬಗೆಗಿನ ನಿಜವಾದ ಮಮತೆ. ಆಮೇಲೆ ಇದ್ದಕ್ಕಿದ್ದಂತೆ ಇನ್ನೊಮ್ಮೆ ಅವನ ಮೋಸ ಬಯಲಾಗುವ ಸಾಧ್ಯತೆ ತಲೆದೋರಿತು. ಆ ಶಿಬಿರಕ್ಕೆ ಯಾರೋ ಒಬ್ಬ ಪರ್ಶಿಯನ್ ಸೆರೆಯಾಳು ಬಂದಿದ್ದಾನೆ ಎನ್ನುವ ಸುದ್ದಿ ಬಾಟೆನ್‌ಬಾಖ್‌ನ ಕಿವಿಗೆ ಬಿತ್ತು. ನಿಜವಾದ ಒಬ್ಬ ಪರ್ಶಿಯನ್ !

ಅಯ್ಯೋ ಭಗವಂತಾ ! ಎರಡು ದಿನ, ಬೆಳಗಿನಿಂದ ಸಂಜೆಯ ತನಕ ಬಾಟೆನ್‌ಬಾಖ್ ಅವನನ್ನು ಹುಡುಕಿಕೊಂಡು ಅಲೆದದ್ದೂ ಅಲೆದದ್ದೇ. ಆ ವ್ಯಕ್ತಿ ಯಾರು, ಎಲ್ಲಿದ್ದಾನೆ ಎಂದು

ಕಂಡುಹಿಡಿಯಲು ತನಗೆ ಗೊತ್ತಿದ್ದ ಉಪಾಯಗಳನ್ನೆಲ್ಲ ಆತ ಖರ್ಚು ಮಾಡಿದ. ಕೊನೆಗೂ ಆ ಮನುಷ್ಯ ಸಿಕ್ಕಿದ. ಆದರೆ ಅವನು ಪರ್ಶಿಯನ್ ಅಲ್ಲ, ಹಿಂದೂ. ಆ ದಿನವೆಲ್ಲಾ ಬಾಟೆನ್‌ಬಾಖ್ ಗೊಣಗಿದ್ದೂ ಗೊಣಗಿದ್ದೆ, ಶಾಪ ಹಾಕಿದ್ದೂ, ಶಾಪ ಹಾಕಿದ್ದೇ.

"ಇದೆಂಥಾ ಕಚಡಾ ಶಿಬಿರ ಇದು! ಪ್ರಪಂಚದಲ್ಲಿರೋ ಕೊಳೇ ಕಸಾ ಎಲ್ಲಾ ಇಲ್ಲಿಗೇ ಬರ್ತಾರೆ. ಆದರೆ ಒಬ್ಬನೇ ಒಬ್ಬ ಪರ್ಶಿಯನ್ ಕೂಡಾ ಇಲ್ಲ."

"ಹಿಟ್ಲರ್ ಸೈನ್ಯ ಇನ್ನೂ ಅಷ್ಟು ದೂರ ಹೋಗಿಲ್ಲ ಅಂತ ಕಾಣ್ತದೆ" ಅಂದ ಸ್ಟ್ರಾಟ್, ಅವನನ್ನು ಸಮಾಧಾನಪಡಿಸಲು. ಆಮೇಲೆ ಅವನು ಆಲೋಚಿಸುತ್ತಾನೆ : ಪಾಪ, ಇಂಡಿಯಾದಿಂದ ಬಂದಿರುವ ಆ ನತದೃಷ್ಟ ಬಡಪಾಯಿ.

ಶರದೃತು ಬಂದು ಹೋಗುತ್ತದೆ. ಕೊನೆಗೊಮ್ಮೆ ಚಳಿಗಾಲ, ಕವಾಯತ್ ಮಾಡುವ ಮೈದಾನದ ಮೇಲೆ ಮೈಕೊರೆಯುವ ಚಳಿ ಗಾಳಿ. ಗಡ್ಡೆಗಟ್ಟಿದ ನೆಲಕ್ಕೆ, ತೆಳುವಾದ ಹಿಮದ ಆವರಣ. ಹರಕು ಬಟ್ಟೆ ಹಾಕಿಕೊಂಡ ಮನುಷ್ಯರ ಸಾಲೊಂದು, ಮುಖ್ಯ ದ್ವಾರದ ಮೂಲಕ ಒಳಗಡೆ ಪ್ರವೇಶಿಸುತ್ತದೆ – ಬಹಳ ನಿಧಾನವಾಗಿ, ಹೆಜ್ಜೆಯ ಮುಂದೆ ಹೆಜ್ಜೆ ಇಡುತ್ತಾ, ಈ ತಂಡ ಶಿಬಿರದಿಂದ ಶಿಬಿರಕ್ಕೆ ಅಲ್ಲಿಂದ ಮತ್ತೊಂದು ಶಿಬಿರಕ್ಕೆ ಪ್ರಯಾಣ ಮಾಡುತ್ತಲೇ ಬಂದಿದೆ. ಅದು ಇಷ್ಟು ದೂರದ ಪ್ರಯಾಣವನ್ನು ಮುಗಿಸಿ ಬದುಕಿ ಉಳಿದಿರುವುದೇ ಆಶ್ಚರ್ಯ. ಸರಿ, ಈಗ ಅದು ನಿಧಾನವಾಗಿ, ತಂತಿಬೇಲಿಗಳಿಂದ ಸುತ್ತುವರಿಯಲ್ಪಟ್ಟ ಡೇರೆಗಳೊಳಗೆ ನುಸುಳುತ್ತಿದೆ. ತನ್ನ ಬದುಕನ್ನು ನಿಧಾನವಾಗಿ ವ್ಯರ್ಥ ಮಾಡುವುದಕ್ಕೆ. ರಾತ್ರಿಯಲ್ಲಿ ನಕ್ಷತ್ರಖಚಿತ ನೀಲಗಗನದ ಕೆಳಗೆ, ಹಗಲಿನಲ್ಲಿ, ಬೇಗ ಬೇಗ ತೇಲುವ ಮೋಡಗಳ ಕೆಳಗೆ. ಆಗಾಗ, ಸೂರ್ಯ ಹೊಳೆಯುತ್ತಾನೆ.

ಅಡುಗೆಯ ಮನೆಯ ಕಿಟಕಿಯ ಹಿಂದೆ, ಬೆಚ್ಚನೆಯ ಸನ್ನಿವೇಶ. ಸ್ಟ್ರಾಟ್, ಬಾಟೆನ್ ಬಾಖ್‌ಗೆ ಕಾಲ್ಪನಿಕ ದೃಶ್ಯವೊಂದನ್ನು ನಟಿಸಿ ತೋರಿಸುತ್ತಿದ್ದಾನೆ. ಪರ್ಶಿಯನ್ ಭಾಷೆಯಲ್ಲಿ.

"ನಮಸ್ಕಾರ, ನಾನು ಪರದೇಶವೊಂದರಿಂದ ಬಂದಿರುವ ಸಭ್ಯ ವ್ಯಕ್ತಿ. ನಾನೊಬ್ಬ ವ್ಯಾಪಾರಿ. ನಾನು ಈ ಮಹಿಳೆಯೊಂದಿಗೆ ನರ್ತಿಸಬಹುದೇ ?" – ತಾ ಮುಲ ಅಸಾ ಒಕಾದಿರ್. ತಾ ಮುಲಿ ಲೆಮ್ ಬಸಾರ್‌ಮೆಲ್ಕೋನೆಲಿ ತಾ ರಮಾಡಮ್ಡಾ ದೊಂಗಾ ?"

ಮೇ ತಿಂಗಳಲ್ಲಿ ಒಂದು ದಿನ ಬರಲಿದೆ. ಅಂದು ಶಿಬಿರದ ಬಾಗಿಲುಗಳು ಅಗಲವಾಗಿ ತೆರೆಯಲಿವೆ. ಆಗ ರಸ್ತೆಯ ಬದಿಯ ಚೆಸ್ನಟ್ ಮರಗಳು ಎಲೆ ಹೂಗಳಿಂದ ತುಂಬಿ ಅರಳಿರುತ್ತವೆ. ಬದುಕಿ ಉಳಿದಿರುವ ಜನರಿಗೆ ತಮಗೆ ಇಷ್ಟ ಬಂದ ಕಡೆ ಹೋಗಲು ಸಾಧ್ಯವಾಗಲಿದೆ. ಸ್ಟ್ರಾಟ್ ಹಾಲೆಂಡಿಗೆ ಹಿಂದಿರುಗಲಿದ್ದಾನೆ. ಅಲ್ಲಿ ತನ್ನ ಭೌತಶಾಸ್ತ್ರದ ವ್ಯಾಸಂಗವನ್ನು ಪೂರ್ತಿಗೊಳಿಸುತ್ತಾನೆ. ಆತ ಒಬ್ಬ ಉಪಾಧ್ಯಾಯನಾಗಲಿದ್ದಾನೆ. ಆದರೆ ತನ್ನ ಇಡೀ ಜೀವಮಾನವನ್ನು ಕ್ಷಿಪ್ರಬಳಕೆಯಿಂದ ಕಳೆಯಬೇಕು. ಈ ಶಿಬಿರದಲ್ಲಿ ಮಾಡಿದಂತಹ ಅದ್ಭುತ ಕಾರ್ಯವನ್ನು ಸಾಧಿಸಲು ಮುಂದೆಂದೂ ಅವನಿಗೆ ಶಕ್ಯವಾಗದು : ತನ್ನ ಮನಸ್ಸಿನಿಂದ ನಿಧಾನವಾಗಿ ಮರೆಯಾಗಲಿದ್ದ ಭಾಷೆಯೊಂದನ್ನು ಆತ ಸೃಷ್ಟಿಸಿದ್ದನಲ್ಲ...

ಕೊನೆಗೊಂದು ದಿನ ಬಾಟೆನ್‌ಬಾಖ್ ಕೂಡ ಪರ್ಶಿಯಾಗೆ ಹೋಗುತ್ತಾನೆ. ಇರಾನಿನ ಸಾಮ್ರಾಜ್ಯಕ್ಕೆ. ಆದರೆ ಅಲ್ಲಿನ ಜನ ಮಾತನಾಡುತ್ತಿರುವ ವಿಚಿತ್ರವಾದ ಪರ್ಶಿಯನ್ ಭಾಷೆಯನ್ನು ಕೇಳಿ ಅವನು ಆಶ್ಚರ್ಯಪಡಲಿದ್ದಾನೆ. ○

○ ಡೀನಾ ನೇಲ್‌ಕೆನ್

ನಿಜವಾಗಿ ಅಳಿಯುವುದು ಕಟ್ಟಕಡೆಯ ವ್ಯಕ್ತಿ ಮಾತ್ರ

ಪ್ರಾಧ್ಯಾಪಕರು ನನ್ನ ಮಂಚದ ಪಕ್ಕದಲ್ಲಿ ನಿಂತಿದ್ದಾರೆ. ಆದರೆ ಈ ಬಾರಿ ಅವರೊಂದಿಗೆ, ಬಿಳಿಯ ಕೋಟುಗಳನ್ನು ಧರಿಸಿದ ವೈದ್ಯರು ಮತ್ತು ಸಹಾಯಕರ ರಕ್ಷಕ ಪಡೆ ಇಲ್ಲ. ಅವರು ಹಾಸಿಗೆಯ ಅಂಚಿನಲ್ಲಿ ಆರಾಮವಾಗಿ ಕುಳಿತುಕೊಳ್ಳಲು ಪ್ರಯತ್ನಿಸುತ್ತಿದ್ದಾರೆ. ತಮ್ಮ ಒಳಸೇರಿದ ಕಣ್ಣುಗಳಿಂದ ನನ್ನನ್ನು ಗಮನಿಸುತ್ತಿದ್ದಾರೆ. ಆ ನೋಟವನ್ನು ನಾನು ಬಲ್ಲೆ. ಅವರು ತಮ್ಮಷ್ಟಕ್ಕೆ ತಾವೇ ಗೊಣಗುಟ್ಟಿಕೊಳ್ಳುವುದು ನನಗೆ ಕೇಳಿಸುತ್ತಿದೆ.

"ಎಲ್ಲಿದೆ ಈ ರೋಗದ ಮೂಲ?" ಮತ್ತಿಷ್ಟು ಅಸಹನೆಯಿಂದ, "ಎಲ್ಲಿದೆ ಮೂಲ? ಅದು ಎಲ್ಲಾದರೂ ಇರಲೇಬೇಕು."

"ಇಲ್ಲಿ" ನಾನು ನನ್ನ ಕೈಯನ್ನು ಎದೆಯ ಕಡೆ ತೋರಿಸುತ್ತಾ ಹೇಳುತ್ತೇನೆ. ಅಷ್ಟು ಸಣ್ಣ ಚಲನೆ ಮಾಡುವುದು ಕೂಡ ನನಗೆ ಕಷ್ಟ. "ಇಲ್ಲಿ, ನನ್ನೊಳಗೆ, ಇನ್ನು ಮುಂದುವರಿಯೋದು ನನ್ನಿಂದ ಸಾಧ್ಯವಿಲ್ಲ." ಅನಂತರ ಮೃದುವಾಗಿ, ಆದರೆ ಸ್ಪಷ್ಟವಾಗಿ – ಯಾಕೆಂದರೆ ಇದ್ದಕ್ಕಿದ್ದಂತೆ ಆ ಸತ್ಯ ನನಗೆ ಹೊಳೆಯುತ್ತದೆ – "ನಾನು ವಾರಗಳ ಹಿಂದೆಯೇ ಹೇಳಿದೆ. ಮುಂದಿನ ಪಯಣಕ್ಕೆ ನಾನು ಅಸಮರ್ಥಳು. ಈ ಪರ್ವತವನ್ನು ಹತ್ತಲಾರೆ ನಾನು."

"ಯಾವ ಪರ್ವತ?"

"ಈಗಿನ ಜೀವನ... ಹೊಸ ಜೀವನ... ಇಲ್ಲಿ, ಜರ್ಮನಿಯಲ್ಲಿ. ಮೊದಲೂ ಅಷ್ಟೆ. ಬದುಕಿಗೆ ಯಾವ ಅರ್ಥವೂ ಇರಲಿಲ್ಲ. ಇದುವರೆಗೂ ನಾನು ನನ್ನ ಬದುಕಿಗೆ ಅರ್ಥವಿದೆಯೇನೋ ಅನ್ನೋ ಹಾಗೆ ನಟಿಸ್ತಾ ಇದ್ದೆ, ಅಷ್ಟೆ."

"ಎಲ್ಲರೂ ಹಾಗೆಯೇ ಜೀವನಕ್ಕೆ ಅರ್ಥವಿದೆಯೆಂಬಂತೆಯೇ ಬದುಕ್ತಾರೆ, ನನಗೆ ನಿಮ್ಮ ಬಗ್ಗೆ ತಿಳಿದಿರೋದು ಕಡಿಮೆ, ಆದರೆ ನನ್ನ ಪ್ರೀತಿಯ ಶ್ರೀಮತಿ ಲಾಫೊಂಟೇನ್, ನಾನು ನಿಮ್ಮ ಬಗ್ಗೆ ಕೇಳಿರುವಷ್ಟರಿಂದಲೇ, ನೀವು ಸಾರ್ಥಕ ಜೀವನ ನಡೆಸಿದ್ದೀರಿ ಅಂತ ಹೇಳಬಲ್ಲೆ. (ನನಗೆ ನಿಮ್ಮ ಹೆಸರು ಗೊತ್ತು. ನಿಮ್ಮ ಪುಸ್ತಕಗಳು ಗೊತ್ತು.) ನೀವು ನಡೆಸಿರೋದು ತುಂಬು ಜೀವನವನ್ನು."

"ಆದರೆ...ಹಾಗಾದರೆ 'ನನ್ನ' ಜೀವನ ಯಾವುದು?" ನಾನು ಪಿಸುಗುಟ್ಟುತ್ತೇನೆ. ನನ್ನ ಕಣ್ಣೆದುರು ಮೂರು ಚಿತ್ರಗಳು ಬರುತ್ತವೆ.

ಎಲ್ಲವೂ ನನಗೆ ಗೊತ್ತಿರುವಂಥವು; ಪರಸ್ಪರ ಸಂಬಂಧವುಳ್ಳವು. ಮೊದಲನೆಯದು, ಅಳುಕು ತುಂಬಿದ ಬಣ್ಣಗೆಟ್ಟ ಮುಖದ ಮಗು; ಅವನ ನೇರಳೆ – ನೀಲಿ ಕಣ್ಣುಗಳಲ್ಲಿ ಅಸ್ಪಷ್ಟ ಕನಸುಗಳ ಪ್ರತಿಬಿಂಬ. ಎರಡನೆಯದು, ಭಯ ಹಾಗೂ ನಾಚಿಕೆ ತುಂಬಿದ ಹುಡುಗಿ. ಪಾಪ ಮಾಡದೆ, ಅದರೊಳಗೆ ಮುಳುಗುವೆನೇನೋ ಎಂಬುದು ಅವಳ ನೋವಿನ ಮೂಲ. ಕೊನೆಯದು, ತನ್ನನ್ನು ತಾನೇ ಕಳೆದುಕೊಂಡಿರುವ ಒಬ್ಬ ಹೆಂಗಸು; ಕಣ್ಣು ಮುಚ್ಚಿ ಮುಂದೆ ಮುಂದೆ ಓಡುತ್ತಿರುವವಳು. ನನಗೆ ನಗು, ನಲಿವುಗಳ ಹಂಬಲ; ನೋವು, ಕಹಿಗಳ ಬಯಕೆ. ಈ ದಾಹ ನನ್ನನ್ನೂ ಮೀರಿ ಮಾತನಾಡುತ್ತಿದೆ:

"ಇಲ್ಲ... ಯಾವಾಗಲೂ ಅಷ್ಟೇ, ನಾನು ನನಗಾಗಿ... ನನಗಾಗಿ ಬದುಕೋದಕ್ಕೆ ಸಮಯವೇ ಇರ್ಲಿಲ್ಲ. ನನ್ನ ಬದುಕೆಲ್ಲ ಒಂದು ಕೊನೆಯಿರದ ಓಟ. ಬದುಕುವ ತೀವ್ರತೆಯೇ ನನ್ನ ಬದುಕನ್ನು ಕೊಂದಿತು. ರೋಮ್‌ನಲ್ಲಿ ಇದ್ದದ್ದು ಹಾಗೆಯೇ... ಆಮೇಲೆ ಇಲ್ಲಿ ಮ್ಯೂನಿಕ್‌ನಲ್ಲಿ... ಇಲ್ಲೂ ಅಷ್ಟೆ, ನಾನಿನ್ನು ಓಡಲಾರೆ."

ಅವರ ನೋಟದೆದುರು ನಾನು ಕಣ್ಣು ಮುಚ್ಚುತ್ತೇನೆ... ನಾನಿನ್ನು ಆ ನೋಟವನ್ನು ಎದುರಿಸಲಾರೆ... ಆತ್ಮರಕ್ಷಣೆ ಮಾಡಿಕೊಳ್ಳಲಾರದಷ್ಟು ದುರ್ಬಲಳು ನಾನು. ನನ್ನ ರಹಸ್ಯಗಳ ಖಜಾನೆ ಬರಿದಾಗಲೇಬೇಕೆ? ನನ್ನ ಪಾಡಿಗೆ ನನ್ನನ್ನು ಬಿಡಬಾರದೇಕೆ ಇವರು? ಸರಿ, ಪ್ರಾಧ್ಯಾಪಕರು ಹೊರಗೆ ಹೋಗುತ್ತಾರೆ. ಆದರೆ ಪ್ರತಿದಿನವೂ ಮರಳಿ, ಮರಳಿ ಬರುತ್ತಾರೆ. ಯಾವಾಗಲೂ ಅದೇ ಸ್ನೇಹ, ನನ್ನ ಆರೋಗ್ಯ ರಕ್ಷಣೆಯ ಬಗ್ಗೆ ಪ್ರೀತಿ ತುಂಬಿದ ಕಟ್ಟುನಿಟ್ಟು. ತರುಣರು ತೊಡುವಂಥ ರಂಗುರಂಗಿನ ನೆಕ್ ಟೈ ಮತ್ತು ಚಿಟ್ಟೆಯಾಕಾರದ ಟೈಪಿನ್, ಆ ಶಿಸ್ತಿನ ತೀವ್ರತೆಯನ್ನು ಕಡಿಮೆ ಮಾಡುತ್ತದೆ. ಒಮ್ಮೊಮ್ಮೆ ಅವರು ಮೇಲೆತ್ತಿ ಹಿಡಿದ ಚಿಟ್ಟೆ ಬಲೆಯೊಂದಿಗೆ ನನ್ನೆದುರು ನಿಲ್ಲುವಂತೆ ಕಾಣುತ್ತದೆ. ತನ್ನ ರಕ್ಷಣೆಯಲ್ಲಿರುವ, ನನ್ನ ಬದುಕೆಂಬ ಸುಂದರ, ಚಂಚಲ, ಮರಣೋನ್ಮುಖ ಪತಂಗವನ್ನು ಹಿಡಿಯುವ ಹಟ ತೊಟ್ಟ ಹಾಗೆ. ಯಾಕೆ? ನನ್ನ ಬಾಲ್ಯದ ದಿನಗಳಲ್ಲಿ ಮಾಡುತ್ತಿದ್ದಂತೆ, ಅದನ್ನು ಹಸಿರು ಬಣ್ಣದ ಪೀಪಾಯಿಯಲ್ಲಿ ಸಂಗ್ರಹಿಸಲೆಂದೇ? ಈ ಬದುಕನ್ನು ತುಂಬಿರುವ ಅನ್ಯಾಯಗಳಿಂದ, ಅದನ್ನು ಕಾಪಾಡಲೆಂದೇ? ಅವರಾದರೋ ನೆರವು ನೀಡಲೂ ಬಲ್ಲ ಗೆಳೆಯ. ಅವರು ನನಗೆ ನೆರವು ನೀಡಬೇಕು. ಬಿಡುಗಡೆ ಪಡೆಯಲು ನೆರವು, ಆದರೆ ಅವರು ಒಪ್ಪುವುದಿಲ್ಲ.

"ನಿಮಗೆ ನೀವೇ ಸಹಾಯ ಮಾಡಿಕೊಳ್ಬೇಕು. ನೀನು ನನ್ನೊಂದಿಗೆ ಸಹಕರಿಸಿದರೆ ಮಾತ್ರ ನಾನು ಏನಾದರೂ ಮಾಡಬಲ್ಲೆ. ನೀವು ಬಾಯಿಬಿಡ್ಬೇಕು. ನಿನ್ನ ಬಗ್ಗೆ ಏನಾದರೂ ವಿವರಗಳನ್ನು ಕೊಡ್ಬೇಕು. ಅಥವಾ ಮರೆತುಹೋದ, ಕಳೆದುಹೋದ, ಬೇಕೆಂದೇ ಬದಿಗೆ ಬಿಟ್ಟ ವಸ್ತುಗಳನ್ನು ಕುರಿತು. ವಸ್ತುಗಳು, ಭಾವನೆಗಳು, ಪ್ರಚೋದನೆಗಳು. ಹೌದು ಪ್ರಚೋದನೆಗಳು, ಪ್ರಾಯಶಃ ನೀವು ಯಾಕೆ ಹೀಗೆ ಮಲಗಿದ್ದೀರಿ ಅನ್ನೋದನ್ನು ನೀವೇ ಹೇಳಬಲ್ಲಿರಿ."

"ನಾನು ಯಾಕೆ ಇಲ್ಲಿ ಮಲಗಿದ್ದೇನೆ ಅಂತ ನನಗೆ ಗೊತ್ತು. ನನಗೆ ಪಾಲಿನ್ಯೂರೈಟಿಸ್ ರೋಗ ಬಂದಿದೆ. ಅದು ಈಗಾಗಲೇ ಪ್ರಬಲವಾಗಿ ಬೇರೂರಿದೆ."

"ಹೌದು, ಆದರೆ ರೋಗ ಯಾಕೆ ಬೇರೂರಬೇಕು? ಅಥವಾ ಇನ್ನೂ ಸರಿಯಾಗಿ ಹೇಳೋದಾದರೆ, ನಿಮಗೆ ಈ ಗತಿ ಯಾಕೆ ಬಂದಿದೆ? ನಿಮ್ಮಲ್ಲಿ ರೋಗ ನಿರೋಧಕ ಶಕ್ತಿಗಳು ಸಾಕಷ್ಟಿವೆ. ಆದರೆ ಅವುಗಳಿಗೆ ನಿಮ್ಮ ಇಚ್ಛಾಶಕ್ತಿಯ ಬೆಂಬಲ ಯಾಕೆ ದೊರೀತಿಲ್ಲ?"

"ಹಾಗಾದರೆ ನೀವು ಹೇಳೋದೇನು? ನನಗೆ ಕಾಯಿಲೆಯಿಲ್ಲ ಅಂತಲೇ? ನಾನು ಬೇಕೆಂದೇ ಮಲಗಿದ್ದೇನೆ ಅಂತಲೇ?"

"ಇಲ್ಲ, ಆದರೆ ಕೆಲವು ಬಾರಿ ಮನುಷ್ಯ ಬಹಳ, ಬಹಳ ಬಳಲಿಬಿಡ್ತಾನೆ. ಬದುಕು, ಬೇಡವೆನಿಸುವಷ್ಟು ಭಾರವಾಗ್ತದೆ, ಹೋರಾಡಿ ಫಲವಿಲ್ಲ ಅನ್ನಿಸ್ತದೆ. ಆತ್ಮರಕ್ಷಣೆ ನಿಷ್ಪ್ರಯೋಜಕ ಅಂತ ಕಾಣ್ತದೆ. ಅಥವಾ ಒಬ್ಬ ವ್ಯಕ್ತಿ ಬದುಕಿನ ಮೇಲಿನ ಹಿಡಿತವನ್ನು ಸ್ವಲ್ಪ ಸ್ವಲ್ಪವಾಗಿ ಬಿಟ್ಟುಕೊಟ್ಟು ಕೊನೆಗೆ ಸಂಪೂರ್ಣ ಕೈಬಿಡಲೂ ಸಾಕು... ಹಾಗಿದ್ದರೆ ಹೃದಯವನ್ನು ತುಂಬಿರುವ ಎಲ್ಲ ನೋವುಗಳನ್ನೂ ಹೇಳಿಕೊಂಡಾಗ ಎಷ್ಟೋ ಸಮಾಧಾನ. ಬೇಕೆನಿಸಿದರೆ ನಿನ್ನ ಕಲೆಯ ಬಗೆಗೆ ಕೂಡ ಮಾತನಾಡಿ–ನಾನು ಆ ಕ್ಷೇತ್ರದಲ್ಲಿ ಪರಿಣತನಲ್ಲ. ಕಲೆಯ ವಲಯ ನನಗೆ ಅಪರಿಚಿತ, ಆದರೂ, ಒಂದು ಬಗೆಯ ಆತ್ಮ ನಿವೇದನೆ! ...ಸಾಹಿತ್ಯಕ ಆತ್ಮನಿವೇದನೆ..."

ಹಕ್ಕಿಯ ಉಗುರುಗಳಂತಹ ನನ್ನ ಒಣಕಲು ಕೈಗಳನ್ನು ಬೀಸಿ, ಅವರ ಮಾತನ್ನು ನಾನು ನಿರಾಕರಿಸುತ್ತೇನೆ. ಮಾಂಸವೆಲ್ಲ ಒಣಗಿಹೋಗಿ, ಕೈ ಕಟ್ಟಿಗೆಯಾಗಿದೆ, (ಓ, ನನ್ನ ಸುಂದರ ಕೈಗಳು) ಈ ತಂತ್ರ ನನಗೆ ಚೆನ್ನಾಗಿ ಗೊತ್ತು. ಆತ್ಮನಿವೇದನೆ ಮತ್ತು ಪಶ್ಚಾತ್ತಾಪಗಳ ಮೂಲಕ ಮನುಷ್ಯ ಉದ್ಧಾರವಾಗುತ್ತಾನೆ, ಹೊಸ ಹಾದಿ ಹಿಡಿಯುತ್ತಾನೆ ಎನ್ನುವ ಕಟ್ಟುಕಥೆ. ಏನಾದರೂ ಆಗಲಿ, ನನಗೆ ಆತ್ಮನಿವೇದನೆ ಮಾಡಿಕೊಳ್ಳುವ ಇಷ್ಟವಿಲ್ಲ. ಹೊಸ ಪ್ರತಿಜ್ಞೆಗಳನ್ನು ಮಾಡುವ ಹಂಬಲವೂ ಇಲ್ಲ. ಅದೂ ಅಲ್ಲದೆ ಮರೆತುಹೋದ ಪಾಪಗಳನ್ನು ಮತ್ತೆ ಕೆದಕಿ ಸಮಸ್ಯೆಗಳ ಬಲೆಯಲ್ಲಿ ಸಿಕ್ಕಿಹಾಕಿಕೊಳ್ಳುವುದು ನನಗೆ ಬೇಡ. ಸುಳ್ಳು ಹೇಳಿದ, ಮರೆ ಮಾಡಿದ ಸತ್ಯಗಳು ಹಾಗೆಯೇ ನಿದ್ರಿಸಲಿ.

ಧೈರ್ಯ ಪ್ರದರ್ಶನದ ಕ್ರಿಯೆಯಲ್ಲೇ ಕರಗಿಹೋದ ಧೀರರ ಸ್ಮರಣೆಯಂತೂ ಖಂಡಿತವಾಗಿಯೂ ಬೇಡ. ಅವರಿಗೆ ಯಾವ ಸಾಹಸವೂ ಅಸಾಧ್ಯವೆನಿಸಲಿಲ್ಲ. ಯಾವ ಬಲಿದಾನವೂ ಅತಿಯೆನಿಸಲಿಲ್ಲ. ಯಾವ ಸಾವೂ ಶೀತಲವೆನಿಸಲಿಲ್ಲ. ಶೀಘ್ರವೆನಿಸಲಿಲ್ಲ, ವೀರಮರಣವೆನಿಸಲಿಲ್ಲ. ಕೊನೆಗೆ ನಾನು ಕೋಪದಿಂದ ಕಿರಿಚುತ್ತೇನೆ :

"ನನಗೆ ಬದುಕೋದಕ್ಕೆ ಇಷ್ಟವಿಲ್ಲ. ಆದ್ದರಿಂದ, ಇನ್ನು ಮೇಲೆ, ನನ್ನ ಕೈಲಾದದ್ದೇನನ್ನೂ ಅದಕ್ಕೋಸ್ಕರ ನಾನು ಮಾಡಬಯಸೋದಿಲ್ಲ. ನನ್ನ ಬರವಣಿಗೆಯಿಂದ ನನಗೆ ದೊರೆತದ್ದು ಕೇವಲ ಹಣ ಮಾತ್ರ. ತನ್ನ ಜೀವನದಿಂದ ನನಗೆ ಸಿಕ್ಕಿದ್ದು ಕೇವಲ ಹೊಟ್ಟೆಹೊರೆದು ಕೊಳ್ಳುವ ಅವಕಾಶ. ಅದನ್ನೇ ಜೀವನ ಅಂತ ಕರೆಯುವವರೇ ಬಹಳ ಜನ."

"ಆದರೂ, ನನಗನ್ನಿಸ್ತದೆ... ಏನೇ ಆದರೂ ನಿಮ್ಮದೊಂದು ಮಾದರಿ ಜೀವನ ಅಂತ... ಬೇರೆಯವರಿಗೆ ದಾರಿ ತೋರಿಸಬಹುದು..."

"ಇಲ್ಲ, ಅದು ಸಾಹಸಮಯ ಜೀವನವಲ್ಲ. ಅದು ಭಯ ತುಂಬಿದ ಬದುಕು."

"ಎಲ್ಲ ಜೀವನವೂ ಭಯಗ್ರಸ್ತವೇ. ಜೀವನದ ಭಯ ಸಾವಿನ ಭಯ ಎನ್ನುತ್ತಾರೆ ಅವರು. ಬಳಿಕ ಒಂದು ಕ್ಷಣ ಮೌನ. ಸ್ನೇಹ ತುಂಬಿದ ಮುಗುಳ್ನಗೆ. ಅನಂತರ ತಾನು ಈ ವ್ಯಕ್ತಿಯನ್ನು ಸರಿಪಡಿಸಿದೆ, ಇಡೀ ಮಾನವ ಜಾತಿಯ – ಅಥವಾ ಕನಿಷ್ಠಪಕ್ಷ ಇವಳ – ಮೂಲಭೂತ ದೋಷಗಳಲ್ಲಿ ಒಂದನ್ನು ಸರಿಪಡಿಸಿದೆ ಎಂಬ ಸಮಾಧಾನ. ಆಮೇಲೆ ಮಾತು ಮುಂದುವರಿಯುತ್ತದೆ."

"ಆದರೆ ಆ ಭಯವನ್ನು ಗೆಲ್ಲೋದೇ ನಿಜವಾದ ಸಾಧನೆ. ಹೌದು, ಎಲ್ಲ ಮನುಷ್ಯರೂ ಬದುಕಿನ, ಸಾವಿನ ಭಯದೊಂದಿಗೇ ಜೀವಿಸ್ತಾರೆ. ಆದರೂ ಅದು ಹೇಗೋ ಜೀವನ ಮುಂದುವರೀತದೆ. ಗುಅಟೆ ತನ್ನ "ಕಾವ್ಯ ಮತ್ತು ಸತ್ಯ" ಎಂಬ ಕೃತಿಯ ಮೊದಲ ಭಾಗದಲ್ಲಿ ಹೇಳುವ ಸಾಲುಗಳು ನೆನಪಿವೆಯೇ ?

'ಗೆದ್ದು ಬಂದೆ ಹಾಗಾದರೆ ನೀನು
ಏನೇ ಇರಲಿ ಅದು ನಡೆದುದು ಹೀಗೆ
ಅನುಸರಿಸು ನೀನವನ ಮಾದರಿ
ಮುರಿಯಬೇಡ ನಿನ್ನ ಗೋಣನು ಬರಿದೆ'

"ಒಳ್ಳೆಯದು. ಅದೊಂದು ಕ್ಷಮಾಪಣೆ ಅಷ್ಟೆ. ಗುಅಟೆ ಜಾಣ, ಆದರೆ ನನಗೆ ಹಾಗೆ ಕ್ಷಮೆ ಕೇಳೋದು ಇಷ್ಟವಿಲ್ಲ. ಯಾಕೆಂದರೆ ಜೀವನ ಇರೋದೇ ಹಾಗೆ. ಹಿಂದೆ ಇದ್ದದ್ದೂ ಹಾಗೆಯೇ. ನಾವು ಹೇಗೋ ಬದುಕಿ ಉಳಿದೆವು ಅಷ್ಟೇ."

"ಅದಕ್ಕೆ ಕಾರಣ ಯುದ್ಧ," ಎಂದು ಡಾಕ್ಟರ್ ನೆನಪು ಮಾಡುತ್ತಾರೆ.

"ಯಾವಾಗಲೂ ಯುದ್ಧ ಇದ್ದೇ ಇತ್ತು. 1914ರಲ್ಲಿ ಪ್ರಾರಂಭವಾದ ಮಹಾಯುದ್ಧ. ಅನಂತರ ಅದು ಹಣದುಬ್ಬರ ಮತ್ತು ಹಸಿವುಗಳೊಂದಿಗೆ, ಕೊಲೆ ಮತ್ತು ಬಾಂಬ್‌ಗಳೊಂದಿಗೆ ಮುಂದುವರಿಯಿತು. ಇಂದಿನವರೆಗೆ, ನಮ್ಮ ಬದುಕೆಲ್ಲ ಯುದ್ಧದ ನಡುವೆಯೇ ಕಳೆಯಿತು, ದೇವರೇ !"

"ನೀನು ದೂರ ಹೋದೆ ? ಹೋಗಲೇಬೇಕಾಯಿತೇ ?" ಡಾಕ್ಟರ್ ತುಂಬಾ ಎಚ್ಚರಿಕೆಯಿಂದ ಪ್ರಶ್ನಿಸುತ್ತಾರೆ.

"ನನಗೆ ಹೋಗೋದಕ್ಕೆ ಇಷ್ಟವಿತ್ತು. ನಾವೆಲ್ಲರೂ ಅಷ್ಟೆ. ಇಲ್ಲ ನಾವು ಹೋಗಲೇಬೇಕಾಗಿ ಬಂತು. ಪ್ರತಿಯೊಬ್ಬನೂ ತಾನು ಮಾಡಲೇಬೇಕಾದ್ದನ್ನು ಮಾಡ್ತಾನೆ. ಯಾಕೆಂದರೆ ಆ ಸನ್ನಿವೇಶವೇ ಹಾಗಿರ್ತದೆ. ಯಾಕೆಂದರೆ ಅವನು ಹೆದರಿರ್ತಾನೆ ಇಲ್ಲವೇ ಅಪಾಯದಲ್ಲಿರ್ತಾನೆ ; ಇಲ್ಲವಾದ್ರೆ ಅವನು ದಡ್ಡನಾಗಿರ್ತಾನೆ ಅಥವಾ ಅತಿ ಜಾಣನಾಗಿರ್ತಾನೆ ; ಆಸೆಬುರುಕನಾಗಿರ್ತಾನೆ ಅಥವಾ ತೃಪ್ತನಾಗಿರ್ತಾನೆ ; ಹಟಮಾರಿಯಾಗಿರ್ತಾನೆ ಅಥವಾ ವಿನೋದಪರನಾಗಿರ್ತಾನೆ."

"ಪ್ರತಿಯೊಬ್ಬ ವ್ಯಕ್ತಿಯೂ ತಾನೂ ಯಾವುದನ್ನು ಮಾಡೋದಕ್ಕೆ ಸಮರ್ಥನೋ ಅದಕ್ಕಿಂತ ಹೆಚ್ಚಿನದನ್ನು ಸಾಧಿಸಬಲ್ಲ. ಅವನು ತನ್ನ ಸಾಮರ್ಥ್ಯದ ಸೀಮೆಗಳನ್ನು ದಾಟಬಲ್ಲ. ತನ್ನದೇ ಆದ ಗಡಿಗಳನ್ನು ದಾಟಿ..."

"...ಆದರೆ, ಎಲ್ಲಿಗೆ ?" ನಾನು ನನ್ನ ತಲೆಯನ್ನು ಮೇಲೆತ್ತುತ್ತೇನೆ. ಅಷ್ಟು ಮಾಡುವುದೇ ನನಗೆ ಕಷ್ಟ. ಹಾಗೆ ನೋಡಿದರೆ ಅದೇ ನನ್ನ ಸಾಧ್ಯತೆಗಳ ಗಡಿಗಳಿಂದಾಚೆ ಮಾಡುವ ಚಲನೆ. ಅನಂತರ ನಾನು ಮುಂದುವರಿಸುತ್ತೇನೆ :

"ದೂರ ದೂರ, ಮುಂದೆ ಮುಂದೆ ಹೋಗಬೇಕು ಅಂತ ನೀವು ಹೇಳ್ತೀರಿ – ನಾವು ಈವರೆಗೂ ಬಂದಿರೋ ದಾರಿಯಲ್ಲಿ, ಕೊನೆಯವರೆಗೂ ಹೋಗಬೇಕಾದ ದಾರಿಯಲ್ಲಿ. ಆದರೆ ಆ ಕೊನೆಯಲ್ಲಿ ನಮಗೆ ಕಾದಿರೋದೇನು ? ...ಮೃತ್ಯು ! ಹೌದು ಪ್ರೊಫೆಸರ್, ಅಸ್ತಿತ್ವನಾಶವೇ, ಇನ್ನಿಲ್ಲವಾಗೋದೇ ನಾವೆಲ್ಲರೂ ತಲಪಲಿರೋ ಕೊನೆಯ ನಿಲ್ದಾಣ." ನನ್ನ ಗಂಟಲಿನಲ್ಲಿ ಆಕ್ರಂದನದ ಸದ್ದು ಮೇಲೆದ್ದು ಬರುತ್ತಿರುವುದನ್ನು ನಾನು ಗುರುತಿಸಬಲ್ಲೆ. ನನ್ನ ಕಣ್ಣಂಚುಗಳು ತೇವವಾಗುವ ಆ ಅಸಹ್ಯಕರ ಸಂವೇದನೆಯೂ ನನಗೆ ಪರಿಚಿತವೇ.

ಪ್ರೊಫೆಸರ್ ಕೂಡ ಕಣ್ಣು ಕಣ್ಣು ಬಿಡುತ್ತಾರೆ. ತನ್ನ ರೋಗಿಗಳೆಲ್ಲರೂ ತಮ್ಮ ರಹಸ್ಯ ಗಳೊಂದಿಗೆ ಯಾವ ನಿಗೂಢ ಕತ್ತಲಿನೊಳಗೆ ಕರಗಿಹೋಗುವರೆನ್ನುವುದನ್ನು ಶೋಧಿಸುವವರ ಹಾಗೆ. ಅವರೆಲ್ಲರೂ ತಮ್ಮ ಬದುಕಿನ ಕಠೋರ ಹಗಲು ಬೆಳಕಿನಿಂದ ಗಲ್ಲಿ ದಾರಿಗಳ ಮಬ್ಬು ಬೆಳಕಿಗೆ ಪಲಾಯನ ಮಾಡಿದವರು, ಒಬ್ಬ ವ್ಯಕ್ತಿ ಅಲ್ಲಿ ತನ್ನಿಂದ ತಾನೇ ತಪ್ಪಿಸಿಕೊಳ್ಳಬಹುದು ;

ಸಮಾಧಿ ಶಿಲೆಗಳ ಹಿಂದೆ ಅಡಗಿಕೊಳ್ಳಬಹುದು ; ಬೆಳಕಿನಷ್ಟೇ ಅಪಾರವಾದ ಹಾಗೂ ದಾಟಲು ಅಸಾಧ್ಯವಾದ ಶೂನ್ಯದಿಂದ ತುಂಬಿದ ಪ್ರದೇಶಗಳ ವಿಶಾಲತೆಯಲ್ಲಿ ಮರೆಯಾಗಬಹುದು ; ಕ್ಷಮೆ, ಕನಿಕರಗಳ ಆಳಕ್ಕೆ ಬೀಳದೆ ನಿಂತುಕೊಳ್ಳಲು ಸಾಧ್ಯವೇ ಇಲ್ಲದಂಥ ಸೇತುವೆಗಳ ಮೇಲೆ ನಡೆಯಬಹುದು. ನಾನು ನಗುತ್ತೇನೆ. ಯಾಕೆಂದರೆ ಪ್ರೊಫೆಸರ್ ಒಬ್ಬ ಸೆರೆಯಾಳಾಗಿ ನನಗೆ ಕಾಣುತ್ತಾರೆ, ಅವರು ಕೂಡ.

"ಅಥವಾ, ಅಳಿದ ಬಳಿಕ ನಮ್ಮದೇನೂ ಉಳಿಯೋದಿಲ್ಲ ಅನ್ನೋ ಸಂಗತಿಯನ್ನು ನೀವು ಒಪ್ಪೋದಿಲ್ವೆ ಪ್ರೊಫೆಸರ್, ಒಂದು ಹಿಡಿ ಧೂಳನ್ನು ಬಿಟ್ಟರೆ. ಧೂಳಿನಿಂದ ಆದದ್ದು ಧೂಳಿಗೆ, ಮಣ್ಣಿನಿಂದ ಬಂದದ್ದು ಮಣ್ಣಿಗೆ. ಅಷ್ಟೇ ಅಲ್ಲವೇ ?"

"ನೆನಪು" ಎನ್ನುತ್ತಾರೆ ಅವರು. ಆಮೇಲೆ ಒಂದು ವಾಕ್ಯ – ಈ ವಾಕ್ಯ :

"ನಿಜವಾಗಿಯೂ ಅಳಿಯುವವನೆಂದರೆ, ಕಟ್ಟಕಡೆಯ ವ್ಯಕ್ತಿ ಮಾತ್ರ."

ನನ್ನ ಹೃದಯದ ಬಡಿತ ತೀವ್ರವಾಗುತ್ತದೆ. ಸಾವಿನಂತಹ ದಣಿವು, ನನ್ನ ಕೆನ್ನೆಗಳ ಮೇಲೆ ಕಣ್ಣೀರ ಹನಿಗಳು. ಅವರು ಸಮಾಧಾನ ಹೇಳುತ್ತಾರೆ, ಅವರ ಕಾಲುಗಳು, ಹೃದಯ ಶ್ವಾಸಕೋಶಗಳನ್ನು ನಿಯಂತ್ರಿಸುವ ಯಂತ್ರವನ್ನು ಭದ್ರವಾಗಿ ಹಿಡಿದಿವೆಯೆಂಬ ಸತ್ಯವು ನನಗೆ ಗೊತ್ತೆನ್ನುವುದು ಅವರಿಗೂ ಗೊತ್ತು. ನನಗಿರುವ ನರಗಳ ಪಾರ್ಶ್ವವಾಯುವು ಮತ್ತಷ್ಟು ತೀವ್ರವಾಗಿ ಎದೆಯವರೆಗೂ ಹರಡಿದರೆ, ಆ ಯಂತ್ರದ ನೆರವು ಅತ್ಯಗತ್ಯವಾಗುತ್ತದೆ. ಸದ್ಯಃ, ನನ್ನ ಅನಾರೋಗ್ಯ ಇದುವರೆಗೂ ಆ ಹಂತಕ್ಕೆ ಬಂದಿಲ್ಲ. ಆದರೆ ಹಾಗಾಗಬಹುದೆಂಬ ನನ್ನ ಭಯಕ್ಕೆ ಅವರ ಮಾತಿನಿಂದ ಸಮರ್ಥನೆ ಸಿಕ್ಕಿತು. ಅವರು ನನಗೆ ಸಮಾಧಾನ ಹೇಳಿದ್ದು ಕಾಲವು ಎಲ್ಲವನ್ನೂ ಸರಿಪಡಿಸುತ್ತದೆ ಎನ್ನುವಂತಹ ಸವಕಲು ಮಾತುಗಳಿಂದ. ಇನ್ನು ಆರು ವಾರಗಳೊಳಗೆ ನನಗೆ ನಡೆದಾಡಲು, ಸಾಧ್ಯವಾಗುವುದೆಂದು ಅವರು ಭರವಸೆ ಕೊಡುತ್ತಿದ್ದಾರೆ. "ಎಲ್ಲಿಗೆ ? ಶ್ಮಶಾನದ ಕಡೆಗಾ ?" ಎಂದು ನಾನು ಕೇಳಿದ್ದಕ್ಕೆ, ಅವರು ತುಂಬಾ ನಿಧಾನವಾಗಿ, ಸೌಜನ್ಯಪೂರ್ಣವಾಗಿ ತಲೆಯಲ್ಲಾಡಿಸಿದರು. ಆಮೇಲೆ ನಗು, ನಾವಿಬ್ಬರೂ ಒಟ್ಟಿಗೆ ನಗುತ್ತೇವೆ. ಅವರು ಹೊರಡುತ್ತಿದ್ದಾರೆ, ನಾನು ನನ್ನ ಕೈಯನ್ನು ಕಷ್ಟಪಟ್ಟು ಮೇಲಕ್ಕೆತ್ತಿ, ಕೃತಜ್ಞತಾ ಪೂರ್ವಕವಾಗಿ ಬೀಸುತ್ತೇನೆ. ಏಕೆಂದರೆ, ಅವರು ತನ್ನ ಚಿಟ್ಟೆ ಹಿಡಿಯುವ ಬಲೆಯನ್ನು ಮಡಿಸಿ ಬದಿಗಿಟ್ಟಿರುವರೆಂದು ನನಗೆ ತೋರುತ್ತದೆ. ಇನ್ನು ಮೇಲೆ ಬಯಲೆಲ್ಲ ನನ್ನದು. ಪ್ರಾಯಶಃ ಅವರಿಗೆ ಹೋರಾಟವನ್ನು ಮುಂದುವರಿಸಲು ಕಾಲವಿಲ್ಲವೇನೋ ? ಅಥವಾ ಸತ್ಯವೆಂಬ ಕಪ್ಪು ಚಿಟ್ಟೆಯ ಬೆನ್ನ ಹಿಂದೆ ಓಡಿ ಓಡಿ ಅವರಿಗೆ ಆಯಾಸವಾಗಿರಬಹುದು. ಏಕೆಂದರೆ ಆ ಕರಿಪತಂಗವು ಯಾವಾಗಲೂ ದಂತಕಥೆಗಳ ಸೀಮೆಯೊಳಗೆ ಹಾರಿಹೋಗುತ್ತದೆ.

ನಿಜವಾಗಿಯೂ ನಾವು ಹೇಳುವುದೆಲ್ಲ ಕಟ್ಟುಕಥೆಗಳೇ – ಅಂದರೆ ಸತ್ಯವನ್ನು ನಮಗೆ ಕಂಡ ಹಾಗೆ ನಾವು ವರ್ಣಿಸುವಾಗ, ಯಾಕೆಂದರೆ ಆಗ ನಾವು ಕಾಣುವ ಸತ್ಯವು ನಮ್ಮ ಬಯಕೆಗಳಿಗೆ ತಕ್ಕ ಹಾಗೆ ಪರಿವರ್ತಿತವಾಗಿರುತ್ತದೆ. ನಮ್ಮ ಕನಸುಗಳಿಂದ ತನಗಿಲ್ಲದ ಸೌಂದರ್ಯವನ್ನು ಪಡೆದುಕೊಂಡಿರುತ್ತದೆ. ಕುಬ್ಜರಾಗಿ ನಮ್ಮನ್ನು ನಾವು ಕಾಣಬೇಕೆಂಬುದೇ ನಮ್ಮ ಅಗತ್ಯವಾದರೆ, ನಮ್ಮ ಸತ್ಯಗಳೂ ಅಷ್ಟೇ ಚಿಕ್ಕವಾಗುತ್ತವೆ. ನಮ್ಮ ಪಾಲಿಗೆ ನಾವು ಅತಿಬಲರೆನಿಸಿದರೆ ನಾವು ಕಾಣುವ ಸತ್ಯಗಳೂ ಹಾಗೆಯೇ ದೊಡ್ಡವಾಗುತ್ತವೆ. ನಾವು ಯಾವಾಗಲೂ ಹಾಗೆಯೇ. ನಮಗೆ ಹೊಗಳಿಕೆ ಬೇಕು, ಅಥವಾ ಕನಿಕರ ಬೇಕು.

○ ಗೂಂಟರ್ ರ್‍ಯೂಕರ್

ಎಪ್ಪತ್ತು ವರ್ಷ

ಎಪ್ಪತ್ತು ವರ್ಷ, ಸ್ನೇಹಿತರೇ ನನಗೀಗ ಎಪ್ಪತ್ತು ವರ್ಷ. ನಂಬುವುದು ಕಷ್ಟ. ಆದರೂ ಈ ಹೃದಯ, ನನ್ನ ಹಳೆಯ ಗೆಳೆಯ, ಡಬ್, ಡಬ್, ಡಬ್ ಅಂತ ಹೊಡೆದುಕೊಳ್ಳುತ್ತಲೇ ಇದೆ. ಈ ಹೃದಯದ ಬಡಿತವನ್ನು ನಾನು ಗಮನಿಸದೆ ಇದ್ದ ಕಾಲ ವೊಂದಿತ್ತೆಂದರೆ ನೀವು ನಂಬುವಿರಾ ? ಈಗೀಗ ನನಗೆ ಆ ಬಡಿತಗಳ ಕಡೆಗೆ ಗಮನ ಹೋಗುತ್ತಿದೆ. ಒಮ್ಮೊಮ್ಮೆ ಅದು ಎಡವಿದಂತೆ, ಇನ್ನೊಮ್ಮೆ ಒಂದು ಬಡಿತ ತಪ್ಪಿಹೋದ ಹಾಗೆ –ನಿಮಗೆಂದಾದರೂ ಹಾಗಾಗಿದೆಯೇ ? – ಅಥವಾ ಅದು ಸಂಪೂರ್ಣವಾಗಿ ನಿಂತು ಹೋದ ಹಾಗೆ. ಒಂದು ನಿರ್ದಿಷ್ಟ ವಯಸ್ಸಿನ ಬಳಿಕ, ಮನುಷ್ಯ ಇಂತಹ ವಿಚಾರಗಳನ್ನು ಕುರಿತು ಆಲೋಚಿಸತೊಡಗುವನೆಂದು ಕಾಣುತ್ತದೆ – ತನ್ನ ಹೃದಯದ ಬಡಿತವನ್ನು ಏನೆಲ್ಲ ಅವಲಂಬಿಸಿದೆ ಎಂದು ; ಏನಾಗಬಹುದು, ಒಂದು ವೇಳೆ ಅದು...? ಆಗ ಮಾತ್ರ ನಾವು ಹೀಗೆ 'ಆದರೆ–ಹೋದರೆ'ಗಳ ಬೆನ್ನುಹಿಡಿದು ಕಾಲಹರಣ ಮಾಡುತ್ತಿರಲಿಲ್ಲ. ಕೊಲೋಟ್ಸಿಕ್ ಆ ಕಾಲದಲ್ಲೇ ಈ ಬಗೆಯ ಆಲೋಚನೆಗಳಲ್ಲಿ ತೊಡಗಿದ್ದ. ಆದರೆ ನಾವು ಮಾತ್ರ ಯಾಕೆ ಅದನ್ನು ಬಿಟ್ಟುಕೊಟ್ಟೆವೆಂದು ನನಗೆ ತಿಳಿಯುತ್ತಿಲ್ಲ.

ಕೊಲೋಟ್ಸಿಕ್‌ನಲ್ಲಿ ಬೇಕಾದಷ್ಟು ಕಲ್ಪನಾಶಕ್ತಿ ಇತ್ತು, ಮತ್ತು ವಿಷಯಗಳನ್ನು ಕುರಿತು ಯೋಚನೆ ಮಾಡಲು ಧಾರಾಳ ಸಮಯವೂ ಇತ್ತು. ಮೊದಮೊದಲು ನಮಗೆ ಜೀವನವೆಲ್ಲ ದುರಂತಮಯವೆನ್ನಿಸುತ್ತಿತ್ತು. ಆಮೇಲೆ ನಾವು ಬದುಕನ್ನು ನೋಡಿ ನಗಲು ಕಲಿತೆವು. ಹೊಟ್ಟೆಹುಣ್ಣಾಗುವಷ್ಟು ನಗು. ಕಾರಣ ಮತ್ತು ಪರಿಣಾಮಗಳ ನಡುವೆ ಯಾವಾಗಲೂ ತರ್ಕಬದ್ಧವಾದ ಸಂಬಂಧವಿರುತ್ತದೆ. ಈ ಮಾತು ಅಸಂಬದ್ಧವೆಂದು ನನಗೆ ಅನ್ನಿಸುವುದಿಲ್ಲ. ಆದರೆ ಕೆಲವು ಸಲ ಈ ಸಂಬಂಧ ಕಣ್ಣಿಗೆ ಬೀಳುವುದು ಕಷ್ಟ. ಉದಾಹರಣೆಗೆ, ನೀವು ನೊಯ್‌ಗೆರ್‍ಸ್ ಡೋರ್ಫ್‌ನಿಂದ ಡ್ರೆಸ್ಡೆನ್‌ಗೆ ಬಸ್ಸಿನಲ್ಲಿ ಹೋಗುತ್ತಿದ್ದೀರಿ ಎಂದಿಟ್ಟುಕೊಳ್ಳಿ. ದಾರಿಯಲ್ಲಿ ನೀವು ಒಂದು ಕಿತ್ತಲೆ ಹಣ್ಣು ತಿನ್ನೋಣ ಎಂದು ಸಿಪ್ಪೆ ಸುಲಿಯುತ್ತೀರಿ. ಅದರ ರಸ ಚಿಲ್ ಎಂದು ಪಕ್ಕಕ್ಕೆ ಚಿಮ್ಮುತ್ತದೆ. ನಿಮ್ಮ ಪಕ್ಕದಲ್ಲಿ ಕೂತಿರುವ ಹೆಂಗಸಿನ ಎದೆಯ ಮೇಲೆ ಬೀಳುತ್ತದೆ.

ಅವಳೋ, ಚೀನಾ ದೇಶದ ರೇಷ್ಮೆ ಜ್ಯಾಕೆಟ್ ಹಾಕಿಕೊಂಡಿದ್ದಾಳೆ. ಅದೂ ಬಿಳೀ ಬಣ್ಣದ್ದು. ಅಂಥಾ ಬಟ್ಟೆಯನ್ನು ಅಲ್ಲಿ ಚೈನೀಸ್‌ಕ್ರೇಪ್ ಎಂದು ಕರೆಯುತ್ತಾರೆ. ಇಷ್ಟು ಚಿಕ್ಕ ಘಟನೆಯ ಮೇಲೆ ಒಂದು ಪ್ರಾಣದ ಅಳಿವು ಉಳಿವು ಅವಲಂಬಿಸಿರುತ್ತದೆಂದು ಯಾರು ತಾನೇ ಯೋಚನೆ ಮಾಡಲು ಸಾಧ್ಯ? ನಾನೇನೋ ತಕ್ಷಣ, "ದಯವಿಟ್ಟು ಕ್ಷಮಿಸಿ ಮೇಡಂ" ಅಂದೆ, ತುಂಬಾ ನಯವಾಗಿ. ಆದರೂ ವಾಗ್ವಾದ ಪ್ರಾರಂಭವಾಯಿತು. ಮೊದಲು ನಾನು ಆ ಬಟ್ಟೆಯನ್ನು ಡ್ರೈಕ್ಲೀನ್ ಮಾಡಲು ಹಣ ತೆರುವ ವಿಷಯಕ್ಕೆ ಮಾತ್ರ ವಾದವನ್ನು ಸೀಮಿತಗೊಳಿಸಲು ಪ್ರಯತ್ನಿಸಿದೆ. ಆದರೆ ಅಲ್ಲಿ ಎಲ್ಲರೂ ಜವುಳಿ ವ್ಯವಹಾರದಲ್ಲಿರುವವರು ಹಾಗೂ ಅವರದ್ದೆಲ್ಲ ಒಂದೇ ಮಾತು - ಬಿಳಿ ರೇಷ್ಮೆಯ ಮೇಲೆ ಕಿತ್ತಲೆ ರಸದ ಕಲೆ ಏನುಮಾಡಿದರೂ ಹೋಗುವುದಿಲ್ಲ ಎಂದು. ಸರಿ, ನಾನೇನೋ ಹೊಸ ಜ್ಯಾಕೆಟ್‌ಗೆ ಬೇಕಾಗುವಷ್ಟು ದುಡ್ಡು ಕೊಡುತ್ತೇನೆಂದು ಹೇಳಿದೆ. ಆದರೆ ಆ ಹೆಂಗಸಿಗೆ ನನ್ನ ಮಾತಿನಲ್ಲಿ ನಂಬಿಕೆ ಬಂದ ಹಾಗೆ ಕಾಣಲಿಲ್ಲ. ಅದರಲ್ಲಿ ಆಶ್ಚರ್ಯವಿರಲಿಲ್ಲ. ಯಾಕೆಂದರೆ ನನ್ನ ಮೈಯೆಲ್ಲ ಒದ್ದೆಮುದ್ದೆ ಆಗಿತ್ತು. ಬಟ್ಟೆಗಳಿಂದ ಹಬೆ ಏಳುತ್ತಿತ್ತು. ಕಾರಣ ಬೊಹೇಮಿಯಾ ಗಡಿ ಹತ್ತಿರದ ಕಾಡಿನಲ್ಲಿ ಜೋರಾಗಿ ಮಳೆ. ನಾನು ಓಟಕಿತ್ತು ತಪ್ಪಿಸಿಕೊಂಡಿದ್ದೆ. ಇಲ್ಲಿ ಸ್ಯಾಕ್ಸನಿಯಲ್ಲಿ ಮಾತ್ರ ಒಂದು ಹನಿ ಮಳೆಯೂ ಬಿದ್ದಿರಲಿಲ್ಲ. ಆದ್ದರಿಂದ ಒಂದು ರೇಷ್ಮೆ ಜ್ಯಾಕೆಟ್‌ಗೆ ಆಗುವಷ್ಟು ಹಣ ಇರುವವನಂತೆ ಅಥವಾ ಇದ್ದರೂ ಅದನ್ನು ಮನಃಪೂರ್ವಕವಾಗಿ ಕೊಡುವವನಂತೆ ನಾನು ಕಾಣಿಸುತ್ತಿರಲಿಲ್ಲ. ಹಾಗೆ ನೋಡಿದರೆ, ಆ ಹಣವನ್ನು ನಾನು ಮನಃಪೂರ್ವಕವಾಗಿ ಕೊಡುತ್ತಲೂ ಇರಲಿಲ್ಲವೆನ್ನಿ. ಅಷ್ಟರಲ್ಲಿ ಆ ಹೆಂಗಸಿಗೆ ಒಂದು ಹೊಸ ಯೋಚನೆ ಬಂತು. ಪೊಲೀಸರನ್ನು ಕರೆದು, ಈ ಮನುಷ್ಯ ಯಾರೆಂದು ಕೇಳೋಣ ಅಂತ! ಹಾಗೆ ಮಾಡಿದ್ದರೆ ನನಗೆ ಸ್ವಲ್ಪ ಕಷ್ಟವಾಗುತ್ತಿತ್ತು. ನನ್ನ ಗುರುತು ಪತ್ರಗಳು ನನ್ನ ಬಳಿ ಇರಲಿಲ್ಲ. ಅವೆಲ್ಲಾ ಬರ್ಲಿನ್‌ನಲ್ಲಿ ಇದ್ದವು. ಅವು ಸಿಗಬೇಕಾಗಿದ್ದರೆ ಅಲ್ಲಿ ಫ್ರಾಂಕ್‌ಫರ್ಟರ್ ರಸ್ತೆಯಲ್ಲಿ ಒಂದು ಮನೆಗೆ ಹೋಗಿ "ನಮಸ್ಕಾರ, ನಾನು ಗಡಿಯಾರ ತೊಗೊಂಡು ಹೋಗೋದಕ್ಕೆ ಬಂದಿದ್ದೇನೆ" ಎಂಬ ಸಂಕೇತ ವಾಕ್ಯ ಹೇಳಬೇಕಾಗಿತ್ತು. ನಿಮಗೆ ಎಷ್ಟು ಗಟ್ಟಿಮುಟ್ಟಾಗಿರಬೇಕೋ ಅಷ್ಟು ಒಳ್ಳೆಯ ಕಾಗದ ಪತ್ರಗಳು ನನಗೋಸ್ಕರ ಅಲ್ಲಿ ಕಾಯುತ್ತಾ ಇದ್ದವು. ಅವನ್ನು ಪಡೆಯುವುದು ನನಗೆ ತುಂಬಾ ಮುಖ್ಯವಾಗಿತ್ತು. ಯಾಕೆಂದರೆ ನನ್ನ ಕೆಲಸ ಅಷ್ಟು ಮಹತ್ವದ್ದಾಗಿತ್ತು. ರೊಹ್‌ರ್ ಪ್ರದೇಶ, ಕೆಳಗಿನ ರೈನ್ ಪ್ರಾಂತ್ಯ, ನೈಋತ್ಯ ಜರ್ಮನಿ ಮತ್ತು ಬರ್ಲಿನ್ ನಗರಗಳಲ್ಲಿ ಟ್ರೇಡ್ ಯೂನಿಯನ್ ಚಟುವಟಿಕೆಗಳನ್ನು ನಿರ್ವಹಿಸುವ ಜವಾಬ್ದಾರಿ ನೀಡಲಾಗಿದ್ದ ಭೂಗತ ಪಾರ್ಟಿ ಸಮಿತಿಯ ನಾಲ್ವರು ಸಂಗಾತಿಗಳ ಪೈಕಿ ನಾನು ಒಬ್ಬನಾಗಲಿದ್ದೆ. ಅದೂ ಅಲ್ಲದೆ, ಪ್ರಾಗ್‌ನ ಹಾನ್ಸ್ ಬೈಮ್ಲರ್‌ನೊಂದಿಗೆ ಮತ್ತು ಫ್ರಾನ್ಸ್‌ನಲ್ಲಿದ್ದ ಕೇಂದ್ರದೊಂದಿಗೆ ಸಂಪರ್ಕ ಇಟ್ಟುಕೊಳ್ಳುವುದು ಕೂಡ ನನ್ನ ಕೆಲಸವಾಗಿತ್ತು. ಆರು ತಿಂಗಳಿಗೆ ಒಂದು ಸಲ ನಾನೇ ಪ್ಯಾರಿಸ್‌ಗೆ ಹೋಗಿ ವರದಿ ಒಪ್ಪಿಸ ಬೇಕಾಗಿತ್ತು. ಇಂಥ ಪರಿಸ್ಥಿತಿಯಲ್ಲಿ ನೊಯ್‌ಗೆರ್ಸ್‌ಡೋರ್ಫ್‌ನ ಹತ್ತಿರ ಚೀನೀ ರೇಷ್ಮೆಯ ಒಂದು ಜ್ಯಾಕೆಟ್‌ಗೆ ಹಣ ತೆತ್ತರೆ ಮಧ್ಯಾಹ್ನದ ಎಕ್ಸ್‌ಪ್ರೆಸ್ ರೈಲನ್ನು ಹಿಡಿಯಲು ನನಗೆ ಹೇಗೆ ಸಾಧ್ಯವಾಗುತ್ತಿತ್ತು? ಹೊತ್ತಿಗೆ ಸರಿಯಾಗಿ ಬರ್ಲಿನ್ ತಲಪಿ ಆ ಕಾಗದಪತ್ರಗಳನ್ನು ನಾನು ಪಡೆಯುವುದಾದರೂ ಹೇಗೆ? ನನ್ನ ಬಳಿ ಆ ಹೆಂಗಸಿಗೆ ಕೊಡಬೇಕಾದಷ್ಟು ದುಡ್ಡೇನೋ ಇತ್ತು. ಆದರೆ ಆಮೇಲೆ ಎಕ್ಸ್‌ಪ್ರೆಸ್ ರೈಲಲ್ಲಿ ಬರ್ಲಿನ್‌ಗೆ ಹೋಗಲು ಹಣ ಸಾಕಾಗುತ್ತಿರಲಿಲ್ಲ. ಒಂದು ವೇಳೆ ಇವಳಿಗೆ ದುಡ್ಡು ಕೊಡದಿದ್ದರೆ, ಪೊಲೀಸಿನವರು ನನ್ನ ಹಿಂದೆ ಬಿದ್ದು, ಕೆಲಸ ಶುರುವಾಗುವುದಕ್ಕೆ ಮೊದಲೇ ಎಲ್ಲವೂ ಮುಗಿದಂತಾದೀತು ಎಂದು ನಾನು ಯೋಚಿಸಿದೆ. ಯಾಕೆಂದರೆ, ಹಿಂದೆ

ಹೇಳಿದಂತೆ ನನ್ನ ಹತ್ತಿರ ಒಂದು ಇಷ್ಟಗಲ ಗುರುತಿನ ಚೀಟಿ ಕೂಡ ಇರಲಿಲ್ಲ. ಗಡಿ ಪ್ರದೇಶಗಳನ್ನು ದಾಟುವಾಗ ಕೈಯಲ್ಲಿ ಗುರುತು ಪತ್ರಗಳನ್ನು ಹಿಡಿದುಕೊಳ್ಳಕೂಡದೆಂಬುದು ಭೂಗತ ಚಟುವಟಿಕೆಯ ಒಂದು ನಿಯಮ.

ಆ ದರಿದ್ರ ಕಿತ್ತಲೆ ಹಣ್ಣಿನೊಳಗೆ ನನ್ನ ಹೆಬ್ಬೆರಳನ್ನು ಅಷ್ಟು ಜೋರಾಗಿ ನಾನು ಒತ್ತದೆ ಇರುತ್ತಿದ್ದರೆ... ನನ್ನ ಉಗುರು ಇನ್ನೂ ಸ್ವಲ್ಪ ಚೂಪಾಗಿ, ಇರುತ್ತಿದ್ದರೆ... ಅಥವಾ ನನ್ನ ಹತ್ತಿರ ಒಂದು ಚಿಕ್ಕ ಚಾಕು ಇದ್ದಿದ್ದರೆ... ಈಗ ನನ್ನ ಪ್ರಾಣ, ಅವೆಲ್ಲ ಸಂಗತಿಗಳನ್ನೂ ಅವಲಂಬಿಸಿತ್ತು, ನನ್ನ ಜೀವ ಮಾತ್ರ ಅಲ್ಲ, ಇನ್ನೂ ಅನೇಕರ ಜೀವ. ಅನೇಕ ಜನರ ಅನೇಕ ಜೀವಗಳು. ವಾಸ್ತವವಾಗಿ ಸಮಸ್ತವೂ ಅದರ ಮೇಲೇ ನಿಂತಿತ್ತು. ನಾನು ಈ ಕೆಲಸಕೋಸ್ಕರ ಬೇಕಾದಷ್ಟು ತ್ಯಾಗ ಮಾಡಿದ್ದೆ. ಮಾಸ್ಕೋ ನಗರದ ಲೆನಿನ್ – ಶಾಲೆಯಲ್ಲಿ ಮೊದಲ ವರ್ಷದ ವಿದ್ಯಾರ್ಥಿಯಾಗಿದ್ದ ನಾನು ಅದನ್ನು ಬಿಟ್ಟು ಇಲ್ಲಿಗೆ ಬಂದಿದ್ದೆ – ಆ ಕಾಲದಲ್ಲಿ, ಜರ್ಮನಿಯ ಕಮ್ಯೂನಿಸ್ಟ್ ಪಕ್ಷದ ಕಾರ್ಯಕರ್ತನೊಬ್ಬ ಲೆನಿನ್ ಶಾಲೆಯಲ್ಲಿ ಓದುವುದೆಂದರೆ, ಎಂಥ ದೊಡ್ಡ ಸಾಧನೆ ಆಗಿತ್ತು ಎಂದು ನಿಮಗೆ ಗೊತ್ತಾ? ಮೂರು ವರ್ಷಗಳ ಕಾಲ ಕ್ರಮಬದ್ಧವಾದ ವಿದ್ಯಾಭ್ಯಾಸ! ಹಾಗಾದರೆ ನಾನು ಅದನ್ನು ಬಿಟ್ಟು ಬಂದದ್ದು ಯಾಕೆ? ಸರಿಯಾದ ಒಂದೇ ಒಂದು ಕಾರಣವೆಂದರೆ ಭೂಗತ ಪಕ್ಷಕ್ಕೆ ನನ್ನ ಅವಶ್ಯಕತೆ ಇತ್ತು. ಜೀವಸಹಿತ ಇದರಿಂದ ಹೊರಬರಬಹುದು ಎಂದು ಅದೃಷ್ಟದ ಮೇಲೆ ಭಾರ ಹಾಕಿ ನಾನು ಬಂದೆ. ಅದು ಆದದ್ದು ಹಾಗೆ. ಈಗ ನೋಡಿದರೆ ಹೀಗೆ – ಅದೂ ಮೊದಲ ಅರ್ಧ ಗಂಟೆಯೊಳಗೆ, ಅಲ್ಲದೆ ಒಂದು ದಿನದಲ್ಲಿ ಇದು ನಾನು ಮಾಡಿದ್ದ ಎರಡನೇ ತಪ್ಪು. ಮೊದಲನೆಯದು ಹ್ಯಾಟಿನ ಸಮಾಚಾರ. ಆಗಲೇ ಹೇಳಿದ ಹಾಗೆ, ನಾನು ರಷ್ಯಾದಿಂದ ಬಂದವನು. ಈ ಹ್ಯಾಟು ಅಲ್ಲಿ ಕೊಂಡು ಕೊಂಡದ್ದು. ಇದರಲ್ಲಿ ಹ್ಯಾಟಿನ ತಪ್ಪೇನೂ ಇರಲಿಲ್ಲವೆನ್ನಿ. ಆದರೆ ಮಧ್ಯರಷ್ಯದ ಕಾರ್ಖಾನೆಗಳಲ್ಲಿ ಹ್ಯಾಟ್ ತಯಾರಿಕೆ ಶುರು ಮಾಡಿದ್ದು ಇತ್ತೀಚೆಗೆ ಎನ್ನುವ ಪ್ರಜ್ಞೆ ನನಗೆ ಇರಬೇಕಾಗಿತ್ತು. ಅದರಲ್ಲೂ ಈ ಹ್ಯಾಟು ತೀರಾ ನಿಷ್ಪ್ರಯೋಜಕವಾದವುಗಳ ಸಾಲಿಗೆ ಸೇರಿದ್ದಿರಬೇಕು. ಮಳೆಯ ಬಗ್ಗೆ ನಿಮಗೆ ಹಿಂದೆಯೇ ನಾನು ತಿಳಿಸಿದ್ದೇನೆ. ಸರಿ, ಈಗ ಆ ಹ್ಯಾಟು, ಬೊಹೇಮಿಯಾದ ಕಾಡಿನಲ್ಲಿ, ಒಂದು ಬೀಚ್ ಮರದ ಕೆಳಗಡೆ ಬಿದ್ದಿದೆ.

ನಾನು ಮೊದಲ ಸಲ ಸೋವಿಯೆತ್ ರಷ್ಯಕ್ಕೆ ಹೋದದ್ದು 1930ರಲ್ಲಿ. ರ್‍ಹೈನ್ ಪ್ರಾಂತ್ಯದಲ್ಲಿ ಕರಪತ್ರಗಳನ್ನು ಹಂಚಿದ್ದಕ್ಕೆ ಪ್ರತಿಫಲವಾಗಿ. ನನಗಿನ್ನೂ ನೆನೆಪಿದೆ. ಅದೊಂದು ದರಿದ್ರ ವರ್ಷ ; ಹಸಿವು ತುಂಬಿದ ಹಾಳು ವರ್ಷ. ರಷ್ಯದಲ್ಲಿ ನಾವು ನೋಡಲಿದ್ದದ್ದು ಏನನ್ನು ಎಂಬ ಬಗ್ಗೆ ನಮಗೆ ಯಾವ ಕಲ್ಪನೆಯೂ ಇರಲಿಲ್ಲ... ಆದರೆ ಒಂದು ವಿಷಯ ಗೊತ್ತಿತ್ತು: ರಷ್ಯದ ಗಡಿಯಲ್ಲಿ ಕಮಾನಿನಾಕಾರದ ಒಂದು ಪ್ರವೇಶದ್ವಾರವಿದೆ, ಅದರ ಮೇಲೆ 'ವಿಶ್ವದ ಕಾರ್ಮಿಕರೇ ಒಂದಾಗಿ' ಎಂಬ ಘೋಷಣೆಯನ್ನು ಬರೆಯಲಾಗಿದೆ ಮತ್ತು ಅದು ನಮಗೆ ಕಾಣಸಿಗಲಿದೆ ಎಂದು. ಆದರೆ ನಾನು ಮಾತ್ರ ಅದನ್ನು ನೋಡಲೇ ಇಲ್ಲ. ಯಾಕೆಂದರೆ ನನಗೆ ನೆಗಡಿಯಾಗಿ ನಾನು ಒಂದೇ ಸಮನೆ ಸೀನುತ್ತಿದ್ದೆ. ಅದನ್ನು ಯಾರೂ ಗಮನಿಸದಿರಲೆಂದು ನಾನು ಗೋಡೆಗೆ ಮುಖ ಅಂಟಿಸಿಕೊಂಡುನಿಂತಿದ್ದೆ. ಹತ್ತಿರದಲ್ಲಿ ಎಲ್ಲೋ ಸಂಗೀತವನ್ನು ನುಡಿಸುತ್ತಿದ್ದರು, ನಮಗೋಸ್ಕರ! ಯಾರು ತಾನೇ ಅದನ್ನು ಊಹಿಸಲು ಸಾಧ್ಯವಿತ್ತು? ಅಲ್ಲಿ ಯಾವಾಗಲೂ ಸಂಗೀತ ನುಡಿಸುತ್ತಿದ್ದಿರಬೇಕೆಂದು ಅಂದುಕೊಂಡೆವು, ಆಮೇಲೆ ದುಭಾಷಿಗಳು ಬಂದರು ; ಅವರಲ್ಲೊಬ್ಬ ಒಂದೇ ಸಮನೆ ಕೂಗುತ್ತಿದ್ದ :

"ಜರ್ಮನ್ ಸಂಗಾತಿಗಳೇ, ಒಂದೇ ಕಡೆ ಇರಿ."

ಅವನು ಪ್ರಯಾಣ ಮುಗಿಯುವವರೆಗೆ ಹಾಗೆ ಕೂಗುತ್ತಲೇ ಇದ್ದ. ಅನಂತರ ಬಂದವು ಭಾಷಣಗಳು. ಮೊದಲು ಒಬ್ಬ ಹುಡುಗಿ ಪದ್ಯವಾಚನ ಮಾಡಿದಳು. ಅವಳು ಏನು ಹಾಡುತ್ತಿದ್ದಿರಬಹುದು ಎಂದು ನಾನು ಕುತೂಹಲಪಟ್ಟೆ. ಅವಳ ಧ್ವನಿ ತುಂಬಾ ಸ್ಪಷ್ಟವಾಗಿತ್ತು. ಆದರೆ ನಾನು ಅದುವರೆಗೆ ರಷ್ಯನ್ ಭಾಷೆ ಕೇಳಿರಲಿಲ್ಲ. ಆಮೇಲೆ ಉದ್ದ ಗಡ್ಡದ ಒಬ್ಬ ರೈಲ್ವೆ ಕಾರ್ಮಿಕ ಮಾತಾಡಿದ. ಅನಂತರ ನನ್ನ ಸರದಿ. ಪ್ರತಿ ಎರಡು ಭಾಷಣಗಳ ನಡುವೆಯೂ ಸಂಗೀತ. ಜನರು ಕರತಾಡನ ಮಾಡುತ್ತಲೇ ಇದ್ದರು. ಆದರೆ ಒಬ್ಬ ಮನುಷ್ಯ ಮಾತ್ರ ನಮ್ಮನ್ನು ಒಂದೇ ಸಮನೆ ಬೆದರಿಸುತ್ತಿದ್ದ, ಶಪಿಸುತ್ತಿದ್ದ. ಮಾತು ನಿಲ್ಲಿಸಿ ಎಂದು ಅಪ್ಪಣೆ ಮಾಡುತ್ತಿದ್ದ. ಅವನೊಬ್ಬ ಕ್ರಾಂತಿವಿರೋಧಿ ಇರಬೇಕೆಂದು ನಾನು ಅಂದುಕೊಂಡೆ. ಆದರೆ ವಾಸ್ತವವಾಗಿ ಅವನು ಸ್ಟೇಷನ್‌ಮಾಸ್ಟರ್ ಅಷ್ಟೆ. ಇವೆಲ್ಲಕ್ಕಿಂತ ಮುಖ್ಯವಾಗಿದ್ದದ್ದು ದ್ನೇಪ್ರೋಸ್‌ತ್ರೋಯ್. ಅದರ ಗಾತ್ರವೊಂದೇ ಅಲ್ಲ, ಆದರೆ, ಅದರ ನಿರ್ಮಾಣದ ಹಿಂದೆ ಅಡಗಿದ್ದ ತಂತ್ರಜ್ಞಾನ. ಅಂದರೆ ಅದರ ಗಾತ್ರ ಆ ತಂತ್ರಜ್ಞಾನ ಕೂಡ. ದ್ನೇಪ್ರೋಸ್‌ತ್ರೋಯ್ ನೀವು ಏನು ಬೇಕಾದರೂ ಹೇಳಿ, ನಮಗಂತೂ ಅದು ಪವಿತ್ರವಾಗಿತ್ತು. ಅದು ನಮ್ಮ ಮೊದಲ ಸಾಧನೆ. ನಾವು ಏನು ಮಾಡಬಲ್ಲೆವೆಂದು ಜಗತ್ತಿಗೆ ತೋರಿಸುವ ಹೆಮ್ಮೆಯ ಸಂಕೇತ. ನಮ್ಮ ಭವಿಷ್ಯದ ಸಾಧ್ಯತೆಗಳ ಕಣ್ಣನ್ನೆ. ಅದರ ಸ್ಥಾಪನೆಗಾಗಿ ಅವರೆಲ್ಲ ದುಡಿದಿದ್ದರು. ಅದಕ್ಕಾಗಿ ನಾವೂ ಶ್ರಮಿಸಿದ್ದೆವು. ನಾನು ಮನ್‌ಸ್ಟರ್ ಸೆರೆಮನೆಯಲ್ಲಿದ್ದಾಗ, ಕೆಲವು ದಿನಗಳು ನಿಜವಾಗಿಯೂ ಅಸಹನೀಯವಾಗಿರುತ್ತಿದ್ದವು. ಉದಾಹರಣೆಗೆ, ಸೋವಿಯೆತ್-ಜರ್ಮನ್ ಒಪ್ಪಂದವಾದ ದಿನ, ಸೋವಿಯೆತ್ ಒಕ್ಕೂಟದ ಮೇಲೆ ಆಕ್ರಮಣ ನಡೆದ ಭಾನುವಾರದ ದಿನ... ಆದರೆ ಇವೆಲ್ಲಕ್ಕಿಂತ ಕರಾಳವಾದದ್ದು ದ್ನೇಪ್ರೋಸ್‌ತ್ರೋಯ್ ಪತನವಾದ ದಿನ.

ಜೂನ್ ತಿಂಗಳ ಇಪ್ಪತ್ತೆರಡರಂದು ಬೆಳಿಗ್ಗೆ ಐದು ಘಂಟೆಗೆ, ಹಿಟ್ಲರ್ ಸೇನೆ ರಷ್ಯನ್ ಗಡಿಯನ್ನು ದಾಟಿತು. ನನಗೆ ಆ ಸಂಗತಿ ಗೊತ್ತಾದದ್ದು ಸುಮಾರು ಏಳು ಘಂಟೆಗೆ. ಕೊಲೋಟ್ಸೆಕ್‌ಗೆ ಕೂಟ ಸುದ್ದಿ ಸಿಕ್ಕಿತೆಂದು ನನಗೆ ತಿಳಿದದ್ದು ಹೊಲಿಗೆಯ ಯಂತ್ರವೊಂದನ್ನು ಸರಿಪಡಿಸಲೆಂದು, ಎಂಟು ಘಂಟೆಗೆ ಅವನು ದರ್ಜಿಗಳ ಕಾರ್ಯಾಗಾರಕ್ಕೆ ಬಂದಾಗ. ಅದರ ಜೊತೆಗೆ ಕೆಲವು ಹಳೆಯ ಟೆಲಿಫೋನ್‌ಗಳನ್ನು ಬಿಚ್ಚಿ ನೋಡಬೇಕಾಗಿತ್ತು. ಎಲ್ಲ ಮುಗಿಯುವ ವೇಳೆಗೆ ನಮ್ಮ ಬಂದೀಖಾನೆಗಳಲ್ಲಿ ಸುಮಾರು ಇಪ್ಪತ್ತೆಂಟು ಡಿಟೆಕ್ಟರುಗಳಿದ್ದವು. ಈಗ ಮಹತ್ವದ ತೀರ್ಮಾನವೊಂದನ್ನು ತೆಗೆದುಕೊಳ್ಳಲಿರುವರೆಂದು ನಾನು ಕೊಲೋಟ್ಸಿಕ್‌ಗೆ ಹೇಳಿದೆ. ಹೊಲಿಗೆಯ ಯಂತ್ರದ ಮುಸುಕನ್ನು ತೆಗೆಯುತ್ತಿದ್ದ ಅವನು, ಆ ತೀರ್ಮಾನವನ್ನು ಬಹಳ ಹಿಂದೆಯೇ ಮಾಡಲಾಗಿತ್ತೆಂದು ಹೇಳಿದ. ಜುಲೈ ತಿಂಗಳ ಮೊದಲ ದಿನಗಳು ತುಂಬಾ ಕಠಿಣವಾಗಿದ್ದವು. ಆದರೆ ನಾವು ಯುದ್ಧರಂಗದಿಂದ ಬರುತ್ತಿದ್ದ ವರದಿಗಳನ್ನು ಬಹಳ ಆಸಕ್ತಿಯಿಂದ ಚರ್ಚಿಸುತ್ತಿದ್ದೆವು – ಪತನವಾಗಿದ್ದ ಎಲ್ಲ ಪಟ್ಟಣಗಳ ಹೆಸರುಗಳು, ಆದ ನಷ್ಟಗಳು, ಸಾಮಾನ್ಯ ಪರಿಸ್ಥಿತಿ, ಇತ್ಯಾದಿ ಪ್ರತಿಯೊಂದನ್ನೂ. ಆದರೆ ದ್ನೇಪ್ರೋಸ್‌ತ್ರೋಯ್ – ಅದರ ಹೆಸರನ್ನು ಗಟ್ಟಿಯಾಗಿ ಉಸುರಲು ಕೂಡ ನಮಗೆ ಮನಸ್ಸಿರಲಿಲ್ಲ. ಆ ಹೆಸರನ್ನು ಕೇಳಿದ್ದರೆ ನಮ್ಮ ದುಃಖದ ಕಟ್ಟೆ ಒಡೆಯುತ್ತಿತ್ತೇನೋ. ನಾವು ನಿಜವಾಗಿಯೂ ಏನನ್ನು ಕಳೆದುಕೊಂಡಿದ್ದೆವೆಂಬ ಸಂಗತಿ, ಮೊಟ್ಟಮೊದಲ ಬಾರಿಗೆ ಆಗ ನಮ್ಮ ಅರಿವಿಗೆ ಬಂದಿತ್ತು. ಅನೇಕ ವರ್ಷಗಳ ಜೈಲುವಾಸ ಮತ್ತು ಮೈಮುರಿಯುವ ದುಡಿತ, ನಮ್ಮ ಹೃದಯಗಳನ್ನು ಕಲ್ಲಾಗಿ

ಮಾಡಿದ್ದವೇನೋ ? ನಮ್ಮ ಜನರೆಲ್ಲಾ ಹತ್ತು ವರ್ಷ ಮುಂಚಿತವಾಗಿಯೇ ಸಾಯುತ್ತಾರಲ್ಲಾ, ಯಾಕೆ ? ಆದರೆ – ನನ್ನ ಮಾತು ನಿಮಗೆ ನಗೆಪಾಟಿಕೆಯಾಗಿ ಕಾಣಿಸಬಹುದು – ಸಂತೋಷ ಕೂಡ ಹೃದಯವನ್ನು ಒಡೆಯಬಹುದು. ನನ್ನ ಮಾತನ್ನು ನಂಬಿ. ಸಂತೋಷ ಕೂಡ. ಯುದ್ಧವೆಲ್ಲ ಮುಗಿದಾಗ ಆದ ಸಂತೋಷ ಜನರ ಮೇಲೆ ಬೀರಿದ ಪ್ರಭಾವ ಇಂದಿಗಿಂತ ಬೇರೆ ಬಗೆಯದು. ಆಗ ನಮ್ಮ ಹೃದಯಗಳು ಸಂತೋಷವನ್ನು ಸ್ವೀಕರಿಸಲು ಸಿದ್ಧವಾಗಿರಲಿಲ್ಲ. ನಿಜವಾಗಿಯೂ ದೊಡ್ಡ ಸಂತೋಷ ಜನರಿಗೆ ಶಾಕ್ ಕೊಡುತ್ತದೆ.

ನಾನು 1931ರಲ್ಲಿ ಪಡೆದಿದ್ದ ದುಭಾಷಿಯನ್ನು 1948ರಲ್ಲಿ ಮತ್ತೊಮ್ಮೆ ನೋಡಿದೆ, ವೀಮಾರ್ ನಗರದ ನಾಟಕ ಶಾಲೆಯಲ್ಲಿ. ಇಡೀ ಯೂರೋಪ್ ಖಂಡದಲ್ಲಿ, ಮೊದಲು ಪುನರ್ನಿರ್ಮಾಣಗೊಂಡ ನಾಟಕ ಶಾಲೆ ನಮ್ಮದು. ಅದರ ಆರಂಭೋತ್ಸವದಂದು ಎಷ್ಟೊಂದು ಜನ ಅತಿಥಿಗಳು ! ಭಾಷಣ ನಡೆಯುತ್ತಿದ್ದಾಗ ನಾನು ಅವನನ್ನು ಗುರುತಿಸಿದೆ. ಮಿಂಚಿ ಮಾಸುವ ಸ್ಮರಣೆ. ನನಗೆ ಅವನ ಹೆಸರು ನೆನಪಿಗೆ ಬರಲಿಲ್ಲ. ಆದ್ದರಿಂದ ಅವನ ಹತ್ತಿರ ಹೋಗಿ, "ಜರ್ಮನ್ ಸಂಗಾತಿಗಳೇ, ಒಂದೇ ಕಡೆ ಇರಿ" ಎಂದೆ. ಅವನು ಕ್ಷಣಕಾಲ ನನ್ನ ಕಡೆ ನೆಟ್ಟ ನೋಟದಿಂದ ನೋಡಿದ. ಅನಂತರ ನನ್ನನ್ನು ತಬ್ಬಿಕೊಂಡ ; ದ್ನೇಪ್ರೋಸ್‌ತ್ರೋಯ್ ! ಕಣ್ಣ ಹನಿಗಳನ್ನು ತಡೆಹಿಡಿಯಬೇಕಿಲ್ಲವೆಂಬ ಅರಿವು. ಮನಸ್ಸಿಗೆ ಎಷ್ಟೊಂದು ಸಮಾಧಾನ ಕೊಡುತ್ತದೆ. ಅದರಿಂದ ಹೃದಯದ ನೋವು ಸ್ವಲ್ಪ ಕಡಿಮೆ ಯಾಗುತ್ತದೆ. ನಮಗೆ ಉಸಿರಾಡುವ ಸ್ವಾತಂತ್ರ್ಯ ಮರಳಿ ದೊರೆತಂತೆ. ಸಂತೋಷದ ವಿಚಾರ ನಿಮಗೆ ಗೊತ್ತಿಲ್ಲ. ಅದು, ಇನ್ನೇನು ಹಸಿವಿನಿಂದ ಸಾಯುತ್ತಾನೆ ಎನ್ನುವಷ್ಟು ಕಾಲ ಉಪವಾಸವಿದ್ದವನಿಗೆ ಇದ್ದಕ್ಕಿದ್ದಂತೆ ತುಂಬಾ ಜಾಸ್ತಿ ಆಹಾರ ಕೊಟ್ಟಂತೆ. ಅದರಿಂದಲೂ ಸಾಯಬಹುದು. ವೇದಿಕೆಯ ಮೇಲೆ ಕುಳಿತವರಿಗೆ ಇಡೀ ರಂಗಮಂದಿರ ಎಷ್ಟೊಂದು ಭವ್ಯವಾಗಿದೆಯೆಂದು ಗೊತ್ತಾಗುತ್ತಿತ್ತು. ಅದರ ನಿರ್ಮಾಣಕ್ಕೋಸ್ಕರ ನನಗೆ ಸಾಧ್ಯವಿದ್ದಷ್ಟು ಮಟ್ಟಿಗೆ ಬೇರೆ ಯೋಜನೆಗಳಿಂದ ಕಟ್ಟಡ ಸಾಮಗ್ರಿಗಳನ್ನು ನಾನು ಇಲ್ಲಿಗೆ ವರ್ಗಾಯಿಸಿದ್ದೆ. ನನಗೆ ಕಲೆ ಮತ್ತು ಕಲಾವಿದರ ಸಂಪರ್ಕ ಮೊದಲ ಬಾರಿಗೆ ಸುಮಾರಾಗಿ ಬಂದದ್ದು 1920ರಲ್ಲಿ. ಅದರಿಂದಲೇ ಈ ರಂಗಮಂದಿರವನ್ನು ಚೆನ್ನಾಗಿ ನಿರ್ಮಿಸುವುದರಲ್ಲಿ ನನಗೆ ಅಷ್ಟೊಂದು ಆಸಕ್ತಿ. ಆಗ ನಾನು ವಾಯವ್ಯ ಪ್ರದೇಶದ 'ಚಳವಳಿ ಮತ್ತು ಪ್ರಚಾರ' ತಂಡದಲ್ಲಿದ್ದೆ.

ವಾಯವ್ಯದ ಕುಲುಮೆಗಳಲ್ಲಿ ಕೆಂಪು ಜ್ವಾಲೆ
ಕೂಡುತಿರುವ ಮೋಡಗಳಲ್ಲಿ ಕೆಂಪು ಜ್ವಾಲೆ
ವಾಯವ್ಯದ ಕಡೆ ನೋಡಿ, ವಾಯವ್ಯದ ಕಡೆಗೆ.

ಇದೊಂದು ಸಮೂಹಗೀತೆ. ಇದನ್ನು ಕೇಳುವುದೇ ತಡ ಜನ ಉದ್ರಿಕ್ತರಾಗಿ, ತಮ್ಮ ಆಸನಗಳನ್ನು ಬಿಟ್ಟು ಏಳುತ್ತಿದ್ದರು. ಹಾಡು ಮುಂದುವರಿಯುತ್ತಿತ್ತು.

ಅದುರು ತೆಗೆವ ಕುಣಿಗಳನ್ನು ಬಿಟ್ಟು ಬನ್ನಿ
ಉಸಿರು ಹಿಡಿವ ಗಣಿಗಳನ್ನು ತೊರೆದು ಬನ್ನಿ
ದಾಸ್ಯದ ಸಂಕೋಲೆಗಳನ್ನು ಕಡಿದು ಬನ್ನಿ
ಬನ್ನಿ ಬನ್ನಿ ಬನ್ನಿ ನೀವು ವಾಯವ್ಯದ ವೀರರೇ.

ಇದೆಲ್ಲ ಕಲೆಯಲ್ಲ ; ನಿಜವಾದ ಸಾಹಿತ್ಯವಲ್ಲ. ಆದರೆ ಕಲೆ ಬೀರುವ ಪರಿಣಾಮದ ಒಂದು ಭಾಗವನ್ನೇ ಇದೂ ಬೀರುತ್ತಿತ್ತು. ಪ್ರಚಾರ ಸಾಹಿತ್ಯವನ್ನು ಜನರಲ್ಲಿ ಹಂಚುತ್ತಿದ್ದುದರಿಂದ, ಈ ವಿಷಯ ನನಗೆ ಸ್ಪಷ್ಟವಾಗಿತ್ತು. ಸರಿಸುಮಾರು ಅದೇ ಕಾಲದಲ್ಲಿ ಲೆನಿನ್ನರ ಕೃತಿಗಳು ಮೊದಲ ಬಾರಿಗೆ ಜರ್ಮನ್ ಭಾಷೆಯಲ್ಲಿ ಪ್ರಕಟವಾಗಿದ್ದವು. ಅಂತಹ ಅನುವಾದಗಳ ಅವಶ್ಯಕತೆಯೇನೋ ತೀವ್ರವಾಗಿಯೇ ಇತ್ತು. ಆದರೆ ಗಣಿ ಕೆಲಸಗಾರರಿಗೆ ಅದನ್ನೆಲ್ಲ ಒಮ್ಮೆಲೆ ಅರ್ಥಮಾಡಿಕೊಳ್ಳುವುದು ಸಾಧ್ಯವಾಗುತ್ತಿರಲಿಲ್ಲ. ಅವರಿಗೆ ಅಪರಿಚಿತವಾದ ಶಬ್ದಗಳೆಂದರೆ ಏನೋ ಒಂದು ಬಗೆಯ ಹೆದರಿಕೆ. ಅದೂ ಒಂದು ಪುಟಾಣಿ ಪುಸ್ತಿಕೆಗೆ ಒಂದು ಮಾರ್ಕ್ ಇಪ್ಪತ್ತು ಫೆನ್ನಿಂಗ್ ಕೊಡುವುದೆಂದರೆ ನಿಜವಾಗಿಯೂ ಅಂತಹ ಬರವಣಿಗೆಯಲ್ಲಿ ಆಸಕ್ತಿಯಿದ್ದವನೇ ಆಗಿರಬೇಕು. ಅದೇನು ಜುಜುಬಿ ಹಣವಲ್ಲ. ಆಗ ಇದ್ದಿದ್ದು ಒಂದು ಬಗೆಯ ಸಮಸ್ಯಾತ್ಮಕವಾದ ಪರಿಸ್ಥಿತಿ. ನೀವು ಯಾವುದಾದರೂ ಕೆಲಸ ಮಾಡುತ್ತಿದ್ದರೆ, ನಮ್ಮ ಪಾಳಿ ಮುಗಿಯುವ ಹೊತ್ತಿಗೆ ಸತ್ತು ಸುಣ್ಣವಾಗಿರುತ್ತಿದ್ದಿರಿ. ಆದರೆ ನಿಮಗೆ ಕೆಲಸ ಇಲ್ಲದೆ ಓದಲು ಸಮಯವಿದೆ ಎಂದಾಗಿದ್ದರೆ, ಪುಸ್ತಕ ಕೊಂಡುಕೊಳ್ಳಲು ಹಣ ಇರುತ್ತಿರಲಿಲ್ಲ. ಆದರೆ 'ವಾಯವ್ಯ' ತಂಡದವರ ಹಾಡುಗಳನ್ನು ಕೇಳಿದ ಮೇಲೆ ಮನಸ್ಸೇ ಬದಲಾಗುತ್ತಿತ್ತು. ತಮಗೆ ಎಷ್ಟೇ ಕಷ್ಟ ಆದರೂ ಪರವಾಗಿಲ್ಲ ಎಂದುಕೊಂಡು ಲೆನಿನ್ ಬರೆದ ಕಿರುಹೊತ್ತಿಗೆಗಳನ್ನು ಕೊಂಡುಕೊಂಡು ಹೋಗುತ್ತಿದ್ದರು. ಆದ್ದರಿಂದ ಆ ಹಾಡು ಅವರಿಗೆ ಜೀವನವನ್ನು ಎದುರಿಸಲು ಬೇಕಾದ ಧೈರ್ಯ ಕೊಡುತ್ತಿತ್ತು. ಧೈರ್ಯಕ್ಕೂ ಶಕ್ತಿಗೂ ನೇರವಾದ ಸಂಬಂಧ ಇದೆ. ಅಂದರೆ ಧೈರ್ಯ ಇದ್ದರೆ ಶಕ್ತಿ ತಾನಾಗಿಯೇ ಬರುತ್ತದೆ. ಹೀಗೆ ಕಲೆ, ಶಕ್ತಿಯ ಸಂಚಲನೆಗೆ ಸಹಾಯಕವಾಗುತ್ತದೆ ಎಂಬುದು ಸ್ಪಷ್ಟ. ಕೆಲವು ಭಾನುವಾರಗಳಂದು, ನಾವು ಒಂದೇ ದಿನದಲ್ಲಿ ಎರಡು, ಮೂರು ಕಡೆ ಹಾಡುತ್ತಿದ್ದೆವು. ಹತ್ತಿರದ ಪ್ರವಾಸಗಳಿಗೇ ಬೇಕಾದಷ್ಟು ಪೆಟ್ರೋಲ್ ನನಗೆ ಸುಲಭವಾಗಿ ಸಿಗುತ್ತಿತ್ತು. ಅದಕ್ಕೆ ಧಾರಾಳ ಅವಕಾಶಗಳಿದ್ದವು. ಆಗ ನಾನು ಒಂದು 'ಮಾರ್ಗರೀನ್'* ಟ್ರಕ್ ಓಡಿಸುತ್ತಿದ್ದೆ. ಡ್ಯೂಸೆಲ್ ಸೋರ್ಫ್ ನಗರದ ನೊರೆಂಟ್ಸ್ ಮಾರ್ಗರೀನ್ ಕಂಪನಿಗೆ ಸೇರಿದ ಟ್ರಕ್. ಆದರೆ ದೂರದ ಪ್ರವಾಸಗಳಿಗೆ ಅದು ಸಾಕಾಗುತ್ತಿರಲಿಲ್ಲ. 1920ರ ದಶಕದ ಕೊನೆಯ ವರ್ಷಗಳಲ್ಲಿ ಮಾರ್ಗರೀನ್ ಟ್ರಕ್ ಡ್ರೈವರ್ ಕೆಲಸ ಸುಲಭವಾಗಿರಲಿಲ್ಲ. ಮಾಡಬೇಕಾದ ಕೆಲಸದ ಜೊತೆಗೆ ಅಷ್ಟೊಂದು ಮೇಲು ಕೆಲಸ ಇಲ್ಲದೆ ಇದ್ದರೆ ಎಷ್ಟೋ ಚೆನ್ನಾಗಿರುತ್ತಿತ್ತು. ಉದಾಹರಣೆಗೆ, ಭರದಿಂದ ವ್ಯಾಪಾರ ನಡೆಯುವ ಹೊತ್ತುಗಳಲ್ಲಿ ಮಾರ್ಗರೀನ್ ಸರಬರಾಜು ಮಾಡಲು ಸಾಧ್ಯವಿರಲಿಲ್ಲ. ಹಾಗೆಯೇ, ಮರ್ಯಾದೆ ಇರುವ ಬೇಕರಿಗಳ ಮುಂದುಗಡೆ ಟ್ರಕ್ಕನ್ನು ನಿಲ್ಲಿಸುವ ಹಾಗಿರಲಿಲ್ಲ. ಎಷ್ಟೋ ಜನ ಗಿರಾಕಿಗಳಿಗೆ, ಮಾರ್ಗರೀನನ್ನು "ತಾಜಾ ಬೆಣ್ಣೆ" ಎಂದು ಬರೆಯಲಾಗಿದ್ದ ಚೀಲಗಳಲ್ಲೋ ಅಥವಾ ಪೆಟ್ಟಿಗೆಗಳಲ್ಲೋ ತುಂಬಿಸಿ ನಾನು ಕೊಡಬೇಕಾಗುತ್ತಿತ್ತು. ಇನ್ನೂ ಕೆಲವರಿಗೆ ಹಿಂದಣ ಬಾಗಿಲುಗಳ ಮೂಲಕ ತಲಪಿಸಬೇಕಾಗುತ್ತಿತ್ತು. ಇದೆಲ್ಲ ಬಿಟ್ಟಿ ಚಾಕರಿ. ನೊರೆಂಟ್ಸ್ ಮಾರ್ಗರೀನ್ ಕಂಪೆನಿಗೆ ಆಗಿಂದಾಗ್ಗೆ ಹಣ ಸಾಗಿಸುವ ಕೆಲಸ ಇಲ್ಲದೆ ಇರುತ್ತಿದ್ದರೆ ನಮ್ಮ 'ವಾಯವ್ಯ' ಸಂಗೀತ ತಂಡಕ್ಕೆ ಪ್ರಯಾಣ ಮಾಡಲು ಕಷ್ಟವಾಗುತ್ತಿತ್ತು. ಆದರೆ ಹಣ ಸಾಗಿಸುವ ಕೆಲಸದಿಂದ ಬೇಕಾದಷ್ಟು ಹಣ ಬರುತ್ತಿತ್ತು, ನಾನು ಹಣಗಳನ್ನು ಎತ್ತಿಕೊಳ್ಳುತ್ತಿದ್ದುದ್ದು

---

* ಕೃತಕವಾಗಿ ತಯಾರಿಸಲಾದ ಬೆಣ್ಣೆ !

ರ್ಹೈನ್‌ನದಿ ದಂಡೆಯ ಹಿಮೆಲ್‌ಗೈಸ್ಟ್ ಎಂಬ ಹಳ್ಳಿಯಲ್ಲಿ. ಯಾವಾಗಲೂ ಅದೇ ಮನುಷ್ಯ, ಅದೇ ಪೊದೆಗಳ ಗುಂಪಿಂದ ಹೊರಗಡೆ ಬರುತ್ತಿದ್ದ. ನಾನು ಗಾಡಿ ನಿಲ್ಲಿಸುತ್ತಿದ್ದೆ. ಅವನು ಹೆಣವನ್ನು ಗಾಡಿಯ ಹಿಂದುಗಡೆ ಲೋಡ್ ಮಾಡುತ್ತಿದ್ದ – ಎಲ್ಲ ಕಾನೂನಿನ ಪ್ರಕಾರವೇ – ನಾನು ಅದನ್ನು ತೆಗೆದುಕೊಂಡು ಹೋಗಿ ಆಸ್ಪತ್ರೆ ಶವಾಗಾರದಲ್ಲಿ ಕೊಡುತ್ತಿದ್ದೆ. ಅದು ಆಕಸ್ಮಿಕವಾಗಿ ನೀರಿನಲ್ಲಿ ಮುಳುಗಿದ ಒಬ್ಬ ದೋಣಿ ಪ್ರಯಾಣಿಕನೆಂದೋ, ಅಥವಾ ತೆಪ್ಪ ನಡೆಸುತ್ತಿದ್ದವನೆಂದೋ ಹೇಳುತ್ತಿದ್ದೆ – ನಾನೇನೋ ಅಪ್ಪಿತಪ್ಪಿ ಆ ಸಮಯದಲ್ಲಿ ಆ ದಾರಿಯಾಗಿ ಹೋಗುತ್ತಿದ್ದವನ ಹಾಗೆ. ಆದರೆ ನಾನು ಎತ್ತಿಕೊಳ್ಳುತ್ತಿದ್ದ ಈ ದೋಣಿ ಪ್ರಯಾಣಿಕರೆಲ್ಲ ಕಪ್ಪು ಬಣ್ಣದ ಸೂಟ್ ಹಾಕಿರುತ್ತಿದ್ದರು. ಒಬ್ಬನಂತೂ ಕೆಳತುದಿಯಿಲ್ಲದ ಕೋಟು ತೊಟ್ಟಿದ್ದ. ಎಲ್ಲರಿಗೂ ಬಿಳೀ ಕೈಗವಸುಗಳು. ಎಲ್ಲರೂ ಕ್ಯಾಥೊಲಿಕ್ ಪಂಗಡಕ್ಕೆ 'ಸೇರಿದವರು. ಮಾರ್ಗರೀನ್ ಮಾರುವ ನೊರೆಂಟ್ಸ್ ಕೂಡ, ಮೇಅರ್‌ಶ್ವೆರ್ನ್ ಇಗರ್ಜಿಯ ವಾದ್ಯವೃಂದದ ಸಮಿತಿಯ ಸದಸ್ಯನಾಗಿದ್ದ. ಈ ಸದಸ್ಯರೆಲ್ಲ ಚಿಕ್ಕ ಪುಟ್ಟ ಕ್ಯಾಥೊಲಿಕ್ ವ್ಯಾಪಾರಿಗಳು. ಆಗ ಆತ್ಮಹತ್ಯೆ ಮಾಡಿಕೊಳ್ಳುತ್ತಿದ್ದವರ ಪೈಕಿ, ನೂರಕ್ಕೆ ತೊಂಬತ್ತು ಜನ, ಇಂಥ ಚಿಕ್ಕ ಪುಟ್ಟ ವ್ಯಾಪಾರಿಗಳೇ ಎಂದು ಎಲ್ಲರಿಗೂ ಗೊತ್ತು. ರ್ಹೈನ್ ನದಿಯ ಮೇಲುಭಾಗದಲ್ಲಿ ಆತ್ಮಹತ್ಯೆ ಮಾಡಿಕೊಂಡವರ ಹೆಣಗಳನ್ನೆಲ್ಲ ಎತ್ತಿಕೊಳ್ಳುತ್ತಿದ್ದದ್ದು, ಯಾವಾಗಲೂ ಹಿಮೆಲ್‌ಗೈಸ್ಟ್‌ನ ಹತ್ತಿರವೇ. ಏಕೆಂದರೆ ಆ ಊರಿನ ಹತ್ತಿರ ನದಿಯಲ್ಲಿ ಬೇಕಾದಷ್ಟು ಸುಳಿಗಳಿದ್ದವು. ಮನುಷ್ಯ ಅಕಸ್ಮಾತ್ತಾಗಿ ಸುಳಿಯಲ್ಲಿ ಸಿಕ್ಕಿ ಸತ್ತ ಎಂದು ಹೇಳಲು ಅವಕಾಶ ಆಗುತ್ತಿತ್ತು. ಇಷ್ಟೆಲ್ಲ ತಾಪತ್ರಯ ಯಾಕೆಂದರೆ ಆಕಸ್ಮಿಕವಾಗಿ ಸತ್ತವರನ್ನು ಇಗರ್ಜಿಯ ಶ್ಮಶಾನದ ಒಳಗಡೆ – ಅಂದರೆ ಪವಿತ್ರ ನೆಲದಲ್ಲಿ – ಸಮಾಧಿ ಮಾಡುತ್ತಿದ್ದರು. ಅದೇ ಆತ್ಮಹತ್ಯೆಯಂಥ ಪಾಪ ಮಾಡಿ ಸತ್ತವರನ್ನು ಹೊರಗಡೆ ಮಣ್ಣು ಮಾಡುತ್ತಿದ್ದರು. ಅದೂ ಅಲ್ಲದೆ, ಚಿಕ್ಕಪುಟ್ಟ ಊರುಗಳಲ್ಲಿ, ಯಾರಾದರೂ ಅನುಮಾನಾಸ್ಪದವಾದ ರೀತಿಯಲ್ಲಿ ಸತ್ತರೆ, ಅವನಿಗೆ ಸಂಬಂಧಿಸಿದ ಉದ್ಯಮವೇ ಸಂಪೂರ್ಣ ನಾಶವಾಗುತ್ತಿತ್ತು. ಆದ್ದರಿಂದ ನೊರೆಂಟ್ಸ್ ಕಂಪೆನಿ ಈ ಕೆಲಸ ಮಾಡುತ್ತಿದ್ದದ್ದು ಹಿಮೆಲ್‌ಗೈಸ್ಟ್‌ನ ಬಡಪಾಯಿ ಜನರಿಗೋಸ್ಕರ – ನಾನು 'ವಾಯವ್ಯ' ತಂಡಕ್ಕೆ ಸ್ವಲ್ಪ ಹಣ ಸಂಪಾದನೆ ಆಗಲಿ ಎಂದು. ಒಟ್ಟಿನಲ್ಲಿ ಇಬ್ಬರಿಗೂ ಅದರಿಂದ ಬೇಕಾದಷ್ಟು ಲಾಭವಿತ್ತು. ನನಗೆ ಆತ್ಮಹತ್ಯೆ ಮಾಡಿಕೊಂಡ ಬಡಪಾಯಿಗಳ ಬಗ್ಗೆ ಗೌರವ. ನೊರೆಂಟ್ಸ್‌ಗೆ, ನಾನು ಕಮ್ಯೂನಿಸ್ಟ್ ಪಕ್ಷಕ್ಕೆ ಸೇರಿದ ನಗರಸಭಾ ಸದಸ್ಯ ಎನ್ನುವ ವಿಷಯದ ಬಗ್ಗೆ. ಒಂದು ಮಾತಂತೂ ಖಂಡಿತ ನಿಜ ; ನೊರೆಂಟ್ಸ್‌ಗೋಸ್ಕರ ಹೆಣ ಸಾಗಿಸುವುದು, ಅವನ ಭಾವನ ಪಂದ್ಯದ ಕುದುರೆಗಳನ್ನು ಸಾಗಿಸುವುದಕ್ಕಿಂತ ಎಷ್ಟೋ ವಾಸಿ. ಆ ದರಿದ್ರ ಕುದುರೆಗಳ ಸಹವಾಸ ತುಂಬಾ ಕಷ್ಟ. ಟ್ರಕ್ ಒಳಗಡೆ ಕುದುರೆಗಳಿವೆ ಎಂದಿಟ್ಟುಕೊಳ್ಳಿ. ನೀವು ತುಂಬಾ ವೇಗವಾಗಿ ಡ್ರೈವ್ ಮಾಡುತ್ತಾ ಇದ್ದೀರಿ. ಒಂದು ಕಡೆ ತಿರುಗಬೇಕಾಗಿ ಬರುತ್ತೆ. ನೀವು ಜೋರಾಗಿ ಗಾಡಿಯನ್ನು ತಿರುಗಿಸುತ್ತೀರಿ. ಆಗ ಕುದುರೆ, ಟ್ರಕ್‌ನ ಗೋಡೆಗೆ ಡಿಕ್ಕಿ ಹೊಡೆಯುತ್ತದೆ. ಅಥವಾ ನೀವು ಇದ್ದಕ್ಕಿದ್ದಂತೆ ಜೋರಾಗಿ ಬ್ರೇಕ್ ಹಾಕುತ್ತೀರಿ. ಈಗ ಕುದುರೆ ಮುಂದೆ ಕುಕ್ಕರಿಸುತ್ತದೆ. ಹಾಗೇನಾದರೂ ಆದರೆ ಅಂಥಾ ಕುದುರೆ, ಹಿಂಗಾಲುಗಳ ಮೇಲೆ ನಿಂತುಕೊಂಡು ಒದೆಯಲು ಕೂಗಲು ಶುರು ಮಾಡುತ್ತದೆ. ಬಡಪೆಟ್ಟಿಗೂ ಸುಮ್ಮನಾಗುವುದಿಲ್ಲ. ನೀವು ಗಾಡಿ ನಿಲ್ಲಿಸಲೇಬೇಕು. ಅದರ ಹತ್ತಿರ ಹೋಗಿ ಮುದ್ದು ಮಾಡಿ ಸಮಾಧಾನ ಮಾಡಬೇಕು. ಅದರ ಗಮನವನ್ನು ಬೇರೆ ಕಡೆ ಸೆಳೆಯಬೇಕು. ಆಮೇಲೆ ನಿಧಾನವಾಗಿ ಗಾಡಿ ಓಡಿಸಬೇಕು. ಎಲ್ಲಾ ಮುದ್ದು ಮಾಡಿ

ಹಾಳುಮಾಡಿದ ಕಚಡಾ ಕುದುರೆಗಳು. ಇಲ್ಲವೇ ಇಲ್ಲ, ಹಿಮೆಲ್‌ಗೈಸ್ಟ್‌ಗೆ ಮಾಡುತ್ತಿದ್ದ ಪ್ರಯಾಣಗಳಿಗೆ ಹೋಲಿಸಿದರೆ, ಈ ಕುದುರೆ ಸಾಗಿಸುವುದು ದಂಡದ ಕೆಲಸ. ಅಲ್ಲದೆ ಇನಾಮುಗಳೂ ದೊರೆಯುತ್ತಿರಲಿಲ್ಲ. ಆ ದೃಷ್ಟಿಯಿಂದ ನೋಡಿದರೆ, 'ವಾಯವ್ಯ' ತಂಡದಿಂದಾಗಿ ನನಗೆ ಕೆಲಸ ಬಹಳ ಜಾಸ್ತಿ ಆಗುತ್ತಿತ್ತು. ಆದರೆ ಪಾರ್ಟಿ ಸಾಹಿತ್ಯ ಹಂಚಲು ತುಂಬಾ ಅನುಕೂಲ. ಆ ಕಾಲವನ್ನು ನೆನಪಿಸುವಾಗ ನಾನು ಒಂದು ವಿಷಯವನ್ನು ಹೇಳಲೇಬೇಕು. ಅದೆಂದರೆ, ನಾನು ಮಾರಾಟ ಮಾಡುತ್ತಿದ್ದ ಹೆಚ್ಚಿನ ಪುಸ್ತಕಗಳನ್ನು ನಾನು ಮೊದಲೇ ಓದುತ್ತಿದ್ದೆ – 'ಕ್ಯಾಪಿಟಲ್' ಗ್ರಂಥ ಒಂದನ್ನು ಬಿಟ್ಟರೆ. ಅದರ ಬೆಲೆಯೂ ಸ್ವಲ್ಪ ಜಾಸ್ತಿ. ಮೊದಲ ಭಾಗಕ್ಕೆ ಎಂಟು ಮಾರ್ಕ್, ಎಂಟು ಫೆನ್ನಿಂಗ್. ಸ್ವಲ್ಪ ಹೆಚ್ಚು ಕಡಿಮೆ, ಒಂದು ದಿನವೆಲ್ಲ ಗಣಿಯಲ್ಲಿ ಕೆಲಸ ಮಾಡಿದರೆ ಬರುವ ಕೂಲಿ. ನಾನು ಆ ಪುಸ್ತಕದ ಸ್ವಂತ ಪ್ರತಿ ಕೊಂಡುಕೊಂಡಿದ್ದು ಲೆನಿನ್ ಸಾಯುವುದಕ್ಕೆ ಸ್ವಲ್ಪ ಮುಂಚೆ. ನನಗೇನೋ ಪಾರ್ಟಿ ಬಗ್ಗೆ ಸಹಾನುಭೂತಿ. ಆದರೆ ಆ ಹಣ ಮಾತ್ರ ಹೊಳೆಯಲ್ಲಿ ಹುಣಿಸೇಹಣ್ಣು ತೊಳೆದ ಹಾಗಾಯಿತು. ಅದು ಸಾಲದೆಂದು ಮೂರು ಚಿಲ್ಲರೆ ಮಾರ್ಕ್ ಕೊಟ್ಟು, ವಿದೇಶೀಯ ಪದಗಳ ಒಂದು ನಿಘಂಟು ಬೇರೆ ಕೊಂಡುಕೊಂಡೆ. ಅದರಿಂದಲೂ ಪ್ರಯೋಜನ ಆಗಲಿಲ್ಲ. ನಾನು 'ಕ್ಯಾಪಿಟಲ್' ಗ್ರಂಥವನ್ನು ಕೊಂಡುಕೊಂಡದ್ದು ಅದು ತುಂಬಾ ದೊಡ್ಡ ಪುಸ್ತಕ ಅಂತ. 'ಇಂಟರ್‌ನ್ಯಾಷನಲ್ ಪ್ರೀ ಕರೆಸ್ಪಾಂಡೆನ್ಸ್' ಪತ್ರಿಕೆಯಲ್ಲಿ ಆ ಪುಸ್ತಕದ ಬಗ್ಗೆ ತುಂಬಾ ಬರೆದಿದ್ದರು. ನಾನು ಇಂಪ್ರೆಕಾರ್‌ಗೆ ಚಂದಾದಾರನಾಗಿದ್ದೆ. ಅದೊಂದು ಮಾಸಪತ್ರಿಕೆ. ವರ್ಷಕ್ಕೆ ಕೇವಲ ಮೂರೂವರೆ ಮಾರ್ಕ್ ಚಂದಾ. ಆದರೆ ಅದರಲ್ಲಿ ನನಗೆ ಅಗತ್ಯವಾಗಿ ಬೇಕಾದದ್ದೆಲ್ಲ ಸಿಗುತ್ತಿತ್ತು; ರಾಜಕೀಯ ಜಗತ್ತಿನ ವಿದ್ಯಮಾನಗಳು. ಪರಿಸ್ಥಿತಿ ಎಷ್ಟು ಸಂಕೀರ್ಣವಾಗಿದೆ ಎನ್ನುವ ಕಲ್ಪನೆ ಅದರಿಂದಾಗಿ ನನಗೆ ಬಂತು. ಅಲ್ಲದೆ ಈ ವಿಷಯಗಳ ಬಗೆಗಿನ ತನ್ನ ತಿಳಿವಳಿಕೆ ಪ್ರತಿ ತಿಂಗಳೂ ಹೆಚ್ಚು ಸ್ಪಷ್ಟವಾಗುತ್ತಾ ಹೋಯಿತು.

1924ರ ಏಪ್ರಿಲ್ ತಿಂಗಳಿನಲ್ಲಿ, ನಾನು ಇಂಪ್ರೆಕಾರ್ ಪತ್ರಿಕೆಯಲ್ಲಿ ಒಂದು ಮನವಿಯನ್ನು ಓದಿದೆ. ಲೆನಿನರ ಸಾವಿನಿಂದ ತೆರವಾಗಿದ್ದ ಜಾಗವನ್ನು ತುಂಬಲು ಪಾರ್ಟಿಗೆ ಒಂದು ಲಕ್ಷ ಜನ ಕೆಲಸಗಾರರು ಬೇಕಾಗಿದ್ದಾರೆಂದು ಅದರಲ್ಲಿ ಹೇಳಿತ್ತು. ಇದಕ್ಕಿಂತ ಹೆಚ್ಚಿನದೇನನ್ನೂ ನಾನು ಈತನಕ ಆಶಿಸಿರಲಿಲ್ಲ. 1918ರಿಂದಲೂ ಕ್ರಾಂತಿ ಮಾಡಬೇಕು ಎನ್ನುವುದೇ ನನ್ನ ಜೀವನದ ಗುರಿಯಾಗಿತ್ತು. ಆದರೆ ಅದರಿಂದ ಏನೂ ಪರಿಣಾಮ ಆಗಿರಲಿಲ್ಲ. ನಾನು ನೊಯ್‌ರುಪಿನ್ ಎಂಬಲ್ಲಿ ದಂಡಿನ ಪಾಳೆಯದಲ್ಲಿದ್ದಾಗ ಡ್ಯೂಸೆಲ್‌ಡೋರ್ಫ್‌ನಲ್ಲಿ ಕ್ರಾಂತಿ ನಡೆಯುತ್ತಿದೆ ಎಂದು ಯಾರೋ ಹೇಳಿದರು. ಡ್ಯೂಸೆಲ್‌ಡೋರ್ಫ್‌ಗೆ ನಾವು ಹೋದರೆ, ಇಲ್ಲಲ್ಲ ವುಪರ್‌ಟಾಲ್‌ನಲ್ಲಿ ಕ್ರಾಂತಿ ಆಗುತ್ತಿದೆ ಎಂದರು. ಸರಿ, ಅಂತ ಅಲ್ಲಿಗೆ ನಾವು ಹೋಗುತ್ತಿದ್ದಾಗ ಬರ್ಲಿನ್‌ನಲ್ಲಿ ಕ್ರಾಂತಿ ಆಗಿಯೇ ಹೋಯಿತು ಎಂಬ ಸುದ್ದಿ ಬಂತು. ಕ್ರಾಂತಿಯನ್ನು ಸೇರಿಕೊಳ್ಳಲು ನಾವು ರೈಲು ಹತ್ತಿದೆವು: ಆದರೆ ಆ ರೈಲು ಬಹಳ ನಿಧಾನವಾಗಿ ಚಲಿಸುತ್ತಿತ್ತು. ಮಾಗ್ಡೆಬುರ್ಗ್‌ನಿಂದ ಆಚೆ ರೈಲ್ವೆ ಕೆಲಸಗಾರರು ಮುಷ್ಕರ ಹೂಡಿದ್ದರು. ಬರ್ಲಿನ್ ಮುಟ್ಟಿದ ತಕ್ಷಣ ನಾವು ಹೋದದ್ದು ಪ್ಲೆಸಿಕರ್ ರೈಲ್ವೆ ನಿಲ್ದಾಣಕ್ಕೆ. ಅಲ್ಲಿಂದ ವಾರ್‌ಶೌಅರ್ ರಸ್ತೆಗೆ. ಆದರೆ ನಾವು ಫ್ರಾಂಕ್‌ಫರ್ಟರ್ ದ್ವಾರದ ಹತ್ತಿರ ಹೋಗುವ ಹೊತ್ತಿಗೆ, ಅಲ್ಲಿ ದೊಡ್ಡ ಜನಸಂದಣಿ ಸೇರಿತ್ತು. ಮುಂದೆ ಹೋಗಲು ಸಾಧ್ಯವಿರಲಿಲ್ಲ. ಅಲೆಕ್ಸಾಂಡರ್ ವೃತ್ತದಿಂದ ಲೀಬ್‌ಕ್ನೆಶ್ಟ್ ಮತ್ತಿತರ ಹುತಾತ್ಮರ ಶವಪೆಟ್ಟಿಗೆಗಳನ್ನು ಹೊತ್ತುಕೊಂಡ ದುಃಖಿಗಳ

ಮೆರವಣಿಗೆ ಹೊರಟಿತ್ತು. ನಾವು ಅದರೊಡನೆ ಕೂಡಿಕೊಂಡು ಮುಂದೆ ನಡೆದೆವು. ಫ್ರೀಡ್‌ರಿಕ್ಸ್‌ಫೆಲ್ಡ್‌ವರೆಗೆ. ನಾನು ಈಗ ವಾಸಮಾಡುವ ಜಾಗ ಫ್ರಾಂಕ್‌ಫರ್ಟರ್ ದ್ವಾರದ ಹತ್ತಿರವೇ ಇದೆ. ಅಲ್ಲಿ ನನ್ನ ಮೂಲೆಯ ಕೋಣೆಯಲ್ಲಿ ಕುಳಿತುಕೊಂಡು ಆವತ್ತಿನ ದಿನ ಹ್ಯಾಟ್ ತೆಗೆದು ಹುತಾತ್ಮರಿಗೆ ಗೌರವ ತೋರಿಸಿದ ಜಾಗವನ್ನು ಈಗಲೂ ನಾನು ನೋಡಬಹುದು. ಶ್ರಮಜೀವಿಗಳು ಯಶಸ್ವಿಯಾದ ಕ್ರಾಂತಿಯನ್ನು ಮಾಡುವುದಾದರೂ ಹೇಗೆ? ಆಗ, ಆ ಪ್ರಶ್ನೆಗೆ ಉತ್ತರಕೊಟ್ಟವರು ಲೆನಿನ್ ಮತ್ತು ಬಾಲ್ಷೆವಿಕರು ಮಾತ್ರ. ನಾನು ಪಕ್ಷಕ್ಕೆ ಸೇರಬೇಕೆನ್ನುವ ತೀರ್ಮಾನವನ್ನು, ಒಂದು ದಿನ ಬೆಳಗಿನ ಜಾವದ ಪಾಳಿಯ ಕೆಲಸದಲ್ಲೇ ಮಾಡಿಬಿಟ್ಟೆ. ಸರಿ. ಪಕ್ಷದ ಕಛೇರಿ ಇದ್ದದ್ದು ಆಖೆನ್‌ನಲ್ಲಿ. ಮಾರನೆಯ ದಿನ ನನ್ನ ಕೆಲಸದ ಪಾಳಿ ತುಂಬಾ ತಡವಾಗಿತ್ತು. ಆದ್ದರಿಂದ ನಾನು ಮೊದಲು ಒಂದು ಸೈಕಲ್ ಲ್ಯಾಂಪ್ ಕೊಂಡುಕೊಂಡೆ. ಯಾಕೆಂದರೆ ನಾನು ಬೆಳಗಿನ ಜಾವದಲ್ಲೇ ಎದ್ದು ಗೈಸೆನ್‌ಕಿರ್‌ಶೆನ್‌ವರೆಗೆ ಸೈಕಲಲ್ಲಿ ಹೋಗ ಬೇಕಾಗಿತ್ತು. ಆ ಊರು ತುಂಬಾ ದೂರ. ಗಣಿಗೆ ಹೋಗುವ ಥರ ನಾಲ್ಕೋ ಐದೋ ಹೆಜ್ಜೆ ಅಲ್ಲ. ಗೈಸೆನ್‌ಕಿರ್‌ಶೆನ್‌ನಿಂದ ನಾನು ಹಿಡಿದಿದ್ದು ಆಖೆನ್‌ಗೆ ಹೋಗುವ ಎಕ್ಸ್‌ಪ್ರೆಸ್ ಗಾಡಿಯನ್ನು. ಆದರೆ ಪಾರ್ಟಿ ಆಫೀಸನ್ನು ತಲಪುವ ಹೊತ್ತಿಗೆ ಮಧ್ಯಾಹ್ನ ಆಗಿತ್ತು. ಯಾಕೆಂದರೆ ಆ ದಿನ ಎಂಜಿನ್ ಚಾಲಕರು ಒಂದು ಮುನ್ಸೂಚಕ ಮುಷ್ಕರ ಹೂಡಿದ್ದರು. ಆದ್ದರಿಂದ ನಾನು, ಸಾಮಾನು ಇಳಿಸುವ ಸ್ಟೇಷನ್ನಲ್ಲೇ ಇಳಿದೆ. ಅಲ್ಲಿಂದ ಊರೊಳಗೆ, ಪಾರ್ಟಿ ಆಫೀಸಿಗೆ ಕೂಡ ನಡೆದುಕೊಂಡೇ ಹೋಗಬೇಕಾಯಿತು. ಏಕೆಂದರೆ ಟ್ರಾಮ್ ಚಾಲಕರು ಸಹ ಮುಷ್ಕರ ಹೂಡಿದ್ದರು. ಎಂಜಿನ್ ಚಾಲಕರಿಗೆ ಸಹಾನುಭೂತಿ ಸೂಚಿಸುವುದಕ್ಕೆ. ಒಬ್ಬ ಮಹಿಳಾ ಸಂಗಾತಿ ನನ್ನ ಪಾರ್ಟಿ ಕಾರ್ಡ್ ಭರ್ತಿಮಾಡಿ, ಆಮೇಲೆ ಕಾರ್ಯದರ್ಶಿಯ ಹತ್ತಿರ ಕರೆದುಕೊಂಡು ಹೋದಳು. ಅವನು ಮನೆಯಲ್ಲಿ ಊಟ ಮಾಡುತ್ತಿದ್ದ, ತನ್ನ ತಟ್ಟೆಯನ್ನು ಪಕ್ಕಕ್ಕೆ ತಳ್ಳಿ ಅವನು ನನ್ನ ಕಾರ್ಡಿಗೆ ಸಹಿ ಹಾಕಿದ. ಆಮೇಲೆ ನಾವಿಬ್ಬರೂ ಸ್ವಲ್ಪ ಮೊಸರಿಂದ ಮಾಡಿದ ಸಿಹಿತಿಂಡಿ ತಿಂದೆವು. ನಾನು ಮೊದಲನೆಯ ಸಲ ಕ್ರಾಂತಿಯ ಸಂಪರ್ಕ ಪಡೆದದ್ದು ಯಾವಾಗ ಎಂದು ಅವನು ಕೇಳಿದ. ಆಗ ನಾನು ಹೇಳಿದೆ:

"1918ರಲ್ಲಿ ಒಂದು ದಿನ ನಮ್ಮ ಸೈನ್ಯದ ತುಕಡಿ ನೋಯ್‌ರುಪಿನ್ ನಗರದಲ್ಲಿತ್ತು. ಆಗ ನಮ್ಮ ಪಾಳೆಯಕ್ಕೆ ಕೆಲವು ಜನ ನಾವಿಕರು ಬಂದರು, ಅವರ ಪೈಕಿ ಒಬ್ಬ ಕುಳ್ಳಗೆ, ದಪ್ಪಗೆ ಇದ್ದ. ಅವನು ಕೂಗಿದ: 'ಎದ್ದೇಳಿ ಸೈನಿಕರೇ, ಎದ್ದೇಳಿ! ಕ್ರಾಂತಿ! ಭವ್ಯ ದಿನಗಳು ಬರಲಿವೆ!'"

ಆ ದಿನಗಳಲ್ಲಿ ಜನ ತುಂಬಾ ನಾಟಕೀಯವಾದ ಪದಗಳನ್ನು ಬಳಸುತ್ತಿದ್ದರು. 1920ರ ದಶಕದಲ್ಲಿ ನಾನು ಆ ಮನುಷ್ಯನ ಜೊತೆಗೆ ಟೆಲಿಫೋನಿನಲ್ಲಿ ಮಾತನಾಡಿದಾಗಲೆಲ್ಲ, ಅಥವಾ ಅವನ ಪಕ್ಕದಲ್ಲಿ ವೇದಿಕೆಯ ಮೇಲೆ ಕುಳಿತಿದ್ದಾಗಲೆಲ್ಲ, ಅವನು "ಎದ್ದೇಳಿ, ಎದ್ದೇಳಿ. ಭವ್ಯ ದಿನಗಳು ಬರಲಿವೆ!" ಎಂದು ಪ್ರಾರಂಭ ಮಾಡುತ್ತಿದ್ದ. ಅವನ ಹೆಸರು ಜೈಡೆನ್‌ಶ್ವಾಂಟ್ಸ್. ಕಾರ್ಯದರ್ಶಿಗೆ ಆ ಮಾತು ಕೇಳಿ ಆಶ್ಚರ್ಯವಾಯಿತು. "ದೇವರು ಬಹಳ ನಿಗೂಢ ರೀತಿಯಲ್ಲಿ ಕೆಲಸ ಮಾಡ್ತಾನೆ!" ಎಂದು ಅವನು ಉದ್ಗರಿಸಿದ. ಅಲ್ಲದೆ ಜೈಡೆನ್‌ಶ್ವಾಂಟ್ಸ್‌ನ ಮೂಲಕ ಸ್ವತಃ ಲೆನಿನ್ನರೇ ನನ್ನನ್ನು ಕ್ರಾಂತಿ ಪಥಕ್ಕೆ ಕರೆದದ್ದೆಂದು ಒಂದು ರೀತಿಯಲ್ಲಿ ಹೇಳಬಹುದೆಂದೂ ಮೊಸರಿನ ತಿಂಡಿ ತಿನ್ನುತ್ತಾ ಅಲ್ಲಿ ಕುಳಿತಿದ್ದ ನನ್ನೊಡನೆ ಅವನೆಂದ.

ಯಾಕೆಂದರೆ 1917ರಲ್ಲಿ ಲೆನಿನ್ ಒಂದು ಭಾಷಣ ಮಾಡಿದ್ದ. ಅದನ್ನು ಕೇಳುತ್ತಿದ್ದವರ ಪೈಕಿ ಒಬ್ಬ ರಷ್ಯನ್ ಸೈನಿಕ ಇದ್ದ. ಲೆನಿನ್ ಹೇಳಿದ್ದನ್ನೆಲ್ಲ ಕೇಳಿದ ಮೇಲೆ, ಆ ಸೈನಿಕ ತನ್ನನ್ನು ತಾನು

ಒಬ್ಬ ಬಾಲ್ಶೆವಿಕ್ ಎಂದು ಕರೆದುಕೊಂಡ. ಅವನು ಯುದ್ಧದಲ್ಲಿ ಸೆರೆಯಾದ, ಜರ್ಮನರು ಯದ್ಧಕೈದಿಗಳನ್ನು ಕೂಡಿಡುತ್ತಿದ್ದ ಒಂದು ಶಿಬಿರಕ್ಕೆ ಸಾಗಿಸಲ್ಪಟ್ಟ. ಅಲ್ಲಿಯೂ ಅವನು ತಾನು ಲೆನಿನ್‌ರಿಂದ ಕಲಿತಿದ್ದ ಪಾಠದ ಪ್ರಕಾರ ನಡೆದುಕೊಂಡ. ಸರಿ, ಅವನೊಬ್ಬ ಗಲಭೆಕೋರನೆಂದು ಅವನ ಮೇಲೆ ವಿಶೇಷ ಕಾವಲುಗಾರರನ್ನಿಟ್ಟರು. ಆ ಕಾವಲುಗಾರರ ಪೈಕಿ ಒಬ್ಬ, ಪಿಯಾನೋ ತಯಾರು ಮಾಡುವವನು. ನಮ್ಮ ಸೈನಿಕ, ಒಂದೇ ಒಂದು ವಾರದಲ್ಲಿ ತಾನು ಲೆನಿನ್‌ರಿಂದ ತಿಳಿದುಕೊಂಡ ವಿಷಯಗಳನ್ನೆಲ್ಲ ಆ ಪಿಯಾನೋ ತಯಾರಕನಿಗೆ ಹೇಳಿದ. ನೋಡಿ, ಜರ್ಮನಿಯ ಪಿಯಾನೋ ತಯಾರಕರು ತುಂಬಾ ಜಾಣರು. ಅವರು ಮಾಡುವ ಕೆಲಸವೇ ಅಂಥಾದ್ದು. ತಮ್ಮ ಕೆಲಸದ ಪರಿಣಾಮವಾಗಿ ಅವರಿಗೆ ಸಿದ್ಧಾಂತ, ನಿಖರವಾದ ಲೆಕ್ಕಾಚಾರ ಇವೆಲ್ಲಾ ತುಂಬಾ ಚೆನ್ನಾಗಿ ಗೊತ್ತಾಗುತ್ತದೆ. ಹೀಗಾಗಿ, ಕೊನೆಗೊಂದು ದಿನ ಆ ಪಿಯಾನೋ ತಯಾರಕ ತನಗೆ ಸೆರೆಯಾಳು ಹೇಳಿದ್ದೆಲ್ಲ ಸರಿ ಎನ್ನುವ ತೀರ್ಮಾನಕ್ಕೆ ಬಂದ. ಅದು ಸಮಯಕ್ಕೆ ಸರಿಯಾಗಿ ಜೈಲಿನಲ್ಲಿ ಕೆಲವು ಸ್ಪಾರ್ಟಕಸ್ ಕಾಗದಗಳು ಕಾಣಿಸಿಕೊಂಡವು. ಆ ಪಿಯಾನೋ ತಯಾರಕನಿಗೆ ತನ್ನ ಸೆರೆಯಾಳುವಿನಿಂದ ತಾನು ಕಲಿತದ್ದಕ್ಕೂ ಇದಕ್ಕೂ ಇದ್ದ ಸಂಬಂಧ ಗೊತ್ತಾಯಿತು. ಅರವತ್ನಾಲ್ಕು ಸ್ವರಗಳನ್ನು ಬೇರೆ ಬೇರೆ ರೀತಿಯಲ್ಲಿ ಜೋಡಿಸಿದರೆ ಅನಂತವಾದ ಸ್ವರಸಂಯೋಜನೆಗಳಾಗುತ್ತವೆಂದು ಅವನಿಗೆ ತಿಳಿದಿತ್ತು. ಅವನು ಆ ಕಾಗದಗಳನ್ನು ಒಂದು ಹಡಗಿನ ಮೇಸ್ತ್ರಿಗೆ ಕೊಡಲು ಮೊದಲು ಮಾಡಿದ. ಈ ಮೇಸ್ತ್ರಿ ದೊಡ್ಡದೊಂದು ಯುದ್ಧನೌಕೆಯಲ್ಲಿ ಕೈಸರನ ಸೇವೆ ಮಾಡುತ್ತಿದ್ದ. ಆ ಹಡಗಿನಲ್ಲಿದ್ದ ನಾವಿಕರ ಪೈಕಿ ಒಬ್ಬನ ಹೆಸರು ಜೈಡೆನ್‌ಶ್ವಾಂಟ್ಸ್ ಅಂತ. "ನೋಡೂ, ಇದನ್ನು ನೀನು ಓದು" ಎಂದು ಹೇಳಿ ಆ ಮೇಸ್ತ್ರಿ, ಜೈಡೆನ್‌ಶ್ವಾಂಟ್ಸ್‌ಗೆ ಒಂದು ಸ್ಪಾರ್ಟಕಸ್ ಕಾಗದವನ್ನು ಕೊಟ್ಟ. ಇದಕ್ಕಿಂತ ತುಸು ಹಿಂದೆ ಒಂದು ಘಟನೆ ನಡೆದಿತ್ತು:

ಆ ಹಡಗನ್ನು ತನಿಖೆ ಮಾಡಲು ಒಬ್ಬ ನೌಕಾಧಿಕಾರಿ ಬಂದಿದ್ದ. ಅವನು ಒಂದು ಭಾಷಣ ಮಾಡಿ, ಯುದ್ಧವನ್ನು ಗೆಲ್ಲಲೇಬೇಕೆಂಬ ಸರ್ವೋಚ್ಚ ಸೇನಾಪತಿಯ ಅದಮ್ಯ ಹಂಬಲವನ್ನು ಈ ಹಡಗಿನ ಮುಖ್ಯಾಧಿಕಾರಿಯಿಂದ ಹಿಡಿದು ಕಸ ಗುಡಿಸುವ ಹುಡುಗನವರೆಗೆ, ಹಡಗಿನ ಬುಡದಿಂದ ಹಿಡಿದು ಬಿಳಿಹಾಯಿಯ ತುದಿಯವರೆಗೆ ಎಲ್ಲಿ ಬೇಕಾದರೂ ನೋಡಬಹುದು ಎಂದಿದ್ದ. ಸರಿ, ನಮ್ಮ ನಾವಿಕ ಜೈಡೆನ್‌ಶ್ವಾಂಟ್ಸ್, ಸರ್ವೋಚ್ಚ ಸೇನಾಪತಿ ಅಲ್ಲಿ ಏನು ಮಾಡುತ್ತಿದ್ದಾರೆ ನೋಡೋಣ ಎಂದು ಹಾಯಿಪಟದ ತುದಿಯತ್ತ ತಲೆಯೆತ್ತಿದ್ದ. ಇದರಿಂದ ಪೆರೇಡ್ ಎಲ್ಲ ಹಾಳಾಗಿತ್ತು. ಅದರ ಪರಿಣಾಮ ಏನಾಗಿತ್ತೆಂದರೆ ಹಡಗಿನ ಉಪಕ್ಯಾಪ್ಟನ್ ಜೈಡೆನ್‌ಶ್ವಾಂಟ್ಸ್‌ಗೆ ಒಂದು ಶಿಕ್ಷೆ ಕೊಟ್ಟಿದ್ದ; ಅವನು ಹತ್ತು ಸಲ ಕೂವೆ ಕಂಬದ ತುದಿವರೆಗೆ ಹತ್ತಿ, "ಇಡೀ ನೌಕಾಸೈನ್ಯದಲ್ಲೇ ನನ್ನಂಥ ಕತ್ತೆ ಬೇರೆ ಯಾರು ಇಲ್ಲ" ಎಂದು ಕೂಗಬೇಕು ಅಂತ. ಆ ಬಡಪಾಯಿ ನಾವಿಕನಿಗೆ ಹಾಗೆ ಮಾಡದೆ ವಿಧಿಯೇ ಇರಲಿಲ್ಲ. ಮಾಡಿದ. ಅವನ ಮುಖ ಕೋಪದಿಂದ ಕೆಂಪಗಾಗಿತ್ತು. ಅವನು ಕೆಳಗೆ ಇಳಿದು, ಕೆಲಸಗಾರರ ಕೋಣೆಗೆ ಬಂದಾಗ ಮೇಸ್ತ್ರಿ ಕೇಳಿದ್ದ:

"ಏನೋ, ಈಗ ನಿನ್ನ ಕೈಗೆ ಒಂದು ಪಿಸ್ತೂಲು ಕೊಟ್ಟರೆ ಏನು ಮಾಡ್ತಿ ?"

"ಈ ಬಡ್ಡೀಮಕ್ಕಳ್ನೆಲ್ಲ ಸುಟ್ಟುಬಿಡ್ತೇನೆ" ಅಂದಿದ್ದ ಅವನು.

"ಹಾಗಲ್ಲ ಕಣೋ ದಡ್ಡಾ, ಈ ಕಾಗದ ಓದು" ಎಂದು ಮೇಸ್ತ್ರಿ ಅವನನ್ನು ಸರಿದಾರಿಗೆ ಹಚ್ಚಿದ.

ಆ ಕಾಗದದಲ್ಲೇ ಕ್ರಾಂತಿಯ ವಿಷಯ ಇದ್ದದ್ದು. ಅವನ್ನು ಓದಿದ್ದರಿಂದಲೇ, ಜೈಡೆನ್‌ಶ್ವಾಂಟ್ಸ್ ನಮ್ಮ ದಂಡಿನ ಪಾಳೆಯಕ್ಕೆ ಬಂದಿದ್ದಾಗ ನಾವೆಲ್ಲ ಆ ಕ್ರಾಂತಿಗೋಸ್ಕರ ಹೋರಾಡಬೇಕೆಂದು ಒತ್ತಾಯ ಮಾಡಿದ್ದ. ಲೆನಿನ್ನರ ಸಂದೇಶ ನೊಯ್‌ರುಪಿನ್‌ನಲ್ಲಿದ್ದ ನನಗೆ ತಲಪಿದ್ದು ಹೀಗೆ.

ಈಗ ಲೆನಿನ್ ನಮ್ಮೊಂದಿಗಿರಲಿಲ್ಲ. ನಾನು ಪಕ್ಷವನ್ನು ಸೇರಿದ್ದೆ. ಲೆನಿನ್ ಸಾವಿನಿಂದ ತೆರವಾಗಿದ್ದ ಜಾಗವನ್ನು ಯಾರೂ ಭರ್ತಿ ಮಾಡಲು ಸಾಧ್ಯವಿಲ್ಲ ಎನ್ನುವ ವಿಷಯ ನನಗೆ ಗೊತ್ತು. ಕೆಲವು ವರ್ಷಗಳ ಬಳಿಕ, ಈ ಭಾವನೆ ನಮ್ಮಲ್ಲಿ ಇನ್ನಷ್ಟು ತೀವ್ರವಾಯಿತು. ಆದರೆ ನಾವು ಇದ್ದಿದ್ದು ಒಂದಲ್ಲ, ಎರಡಲ್ಲ ನೂರು ಸಾವಿರ ಜನ. ಶತ್ರು ಮೊದಮೊದಲು ನಮ್ಮನ್ನು ನೋಡಿ ಹಾಸ್ಯ ಮಾಡಿ ನಕ್ಕಿದ್ದ. ಏನು ಚಳವಳಿಯೇ ? ಲೆನಿನ್ ಚಳವಳಿಯೇ ? ಅದರಿಂದ ಏನಾಗುತ್ತದೆ ? ಆದರೆ ಬಹಳ ಬೇಗ, ನಾವು ಅವರ ಮುಖಗಳಿಂದ ಆ ನಗೆಯನ್ನು ಒರಸಿ ಹಾಕಿದೆವು. ಆ ನೂರು ಸಾವಿರ ಜನರಲ್ಲಿ ಹೆಚ್ಚಿನವರು, ನಿಜವಾದ ಕಮ್ಯೂನಿಸ್ಟರಾಗಲು ಎಷ್ಟು ಬೇಕೋ ಅಷ್ಟನ್ನು ಕಲಿತರು. ಎಲ್ಲರೂ ಅಲ್ಲ; ಬಹುಪಾಲು. ಅವರಲ್ಲಿ ಕೆಲವರು ಲೆನಿನ್ ಶಾಲೆಗೂ ಹೋದರು. ಅಲ್ಲಿ ಒಟ್ಟಿಗೆ ಓದುತ್ತಿದ್ದ ಜನ, ಆಮೇಲೆ ಯಾವಾಗಲಾದರೂ ಒಬ್ಬರನ್ನೊಬ್ಬರು ಭೇಟಿ ಮಾಡಿದಾಗ ಅದೊಂದು ದೊಡ್ಡ ವಿಜಯ ಎನ್ನುವಂತೆ ಆ ಸಂದರ್ಭವನ್ನು ಸಂಭ್ರಮದಿಂದ ಆಚರಿಸುತ್ತಿದ್ದರು. ಯಾಕೆಂದರೆ ಲೆನಿನ್ ಶಾಲೆಯಲ್ಲಿ ಓದಿದವರಿಗೆ ಬಹಳ ದಿನ ಬದುಕುವ ಅವಕಾಶ ಇರುತ್ತಿರಲಿಲ್ಲ.

ನಾನೂ ಅಷ್ಟೆ. ಆರು ವಾರಗಳ ಕಾಲ ನಾನು ಬಾಯಿಬಿಡಲೇ ಇಲ್ಲ. ನನ್ನ ಹೆಸರನ್ನು ಕೂಡ ಹೇಳಲಿಲ್ಲ. "ಸುಲಭವಾಗಿ ಗುಟ್ಟು ಬಿಟ್ಟುಕೊಡಬೇಡ. ಆಗ, 'ಇವನ ಹತ್ತಿರ ಹೇಳಬೇಕಾದ್ದು ತುಂಬಾ ಇದೆ' ಅಂತ ಅವರೆಲ್ಲಾ ಅಂದುಕೊಳ್ತಾರೆ. ನಿನ್ನ ತಕ್ಷಣ ಹೊಡೆದು ಸಾಯಿಸಿ ಬಿಡೋದಿಲ್ಲ. ಅಷ್ಟರೊಳಗೆ ನಿನ್ನ ಜೊತೆಗಾರರಿಗೆಲ್ಲ ಬಚ್ಚಿಟ್ಟುಕೊಳ್ಳೋದಕ್ಕೆ ಸಮಯ ಸಿಗ್ತದೆ; ಸಾಕ್ಷ್ಯಾಧಾರಗಳನ್ನು ನಾಶಮಾಡೋದಕ್ಕೆ ಅವಕಾಶ ಸಿಗ್ತದೆ," ಎಂದು ನನಗೆ ನಾನೇ ಹೇಳಿಕೊಳ್ಳುತ್ತಿದ್ದೆ. ಮೊದಲ ಐದು ದಿನ, ಅವರು ನನಗೆ ಘಂಟೆಗೆ ಮೂರು ಸಲ ಹೊಡೆಯುತ್ತಿದ್ದರು. ಗಡಿಯಾರದ ಪ್ರಕಾರ ಇಪ್ಪತ್ತು ನಿಮಿಷಕ್ಕೆ ಒಂದು ಸಲ. ಹಗಲೂ ಅಷ್ಟೆ; ರಾತ್ರಿಯೂ ಅಷ್ಟೆ. ಕೆಲವು ಬಾರಿ ಕೇವಲ ಹೊಡೆತ, ಇನ್ನು ಕೆಲವು ಸಲ ಹೊಡೆತ ಮತ್ತು ಒದೆತ. ನೀನು ಯಾರು ? ನಿನ್ನ ಕಳಿಸಿದ್ದು ಯಾರು ? ನೀನು ಯಾರಿಗೋಸ್ಕರ ಕೆಲಸ ಮಾಡ್ತಾ ಇದ್ದೀಯಾ ? ಅವರು ನನಗೆ ಭಾವಚಿತ್ರಗಳನ್ನು ತೋರಿಸಿದರು. ನಾನು ಅವುಗಳ ಕಡೆಗೆ ನೋಡಲೇ ಇಲ್ಲ. ಬಹಳ ಬೇಗ ನಾನು ನೋಡುವ ಶಕ್ತಿಯನ್ನೇ ಕಳೆದುಕೊಂಡೆ. ತಿನ್ನಲು ಆಹಾರ ಇಲ್ಲ; ಕುಡಿಯಲು ಏನೂ ಇಲ್ಲ. "ನಿನಗೆ ಹುಚ್ಚು ಹಿಡಿಯುವ ಮುನ್ನ ನೇಣು ಹಾಕಿಕೊಂಡು ಸಾಯಿ" ಎಂದು ನನಗೆ ನಾನೇ ಹೇಳಿಕೊಳ್ಳುತ್ತಿದ್ದೆ. ಆರನೆಯ ದಿನ ಅವರು ನನಗೆ ಸ್ವಲ್ಪ ಬ್ರೆಡ್ಡು, ನೀರು ಕೊಟ್ಟರು. ನನ್ನ ಮುಖದ ತುಂಬಾ ರಕ್ತ ಹೆಪ್ಪುಗಟ್ಟಿತ್ತು. ನನ್ನ ಮೈಯಿಂದ ಎಷ್ಟು ಕೆಟ್ಟ ವಾಸನೆ ಬರುತ್ತಿತ್ತೆಂದರೆ, ಅದನ್ನು ಸಹಿಸಲು ನನಗೇ ಆಗುತ್ತಿರಲಿಲ್ಲ. ಒಂದು ದಿನ ಅವರು ನನ್ನನ್ನು ಪ್ರಶ್ನಿಸುತ್ತಿರುವಾಗ ನನಗೊಂದು ಫೈಲ್ ಕಾಣಿಸಿತು. ಅದು ನಮ್ಮ ಪ್ರಾಂತ ಸಮಿತಿ ಆಫೀಸಿನಿಂದ ಬಂದದ್ದೆಂದು ನನಗೆ ಗೊತ್ತಾಯಿತು. ಅದರ ತುಂಬಾ ಭಾವಚಿತ್ರಗಳು. ವೈಯಕ್ತಿಕ ಮಾಹಿತಿಗಳು... ನನಗೆ ನನ್ನದೇ ಭಾವಚಿತ್ರ ಮತ್ತು ಹಸ್ತಾಕ್ಷರಗಳು ಕಾಣಿಸಿದವು. ಆದರೆ ನನ್ನ ಮುಖ ಎಷ್ಟೊಂದು ವಿರೂಪವಾಗಿತ್ತು ಎಂದರೆ ಅವರಿಗೆ ನನ್ನ ಗುರುತೇ ಸಿಗಲಿಲ್ಲ. ಆರು

ವಾರಗಳು ಕಳೆದವು. ಆದರೂ ಅವರಿಗೆ ನಾನು ಯಾರು ಎಂದು ಗೊತ್ತಾಗಿರಲಿಲ್ಲ. ಅಲ್ಲದೆ ಅವರಿಗೂ ಪ್ರಶ್ನೆ ಕೇಳಿ ಕೇಳಿ, ಹೊಡೆದೂ ಹೊಡೆದೂ ತಲೆಕೆಟ್ಟುಹೋಗಿತ್ತು. ಒಂದು ದಿನ ನನ್ನನ್ನು ಪ್ರಶ್ನೆ ಕೇಳುತ್ತಿದ್ದವನು ಒಬ್ಬ ಕಾವಲುಗಾರನಿಗೆ ಹೇಳಿದ :

"ಏಯ್, ಅಲ್ಲಿದಾನಲ್ಲಾ ಅವನನ್ನ, ಅಂಗಳಕ್ಕೆ ಕರೆದುಕೊಂಡು ಹೋಗೋ."

ಅಂಗಳಕ್ಕೆ ಕರೆದುಕೊಂಡು ಹೋಗುವುದೆಂದರೆ ಗುಂಡಿಟ್ಟು ಕೊಲ್ಲುವುದೆಂದು ಅರ್ಥ. ಅಂಗಳಕ್ಕೆ ಹೋಗಬೇಕಾದ ಜನಗಳ ಗುಂಪು ದಿನವೆಲ್ಲಾ ಓಣಿಯಲ್ಲಿ ಕಾಯುತ್ತ ನಿಂತಿರ ಬೇಕಾಯಿತು. ಹಿಂದಿನ ದಿನ ರಾತ್ರಿ ಬೇರೆ ಬೇರೆ ಕಡೆ ದಾಳಿ ಮಾಡಿದ್ದರೆಂದು ಕಾಣುತ್ತದೆ. ಹೊಸದಾಗಿ ಬಂದವರು, ಬಿಡುಗಡೆಯಾಗುತ್ತಿದ್ದವರು ಬೇಕಾದಷ್ಟು ಜನ ಇದ್ದರು. ಬಿಡುಗಡೆ ಆಗುತ್ತಿದ್ದವರ ಪೈಕಿ ಒಬ್ಬನಿಗೆ ನನ್ನ ಪರಿಚಯ ಇತ್ತು. ಅವನು ನನ್ನನ್ನು ಅಂಗಳಕ್ಕೆ ನಡೆಸಿಕೊಂಡು ಹೋಗುತ್ತಿರುವುದನ್ನು ನೋಡಿದ. ಅವನು ತಕ್ಷಣ ಪ್ರಾಗ್ ನಗರಕ್ಕೆ ಒಂದು ವರದಿ ಕಳಿಸಿದ. ಸರಿ, ಒಂದು ತಿಂಗಳ ತರುವಾಯ 'ವರ್ಕರ್ಸ್ ಇಲ್ಲಸ್ಟ್ರೇಟೆಡ್' ಪತ್ರಿಕೆಯಲ್ಲಿ ನನ್ನ ಸಾವಿನ ಸುದ್ದಿ ಪ್ರಕಟವಾಯಿತು. ನಾನು ಆಗಲೇ ಅಂಗಳಕ್ಕೆ ಹೊರಟುಹೋಗಿದ್ದೆ. ಆಗ ಯಾರೋ ನನಗೋಸ್ಕರ ಸಿಳ್ಳೆ ಹಾಕಿ ನನ್ನನ್ನು ಅಲ್ಲಿಂದ ಹೊರಗೆ ಕರೆದುಕೊಂಡು ಹೋದ. ಅದು ನನ್ನನ್ನು ಸೆರೆಹಿಡಿದಿದ್ದ ಮನುಷ್ಯ. ಅವನಿಗೆ ನನ್ನಿಂದ ಇನ್ನೂ ಏನೋ ಪ್ರಯೋಜನ ಇತ್ತು. ತಾನು ಸೆರೆಹಿಡಿದದ್ದು ಯಾರನ್ನು ಎಂದು ತಿಳಿದುಕೊಳ್ಳುವ ಆಸೆ ಇತ್ತು. ಹೀಗಾಗಿ ನನಗೆ ನನ್ನ ಹಿಂದಿನಿಂದ ಗುಂಡಿನ ಸದ್ದು ಮಾತ್ರ ಕೇಳಿಸಿತು. ಆದರೆ ಸತ್ತವರು ಯಾರೂ ನನಗೆ ಗೊತ್ತಿರಲಿಲ್ಲ. ಯುದ್ಧ ಮುಗಿದ ಮೇಲೆ, ನನ್ನ ಮರಣವಾರ್ತೆಯನ್ನು ನಾನೇ ಓದಿದೆ. 'ಪರವಾಗಿಲ್ಲ, ಚೆನ್ನಾಗಿಯೇ ಇದೆ' ಎಂದು ಯೋಚಿಸಿದೆ. ಆ ಐದು ಸಾಲುಗಳು ನನ್ನ ಜೀವನದ ಬಗ್ಗೆ ಮಾಡಿದ ದೊಡ್ಡ ಪ್ರಶಂಸೆಯೆಂದೇ ಹೇಳಬೇಕು. ಆಮೇಲೆ ನನಗೆ ಏನಾಯಿತೆಂದು ನಿಮಗೆ ಎಂದೆಂದಿಗೂ ಗೊತ್ತಾಗದಿದ್ದರೂ ಅಷ್ಟೆ. ನನ್ನ ಬಗ್ಗೆ ನಿಮ್ಮ ಮನಸ್ಸಿನಲ್ಲಿ ಹುಟ್ಟಿದ ಗೌರವ ಕಡಿಮೆಯಾಗುತ್ತಿರಲಿಲ್ಲ. ಆಮೇಲೆ ಬೇಕಾದಷ್ಟು ಘಟನೆಗಳು ನಡೆದವು. ಯಾಕೆಂದರೆ ಆ ವೇಳೆಗೆ ನನ್ನ ಜೀವನದಲ್ಲಿ ಕೇವಲ ಅರ್ಧ ಭಾಗ ಮುಗಿದಿತ್ತು.

ನಾನು ಅಷ್ಟು ಬೇಗ ಸಾಯುವುದಿಲ್ಲ ಎನ್ನುವ ಸೂಚನೆ ನನಗೆ ಸಿಕ್ಕಿರಲೇಬೇಕೆಂದು ನಾನು ಆಗಾಗ ಯೋಚಿಸುವುದುಂಟು. ಕೆಲವು ಸಲ, ನಿಮ್ಮ ಬುದ್ಧಿ ಶಕ್ತಿ ಮತ್ತು ತರ್ಕಬದ್ಧ ಆಲೋಚನೆಗಳಿಗೆ ಗೊತ್ತಾಗದಿರುವ ವಿಷಯಗಳನ್ನು ನಿಮ್ಮ ಐದು ಇಂದ್ರಿಯಗಳು ಗ್ರಹಿಸುತ್ತವೆ. ಅಥವಾ ನಿಮ್ಮ ಮೆದುಳು ಎಷ್ಟು ವೇಗವಾಗಿ, ಎಷ್ಟು ಅತಿ ಸ್ಪಷ್ಟವಾಗಿ ಕೆಲಸ ಮಾಡುತ್ತದೆ ಎಂದರೆ, ಸಾಕ್ಷ್ಯಾಧಾರಗಳ ಸರಪಳಿ, ಪ್ರತಿಸಾಕ್ಷಿಗಳು, ವಿವಿಧ ಸಾಧ್ಯತೆಗಳು, ಇವೆಲ್ಲ ಒಂದಕ್ಕೊಂದು ಮಿಂಚಿನ ವೇಗದಲ್ಲಿ ಸೇರಿಕೊಳ್ಳುತ್ತವೆ. ಅಂಥ ಸಂದರ್ಭಗಳಲ್ಲಿ ಮೊದಲಿನಿಂದ ಕೊನೆಯವರೆಗೆ ನಿಮ್ಮ ಮನಸ್ಸು ಬಿಸಿಯೇರದೆ ತಣ್ಣಗೆ ಯೋಚನೆ ಮಾಡುತ್ತದೆ. ನೀವು ಹಿಂದೆ, ಮುಂದೆ ಸಾವಿರ ಸಲ ಲೆಕ್ಕ ಹಾಕುತ್ತೀರಿ. ಕೊನೆಗೊಂದು ಸಲ ಅಂತಿಮ ನಿರ್ಧಾರವನ್ನು ತಲಪಿದಾಗ ನೀವು ಅದನ್ನು ಕೈಯಿಂದ ಮುಟ್ಟಿ ನೋಡಿದಷ್ಟು ಸ್ಪಷ್ಟವಾಗಿ ಬಲ್ಲಿರಿ. ಏನೋ ಆಗಿದೆಯೆಂದು ನಿಮಗೆ ಖಂಡಿತವಾಗಿ ಗೊತ್ತು. ಏನೋ ಬದಲಿಸಲಾಗದ ಸಂಗತಿ. ಆದರೆ ಇಷ್ಟೆಲ್ಲ ಆದ ಮೇಲೆಯೂ ನೀವು ತಪ್ಪಾಗಿರಬಹುದು. ಮೂರು ದಿನಗಳ ನಂತರ ನನ್ನನ್ನು ಕೊಲುಂಬಿಯಾ ಹೌಸ್‌ನಿಂದ ಕರೆದುಕೊಂಡು ಹೊರಟಾಗ, ಕಾವಲುಗಾರರು ಬಂದೂಕುಗಳಲ್ಲಿ ಗುಂಡನ್ನು ತುಂಬಿಕೊಂಡರು. ಅವರು ನನ್ನನ್ನು "ತಪ್ಪಿಸಿಕೊಂಡು ಹೋಗಲು ಪ್ರಯತ್ನಿಸುವಾಗ"

ಕೊಂದುಹಾಕುವರೆಂದು ನಾನು ಆಲೋಚಿಸಿದೆ. ನಾನು ಅದರ ಬಗ್ಗೆ ನೂರಕ್ಕೆ ನೂರರಷ್ಟು ಖಚಿತವಾಗಿದ್ದೆ. ಆದರೆ ನಾವು ನಗರವನ್ನು ಬಿಟ್ಟು ಹೋಗಲೇ ಇಲ್ಲ.

ಅವರು ನನ್ನನ್ನು ಕರೆದುಕೊಂಡು ಹೋಗಿದ್ದು ಒಂದು ರಿಮಾಂಡ್ ಸೆರೆಮನೆಗೆ. ಮೊದಲ ಬಾರಿಗೆ ನನಗೆ ಸ್ನಾನ ಮಾಡುವ ಅವಕಾಶ ಕೊಟ್ಟರು ಆ ದಿನ. "ಒಳ್ಳೆಯದು, ಇನ್ನು ಮೇಲಾದರೂ ಬಾಯಿಬಿಡು" ಎಂದ ಅಲ್ಲಿನ ವಿಚಾರಣಾ ನ್ಯಾಯಾಧಿಕಾರಿ. ನಾನು ನನ್ನ ತಂತ್ರವನ್ನು ಬದಲಾಯಿಸಿದೆ. ಮಾತಿನ ಮಲ್ಲನಾದೆ:

"ನಾನು ಎಲ್ಲಿದ್ದೇನೆ ಅಂತ ಕೇಳಬಹುದಾ ?"

"ರಿಮಾಂಡ್ ಜೈಲಿನಲ್ಲಿ. ವಿಚಾರಣೆಯ ಹಾದಿ ಕಾಯುತ್ತಾ."

"ನೀವು ಯಾರು ಅಂತ ನಾನು ಕೇಳಬಹುದಾ ?"

"ನಿನ್ನನ್ನು ವಿಚಾರಣೆ ಮಾಡಬೇಕಾದ ನ್ಯಾಯಾಧಿಕಾರಿ."

ನಾನು ನನ್ನ ಕಣ್ಣುಗಳನ್ನು ಅಗಲವಾಗಿ ತೆರೆದೆ.– "ನೀವು ನಿಜವಾದ ನ್ಯಾಯಾಧೀಶರಾ ? ಸರಿಯಾಗಿ ಪ್ರಮಾಣವಚನ ಸ್ವೀಕರಿಸಿದ್ದೀರಾ ?" – ಅವನು ಆಶ್ಚರ್ಯದಿಂದ ಮೂಕನಾದ – "ನಾನು ನಿಮ್ಮನ್ನು ಈ ರೀತಿ ಕೇಳೋದಕ್ಕೆ ಕಾರಣ ಇದೆ. ನೀವು ನಿಜವಾದ ನ್ಯಾಯಾಧೀಶರಾದರೆ, ಕ್ರಿಮಿನಲ್ ಕೋಡ್ ಪ್ರಕಾರ, (ಅದರಲ್ಲಿ ನಮಗೆ ಸಾಧ್ಯವಿದ್ದಷ್ಟು ಭಾಗಗಳನ್ನು ನಾವು ಬಾಯಿಪಾಠ ಮಾಡಿದ್ದೆವು.) ರಿಮಾಂಡ್ ಮೇಲೆ ಬಂಧಿತನಾಗಿರುವ ಯಾವುದೇ ವ್ಯಕ್ತಿಗೆ, ತನ್ನ ಬಂಧನದ ಕಾರಣ ಇತ್ಯಾದಿಗಳನ್ನು ತಿಳಿದುಕೊಳ್ಳೋ ಹಕ್ಕು ಇರ್ತದೆ ಅನ್ನೋ ವಿಷಯ ನಿಮಗೆ ಗೊತ್ತೇ ಇದೆ."

"ಓಹೋ, ಹಾಗಾದರೆ ನೀನು ಮಾತಾಡೋದಿಲ್ವಾ? ಸರಿ, ನಿನ್ನನ್ನು, ಮತ್ತೆ ಕೊಲುಂಬಿಯಾ ಹೌಸ್‌ಗೆ ವಾಪಸ್ ಕಳಿಸ್ತೇವೆ. ನಿನಗೆ ಅಲ್ಲೇ ಇರೋದಕ್ಕೆ ಇಷ್ಟವೇನೋ ?"

ನಾನು ಅವನಿಗೆ ನನ್ನ ಹೆಸರು ಹೇಳಿದೆ. ಆಮೇಲೆ ಹೇಳಿದ್ದೆಲ್ಲಾ ಒಂದು ದೊಡ್ಡ ಕಟ್ಟು ಕಥೆ: ಅಕ್ರಮವಾಗಿ ಗಡಿಯನ್ನು ದಾಟಿದ್ದು. ಪ್ರಾಗ್‌ನಲ್ಲಿ ಏನೋ ಅಫರಾ–ತಫರಾ ವ್ಯಾಪಾರ, ಅಲ್ಲಿ ಸಿಕ್ಕಿಬೀಳಬಹುದು ಎನ್ನುವ ಭಯ, ಆಮೇಲೆ ಬರ್ಲಿನ್‌ಗೆ ವಾಪಸ್ ಬಂದದ್ದು. ಇಲ್ಲಿ ಜೀವನ ನಡೆಸಲು ದಾರಿ ಇಲ್ಲದಿದ್ದದ್ದು. ನನಗೆ ಕೆಲಸ ಕೊಡುವ ಭರವಸೆ ನೀಡಿದ್ದ ಜನ ಭೂಗತ ಪಕ್ಷದ ಸದಸ್ಯರೆಂದು ಗೊತ್ತಾದದ್ದು. ಇನ್ನೂ ಏನೇನು ಪುರಾಣ ಹೇಳಿದೆನೆಂಬುದು ದೇವರಿಗೇ ಗೊತ್ತು. ಅವನು ಅದೆಲ್ಲವನ್ನೂ ಬರೆಯಿಸಿಕೊಂಡ. ಆದರೆ ಒಂದಕ್ಷರವನ್ನೂ ನಂಬಲಿಲ್ಲ.

ನಾನು ವಿಚಾರಣೆಯ ಮೊದಲ ದಿನ ಸಾಕಷ್ಟು ಧೈರ್ಯವಾಗಿಯೇ ನ್ಯಾಯಾಲಯಕ್ಕೆ ಹೋದೆ. ಜನತೆಯ ನ್ಯಾಯಾಲಯದ ಮೊದಲ ಸೆನೇಟ್. ಕೆಂಪು ಉಡುಪನ್ನು ಧರಿಸಿದ ನ್ಯಾಯಾಧೀಶ. ನ್ಯಾಯಾಲಯದ ಗೋಡೆಗಳ ಮೇಲೆಲ್ಲ ಕೆಂಪು ಕಾಗದ. ನನ್ನನ್ನು ಗುರುತು ಹಿಡಿಯಲೆಂದು ಹಿಂದುಗಡೆ ಒಬ್ಬ ಹಳೆಯ ಸಂಗಾತಿ. ಆಮೇಲೆ ಗೆಸ್ಟಪೋ ಅಧಿಕಾರಿಗಳು. ಅಯ್ಯೋ ದೇವರೇ, ಎಂತಹ ಪ್ರಾರಂಭ! ಕೊಲುಂಬಿಯಾ ಹೌಸ್‌ನಲ್ಲಿ ನನ್ನನ್ನು ಪ್ರಶ್ನಿಸುತ್ತಿದ್ದಾತ ಸಾಕ್ಷಿಗಳ ಬೆಂಚ್ ಮೇಲೆ ಕುಳಿತಿದ್ದ. ನಾನು ಈ ಹಿಂದೆ ಕೊಲುಂಬಿಯಾ ಹೌಸ್‌ನಲ್ಲಿ ಹೇಳಿದ್ದಕ್ಕೆ ಬೇರೇನನ್ನೂ ಸೇರಿಸಲು ನಿರಾಕರಿಸಿದೆ.

"ಈ ಮನುಷ್ಯನಿಗೆ ಏನಾದರೂ ದೈಹಿಕವಾದ ಹಿಂಸೆ ಕೊಡಲಾಗಿದೆಯೇ" – ನ್ಯಾಯಾಧೀಶರ ಸವಾಲು.

ನನ್ನನ್ನು ಪ್ರಶ್ನಿಸುತ್ತಿದ್ದಾತ ಎದ್ದು ನಿಂತುಕೊಳ್ಳುವಷ್ಟು ಸಭ್ಯತೆಯನ್ನೂ ತೋರಿಸದೆ ಹೇಳಿದ :

"ನಾನು ಆ ಪ್ರಶ್ನೆಗೆ ಉತ್ತರ ಕೊಡೋದಿಲ್ಲ. ಆ ಬಗ್ಗೆ ನನಗೆ ಯಾರೂ ಅಪ್ಪಣೆಗಳನ್ನು ಕೊಟ್ಟಿಲ್ಲ !"

"ನ್ಯಾಯಾಲಯದ ಖಂಡನೆ ಮಾಡಿದ್ದಕ್ಕೋಸ್ಕರ ಮೂವತ್ತು ಮಾರ್ಕ್ ಜುಲ್ಮಾನೆ."

ಪರವಾಗಿಲ್ಲ. ಇವರು ನಿಬಂಧನೆಗಳನ್ನು ಪರಿಪಾಲಿಸುತ್ತಿದ್ದರು. ಆ ಮನುಷ್ಯ ಮಾತಾಡದೆ ಹಣ ಕೊಟ್ಟ. ಒಳ್ಳೆಯ ಪ್ರಾರಂಭ. ಆದರೆ ನಾನು ಪ್ರಾಗ್ ಕಥೆ ಹೇಳಿ ಮುಗಿಸುವಷ್ಟರಲ್ಲಿ ನ್ಯಾಯಾಧೀಶ ಹೇಳಿದ :

"ಸಾಕು, ಸಾಕು, ನಾಳೆ ದಿನ ನಿನ್ನ ಸಂಗಾತಿ ಮಾರಿಯಾ ಸಾಕ್ಷಿ ಹೇಳ್ತಾಳೆ. ಮೊದಲಬಾರಿಗೆ ನಿನ್ನನ್ನು ಕುರಿತ ಸತ್ಯಸಂಗತಿಗಳನ್ನು ನಾವು ಕೇಳ್ತೇವೆ."

ಅದು ನಿಜವಾಗಿಯೂ ಬಲವಾದ ಪೆಟ್ಟು. ಮಾರಿಯಾ ಪಾರ್ಟಿ ಕೆಲಸ ಹೇಗೆ ಮಾಡಬೇಕೆಂದು ಅವಳಿಗೆ ಮೊದಲ ಪಾಠಗಳನ್ನು ಹೇಳಿಕೊಟ್ಟವನೇ ನಾನು. ಒಂದು ಸಲ, ನಾನು ಅವಳನ್ನು ಬೀಳ್ಕೊಡಲು, ರೈಲ್ವೆ ನಿಲ್ದಾಣಕ್ಕೆ ಹೋಗಿದ್ದೆ. ಅಲ್ಲಿ ಇನ್ನೂ ಯಾರೋ ಒಬ್ಬರು ಇದ್ದರು. ಅವರು ಯಾರೆಂದು ನನಗೆ ಗೊತ್ತಿರಲಿಲ್ಲ... ಮಾರನೆಯ ದಿನ ಮಾರಿಯಾಳನ್ನು ಜೈಲಿನಿಂದ ನ್ಯಾಯಾಲಯಕ್ಕೆ ಕರೆದುಕೊಂಡು ಬಂದರು. ಅವಳಿಗೆ ಈಗಾಗಲೇ ಶಿಕ್ಷೆಯನ್ನು ವಿಧಿಸಿದ್ದರು. ಹದಿನೈದು ವರ್ಷಗಳ ಜೈಲುವಾಸ. "ಈ ಮನುಷ್ಯ ನಿನಗೆ ರೈಲ್ವೆ ನಿಲ್ದಾಣದಲ್ಲಿ ಮುನ್ನೂರು ಮಾರ್ಕ್ ಕೊಟ್ಟನಾ ?" ನನ್ನ ಹೃದಯದೊಳಗೆ ಸುಡುಸುಡು ಮರಳು ಹರಿಯುತ್ತಿರುವಂತಹ ಅನುಭವ. ನನ್ನ ಭವಿಷ್ಯ ಈಗ ನಿರ್ಧಾರವಾಗಲಿದೆ ಎಂದು ನಾನು ಅಂದುಕೊಂಡೆ. ಅವಳು 'ಹೌದು' ಎಂದರೆ, ನಾನು ಭೂಗತ ಪಕ್ಷದಲ್ಲಿ ಕೆಲಸ ಮಾಡುತ್ತಿದ್ದೆ ಎಂಬುದಕ್ಕೆ ಅದೇ ಸಾಕ್ಷಿ ಆಗುತ್ತದೆ. ಅಷ್ಟಾದರೆ ಮರಣದಂಡನೆ ಕಟ್ಟಿಟ್ಟ ಬುತ್ತಿ.

"ಅದು ನಿಜವಲ್ಲ. ನಾನು ಅವಳಿಗೆ ಒಂದು ಕವರ್ ಕೊಟ್ಟೆ. ಅದರಲ್ಲಿ ಏನಿತ್ತು ಅಂತ ನನಗೆ ಗೊತ್ತಿರಲಿಲ್ಲ. ಆ ಕವರ್ ಕೊಟ್ಟಿದ್ದಕ್ಕೆ ಅವರು ನನಗೆ ಹತ್ತು ಮಾರ್ಕ್ ಕೊಟ್ಟರು" ಎಂದು ನಾನು ಚೀರಿದೆ.

"ಸಾಕ್ಷಿದಾರಳಾದ ಮಾರಿಯಾ, ನೀನು ಈ ಹೇಳಿಕೆಯನ್ನು ಕೊಟ್ಟೆಯೋ ಇಲ್ಲವೋ, ಇಗೋ ನಾನು ಅದನ್ನು ಓದ್ತೇನೆ..."

ಮಾರಿಯಾ ಎದ್ದು ನಿಂತು ಹೇಳಿದಳು. "ಹೌದು, ಅದು ಸರಿ."

ಇದು ನನ್ನ ಮರಣದಂಡನೆಯ ಆಜ್ಞೆ. ಇದರಿಂದ ತಪ್ಪಿಸಿಕೊಳ್ಳಲು ದಾರಿಯೇ ಇಲ್ಲ ಎಂದು ನಾನು ಯೋಚಿಸಿದೆ.

ಆದರೆ ಮಾರಿಯಾ ಮತ್ತೆ ಮಾತನಾಡುತ್ತಿರುವುದು ನನಗೆ ಕೇಳಿಸಿತು : "ಆ ಹೇಳಿಕೆಯನ್ನು ಕೊಟ್ಟ ಮೇಲೆ, ನಾನು ಮತ್ತೆ ಎಲ್ಲ ವಿಷಯಗಳನ್ನೂ ನಿಧಾನವಾಗಿ, ಎಚ್ಚರಿಕೆಯಿಂದ ಯೋಚಿಸಿದೆ. ಏನು ನಡೆಯಿತು ಅನ್ನೋದರ ಬಗ್ಗೆ ನಾನು ಸರಿಯಾದ ಚಿತ್ರ ಕೊಟ್ಟಿರಲಿಲ್ಲ ಅನ್ನೋ ತೀರ್ಮಾನಕ್ಕೆ ಬಂದೆ. ನನ್ನನ್ನು ವಿಚಾರಣೆ ಮಾಡಿದ ನ್ಯಾಯಾಧಿಕಾರಿಗೆ ಒಂದು ಕಾಗದ ಕೂಡ ಬರೆದೆ. ನನಗೆ ಇನ್ನೊಂದು ಸಲ ತಮ್ಮೆದುರಿಗೆ ಬರೋ ಅವಕಾಶ ಕೊಡಿ ಅಂತ. ಆದರೆ ಏನೂ ಆಗಲಿಲ್ಲ. ಈಗ ನಾನು ಆ ಹೇಳಿಕೇನ ವಾಪಸ್ ತಗೋತೇನೆ."

ಸರಿ, ಅವಳನ್ನು ವಿಚಾರಣೆ ಮಾಡಿದ ನ್ಯಾಯಾಧಿಕಾರಿಯನ್ನು ಕೇಳಿದರು. ಅವನು ಮಾರಿಯಾ ಕಾಗದ ಬರೆದದ್ದನ್ನು ನೆನಪು ಮಾಡಿಕೊಂಡ. ನಮ್ಮ ನ್ಯಾಯಾಧೀಶ ಆ

ದಾಖಲೆಗಳನ್ನೆಲ್ಲ ತರಬೇಕೆಂದು ಹೇಳಿದ. ವಿಚಾರಣೆಯನ್ನು ತಾತ್ಕಾಲಿಕವಾಗಿ ನಿಲ್ಲಿಸಲಾಯಿತು. ಆ ನ್ಯಾಯಾಧೀಶ ನಿಜವಾಗಿಯೂ ನ್ಯಾಯನಿಷ್ಠನಾದ ಜರ್ಮನ್ ಕ್ರಮಬದ್ಧತೆ ಮತ್ತು ಸೂಕ್ತ ವಿಧಾನಗಳಲ್ಲಿ ನಂಬಿಕೆಯಿಟ್ಟಿದ್ದವನು. ನ್ಯಾಯಾಂಗದ ವಿಧಾನಗಳಲ್ಲಿ ತಾನು ಎಷ್ಟೊಂದು ವಿದ್ವಾಂಸನೆನ್ನುವುದನ್ನು ತೋರಿಸಬೇಕೆಂದು ಅವನ ಚಪಲ. ಒಬ್ಬ ದೂತನನ್ನು ಇನ್ನೊಂದು ನ್ಯಾಯಾಲಯಕ್ಕೆ ಕಳಿಸಲಾಯಿತು. ಅವಶ್ಯವಾದ ದಾಖಲೆಗಳನ್ನು ಹಾಜರು ಪಡಿಸಲಾಯಿತು. ಅವುಗಳ ಪೈಕಿ ಮಾರಿಯಾ ತನ್ನನ್ನು ವಿಚಾರಣೆ ಮಾಡಿದ ನ್ಯಾಯಾಧಿಕಾರಿಗೆ ಬರೆದ ಕಾಗದ ಕೂಡ ಇತ್ತು.

"ನಾನು, ನಿಜವಾಗಿಯೂ ಯಾವುದೋ ಒಂದು ವಿಷಯದ ಬಗ್ಗೆ ಆ ನ್ಯಾಯಾಧೀಶನಿಗೆ ದೂರು ಹೇಳಬೇಕು ಅಂತ ಇದ್ದೆ. ಆದರೆ ನೀನು ಎಂಥ ಕಷ್ಟದ ಪರಿಸ್ಥಿತೀಲಿ ಇದ್ದೆ ಅನ್ನೋದು ಗೊತ್ತಾದಾಗ, ಸ್ವಲ್ಪ ಸುಳ್ಳು ಹೇಳಿದೆ," ಎಂದು ಯುದ್ಧ ಮುಗಿದ ಮೇಲೆ ಮಾರಿಯಾ ನನಗೆ ಹೇಳಿದಳು. ಅವಳು ಆ ಕಾಗದವನ್ನು ನನಗೇ ಕೊಟ್ಟಳು. ಆ ಸಲ ನಾನು ಬದುಕಿ ಉಳಿದದ್ದು ಹಾಗೆ.

ಯಾಕೆ? ನಾನು ಮತ್ತೆ ನಿಮ್ಮನ್ನೆಲ್ಲ ನನ್ನ ಸುತ್ತ ಸೇರಿಸಿಕೊಳ್ಳಬೇಕೆಂದು. ನಾವು ಮೊದಲು ಕಾಲ ಕಳೆಯುತ್ತಿದ್ದಂತೆ ಈಗಲೂ ಸ್ವಲ್ಪ ಸಮಯ ಕಳೆಯಲೆಂದು, ನಾನು ಮತ್ತೆ ನಿಮ್ಮ ಧ್ವನಿಗಳನ್ನು ಕೇಳುವಂತಾಗಲೆಂದು. ಆ ನ್ಯಾಯಾಧೀಶ ಬಾಯಿ ಮುಚ್ಚಲು ನನಗೆ ಆದೇಶ ನೀಡುತ್ತಾ, "ನಿಮ್ಮಂಥವರು ಜರ್ಮನಿಯಲ್ಲಿ ಭಾಷಣ ಮಾಡೋ ಕಾಲ ಶಾಶ್ವತವಾಗಿ ಹೊರಟುಹೋಗಿದೆ" ಎಂದು ಹೇಳಿದ್ದ. ಆದರೆ ನಾನು ಜೈಲಿನಿಂದ ಬಿಡುಗಡೆಯಾದ ತಕ್ಷಣವೇ ನಿಮ್ಮ ಹತ್ತಿರ ಮಾತಾಡಿದೆ. ಅದೇ ನನ್ನ ಬಿಡುಗಡೆಯಾದ ಮೇಲೆ ನಾನು ಮಾಡಿದ ಮೊದಲ ಭಾಷಣ, ಅಷ್ಟೇನೂ ಕೆಟ್ಟದಾಗಿರಲಿಲ್ಲ ಕೂಡ. ಅಲ್ಲವೆ ಸಂಗಾತಿಗಳೇ? ನನ್ನ ಬಂಧನವಾಗುವುದಕ್ಕೆ ಮುಂಚೆ, ನಾನು ಕೊನೆಯ ಸಲ ಮಾತಾಡಿದಾಗ, ಸ್ಟೇಡಿಯಂನಲ್ಲಿ ಐವತ್ತು ಸಾವಿರ ಜನ ಇದ್ದರು. 1932ರಲ್ಲಿ; ಸ್ಥಳ ವುಪರ್‌ಟಾಲ್, ನಾನು ಹೇಳಿದ್ದು ಕೆಲವೇ ಮಾತುಗಳನ್ನು. ಆದರೆ ಅವು ಅವರ ಹೃದಯದಲ್ಲಿ ಯಾವುದೋ ಕಿಡಿಯನ್ನು ಬೆಳಗಿಸಿರಬೇಕು. ಏಕೆಂದರೆ ಅವರು ಹಾಡಲು ಮೊದಲು ಮಾಡಿದರು. ನಾನು ಏನು ಹೇಳಿದೆ ಎನ್ನುವುದನ್ನು ನೆನಪುಮಾಡಿಕೊಳ್ಳಲಾರೆ. ಆದರೆ ಸ್ಟೇಡಿಯಂನಲ್ಲಿ ಸಾಯಂಕಾಲದ ಸೂರ್ಯನ ಬೆಳಕು ತುಂಬಿದ್ದು ನನಗೆ ಚೆನ್ನಾಗಿ ನೆನಪಿದೆ. ಅಲ್ಲಿನ ಮೈದಾನ ಹಾಳಾದರೆ ಅದಕ್ಕೆ ದಂಡ ತೆರಲು ನಾವು ಒಪ್ಪಿದ್ದೆವು. ಅದಕ್ಕೋಸ್ಕರ ಮುಂಗಡವಾಗಿಯೇ ಸಾವಿರ ಮಾರ್ಕ್ ಕೊಟ್ಟಿದ್ದೆವು. ಷಾಲ್ಕೆ ತಂಡದವರು ಬೊರುಸ್ಸಿಯಾ ತಂಡದ ವಿರುದ್ಧ ಅಲ್ಲಿ ಪಂದ್ಯ ಆಡಲಿದ್ದರು. ಅದು ತುಂಬಾ ಬೆಲೆಬಾಳುವ ಹುಲ್ಲು ಮೈದಾನ. ಸಾವಿರ ಮಾರ್ಕ್ ಅಂದರೆ ನಮಗೊಂದು ದೊಡ್ಡ ನಿಧಿ ಇದ್ದ ಹಾಗೆ. ಆದರೆ ಟೇಲ್‌ಮಾನ್ ಅಷ್ಟು ಒಳ್ಳೆಯ ಭಾಷಣಕಾರ ಆಗಿರಲಿಲ್ಲ: ಆ ವಿಷಯ ನಿಮಗೂ ಗೊತ್ತು. ಅವನು ತಾನು ಬರೆದುಕೊಂಡು ಬಂದ ಟಿಪ್ಪಣಿಗಳನ್ನು ಮೇಜಿನ ಮೇಲೆ ಇಡುತ್ತಿದ್ದ. ಒಂದು ವಾಕ್ಯವನ್ನು ಅರ್ಧದಲ್ಲೇ ನಿಲ್ಲಿಸಿಬಿಡುತ್ತಿದ್ದ. ಅಥವಾ ಒಂದು ಸಲ ಹೇಳಿದ ಮಾತನ್ನೇ ಸ್ವಲ್ಪ ಬೇರೆ ರೀತಿಯಲ್ಲಿ ಇನ್ನೊಂದು ಸಲ ಹೇಳುತ್ತಿದ್ದ. ಹಾಗೆ ಹೇಳಿದರೆ ಅವರಿಗೆ ಇನ್ನೂ ಚೆನ್ನಾಗಿ ಅರ್ಥ ಆಗಬಹುದೆಂದು ಅವನು ಆಲೋಚಿಸುತ್ತಿದ್ದ. ಟೇಲ್‌ಮಾನ್ ಒಳ್ಳೆಯ ಮಾತುಗಾರ ಎಂದು ಯಾರಾದರೂ ನಿಮಗೆ ಹೇಳಿದರೆ, ಅವರಿಗೆ ಅವನು ನಿಜವಾಗಿಯೂ ಗೊತ್ತಿರಲಿಲ್ಲ ಎಂದು

ಅರ್ಥ. ಆದರೆ ಅವನಿಗೆ ಜನರ ಮನಸ್ಸನ್ನು ಒಲಿಸಿಕೊಳ್ಳುವ, ಅವರು ತನ್ನ ವಾದವನ್ನು ಒಪ್ಪಿಕೊಳ್ಳುವಂತೆ ಮಾಡುವ ಶಕ್ತಿ ಇತ್ತು. ಅದಕ್ಕೆ ಕಾರಣ ಆ ಮನುಷ್ಯನ ವ್ಯಕ್ತಿತ್ವವೇ ಹೊರತು ಮಾತುಗಾರಿಕೆಯಲ್ಲ. ಆ ದಿನ ಅವನು ಸ್ಟೇಡಿಯಂಅನ್ನು ಪಕ್ಕದಿಂದ ಪ್ರವೇಶಿಸಬೇಕಾಗಿತ್ತು. ಆದರೆ ಅವನ ಕಾರು ತಡವಾಗಿತ್ತು. ಅವನಿಗಾಗಿ ಐವತ್ತು ಸಾವಿರ ಜನ ಕಾಯುತ್ತಿದ್ದರು. ಅವರು ದಿನವೆಲ್ಲ ಕೆಲಸ ಮಾಡಿ ದಣಿದಿದ್ದರು. 'ಇವರು ಭಾಷಣವನ್ನು ಬೇಕಾದರೆ ಮರೆಯಬಹುದು. ಆದರೆ ಈ ಸಂಜೆಯನ್ನು ಮಾತ್ರ ಎಂದೆಂದಿಗೂ ಮರೆಯಬಾರದು' ಎಂದು ಅಂದುಕೊಂಡೆ ನಾನು. ಹಾಗೆಯೇ ಸ್ಟೇಡಿಯಂ ದಾಟಿ ಆಕಾಶದ ಕಡೆ ನೋಡಿದೆ. ಆಹಾ! ಎಂತಹ ಸುಂದರ ಸೂರ್ಯಾಸ್ತಮಯ ಅದು. ಒಬ್ಬ ಕಲಾವಿದನಿಗೆ ಕೂಡ ಅದನ್ನು ಚಿತ್ರಿಸಲು ಸಾಧ್ಯವಿರಲಿಲ್ಲ. 'ಸ್ಟೇಡಿಯಂ ಮೇಲೆ ಸೂರ್ಯನ ಬೆಳಕು ಹೇಗೆ ಬಿದ್ದಿತ್ತು ಅನ್ನೋದನ್ನ ನೀನು ಮರೆಯದೆ ಹೋದರೆ ಜನರೂ ಮರೆಯೋದಿಲ್ಲ' ಎಂದು ನಾನು ಆಲೋಚಿಸಿದೆ. ಆಮೇಲೆ ಕಾರುಗಳು ಬಂದವು ಅವುಗಳು ಸ್ಟೇಡಿಯಂ ಪಕ್ಕದಲ್ಲಿ ಬರುವುದು ಬೇಡ, ಅದರ ಮಧ್ಯದಿಂದಲೇ ನುಗ್ಗಿಬರಲಿ ಎಂದು ನಾನು ನಿರ್ದೇಶಿಸಿದೆ. ಐವತ್ತು ಸಾವಿರ ಜನ ಒಟ್ಟಾಗಿ ಎದ್ದು ನಿಂತರು. ಅವನನ್ನು ತಮ್ಮ ಭುಜಗಳ ಮೇಲೆ ಹೊತ್ತುಕೊಂಡರು. ಮುಳುಗುವ ಸೂರ್ಯನ ಕಡೆ ನುಗ್ಗಿದರು. ಇಡೀ ಸ್ಟೇಡಿಯಂಅನ್ನು ಒಂದು ಬಾರಿ ಸುತ್ತಿಕೊಂಡು ಬಂದರು. ಎಲ್ಲರೂ ಒಬ್ಬರನ್ನೊಬ್ಬರು ತಳ್ಳುತ್ತಿದ್ದರು. ಪಕ್ಕದಲ್ಲಿ ನಿಂತಿದ್ದ ಕಾಪಿನವರಿಗೆ ಏನು ಮಾಡಲೂ ಸಾಧ್ಯವಾಗಲಿಲ್ಲ. ಜನ ಹುಲ್ಲಿನ ಮೇಲೆ, ಈ ಕಡೆ ಆ ಕಡೆ ಓಡಾಡಿ ಅದನ್ನು ಅಜ್ಜಿಬಜ್ಜಿ ಮಾಡಿದರು. ನಾವು ಸಾವಿರ ಮಾರ್ಕ್ ದಂಡ ಕೊಡಬೇಕಾಗಿ ಬಂತು. ಪ್ರಾಂತ್ಯ ಸಮಿತಿ, 'ಆ ಹಣವನ್ನು ಮತ್ತೆ ನೀನೇ ವಸೂಲಿ ಮಾಡಬೇಕು' ಎಂದು ನನಗೆ ಹೇಳಿತು. ಏಕೆಂದರೆ ಅದು ನನ್ನದೇ ಕೆಲಸ. ಆದರೆ ಹಾಗೆ ಮಾಡಿದ್ದು ನಿಜವಾಗಿಯೂ ದಂಡವಾಗಲಿಲ್ಲ. ಮುಂದಿನ ಭಾನುವಾರ ಪಂದ್ಯ ಆದಾಗ, ಷಾಲ್ಕ್ ಪಂಗಡದವರು ಸೋತುಹೋದರು. ಅದೇ ಮೈದಾನದಲ್ಲಿ. ಇಲ್ಲ, ಇಲ್ಲ, 2–2, ಪಂದ್ಯ ಸಮವಾಯಿತು. ಕೊನೆ ಘಳಿಗೆಯಲ್ಲಿ ಬ್ಯೂಡೆರ್ ಒಂದು ಗೋಲು ಹೊಡೆದು ಸೋಲು ತಪ್ಪಿಸಿದ. ಎಡಗಡೆ ಮೂಲೆಯಿಂದ ಒದ್ದದ್ದು. ಚೆಂಡು ನೇರವಾಗಿ, ನೀಟಾಗಿ ಗೋಲಿನೊಳಗೆ ಹೋಯಿತು. ಅದೂ ಗಾಳಿಗೆ ವಿರುದ್ಧವಾದ ದಿಕ್ಕಿನಲ್ಲಿ. ಈ ತಪ್ಪು ಮಾಡಿದ್ದಕ್ಕಾಗಿ, ನಾನು ಪಕ್ಷದ ಸಮಿತಿಯ ಮುಂದೆ ಒಂದು ವಿಚಾರಣೆ ಎದುರಿಸಬೇಕಾಗಿ ಬಂತು. ಬೇಜವಾಬ್ದಾರಿಯಿಂದ, ಪಕ್ಷದ ನಾಯಕನಿಗೆ ಅಪಾಯ ಆಗುವ ಹಾಗೆ ನಡೆದುಕೊಂಡೆ ಅಂತ. ಅದೂ ಸರಿಯೇ ಆದರೆ, ಮಾರನೆಯ ದಿನ, ಅಲ್ಲಿ ಗೋಅಬೆಲ್ಸ್ ಮಾತನಾಡಲಿದ್ದ. ಐವತ್ತು ಸಾವಿರ ಜನ ಎಸ್. ಎಸ್. ಸೈನಿಕರು. ಕೇವಲ ಒಂದು ತಿಂಗಳ ಹಿಂದೆ ನಾವು ನಾಝಿಗಳನ್ನು ಊರು ಬಿಟ್ಟು ಓಡಿಸಿದ್ದೆವು. ನಾವು ನಮ್ಮ ಬಲವನ್ನೆಲ್ಲ ಒಟ್ಟುಗೂಡಿಸಿ ಸ್ವರಕ್ಷಣೆಗಾಗಿ ಹೋರಾಡಿದ್ದು ಅದೇ ಮೊದಲನೇ ಸಲ. ಸತ್ತುಹೋದ ಸಂಗಡಿಗರ ನೆನಪು ನಮ್ಮ ಮನಸ್ಸಿನಲ್ಲಿ ಕುದಿಯುತ್ತಿತ್ತು. ಇಂಥ ಕಚಡಾ ಜನರಿಗೆ ನಮ್ಮ ಗೆಳೆಯರನ್ನು ಕೊಲೆ ಮಾಡಲು ಅವಕಾಶ ಕೊಡಬೇಕೆ? ಅವರು ಅದಕ್ಕೆ ದಂಡ ತೆರುವುದು ಬೇಡವೆ? ಅವರಿಗೆ ನಾವು ಚೆನ್ನಾಗಿ ಪಾಠ ಕಲಿಸಿದೆವು. ನೂರನಲವತ್ನಾಲ್ಕು ಜನ ನಾಝಿಗಳು ಆಸ್ಪತ್ರೆ ಸೇರಬೇಕಾಯಿತು. ನಮ್ಮ ಪೈಕಿ ಗಾಯಗೊಂಡವರು ಒಬ್ಬರೂ ಡಾಕ್ಟರ ಹತ್ತಿರ ಹೋಗಲಿಲ್ಲ. ನಮ್ಮ ಗತಿ ಏನಾಗಿದೆ ಎಂದು ಪೊಲೀಸರಿಗೆ ಗೊತ್ತಾಗುವುದು ನಮಗೆ ಬೇಡವಾಗಿತ್ತು. ಅದೊಂದು ಗುಟ್ಟು; ಗುಟ್ಟಾಗಿಯೇ ಉಳಿಯಿತು. ಅವರ

ಕಡೆಯವರಿಗೆ ಕೆಂಡದಂಥ ಕೋಪ. ಐವತ್ತು ಸಾವಿರ ಜನ ಎಸ್. ಎಸ್. ಮತ್ತು ಎಸ್. ಎ. ದಳದವರು ಸೇಡು ತೀರಿಸಿಕೊಳ್ಳಲಿದ್ದಾರೆ ಎಂದು ಗೋಅಬೆಲ್ಸ್ ಹೆದರಿಸಿದ್ದ. ಆ ಮಾತು ಕೇಳಿದಾಗ ನನ್ನ ರಕ್ತ ಹೆಪ್ಪುಗಟ್ಟಿತು. ನಾನು ಪ್ರಾಂತ್ಯ ಸಮಿತಿಯನ್ನು ನಿರ್ಲಕ್ಷಿಸಿ ನೇರವಾಗಿ ಕೇಂದ್ರ ಸಮಿತಿಗೆ ಫೋನ್ ಮಾಡಿದೆ. ನನಗೆ ಅಷ್ಟೊಂದು ಹೆದರಿಕೆಯಾಗಿತ್ತು. ಐವತ್ತು ಸಾವಿರ ಜನ ಎಸ್. ಎ.,/ಎಸ್. ಎಸ್. ದಳದವರು. ಟೇಲ್‌ಮಾನ್ ಮಾತಾಡಲೇಬೇಕೆಂದು ನಾನು ಹೇಳಿದೆ. ಗೋಅಬೆಲ್ಸ್‌ಗಿಂತ ಒಂದು ದಿನ ಮುಂಚೆ. ಅದೇ ಸ್ಟೇಡಿಯಂನಲ್ಲಿ. ನನ್ನ ಜೊತೆ ಮಾತಾಡುತ್ತಿದ್ದ ಸಂಗಾತಿ ಅದು ಸಾದ್ಯವೇ ಇಲ್ಲ ಎಂದ. "ಟೇಲ್‌ಮನ್ ಅದಾದ ಎರಡು ದಿನಕ್ಕೆ ರೆಕ್ಲಿಂಗ್ ಹೌಸೆನ್‌ನಲ್ಲಿ ಮಾತಾಡಲಿದ್ದಾನೆ. ಇದು ಪಾಲಿಟ್‌ಬ್ಯೂರೋ ತೀರ್ಮಾನ" ಎಂದ. ನಾನು ಇನ್ನೊಂದು ಸಲ ಫೋನ್ ಮಾಡಿದೆ. ಟೇಲ್‌ಮನ್ ಮಾತಾಡಲು ಒಪ್ಪಿಕೊಂಡ. ಊರು ತುಂಬಾ ಪೋಸ್ಟರ್ ಅಂಟಿಸಲು ನಮ್ಮ ಹತ್ತಿರ ಹಣ ಇರಲಿಲ್ಲ; ' ಅಷ್ಟೆಲ್ಲ ಮಾಡಲು ನಾವು ಸಿದ್ಧವಾಗಿರಲೂ ಇಲ್ಲ. ನಮಗೋಸ್ಕರ ಹಣ ಮುಂಗಡವಾಗಿ ತೆಗೆದುಕೊಳ್ಳದೆ ಪೋಸ್ಟರ್ ಮುದ್ರಿಸುವಂತಹ ಪ್ರೆಸ್ ಒಂದೂ ಇರಲಿಲ್ಲ. ನಾಝಿಗಳು ಒಂದು ವೃತ್ತಪತ್ರಿಕೆ ಪ್ರಕಟಿಸುತ್ತಿದ್ದರು. ಹದಿನೈದು ಫೆನ್ನಿಂಗ್‌ಗಳಿಗೆ ಹದಿನೆಂಟು ಪುಟಗಳು. ಅವರಿಗೇನು ? ಅವರು ದುಡ್ಡಿನ ರಾಶಿಯಲ್ಲಿ ತೇಲುತ್ತಿದ್ದರು. ಅವರ ಹತ್ತಿರ ಎಲ್ಲಾ ಇತ್ತು. ಆದರೆ ನಮ್ಮ ಅದೃಷ್ಟ : ಅವರು ರಸ್ತೆಗಟ್ಟಳೆ ಪೋಸ್ಟರ್ ಅಂಟಿಸುವ ಕಂಬಗಳನ್ನು ಬಾಡಿಗೆಗೆ ತೆಗೆದುಕೊಂಡಿದ್ದರು. ಅವರ ಪೋಸ್ಟರ್‌ನಲ್ಲಿ 'ಗೋಅಬೆಲ್ಸ್ ಭಾಷಣ ಮಾಡಲಿದ್ದಾನೆ' ಎಂದಿತ್ತು. ಅತ್ಯಂತ ಉತ್ತಮ ದರ್ಜೆಯ ತಿಳಿಕಂದು ಬಣ್ಣದ ಕಾಗದ, ವರ್ಣಮಯ ಮುದ್ರಣ. ಆದರೆ ಪೋಸ್ಟರ್ ಅಂಟಿಸುವ ಜನ ಏನು ಮಾಡಿದರು ಗೊತ್ತೆ? ತಾವು ಯಾವಾಗ, ಎಲ್ಲಿ ಪೋಸ್ಟರ್ ಅಂಟಿಸಲಿದ್ದೇವೆಂದೂ ನಮಗೆ ಫೋನ್ ಮಾಡಿ ಹೇಳಿದರು. ನಾವು ಅವರ ಹಿಂದೆ ಹಿಂದೆ ಹೋದೆವು. ಅವರ ಪೋಸ್ಟರ್ ಮೇಲೆ ಚಿಕ್ಕ ಚಿಕ್ಕ ಚೀಟಿ ಅಂಟಿಸುತ್ತಾ ಹೋದೆವು. ನ್ಯೂಸ್‌ಪ್ರಿಂಟ್ ಕಾಗದ. ಎಷ್ಟು ಸಾಧ್ಯವೋ ಅಷ್ಟು ಕಡಿಮೆ ಕಾಸು ಕೊಟ್ಟಿದ್ದು. "ಟೇಲ್‌ಮಾನ್ ಬರುತ್ತಿದ್ದಾನೆ" ಎಂಬ ಬರೆಹ. ನಾವು ಸ್ಟೇಡಿಯಂ ಪ್ರವೇಶಕ್ಕೆ ಟಿಕೆಟ್‌ಗಳನ್ನು ಮಾರಿದೆವು. ತಲಾ ಮೂವತ್ತು ಫೆನ್ನಿಂಗ್. ಹಾಗೆ ಬಂದ ದುಡ್ಡು ಎಷ್ಟಿದೆ ಎಂದು ಆವತ್ತು ಸಾಯಂಕಾಲ ಲೆಕ್ಕಹಾಕಿ, ಆ ದುಡ್ಡಿನಲ್ಲಿ, ಅದೇ ರಾತ್ರಿ ಕರಪತ್ರ ಅಚ್ಚು ಮಾಡಿಸಿದೆವು. ಅದರಲ್ಲೂ ಅಷ್ಟೇ. "ಟೇಲ್‌ಮಾನ್ ಬರುತ್ತಿದ್ದಾನೆ." ತಾರೀಖೂ ಇಲ್ಲ, ಏನೂ ಇಲ್ಲ. ಆಮೇಲೆ, ಎಲ್ಲ ತೀರ್ಮಾನವಾದ ಮೇಲೆ, ಊರಿನಲ್ಲಿ ಡಂಗೂರ ಹೊಡೆದದ್ದೂ ಆಯಿತು ; ಯಾವ ತಾರೀಖು ಎಂದು ಪೈಂಟ್ ಮಾಡಿದ್ದೂ ಆಯಿತು. ಆ ದಿನವೆಲ್ಲ ಮಳೆ ಬಂತು. ಆ ಕಾಲದಲ್ಲಿ ವುಪರ್ ಟಾಲ್‌ನಲ್ಲಿ ಯಾವಾಗಲೂ ಮಳೆ ಬರುತ್ತದೆ. ಆದರೆ ಮಧ್ಯಾಹ್ನದ ಹೊತ್ತಿಗೆ ಸೂರ್ಯ ಹೊರಗಡೆ ಬಂದ. ಕಾರ್ಖಾನೆಗಳ ಬಾಗಿಲು ಮುಚ್ಚುತ್ತಿದ್ದಂತೆ, ಜನ ಸೈಕಲ್ ಮೇಲೆ ಸ್ಟೇಡಿಯಂಗೆ ಬರಲು ಮೊದಲು ಮಾಡಿದರು. ಎಲ್ಲ ರಸ್ತೆಗಳಲ್ಲೂ ಅಷ್ಟೇ. ಮೈಲಿ ಮೈಲಿ ಉದ್ದಕ್ಕೆ ಸೈಕಲ್ ಸಾಲುಗಳು. ಊರಿಗೆ ಊರೇ ಭಾಷಣ ಕೇಳಲು ಬಂದಿತ್ತು. ಆ ರಾತ್ರಿ ಹತ್ತಾರು ಸಾವಿರ ಜನ ಹಾಡು ಹೇಳಿಕೊಂಡು ಮನೆಗೆ ಹೋದರು. "ನಿಮ್ಮಂಥ ಜನಕ್ಕೆ ಇನ್ನು ಮೇಲೆ ಜರ್ಮನಿಯಲ್ಲಿ ಭಾಷಣ ಮಾಡಲು ಸಾಧ್ಯವಿಲ್ಲ." 1945ರ ಜುಲೈ ತಿಂಗಳ ಒಂದನೆಯ ತಾರೀಖು ನಾನು ಐಸ್ಲೆಬೆನ್‌ನಲ್ಲಿ ಮೊದಲನೇ ಸಲ ಭಾಷಣ ಮಾಡಿದೆ.

ಅವರು ಒಂದು ಸ್ಮಾರಕವನ್ನು ಅಲ್ಲಿ ಪ್ರತಿಷ್ಠಾಪನೆ ಮಾಡಿದ್ದರು. ನಾವೆಲ್ಲ ಚಿಕ್ಕ ಮಕ್ಕಳ

ಹಾಗೆ ಉತ್ಸಾಹದಿಂದ ತುಂಬಿದ್ದೆವು. ಯಾಕಿರಬಾರದು ? ಅದು ಲೆನಿನ್ ಸ್ಮಾರಕವಾಗಿರಲಿಲ್ಲವೆ ? 1945ರ ಜೂಲೈ ಒಂದನೆಯ ತಾರೀಖು. ಅಮೆರಿಕನ್ ಸೈನಿಕರು ಇನ್ನೂ ಅಲ್ಲೇ ಇದ್ದರು ; ಆದ್ದರಿಂದ ಸ್ವಲ್ಪ ಅಪಾಯ ಇತ್ತು. ಈ ಪ್ರತಿಮೆಯನ್ನು ವೇರ್‌ಮಾಖ್ಟ್ (ನಾಜಿಪಡೆ) ರಷ್ಯಾದೇಶದ ಪುಷ್ಕಿನೋ ನಗರದಿಂದ ಇಲ್ಲಿಗೆ ಕಳಿಸಿತ್ತು–ಕರಗಿಸಿಬಿಡಿ ಎಂದು. ಅದು ಹೇಗೋ ನಮ್ಮ ಜನರು ಅದನ್ನು ಕುಲುಮೆಯ ಬಾಯಿಗೆ ಹೋಗದಂತೆ ಎರಡು ವರ್ಷ ಕಾಪಾಡಿದ್ದರು. ಹಾಗೆ ನೋಡಿದರೆ ಅದು ಯುದ್ಧದಲ್ಲಿ ಲೂಟಿ ಮಾಡಿದ ವಸ್ತು. ಈ ವಿಷಯವನ್ನು ಅಮೆರಿಕನ್ ಅಧಿಕಾರಿಗಳಿಗೆ ನಾವು ತಿಳಿಸಬೇಕಿತ್ತು. ಹಾಗೆ ಮಾಡದೆ ಇದ್ದದ್ದು ಕಾನೂನಿನ ಪ್ರಕಾರ ಅಪರಾಧ. ಆದರೆ ಕೆಂಪು–ಸೇನೆ ಮಾರನೇ ದಿನ ನಗರವನ್ನು ಪ್ರವೇಶಿಸಲಿತ್ತು. ಕೆಲವು ಅಮೇರಿಕನ್ನರು ವಾಸ್ತವವಾಗಿಯೂ ಅಲ್ಲಿಗೆ ಬಂದರು. ಆದರೆ ಅವರು ಅದರ ಫೋಟೋ ತೆಗೆದುಕೊಂಡರು ಅಷ್ಟೆ. ಪ್ರಾಯಶಃ ಅವರು, ಆ ಪ್ರತಿಮೆ ಮೊದಲಿಂದ ಅಲ್ಲೇ ಇತ್ತು ಅಂದುಕೊಂಡರೇನೋ ? ಲೆನಿನ್ ವಿಷಯ ಅವರಿಗೇನು ಗೊತ್ತಿತ್ತು ? ಹಾಗೆ ನೋಡಿದರೆ, ಜರ್ಮನಿಯವರಿಗೂ ಏನೂ ಗೊತ್ತಿರಲಿಲ್ಲವೆನ್ನಿ. ಆ ಪ್ರತಿಮೆ ನಿಂತಿದ್ದ ವೇದಿಕೆಯನ್ನು ಕಟ್ಟಿದ್ದು ರೈಲ್ವೇ ಸ್ಲೀಪರುಗಳಿಂದ. ಅದು ಒಂದು ಸ್ಮಾರಕವೆಂದು ಗೊತ್ತಾದಾಗ ಅವರು ಬಂದು ನೋಡುತ್ತ ನಿಂತುಕೊಂಡರು. ಅದು ನೇರವಾಗಿ ನಿಲ್ಲುವ ಹೊತ್ತಿಗೆ, ಅಲ್ಲಿ ಸುಮಾರು ಐನೂರು ಜನ ಸೇರಿದ್ದರು. ಎಲ್ಲರೂ ಸುತ್ತಮುತ್ತ ನಿಂತುಕೊಂಡು ನೋಡುತ್ತಿದ್ದರು. ಈಗ ಯಾರಾದರೂ ಒಬ್ಬರು ಭಾಷಣ ಮಾಡಬೇಕು ಎಂಬ ವಿಷಯ ನನಗೆ ಹೊಳೆಯಿತು. ಆದರೆ ಯಾರು ? ನೀನೇ ಮಾಡು ಎಂದು ಅವರೆಲ್ಲ ಹೇಳಿದರು. ಹಳೇ ಅಭ್ಯಾಸಗಳು ಸುಲಭವಾಗಿ ಅಳಿಯುವುದಿಲ್ಲ. ಯಾವಾಗ, ಎಲ್ಲಿ ಭಾಷಣ ಮಾಡಬೇಕಾದ ಅವಶ್ಯಕತೆ ಇದ್ದರೂ, ಅವರೆಲ್ಲರೂ ನನ್ನ ಕಡೆಗೇ ನೋಡುತ್ತ ಬಂದಿದ್ದರು. ನನ್ನ ಧ್ವನಿ ದೂರ ದೂರಕ್ಕೆ ಚೆನ್ನಾಗಿ ಕೇಳಿಸುತ್ತಿತ್ತು. ಅದರಲ್ಲೂ, ನಾನು ಸಂತಾಪ ಸೂಚಕ ಭಾಷಣಗಳನ್ನು ಮಾಡುವುದರಲ್ಲಿ ಮತ್ತು ಫಾಸಿಸ್ಟರ ಸಭೆಗಳಿಗೆ ಹೋಗಿ ಗಲಾಟೆ ಭಾಷಣಗಳನ್ನು ಮಾಡುವುದರಲ್ಲಿ ಗಟ್ಟಿಗ. ಆದರೆ ನಾನು ಜೈಲಿನಿಂದ ಬಂದು ಒಂದೋ ಎರಡೋ ದಿನ ಆಗಿತ್ತಷ್ಟೆ. ಸರಿಯಾಗಿ ನಿಂತುಕೊಳ್ಳುವಷ್ಟೂ ಶಕ್ತಿ ಇರಲಿಲ್ಲ. ನಾನು ಅಷ್ಟೊಂದು ಜನಕ್ಕೆ ಕೇಳುವ ಹಾಗೆ ಮಾತಾಡುವುದು ಹೇಗೆ ?

ಅಮೆರಿಕನ್ನರು ನನ್ನನ್ನು ಮೊದಲು ಸೆರೆಹಿಡಿದದ್ದು ಒಬ್ಬ ಅಪರಾಧಿ ಎಂದು : ಗುಸ್ತಾಫ್ ಸ್ಟಾಕರ್. ದರೋಡೆಗಾರ ; ಈಗಾಗಲೇ ಪಡೆದಿದ್ದ ಶಿಕ್ಷೆ ಎರಡು ವರ್ಷಗಳು, ಬಾಂಬುಗಳನ್ನು ನಿರುಪದ್ರವಿಯಾಗಿ ಮಾಡುವ ನಮ್ಮ ವಿಶೇಷ ಪಡೆಯಲ್ಲಿ ಸ್ಟಾಕರ್ ಕೆಲಸ ಮಾಡುತ್ತಿದ್ದ. ಈಗ ಅವನು ಇಲ್ಲ. ಕೇವಲ ಅವನ ಜಾಕೆಟ್ ಮಾತ್ರ ಉಳಿದಿತ್ತು. ಅದರಲ್ಲಿ ಅವನ ಜೈಲಿನ ಗುರುತಿನ ಚೀಟಿ. ಆ ಜಾಕೆಟ್ ನಾನು ಹಾಕಿಕೊಂಡಿದ್ದೆ. ಶುಭ ಶುಕ್ರವಾರದ ಹಿಂದಿನ ದಿನ–ಗುರುವಾರ. ಎಲ್ಲಿ ನೋಡಿದರೂ ಪೊಲೀಸಿನವರು ತುಂಬಿದ್ದರು. ರಾಜಕೀಯ ಅಪರಾಧಿಗಳಿಗೋಸ್ಕರ ಹುಡುಕುತ್ತಿದ್ದರು. ನಮ್ಮ ಪಕ್ಷದ ಅಳಿದುಳಿದ ಕಾರ್ಯಕರ್ತರಿಗಾಗಿ. ನಾನು ಎರಡು ಸಲ ಶಿಕ್ಷೆ ಅನುಭವಿಸಿದ ದರೋಡೆಗಾರನಾಗಿ ಉಳಿದುಕೊಂಡೆ. ನಾನು ಯಾರೆಂದು ಗೊತ್ತಾದ ಮೇಲೆ, ಅಮೇರಿಕದವರು ನನ್ನ ಬಿಡುಗಡೆಯನ್ನು ನಿಧಾನ ಮಾಡಿದ್ದರು.

ಆ ಪ್ರತಿಮೆಯನ್ನು ನಿಲ್ಲಿಸಿದ್ದ ವೇದಿಕೆ ತುಂಬಾ ಚಿಕ್ಕದಾಗಿತ್ತು. ನಾನು ಮೊದಲು ಒಂದು ಕುರ್ಚಿಯ ಮೇಲೆ ಹತ್ತಿದೆ. ಅನಂತರ ಮೇಜಿನ ಮೇಲೆ. ಕೊನೆಗೆ ಆ ವೇದಿಕೆಯ ಮೇಲೆ. ಲೆನಿನರ ಎಡ ಮಂಡಿಗೆ ಒರಗಿಕೊಂಡು ಸ್ವಲ್ಪ ಸುಧಾರಿಸಿಕೊಂಡೆ. ಅನಂತರ ಜನರತ್ತ ದೃಷ್ಟಿ

ಹಾಯಿಸಿದೆ. ಅವರು ತಲೆ ಎತ್ತಿ ನನ್ನ ಕಡೆ ನೋಡುತ್ತಿದ್ದರು, ನಾನು ತಲೆಬಗ್ಗಿಸಿ ಅವರ, ಕಡೆ ನೋಡುತ್ತಿದ್ದೆ. ಏನು ಹೇಳಬೇಕು ? ಕೊಲೋಟ್ಸಿಕ್ ವಿಷಯ ಹೊಗಳಿ ಮಾತಾಡಲೆ ? ಸತ್ತವರ ಪ್ರಶಂಸೆ ಮಾಡಲೆ ? ಆ ಪ್ರತಿಮೆಯ ಸಂರಕ್ಷಣೆ ಮಾಡಿದವರನ್ನು ಹೊಗಳಬೇಕೆ ? ಅವರು ಅದಕ್ಕೋಸ್ಕರ ತಮ್ಮ ಪ್ರಾಣವನ್ನೇ ಪಣವಾಗಿ ಇಟ್ಟಿದ್ದರು. "ಪ್ರಾಣವನ್ನೇ ಪಣವಾಗಿ ಇಟ್ಟಿದ್ದರು" – ಅದು ತುಂಬ ಅಪಾಯಕರ ಆಟ. ಆದರೆ ಅದು ಕೇವಲ ಆಟವಾಗಿರಲಿಲ್ಲ. ಸಂಕಟಮಯವಾಗಿದ್ದ ಆ ದೀರ್ಘ ವರ್ಷಗಳ ತರುವಾಯ ಅವರಿಗೆ ಅದು ಬೇಕಿತ್ತು. ತಮ್ಮ ಹೃದಯಗಳನ್ನು ತಣಿಸಲು ಅವರಿಗೆ ಅದು ಅವಶ್ಯವಾಗಿತ್ತು. ತಮ್ಮ ಮಕ್ಕಳನ್ನು ಉಳಿಸಿಕೊಳ್ಳಲು ಅವರಿಂದ ಆಗಿರಲಿಲ್ಲ; ತಮ್ಮ ಹೆಂಡತಿಯರನ್ನು, ತಾಯಿಯರನ್ನು ಕಾಪಾಡಿಕೊಳ್ಳಲು ಆಗಿರಲಿಲ್ಲ ; ಸ್ವತಃ ತಮ್ಮನ್ನು, ತಮ್ಮ ಸ್ನೇಹಿತರನ್ನು ರಕ್ಷಿಸಿಕೊಳ್ಳಲು ಸಹ ಅವರಿಗೆ ಆಗಿರಲಿಲ್ಲ. ಆದರೆ ಅವರು ಈ ಸ್ಮಾರಕವನ್ನು ಕಾಪಾಡಿದ್ದರು. ಕೆಂಪು ಸೈನ್ಯ ಓಲ್ಗಾ ನದಿಯಿಂದ ಓಡರ್ ನದಿಯವರೆಗೆ ಬಂದಿತ್ತು. ಅವರಿಗೆ ಅದರಿಂದ ಹೆಮ್ಮೆ, ಸಂತೋಷ ಆಗಿತ್ತು. ಆದರೆ ಅವರ ಹೃದಯಗಳಿಗೆ, ಆತ್ಮಾಭಿಮಾನಕ್ಕೆ, "ಇದು ನಾವು ಮಾಡಿದ್ದು" ಎಂದು ಹೆಮ್ಮೆಯಿಂದ ಹೇಳಿ ಕೊಳ್ಳಲು ಏನಾದರೂ ಒಂದು ಸಾಧನೆ ಬೇಕಾಗಿತ್ತು. ಅನೇಕ ವರ್ಷಗಳ ಸೋಲಿನ ತರುವಾಯ ಕೊನೆಗೊಂದು ನಿಜವಾದ ವಿಜಯ. ಸಂಕೋಲೆಯೊಳಗಿದ್ದುಕೊಂಡೇ ಗೆಲುವು ಸಂಪಾದಿಸುವುದು ಹೇಗಿರುತ್ತದೆಂದು ನಿಮಗೆ ಗೊತ್ತೇನು ? ಬಾಯಿ ಮುಚ್ಚಿಕೊಂಡು ನಗುವುದು ? ಒಳಗೊಳಗೇ ಏನೋ ಒಂದು ಸಂತೃಪ್ತಿ. ಒಬ್ಬ ಮನುಷ್ಯನಿಗೆ ಅದು ಬೇಕು. ಆದ್ದರಿಂದ ಅದು ಬರೀ ಅಪಾಯಕಾರಿಯಾದ ಆಟವಾಗಿರಲಿಲ್ಲ. ತತ್ವಶಾಸ್ತ್ರದ ಸಂಸ್ಥೆಯವರಿಗೆ, ಗಣಕ ಯಂತ್ರದಲ್ಲಿ ತಮ್ಮ ಪ್ರಯೋಗಗಳಿಗಾಗಿ ಒಂದು ನೈತಿಕ ಮಾದರಿ ಬೇಕಾಗಿದ್ದರೆ, ಅವರು ಐಸ್ಲೆಬೆನ್‌ನಲ್ಲಿ ನಡೆದ ಲೆನಿನ್ ಪ್ರತಿಮೆಯ ವ್ಯವಹಾರದ ಕಡೆಗೆ ಸ್ವಲ್ಪ ಗಮನಹರಿಸಿದರೆ ಒಳ್ಳೇದಾಗಬಹುದು. ಈ ಪ್ರತಿಮೆಯನ್ನು ಹಾಳು ಮಾಡದೆ ಇಟ್ಟುಕೊಳ್ಳುವುದು ಎಷ್ಟೊಂದು ಅಗತ್ಯವಾಗಿತ್ತು ಎನ್ನುವುದನ್ನು ಗಣಿತಶಾಸ್ತ್ರವು ಸರಳವಾಗಿ, ಸ್ಪಷ್ಟವಾಗಿ, ಸುಲಭವಾಗಿ ಹೇಳಬಹುದು. ಒಂದು ವೇಳೆ ಆ ಉತ್ತರ ಹೀಗೆ ಬಂತು ಎಂದು ಇಟ್ಟುಕೊಳ್ಳೋಣ ; ಅವರು ಆ ಪ್ರತಿಮೆಯ ತಂಟೆಗೆ ಹೋಗಲೇಬಾರದಾಗಿತ್ತು. ಅದನ್ನ ನಾಶಮಾಡುವುದು ಕೊಡಲಿ ತೆಗೆದುಕೊಂಡು ಕುಟ್ಟಿ ಪುಡಿಪುಡಿ ಮಾಡುವುದು ಅಥವಾ ಗರಗಸ ತೆಗೆದುಕೊಂಡು ಚೂರುಚೂರು ಮಾಡಿ ಕರಗಿಸಿಬಿಡುವುದು ಹೆಚ್ಚು ಜಾಣತನದ ಕೆಲಸವಾಗುತ್ತಿತ್ತು. ಗಣಕ ಯಂತ್ರವು ಹೀಗೆ ಹೇಳಿದರೆ ಅದಕ್ಕೆ ನನ್ನ ಉತ್ತರವಿಷ್ಟೆ: ನೀವು ಆ ಯಂತ್ರಕ್ಕೆ ಕೊಟ್ಟ ಮಾಹಿತಿ ತಪ್ಪಾಗಿರಬೇಕು, ತರ್ಕ ತಪ್ಪಾಗಿರಬೇಕು. ನೀತಿಸೂತ್ರಗಳು ತಪ್ಪಾಗಿರಬೇಕು, ಯಾಕೆಂದರೆ ಆ ಯಂತ್ರಕ್ಕೆ ಮಾಹಿತಿ ಕೊಡುವಾಗ ಯಾರೋ ಒಬ್ಬರು ತುಂಬಾ ಮುಖ್ಯವಾದ ವಿಷಯವೊಂದನ್ನು ಬಿಟ್ಟುಬಿಟ್ಟಿರಬೇಕು, ಸ್ವಲ್ಪ ವರ್ಗಸಮರದ ಅನುಭವವನ್ನು ನೀಡಲು ಮರೆತಿರಬೇಕು. ಒಂದು ಚೂರು ಚರಿತ್ರೆ ಅಲ್ಲಿ ಕಳೆದುಹೋಗಿರಬೇಕು. ಎಲ್ಲೋ ಏನೋ ತಪ್ಪಾಗಿದೆ. ಆ ಯಂತ್ರಕ್ಕೆ ವಿಚಾರಗಳನ್ನು ಒದಗಿಸುವ ಮಹನೀಯರು, ಒಟ್ಟು ಮನುಷ್ಯ ಜಾತಿಯ ಬಗ್ಗೆ ಕೆಲವು ಸಾಮಾನ್ಯ ಸಂಗತಿಗಳನ್ನು ಹೇಳಿರ ಬೇಕು ; ಆದರೆ ನಿಜವಾದ, ಜೀವಂತರಾದ, ರಕ್ತಮಾಂಸದ ಮನುಷ್ಯರನ್ನು ಬಿಟ್ಟುಬಿಟ್ಟಿರಬೇಕು. ಸ್ನೇಹಿತರೇ, ನಾನು ಹೇಳ್ತೇನೆ, ನಿಮ್ಮ ಮನುಷ್ಯನ ಮಾದರಿಯಲ್ಲಿ ಸ್ವಲ್ಪ ಭಯಾನಕತೆಗೆ ಅವಕಾಶವಿಲ್ಲದೆ ಹೋದರೆ ಆ ಮಾದರಿ ತಪ್ಪು. ಎಷ್ಟೋ ವರ್ಷಗಳ ಭಾವನಾತ್ಮಕ ಬರಗಾಲದ ಅನಂತರ ಚಿಕ್ಕ – ಪುಟ್ಟ ಗೆಲವುಗಳ ಸಂತೋಷ ಇಲ್ಲದೆ ಹೋದರೆ ನಿಮ್ಮ ಮಾದರಿ ತಪ್ಪು.

ಸರಿ, ನಾನು ಲೆನಿನರ ಎಡ ಮೊಣಕಾಲು ಹಿಡಿದುಕೊಂಡು ಅಲ್ಲಿ ನಿಂತಿದ್ದೆ, ಮೊದಲ ಕೆಲವು ವಾಕ್ಯಗಳ ತರುವಾಯ ಅವರೆಲ್ಲರೂ ಗಮನವಿಟ್ಟು ನನ್ನ ಮಾತುಗಳನ್ನು ಕೇಳ ತೊಡಗಿದರು. ಅವರೆಲ್ಲ ಡ್ರೇಗನ್ ರಕ್ತದಲ್ಲಿ ಸ್ನಾನ ಮಾಡಿದ ಸೀಗಿಫ್ರೀಡ್‌ರೇ* ಆಗಿರಲಿಲ್ಲ. ಒಂದು ವೇಳೆ ಅವರು ಹಾಗೆ ಇದ್ದಿದ್ದರೂ ಲಿಂಡೆನ್ ಎಲೆ ಬಿದ್ದ ಜಾಗವನ್ನು ನಾನು ಕಂಡುಹಿಡಿದೆ. ದೇವರೇ, ದೇವರೇ ಇಡೀ ಜನಸಮುದಾಯಕ್ಕೆ ತನ್ನದೇ ಆದ ಜ್ಞಾಪಕಶಕ್ತಿ ಇರಲೇಬೇಕು ಅಲ್ಲವೆ? ಹಾಗೆ ಹೇಳಲು ನನಗೆ ಇಷ್ಟವಿಲ್ಲ. ಅದು ತೀರಾ ಸಾಮಾನ್ಯ ಸಂಗತಿ ಅಂತ ನಿಮಗೆ ಅನ್ನಿಸಬಹುದು. ಆದರೆ ಈ ಜನ ಹೋರಾಡಿದ್ದು ವರ್ಗ ಸಮರಗಳಲ್ಲಿ. ಸ್ವಲ್ಪ ಕಾಲವಾದರೂ ಈ ಲಕ್ಷಾಂತರ ಜನಕ್ಕೆ ತಾವು ಯಾವ ಕಡೆ ಸೇರಿದವರು, ಎಂದು ಗೊತ್ತಾಗಿತ್ತು. ನಾನು ಅವರಿಗೆ ಏನು ಹೇಳಿದೆ? ನಾನು ಅವರಿಗೆ ಲೆನಿನ್ ಯಾರೆಂದು ಹೇಳಿದೆ. ಶಾಂತಿಯನ್ನು ಕುರಿತ ನಿರ್ಣಯದಿಂದ ಒಂದು ವಾಕ್ಯ ಮತ್ತು ಭೂಮಾಲಿಕತ್ವವನ್ನು ಕುರಿತ ನಿರ್ಣಯದಿಂದ ಒಂದು ವಾಕ್ಯವನ್ನು ಉದ್ಧರಿಸಿದೆ. ಆ ನಿರ್ಣಯಗಳು ನನಗೆ ತುಂಬಾ ಚೆನ್ನಾಗಿ ನೆನಪಿದ್ದವು. ಒಂದೆರಡು ವಾರಗಳ ಅನಂತರ ಸ್ವತಃ ನಾವೇ ಭೂಮಾಲಿಕತ್ವವನ್ನು ಕುರಿತ ಕಾನೂನೊಂದನ್ನು ಜಾರಿಗೆ ತಂದೆವು. ಮಾನ್ಯ ಶೂಲೆನ್‌ಬುರ್ಗ್, ಮಾನ್ಯ ಆಲ್‌ವೆನ್ಸ್‌ಲೇಬನ್, ಮಾನ್ಯ ಕ್ರೋಸಿಗಕ್ ಇವರೆಲ್ಲ ಯಾರು? ಈ ಮಹನೀಯರು ನೂರು ವರ್ಷಗಳ ಹಿಂದೆ ಜರ್ಮನರನ್ನು ಶೆಲ್ ದಾಳಿಗೆ ಗುರಿ ಮಾಡಿದ್ದರು. ಅನಂತರ ಪ್ಯಾರಿಸ್‌ನ ಕಮ್ಯೂನಾರ್ಡ್‌ಗಳನ್ನು, ಆಮೇಲೆ ಉಕ್ರೈನ್ ಪ್ರಾಂತ್ಯದ ಪಟ್ಟಣಗಳನ್ನು, ಕೊನೆಗೆ ಸ್ವತಃ ತಮ್ಮ ಹಳ್ಳಿಗಳನ್ನು. ಆಹಾ! ಆಹಾ!! ಎಲ್ಲ ಒಬ್ಬರಿಗಿಂತ ಒಬ್ಬ ದೊಡ್ಡ ದರೋಡೆಕೋರರು. ನಮಗೆ ಕಾನೂನು ಸರಿಯಾಗಿ ಗೊತ್ತಿರಲಿ, ಬಿಡಲಿ ನಾವು ಕೇವಲ ನಲವತ್ತೆಂಟು ಘಂಟೆಗಳಲ್ಲಿ ನೂರನಾಲ್ಕು ಭಾರೀ ಎಸ್ಟೇಟುಗಳನ್ನು ವಶಪಡಿಸಿಕೊಂಡೆವು. ಭೂಮಿಯನ್ನು ವಶಪಡಿಸಿಕೊಳ್ಳುವ ಅಧಿಕಾರ ಪತ್ರದ ಕೆಳಗೆ, ನೂರ ಹದಿನಾಲ್ಕು ಬಾರಿ ನನ್ನ ಹಸ್ತಾಕ್ಷರ ಬಿತ್ತು. ಬಂದೂಕಿನ ಕೋಣೆಗಳನ್ನು, ದೊಡ್ಡ ದಿವಾನ ಖಾನೆಗಳನ್ನು ನಾನು ಒಳಗಿನಿಂದ ನೋಡಿದ್ದು ಅದೇ ಮೊದಲ ಬಾರಿ. ಅದಾದ ಒಂದು ವರ್ಷಕ್ಕೆ ಎರ್‌ಫರ್ಟ್‌ನಲ್ಲಿ, ಮೇಲಂತಸ್ತಿನ ಮಧ್ಯಮ ವರ್ಗದ ಒಂದು ಮನೆಯನ್ನೂ ಮೊಟ್ಟಮೊದಲು ನಾನು ಒಳಗಿನಿಂದ ನೋಡಿದೆ. ಆಗ ನನ್ನ ವಯಸ್ಸು ನಲವತ್ತಾರು. ಅದಾದ ಆರು ವರ್ಷಗಳಿಗೆ, ನಾನು ಕ್ಷಯರೋಗದ ಆಸ್ಪತ್ರೆಯನ್ನು ಮೊದಲ ಸಲ ಒಳಗಿನಿಂದ ನೋಡಿದೆ. ಮಾತ್ರವಲ್ಲ, ಹೊರಗಡೆಯಿಂದ ಅದನ್ನು ನೋಡುವ ಅವಕಾಶ ಇನ್ನು ಮುಂದೆ ನನಗೆ ದೊರೆಯಲಾರದೆಂದೂ ಭಾವಿಸಿದೆ.

ಆದರೆ ಇಷ್ಟೆಲ್ಲ ಆದರೂ, ನನ್ನ ಹೃದಯ ಆರೋಗ್ಯದಿಂದಿತ್ತು. ನಾನು ಮೇಲೆ ಬಿದ್ದೆ – ಹಾಗೆಯೇ ಎಪ್ಪತ್ತರ ಗಡಿಯನ್ನೂ ತಲಪಿದೆ. ಹೌದು, ನನ್ನ ಸ್ನೇಹಿತರೇ ನನಗೀಗ ಎಪ್ಪತ್ತು ವರ್ಷ. ಈಚೆಗೆ ಒಂದೊಂದು ಸಲ, ನನ್ನ ಹೃದಯ ಎಡವುತ್ತಾ ಇದೆ, ಒಂದೋ ಎರಡೋ ಬಡಿತ ತಪ್ಪುತ್ತಾ ಇದೆ ಎಂದು ನನಗೆ ಅನಿಸುತ್ತದೆ. ನನಗಾಗಿರುವಷ್ಟು ವಯಸ್ಸಾದಾಗ ಇಂತಹ ವಿಷಯಗಳ ಬಗ್ಗೆ ಮನುಷ್ಯ ಆಲೋಚಿಸಲು ತೊಡಗುತ್ತಾನೆ. ನನಗೆ ಹಾಗೆ ಆಲೋಚನೆ ಮಾಡುವ ಹಕ್ಕು ಇದೆ. ನಾವು ಇನ್ನೊಂದು ಬಾರಿ ಒಬ್ಬರನ್ನೊಬ್ಬರು ನೋಡಲಾರೆವು. ಇನ್ನು ಯಾವುದೇ ಸಭೆಯಲ್ಲಿ ಭಾಗವಹಿಸಲಾರೆವು. ಹಳೆಯ ಗೆಳೆಯರ ಪೈಕಿ ಯಾರನ್ನಾದರೂ

---

* ದಂತಕಥೆಯ ನಾಯಕ.

ಒಬ್ಬರನ್ನು ನೋಡಬೇಕು ಅನ್ನಿಸಿದಾಗ, ಯಾವಾಗಲೂ ನನ್ನ ನೆನಪಿಗೆ ಬರುವುದು ಕೊಲೋಟ್ಸಿಕ್. ಅವನಿಗಿಂತ ಹೆಚ್ಚು ಕಾಲ ಬದುಕಿದ್ದೇನಲ್ಲಾ ಎಂದು ನನಗೆ ನಾಚಿಕೆಯಾಗುತ್ತದೆ. ಆಕ್ರಮಣವಾದ ಆ ಭಾನುವಾರ ; ಆ ವೇಳೆಗಾಗಲೇ ನಿರ್ಣಯವನ್ನು ತೆಗೆದುಕೊಳ್ಳಲಾಗಿತ್ತು. ಅದಕ್ಕಾಗಿ ನಿನಗೆ ನನ್ನ ವಂದನೆಗಳು, ಕೊಲೋಟ್ಸಿಕ್. ಅದೇ ಎಲ್ಲಕ್ಕಿಂತ ದೊಡ್ಡ ವಿಷಯ – ಅದರಿಂದ ನನಗೆ ಎಷ್ಟು ಸಹಾಯ ಆಯಿತು! 1945ರ ಜೂನ್‌ನಲ್ಲಿ ಅವನು ಇನ್ನೂ ಬದುಕಿದ್ದ. ಐಸ್ಲೆಬೆನ್‌ಗೆ ಹೋಗುವ ದಾರಿಯಲ್ಲಿ ನಾನು ಅವನನ್ನು ನೋಡಲೆಂದು ಹೋದೆ. ತನ್ನ ಮನೆಯನ್ನು ಹುಡುಕುವುದು ಹೇಗೆ ಎಂದು ಅವನು ಎಷ್ಟೋ ಬಾರಿ ಹೇಳಿದ್ದ. ಆದ್ದರಿಂದಲೇ, ನಾನು ಒಂದೇ ಒಂದು ಸಲ ಕೂಡ ಯಾರನ್ನೂ ದಾರಿ ಕೇಳಲಿಲ್ಲ. ಅವನ ಮನೆ ಮುಂದೆ ಒಬ್ಬ ಮುದುಕ ನಿಂತಿದ್ದ. ಹಾಲೆಂಡ್ ದೇಶದಲ್ಲಿ ತಯಾರಾದ ಮಣ್ಣಿನ ಪೈಪ್ ಸೇದುತ್ತಿದ್ದ.

"ನಿಮಗೆ ಕೊಲೋಟ್ಸಿಕ್ ಗೊತ್ತಾ ?"

"ಅವನು ಮೇಲುಗಡೆ ಇದ್ದಾನೆ, ನಾನು ಅವನ ಮಾವ."

ಅವನು ನನ್ನ ಕಡೆ ನೋಡಲೇ ಇಲ್ಲ. ಬೇರೆ ಯಾರಿಗೋ ಕಾಯುತ್ತಾ ಇರುವ ಹಾಗೆ ಎಲ್ಲೋ ನೋಡುತ್ತಿದ್ದ. ಹಾಸಿಗೆಯ ಮೇಲೆ ಮಲಗಿದ್ದು ಒಂದು ಅಸ್ಥಿಪಂಜರ. ಅವನು ಸಂತೋಷವಾಗಿದ್ದ. ಜೀವ ಇರುವ ಮನುಷ್ಯರ ಹಾಗೆ ತಿನ್ನುತ್ತಿದ್ದ, ಮಾತಾಡುತ್ತಿದ್ದ. ನಮಗೆ ಎಷ್ಟೊಂದು ಖುಷಿ ಆಗಿತ್ತು ಎಂದರೆ ನಾವು ನಿದ್ದೆ ಮಾಡಲೇ ಇಲ್ಲ. ಅವನ ಹೆಂಡತಿ ಹಾಸಿಗೆಯ ಪಕ್ಕದಲ್ಲಿ ಕುಳಿತಿದ್ದಳು. ನಾವು ನಕ್ಕಾಗ ಅವಳು ಅಳುತ್ತಿದ್ದಳು. ನಾವು ಹಳೆಯ ಫೋಟೋಗಳನ್ನು ನೋಡಿದೆವು. ನಾನು ಒಂದು ವರ್ಷದ ನಂತರ ಮತ್ತೆ ಅಲ್ಲಿಗೆ ಹೋದೆ. ಆ ಮುದುಕ ಅಲ್ಲೇ ನಿಂತಿದ್ದ. ಒಂದು ವರ್ಷದಿಂದ ಆ ಜಾಗ ಬಿಟ್ಟು ಕದಲಲೇ ಇಲ್ಲವೇನೋ ಎನ್ನುವಂತೆ. ಆ ಮಣ್ಣಿನ ಪೈಪ್ ಇನ್ನೂ ಅವನ ಬಾಯಲ್ಲಿತ್ತು. ಬೇರೆ ಯಾರಿಗೋ ಕಾಯುತ್ತಿರುವವನ ಹಾಗೆ ಅವನು ನನ್ನಿಂದಾಚೆ ನೋಡಿದ. ಅವನೊಬ್ಬ ಕುರುಡ. ಅವನು ಹಿಂದೆ ನಾವಿಕನಾಗಿದ್ದ.

"ಕೊಲೋಟ್ಸಿಕ್ ಮನೆಯಲ್ಲಿ ಇದಾನಾ ?"

"ಹೌದು, ಅವನು ಮನೆಗೆ ಹೋದ. ನಾವು ಅವನ ಸಮಾಧಿ ಮಾಡಿ ಒಂದು ತಿಂಗಳಾಯ್ತು."

ಅಯ್ಯೋ ಕೊಲೋಟ್ಸಿಕ್ !

ಸರಿ ನಾನಿನ್ನೂ ಏಕಾಂಗಿಯಾಗಿ ಬದುಕಿದ್ದೇನೆ. ಏಕೆಂದರೆ ನಾನು ತುಂಬಾ ಅದೃಷ್ಟಶಾಲಿ. ಗುರುತು ಹಿಡಿಯಲಾಗದಷ್ಟು ಏಟುತಿಂದ ಮುಖ, ಕಳ್ಳನೊಬ್ಬನ ಗುರುತಿನ ಚೀಟಿಯಿದ್ದ ಜ್ಯಾಕೆಟ್, ಗುಂಡು ಹೊಡೆಯಲಿದ್ದ ಸೈನಿಕರನ್ನು ತಡೆಹಿಡಿದ ಶಿಳ್ಳೆಯ ಧ್ವನಿ, ನ್ಯಾಯಾಧಿಕಾರಿಯೊಬ್ಬನಿಗೆ ಯಾವಾಗಲೋ ಬರೆದಿದ್ದ ಒಂದು ಕಾಗದ. ಆದರೆ ಹೀಗೆ ಉಳಿದದ್ದಕ್ಕೆ ಹೋಲಿಸಿ ನೋಡಿದರೆ ನೊಯ್‌ಗೆರ್ಸ್‌ಡೋರ್ಫ್ ಮತ್ತು ಡ್ರೆಸ್ಡೆನ್ ನಡುವೆ ಛಿಲ್ಲೆಂದು ರಸ ಚಿಮ್ಮಿದ ಕಿತ್ತಳೆ ಹಣ್ಣೇ ನನ್ನನ್ನು ಸಾವಿಗೆ ಅತ್ಯಂತ ಹತ್ತಿರ ತೆಗೆದುಕೊಂಡುಹೋದದ್ದು. ನಾನು ಆ ಜ್ಯಾಕೆಟ್‌ಗೆ ದುಡ್ಡು ಕೊಡಬೇಕಾಗಿ ಬಂದಿತ್ತು. "ನಮಸ್ಕಾರ, ನಾನು ಗಡಿಯಾರ ತೆಗೆದುಕೊಂಡು ಹೋಗೋದಕ್ಕೆ ಬಂದಿದ್ದೇನೆ" ಎನ್ನುವ ಸಂಕೇತವಾಕ್ಯ ತನ್ನ ಕೆಲಸವನ್ನು ಸರಿಯಾಗಿಯೇ ಮಾಡಿತ್ತು. ಆ ರಾತ್ರಿ ಬಹಳ ಚಳಿ ಇತ್ತು. ಆದರೆ ನನ್ನ ಕೋಟು ಒಣಗಲು

ಮಾತ್ರ ಬಹಳ ಹೊತ್ತು ಹಿಡಿದಿತ್ತು. ನನ್ನನ್ನು ಒಂದು ವರ್ಷದ ನಂತರ ಸೆರೆ ಹಿಡಿದರು. ಆ ಬಂಧನ ಕೂಡ, ಹಾಗೆ ಹೇಳಬಹುದಾದರೆ, ಸೊಗಸಾಗಿ ನಡೆಯಿತೆನ್ನಬಹುದು, ಅಂದರೆ ಯಾರೂ ನನ್ನ ಬಗ್ಗೆ ಸುಳಿವು ನೀಡಿರಲಿಲ್ಲ. ಅಂತಹ ದ್ರೋಹಿಗಳು ಯಾರೂ ಇಲ್ಲ ಎನ್ನುವುದೇ ಮನಸ್ಸಿಗೆ ಸಂತೋಷ ಕೊಟ್ಟಿತ್ತು. ಯಾರೂ ಬೆನ್ನಿಗೆ ಚೂರಿ ಹಾಕಿರಲಿಲ್ಲ. ಅದೇ ಎಷ್ಟೋ ಸಮಾಧಾನ, ನನಗೆ ಒಂದು ಬಾರಿ ಊರುಗೋಲುಗಳ ಮೇಲೆ ನಡೆಯುವ ಮನುಷ್ಯ ಸಿಕ್ಕಿದ್ದ. ಅವನನ್ನು ಶ್ಲೂಸೆಲ್‌ಬುರ್ಗ್‌ನಲ್ಲಿ ಹನ್ನೆರಡು ವರ್ಷಗಳ ಕಾಲ ಸೆರೆಮನೆಯ ಗೋಡೆಗೆ ಸಂಕೋಲೆಗಳಿಂದ ಕಟ್ಟಿಹಾಕಿದ್ದರಂತೆ. ಅದು ಝಾರ್ ಚಕ್ರವರ್ತಿಯ ಆಡಳಿತದ ಕಾಲ, ಅವನೊಮ್ಮೆ ನನಗೆ ಹೀಗೆ ಹೇಳಿದ್ದ :

"ಬೇರೆ ಯಾರದೋ ಗುಟ್ಟನ್ನು ನಾವು ಬಿಟ್ಟುಕೊಟ್ಟಿದ್ದೇವೆ, ವಿದ್ರೋಹಿಗಳಾಗಿದ್ದೇವೆ ಅನ್ನೋ ಆಲೋಚನೆ ಎಲ್ಲ ರೀತಿಯ ಚಿತ್ರಹಿಂಸೆಗಿಂತಲೂ ಭಯಾನಕವಾದದ್ದು. ನಮ್ಮನ್ನು ಕೊಂದು ಹಾಕೋದು ಅದೇ. ಶರೀರದ ನೋವು ಅತಿಯಾದರೆ ಪ್ರಕೃತಿಯೇ ನಿಮ್ಮ ನೆರವಿಗೆ ಬರ್ತದೆ. ಆಗ ನೀವು ಮೂರ್ಛೆ ಹೋಗ್ತೀರಿ."

ಹೌದು, ಅವನ ಮಾತು ನಿಜ. ಮೂರ್ಛೆ ಹೋಗುವುದು ಖಂಡಿತ. ಆದರೆ, ನಾನು ಆಗಲೇ ಹೇಳಿದ ಹಾಗೆ, ನನ್ನ ಹೃದಯವು ಆರೋಗ್ಯದಿಂದಿತ್ತು. ಬದುಕಿಕೊಂಡಿತು. ನಾನು ಲಾಂಡ್ಸ್‌ಬೆರ್ಗರ್ ರಸ್ತೆಯ ರೈಲ್ವೆ ನಿಲ್ದಾಣದ ಒಳಗಡೆ ಹೋಗುವಾಗ ಸೆರೆಸಿಕ್ಕಿದೆ. (ಈಗ ಅದನ್ನು ಲೆನಿನ್ ರಸ್ತೆಯ ನಿಲ್ದಾಣವೆಂದು ಕರೆಯುತ್ತಾರೆ.) ನಮ್ಮ ಮುಂದಿನ ಸಭೆಯ ಬಗ್ಗೆ ನನಗೆ ಮಾಹಿತಿ ಕೊಡಲೆಂದು ಬಂದಿದ್ದ ಮನುಷ್ಯ, ಚಿಕ್ಕ ವಯಸ್ಸಿನಲ್ಲೇ ತನ್ನ ದೃಷ್ಟಿಯನ್ನು ಕಳೆದು ಕೊಂಡಿದ್ದನಂತೆ. ತನ್ನನ್ನು ಎಷ್ಟೋ ವಾರಗಳಿಂದ, ಗೂಢಚಾರರು ಹಿಂಬಾಲಿಸುತ್ತಿದ್ದಾರೆಂಬ ಸಂಗತಿಯನ್ನು ಅವನು ಗಮನಿಸಿಯೇ ಇರಲಿಲ್ಲ.

ಎಪ್ಪತ್ತು ವರ್ಷಗಳು, ಸ್ನೇಹಿತರೇ, ಎಪ್ಪತ್ತು! ನನಗೆ ಅದನ್ನು ನಂಬುವುದೇ ಸಾಧ್ಯವಾಗುತ್ತಿಲ್ಲ.

○ ಬೆರ್‌ಟೋಲ್ಟ್ ಬ್ರೆಶ್ಟ್

ಇಬ್ಬರು ಮಕ್ಕಳು

1945ರ ಜನವರಿ ತಿಂಗಳು. ಹಿಟ್ಲರ್ ನಡೆಸಿದ ಯುದ್ಧದ ಕೊನೆ ಕೊನೆಯ ದಿನಗಳು. ಟುರಿಂಗಿಯಾ ಪ್ರಾಂತ್ಯದ ರೈತನೊಬ್ಬನ ಹೆಂಡತಿ ಒಂದು ಕನಸು ಕಂಡಳು. ಅದರಲ್ಲಿ ಆಗ ಯುದ್ಧರಂಗದಲ್ಲಿದ್ದ ಅವಳ ಮಗ ಕಾಣಿಸಿದ. ಅವನು ತನ್ನ ತಾಯಿಯನ್ನು ಕರೆಯುತ್ತಿದ್ದ. ಅವಳು ನಿದ್ದೆಯಲ್ಲಿಯೇ ಹೊರಗೆ ಹೋದಳು – ತನ್ನ ಮನೆಯ ಅಂಗಳಕ್ಕೆ. ಅಲ್ಲಿ ಅವಳಿಗೆ ತನ್ನ ಮಗ ನಲ್ಲಿಯ ಹತ್ತಿರ ನೀರು ಕುಡಿಯುತ್ತಾ ನಿಂತಿರುವಂತೆ ಭಾಸವಾಯಿತು. ಆದರೆ ಅವನನ್ನು ಮಾತನಾಡಿಸಿದಾಗ, ಅವಳಿಗೆ ತನ್ನ ತಪ್ಪು ಗೊತ್ತಾಯಿತು. ಅವನು ಅವರ ಹೊಲದಲ್ಲಿ ಬಲವಂತದ ಕೆಲಸ ಮಾಡುತ್ತಿದ್ದ ರಷ್ಯನ್ ಯುದ್ಧ ಕೈದಿಗಳ ಪೈಕಿ ಒಬ್ಬನಾಗಿದ್ದ. ಯುವಕ.

ಕೆಲವು ದಿನಗಳ ಬಳಕ ಅವಳಿಗೊಂದು ವಿಚಿತ್ರ ಅನುಭವ ವಾಯಿತು. ಅವಳು ಆ ಸೆರೆಯಾಳುಗಳಿಗೋಸ್ಕರ ಹತ್ತಿರದಲ್ಲಿದ್ದ ಕಾಡಿಗೆ ಊಟ ತೆಗೆದುಕೊಂಡು ಹೋಗುತ್ತಿದ್ದಳು. ಅಲ್ಲಿ ಅವರು ಮೋಟು ಮರಗಳನ್ನು ಬುಡಮೇಲು ಮಾಡುತ್ತಿದ್ದರು. ಮನೆಗೆ ಮರಳಿ ಹೋಗುವಾಗ ಸ್ವಲ್ಪ ದೂರ ಹೋದ ಮೇಲೆ ಅವಳೊಮ್ಮೆ ಹಿಂದಿರುಗಿ ನೋಡಿದಳು. ಆಗ ಅವಳಿಗೆ ಅದೇ ಯುವಕ ಯುದ್ಧ ಕೈದಿ ಕಾಣಿಸಿದ. ಅವನೊಬ್ಬ ರೋಗಗ್ರಸ್ತ ಬಡಕಲು ಮನುಷ್ಯನೆಂದು ಇಲ್ಲೇ ಹೇಳಬಹುದು. ಅವನ ಕೈಗೆ ಯಾರೋ ಒಂದು ಡಬ್ಬ ಸೂಪ್ ಕೊಡುತ್ತಿದ್ದರು. ಅವನು ನಿರಾಶೆ ತುಂಬಿದ ಕಣ್ಣುಗಳಿಂದ ಅದರ ಕಡೆ ನೋಡುತ್ತಿದ್ದ. ಇದ್ದಕ್ಕಿದ್ದಂತೆ ಅವನ ಮುಖ, ಅವಳ ಮಗನ ಮುಖವಾಗಿ ಬದಲಾವಣೆ ಆಯಿತು.

ಮುಂದಿನ ಕೆಲವು ದಿನಗಳಲ್ಲಿ ಅವಳಿಗೆ ಇದೇ ಅನುಭವ ಮತ್ತೆ ಮತ್ತೆ ಆಯಿತು. ಅದೇ ರಷ್ಯನ್ ಯುವಕನ ಮುಖ ಒಂದೇ ಒಂದು ಕ್ಷಣದಲ್ಲಿ ಅವಳ ಮಗನ ಮುಖವಾಗಿ ಮಾರ್ಪಾಟು ಗೊಂಡು, ಮತ್ತೆ ಅಷ್ಟೇ ಬೇಗ ಮೊದಲಿನಂತೆ ಆಗುತ್ತಿತ್ತು. ಆಮೇಲೆ ಆ ಹುಡುಗ ಇನ್ನಷ್ಟು ಕಾಯಿಲೆ ಬಿದ್ದ. ನೋಡಿ ಕೊಳ್ಳುವವರು ಯಾರೂ ಇಲ್ಲದೆ ಕೊಟ್ಟಿಗೆಯಲ್ಲಿ ಬಿದ್ದುಕೊಂಡಿದ್ದ. ಆ ರೈತನ ಹೆಂಡತಿಗೆ ಅವನಿಗೇನಾದರೂ ಪುಷ್ಟಿಕರವಾದ

ಒಳ್ಳೆಯ ಆಹಾರ ತೆಗೆದುಕೊಂಡು ಹೋಗಬೇಕು ಅಂತ ತುಡಿತ. ಆದರೆ ಅದಕ್ಕೆ ಅವಳ ಅಣ್ಣ ಅವಕಾಶ ಕೊಡಲಿಲ್ಲ. ಅವನು ಯುದ್ಧದಲ್ಲಿ ಅಂಗವಿಕಲನಾದವನು. ಹೊಲವನ್ನು ನಡೆಸಿಕೊಂಡು ಹೋಗುತ್ತಿದ್ದವನು ಅವನೇ. ಆ ಸೆರೆಯಾಳುಗಳ ಬಗ್ಗೆ ಅವನ ವರ್ತನೆ ತುಂಬಾ ಪಾಶವೀಯವಾಗಿತ್ತು. ಅದರಲ್ಲೂ ಈಚೆಗೆ, ಹಿಟ್ಲರನ ಸೈನ್ಯ ಚೂರು ಚೂರಾಗಲು ಪ್ರಾರಂಭವಾಗಿತ್ತು. ಹಳ್ಳಿಗರ ಮನಸ್ಸಿನಲ್ಲಿ ಆ ಸೆರೆಯಾಳುಗಳನ್ನು ಕಂಡರೆ ಏನೋ ಒಂದು ರೀತಿಯ ಭಯ. ಆ ಭಯದಿಂದ ಅವನ ಕ್ರೌರ್ಯ ಇನ್ನಷ್ಟು ಜಾಸ್ತಿಯಾಗಿತ್ತು.

ರೈತನ ಹೆಂಡತಿಗೆ, ಈ ವಾದಕ್ಕೆ ಕಿವಿಗೊಡುವುದನ್ನು ಬಿಟ್ಟರೆ ಬೇರೆ ದಾರಿ ಇರಲಿಲ್ಲ. ಅಲ್ಲದೆ ಇಂತಹ ಪ್ರಾಣಿ ಸಮಾನರಾದ ಮನುಷ್ಯರಿಗೆ ಸಹಾಯ ಮಾಡುವುದು ಸರಿಯೆಂದು ಅವಳೇನೂ ಭಾವಿಸಿರಲಿಲ್ಲ. ಅವರ ಬಗ್ಗೆ ಅವಳು ಕೇಳಿದ್ದೆಲ್ಲ ಹೆದರಿಕೆ ಹುಟ್ಟಿಸುವಂತಹ ಸಂಗತಿಗಳೇ. ಯಾವಾಗಲೂ ಅವಳಿಗೆ ಒಂದೇ ಭಯ. ಪೂರ್ವದಲ್ಲಿದ್ದ ತನ್ನ ಮಗನಿಗೆ ಶತ್ರುಗಳು ಏನು ಮಾಡುತ್ತಾರೋ ಎನ್ನುವುದು. ಆದ್ದರಿಂದ ಈ ನತದೃಷ್ಟ ಸೈನಿಕನಿಗೆ ಸಹಾಯ ಮಾಡಬೇಕು ಎನ್ನುವ ನಿರ್ಧಾರ ಅವಳ ಮನಸ್ಸಿನಲ್ಲಿ ಅರ್ಧಂಬರ್ಧ ರೂಪು ತಳೆದಿದ್ದರೂ ಅದು ಕಾರ್ಯರೂಪಕ್ಕೆ ಇನ್ನೂ ಬಂದಿರಲಿಲ್ಲ. ಒಂದು ದಿನ ಸಂಜೆ, ಅನಿರೀಕ್ಷಿತವಾಗಿ ಅವಳಿಗೆ ಸೆರೆಯಾಳುಗಳ ಗುಂಪೊಂದು ಕಾಣಿಸಿತು. ಅವರು, ಮಂಜು ಮುಸುಕಿದ ಹಣ್ಣಿನ ತೋಟದಲ್ಲಿ ಏನೋ ಮಾತುಕತೆಯಲ್ಲಿ ತೊಡಗಿದ್ದರು. ಉದ್ರಿಕ್ತ ಸಂಭಾಷಣೆ. ತಮ್ಮ ಮಾತುಗಳನ್ನು ಬೇರೆಯವರು ಕೇಳದಿರಲೆಂದು, ಅವರು ಅಂತಹ ಚಳಿ ತುಂಬಿದ ಜಾಗವನ್ನು ಆರಿಸಿಕೊಂಡಿರಬೇಕು.

ಆ ಯುವಕನೂ ಅಲ್ಲೇ ಇದ್ದ. ಅವನ ಅತ್ಯಂತ ದುರ್ಬಲ ಸ್ಥಿತಿಯಿಂದ ಇರಬೇಕು, ಅವನ ಮೈ ಜ್ವರದಿಂದ ನಡುಗುತ್ತಿತ್ತು. ಅವಳ ಆಗಮನದಿಂದ ಅತಿಹೆಚ್ಚು ಭಯಗೊಂಡವನು ಅವನೇ. ಆ ಭಯದ ಮಧ್ಯೆ ಅವನ ಮುಖ ಮತ್ತೊಮ್ಮೆ ಆ ವಿಚಿತ್ರ ಪರಿವರ್ತನೆಯನ್ನು ಪಡೆಯಿತು. ಆದ್ದರಿಂದ ಅವಳು ನೋಡುತ್ತಿದ್ದುದು ತನ್ನ ಮಗನ ಮುಖವನ್ನು. ಅದರ ತುಂಬಾ ಹೆದರಿಕೆ. ಈ ಘಟನೆಯಿಂದ ಅವಳ ಮನಸ್ಸು ಬಹಳವಾಗಿ ಕಲಕಿಹೋಯಿತು. ಅವಳೂ ಕರ್ತವ್ಯಪರಳಂತೆ, ಹಣ್ಣಿನ ತೋಟದಲ್ಲಿ ತಾನು ಕೇಳಿದ ಸಂಭಾಷಣೆಯನ್ನು ತನ್ನ ಅಣ್ಣನಿಗೆ ವರದಿ ಮಾಡಿದಳೇನೋ ನಿಜ. ಆದರೆ ಆ ಯುವಕನಿಗೆ ಸ್ವಲ್ಪ ಹಂದಿ ಮಾಂಸವನ್ನು ಕೊಡಬೇಕೆಂದು ಅವಳು ತೀರ್ಮಾನಿಸಿದಳು.

ಮೂರನೆಯ ರೈಖ್‌ನ ಅಧಿಕಾರದಡಿಯಲ್ಲಿ, ಇದನ್ನು ಅಥವಾ ಇಂತಹ ಅನೇಕ ಒಳ್ಳೆಯ ಕೆಲಸಗಳನ್ನು ಮಾಡುವುದು ಅತ್ಯಂತ ಕಷ್ಟವೂ, ಅಪಾಯಕರವೂ ಆಗಿತ್ತು. ಇಂತಹ ಪ್ರಯತ್ನದಲ್ಲಿ ಅವಳ ಅಣ್ಣನೇ ಅವಳ ಶತ್ರು. ಅಥವಾ ಆ ಯುವಕ ಸೆರೆಯಾಳನ್ನಾದರೂ ಸಂಪೂರ್ಣವಾಗಿ ನಂಬುವುದು ಹೇಗೆ? ಏನೇ ಆಗಲಿ, ಅವಳು ಆ ಕೆಲಸವನ್ನು ಯಶಸ್ವಿಯಾಗಿ ನೆರವೇರಿಸಿದಳು. ನಿಜ, ಹಾಗೆ ಮಾಡುವಾಗಲೇ, ಆ ಸೆರೆಯಾಳುಗಳು ತಪ್ಪಿಸಿಕೊಂಡು ಹೋಗಲು ತೀರ್ಮಾನಿಸಿರುವರೆಂಬ ಸಂಗತಿ ಅವಳಿಗೆ ಖಚಿತವಾಗಿ ಗೊತ್ತಾಯಿತು. ಏಕೆಂದರೆ ದಿನ ಕಳೆದಂತೆ ಕೆಂಪು ಸೈನ್ಯ ಹತ್ತಿರ ಹತ್ತಿರ ಬರುತ್ತಿತ್ತು. ಇವರೆಲ್ಲರನ್ನೂ ಇನ್ನಷ್ಟು ಪಶ್ಚಿಮಕ್ಕೆ ಸಾಗಿಸುವ ಅಥವಾ ಸುಮ್ಮನೆ ಕತ್ತರಿಸಿಹಾಕುವ ಸಾಧ್ಯತೆಗಳು ಹೆಚ್ಚುತ್ತಿದ್ದವು.

ಆ ಯುವಕ ರಷ್ಯನ್ ತನಗೆ ಬರುತ್ತಿದ್ದ ಹರಕುಮುರುಕು ಜರ್ಮನ್ ಮತ್ತು ಅಂಗ ಚೇಷ್ಟೆಗಳ ನೆರವಿನಿಂದ, ಆ ರೈತನ ಹೆಂಡತಿಗೆ ಕೆಲವು ಮನವಿಗಳನ್ನು ಮಾಡಿಕೊಂಡ.

ಅವಳಿಗೆ, ಅವುಗಳನ್ನು ನಿರಾಕರಿಸುವುದು ಸಾಧ್ಯವಾಗಲಿಲ್ಲ. ಏಕೆಂದರೆ ತನ್ನ ವಿಚಿತ್ರ ಅನುಭವ ಅವಳನ್ನು ಆ ಯುವಕನತ್ತ ಸೆಳೆಯುತ್ತಿತ್ತು. ಈ ರೀತಿಯಲ್ಲಿ ಅವಳು ಆ ಸೆರೆಯಾಳುಗಳ ಪಲಾಯನದ ಯೋಜನೆಯಲ್ಲಿ ಭಾಗಿಯಾದಳು. ಆಕೆ ಅವರಿಗಾಗಿ ಒಂದು ಜ್ಯಾಕೆಟ್ ಮತ್ತು ದೊಡ್ಡ ಕೈಗತ್ತರಿಯನ್ನು ತಂದುಕೊಟ್ಟಳು. ಸೋಜಿಗದ ಸಂಗತಿಯೇನೆಂದರೆ ಇಲ್ಲಿಂದ ಮುಂದೆ ಆ ವಿಚಿತ್ರ ಪರಿವರ್ತನೆ ನಿಂತುಹೋಯಿತು. ಅವಳು ಈಗ ಅಪರಿಚಿತ ಯುವಕನೊಬ್ಬನಿಗೆ ಸುಮ್ಮನೆ ನೆರವು ನೀಡುತ್ತಿದ್ದಳು ಅಷ್ಟೇ.

ಫೆಬ್ರವರಿ ತಿಂಗಳ ಕೊನೆಯಲ್ಲಿ, ಒಂದು ದಿನ ಬೆಳಿಗ್ಗೆ, ತನ್ನ ಮನೆಯ ಕಿಟಿಕಿಯನ್ನು ಯಾರೋ ತಟ್ಟಿದಂತಾಗಿ ಅವಳಿಗೆ ಎಚ್ಚರವಾಯಿತು. ಆ ಮಸುಕು ಬೆಳಕಿನಲ್ಲಿ, ಕಿಟಿಕಿಯ ಗಾಜಿನ ಮೂಲಕ ನೋಡಿದಾಗ ಅವಳು ಕಂಡಿದ್ದು ತನ್ನ ಮಗನ ಮುಖವನ್ನು, ಮತ್ತು ಈ ಬಾರಿ ಬಂದಿದ್ದು ನಿಜವಾಗಿಯೂ ಅವಳ ಮಗನೇ! ಅವನು ಹಿಟ್ಲರ್‌ನ ಸೈನ್ಯದ ಹರಿದುಹೋದ ಸಮವಸ್ತ್ರವನ್ನು ಧರಿಸಿದ್ದ. ಅವನ ಘಟಕವು ಚೂರುಚೂರಾಗಿತ್ತು. ರಷ್ಯನ್ ಸೈನಿಕರು ತಮ್ಮ ಹಳ್ಳಿಯಿಂದ ಕೆಲವೇ ಕೆಲವು ಕಿಲೋಮೀಟರ್ ದೂರದಲ್ಲಿರುವರೆಂದು ಅವನು ಭಯಭರಿತ ಸ್ವರದಲ್ಲಿ ಹೇಳಿದ. ಆದ್ದರಿಂದ ತನ್ನ ಗೃಹಾಗಮನವನ್ನು ಅತ್ಯಂತ ರಹಸ್ಯವಾಗಿಡಬೇಕೆಂದೂ ಅವನು ತಿಳಿಸಿದ. ಅವರ ಮನೆಯಲ್ಲಿ ಒಂದು ಬಗೆಯ ಸಮಾಲೋಚನೆಯೇ ಬಡೆಯಿತು. ಅದರಲ್ಲಿ ಭಾಗವಹಿಸಿದವರು, ಆ ರೈತ ಹೆಂಗಸು, ಅವಳ ಅಣ್ಣ ಮತ್ತು ಅವಳ ಮಗ. ಆ ಸೆರೆಯಾಳುಗಳನ್ನೆಲ್ಲ ಮುಗಿಸಿಬಿಡುವುದೇ ಎಲ್ಲಕ್ಕಿಂತ ಮೊದಲ ಹಾಗೂ ಮುಖ್ಯವೆಂಬ ತೀರ್ಮಾನಕ್ಕೆ ಅವರು ಬಂದರು. ಯಾಕೆಂದರೆ ಆ ನಾಝಿ ಮನುಷ್ಯ ಬಂದಿದ್ದನ್ನು ಅವರು ನೋಡಿರಬಹುದು. ಒಂದು ಪಕ್ಷ ಹಾಗಿಲ್ಲದಿದ್ದರೂ, ತಮ್ಮನ್ನು ಎಷ್ಟು ಕ್ರೂರವಾಗಿ ನಡೆಸಿಕೊಂಡಿದ್ದರೆಂಬುದನ್ನು ಹೇಳಿಯೇ ಹೇಳುತ್ತಾರೆ.

ಸ್ವಲ್ಪ ದೂರದಲ್ಲೇ ಒಂದು ಬಂಡೆಯ ಗಣಿಯಿತ್ತು. ರಾತ್ರಿಯ ಹೊತ್ತಿನಲ್ಲಿ, ಆ ಸೆರೆಯಾಳುಗಳನ್ನೆಲ್ಲ ಒಬ್ಬೊಬ್ಬರನ್ನಾಗಿ ಕೊಟ್ಟಿಗೆಯಿಂದ ಹೊರಗೆ ಬರುವಂತೆ ಆಕರ್ಷಿಸಿ ಕೊಲ್ಲಬೇಕೆಂದು ನಾಝಿ ಮನುಷ್ಯ ಪಟ್ಟುಹಿಡಿದ. ಆಮೇಲೆ ಆ ಹೆಣಗಳನ್ನೆಲ್ಲ ಗಣಿಯ ಒಳಗಡೆ ಬಿಸಾಕಿದರಾಯಿತು. ಅದಕ್ಕೆ ಮುಂಚೆ ಅವರಿಗೆ ಸ್ವಲ್ಪ ಹೆಂಡ ಕೊಡಬೇಕು. ಇದು ಬಹಳ ವಿಚಿತ್ರವೆಂದು ಅವರು ಭಾವಿಸಲಾರರು ಎಂದ ಆ ಹೆಂಗಸಿನ ಅಣ್ಣ. ಯಾಕೆಂದರೆ ಈಚೆಗೆ ಅವನು ಮತ್ತು ಹೊಲದ ಇತರ ಕೆಲಸಗಾರರು ಆ ರಷ್ಯದವರ ಜೊತೆ ತುಂಬಾ ಒಳ್ಳೆಯ ರೀತಿಯಲ್ಲಿ ನಡೆದುಕೊಳ್ಳುತ್ತಿದ್ದರು. ಕೊನೇ ಘಳಿಗೆಯಲ್ಲಿ ಅವರಿಗೆ ತಮ್ಮ ಬಗ್ಗೆ ಒಳ್ಳೆಯ ಭಾವನೆ ಬರಲಿ ಎಂದು.

ಅನಂತರ ಯುವಕ ನಾಝಿ ತನ್ನ ಯೋಜನೆಯನ್ನು ವಿವರಿಸತೊಡಗಿದ. ಇದ್ದಕ್ಕಿದ್ದಂತೆ ಅವನು ತನ್ನ ತಾಯಿಯ ಕಡೆ ನೋಡಿದ. ಅವಳು ಗಡಗಡ ನಡುಗುತ್ತಿದ್ದಳು. ಸರಿ, ಏನೇ ಆಗಲಿ ಅವಳನ್ನು ಕೊಟ್ಟಿಗೆ ಹತ್ತಿರ ಹೋಗಲು ಬಿಡಬಾರದೆಂದು ಗಂಡಸರು ತೀರ್ಮಾನ ಮಾಡಿದರು. ಹೀಗೆ ಹೆದರಿಕೆ ತುಂಬಿದ ಹೃದಯದೊಂದಿಗೆ ಅವಳು ರಾತ್ರಿಯಾಗುವುದನ್ನೇ ಕಾದಳು. ರಷ್ಯನ್ನರು ತಮಗೆ ಕೊಟ್ಟ ಬ್ರಾಂದಿಯನ್ನು ತುಂಬಾ ಕೃತಜ್ಞತೆಯಿರುವವರ ಹಾಗೆ ತೆಗೆದುಕೊಂಡರು. ಆಮೇಲೆ, ಅವರು ಚೆನ್ನಾಗಿ ಕುಡಿದುಬಿಟ್ಟು ತಮ್ಮ ಭಾಷೆಯ ಶೋಕಭರಿತ ಹಾಡುಗಳನ್ನು ಹಾಡುತ್ತಿರುವುದು ಆ ಹೆಂಗಸಿಗೆ ಕೇಳಿಸಿತು.

ಆದರೆ ಸುಮಾರು ಹನ್ನೊಂದು ಘಂಟೆ ಹೊತ್ತಿಗೆ, ಅವಳ ಮಗ ಕೊಟ್ಟಿಗೆಯೊಳಗೆ

ಹೋದಾಗ ಅವರೆಲ್ಲ ಹೊರಟುಹೋಗಿದ್ದರು. ಅವರು ಕುಡಿದು ಮೈಮರೆತವರ ಹಾಗೆ ಮಾಡಿದ್ದು ಕೇವಲ ನಟನೆಯಾಗಿತ್ತು. ಈ ರೈತರ ಎಂದೂ ಇಲ್ಲದ ಸ್ನೇಹಮಯ ವರ್ತನೆಯಿಂದಲೇ ಅವರ ಮನಸ್ಸಿನಲ್ಲಿ ಅನುಮಾನ ಹುಟ್ಟಿತ್ತು. ಕೆಂಪು ಸೈನ್ಯದವರು ತುಂಬಾ ಹತ್ತಿರದಲ್ಲೇ ಇರಬೇಕು ಅಂತ ಖಂಡಿತವಾಗಿತ್ತು.

ರಷ್ಯನ್ ಸೈನ್ಯ ರಾತ್ರಿ ಮುಗಿಯುವ ಹೊತ್ತಿಗೆ ಬಂತು. ಅವಳ ಮಗ ಚೆನ್ನಾಗಿ ಕುಡಿದು ಬಿದ್ದುಕೊಂಡಿದ್ದ. ಹೆದರಿಕೆಯಿಂದ ದಿಕ್ಕೆಟ್ಟಿದ್ದ ಅವನ ತಾಯಿ, ತನ್ನ ಮಗನ ಸಮವಸ್ತ್ರವನ್ನು ಸುಡಲು ಪ್ರಯತ್ನಿಸುತ್ತಿದ್ದಳು. ಅವಳ ಅಣ್ಣನೂ ಚೆನ್ನಾಗಿ ಕುಡಿದಿದ್ದ. ರಷ್ಯನ್ ಸೈನಿಕರನ್ನು ಮನೆಯ ಒಳಗಡೆ ಕರೆದು ಊಟ ಹಾಕಿದ್ದು ಅವಳೇ. ಅವಳು ಆ ಕೆಲಸವನ್ನು ನಿರ್ಭಾವುಕವಾದ ಕಲ್ಲಿನ ವಿಗ್ರಹದಂತೆ ಮಾಡಿದಳು. ಮಾರನೆಯ ದಿನ ಬೆಳಿಗ್ಗೆ ರಷ್ಯನ್ ಸೈನಿಕರು ಹೊರಟರು. ಕೆಂಪು ಸೈನ್ಯದ ವಿಜಯಯಾತ್ರೆ ಮುಂದುವರಿಯಿತು.

ನಿದ್ದೆಯಿಲ್ಲದೆ, ಕಾಡುಪ್ರಾಣಿಯಂತಿದ್ದ ಅವಳ ಮಗ ಇನ್ನೂ ಸ್ವಲ್ಪ ಬ್ರಾಂದಿ ಬೇಕು ಅಂದ. ಯುದ್ಧರಂಗದಿಂದ ಹಿಂಜರಿಯುತ್ತಿರುವ ಜರ್ಮನ್ ಸೈನ್ಯವನ್ನು ಸೇರಿಕೊಳ್ಳಬೇಕೆನ್ನುವ ತನ್ನ ದೃಢನಿಶ್ಚಯವನ್ನು ಹೇಳಿಕೊಂಡ. ಸಾಯುವ ತನಕ ಹೋರಾಟ ಮುಂದುವರಿಸುತ್ತೇನೆ ಅಂದ. ಇನ್ನು ಮುಂದೆ ಹೋರಾಡುವುದೆಂದರೆ ಖಂಡಿತವಾದ ಸೋಲು ಮತ್ತು ಸಾವು ಎಂಬ ಸಂಗತಿಯನ್ನು. ಅವನ ತಾಯಿ ಅವನಿಗೆ ವಿವರಿಸಲೆತ್ನಿಸಲಿಲ್ಲ. ದಿಕ್ಕುತೋಚದಷ್ಟು ಹತಾಶಳಾದ ಅವಳು ಮಗನ ದಾರಿಗೆ ಅಡ್ಡವಾಗಿ ನಿಂತಳು. ಅವನನ್ನು ದೇಹ ಬಲದಿಂದಲೇ ತಡೆಯುವುದಕ್ಕೆ ಪ್ರಯತ್ನಿಸಿದಳು. ಅವನು ಅವಳನ್ನು ಹುಲ್ಲಿನ ಮೇಲೆ ಕೆಡವಿದ. ಅಲ್ಲಿಂದ ಮೇಲೆದ್ದು ನಿಂತುಕೊಳ್ಳಲು ತಡಕಾಡುತ್ತಿರುವಾಗ, ಅವಳ ಕೈಗೊಂದು ಮರದ ಗೂಟ ಸಿಕ್ಕಿತು. ಸರಿ, ಒಂದು ಸಲ ಅದನ್ನು ಜೋರಾಗಿ ಬೀಸಿ ಅವಳು ಮಗನಿಗೆ ಹೊಡೆದಳು – ಅವನು ಹುಚ್ಚನಂತೆ ಓಡಿ ಹೋಗಲು ಪ್ರಯತ್ನಿಸುತ್ತಿದ್ದಾಗ, ಅವನು ನೆಲದ ಮೇಲೆ ಬಿದ್ದ.

ಅದೇ ದಿನ ಬೆಳಿಗ್ಗೆ, ಆ ರೈತನ ಹೆಂಡತಿ ಪಕ್ಕದ ಹಳ್ಳಿಯಲ್ಲಿದ್ದ ರಷ್ಯನ್ ಸೈನ್ಯದ ಮುಖ್ಯ ಶಿಬಿರಕ್ಕೆ ಒಂದು ಗಾಡಿ ಹೊಡೆದುಕೊಂಡು ಹೋದಳು. ತನ್ನ ಮಗನನ್ನು ಅವರಿಗೆ ಒಪ್ಪಿಸಿದಳು – ಯುದ್ಧ ಕೈದಿಯಾಗಿ. ಎತ್ತುಗಳನ್ನು ಕಟ್ಟಿ ಹಾಕಲು ಉಪಯೋಗಿಸುವ ಕುಣಿಕೆ ಹಗ್ಗದಿಂದ ಆಕೆ ಅವನನ್ನು ಗಟ್ಟಿಯಾಗಿ ಬಿಗಿದಿದ್ದಳು. ಆತ ಜೀವಂತವಾಗಿ ಉಳಿಯಲು ಇದೊಂದೇ ದಾರಿ ಎಂದು ಭಾವಿಸಿ ತಾನು ಹೀಗೆ ಮಾಡಿದ್ದೆಂದು ಆಕೆ ದುಭಾಷಿಯೊಬ್ಬನಿಗೆ ವಿವರಿಸಿದಳು.

○ ಟಿಯೋಡೋರ್ ಶ್ಟೋರ್ಮ್

ದೊಡ್ಡ ಪಡಸಾಲೆಯಲ್ಲಿ

ಆ ದಿನ ಮಧ್ಯಾಹ್ನ ನಾಮಕರಣದ ಸಮಾರಂಭವೊಂದು ನಡೆದಿತ್ತು; ಅದೇ ದಿನ ಹತ್ತಿರ ಹತ್ತಿರ ಮುಸ್ಸಂಜೆ. ಮಗುವಿನ ತಾಯಿ – ತಂದೆ, ತಮ್ಮ ಅತಿಥಿಗಳೊಂದಿಗೆ, ದೊಡ್ಡ ಪಡಸಾಲೆಯಲ್ಲಿ ಕುಳಿತಿದ್ದರು. ಅವರೆಲ್ಲರ ನಡುವೆ, ಆ ಮಗುವಿನ ಮುತ್ತಜ್ಜಿ – ಅದರ ತಂದೆಯ ಅಜ್ಜಿ. ಉಳಿದವರೂ ಹತ್ತಿರದ ಬಂಧುಗಳೇ. ಹಿರಿಯರು, ಕಿರಿಯರು ಎಲ್ಲ. ಆದರೆ ಮುತ್ತಜ್ಜಿ ಉಳಿದೆಲ್ಲರಿಗಿಂತ ಕನಿಷ್ಠ ಪಕ್ಷ, ಒಂದು ತಲೆಮಾರಿನಷ್ಟು ಹಿರಿಯಳು. ಆ ಮಗುವಿಗೆ ಮುತ್ತಜ್ಜಿಯ ಹೆಸರನ್ನೇ ಇಟ್ಟಿದ್ದರು. ಬಾರ್ಬರಾ ಎಂದು. ಆದರೆ ಅದಕ್ಕೆ ಹೆಚ್ಚು ಆಕರ್ಷಕವಾದ ಇನ್ನೊಂದು ಹೆಸರನ್ನೂ ಕೊಡಲಾಗಿತ್ತು. ಯಾಕೆಂದರೆ, ಅಷ್ಟು ಪುಟ್ಟ, ಮುದ್ದು ಮಗುವಿಗೆ ಬಾರ್ಬರಾ ಎನ್ನುವುದು ತುಂಬಾ ಹಳೆಯ ಕಾಲದ ಹೆಸರು. ಆದರೂ ಆ ಮಗುವನ್ನು ಎಲ್ಲರೂ ಕರೆಯಲಿರುವುದು ಅ ಹೆಸರಿನಿಂದಲೇ. ಅದು ಮಗುವಿನ ತಾಯಿ ತಂದೆಗಳಿಬ್ಬರ ಇಷ್ಟವೂ ಆಗಿತ್ತು. ಸ್ನೇಹಿತರು ಎಷ್ಟೇ ಆಕ್ಷೇಪಣೆಗಳನ್ನೆತ್ತಲಿ, ಅವರು ಹಿಂಜರಿದಿರಲಿಲ್ಲ. ಆದರೆ ತನ್ನ ಹಳೆಯ, ಹೊನ್ನಿನಂತಹ ಹೆಸರಿನ ಯೋಗ್ಯತೆ ಮತ್ತು ಸೌಂದರ್ಯಗಳ ಬಗ್ಗೆ ಕೆಲವರಾದರೂ ಅನುಮಾನ ವ್ಯಕ್ತ ಪಡಿಸಿದ್ದರೆಂಬ ಸಂಗತಿ ಖಂಡಿತವಾಗಿಯೂ ಆ ಮುದುಕಿಯ ಕಿವಿಗಳವರೆಗೆ ತಲಪಿರಲಿಲ್ಲ.

ತಾನು ಮಾಡಲೆಂದು ಬಂದ ಪವಿತ್ರ ವಿಧಿಗಳನ್ನು ನಡೆಸಿಕೊಟ್ಟ ಮೇಲೆ ಪಾದ್ರಿ ಹಿಂದಿರುಗಿದ್ದ, ಮನೆಯ ಜನರನ್ನು ಅವರ ಸಂತೋಷ ಕೂಟದಲ್ಲಿಯೇ ಬಿಟ್ಟು. ಈಗ ಅವರವರ ನಡುವೆ ಮಾತು, ಹಳೆಯ ಕಥೆಗಳು ಮತ್ತೆ ಹೇಳಲ್ಪಟ್ಟವು. ಹೇಳಿ ಹೇಳಿ ಹಳೆಯದಾದ ನಗು ತುಂಬಿದ, ಬದುಕು ತುಂಬಿದ ಕಥೆಗಳು. ಅವುಗಳನ್ನು ಕೇಳುತ್ತಿರುವುದು ಇದೇ ಮೊದಲಲ್ಲ; ಕೊನೆಯಂತೂ ಖಂಡಿತ ಅಲ್ಲ. ಎಲ್ಲ ಜನರೂ ಪರಸ್ಪರ ಪಂಡಿತರು. ಹಿರಿಯರು, ತರುಣರ ಬೆಳವಣಿಗೆಯನ್ನು ನೋಡಿದ್ದರು. ಎಲ್ಲರಿಗಿಂತಲೂ ಹಿರಿಯರು, ಇಂದಿನ ಮುದುಕರ ತಲೆ ಬೆಳ್ಳಗಾಗುತ್ತ ಬರುವುದನ್ನು ಕಂಡಿದ್ದರು. ಎಲ್ಲರೂ ತಮ್ಮ

ಬಾಲ್ಯದ ಸಂತೋಷಮಯ, ಮನಸೆಳೆಯುವ ಸರಕುಗಳನ್ನು ಬಿಚ್ಚಿ, ಹರಡಿದರು. ಆ ಕಥೆಗಳು ಬೇರೆ ಯಾರಿಗೂ ಗೊತ್ತಿಲ್ಲದಿದ್ದರೆ ಮುತ್ತಜ್ಜಿಗಂತೂ ಗೊತ್ತೇ ಇರುತ್ತಿದ್ದವು. ಆದರೆ ಅವಳ ಬಗ್ಗೆ ಮಾತ್ರ ಯಾರೂ ಬಾಲ್ಯದ ನೆನಪುಗಳನ್ನು ಹೇಳಲಾರರು. ಅವಳ ಬಾಳ್ಯದ ದಿನಗಳು, ಉಳಿದೆಲ್ಲರ ಹುಟ್ಟಿಗಿಂತ ಹಿಂದೆ ಅಡಗಿದ್ದವು. ಅವುಗಳನ್ನು ತಿಳಿದ ಮನುಷ್ಯ ಮೃತ್ಯುಂಜಯನೇ ಆಗಿರ ಬೇಕಿತ್ತು. ಈ ಬಗೆಯ ಮಾತುಗಳ ಮಧ್ಯೆ ಸಂಜೆಯಾಗಿತ್ತು. ಈ ದೊಡ್ಡ ಪಡಸಾಲೆ ಪಶ್ಚಿಮ ದಿಕ್ಕಿಗೆ ಮುಖ ಮಾಡಿತ್ತು; ಅದರ ಗುಲಾಬಿಯ ಗೋಡೆಗಳ ಮೇಲೆ ಪ್ಲಾಸ್ಟರ್ ಗುಲಾಬಿಗಳು. ಆ ಗುಲಾಬಿಗಳ ಮೇಲೆ ಕಿಟಿಕಿಯ ಮೂಲಕ ಹರಿದುಬರುವ ಹೊಳೆಹೊಳೆಯುವ ಬೆಳಕು. ಅನಂತರ ಅದೂ ಮಸುಕಾಗಿ ಕರಗಿಹೋಯಿತು. ನಿಧಾನವಾಗಿ ಮೌನ ಇಳಿದಿತ್ತು. ಎಲ್ಲೋ ದೂರದಲ್ಲಿ ಏಕಪ್ರಕಾರವಾದ, ಅರ್ಥವಿಲ್ಲದ ಮೊರೆತದ ಶಬ್ದ. ಅತಿಥಿಗಳಲ್ಲಿ ಕೆಲವರು ಅದನ್ನು ಕೇಳುತ್ತಲೇ ಇದ್ದರು.

"ಅದು ಸಮುದ್ರ" ಎಂದಳು, ಎಳೆಹರೆಯದ ತಾಯಿ.

"ಹೌದು, ನಾನು ಅನೇಕ ಬಾರಿ ಆ ಶಬ್ದವನ್ನು ಕೇಳಿದ್ದೇನೆ. ಎಂದಿನಿಂದಲೂ ಆ ಮೊರೆತ ಹಾಗೆಯೇ," ಎಂದಳು ಮುದುಕಿ.

ಮತ್ತೆ, ಯಾರೂ ಮಾತನಾಡಲಿಲ್ಲ. ಹೊರಗಡೆ, ಕಿಟಿಕಿಗಳ ಮುಂದೆ, ಅಗಲ ಕಿರಿದಾದ, ಕಲ್ಲುಹಾದಿಯ ಪಕ್ಕದಲ್ಲಿ ದೊಡ್ಡದೊಂದು ನಿಂಬೆಯ ಮರ. ಅದರ ಎಲೆಗಳ ಕೆಳಗೆ, ವಿಶ್ರಾಂತಿಗೆ ಸಿದ್ಧವಾಗುತ್ತಿರುವ ಗುಬ್ಬಚ್ಚಿಗಳ ಶಬ್ದವನ್ನು ಕೇಳಬಹುದು. ಮನೆಯೊಡೆಯ ತನ್ನ ಪಕ್ಕದಲ್ಲಿ ಕುಳಿತ ಬಾಳಗೆಳತಿಯ ಕೈಯನ್ನು ಮೃದುವಾಗಿ ಹಿಡಿದಿದ್ದಾನೆ. ಇಬ್ಬರದೂ ಮೌನ. ಅವನ ದೃಷ್ಟಿ, ಎತರದಿಂದ ಅಧಿಕಾರದೃಷ್ಟಿಯಿಂದ ತನ್ನ ಕಡೆಗೆ ದಿಟ್ಟಿಸುತ್ತಿರುವ ಪ್ಲಾಸ್ಟರ್ ಮೇಲ್ಛಾವಣಿಯ ಕಡೆಗೆ ನಾಟಿದೆ.

"ಏನದು ?" ಅವನ ಅಜ್ಜಿಯ ಪ್ರಶ್ನೆ.

"ಈ ಛಾವಣಿ ಬಿರುಕು ಬಿಟ್ಟಿದೆ, ಕಾರ್ನಿಸ್ ಕೂಡ ಶಿಥಿಲವಾಗಿದೆ ; ಅಜ್ಜಿ, ಈ ಪಡಸಾಲೆ ಹಳೆಯದಾಗುತ್ತಿದೆ, ನಾವಿದನ್ನು ಮತ್ತೆ ಕಟ್ಟಬೇಕು" ಎಂದ ಅವನು.

"ಇಲ್ಲ, ಇದು ಅಷ್ಟು ಹಳೆಯದಾಗಿಲ್ಲ, ಇದನ್ನು ಕಟ್ಟಿದ ದಿನಗಳು ನನಗಿನ್ನೂ ನೆನಪಿವೆ."

"ಕಟ್ಟಿದ ದಿನಗಳು ? ಹಾಗಾದರೆ ಇಲ್ಲಿ ಮುಂಚೆ ಏನಿತ್ತು ?"

"ಮುಂಚೆ ?" ಅಜ್ಜಿ ಅವನ ಮಾತನ್ನೇ ಮತ್ತೆ ಹೇಳಿದಳು. ಆಮೇಲೆ ಸ್ವಲ್ಪ ಹೊತ್ತು ಅವಳು ಮೌನಿಯಾದಳು ; ಜೀವರಹಿತ ವಿಗ್ರಹದಂತೆ ಸುಮ್ಮನೆ ಕುಳಿತಳು, ಅವಳ ಕಣ್ಣುಗಳು ಭೂತಕಾಲದ ನೋಟಗಳಲ್ಲಿ ಕರಗಿದವು. ಅವಳ ಆಲೋಚನೆಗಳು ಎಂದೋ ಮಾಯವಾದ ಸಂಗತಿಗಳ ನಡುವೆ ಸಂಚರಿಸಿದವು. ಕೊನೆಗೆ ಅವಳು ಮಾತನಾಡಿದಳು :

"ಇಂದಿಗೆ ಸುಮಾರು ಎಂಬತ್ತು ವರ್ಷಗಳಾದವು ; ನಾನು ಮತ್ತು ನಿಮ್ಮ ಅಜ್ಜ, ಅನೇಕ ಬಾರಿ ಈ ಕಥೆಯನ್ನು ಮೆಲುಕುಹಾಕಿದ್ದೇವೆ – ಆ ದಿನಗಳಲ್ಲಿ ಮನೆಯಿಂದ ಹೊರಗೆ ಬಂದರೆ ಈ ಪಡಸಾಲೆಗೆ ಬದಲು ಒಂದು ಚಿಕ್ಕ ಉದ್ಯಾನವನ ಇತ್ತು. ಆದರೆ ಆಗ ಇದ್ದ ಮುಂಬಾಗಿಲು ಇದಲ್ಲ. ಹಳೆಯ ಬಾಗಿಲು ಗಾಜಿನದು. ಆದ್ದರಿಂದ, ಬೀದಿಯ ಬಾಗಿಲವರೆಗೆ ಬರುವುದೇ ತಡ, ಗಾಜಿನ ಮೂಲ ಉದ್ಯಾನವನ ಕಾಣಿಸುತ್ತಿತ್ತು. ಮೂರೇ ಮೂರು ಮೆಟ್ಟಲುಗಳು. ಅವುಗಳ ಎರಡೂ ಕಡೆ, ಬಣ್ಣ ಬಣ್ಣದ ಚೀನೀ ಕೈಕಂಬಿಗಳು. ಮೆಟ್ಟಲು ಇಳಿದ ಕೂಡಲೆ ಹೂ ತುಂಬಿದ ತೋಟ, ಅದರ ನಡುವೆ ಅಗಲವಾದ, ಕಪ್ಪೆ ಚಿಪ್ಪುಗಳನ್ನು

ಜೋಡಿಸಿದ ದಾರಿ. ಆ ದಾರಿಯ ಆ ಕಡೆ–ಈ ಕಡೆ ಇಟ್ಟಿಗೆಗಳ ಸೀಮಾರೇಖೆ. ಆ ದಾರಿಗುಂಟ ಸಾಗಿದರೆ, ಲೈಮ್ ಮರಗಳ ಛಾಯಾವನ ಮತ್ತು ಅದಕ್ಕಿಂತ ಮುಂಚೆ, ಎರಡು ಚೆರ್‍ರಿ ಮರಗಳ ನಡುವೆ ಒಂದು ಉಯ್ಯಾಲೆ. ಲೈಮ್‌ವನದ ಎರಡೂ ಕಡೆ, ಎತ್ತರವಾದ ಗೋಡೆಗಳಿಗೆ ಅಂಟಿಕೊಂಡಂತೆ ತುಂಬ ಎಚ್ಚರಿಕೆಯಿಂದ ಬೆಳೆಸಿದ ಏಪ್ರಿಕಾಟ್ ಮರಗಳು. ಇವುಗಳ ನಡುವೆ, ಬೇಸಿಗೆಕಾಲದ ಮಧ್ಯಾಹ್ನಗಳಲ್ಲಿ, ಪ್ರತಿದಿನವೂ, ನಿಮ್ಮ ಮುತ್ತಜ್ಜನನ್ನು ನೋಡಬಹುದಾಗಿತ್ತು. ಅವನು ನಿರ್ದಿಷ್ಟ ಹೊತ್ತಿನಲ್ಲಿ, ಈ ಕಾಲುದಾರಿಯಲ್ಲಿ ಓಡಾಡುತ್ತಿದ್ದ – ಕೆಲವು ಬಾರಿ ಅರಿಕ್ಯುಲಮ್ ಮತ್ತು ಡಚ್ ಟ್ಯುಲಿಪ್ ಗಿಡಗಳನ್ನು ಸರಿಪಡಿಸುತ್ತ. ಮತ್ತೆ ಕೆಲವು ಬಾರಿ ಕೋಮಲವಾದ ಸಸಿಗಳನ್ನು, ನೆಲದಲ್ಲಿ ಹೂಳಿದ ಕಡ್ಡಿಯೊಂದಕ್ಕೆ ನಾರಿನಿಂದ ಕಟ್ಟಿ ಅವುಗಳಿಗೆ ಆಸರೆ ಕೊಡುತ್ತ. ಅವನು ತುಂಬಾ ಕಟ್ಟುನಿಟ್ಟಾದ ಒರಟು ಮನುಷ್ಯ. ಸೈನಿಕನ ಹಾಗೆ ನಡೆ, ನುಡಿ, ಗತ್ತು. ದಟ್ಟವಾದ ಕಪ್ಪು ಹುಬ್ಬಗಳು, ಬಿಳಿಯ ಬಣ್ಣದ ವಿಗ್, ಒಟ್ಟಿನಲ್ಲಿ ನೋಡಿದ ಕೂಡಲೇ ಗೌರವ ಮೂಡಿಸುವ ವ್ಯಕ್ತಿತ್ವ.

“ಹೀಗಿರುವಾಗ, ಒಂದು ಆಗಸ್ಟ್ ತಿಂಗಳ ಸುಂದರ ಮಧ್ಯಾಹ್ನ ನಿಮ್ಮ ಅಜ್ಜ ಉದ್ಯಾನವನದ ಮೆಟ್ಟಿಲುಗಳನ್ನು ಇಳಿದು ಒಳಗೆ ಬಂದ. ಆದರೆ ಆಗಿನ್ನೂ ಅವನು ಅಜ್ಜನಾಗುವುದಕ್ಕೆ ಬಹಳ ಕಾಲವಿತ್ತು. ಈಗಲೂ ನನ್ನ ಮುದಿ ಕಣ್ಣುಗಳು, ಅವನು ನಿಮ್ಮ ಮುತ್ತಜ್ಜನ ಕಡೆಗೆ ಮೃದುವಾದ ಹೆಜ್ಜೆಗಳನ್ನಿಡುತ್ತ ನಡೆದುದನ್ನು ಕಾಣಬಲ್ಲವು. ಅವನು ತುಂಬಾ ಸುಂದರವಾದ ಕಸೂತಿ ಮಾಡಿದ ಹಣದ ಚೀಲದಿಂದ ಪತ್ರವೊಂದನ್ನು ಹೊರಗೆ ತೆಗೆದ. ಬಳಿಕ ತಲೆಬಾಗಿ ಅದನ್ನು ನಿಮ್ಮ ಮುತ್ತಜ್ಜನಿಗೆ ಕೊಟ್ಟ. ಅವನು ಸುಕುಮಾರವಾದ ಆಕರ್ಷಕ ಕಣ್ಣುಗಳ ಸುಸಂಸ್ಕೃತ ತರುಣನಾಗಿದ್ದ. ಅವನ ಕಡುಗಪ್ಪು ಬಣ್ಣದ ವಿಗ್‌ಗೂ, ಹೊಳೆಹೊಳೆಯುವ ಮೈಬಣ್ಣಕ್ಕೂ ತುಂಬಾ ಒಳ್ಳೆಯ ಹೊಂದಾಣಿಕೆ ಇತ್ತು. ಮುತ್ತಿನಂಥ ಬೂದುಬಣ್ಣದ ಅವನ ಕೋಟ್ ಕೂಡಾ ಅಷ್ಟೆ. ಹೇಳಿ ಮಾಡಿಸಿದ ಹಾಗಿತ್ತು. ನಿಮ್ಮ ಮುತ್ತಜ್ಜ ಆ ಪತ್ರವನ್ನು ಓದಿ ಮುಗಿಸಿದ, ಸಮ್ಮತಿ ಸೂಚಕವಾಗಿ ತಲೆ ಹಾಕಿದ, ಅನಂತರ ನಿಮ್ಮ ಅಜ್ಜನ ಕೈಕುಲುಕಿದ. ಅವನಿಗೆ ನಿಮ್ಮ ಅಜ್ಜ ತುಂಬಾ ಇಷ್ಟವಾಗಿರಬೇಕು. ಯಾಕೆಂದರೆ ಅವನು ಯಾರೊಂದಿಗಾದರೂ ಕೈಕುಲುಕುತ್ತಿದ್ದುದು ಬಹಳ ಅಪರೂಪ. ಆಮೇಲೆ ಮುತ್ತಜ್ಜ ಮನೆಯೊಳಗೆ ಹೋದ. ಸರಿ ನಿಮ್ಮ ಅಜ್ಜ ತೋಟದೊಳಗೆ ನಡೆಯತೊಡಗಿದ.

“ಲೈಮ್ ಗಿಡಗಳ ತೋಪಿಗಿಂತ ಸ್ವಲ್ಪ ಮುಂಚೆ ಸಿಗುವ ಉಯ್ಯಾಲೆಯ ಮೇಲೆ, ಎಂಟು ವರ್ಷದ ಒಬ್ಬ ಹುಡುಗಿ ಕುಳಿತಿದ್ದಳು. ಅವಳ ತೊಡೆಯ ಮೇಲೊಂದು ಬೊಂಬೆಯ ಪುಸ್ತಕ. ಅವಳು ಅದನ್ನು ತುಂಬ ಆಸಕ್ತಿಯಿಂದ ಓದುತ್ತಿದ್ದಳು. ಅವಳ ಬಂಗಾರದ ಬಣ್ಣದ ಮುಂಗುರುಳುಗಳು ಬೆಚ್ಚನೆಯ ಮುಖದ ಸುತ್ತಲೂ ಕೆಳಗಿಳಿದು ಹೊಳೆಯುತ್ತಿದ್ದವು. ಬಂಗಾರದ ಕೂದಲಿನ ಮೇಲೆ ಹೊಳೆಹೊಳೆಯುವ ಬೆಳ್ಳಿ ಬಿಸಿಲು. ‘ಏನು ನಿನ್ನ ಹೆಸರು ?’ ಎಂದು ಕೇಳಿದ ಆ ಯುವಕ.

“ಮುಂಗುರುಳುಗಳನ್ನು ಹಿಂದೆ ಚೆಲ್ಲಿ ಅವಳು ಹೇಳಿದಳು : ‘ಬಾರ್ಬರಾ’.

“ಹುಷಾರಾಗಿರಮ್ಮ ಹುಡುಗಿ. ನಿನ್ನ ಕೂದಲು ಬಿಸಿಲಿಗೆ ಕರಗಿ ಹೋದಾವು.”

“ಅವಳು ವೇಗವಾಗಿ ತನ್ನ ತಲೆಗೂದಲ ಮೇಲೆ ಕೈಯಾಡಿಸಿದಳು. ಆ ತರುಣ ಮುಗುಳ್ನಕ್ಕ – ಅದು ತುಂಬಾ ನನವಿರಾದ ಮೆಲುನಗೆ, ‘ಹೆದರ ಬೇಡ. ಬಾ, ನಾವು ಜೋಕಾಲೆ ಆಡೋಣ,’ ಎಂದ ಅವನು.

"ಅವಳು ಕೆಳಗೆ ಚಿಮ್ಮಿದಳು, 'ಒಂದು ನಿಮಿಷ ಇರು. ನಾನು ಈ ಪುಸ್ತಕವನ್ನು ಜೋಪಾನವಾಗಿ ಎತ್ತಿಡಬೇಕು.' "

"ಅವಳು ಅದನ್ನು ಛಾಯಾವನದ ಕಲ್ಲುಬೆಂಚಿನ ಮೇಲಿಟ್ಟಳು. ಅವಳು ಹಿಂದಿರುಗಿದಾಗ ಅವನು ಅವಳನ್ನು ಮೇಲೆತ್ತಿ ಉಯ್ಯಾಲೆಯ ಮೇಲೆ ಕೂಡಿಸಹೋದ. ಅವಳು, 'ಬೇಡ, ನಾನೊಬ್ಬಳೇ ಅದನ್ನು ಹತ್ತಬಲ್ಲೆ' ಎಂದಳು. ಅನಂತರ, ಉಯ್ಯಾಲೆಯ ಮೇಲೆ ನಿಂತುಕೊಂಡು, 'ಸರಿ, ಇನ್ನು ನೂಕು' ಎಂದು ಕೂಗಿದಳು. ನಿಮ್ಮ ಅಜ್ಜ ಅದನ್ನು ನೂಕತೊಡಗಿದ. ಅವನ ವಿಗ್, ಭುಜಗಳ ಸುತ್ತ ನರ್ತಿಸಲು ಮೊದಲು ಮಾಡಿತು. ಒಮ್ಮೆ ಅವನ ಎಡಕ್ಕೆ, ಇನ್ನೊಮ್ಮೆ ಬಲಕ್ಕೆ. ಆ ಪುಟಾಣಿ ಕನ್ಯೆ ತುಂಬು ಬೆಳಕಿನಲ್ಲಿ ಏರಿದಳು, ಇಳಿದಳು. ಅವಳ ಗುಂಗುರು ಕೂದಲುಗಳು ಕುಣಿದವು, ಗಾಳಿಯಲ್ಲಿ ಹಾರಿದವು –ಉಲ್ಲಾಸವೇ ಮೂರ್ತಿವೆತ್ತಂತೆ. ಆದರೆ ಎಷ್ಟು ಮೇಲೇರಿದರೂ ಅವಳಿಗೆ ಸಾಲದು, ತೃಪ್ತಿಯಿಲ್ಲ. ಇಗೋ, ಈಗ ಉಯ್ಯಾಲೆ, ಲಿಂಡೆನ್ ಮರದ ಕೊಂಬೆಗಳ ನಡುವೆ ನುಸುಳುತ್ತಿದೆ. ಎರಡೂ ಪಕ್ಕಗಳಲ್ಲಿದ್ದ ಲತಾಮಂಟಪಗಳ ಮೇಲಿನ ಹಕ್ಕಿಗಳು ಹೆದರಿ ಹಾರಿದವು. ಅವು ಹಾರಿದ ರಭಸಕ್ಕೆ, ಆ ಮಂಟಪದ ಮೇಲೆ ಹಬ್ಬಿಸಿದ ಏಪ್ರಿಕಾಟ್ ಬಳ್ಳಿ ನಡುಗಿತು, ಅತಿಯಾಗಿ ಮಾಗಿದ ಹಣ್ಣುಗಳು ನೆಲದ ಮೇಲೆ ಉರುಳಿದವು.

" 'ಏನದು ?' ಎಂದ ಆ ಯುವಕ, ಜೋಕಾಲೆಯನ್ನು ತಡೆದು ನಿಲ್ಲಿಸಿದ. ಅವನು ಅಂತಹ ಪ್ರಶ್ನೆಯನ್ನು ಕೇಳುತ್ತಿರುವನಲ್ಲಾ ಎಂದು ಅವಳಿಗೆ ನಗು. 'ಓ ಅದಾ ? ಅದು ರಾಬಿನ್ ಪಕ್ಷಿ. ಸಾಮಾನ್ಯವಾಗಿ ಅದು ಇಷ್ಟು ನಾಚುಗುಳಿಯಲ್ಲ.'

"ಅವನು, ಅವಳನ್ನು ಕೆಳಗಿಳಿಸಿದ. ಅವರಿಬ್ಬರೂ ಲತಾಮಂಟಪದ ಕಡೆಗೆ ಹೊರಟರು ; ಬಂಗಾರದ ಬಣ್ಣದ ಹಣ್ಣು ಪೊದೆಗಳ ನಡುವೆ ಬಿದ್ದಿತ್ತು. 'ಓ, ನಿನ್ನ ಹಕ್ಕಿ ನಿನಗೊಂದು ಉಡುಗೊರೆ ಕೊಟ್ಟಿದೆ' ಎಂದ ಅವನು. ಅವಳು ಇಲ್ಲವೆಂದು ತಲೆಯಾಡಿಸುತ್ತ ತುಂಬ ಸೊಗಸಾದ ಏಪ್ರಿಕಾಟ್ ಒಂದನ್ನು ಅವನ ಕೈಯಲ್ಲಿಟ್ಟಳು. 'ಇದು, ನಿನಗೆ' ಎಂದು ಬಹಳ ಮೃದುವಾಗಿ ಪಿಸುಗುಟ್ಟಿದಳು.

"ಅಷ್ಟು ಹೊತ್ತಿಗೆ ನಿಮ್ಮ ಮುತ್ತಜ್ಜ ಉದ್ಯಾನವನಕ್ಕೆ ಹಿಂದಿರುಗಿದ, 'ಎಚ್ಚರಿಕೆ, ಎಚ್ಚರಿಕೆ, ಆಮೇಲೆ ನಿನಗೆ ಅವಳ ಕಾಟ ಎಂದೆಂದಿಗೂ ತಪ್ಪೋದಿಲ್ಲ' ಎನ್ನುವಾಗಲೂ ಅವನ ಮುಖದ ಮೇಲೆ ತುಂಟ ನಗು ನಲಿಯುತ್ತಿತ್ತು. ಅನಂತರ ಅವರಿಬ್ಬರೂ ಬೇರಾವುದೋ ವ್ಯವಹಾರದ ವಿಷಯಗಳನ್ನು ಮಾತನಾಡುತ್ತ ಮನೆಯೊಳಗಡೆ ಪ್ರವೇಶಿಸಿದರು.

"ಆ ದಿನ ಸಂಜೆ, ಪುಟ್ಟ ಬಾರ್ಬರಾಗೆ, ಉಳಿದ ಅತಿಥಿಗಳೊಂದಿಗೆ ಮೇಜಿನ ಮುಂದೆ ಕುಳಿತುಕೊಂಡು ಊಟ ಮಾಡಲು ಅನುಮತಿ ದೊರಕಿತು. ಆ ದಯಾಳು ಯುವಕ ಅವಳ ಪರವಾಗಿ ಬೇಡಿಕೊಂಡಿದ್ದ. ಆದರೆ ಘಟನೆಗಳು ಅವಳ ಇಷ್ಟಕ್ಕೆ ಅನುಗುಣವಾಗಿ ನಡೆಯಲಿಲ್ಲ. ಯಾಕೆಂದರೆ ಅತಿಥಿಗೆ, ಅವಳ ತಂದೆಯ ಪಕ್ಕದ ಗೌರವ ಸ್ಥಾನ ಮೀಸಲಾಗಿತ್ತು. ಆದರೆ ಅವಳಿನ್ನೂ ಚಿಕ್ಕ ಹುಡುಗಿ. ಊಟದ ಮೇಜಿನ ಇನ್ನೊಂದು ಮೂಲೆಯಲ್ಲಿ ಎಲ್ಲರಿಗಿಂತಲೂ ಕಿರಿಯನಾದ ಗುಮಾಸ್ತನ ಜೊತೆಯಲ್ಲಿ ಅವಳು ಕುಳಿತುಕೊಳ್ಳಬೇಕಾಗಿ ಬಂತು. ಆದ್ದರಿಂದ ಅವಳು ಬೇಗ ಬೇಗ ತನ್ನ ಊಟ ಮುಗಿಸಿ, ಕಳ್ಳ ಹೆಜ್ಜೆ ಇಡುತ್ತ ತಂದೆಯ ಕುರ್ಚಿಯ ಕಡೆಗೆ ನಡೆದಳು. ಆದರೆ ಅವನು ಆ ಯುವಕನೊಂದಿಗೆ ಲೆಕ್ಕಪತ್ರಗಳ ವಿಷಯ ಮಾತಾಡಿದ್ದೂ ಮಾತಾಡಿದ್ದೇ. ಪಾಪ, ನಮ್ಮ ಬಡಪಾಯಿ ಬಾರ್ಬರಾಳತ್ತ ಕಣ್ಣೆತ್ತಿ ನೋಡಲು ಕೂಡ ಅವನಿಗೆ ಅವಕಾಶವಾಗಲಿಲ್ಲ. ಹೌದು, ಹೌದು. ಈ ಘಟನೆಗಳೆಲ್ಲ ನಡೆದು ಎಂಬತ್ತು ವರ್ಷಗಳಾಗಿವೆ.

ಆದರೆ ಮುದುಕಜ್ಜಿಗೆ ಎಲ್ಲವೂ ಚೆನ್ನಾಗಿ ನೆನಪಿದೆ. ಆ ದಿನ ಬಾರ್ಬರಾಗೆ ಕೋಪವೆಂದರೆ ಕೋಪ. ತನ್ನ ಪ್ರೀತಿಯ ತಂದೆಯನ್ನು ಕಂಡರೂ ಅಷ್ಟೇ. ಘಂಟೆ ಹತ್ತಾಯಿತು. ಅವಳೀಗ ವಿದಾಯ ಹೇಳಬೇಕಾಗಿತ್ತು. 'ಶುಭ ರಾತ್ರಿ' ಹೇಳಲು ಅವಳು ನಿಮ್ಮ ಅಜ್ಜನತ್ತ ಬಂದಾಗ, ಅವನೊಂದು ಪ್ರಶ್ನೆ ಕೇಳಿದ: 'ನಾಳೇನೂ ನಾವು ಉಯ್ಯಾಲೆ ಆಡೋಣ್ವಾ?' ತಕ್ಷಣ ಬಾರ್ಬರಾ ಮೊದಲಿನಂತೆ ಆನಂದಮಯಿಯಾದಳು, 'ಆಹಾ, ಇನ್ನೂ ಪುಟಾಣಿ ಕೂಸು' ಎಂದ ನಿಮ್ಮ ಮುತ್ತಜ್ಜ. ಆದರೂ ಅವನಿಗೆ ಆ ಹುಡುಗಿಯೆಂದರೆ ಪ್ರಾಣ, ಹುಚ್ಚು ಪ್ರೀತಿ. ಮತ್ತೆ ಮಾರನೆಯ ದಿನ ಸಂಜೆ, ನಿಮ್ಮ ಮುತ್ತಜ್ಜ ನಮ್ಮಿಬ್ಬರನ್ನು ಒಟ್ಟಿಗೆ ಬಿಟ್ಟು ಆಚೆ ಹೋದ.

"ಎಂಟು ವರ್ಷಗಳು ಕಳೆದವು. ಎಷ್ಟೋ ಬಾರಿ, ಚಳಿಗಾಲದ ದಿನಗಳಲ್ಲಿ ಪುಟ್ಟ ಬಾರ್ಬರಾ ಗಾಜಿನ ಬಾಗಿಲ ಬಳಿ ನಿಂತು, ಅದರ ಮೇಲೆ ತನ್ನ ಬಿಸಿಯುಸಿರನ್ನು ಬಿಡುತ್ತಿದ್ದಳು. ಆಮೇಲೆ ಬಾಗಿಲ ಇಣಿಕು ಸಂದಿಯ ಮೂಲಕ ಮಂಜು ತುಂಬಿದ ತೋಟದೊಳಗೆ ನೋಡಿ, ಕನಸು ಕಾಣುತ್ತಿದ್ದಳು. ಸುಂದರವಾದ ಬೇಸಿಗೆಯ ಕನಸು, ಹೊಳೆಹೊಳೆಯುವ ಎಲೆಗಳ, ಶಾಖ ತುಂಬಿದ ಸೂರ್ಯನ ಕನಸು. ಲತಾಮಂಟಪಗಳಲ್ಲಿ ಗೂಡು ಕಟ್ಟುವ ರಾಬಿನ್ ಪಕ್ಷಿಯ ಕನಸು. ನೆಲದ ಮೇಲೆ ಉರುಳಿದ ಏಪ್ರಿಕಾಟ್ ಹಣ್ಣಿನ ಕನಸು. ಆಮೇಲೆ ಬೇಸಿಗೆಯ ಮಧ್ಯಾಹ್ನದ ಕನಸು. ಎಲ್ಲಕ್ಕಿಂತ ಕೊನೆಗೆ, ಬೇರಾವುದೂ ಅಲ್ಲ, ಒಂದೇ ಒಂದು ಸುಂದರ ಮಧ್ಯಾಹ್ನದ ನೆನಪು. ಹೀಗೆಯೇ ವರ್ಷಗಳು ಕಳೆದವು. ಪುಟ್ಟ ಬಾರ್ಬರಾ ಈಗ ಮೊದಲಿಗಿಂತ ಎರಡರಷ್ಟು ದೊಡ್ಡವಳಾಗಿದ್ದಳು. ಹಾಗೆ ನೋಡಿದರೆ ಈಗ ಅವಳು 'ಪುಟ್ಟ' ಬಾರ್ಬರಾ ಆಗಿರಲಿಲ್ಲ. ಆದರೆ ಬೇಸಿಗೆ ಕಾಲದ ಅದೊಂದು ದಿನ ಅವಳ ಮನಸ್ಸಿನಲ್ಲಿ ಉಜ್ವಲವಾಗಿ ಉಳಿದಿತ್ತು. ಕೊನೆಗೊಂದು ದಿನ ಅವನು ವಾಸ್ತವವಾಗಿ ಹಿಂದಿರುಗಿ ಬಂದ.

"ಯಾರು ? ಬೇಸಿಗೆಯ ದಿನವೇ ??" ಹೀಗೆಂದ ಅವಳ ಮೊಮ್ಮಗನ ಮುಖದಲ್ಲಿ ತುಂಟ ಮುಗುಳ್ನಗು.

"ಹೌದು, ಹೌದು. ನಿಮ್ಮ ಅಜ್ಜ ಬಂದ. ಆಗಲೂ ಬೇಸಿಗೆಯೇ. ಅಂದು ಸುಂದರ ಮಧ್ಯಾಹ್ನವೇ," ಎಂದಳು ಅವಳು.

"ಆಮೇಲೆ ?" ಎಂದು ಅವನ ಮರುಪ್ರಶ್ನೆ.

"ಆಮೇಲೆ...ಒಂದು ಮದುವೆ ನಡೆಯಿತು. ಪುಟ್ಟ ಬಾರ್ಬರಾ ನಿಮ್ಮ ಅಜ್ಜಿಯಾದಳು. ಈಗ ಇರುವ ಹಾಗೆಯೇ, ನಿಮ್ಮೆಲ್ಲರ ನಡುವೆ ಕುಳಿತುಕೊಂಡು ಹಳೆಯ ಕಥೆಗಳನ್ನು ಹೇಳುತ್ತಿರುವಂತೆಯೇ. ನಿಮ್ಮ ಮುತ್ತಜ್ಜ ಈ ಪಡಸಾಲೆ ಕಟ್ಟಿಸಿದ್ದು ಆಗಲೇ. ಸರಿ, ಅಲ್ಲಿಗೆ ಉದ್ಯಾನವನದ ಮತ್ತು ಹೂಗಳ ಕಥೆ ಮುಗಿಯಿತು. ಆದರೆ ಅದರ ಬಗ್ಗೆ ಯಾರೂ ತಲೆಕೆಡಿಸಿಕೊಳ್ಳಲಿಲ್ಲ. ಯಾಕೆಂದರೆ ಅವನ ಮಧ್ಯಾಹ್ನದ ವಿಶ್ರಾಂತಿಯ ಕ್ಷಣಗಳನ್ನು ಉಲ್ಲಾಸಮಯವಾಗಿಸಲು ಬಹಳ ಬೇಗ ಜೀವಂತ ಪುಷ್ಪಗಳು ಬಂದವು. ಪಡಸಾಲೆ ಕಟ್ಟಿಸುವ ಕೆಲಸ ಮುಗಿದ ಕೂಡಲೇ ಮದುವೆಯ ಸಮಾರಂಭ. ವಿಜೃಂಭಣೆಯ ಮದುವೆ. ಅದು ಮುಗಿದ ಎಷ್ಟೋ ದಿನಗಳವರೆಗೆ ಅತಿಥಿಗಳು ಅದರ ಬಗ್ಗೆ ಮಾತನಾಡುವುದನ್ನು ನಿಲ್ಲಿಸಲಿಲ್ಲ. ಆಗ ನೀವು ಯಾರೂ ಇರಲಿಲ್ಲ. ಈಗ ನೋಡಿ. ನೀವಿಲ್ಲದಿದ್ದರೆ ಏನೂ ನಡೆಯವುದೇ ಇಲ್ಲವೇನೋ ಎನ್ನುವಂತೆ ಹಾರಾಡುತ್ತೀರಿ. ಆಗ ನಿಮ್ಮ ತಂದೆಯರು, ಅಜ್ಜಿಂದಿರು, ತಾಯಿಯರು ಮತ್ತು ಅಜ್ಜಯರು ಇದ್ದರು. ಎಲ್ಲರೂ ಗೌರವಪಾತ್ರರಾದ ಜನ. ಯಾರು ಕಳಪೆ ಅಲ್ಲ. ನಿಜ, ಆ ಕಾಲದಲ್ಲಿ ಈಗಿನಷ್ಟು ಆಡಂಬರಗಳಿರಲಿಲ್ಲ. ನಾವು ಎಲ್ಲ

ಬಲ್ಲವರಂತೆ ಆಡುತ್ತಿರಲಿಲ್ಲ. ನಮ್ಮನ್ನು ಆಳುವವರಿಗಿಂತ ನಮಗೇ ಹೆಚ್ಚು ತಿಳಿದಿದೆಯೆಂದು ಮೆರೆಯುತ್ತಿರಲಿಲ್ಲ. ಯಾರಾದರೂ ರಾಜಕೀಯದಲ್ಲಿ ಮೂಗು ತೂರಿಸಹೋದರೆ ನಾವು ಅವನನ್ನು ಅಧಿಕಪ್ರಸಂಗಿ, ಅಡ್ಡಕಸಬಿ ಎಂದು ಕರೆಯುತ್ತಿದ್ದೆವು. ಅವನೇನಾದರೂ ಚಮ್ಮಾರನಾಗಿದ್ದರೆ, ನಾವು ನಮ್ಮ ಪಾದರಕ್ಷೆಗಳನ್ನು ಕೊಳ್ಳಲು ಅವನ ಪಕ್ಕದ ಅಂಗಡಿಗೆ ಹೋಗುತ್ತಿದ್ದೆವು. ಹುಡುಗಿಯರೂ ಅಷ್ಟೇ. ಸಾರಾ, ಜೇನ್ ಮೊದಲಾದ ಸರಳ ಹೆಸರುಗಳು. ನಮ್ಮ ಬಟ್ಟೆಬರೆಗಳೂ ಈ ನಮ್ಮ ಅಂತಸ್ತಿಗೆ ತಕ್ಕ ಹಾಗೆ ಇರುತ್ತಿದ್ದವು. ಆದರೆ ಈಗ, ನೀವೂ ಕೂಡ ಅಧಿಕಾರಿಗಳ ಹಾಗೆ, ಸೈನಿಕರ ಹಾಗೆ ಮೀಸೆ ಬಿಟ್ಟದ್ದೀರಿ. ನಾಳೆ ಏನು ಮಾಡಬೇಕೂಂತೀರೋ ಯಾರಿಗೆ ಗೊತ್ತು. ನಿಮಗೆಲ್ಲ ನೀವೇ ಆಡಳಿತ ನಡೆಸಬೇಕು ಅಂತ ಇಷ್ಟಾನಾ ?"

"ಹೌದು, ಖಂಡಿತವಾಗಿ" ಎಂದ ಮೊಮ್ಮಗ.

"ಹಾಗಾದರೆ ರಾಜವಂಶದಲ್ಲಿ ಹುಟ್ಟಿದವರು, ಅಧಿಕಾರಸ್ಥರು ಏನು ಮಾಡಬೇಕು ? ಅವರ ಗತಿ ಏನಾಗ್ತದೆ ?"

"ಓ, ರಾಜವಂಶೀಯರು !" ಎಂದಳು ಆ ಚಿಕ್ಕ ತಾಯಿ. ಅವಳು ಪ್ರೀತಿ ತುಂಬಿದ, ಹೆಮ್ಮೆ ತುಂಬಿದ ಕಣ್ಣುಗಳಿಂದ ತನ್ನ ಗಂಡನ ಕಡೆಗೆ ನೋಡಿದಳು. ಅವನು ಮುಗುಳ್ನಕ್ಕು ಇಷ್ಟು ಮಾತ್ರ ಹೇಳಿದ :

"ಅಳಿಸಿ ಹಾಕಿಬಿಡಬೇಕು. ಹೌದಜ್ಜಿ, ಅದೇ ಸರಿಯಾದ ದಾರಿ. ಇಲ್ಲವಾದರೆ ನಾವೆಲ್ಲರೂ ರಾಜವಂಶೀಯರಾಗೋಣ. ಜರ್ಮನಿಯ ಪ್ರತಿಯೊಬ್ಬ ಪ್ರಜೆಯೂ ರಾಜನಾಗಲಿ. ನನಗಂತೂ ಅದನ್ನು ಬಿಟ್ಟು ಬೇರಾವ ದಾರಿಯೂ ಕಾಣೋದಿಲ್ಲ."

ಮುದುಕಿ ಈ ಮಾತಿಗೆ ಯಾವ ಉತ್ತರವನ್ನೂ ಕೊಡಲಿಲ್ಲ. ಅವಳು ಹೇಳಿದ್ದು ಇಷ್ಟೇ :

"ನನ್ನ ಮದುವೆಯ ದಿನ ರಾಷ್ಟ್ರದ ಆಗುಹೋಗುಗಳನ್ನು ಕುರಿತ ಚರ್ಚೆ ನಡೆಯಲಿಲ್ಲ. ಮನರಂಜನೆಯ ಕಾರ್ಯಕ್ರಮಗಳು ಮಾಮೂಲಿನಂತೆ ನಡೆದವು. ಆದರೂ ನಾವು ನಿಮ್ಮಷ್ಟೇ ಸಂತೋಷವಾಗಿದ್ದೆವು. ನಿಮ್ಮ ರಾಜಕೀಯ ಪಕ್ಷಗಳು ನಿಮಗೆ ಹೇಗೋ ಹಾಗೆ ನಮಗೆ ಆ ಮನರಂಜನೆ. ಊಟದ ಮೇಜಿನ ಮುಂದೆ ಒಂದು ವಿನೋದಮಯ ಒಗಟಿನಾಟ ಅಥವಾ ಪ್ರಾಸಬದ್ಧವಾದ ಚುಟುಕುಗಳ ನಿರ್ಮಾಣ. ಅವರು ಸಿಹಿತಿಂಡಿಗಳನ್ನು ಬಡಿಸಿದಾಗ ನಾವೆಲ್ಲರೂ ಅತ್ಯಂತ ಮಧುರವಾದ ಗೀತೆಗಳನ್ನು ಹಾಡಿದೆವು. ಈಗ ಆ ಹಾಡುಗಳನ್ನು ಮರೆತು ಎಷ್ಟೋ ಕಾಲವಾಯಿತು. ಅಂದು ಉಳಿದೆಲ್ಲರ ಧ್ವನಿಗಳ ನಡುವೆ ಎದ್ದು ಕೇಳುತ್ತಿದ್ದುದು ನಿಮ್ಮ ಅಜ್ಜನ, ಕಂಚಿನ ಕಂಠ. ಓ ! ಆಗ ಜನರು ಪರಸ್ಪರ ಮಾತುಕಥೆಗಳಲ್ಲಿ ಇಂದಿಗಿಂತ ಹೆಚ್ಚು ಸಭ್ಯರಾಗಿರುತ್ತಿದ್ದರು. ಸಜ್ಜನರ ಸಭೆಯೊಳಗೆ, ಕೂಗಾಟ ಮತ್ತು ವಾದವಿವಾದಗಳನ್ನು ಅನುಚಿತವೆಂದು ಪರಿಗಣಿಸಲಾಗುತ್ತಿತ್ತು. ಈಗ ಎಲ್ಲ ಬದಲಾಗಿದೆ. ಆದರೆ ನಿಮ್ಮ ಅಜ್ಜ ಒಬ್ಬ ಮೃದುಸ್ವಭಾವದ ಶಾಂತಿಪ್ರಿಯ ವ್ಯಕ್ತಿಯಾಗಿದ್ದ. ಅವನು ನಮ್ಮನ್ನು ಅಗಲಿ ಎಷ್ಟೋ ವರ್ಷಗಳಾದವು.. ಅವನು ನನಗಿಂತ ಬಹಳ ಬಹಳ ಮೊದಲೇ ಹೊರಟುಹೋದ. ನಾನೂ ಅವನನ್ನು ಹಿಂಬಾಲಿಸುವ ಸಮಯ ಸನ್ನಿಹಿತವಾಗಿದೆ."

ಅಜ್ಜಿ ಕ್ಷಣಕಾಲ ಸುಮ್ಮನಿದ್ದಳು, ಬೇರೆ ಯಾರೂ ಮಾತನಾಡಲಿಲ್ಲ, ಆದರೆ ಅವರು ಮೃದುವಾಗಿ ಅವಳ ಕೈಗಳನ್ನು ಹಿಡಿದರು. ಅವಳಿಗೆ ಅದು ಗೊತ್ತಾಯಿತು, ಅವರೆಲ್ಲರಿಗೂ ತಮ್ಮೊಂದಿಗೆ ಇರಬೇಕೆಂದು ಆಸೆ. ಆ ಪ್ರೀತಿಯ ಮುದಿಮುಖವನ್ನು ಶಾಂತಿ ತುಂಬಿದ ಮುಗುಳ್ನಗೆಯೊಂದು ಅರಳಿಸಿತು. ತನ್ನ ಮೊಮ್ಮಗನ ಕಡೆ ದಿಟ್ಟಿಸಿ ನೋಡುತ್ತ ಅವಳು ಹೇಳಿದಳು.

“ಅವನ ದೇಹವನ್ನು ಕೂಡ ಇದೇ ಪಡಸಾಲೆಯಲ್ಲಿ ಮಲಗಿಸಿದ್ದರು. ಆಗ ನೀನಿನ್ನೂ ಆರು ವರ್ಷದ ಹುಡುಗ; ಶವದ ಪೆಟ್ಟಿಗೆಯ ಪಕ್ಕದಲ್ಲಿ ಅಳುತ್ತ ನಿಂತುಕೊಂಡಿದ್ದೆ. ನಿಮ್ಮ ತಂದೆ ಗಟ್ಟಿಮನಸ್ಸಿನ, ಕಠಿಣಸ್ವಭಾವದ ಮನುಷ್ಯ. ‘ಅಳಬೇಡ ಮಗು’ ಎಂದು, ನಿನ್ನನ್ನು ತನ್ನ ತೋಳುಗಳಲ್ಲಿ ಒತ್ತಿಹಿಡಿದ. ‘ಇಲ್ಲಿ ನೋಡು, ಒಬ್ಬ ಪ್ರಾಮಾಣಿಕ ಮನುಷ್ಯ ತನ್ನ ಸಾವಿನಲ್ಲಿ ಕಾಣೋದು ಹೀಗೆಯೇ.’ ಹಾಗೆಂದು ಆತ ಯಾರಿಗೂ ಕಾಣದಂತೆ ಕಣ್ಣೊರಸಿಕೊಂಡ. ಅವನಿಗೆ ಯಾವಾಗಲೂ ನಿಮ್ಮ ಅಜ್ಜನೆಂದರೆ ತುಂಬಾ ಗೌರವ. ಈಗ ಅವರೆಲ್ಲರೂ ಹೊರಟುಹೋಗಿದ್ದಾರೆ. ಈ ದಿನ ನಾನು ನನ್ನ ಮರಿಮಗಳನ್ನು ಇದೇ ಪಡಸಾಲೆಯಲ್ಲಿ ಪವಿತ್ರಸ್ನಾನ ಮಾಡಿಸಲೆಂದು ಕೈಯಲ್ಲಿ ಹಿಡಿದಿದ್ದೇನೆ. ನೀನು ಆ ಮಗುವಿಗೆ ನಿನ್ನ ಮುತ್ತಜ್ಜಿಯ ಹೆಸರು ಕೊಟ್ಟಿದ್ದೀಯ. ಅವಳೂ ನನ್ನ ಹಾಗೆಯೇ ಸಂತೋಷವಾಗಿ, ತೃಪ್ತವಾಗಿ ಜೀವನವನ್ನು ಕಳೆದು ನನ್ನಷ್ಟೇ ದೀರ್ಘಾಯುವಾಗುವಂತೆ ದೇವರು ಅನುಗ್ರಹಿಸಲಿ.”

ಆ ಮಗುವನ ತಾಯಿ, ಅಜ್ಜಿಯ ಮುಂದೆ ಮಂಡಿಯೂರಿ ಕುಳಿತು, ಅವಳ ಕೋಮಲ, ಜೀರ್ಣ ಹಸ್ತಗಳನ್ನು ಚುಂಬಿಸಿದಳು.

ಮೊಮ್ಮಗ ಹೇಳಿದ :

“ಅಜ್ಜಿ, ನಾವು ಈ ಹಳೆಯ ಪಡಸಾಲೆಯನ್ನು ಸಂಪೂರ್ಣವಾಗಿ ಕೆಡವಿಸಿಬಿಡೋಣ. ಅದರ ಜಾಗದಲ್ಲಿ ಆ ಉದ್ಯಾನವನ್ನು ಮತ್ತೆ ಕಟ್ಟೋಣ. ಪುಟ್ಟ ಬಾರ್ಬರಾ ಈಗ ಮರಳಿ ಬಂದಿದ್ದಾಳೆ. ಅವಳು ಥೇಟ್ ನಿನ್ನ ಪ್ರತಿರೂಪದಂತೆ ಇದ್ದಾಳೇಂತ ಹೆಂಗಸರೆಲ್ಲ ಹೇಳ್ತಿದಾರೆ. ಅವಳು ಉಯ್ಯಾಲೆಯಲ್ಲಿ ಕುಳಿತುಕೊಳ್ಳಲಿದ್ದಾಳೆ ಮತ್ತು ಮೊದಲಿನಂತೆ ಬಂಗಾರ ಬಣ್ಣದ ಗುಂಗುರು ಕೂದಲಿನ ಮೇಲೆ ಸೂರ್ಯರಶ್ಮಿ ಕುಣಿಯಲಿದೆ. ಆಮೇಲೆ, ಯಾರಿಗೆ ಗೊತ್ತು ? ಬೇಸಿಗೆ ಕಾಲದ ಒಂದು ಮಧ್ಯಾಹ್ನ ಪುಟ್ಟ ಚೀನೀ ಮೆಟ್ಟಿಲುಗಳನ್ನು ಇಳಿದು ಅಜ್ಜ ಬಂದರೂ ಬರಬಹುದು ; ಯಾರಿಗೆ ಗೊತ್ತು...”

ಅಜ್ಜಿಯ ಮುಖದಲ್ಲಿ ಮುಗುಳ್ನಗು. ಅವಳು ಹೇಳಿದಳು, “ಹೋಗು ನೀನೊಬ್ಬ ಕನಸುಗಾರ.” ಆಮೇಲೆ ನಸುಮೌನ, “ನಿಮ್ಮ ಅಜ್ಜ ಕೂಡ ಹಾಗೆಯೇ ಇದ್ದ.” ○

ಯೊಹಾನ್ ಪೇಟರ್ ಹೇಬೆಲ್

ಕ್ಷಮಿಸುವರನೆಲೆ ತಂದೆ

ಫ್ರೆಂಚ್ ಕ್ರಾಂತಿಯು ಆಗತಾನೇ ಪ್ರಾರಂಭವಾಗಿತ್ತು. ಪ್ರಷ್ಯನ್ನರು ಫ್ರೆಂಚರ ವಿರುದ್ಧ ಯುದ್ಧ ಹೂಡಿದರು. ಅವರ ಸೈನ್ಯ ಷಾಂಪೇನ್ ಎನ್ನುವ ಪ್ರಾಂತ್ಯವನ್ನು ಹಾದುಹೋಯಿತು. ಆದರೆ ಇನ್ನು ಕೆಲವೇ ವರ್ಷಗಳಲ್ಲಿ ಪರಿಸ್ಥಿತಿ ಬದಲಾಗಿ, ಆಹ್ವಾನವಿಲ್ಲದ ತಮ್ಮ ಈ ಭೇಟಿಗೆ ಪ್ರತಿಯಾಗಿ 1806ರಲ್ಲಿ ಫ್ರೆಂಚರು ಪ್ರಷ್ಯವನ್ನು ಪ್ರವೇಶಿಸಲಿದ್ದಾರೆಂದು ಅಲ್ಲಿನ ಸೈನಿಕರು ಆಗ ಕನಸಿನಲ್ಲಿಯೂ ಎಣಿಸಿರಲಿಲ್ಲ. ಆದ್ದರಿಂದಲೇ ಅವರ ಪೈಕಿ ಅನೇಕರು, ಮರ್ಯಾದಸ್ಥ ಯೋಧರು ಶತ್ರು ದೇಶದಲ್ಲಿ ನಡೆದುಕೊಳ್ಳ ಬೇಕಾದಂತೆ ವರ್ತಿಸಲಿಲ್ಲ.

ಒಬ್ಬ ಪ್ರಷ್ಯನ್ ರಾಹುತ ಇಂತಹ ಅಸಭ್ಯ ಯೋಧರ ಗುಂಪಿಗೆ ಸೇರಿದವನು. ಅವನು ಬಹಳ ದುಷ್ಟ. ಶಾಂತಿ ಪ್ರಿಯನಾದ ಸಂಸಾರವಂದಿಗನೊಬ್ಬನ ಮನೆಯ ಮೇಲೆ ಆತ ಆಕ್ರಮಣ ನಡೆಸಿದ. ಅವನ ಹತ್ತಿರ ಇದ್ದ ಹಣವನ್ನು ಒಂದು ಕಾಸೂ ಬಿಡದೆ ತೆಗೆದುಕೊಂಡ. ಇನ್ನೂ ಎಷ್ಟೋ ಬೆಲೆಬಾಳುವ ವಸ್ತುಗಳನ್ನು ಕಿತ್ತುಕೊಂಡ. ಕೊನೆಗೆ ಅವರ ಮನೆಯ ಸುಂದರವಾದ ಹಾಸಿಗೆ ಮತ್ತು ಅದರ ಮೇಲೆ ಹಾಸಿದ್ದ ಬೆಡ್‌ಶೀಟ್ ಕೂಡ ಬಿಡಲಿಲ್ಲ. ಮನೆಯ ಯಜಮಾನ, ಯಜಮಾನಿತಿಯರ ಬಗ್ಗೆ ಬಹಳ ಹೊಲಸಾಗಿ ನಡೆದುಕೊಂಡ. ಆ ದಂಪತಿಗಳ ಮಗ–ಎಂಟು ವರ್ಷದ ಹುಡುಗ – ಅವನ ಕಾಲುಹಿಡಿದು ಬೇಡಿಕೊಂಡ. ತನ್ನ ತಂದೆ ತಾಯಿಗಳಿಗೆ ಕೊನೇ ಪಕ್ಷ ಹಾಸಿಗೆಯನ್ನಾದರೂ ಹಿಂದಿರುಗಿಸೆಂದು ಗೋಗರೆದ. ಆ ಹುಡುಗನ ತಂಗಿ ಅವನ ಹಿಂದೆಯೇ ಓಡಿದಳು. ಅವನ ತಂಗಿ ಹಿಡಿದುಕೊಂಡು ದಯೆತೋರಬೇಕೆಂದು ಕೋರಿಕೊಂಡಳು. ಅವನು ಅವಳನ್ನು ಬಲವಾಗಿ ಹಿಡಿದುಕೊಂಡ. ಅಂಗಳದಲ್ಲಿದ್ದ ಬಾವಿಯೊಳಗೆ ಬಿಸಾಕಿದ. ತಾನು ಕೊಳ್ಳೆಹೊಡೆದ ಸಾಮಾನು ಗಳೊಂದಿಗೆ ಹೊರಟುಹೋದ.

ವರ್ಷಗಳು ಕಳೆದವು. ಅವನು ಸೈನ್ಯದಿಂದ ನಿವೃತ್ತನಾದ. ಸಿಲೇಸಿಯ ಪ್ರಾಂತ್ಯದ ನೈಸ್ಸ್ ಎಂಬ ಪಟ್ಟಣದಲ್ಲಿ ನೆಲೆಸಿದ. ತಾನು ಹಿಂದೊಮ್ಮೆ ಮಾಡಿದ ಅಪರಾಧದ ಬಗ್ಗೆ ಅವನಿಗೆ

ಎಳ್ಳುಕಾಳಿನಷ್ಟು ಚಿಂತೆ ಇರಲಿಲ್ಲ. ಅದೆಲ್ಲ ಕಾಲಗರ್ಭದಲ್ಲಿ ಕರಗಿಹೋದ ಸಂಗತಿಯೆಂದೇ ಅವನ ಭಾವನೆ.

ಆದರೆ 1806ರಲ್ಲಿ ಏನಾಯಿತು ? ಫ್ರೆಂಚರು ನೈಸ್ಸ್ ಪಟ್ಟಣದೊಳಗೆ ನುಗ್ಗಿದರು. ಸಂಜೆ, ಒಬ್ಬ ಯುವಕ ಸಾರ್ಜೆಂಟ್ ಪ್ರಷ್ಯನ್ ಹೆಂಗಸೊಬ್ಬಳ ಮನೆಯಲ್ಲಿ ಬಿಡಾರ ಹೂಡಿದ. ಆ ಮಹಿಳೆ ಸಜ್ಜನಳು. ಅವನನ್ನು ಚೆನ್ನಾಗಿಯೇ ಸತ್ಕರಿಸಿದಳು. ಆ ಸಾರ್ಜೆಂಟ್ ಕೂಡ ಮರ್ಯಾದೆ ಮೀರದೆ ನಡೆದುಕೊಂಡ. ವಿಜಯಗರ್ವ ತೋರಿಸಲಿಲ್ಲ ; ಉಲ್ಲಾಸವಾಗಿಯೇ ಇದ್ದ.

ಬೆಳಗಾಯಿತು. ಸಾರ್ಜೆಂಟ್ ಬೆಳಗಿನ ಉಪಾಹಾರ ತೆಗೆದುಕೊಳ್ಳಲು ಮಹಡಿಯಿಂದ ಇಳಿದು ಬರಲಿಲ್ಲ. "ಅವನು ಇನ್ನೂ ಮಲಗಿದ್ದಾನೆ" ಅಂತ ಹೆಂಗಸು ಯೋಚಿಸಿದಳು. ಅವನ ಕಾಫಿಯನ್ನು ಒಲೆಯ ಮೇಲೆ ಬಿಸಿಗಿಟ್ಟಳು. ಸ್ವಲ್ಪ ಹೊತ್ತಾಯಿತು. ಆದರೂ ಅವನು ಕೆಳಗೆ ಬರಲಿಲ್ಲ. 'ಹುಷಾರಾಗಿದಾನೋ ಇಲ್ಲವೋ ನೋಡೋಣ' ಅಂತ ಅವಳೇ ಮೇಲೆ ಹೋದಳು ; ಮೆಲ್ಲಗೆ ಬಾಗಿಲು ತಳ್ಳಿದಳು ; ಒಳಗಡೆ ಹೋದಳು.

ಆ ಯುವಕ ಅಲ್ಲೇ ಇದ್ದ, ಎಚ್ಚರವಾಗಿದ್ದ ; ತಲೆ ಮೇಲೆ ಕೈಹೊತ್ತುಕೊಂಡು ಹಾಸಿಗೆ ಮೇಲೆ ಕೂತಿದ್ದ. ಏನೋ ದೊಡ್ಡ ಅನಾಹುತ ಆದ ಹಾಗೆ ನಿಟ್ಟುಸಿರು ಬಿಡುತ್ತಿದ್ದ. ಕೋಣೆ ಒಳಗೆ ಯಾರೋ ಬಂದಿದ್ದಾರೆ ಎನ್ನುವುದು ಕೂಡ ಅವನ ಗಮನಕ್ಕೆ ಬರಲಿಲ್ಲ.

ಆ ಹೆಂಗಸು ಮೆಲ್ಲಗೆ ಅವನ ಹತ್ತಿರ ಹೋಗಿ ಒಂದು ಪ್ರಶ್ನೆ ಕೇಳಿದಳು :

"ಸಾರ್ಜೆಂಟ್, ನಿನಗೆ ಏನಾಯಿತು ? ಯಾಕೆ ಇಷ್ಟು ಬೇಜಾರಾಗಿದ್ದೀಯಾ ?"

ಆ ಯುವಕ ಅವಳ ಕಡೆ ನೋಡಿದ. ಅವನ ಕಣ್ಣಲ್ಲಿ ನೀರು ತುಂಬಿತ್ತು. ಮುಖ ಬಾಡಿತ್ತು. ತಾನು ಹಿಂದಿನ ರಾತ್ರಿ ಮಲಗಿದ್ದ ಬೆಟ್‌ಶೀಟ್, ಷಾಂಪೇನಿನಲ್ಲಿದ್ದ ತನ್ನ ತಂದೆ ತಾಯಿಯರ ಸೊತ್ತಾಗಿತ್ತೆಂದು ಅವನು ಹೇಳಿದ. ಹದಿನಾಲ್ಕು ವರ್ಷದ ಹಿಂದೆ ಪ್ರಷ್ಯದವರು ದಾಳಿ ಮಾಡಿದಾಗ ನಡೆದ ಲೂಟಿಯಲ್ಲಿ ತಾವು ಎಲ್ಲವನ್ನೂ ಕಳೆದುಕೊಂಡು ನಿರ್ಗತಿಕ ರಾಗಿದ್ದೆವೆಂದೂ ಆತ ತಿಳಿಸಿದ. ಅವನಿಗೆ ಈಗ ಅದೆಲ್ಲ ನೆನಪಾಗಿತ್ತು. ಅವನ ಹೃದಯ ದುಃಖದಿಂದ ಭಾರವಾಗಿತ್ತು. ಯಾಕೆಂದರೆ ಬಹಳ ಹಿಂದೆ ಷಾಂಪೇನ್‌ನಲ್ಲಿ ನಮ್ಮ ರಾಹುತ ಲೂಟಿ ಮಾಡಿದವರ ಮಗನಾಗಿದ್ದ ಈ ಸಾರ್ಜೆಂಟ್. ಅವನಿಗೆ ಈಗಲೂ ಆ ಬೆಡ್‌ಶೀಟ್‌ನ ಗುರುತು ಸಿಕ್ಕಿತು. ಅದರ ಮೂಲೆಯಲ್ಲಿ ಅವನ ತಾಯಿ ಹಾಕಿದ ಕಸೂತಿ ಅಕ್ಷರಗಳು ಇನ್ನೂ ಹಾಗೇ ಇದ್ದವು.

ಆ ಬಡ ಹೆಂಗಸಿಗೆ ಭಯದಿಂದ ಮೈ ನಡುಗಿತು. ತಾನು ಅದೇ ಊರಲಿದ್ದ ಒಬ್ಬ ರಾಹುತನ ಹತ್ತಿರ ಆ ಬೆಡ್‌ಶೀಟ್ ಕೊಂಡುಕೊಂಡೆನೆಂದೂ ಅದರಲ್ಲಿ ತನ್ನದೇನೂ ತಪ್ಪಿಲ್ಲವೆಂದೂ ಅವಳು ಹೇಳಿದಳು.

ಸರಿ, ಸಾರ್ಜೆಂಟ್ ಸೀದಾ ಆ ಸೈನಿಕನ ಮನೆ ಹುಡುಕಿಕೊಂಡು ಹೋದ. ಅವನೇ ತನಗೆ ಬೇಕಾದ ಆಸಾಮಿ ಎಂದು ಗುರುತು ಹಿಡಿದ. ಬಳಿಕ ಅವನೊಡನೆ ಕೇಳಿದ :

"ನಿನಗೆ ನೆನಪಿದೆಯಾ, ಹದಿನಾಲ್ಕು ವರ್ಷದ ಹಿಂದೆ ನೀನು ಷಾಂಪೇನ್‌ಗೆ ಬಂದಿದ್ದೆ. ಒಬ್ಬ ನಿರಪರಾಧಿಯ ಮನೆಗೆ ನುಗ್ಗಿದ್ದೆ. ಅವನ ಸಾಮಾನೆಲ್ಲಾ ಲೂಟಿ ಮಾಡಿದ್ದೆ. ಅವನ ಹಾಸಿಗೆ ಕೂಡ ಬಿಟ್ಟಿರಲಿಲ್ಲ. ಎಂಟು ವರ್ಷದ ಒಬ್ಬ ಹುಡುಗ ದಯೆಗಾಗಿ ಎಷ್ಟು ಬೇಡಿದರೂ ಕರುಣೆ ತೋರಿಸಿರ್‍ಲಿಲ್ಲ. ಆಮೇಲೆ...ಆಮೇಲೆ...ನನ್ನ ತಂಗಿ ಇನ್ನೂ ನೆನಪಿದಾಳಾ ?"

ಮೊದಮೊದಲು ಆ ದರಿದ್ರ ಮುದುಕ ಅದೂ ಇದೂ ಪಿಳ್ಳೇ ನೆಪ ಹೇಳಿದ : "ಯುದ್ಧ

ಅಂದರೆ ಇಂಥಾದೆಲ್ಲ ಆಗೋದೇ. ಎಷ್ಟೋ ಆಗಬಾರದ್ದು ಆಗ್ತದೆ. ಏನು ಮಾಡೋದು? ನಾನು ಕದೀದಿದ್ರೆ ಇನ್ನೊಬ್ಬ ಕದೀತಿದ್ದ. ಹೇಗಿದ್ರೂ ಕಳ್ಳತನ ಆಗೋವಾಗ ನಾನೇ ತಗೊಂಡಿದ್ರೆ ಏನು ತಪ್ಪು?" ಅಂದ.

ಆದರೆ ಯಾವಾಗ ಆ ಸಾರ್ಜೆಂಟ್ ತಾನು ಲೂಟಿ ಮಾಡಿದ ಗಂಡ ಹೆಂಡತಿಯರ ಮಗ ಎಂದು ಅವನಿಗೆ ಗೊತ್ತಾಯಿತೋ ಆಗ ಅವನ ಧೈರ್ಯ ಉಡುಗಿಹೋಯಿತು. ಅವನ ತಂಗಿಯ ನೆನಪಾಗುತ್ತಿದ್ದಂತೆ ಇವನಿಗೆ ಉಸಿರೆತ್ತಲೂ ಸಾಧ್ಯವಾಗಲಿಲ್ಲ. ಒಂದು ಕಡೆ ಭಯ, ಇನ್ನೊಂದು ಕಡೆ ತನ್ನ ಮೇಲೆ ತನಗೇ ಅಸಹ್ಯ. ಅವನ ಕೈಕಾಲು ನಡುಗಲು ಶುರುವಾಯಿತು. ಅವನು ಸಾರ್ಜೆಂಟ್ ಮುಂದೆ ಅಡ್ಡ ಬಿದ್ದ. ಮಾತೇ ಹೊರಡಲಿಲ್ಲ. ಕೇವಲ, "ಕ್ಷಮಿಸಿ ಬಿಡು" ಎಂದು ಪಿಸುಗುಟ್ಟಿದ. ಆದರೆ 'ಹೀಗೆ ಕೇಳೋದರಿಂದ ಏನೇನೂ ಲಾಭ ಇಲ್ಲ. ನನ್ನ ಜೀವ ಕೂಡ ಉಳಿಯೋದಿಲ್ಲ' ಎಂದು ಮನಸ್ಸಲ್ಲೇ ಅಂದುಕೊಂಡ.

ನಮ್ಮ ಸಹೃದಯೀ ಓದುಗರಿಗೆ ತುಂಬಾ ಖುಷಿ ಆಗಿರಬೇಕು. 'ಆಹಾ, ಇನ್ನೇನು, ಆ ಸಾರ್ಜೆಂಟ್, ರಾಹುತನನ್ನು ಕತ್ತರಿಸಿ ಚೂರುಚೂರು ಮಾಡಿ ಬಿಡ್ತಾನೆ' ಎಂದು ಅವರು ಯೋಚನೆ ಮಾಡುತ್ತಿರಬಹುದು. ಆದರೆ ಹಾಗೆ ಅಂದುಕೊಂಡರೆ, ಅದು ಸತ್ಯಕ್ಕೆ ತುಂಬಾ ದೂರವಾಗುತ್ತದೆ. ಒಬ್ಬ ಮನುಷ್ಯನ ಹೃದಯ ದುಃಖದಿಂದ ಇನ್ನೇನು ಬಿರಿದುಹೋಗುತ್ತದೆ ಎನ್ನುವಷ್ಟು ತುಂಬಿದ್ದರೆ ಅವನ ಮೇಲೆ ಸೇಡು ತೀರಿಸಿಕೊಳ್ಳಲು ಆಗುವುದಿಲ್ಲ. ಆಗ, 'ಸೇಡು ತುಂಬಾ ಕ್ಷುಲ್ಲಕವಾದದ್ದು. ಅದರಿಂದ ಏನೂ ಪ್ರಯೋಜನ ಇಲ್ಲ' ಎಂದು ಅನಿಸುತ್ತದೆ. ಅಂತಹ ಮನುಷ್ಯ ಹೀಗೆ ಯೋಚನೆ ಮಾಡುತ್ತಾನೆ: 'ನಾವೆಲ್ಲ ದೇವರ ಕೈಯಲ್ಲಿ ಇದ್ದೇವೆ. ಒಳ್ಳೇದು ಕೆಟ್ಟದ್ದು ಅವನೇ ನೋಡಿಕೊಳ್ತಾನೆ'. ಕೆಟ್ಟದ್ದಕ್ಕೆ ಪ್ರತಿಯಾಗಿ ಕೆಟ್ಟದ್ದನ್ನು ಮಾಡಲು ಆ ಮನುಷ್ಯ ಅಸಮರ್ಥನಾಗುತ್ತಾನೆ.

ಆ ಫ್ರೆಂಚ್ ಸಾರ್ಜೆಂಟ್ ಕೂಡ ಅದೇ ರೀತಿ ಯೋಚನೆಮಾಡಿದ. ಅವನು ಹೇಳಿದ:

"ನೀನು ನನಗೆ ಅನ್ಯಾಯ ಮಾಡಿದೆ, ಅದಕ್ಕೆ ನಾನು ನಿನ್ನನ್ನು ಕ್ಷಮಿಸ್ತೇನೆ. ನನ್ನ ತಾಯಿ ತಂದೇರನ್ನ ದಿಕ್ಕಿಲ್ಲದ ಪರದೇಶಿಗಳಾಗಿ ಮಾಡಿದೆ. ಅದಕ್ಕೆ ಅವರು ನಿನ್ನನ್ನ ಕ್ಷಮಿಸ್ಬೇಕು. ನೀನು ನನ್ನ ತಂಗೀನ ಬಾವಿ ಒಳಗೆ ಬಿಸಾಕಿ ಅವಳು ಅಲ್ಲೇ ಸತ್ತುಹೋದಳು...ಆ ತಪ್ಪಿಗೆ ದೇವರು ನಿನ್ನನ್ನ ಕ್ಷಮಿಸಲಿ."

ಇಷ್ಟು ಹೇಳಿ, ಅವನು ರಾಹುತನಿಗೆ ಏನೂ ತೊಂದರೆ ಕೊಡದೆ ಹೊರಟುಹೋದ. ಅವನ ಹೃಧಯದಲ್ಲಿದ್ದ ದ್ವೇಷ ಆರಿಹೋಯಿತು.

ಆದರೆ ಆಮೇಲೆ ಆ ರಾಹುತ ಪಟ್ಟಪಾಡು ಯಾರಿಗೂ ಬೇಡ. ತಾನು ದೇವರ ಎದುರು ನ್ಯಾಯನಿರ್ಣಯಕ್ಕೆ ನಿಂತ ಹಾಗೆ, ಸೋತು ತಲೆ ತಗ್ಗಿಸಿದ ಹಾಗೆ ಅವನಿಗೆ ಅನಿಸಿತು. ಅವತ್ತಿಂದ ಅವನಿಗೆ ಒಂದು ಕ್ಷಣ ಕೂಡ ಮನಸ್ಸಿಗೆ ಸಮಾಧಾನ ಇರಲಿಲ್ಲ. ಮೂರು ತಿಂಗಳು ಆಗುವುದರೊಳಗೆ ಅವನು ಸತ್ತುಹೋದನೆಂದು ಚರಿತ್ರೆ ಹೇಳುತ್ತದೆ.

○ ಯೊಹಾನ್ ವೋಲ್ಫ್‌ಗಾಂಗ್ ಫಾನ್ ಗುಅಟೆ

ಗೋರಿಯಿಂದಾಚೆಗೂ ಜಾರದಿದೆ ನೆನಪು

ಆ ದಿನ ರಾತ್ರಿ ಊಟ ಮುಗಿದಿತ್ತು. ಬ್ಯಾರೊನೆಸ್ ಸ್ವಲ್ಪ ಮೊದಲೇ, ನಿದ್ದೆ ಮಾಡಲೆಂದು ತನ್ನ ಕೋಣೆಗೆ ತೆರಳಿದ್ದಳು. ಉಳಿದವರು ಒಟ್ಟಿಗೆ ಕುಳಿತು ಆ ಮಾತು ಈ ಮಾತು ಆಡುತ್ತಿದ್ದರು. ಹೊಸದಾಗಿ ಬಂದ ಬಿಸಿ ಬಿಸಿ ಸುದ್ದಿಗಳು ; ಜನರ ನಡುವೆ ಸುಳಿದಾಡುವ ಗಾಳಿ ಮಾತುಗಳು, ಹೀಗೇ ಹಲವು ಸಂಗತಿಗಳು ಮಿಂಚಿ ಮಾಯವಾಗುತ್ತಿದ್ದವು. ಅಂತಹ ಸಂದರ್ಭಗಳಲ್ಲಿ ಸಾಮಾನ್ಯವಾಗಿ ಆಗುವಂತೆ, ಯಾವ ಮಾತನ್ನು ನಂಬಬೇಕೋ ಯಾವುದನ್ನು ಬಿಡಬೇಕೋ, ಹೇಳುವುದೇ ಕಷ್ಟವಾಗಿತ್ತು.

ಮುದುಕ ಪಾದ್ರಿ ಹೀಗೆ ಹೇಳಿದ : "ಯಾವುದು ನಮಗೆ ಇಷ್ಟವಾಗ್ತದೋ ಅದನ್ನು ನಂಬಿದರಾಯಿತು. ಇಷ್ಟವಿಲ್ಲದ್ದನ್ನ ನಂಬೋದೇ ಬೇಡ. ಇನ್ನೊಂದು ಮಾತು. ಹೀಗಾಗೋದಕ್ಕೆ ಸಾಧ್ಯ ಅಂತ ತೋರಿದ ಸಂಗತಿಗಳ ಸತ್ಯತೆಯನ್ನು ಒಪ್ಪಿಕೋಬಹುದು."

ಸಾಮಾನ್ಯವಾಗಿ ಮನುಷ್ಯರು ವರ್ತಿಸುವುದೇ ಹಾಗೆಂದು ಎಲ್ಲರೂ ಅಭಿಪ್ರಾಯಪಟ್ಟರು, ಕ್ರಮೇಣ ಮಾತು, ಪವಾಡ ಸದೃಶವಾಗಿ ಕಂಡುದೆಲ್ಲವನ್ನೂ ನಂಬುವ ಮನುಷ್ಯ ಸ್ವಭಾವದ ಕಡೆಗೆ ತಿರುಗಿತು. ಪ್ರಣಯ ಸಾಹಸಗಳು ಮತ್ತು ಭೂತ ಪ್ರೇತಗಳ ಕಥೆಗಳನ್ನು ಹೆಸರಿಸಲಾಯಿತು. ಸರಿ, "ನನಗೆ ಈ ಬಗೆಯ ಅನೇಕ ಕಥೆಗಳು ಗೊತ್ತು. ಯಾವಾಗಲಾದರೂ ಹೇಳುತ್ತೇನೆ" ಎಂದು ಮುದುಕ. ಅದಕ್ಕೆ ಲುಯೀಸ ಹೇಳಿದಳು : ಯಾವಾಗಲೋ ಯಾಕೆ ? ಈಗಲೇ ಹೇಳಿದರೆ ನಮಗೆಲ್ಲಾ ತುಂಬಾ ಸಂತೋಷ. ನಾವೆಲ್ಲ ಈಗ ಒಟ್ಟಿಗೆ ಇದ್ದೇವೆ. ಅಂಥ ಕಥೆ ಕೇಳಲು ಸರಿಯಾದ ಮನೋಭಾವ ಕೂಡ ಇದೆ. ಒಂದು ಕಥೆ ಹೇಳು, ಸಾಕು. ನಾವೆಲ್ಲ ಗಮನವಿಟ್ಟು ಕೇಳ್ತೇವೆ. ನಿನಗೆ ನಮ್ಮ ವಂದನೆಗಳನ್ನು ಹೇಳ್ತೇವೆ."

ಆ ಮುದುಕನಿಗೋ, ಯಾರಾದರೂ ಹೀಗೆ ಬಲವಂತ ಮಾಡುವುದೇ ಬೇಕಾಗಿತ್ತು. ಅವನು ತನ್ನ ಕಥೆಯನ್ನು ಮೊದಲು ಮಾಡಿದ :

"ಹಿಂದೊಮ್ಮೆ ನಾನು ನೇಪ್‌ಲ್ಸ್ ನಗರದಲ್ಲಿದ್ದೆ. ಆಗ ಕೆಲವು ವಿಚಿತ್ರ ಘಟನೆಗಳು ನಡೆದವು. ಅವು ಬಹಳ ಜನರ ಗಮನವನ್ನು

ಸೆಳೆದವು, ಸಾಕಷ್ಟು ವಾದವಿವಾದಕ್ಕೆ ದಾರಿ ಮಾಡಿಕೊಟ್ಟವು. ಕೆಲವರು ಇಡೀ ವೃತ್ತಾಂತವೇ ಕಟ್ಟುಕಥೆ ಎಂದರು. ಉಳಿದವರು, ಆ ಘಟನೆಗಳು ನಡೆದದ್ದೇನೋ ನಿಜ, ಆದರೆ ಅವುಗಳ ಹಿಂದೆ ಏನೋ ಕಪಟತಂತ್ರವಿದೆ ಎಂದರು. ಎರಡನೆಯ ಗುಂಪಿನ ಜನರಲ್ಲೇ ಮತ್ತಷ್ಟು ಭಿನ್ನಾಭಿಪ್ರಾಯವಿತ್ತು. ಇಂತಹ ಕುತಂತ್ರವನ್ನು ಯಾರು ಮಾಡಿರಬಹುದು ಎಂದು ಅವರು ವಾದಿಸತೊಡಗಿದರು. ಇನ್ನೂ ಕೆಲವರು, ಭೌತಿಕ ವಸ್ತುಗಳ ಮತ್ತು ವ್ಯಕ್ತಿಗಳ ಮೇಳೆ ಭೂತ ಪ್ರೇತಗಳು ಪರಿಣಾಮ ಬೀರಲಾರವೆಂಬ ಸಂಗತಿಯನ್ನೂ, ಯಾರೂ ಸಿದ್ಧಪಡಿಸಿ ತೋರಿಸಿಲ್ಲವೆಂದು ಹಟ ಹಿಡಿದರು. ಅವರ ಪ್ರಕಾರ, ನಂಬುವುದು ಕಷ್ಟವಾದ ಪವಾಡಸದೃಶ ಘಟನೆಗಳೆಲ್ಲವೂ ಒಂದೋ ಸುಳ್ಳಾಗಿರಬೇಕು, ಅಥವಾ ಮೋಸವಾಗಿರಬೇಕು ಎಂಬ ತೀರ್ಮಾನಕ್ಕೆ ಧುಮುಕುವುದು ಖಂಡಿತ ಸರಿಯಲ್ಲ. ಸರಿ, ಈಗ ಕಥೆಗೆ ಹಿಂದಿರುಗೋಣ.

“ನನ್ನ ಕಾಲದಲ್ಲಿ ಸಿನೋರಿನಾ ಅಂತೊನೆಲ್ಲಿ ಎಂಬ ಗಾಯಕಿಯೊಬ್ಬಳು, ನೇಪಲ್ಸ್ ನಗರದ ಸಾರ್ವಜನಿಕರ ಪ್ರೀತಿಯ ಪುತ್ಥಳಿಯಾಗಿದ್ದಳು. ಆಗ ಅವಳದ್ದು ಏರುಯೌವನ. ಅವಳ ಸೌಂದರ್ಯ, ಗಾನಮಾಧುರ್ಯ ಎಲ್ಲವೂ ಪರಿಪೂರ್ಣತೆಯನ್ನು ತಲಪಿದ್ದವು. ಸಾರ್ವಜನಿಕರನ್ನು ಮರುಳುಮಾಡಿ ಸೆರೆಹಿಡಿಯುವ, ಆತ್ಮೀಯ ಸ್ನೇಹವಲಯದ ಸದಸ್ಯರಿಗೆ ಹರ್ಷ, ಉಲ್ಲಾಸಗಳನ್ನು ಕೊಡುವ ಯಾವ ಹೆಣ್ಣುಗುಣಗಳಿಗೂ ಅವಳಲ್ಲಿ ಕೊರತೆ ಇರಲಿಲ್ಲ. ಪ್ರಶಂಸೆ ಮತ್ತು ಪ್ರೀತಿಗಳು ಅವಳಿಗೆ ಅಪ್ರಿಯವೇನೂ ಆಗಿರಲಿಲ್ಲ. ಆದರೆ ಅವಳು ಸ್ವಭಾವ ಸಹಜವಾಗಿಯೇ ಜಾಣೆ ಮತ್ತು ಸಂಯಮಶೀಲೆ. ತನ್ನಂತಹ ಸ್ಥಾನದಲ್ಲಿರುವವರಿಗೆ ತೀರ ಅವಶ್ಯವಾದ ಸಮಚಿತ್ತವನ್ನು ಕಳೆದುಕೊಳ್ಳದೆ ಬೇರೆಯವರ ಪ್ರೀತಿ, ವಿಶ್ವಾಸಗಳನ್ನು ಅನುಭವಿಸಿ, ಸಂತೋಷಡುವ ಶಕ್ತಿ ಅವಳಿಗಿತ್ತು. ಅವಳ ಸುತ್ತ ಯಾವಾಗಲೂ ಶ್ರೀಮಂತ ತರುಣರ ಸಂತೆ ನೆರೆದಿರುತ್ತಿತ್ತು. ಎಲ್ಲರೂ ಚೆಲುವರೇ. ಆದರೆ ಅವಳ ಆಪ್ತವಲಯದೊಳಗೆ ಪ್ರವೇಶ ದೊರೆಯುತ್ತಿದ್ದುದು ಕೆಲವರಿಗೆ ಮಾತ್ರ. ತನ್ನ ಒಲವು ಚೆಲುವುಗಳನ್ನು ಧಾರೆಯೆರೆಯುವಾಗ, ಅವಳು ಕಣ್ಣಿಗೆ ಸುಂದರವಾಗಿ ಕಂಡವರನ್ನು, ಹೃದಯಕ್ಕೆ ಹಿಡಿಸಿದವರನ್ನು ಆರಿಸಿಕೊಳ್ಳುತ್ತಿದ್ದಳೆನ್ನುವುದೇನೋ ನಿಜ. ಆದರೆ ಅವಳ ಚಿಕ್ಕಪುಟ್ಟ ಪ್ರಣಯ ಸಾಹಸಗಳಲ್ಲೆಲ್ಲ ಒಂದು ಬಗೆಯ ದೃಢತೆ. ಸ್ವಭಾವದ ಸ್ಥಿರತೆ ಇರುತ್ತಿತ್ತು. ಸೂಕ್ಷ್ಮವಾಗಿ ಪರಿಶೀಲಿಸಿದ ಯಾರಾದರೂ ಅವಳನ್ನು ಮೆಚ್ಚದಿರುವುದು ಅಸಾಧ್ಯವಾಗಿತ್ತು. ನನಗೆ ಸ್ವಲ್ಪ ಕಾಲ ಅವಳನ್ನು ಹತ್ತಿರದಿಂದ ನೋಡುವ ಅವಕಾಶ ಸಿಕ್ಕಿತ್ತು. ಯಾಕೆಂದರೆ ಅವಳ ಪ್ರಿಯಕರರಲ್ಲೊಬ್ಬ ನನ್ನ ಹತ್ತಿರದ ಸ್ನೇಹಿತನಾಗಿದ್ದ. ಈ ಬಗೆಯ ಬದುಕು ಎಷ್ಟೋ ವರ್ಷಗಳಿಂದ ನಡೆದುಬಂದಿತ್ತು. ಅವಳಿಗೆ ಅನೇಕ ಗಂಡಸರ ಸಂಪರ್ಕ ಲಭಿಸಿತ್ತು. ಅವರಲ್ಲಿ ಅನೇಕರು ಮೂರ್ಖರು. ಬೇರೆ ಕೆಲವರು ದುರ್ಬಲರಾದ, ವಿಶ್ವಾಸಕ್ಕೆ ಅರ್ಹರಲ್ಲದ ಕ್ರಿಮಿಗಳು. ಇವರೆಲ್ಲರನ್ನೂ ನೋಡಿದ ಮೇಲೆ ಅವಳೊಂದು ತೀರ್ಮಾನಕ್ಕೆ ಬಂದಳು. ಒಂದು ಅರ್ಥದಲ್ಲಿ ಹೆಣ್ಣಿಗೆ ಅವಳ ಪ್ರಿಯಕರನೇ ಸರ್ವಸ್ವ. ಆದರೆ ಅವಳಿಗೆ ಸಹಾಯದ ಅತಿಹೆಚ್ಚಿನ ಅವಶ್ಯಕತೆಯಿರುವ ಕ್ಷಣಗಳಲ್ಲಿ ಅವನಿಂದ ಮೂರುಕಾಸಿನ ಪ್ರಯೋಜನವೂ ಇಲ್ಲ. ದಿನನಿತ್ಯದ ವ್ಯವಹಾರಗಳಲ್ಲಿ, ಗೃಹಕೃತ್ಯದ ತೊಂದರೆಗಳಲ್ಲಿ, ತಕ್ಷಣದ ತೀರ್ಮಾನಗಳು ಅಗತ್ಯವಿರುವ ಸಂದರ್ಭಗಳಲ್ಲಿ, ಪ್ರೀತಿಸುವ ಗಂಡಿನಿಂದ ಆಗುವ ಉಪಕಾರ ಸಾಮಾನುವಾಗಿ ಸೊನ್ನೆ. ಅಷ್ಟೇ ಯಾಕೆ, ಅವನು ತನ್ನ ಹಿತಸಂರಕ್ಷಣೆಯ ಬಗ್ಗೆಯೇ ಯೋಚಿಸುವುದರಿಂದ, ಪ್ರೇಯಸಿಗೆ ನೋವು ಕೊಡುವಂತಹ ಬುದ್ಧಿವಾದವನ್ನು ಕೊಟ್ಟರೂ ಆಶ್ಚರ್ಯವೇನಿಲ್ಲ. ಅವನಿಗೊಂದೇ ಚಿಂತೆ. ತನ್ನ ಸುಖವನ್ನು

ಶಾಶ್ವತಗೊಳಿಸುವುದು. ಹೀಗಾದಾಗ ಅವನು ತನ್ನನ್ನು ಒಲಿದಿರುವ ಹೆಣ್ಣಿಗೆ ಕೊಡುವ ಸಲಹೆ ಅವಳನ್ನು ಅಪಾಯದ ಅಂಚಿಗೆ ತಳ್ಳಬಹುದು; ಅನಗತ್ಯವಾದ ಹೊಣೆಗಳನ್ನು ಹೊರಲು ಪ್ರೇರಿಸಬಹುದು.

"ಅವಳ ಇದುವರೆಗಿನ ಪುರುಷ ಸಂಪರ್ಕಗಳಲ್ಲಿ ಬುದ್ಧಿಗೆ ಇದ್ದ ಸ್ಥಾನ ಬಹಳ ಕಡಿಮೆ. ಈಗ ಅವಳ ಬೌದ್ಧಿಕ ವ್ಯಕ್ತಿತ್ವ ಆಹಾರ ಕೇಳಿತು. ತೃಪ್ತಿ ಸಮಾಧಾನಗಳನ್ನು ಬಯಸಿತು. ಕೊನೆಗೊಮ್ಮೆ ಅವಳಿಗೆ, ಒಬ್ಬ ಸ್ನೇಹಿತ ಬೇಕು ಎನ್ನಿಸಿತು. ತನ್ನ ಈ ಅಗತ್ಯ, ಅವಳ ಗಮನಕ್ಕೆ ಬರುವುದೇ ತಡ, ಅವಳ ಆಪ್ತವಲಯದಲ್ಲಿ ಅಂತಹ ತರುಣನೊಬ್ಬ ಕಾಣಿಸಿಕೊಂಡ. ಅವಳು ಅವನನ್ನು ಸಂಪೂರ್ಣವಾಗಿ ನಂಬಿದಳು. ಅವನು ಎಲ್ಲ ವಿಧದಲ್ಲಿಯೂ ಅಂತಹ ನಂಬಿಕೆಗೆ ಯೋಗ್ಯನೆಂದೇ ತೋರಿತು.

"ಅವನು ಜಿನೋವಾ ನಗರದಿಂದ ಬಂದವನು. ಯಾವುದೋ ಮುಖ್ಯವಾದ ಕುಟುಂಬ ವ್ಯವಹಾರಕ್ಕೆ ಸಂಬದಪಟ್ಟ ಹಾಗೆ ನೇಪಲ್ಸ್‌ಗೆ ಬಂದಿದ್ದ. ದೇವರು ಅವನಿಗೆ ಧಾರಾಳವಾಗಿ ಸೌಂದರ್ಯವನ್ನು ಕೊಟ್ಟಿದ್ದ. ಅದರ ಜೊತೆಗೆ ತುಂಬ ಎಚ್ಚರಿಕೆಯಿಂದ ಕೂಡಿದ ಲಾಲನೆ-ಪಾಲನೆಗಳು ಅವನ ನಡೆನುಡಿಗಳನ್ನು ತಿದ್ದಿದ್ದವು. ಅವನ ಗುಣಗಳು, ಸಾಮರ್ಥಗಳು ಅನೇಕ. ಅವನ ಶರೀರ ಮತ್ತು ಮನಸ್ಸುಗಳು ಪರಿಪೂರ್ಣತೆಯನ್ನು ತಲಪಿದ್ದವು. ಅವನ ನಡತೆ ಆದರ್ಶಪ್ರಾಯವಾಗಿತ್ತು. ಅವನು ಎಂತಹ ಸಂದರ್ಭದಲ್ಲೂ ತನ್ನ ಮೈಮೇಲಿನ ಪರಿವೆಯನ್ನು ಕಳೆದುಕೊಳ್ಳುವ ಮನುಷ್ಯನಾಗಿರಲಿಲ್ಲ. ಆದರೆ ಯಾವಾಗಲೂ, ಮೊದಲು ಬೇರೆಯವರ ಹಿತವನ್ನೇ ಚಿಂತಿಸುವವನಂತೆ ಕಾಣುತ್ತಿದ್ದ. ತನ್ನ ಜನ್ಮಸ್ಥಳಕ್ಕೆ ಸಹಜವಾದ, ವ್ಯವಹಾರ ಬುದ್ಧಿ ಅವನಲ್ಲಿ ಹೇರಳವಾಗಿತ್ತು. ಎಂತಹ ಕೆಲಸವನ್ನು ಮಾಡಬೇಕಾಗಿ ಬಂದರೂ ಸಂಕೋಚವಿಲ್ಲದೆ ಮಾಡುವುದು ಅವನ ಮನೋಧರ್ಮ. ಇಷ್ಟೆಲ್ಲ ಇದ್ದರೂ ಆ ಕಾಲದಲ್ಲಿ ಅವನ ಹಣಕಾಸಿನ ಪರಿಸ್ಥಿತಿ ಅಷ್ಟೊಂದು ಉತ್ತೇಜನಕರವಾಗಿ ಇರಲಿಲ್ಲ. ಅವನ ಕುಟುಂಬ ವರ್ಗ ಅತ್ಯಂತ ಅಪಾಯಕಾರಿಯಾದ ಕೆಲವು ಸಟ್ಟಾ ವ್ಯವಹಾರಗಳಲ್ಲಿ ತೊಡಗಿ, ಸರ್ವನಾಶದ ಅಂಚಿನಲ್ಲಿತ್ತು. ಹಲವಾರು, ದಾವೆಗಳಲ್ಲಿ ಸಿಕ್ಕಿಕೊಂಡಿತ್ತು. ದಿನಗಳು ಕಳೆದಂತೆ ಅವನ ವ್ಯವಹಾರಗಳು ಹೆಚ್ಚು ಹೆಚ್ಚು ಹದಗೆಟ್ಟವು. ಪರಿಣಾಮವಾಗಿ ಅವನ ಆತಂಕವೂ ಹೆಚ್ಚಾಯಿತು. ಆದರೆ ಈ ಆತಂಕ ಅವನಿಗೊಂದು ದುರಂತ ನಾಯಕನ ಶೋಭೆಯನ್ನು ತಂದುಕೊಟ್ಟಿತ್ತು. ಆದರೆ ಈ ದುಃಖ ನಮ್ಮ ತರುಣಗಾಯಕಿಗೆ ಮತ್ತೂ ಆಕರ್ಷಕವಾಗಿ ಕಂಡಿತು. ಉತ್ತೇಜನ ಕೊಟ್ಟಿತು. ಅವಳು, ಅವನ ಸ್ನೇಹವನ್ನು ತಾನಾಗಿ ಬಯಸಿದಳು. ಯಾಕೆಂದರೆ ಅವನಿಗೂ ತನ್ನಂತಹ ಹೆಣ್ಣಿನ ಗೆಳೆತನದ ಅಗತ್ಯವಿದೆಯೆಂದು ಅವಳ ಅಂತಃಸ್ಫೂರ್ತಿ ಹೇಳಿತು.

"ಇದಕ್ಕೆ ಮುಂಚೆ ಅವನು ಅವಳನ್ನು ನೋಡಿದ್ದು ತುಂಬಾ ಅಪರೂಪವಾಗಿ. ಅದೂ ಸಾರ್ವಜನಿಕ ಸ್ಥಳಗಳಲ್ಲಿ. ಆದರೆ ಈಗ, ಅವನು ಬರುವುದೇ ತಡ, ಅವಳ ಮನೆಯೊಳಗೆ ಸ್ವಾಗತ ಸಿಕ್ಕಿತು. ಅಷ್ಟೇಕೆ, ಅವಳೇ ಅವನನ್ನು ತುಂಬಾ ಒತ್ತಾಯದಿಂದ ಆಹ್ವಾನಿಸಿದಳು. ಸರಿ, ಅವನು ಆಮಂತ್ರಣವನ್ನು ಸ್ವೀಕರಿಸಲು ತಡಮಾಡಲಿಲ್ಲ.

"ಅವಳು ಅವನೊಂದಿಗೆ ತನ್ನ ಆಸೆಯನ್ನು ಹೇಳಿಕೊಂಡಳು. ಅವನಲ್ಲಿ ತನಗೆ ಪೂರ್ಣ ವಿಶ್ವಾಸವಿದೆಯೆಂದು ತಿಳಿಸಿದಳು. ಅವಳ ಬಯಕೆಯಿಂದ ಅವನಿಗೆ ಆಶ್ಚರ್ಯವಾಯಿತು; ಆನಂದವಾಯಿತು. ಅವನು ತನ್ನ ಸ್ನೇಹಿತನಾಗಿ ಮಾತ್ರ ಉಳಿಯಬೇಕೆಂದೂ ಪ್ರೇಮಿಗೆ ಲಭ್ಯವಾದ ಯಾವುದೇ ಹಕ್ಕುಗಳನ್ನು ಬಯಸಬಾರದೆಂದೂ ತುಂಬ ಕಳಕಳಿಯಿಂದ ಅವಳು

ಬೇಡಿಕೊಂಡಳು, ತಾನು ಆ ಕ್ಷಣದಲ್ಲಿ ಸಿಲುಕಿಕೊಂಡಿದ್ದ ಲಜ್ಜಾಸ್ಪದವಾದ ಸಂದಿಗ್ಧ ಸನ್ನಿವೇಶವೊಂದರ ಬಗ್ಗೆ ಅವಳು ಹೇಳಿಕೊಂಡಳು. ಅವನು ತನ್ನ ಅಪಾರ ಲೋಕಾನುಭವದ ಬೆಂಬಲದಿಂದ, ಅತ್ಯಂತ ಸೂಕ್ತವಾದ ಬುದ್ಧಿವಾದವನ್ನು ತನಗೆ ಕೊಡಲು ಸಮರ್ಥನಾದನೆಂದೂ ಅದರಿಂದಾಗಿ ತನಗೆ ಬಹಳ ಬೇಗ ಗೆಲುವು ದೊರಕಿತೆಂದೂ ಅವಳು ತಿಳಿಸಿದಳು. ಅವನೂ ಅಷ್ಟೇ, ತನ್ನ ವ್ಯವಹಾರಗಳ ಶೋಚನೀಯ ಸ್ಥಿತಿಯನ್ನು ಅವಳಿಗೆ ಹೇಳಿಕೊಂಡ. ಅವಳು ಅವನಿಗೆ ಸಮಾಧಾನ ಹೇಳಿದಳು; ಉಲ್ಲಾಸ ನೀಡಿದಳು. ಅವಳ ಸಾಮೀಪ್ಯದಲ್ಲಿ, ಅನೇಕ ಸಂಗತಿಗಳು ಅವನಿಗೆ ಅರ್ಥವಾದವು – ಪ್ರಾಯಶಃ ಅವಳಿಲ್ಲದಿದ್ದರೆ ಇಷ್ಟು ಬೇಗ ತಿಳಿಯದಂತಹ ಸಂಗತಿಗಳು, ಹೀಗೆ ಒಂದು ವಿಧದಲ್ಲಿ ಅವಳೂ ಅವನಿಗೆ ಸಲಹೆ ನೀಡತೊಡಗಿದಳು. ಹೀಗೆಯೇ ಅನತಿ ಕಾಲದಲ್ಲಿ ಅವರಿಬ್ಬರ ನಡುವೆ ಪರಸ್ಪರ ಗೌರವ ಹಾಗೂ ಅವಲಂಬನೆಗಳನ್ನು ಆಧರಿಸಿದ ಗಾಢವಾದ ಮೈತ್ರಿ ಬೆಳೆದುಬಂತು. ಮನುಷ್ಯರಿಬ್ಬರ ಮಧ್ಯೆ ಇರಬಹುದಾದ ಅತ್ಯಂತ ಶ್ರೇಷ್ಠವಾದ, ಸುಂದರವಾದ ಸಂಬಂಧ ಅದು. ಆದರೆ, ದುರದೃಷ್ಟವಶಾತ್ ನಾವು ಕೆಲವು ನಿಬಂಧನೆಗಳನ್ನು ಒಪ್ಪಿಕೊಳ್ಳುವುದಕ್ಕಿಂತ ಮುಂಚೆ ಅವು ಕಾರ್ಯಸಾಧ್ಯವೋ ಅಥವಾ ಅಲ್ಲವೋ ಎಂದು ಆಲೋಚಿಸುವುದಿಲ್ಲ. ಅವನು, ಕೇವಲ ಸ್ನೇಹಿತನಾಗಿ ಉಳಿಯುತ್ತೇನೆ, ಪ್ರಿಯತಮನ ಹಕ್ಕುಗಳನ್ನು ಕೇಳುವುದೇ ಇಲ್ಲ, ಎಂದು ವಚನವನ್ನೇನೊ ಕೊಟ್ಟಿದ್ದ. ಆದರೆ ಬಹುಬೇಗ, ಅವಳ ಪ್ರೇಮಿಗಳು ಆಗಮಿಸಿದಾಗ ಸಿಟ್ಟಿನಿಂದ ಮೈ ಉರಿಯುತ್ತಿತ್ತೆಂಬ ಸತ್ಯವನ್ನು ಅವನು ಒಪ್ಪಿಕೊಳ್ಳಬೇಕಾಯಿತು. ಅಷ್ಟು ಮಾತ್ರವಲ್ಲ, ಅವರ ಮುಖ ಕಂಡರೆ ಅವನಿಗೆ ಆಗುತ್ತಿರಲಿಲ್ಲ. ಅದರಲ್ಲೂ ತನ್ನ ಗೆಳತಿಯು, ಅವಳ ಪ್ರಿಯಕರರಲ್ಲೊಬ್ಬರ ಗುಣದೋಷಗಳನ್ನು ತನ್ನೊಂದಿಗೆ ನಗುನಗುತ್ತಾ ಚರ್ಚಿಸತೊಡಗಿದಾಗ ಅವನಿಗೆ ತುಂಬಾ ನೋವಾಗುತ್ತಿತ್ತು. ಅವಳಿಗೆ ತನ್ನ ಪ್ರೇಮಿಯ ದೋಷಗಳೆಲ್ಲ ತುಂಬಾ ಚೆನ್ನಾಗಿ ಗೊತ್ತಿರುತ್ತಿತ್ತು. ಆದರೂ ಪ್ರಾಯಶಃ ಅದೇ ರಾತ್ರಿ, ಅವಳು ಆ ಅಯೋಗ್ಯನ ತೋಳುಗಳಲ್ಲಿ ಮಲಗುತ್ತಿದ್ದಳು. ತನ್ನ ಗೌರವಪಾತ್ರ, ಸಭ್ಯ ಸ್ನೇಹಿತನನ್ನು ಅಣಕಿಸುವ ಹಾಗೆ.

"ಅದೃಷ್ಟವೆನ್ನಿ ಅಥವಾ ದುರದೃಷ್ಟವೆನ್ನಿ, ಕೆಲವು ದಿನಗಳಲ್ಲಿ ಅವಳ ಹೃದಯದಲ್ಲಿ ಮತ್ತೆ ಬಿಡುವಾಯಿತು. ಅವಳ ಸ್ನೇಹಿತ ಈ ಸ್ಥಿತಿಯನ್ನು ತುಂಬಾ ಸಮಾಧಾನದಿಂದ ಗಮನಿಸಿದ ಮತ್ತು ಖಾಲಿಯಾದ ಜಾಗವನ್ನು ತುಂಬಲು ಬೇರೆ ಎಲ್ಲರಿಗಿಂತ ಹೆಚ್ಚಿನ ಅರ್ಹತೆ ತನಗೇ ಇದೆಯೆಂದು ಅವಳ ಮನವೊಲಿಸಲೆತ್ನಿಸಿದ. ಅವಳು ಮೊದಮೊದಲು ಒಪ್ಪಲಿಲ್ಲ. ಅನಾಸಕ್ತಳಾಗಿದ್ದಳು. ಆದರೆ ಅವನು ಬಹಳ ಒತ್ತಾಯ ಮಾಡಿದಾಗ ಅವನ ಆಸೆಯನ್ನು ಈಡೇರಿಸಿದಳು. ಆದರೂ ಅವಳು ಹೀಗೆ ಹೇಳಿದಳು :

"ನನಗೇನೋ ಭಯ ; ನಿನ್ನನ್ನು ಪ್ರೇಮಿಯಾಗಿ ಸ್ವೀಕರಿಸೋದರಿಂದ ನಾನು ಪ್ರಪಂಚದಲ್ಲಿ ಅತ್ಯಂತ ಬೆಲೆಬಾಳುವ ವಸ್ತುವನ್ನು – ಒಬ್ಬ ಸ್ನೇಹಿತನನ್ನು – ಕಳೆದುಕೊಳ್ಳುತ್ತಿದ್ದೇನೆ ಅಂತ."

ಅವಳ ಭವಿಷ್ಯವಾಣಿ ಬಹಳ ಬೇಗ ನಿಜವಾಯಿತು. ಯಾಕೆಂದರೆ ಅವನು ತನ್ನ ದ್ವಿಮುಖ ಪಾತ್ರವನ್ನು ನಿರ್ವಹಿಸತೊಡಗಿ, ಸ್ವಲ್ಪ ಕಾಲವೂ ಕಳೆದಿರಲಿಲ್ಲ. ಅವನ ಮನೋಭಾವಗಳು ದಿನೇದಿನೇ ಕೆಡುತ್ತಾ ಬಂದವು. ಅವನು ಸ್ನೇಹಿತನಾಗಿ ಅವಳ ಸಮಸ್ತ ಗೌರವವನ್ನೂ ಅಪೇಕ್ಷಿಸುತ್ತಿದ್ದ ಮತ್ತು ಪ್ರಿಯಕರನಾಗಿ ಅವಳ ಸಮಗ್ರ ಪ್ರೀತಿಯನ್ನು. ಇದರ ಜೊತಗೆ, ಬುದ್ಧಿವಂತನಾದ, ಮೆಚ್ಚಬಹುದಾದ ಗಂಡಸಾಗಿ, ಅವಳು ಸದಾಕಾಲವೂ ತನ್ನೊಂದಿಗೆ

ಮಾತನಾಡುತ್ತ ಕುಳಿತಿರಬೇಕೆಂದು ಇಷ್ಟಪಡುತ್ತಿದ್ದ. ಆ ಜೀವಂತ, ಉಲ್ಲಾಸಮಯ ತರುಣಿಗೆ ಈ ಬಗೆಯ ಗುಲಾಮಗಿರಿ ಸ್ವಲ್ಪವೂ ಹಿಡಿಸಲಿಲ್ಲ. ಅವಳು ಯಾವುದೇ ಬಗೆಯ ತ್ಯಾಗವನ್ನು ಮಾಡಲು ಸಿದ್ಧಳಿರಲಿಲ್ಲ. ಯಾರಿಗಾದರೂ, ತನ್ನ ಮೇಲಿನ ಸರ್ವಸ್ವಾಮ್ಯವನ್ನು ಕೊಟ್ಟುಬಿಡುವುದು ಅವಳಿಗೆ ಒಂದಿಷ್ಟೂ ಇಷ್ಟವಾಗಲಿಲ್ಲ. ಆದ್ದರಿಂದ ಅವಳು ತುಂಬಾ ಜಾಣತನದಿಂದ, ದಿನೇ ದಿನೇ ಅವನ ಸಂಪರ್ಕವನ್ನು ಕಡಿಮೆಮಾಡಿಕೊಳ್ಳುತ್ತ ಹೋದಳು. ಬಂದರೂ ಅವನನ್ನು ನೋಡುವುದು ಕಡಿಮೆಯಾಯಿತು. ಕೊನೆಗೆ, ಪ್ರಪಂಚದಲ್ಲಿ ಯಾವುದೇ ಅಮೂಲ್ಯ ವಸ್ತುವಿಗಾಗಿಯಾದರೂ, ತಾನು ತನ್ನ ಸ್ವಾತಂತ್ರ್ಯವನ್ನು ಬಿಟ್ಟುಕೊಡಲಾರನೆಂಬ ಸಂಗತಿಯನ್ನು ಅವಳೂ ಸ್ಪಷ್ಟಪಡಿಸಿದಳು.

"ಅವನಿಗೆ ಈ ಸಂಗತಿ ಸ್ಪಷ್ಟವಾಗುವುದೇ ತಡ, ಅತ್ಯಂತ ದೊಡ್ಡ ಆಘಾತ ತನ್ನ ಮೇಲೆ ಎರಗಿದೆಯೆಂದು ಆತ ಭಾವಿಸಿದ, ಇನ್ನೂ ನೋವಿನ ಸಂಗತಿಯೆಂದರೆ ಅವನ ದುರದೃಷ್ಟ ಅಷ್ಟಕ್ಕೇ ಮುಗಿಯಲಿಲ್ಲ. ಅವನ ಖಾಸಗೀ ವ್ಯವಹಾರಗಳು ಮತ್ತಷ್ಟು ಹದಗೆಡತೊಡಗಿದವು. ಹೀಗಾದಾಗ ತಾನು ಮಾಡಿದ ತಪ್ಪನ್ನು ಅವನು ತನ್ನ ಅಂತರಂಗದಲ್ಲಾದರೂ ಒಪ್ಪಿಕೊಳ್ಳ ಬೇಕಾಯಿತು. ಚಿಕ್ಕ ಹುಡುಗನಾಗಿದ್ದಾಗಿನಿಂದ ಅವನು ತನ್ನ ಸಂಪತ್ತು ಅಕ್ಷಯವೆಂದು ಭಾವಿಸಿದ್ದ. ಪ್ರವಾಸ ಮತ್ತು ಸುಖವಿಲಾಸಗಳಲ್ಲಿ ಕಾಲ ಕಳೆದು, ವ್ಯಾಪಾರವನ್ನು ನಿರ್ಲಕ್ಷಿಸಿದ್ದ. ಹಾಸಿಗೆ ಇದ್ದಷ್ಟು ಕಾಲು ಚಾಚುವುದರ ಬದಲು, ತಾನಿರುವುಕ್ಕಿಂತ ಹೆಚ್ಚು ಶ್ರೀಮಂತನಾಗಿ, ವಿಲಾಸಿಯಾಗಿ ಕಾಣಿಸಿಕೊಳ್ಳಲು ಪ್ರಯತ್ನಿಸಿದ್ದ. ಈ ವಿಶಾಲ ಪ್ರಪಂಚದ ಜನರನ್ನು ದಂಗುಬಡಿಸುವುದು ಅವನ ಉದ್ದೇಶವಾಗಿತ್ತು. ತನ್ನ ಪರವಾಗಿ ತೀರ್ಪು ಬರಬಹುದೆಂದು ಅವನು ನಿರೀಕ್ಷಿಸುತ್ತಿದ್ದ ದಾವೆಗಳು ಬಹಳ ನಿಧಾನವಾಗಿ ಮುಂದುವರಿಯುತ್ತಿದ್ದುವಲ್ಲದೆ, ತುಂಬ ಹಣವನ್ನೂ ನುಂಗಿಹಾಕುತ್ತಿದ್ದವು. ಅವನು ಅದಕ್ಕೋಸ್ಕರ ಅನೇಕ ಬಾರಿ ಪಲರ್ಮೊಗೆ ಹೋಗಿ ಬರಬೇಕಾಗುತ್ತಿತ್ತು. ಈ ಬಾರಿ ಅವನು ಅಲ್ಲಿಗೆ ಹೋದಾಗ ನಮ್ಮ ಜಾಣ ಮಹಿಳೆ ಅವನಿಂದ ದೂರವಾಗಲು ಅಗತ್ಯವಾದ ಕ್ರಮಗಳನ್ನು ಕೈಕೊಂಡಳು ; ಮನೆ ಬದಲಾಯಿಸಿದಳು. ಅವನು ಹಿಂದಿರುಗಿ ಬಂದು ನೋಡುತ್ತಾನೆ, ತನ್ನ ಮನೆ ಒಂದು ಮೂಲೆಯಾದರೆ ಅವಳದು ಇನ್ನೊಂದು ಮೂಲೆ. ಅದರ ಜೊತೆಗೆ ಒಬ್ಬ ಮಾರ್ಕೇಜ್ ಅವಳ ಮನೆಗೆ ಬಂದು ಹೋಗಿ ಮಾಡತೊಡಗಿದ್ದ ; ಅವಳ ಆತ್ಮೀಯನಾಗಿದ್ದ. ಅವನಾದರೋ ಆ ಕಾಲದಲ್ಲಿ ತುಂಬಾ ಪ್ರಭಾವಶಾಲಿಯಾದ ಮನುಷ್ಯ. ರಂಗಭೂಮಿ ಮತ್ತು ಸಾರ್ವಜನಿಕ ಮನರಂಜನೆಯ ಪ್ರಪಂಚದಲ್ಲಿ ಅವನೆಂದರೆ ತುಂಬಾ ಮರ್ಯಾದೆ. ನಮ್ಮ ತರುಣನಿಗೆ ಈ ಆಘಾತವನ್ನು ತಡೆದುಕೊಳ್ಳಲು ಸಾಧ್ಯವಾಗಲೇ ಇಲ್ಲ. ತೀವ್ರವಾದ ಅನಾರೋಗ್ಯಕ್ಕೆ ಪಕ್ಕಾಗಿ ಅವನು ಮಲಗಿದ. ಈ ಸುದ್ದಿ ಅವನ ಗೆಳತಿಗೆ ತಲಪಿದಾಗ, ಅವಳು ಅವನ ಬಳಿಗೆ ಓಡಿಬಂದಳು. ಅವನ ಶುಶ್ರೂಷೆ ಮಾಡಿದಳು ; ಗಮನವಿಟ್ಟು ನೋಡಿಕೊಂಡಳು. ಅವನ ಹಣಕಾಸಿನ ಸ್ಥಿತಿ ಅಷ್ಟೇನೂ ಉತ್ತಮವಾಗಿಲ್ಲವೆಂದು ಅವಳ ಸೂಕ್ಷ್ಮಬುದ್ಧಿಗೆ ತಿಳಿಯದೆ ಹೋಗಲಿಲ್ಲ. ಆದ್ದರಿಂದ ಅವಳು ಹಿಂದಿರುಗುವಾಗ ಸಾಕಷ್ಟು ಹಣವನ್ನು ಅವನಿಗಾಗಿ ಬಿಟ್ಟು ಹೋದಳು. ಅದರಿಂದ ಸ್ವಲ್ಪ ಕಾಲದವರೆಗೆ ಅವನ ಹಣಕಾಸಿನ ಕೊರತೆ ಇಲ್ಲವಾಯಿತು.

"ಅವಳ ಸ್ವಾತಂತ್ರ್ಯಕ್ಕೆ ತಡೆಹಾಕುವ ಹಕ್ಕು ತನಗಿದೆಯೆಂಬ ಅಹಂಕಾರವನ್ನು ಅವನು ತೋರಿಸಿದ್ದ. ಅಷ್ಟರಿಂದಲೇ ಅವನ ಬಗ್ಗೆ ಅವಳಿಗಿದ್ದ ಗೌರವ ಸಾಕಷ್ಟು ಕಡಿಮೆಯಾಗಿತ್ತು. ಅವಳ ಪ್ರೀತಿ ಕಡಿಮೆಯಾಗುತ್ತಾ ಹೋದಂತೆ ಅವಳು ಅವನ ವರ್ತನೆಯನ್ನು ಹೆಚ್ಚು

ಸೂಕ್ಷ್ಮವಾಗಿ ಪರಿಶಿಲಿಸತೊಡಗಿದಳು. ಅವನು ತನ್ನ ವ್ಯವಹಾರಗಳನ್ನು ಅಷ್ಟೊಂದು ಹದಗೆಡಿಸಿಕೊಂಡಿದ್ದನೆಂಬ ಸಂಗತಿ ಗೊತ್ತಾದ ಮೇಲಂತೂ, ಅವನ ಸ್ವಭಾವ ಮತ್ತು ಸಾಮರ್ಥ್ಯಗಳ ಬಗ್ಗೆ ಅವಳಲ್ಲಿ ಕೀಳು ಅಭಿಪ್ರಾಯ ಮೂಡಿತು. ಆದರೆ ಅವನು ಇವೆಲ್ಲದರ ನಡುವೆ ಅವಳಲ್ಲಾಗಿದ್ದ ಮಹತ್ವದ ಬದಲಾವಣೆಯನ್ನು ಗಮನಿಸಲೇ ಇಲ್ಲ . ಅದರ ಬದಲು ತನ್ನ ಆರೋಗ್ಯ ಸುಧಾರಣೆಯ ಬಗ್ಗೆ ಅವಳು ತೋರಿಸಿದ ಕಳಕಳಿಯನ್ನು ಅವನು ತಪ್ಪಾಗಿ ಅರ್ಥ ಮಾಡಿಕೊಂಡ. ಅದೂ ಅಲ್ಲದೆ ಅವಳು ಎಷ್ಟೋ ಬಾರಿ ದಿನದಲ್ಲಿ ಅರ್ಧಕ್ಕಿಂತ ಹೆಚ್ಚು ಭಾಗವನ್ನು ಅವನ ಹಾಸಿಗೆಯ ಪಕ್ಕದಲ್ಲಿಯೇ ಕಳೆಯುತ್ತಿದ್ದಳು. ಅವನು ಇದೆಲ್ಲವನ್ನೂ ಕನಿಕರವಲ್ಲ, ಸ್ನೇಹ, ಪ್ರೀತಿ ಎಂದು ತಿಳಿದುಕೊಂಡ. ತನ್ನ ಆರೋಗ್ಯ ಸುಧಾರಿಸಿದ ಮೇಲೆ, ಮತ್ತೆ ತನ್ನ ಮೊದಲಿನ ಸ್ಥಾನ ಮಾನಗಳು ಹಿಂದಿರುಗುತ್ತವೆಂಬ ನಿರೀಕ್ಷೆ ಅವನದಾಯಿತು."

"ಆದರೆ ಅದು ಎಷ್ಟು ದೊಡ್ಡ ಭ್ರಮೆ! ಅವನ ಆರೋಗ್ಯ ಮತ್ತು ಶಕ್ತಿಗಳು ಹಿಂದಿರುಗಿದ ಹಾಗೆಲ್ಲ ಅವಳ ಕರುಣೆ ಮತ್ತು ಪ್ರೀತಿಗಳು ಕಡಿಮೆಯಾಗುತ್ತ ಬಂದವು. ಹಾಗೆ ನೋಡಿದರೆ, ಮೊದಲು ಅವನ ಸಹವಾಸ ಅವಳಿಗೆ ಎಷ್ಟು ಪ್ರಿಯವಾಗಿತ್ತೋ ಈಗ ಅಷ್ಟೇ ಅಸಹನೀಯವಾಗಿ ಕಂಡಿತು. ಅವನೂ ಅಷ್ಟೇ. ಈ ಘಟನೆಗಳು ನಡೆಯುತ್ತಾ ಹೋದಂತೆ, ಮೊದಲಿಗಿಂತ ಹೆಚ್ಚು ಶೀಘ್ರಕೋಪಿಯೂ ಕಹಿನಾಲಗೆಯವನೂ ಆಗಿ ಮಾರ್ಪಾಟು ಹೊಂದಿದ್ದ. ಈ ಸಂಗತಿ ಸ್ವತಃ ಅವನಿಗೇ ಗೊತ್ತಿರಲಿಲ್ಲ. ತನ್ನ ದೌರ್ಭಾಗ್ಯಕ್ಕೆ ತಾನೇ ಹೊಣೆಗಾರನೆನ್ನುವುದನ್ನು ಅವನು ಒಪ್ಪಿಕೊಳ್ಳಬಹುದಾಗಿತ್ತು. ಆದರೆ ಅವನು ಆ ಜವಾಬ್ದಾರಿಯನ್ನು ಬೇರೆಯವರ ಮೇಲೆ ಹೊರಿಸಿದ. ಪ್ರತಿಯೊಂದು ಕ್ಷೇತ್ರದಲ್ಲೂ ತನ್ನದೇನೂ ತಪ್ಪಿಲ್ಲವೆಂದು ಭಾವಿಸಿದ. ಅವನು ತನ್ನನ್ನು ಬೇರೆಯವರ ಹಿಂಸಾಪ್ರವೃತ್ತಿ ಮತ್ತು ಅನ್ಯಾಯಗಳಿಗೆ ಬಲಿಯಾದ ನಿರಪರಾಧಿ ಮುಗ್ಧನೆಂದೇ ತಿಳಿದ. ತನಗೆ ಬೇರೆಯವರು ಮಾಡಿದ ಅನ್ಯಾಯ ಮತ್ತು ಕೊಟ್ಟ ನೋವುಗಳಿಗೆ ಪ್ರತಿಫಲವಾಗಿ, ತಾನು ಪ್ರೀತಿಸಿದ ಹೆಣ್ಣಿನ ಪರಿಪೂರ್ಣ ಪ್ರೇಮವು ತನ್ನದಾಗಬೇಕೆಂಬ ಆಸೆ ಅವನದು.

"ಸರಿ, ಈ ಎಲ್ಲ ಬೇಡಿಕೆಗಳ ಪಟ್ಟಿಯನ್ನು ಸಿದ್ಧಪಡಿಸಿಕೊಂಡ ಅವನು ತನ್ನ ಆರೋಗ್ಯವು ಬೇರೆಯವರ ಮನೆಗಳಿಗೆ ಭೇಟಿಕೊಡುವಷ್ಟು ಉತ್ತಮವಾಗುವುದೇ ತಡ, ಅವಳ ಮನೆಯ ಬಾಗಿಲ ಮುಂದೆ ಹಾಜರಾದ. ಅವಳು ತನಗಾಗಿ, ಸಮಗ್ರಜೀವನವನ್ನೇ ಮೀಸಲಾಗಿಡ ಬೇಕೆಂದು ಕೇಳಿದ. ತನ್ನ ಇತರ ಸ್ನೇಹಿತರು ಮತ್ತು ಪರಿಚಯಸ್ಥರಿಂದ ದೂರವಾಗಬೇಕು, ರಂಗಸ್ಥಳದಿಂದ ನಿವೃತ್ತಳಾಗಬೇಕು. ಅವನೊಂದಿಗೆ, ಅವನಿಗಾಗಿ ಪ್ರತ್ಯೇಕ ಜೀವನ ನಡೆಸ ಬೇಕು. ಇವುಗಳಿಗಿಂತ ಕಡಿಮೆಯಾದ ಬೇರೇನನ್ನೂ ಒಪ್ಪಿಕೊಳ್ಳಲು ಅವನು ತಯಾರಿರಲಿಲ್ಲ. ಅವಳು ಮೊದಲು ನಗೆಯಾಡಿದಳು. ನಂತರ ಗಂಭೀರಳೂ ಪ್ರಾಮಾಣಿಕಳೂ ಆದಳು. ಅವನ ಬೇಡಿಕೆಗಳು ಅಸಾಧ್ಯವೆಂದು ಅವನಿಗೆ ತೋರಿಸಲೆತ್ನಿಸಿದಳು. ಆದರೆ ಕೊನೆಗೆ ಅವಳು ತುಂಬಾ ಸ್ಪಷ್ಟವಾಗಿ ಅಪ್ರಿಯವಾದ ಸತ್ಯವನ್ನು ಹೇಳಬೇಕಾಗಿ ಬಂತು. ತಮ್ಮಿಬ್ಬರ ಸಂಬಂಧ ಮುಂದುವರಿಯಲು ಸಾಧ್ಯವೇ ಇಲ್ಲವೆಂಬ ಕಟುಸತ್ಯವನ್ನು ಅವಳು ಹೇಳಿದಳು. ಅವನು ಹೊರಟುಹೋದ. ಮತ್ತೆಂದೂ ಅವಳನ್ನು ನೋಡಲಿಲ್ಲ.

"ಈ ಘಟನೆ ನಡೆದ ಬಳಿಕ ಅವನು ಅನೇಕ ವರ್ಷಗಳ ಕಾಲ ಬದುಕಿದ್ದ. ಆದರೆ ತೀರಾ ಪರಿಚಿತರಾದ ಕೆಲವು ಸ್ನೇಹಿತರ ವಲಯದಿಂದ ಆಚೆ ಸುಳಿಯಲಿಲ್ಲ. ಅಷ್ಟೇಕೆ, ಅವನ ಜೊತೆಯಲ್ಲಿ ಸಂಬಂಧವಿಟ್ಟುಕೊಂಡವಳು ಒಬ್ಬ ವಯಸ್ಸಾದ ಮಹಿಳೆ. ಅವಳು ಅವನ

ಮನೆಯ ಒಂದು ಭಾಗದಲ್ಲೇ ವಾಸಿಸುತ್ತಿದ್ದಳು. ತನ್ನ ಅಲ್ಪ ಆದಾಯದಿಂದ ಹೇಗೆ ಹೇಗೋ ಜೀವಿಸುತ್ತಿದ್ದಳು. ಈ ಅವಧಿಯಲ್ಲಿ ಅವನು ತನ್ನ ದಾವೆಗಳನ್ನು ಒಂದರ ನಂತರ ಒಂದರಂತೆ ಗೆಲ್ಲುತ್ತಾ ಹೋದ. ಆದರೆ ಅವನ ಆರೋಗ್ಯವು ದಿನೇ ದಿನೇ ಹಾಳಾಯಿತು. ಅವನ ಬದುಕಿನಿಂದ ಸುಖ ಸಂತೋಷಗಳು ಹಾರಿಹೋಗಿದ್ದವು. ಯಾವುದೋ ಒಂದು ಸೋಂಕು ತಗಲಿ ಅವನು ಮತ್ತೊಮ್ಮೆ, ತೀವ್ರವಾಗಿ ಖಾಯಿಲೆ ಬಿದ್ದ. ವೈದ್ಯರು ಅವನ ಸಾವಿನ ದಿನ ಸಮೀಪಿಸಿದೆಯೆಂದು ಹೇಳಿದರು. ಈ ಮಾತು ಅವನ ಮೇಲೆ ಯಾವ ಪರಿಣಾಮವನ್ನೂ ಬೀರಲಿಲ್ಲ. ಆದರೆ ಅವನು ಇನ್ನೊಂದು ಬಾರಿ ತನ್ನ ಸುಂದರ ಸ್ನೇಹಿತೆಯನ್ನು ನೋಡಲು ಇಷ್ಟಪಟ್ಟ. ಸರಿ, ತನ್ನ ಸೇವಕನನ್ನು ಅವಳ ಹತ್ತಿರ ಕಳಿಸಿದ. ಹಿಂದೆಲ್ಲ, ಅವರ ಸಂಬಂಧ ಸರಿಯಾಗಿದ್ದಾಗ, ಅವನು ಹೇಳಿಕಳಿಸಿದಾಗ ಅವಳು ಬಂದಿದ್ದಳು. ಆದರೆ ಈ ಸಲ ಅವಳು ನಿರಾಕರಿಸಿದಳು. ಅವನು ಸೇವಕನನ್ನು ಎರಡನೆಯ ಬಾರಿ ಕಳುಹಿಸಿದ ; ಬೇಡಿಕೊಂಡ. ಆಗಲೂ ಆಕೆ ಬರಲಿಲ್ಲ. ಕೊನೆಗೆ, ಅವು ಮೂರನೆಯ ಬಾರಿ ಕರೆ ಕಳಿಸಿದಾಗ ರಾತ್ರಿ ಬಹಳ ಹೊತ್ತಾಗಿತ್ತು. ಅವಳ ಮನಸ್ಸು ಆರ್ದ್ರವಾಯಿತು. ಅವಳು ತನ್ನ ಮನಃಸ್ಥಿತಿಯನ್ನು ನನ್ನೊಂದಿಗೆ ಹೇಳಿಕೊಂಡಳು. ಏಕೆಂದರೆ ಆಗ, ನಾನು, ಮಾರ್ಕೇಜ್ ಮತ್ತು ಬೇರೆ ಕೆಲವು ಸ್ನೇಹಿತರು ಅವಳ ಮನೆಯಲ್ಲಿ ಊಟ ಮಾಡುತ್ತಿದ್ದೆವು. ಅವಳು ಆತನ ಮನೆಗೆ ಹೋಗಬೇಕು, ತನ್ನ ಸ್ನೇಹಿತನಿಗೆ, ಪ್ರೀತಿಯ ಕೊನೆಯ ಆರೈಕೆಯನ್ನು ಮಾಡಬೇಕೆಂದು ನಾನು ಬುದ್ಧಿವಾದ ನೀಡಿದೆ. ಅವಳು ಕ್ಷಣಕಾಲ ಹಿಂದೆ ಮುಂದೆ ನೋಡಿದಳು. ಸ್ವಲ್ಪಹೊತ್ತು ಆಲೋಚಿಸಿದ ಅನಂತರ ಅವಳ ಮನಸ್ಸು ಒಂದು ತೀರ್ಮಾನಕ್ಕೆ ಬಂತು. ಅವಳು ಆ ಸೇವಕನನ್ನು ಕಟುವಾದ ನಿರಾಕರಣೆಯೊಂದಿಗೆ ಹಿಂದಿರುಗಿಸಿದಳು, ಅವನು ಇನ್ನೊಮ್ಮೆ ಬರಲಿಲ್ಲ.

"ಊಟವಾದ ಮೇಲೆ ನಾವೆಲ್ಲರೂ ಆತ್ಮೀಯವಾದ ಸಂಭಾಷಣೆಯನ್ನು ಮುಂದುವರಿಸಿದೆವು, ನಾವು ತುಂಬಾ ಉಲ್ಲಾಸ ಮತ್ತು ಸಂತೋಷದ ಮನೋಭಾವದಲ್ಲಿದ್ದೆವು. ಆಗ ಸುಮಾರು ಮಧ್ಯರಾತ್ರಿ. ಇದ್ದಕ್ಕಿದ್ದಂತೆ ನಮಗೆ ದೀರ್ಘವಾದ, ಆತಂಕಮಯವಾದ, ಮೈ ನಡುಗಿಸುವ ಆಕ್ರಂದನದ ಧ್ವನಿ ಕೇಳಿಸಿತು ; ಮನುಷ್ಯರು ಕೂಗಿದಂತೆ ಇತ್ತು. ನಾವು ಬೆಚ್ಚಿಬಿದ್ದೆವು ; ಒಬ್ಬರ ಮುಖವನ್ನೊಬ್ಬರು ನೋಡಿದೆವು. ಸುತ್ತಮುತ್ತ ದಿಟ್ಟಿಸಿದೆವು ; ಮುಂದೆ ಏನಾಗುವುದೋ ಎಂದು ಅಚ್ಚರಿಪಡುತ್ತಾ ಕಾದೆವು. ಆದರೆ ಕೊಠಡಿಯ ಮಧ್ಯದಿಂದ ಚಿಮ್ಮಿ ಬಂದ ಆ ಧ್ವನಿಯು ನಿಧಾನವಾಗಿ ಗೋಡೆಗಳ ಕಡೆ ಚಲಿಸಿ ಕ್ಷೀಣವಾಯಿತು, ಕರಗಿ ಹೋಯಿತು. ಮಾರ್ಕೇಜ್ ತನ್ನ ಜಾಗದಿಂದ ಮೇಲೆದ್ದು ಕಿಟಕಿಯ ಕಡೆ ಹೋದ. ನಾವೆಲ್ಲರೂ ಭಯದಿಂದ ಬವಳಿ ಬಂದು ಬಿದಿದ್ದ ಸಿನೋರಿನಾಳ ಶುಶ್ರೂಷೆಯಲ್ಲಿ ನಿರತರಾದೆವು. ಅವಳು ಎಚ್ಚರವಾಗಲು ಸ್ವಲ್ಪಕಾಲ ಬೇಕಾಯಿತು. ಅವಳಿನ್ನೂ ಕಣ್ಣು ಬಿಟ್ಟಿಲ್ಲ. ಅಷ್ಟರಲ್ಲಿ ಹೊಟ್ಟೆಕಿಚ್ಚಿನ ಮೊಟ್ಟೆಕೋಳಿಯಾದ, ಆ ಮುಂಗೋಪಿ ಮಾರ್ಕೇಜ್ ಚೀರತೊಡಗಿದ. ಅವಳನ್ನು ಕ್ರೂರವಾಗಿ ನಿಂದಿಸತೊಡಗಿದ : "ನೀನು ನಿನ್ನ ಪ್ರಿಯತಮರೊಂದಿಗೆ ಸಂಕೇತಗಳನ್ನು ಇಟ್ಟುಕೊಳ್ಳಲೇ ಬೇಕಾದರೆ, ಅವುಗಳನ್ನು ಇದಕ್ಕಿಂತ ಕಡಿಮೆ ಸ್ಪಷ್ಟವಾಗಿರೋ ಹಾಗೆ ಮಾಡು. ಇಷ್ಟೊಂದು ದಾಂಧಲೆ ಬೇಡ" ಎಂದ ಅವನು. ಅವಳು ತನಗೆ ಮಾಮೂಲಾದ ಶಾಂತ ಮನಃಸ್ಥಿತಿಯನ್ನು ಈಗ ಮರಳಿ ಸಂಪಾದಿಸಿದ್ದಳು. ತನಗೆ ಇಷ್ಟ ಬಂದವರನ್ನು ಇಷ್ಟ ಬಂದಾಗ ತಾನು ಭೇಟಿಯಾಗಬಲ್ಲೆ ಎಂದಳು. ಯಾರೊಂದಿಗೂ ರಹಸ್ಯ ಸಂಕೇತಗಳನ್ನು ಹೊಂದಿರುವ ಅಗತ್ಯವಿಲ್ಲ ಎಂದಳು. ಅದೂ ಅಲ್ಲದೆ ಪ್ರಿಯಕರನ ಆಗಮನದಂತಹ ಮಧುರ ವಾರ್ತೆಯನ್ನು

ಸೂಚಿಸಲು, ಯಾರಾದರೂ ಇಷ್ಟೊಂದು ಕರ್ಕಶವಾದ ಭಯಾನಕ ಶಬ್ದವನ್ನು ಆರಿಸಿ ಕೊಳ್ಳುವ ಸಂಭವವಿದೆಯೇ ಎಂದಳು.

"ಹೌದು! ಆ ಮಾತು ನಿಜ. ಆ ಶಬ್ದ ನಂಬಲಾಗದಷ್ಟು ಭಯಾನಕವಾಗಿತ್ತು. ಅದರ ದೀರ್ಘವಾದ ಪ್ರತಿಧ್ವನಿಗಳು ನಮ್ಮ ಕಿವಿಗಳಲ್ಲಿ, ನಮ್ಮ ಮೂಳೆಗಳಲ್ಲಿ ಶಾಶ್ವತವಾಗಿ ಉಳಿದವು. ಅವಳ ಮುಖವಂತೂ ಬಿಳಿಚಿಕೊಂಡಿತ್ತು; ಅದರ ಚಹರೆ ವಿಕೃತವಾಗಿತ್ತು. ಅವಳು ಮತ್ತೆ ಮತ್ತೆ ಮೂರ್ಛೆಯ ಅಂಚನ್ನು ತಲಪುತ್ತಿದ್ದಳು. ನಾವು ಆ ರಾತ್ರಿಯ ಅರ್ಧ ಭಾಗವನ್ನು ಅವಳೊಂದಿಗೆ ಕಳೆಯಬೇಕಾಯಿತು. ಆದರೆ ಆ ಸದ್ದು ಪುನಃ ಕೇಳಿಸಲಿಲ್ಲ. ಆದರೆ ಮಾರನೆಯ ದಿನ ಸಂಜೆ ನಾವೆಲ್ಲರೂ ಮತ್ತೆ ಊಟಕ್ಕೆ ಕುಳಿತಿದ್ದೆವು. ಹಿಂದಿನ ದಿನದಷ್ಟು ಉಲ್ಲಾಸವಿರಲಿಲ್ಲ. ಆದರೆ ಏನಾಗುವುದೋ ನೋಡೋಣ ಎಂಬ ಗಟ್ಟಿ ಮನಸ್ಸಂತೂ ಸಾಕಷ್ಟು ಇತ್ತು. ಸರಿ, ಅದೇ ಹೊತ್ತಿಗೆ ಅದೇ ಭಯಾನಕವಾದ ಹಿಂಸಾಮಯ ಧ್ವನಿ ಕೇಳಿಸಿತು.

"ಇದಕ್ಕೆ ಮುಂಚೆ ನಾವೆಲ್ಲ, ಆ ಆಕ್ರಂದನದ ಸ್ವರೂಪವನ್ನು ಕುರಿತು ಬೇರೆ ಬೇರೆ ಅಭಿಪ್ರಾಯಗಳನ್ನು ವ್ಯಕ್ತಪಡಿಸಿದ್ದೆವು. ನಮ್ಮ ಊಹಾಪೋಹಗಳ ಚೀಲ ಬರಿದಾಗಿತ್ತು. ಈ ಕಥೆಯನ್ನು ಇನ್ನು ಮುಂದುವರಿಸುವ ಅಗತ್ಯವಿಲ್ಲ. ಅಂದಿನಿಂದ ಅವಳು ತನ್ನ ಮನೆಯಲ್ಲಿ ಊಟ ಮಾಡಿದಾಗಲೆಲ್ಲ ಅಷ್ಟು ಹೊತ್ತಿಗೆ ಸರಿಯಾಗಿ ಆ ಶಬ್ದ ಕೇಳಿಸುತ್ತಿತ್ತು. ಕೆಲವು ಬಾರಿ ತುಂಬ ಗಟ್ಟಿಯಾಗಿ ಮತ್ತೆ ಕೆಲವು ಬಾರಿ ಸ್ವಲ್ಪ ಕ್ಷೀಣವಾಗಿ. ಇಡೀ ನೇಪ್‌ಲ್ಸ್ ನಗರ ಈ ವಿಷಯವನ್ನು ಕರಿತು ಮಾತನಾಡತೊಡಗಿತ್ತು. ಮನೆಯ ಜನರೆಲ್ಲ, ಅವಳ ಸ್ನೇಹಿತರು ಮತ್ತು ಪರಿಚಿತರೆಲ್ಲ ಅದರ ಬಗ್ಗೆ ತುಂಬಾ ತೀವ್ರವಾದ ಆಸಕ್ತಿಯನ್ನು ವ್ಯಕ್ತಪಡಿಸಿದರು. ಪೋಲೀಸರಿಗೆ ಕೂಡ ದೂರು ಕೊಡಲಾಯಿತು. ಗೂಢಚಾರರು ಮತ್ತು ನಿರೀಕ್ಷಕರನ್ನು ನೇಮಿಸಲಾಯಿತು. ಯಾಕೆಂದರೆ ರಸ್ತೆಯಲ್ಲಿ ನಿಂತುಕೊಂಡು ಕೇಳಿದಾಗ, ಆ ಧ್ವನಿಯು ಬರಿ ಬಯಲ ಗಾಳಿಯಿಂದ ಮೂಡಿಬಂದಂತೆ ಭಾಸವಾಗುತ್ತಿತ್ತು. ಕೋಣೆಯೊಳಗಡೆ ಕುಳಿತುಕೊಂಡಾಗಲೂ ಅದೇ ರೀತಿಯಲ್ಲಿ ತುಂಬಾ ಹತ್ತಿರದಿಂದ ಕೇಳಿಸುತ್ತಿತ್ತು. ಅವಳು ಮನೆಯಿಂದ ಹೊರಗೆ ಎಲ್ಲೋ ಊಟಮಾಡಿದಾಗ ಮಾತ್ರ ಆ ಶಬ್ದ ಕೇಳಿಸುತ್ತಿರಲಿಲ್ಲ. ಮನೆಯಲ್ಲಿದ್ದಾಗ ಅದು ಅವಳ ಬೆನ್ನು ಬಿಡುತ್ತಿರಲಿಲ್ಲ; ತಪ್ಪದೆ ಕೇಳಿಸುತ್ತಿತ್ತು.

"ಆದರೆ ಮನೆಯಿಂದ ಹೊರಗಿರುವಾಗ ಕೂಡ ಅವಳಿಗೆ ತನ್ನ ದ್ವೇಷಮಯ ಸಂಗಡಿಗನಿಂದ ಸಂಪೂರ್ಣ ಬಿಡುಗಡೆ ಸಿಗಲಿಲ್ಲ. ಅವಳ ಚೆಲುವು ಮತ್ತು ಆಕರ್ಷಣೆಗಳು ಅವಳನ್ನು ಆ ಊರಿನ ಅತ್ಯಂತ ಶ್ರೀಮಂತರ, ಶ್ರೇಷ್ಠರ ಮನೆಗಳಲ್ಲೂ ಪರಮಪ್ರಿಯ ಅತಿಥಿಯನ್ನಾಗಿ ಮಾಡಿದ್ದವು. ಅವಳ ಸರಸ ಸಹವಾಸವನ್ನು ಎಲ್ಲರೂ ಇಷ್ಟಪಡುತ್ತಿದ್ದರು. ಹೀಗಾಗಿ ತನ್ನ ಈ ಶತ್ರುವಿನಿಂದ ತಪ್ಪಿಸಿಕೊಳ್ಳಲು ಅವಳು ಒಂದು ಉಪಾಯವನ್ನು ಹುಡುಕಿದಳು. ಸಾಯಂಕಾಲದ ಹೊತ್ತು ಮನೆಯಲ್ಲಿ ಇಲ್ಲದಿರುವುದನ್ನೇ ಅಭ್ಯಾಸವಾಗಿ ಮಾಡಿಕೊಂಡಳು.

"ಒಂದು ದಿನ, ತನ್ನ ವಯಸ್ಸು ಮತ್ತು ಅಧಿಕಾರಗಳಿಂದ ಗೌರವ ಪಾತ್ರನಾದ ವ್ಯಕ್ತಿಯೊಬ್ಬ ಅವಳನ್ನು ಸಾರೋಟಿನಲ್ಲಿ ಮನೆಗೆ ಕಡೆದುಕೊಂಡು ಹೋಗುತ್ತಿದ್ದ. ಸಾಯಂಕಾಲದ ಸಮಯ. ಇನ್ನೇನು, ಅವಳು ಅವನಿಗೆ ಬಾಗಿಲ ಹತ್ತಿರ ವಿದಾಯ ಹೇಳಿ ಮನೆಯೊಳಗೆ ಪ್ರವೇಶಿಸಬೇಕು. ಆಗ ಅವರಿಬ್ಬರ ನಡುವೆ ಆ ಸುಪರಿಚಿತ ಶಬ್ದ ಕೇಳಿಸಿತು. ಎಷ್ಟೋ ಸಾವಿರ ಜನರಂತೆ ಅವನಿಗೂ ಈ ಕಥೆ ಚೆನ್ನಾಗಿ ಗೊತ್ತಿತ್ತು. ಅವನನ್ನು ಗಾಡಿಯೊಳಗೆ ಎತ್ತಿಡಬೇಕಾಯಿತು. ಅವನು ಬದುಕಿಗಿಂತ ಸಾವಿಗೇ ಹೆಚ್ಚು ಹತ್ತಿರವಾಗಿಬಿಟ್ಟಿದ್ದ.

"ಇನ್ನೊಂದು ಬಾರಿ ಅವಳು ತನ್ನ ಸಂಗೀತಗಾರ ಸ್ನೇಹಿತನೊಬ್ಬನೊಂದಿಗೆ ಇನ್ನೊಬ್ಬ ಗೆಳೆಯನನ್ನು ಭೇಟಿ ಮಾಡಲು, ಊರಿನ ಮಧ್ಯದಲ್ಲಿ ಹೋಗುತ್ತಿದ್ದಳು. ಜನರು ಈ ವಿಷಯವನ್ನು ಕುರಿತು ಚರ್ಚೆ ಮಾಡುವುದನ್ನು ಅವನು ಕೇಳಿದ್ದ. ಅವನಿನ್ನೂ ಯುವಕ, ಬುದ್ಧಿವಂತ. ಈ ರೀತಿಯ ಕಟ್ಟುಕಥೆಗಳಲ್ಲಿ ಅವನಿಗೆ ನಂಬಿಕೆ ಇರಲಿಲ್ಲ. ಅವರಿಬ್ಬರೂ ಆ ವಿಷಯದ ಬಗ್ಗೆ ಮಾತನಾಡತೊಡಗಿದರು, ಅವನು ಹೇಳಿದ :

"ನನಗೆ, ನಿನ್ನ ಬೆಂಬಿಡದ ಅಂಗರಕ್ಷಕ ಇದ್ದಾನಲ್ಲಾ ಅವನ ಧ್ವನಿಯನ್ನು ಕೇಳೋ ಆಸೆ. ನೀನು ಅವನನ್ನು ಕೂಗಿ ಕರೆಯೋದಿಲ್ವಾ? ನಾವು ಇಬ್ಬರಿದ್ದೇವೆ, ಹೆದರಬೇಕಾದ ಅಗತ್ಯವಿಲ್ಲ."

"ದಡ್ಡತನ ಅಥವಾ ಹುಚ್ಚು ಧೈರ್ಯ ಏನನ್ನು ಬೇಕಾದರೂ ಮಾಡಿಸಬಲ್ಲದೆಂದು ತೋರುತ್ತದೆ. ಏನೇ ಆಗಲಿ, ಅವಳು ಆ ಪ್ರೇತವನ್ನು ಕೂಗಿ ಕರೆದಳು. ಸರಿ, ತಕ್ಷಣ ಆ ಶಬ್ದ ಮೊಳಗಿತು. ಒಂದರ ನಂತರ ಒಂದರಂತೆ ಮೂರು ಬಾರಿ. ಆ ಕುದುರೆ ಗಾಡಿಯ ಸೀಮಿತ ಅವಕಾಶದಲ್ಲಂತೂ ಅದು ಮತ್ತಷ್ಟು ಗಟ್ಟಿಯಾಗಿ ಕಿವಿಗಡಚಿಕ್ಕುವಂತೆ ಕೇಳಿಸಿತು. ಆಮೇಲೆ ತುಂಬಾ ದುರ್ಬಲವಾದ ಮರುಧ್ವನಿಗಳೊಂದಿಗೆ ಕರಗಿಹೋಯಿತು. ಅವರ ಗಾಡಿ ಮನೆಗೆ ತಲಪಿದಾಗ, ಅವರಿಬ್ಬರೂ ಮೂರ್ಛಾವಸ್ಥೆಯಲ್ಲಿ ಬಿದ್ದಿದ್ದರು. ಅವರ ಗೆಳೆಯನಿಗೆ ಆಶ್ಚರ್ಯ. ಅವರು ಎಚ್ಚರಗೊಂಡು, ಮೊದಲಿನಂತಾಗಿ, ತಮ್ಮ ಕಥೆಯನ್ನು ಹೇಳುವುದು ತುಂಬಾ ಕಷ್ಟವಾಯಿತು.

"ಸಿನೋರಿನಾ ಚೇತರಿಸಿಕೊಳ್ಳಲು ಸಾಕಷ್ಟು ಕಾಲ ಬೇಕಾಯಿತು. ಹೀಗೆ ಪದೇ ಪದೇ ಮರುಕಳಿಸುವ ಭಯಾನಕ ಅನುಭವವು ಅವಳ ಆರೋಗ್ಯವನ್ನು ದುರ್ಬಲಗೊಳಿಸಿತು. ಆಮೇಲೆ ಕೆಲವು ದಿನ ಆ ಶಬ್ದಪ್ರಿಯ ಪ್ರೇತ ಸುಮ್ಮನಾಯಿತು. ಅವಳಿಗೆ ವಿಶ್ರಾಂತಿ ಸಿಕ್ಕಿತು. ಅನೇಕ ದಿನಗಳವರೆಗೆ ಅದರ ಶಬ್ದ ಕೇಳದೆ ಹೋದಾಗ ಅವಳ ಮನಸ್ಸಿನಲ್ಲಿ ಆಶಾಂಕುರ ವಾಯಿತು. ತನಗಿನ್ನು ಈ ತಾಪತ್ರಯ ಶಾಶ್ವತವಾಗಿ ತಪ್ಪಿದ ಹಾಗೆಯೇ ಎಂದುಕೊಂಡಳು. ಆದರೆ ಈ ನಿರೀಕ್ಷೆ ಹುಸಿಯಾಯಿತು.

"ಊರ ಹಬ್ಬ ಮುಗಿದ ಮೇಲೆ ಅವಳು ಒಬ್ಬ ಗೆಳತಿ ಮತ್ತು ಒಬ್ಬಳು ಸೇವಕಿಯೊಂದಿಗೆ ಚಿಕ್ಕದೊಂದು ಪ್ರವಾಸಕ್ಕೆ ಹೋದಳು. ಹಳ್ಳಿಯಲ್ಲಿನ ಕುಟುಂಬವೊಂದನ್ನು ಭೇಟಿ ಮಾಡುವುದು ಅವಳ ಉದ್ದೇಶವಾಗಿತ್ತು. ಈ ಮೂವರು ಮಹಿಳೆಯರು ತಮ್ಮ ಗಮ್ಯಸ್ಥಾನವನ್ನು ತಲಪುವುದಕ್ಕೆ ಮುಂಚೆಯೇ ಕತ್ತಲಾಗಿತ್ತು. ಅದು ಸಾಲದೆಂಬಂತೆ ಅವರ ವಾಹನವೂ ಕೆಟ್ಟುಹೋಯಿತು. ಸರಿ, ಅವರು ಹಾದಿಬದಿಯ ವಿಶ್ರಾಂತಿ ಗೃಹವೊಂದರಲ್ಲಿ ರಾತ್ರಿಯನ್ನು ಕಳೆಯುವುದು ಅನಿವಾರ್ಯ ವಾಯಿತು. ತೀರಾ ಕೆಳದರ್ಜೆಯ ಆ ಜಾಗದಲ್ಲಿ ಏನಿದೆಯೋ ಅದನ್ನೇ ಹೊಂದಿಸಿಕೊಂಡು ಕಾಲ ನೂಕಬೇಕಾಯಿತು.

"ಅವಳ ಸ್ನೇಹಿತೆ ಮಲಗಿದ್ದಳು. ಮೇಣದಬತ್ತಿಯನ್ನು ಹಚ್ಚಿಟ್ಟ ಸೇವಕಿ ಮತ್ತೊಂದು ಹಾಸಿಗೆಯಲ್ಲಿ ತನ್ನ ಒಡತಿಯೊಂದಿಗೆ ಮಲಗುವುದರಲ್ಲಿದ್ದಳು. ಆಗ ಸಿನೋರಿನಾ ನಗುನಗುತ್ತ ಹೇಳಿದಳು :

"ಈಗ ನಾವು ಪ್ರಪಂಚದ ಕೊನೆ ಎನ್ನಬಹುದಾದಂತಹ ನಿರ್ಜನ ಮೂಲೆಯಲ್ಲಿದ್ದೇವೆ. ಹೊರಗಿನ ವಾತಾವರಣವೋ ದರಿದ್ರವಾಗಿದೆ. ಅವನು ನಮ್ಮನ್ನು ಇಲ್ಲಿಯೂ ಪತ್ತೆಹಚ್ಚ ಬಹುದಾ?" ಆ ಕ್ಷಣದಲ್ಲಿ ಆ ಶಬ್ದ ಕೇಳಿಸಿತು. ಎಂದಿಗಿಂತ ಗಟ್ಟಿಯಾಗಿ, ಭಯಾನಕವಾಗಿ. ಸಿನೋರಿನಾಳ ಸ್ನೇಹಿತೆಗಂತೂ ಹೇಳತೀರದ ದಿಗಿಲು. ಅವಳೂ ಪ್ರಳಯವೇ ಸಮೀಪಿಸಿ ದೆಯೆಂದು ತಿಳಿದಳು, ಹಾಸಿಗೆಯಿಂದ ಕೆಳಗೆ ಹಾರಿದಳು. ಧಡಭಡನೆ ಮೆಟ್ಟಲುಗಳನ್ನು

ಇಳಿದಳು. ಬಟ್ಟೆಬರೆಗಳ ಕಡೆಗೆ ಗಮನಕೊಡಲೇ ಇಲ್ಲ. ಮನೆಮಂದಿಯನ್ನೆಲ್ಲ ಎಬ್ಬಿಸಿದಳು. ಆ ದಿನ ರಾತ್ರಿಯಿಡೀ ಯಾರೂ ಕಣ್ಣು ಮುಚ್ಚಲಿಲ್ಲ. ಆದರೆ ದುರದೃಷ್ಟವಶಾತ್ ಆ ಘಟನೆಯ ನಂತರ, ಅನಪೇಕ್ಷಿತ ಅತಿಥಿಯು ತನ್ನ ಆಗಮನವನ್ನು ಸೂಚಿಸಲು, ಮೊದಲಿಗಿಂತಲೂ ಬೇಸರ ಬರಿಸುವ ಮತ್ತೊಂದು ದಾರಿಯನ್ನು ಕಂಡುಕೊಂಡ.

"ಕೆಲವು ದಿನಗಳವರೆಗೆ ಅವನು ಶಾಂತವಾಗಿದ್ದ. ಆಮೇಲೆ ಒಂದು ಸಂಜೆ ಅವಳು ತನ್ನ ಗೆಳೆಯರೊಂದಿಗೆ ಊಟಕ್ಕೆ ಕುಳಿತಿದ್ದಳು. ಭೂತಾಗಮನದ ಮಾಮೂಲೀ ಸಮಯ. ಇದ್ದಕ್ಕಿದ್ದಂತೆ ಕಿಟಿಕಿಯ ಕಡೆಯಿಂದ ಗಂಡು ಹೊಡೆದ ಶಬ್ದ ಕೇಳಿಸಿತು. ರೈಫಲ್ ಅಥವಾ ತುಂಬಾ ಶಕ್ತಿಶಾಲಿಯಾದ ಪಿಸ್ತೂಲಿನಿಂದ ಹೊಡೆದಷ್ಟು ಗಟ್ಟಿಯಾಗಿತ್ತು. ಪ್ರತಿಯೊಬ್ಬರೂ ಆ ಶಬ್ದವನ್ನು ಕೇಳಿದರು. ಎಲ್ಲರಿಗೂ ಬೆಳಕಿನ ಹೊಳಪು ಕಾಣಿಸಿತು. ಆದರೆ ಕಿಟಿಕಿಯ ಗಾಜನ್ನು ಪರಿಶೀಲಿಸಿದಾಗ ಅದಕ್ಕೆ ಸ್ವಲ್ಪವೇ ಸ್ವಲ್ಪ ಕೂಡ ಏಟು ಬಿದ್ದಿರಲಿಲ್ಲ. ಆದರೂ ಅವರು ಈ ಘಟನೆಯನ್ನು ತುಂಬಾ ಗಂಭೀರವಾಗಿ ಪರಿಗಣಿಸಿದರು. ಎಲ್ಲರೂ, ಸಿನೋರಿನಾಳ ಕೊಲೆಯ ಪ್ರಯತ್ನ ನಡೆಯಿತೆಂದು ದೃಢವಾಗಿ ನಂಬಿದರು. ಪೊಲೀಸರ ಹತ್ತಿರ ಓಡಿದರು. ಅವರು ಬಂದು ಅಕ್ಕಪಕ್ಕದ ಮನೆಗಳಲ್ಲಿ ವಿಚಾರಣೆ ನಡೆಸಿದರು. ಸಂಶಯಾಸ್ಪದವಾದ ಯಾವ ಸಂಗತಿಯೂ ಅವರ ಗಮನಕ್ಕೆ ಬರಲಿಲ್ಲ. ಆದರೂ ಅವರು ಮಾರನೆಯ ದಿನವೆಲ್ಲ ಆ ಮನೆಯ ಮುಂದೆ ಕಾವಲು ನಿಂತರು. ಅವಳು ವಾಸಮಾಡುತ್ತಿದ್ದ ಮನೆಯನ್ನು ತುಂಬಾ ಗಮನವಿಟ್ಟು ಶೋಧಿಸಿದರು. ಆ ರಸ್ತೆಯುದ್ದಕ್ಕೂ ಗೂಢಚಾರರನ್ನು ನೇಮಿಸಿದರು.

"ಆದರೆ ಈ ಎಲ್ಲ ಮುನ್ನೆಚ್ಚರಿಕೆಗಳಿಂದ ಏನೂ ಪ್ರಯೋಜನವಾಗಲಿಲ್ಲ. ಮೂರು ತಿಂಗಳ ಕಾಲ ಪ್ರತಿಯೊಂದು ದಿನವೂ ಆ ಗುಂಡಿನ ಶಬ್ದ ಕಿಟಿಕಿಯ ಗಾಜನ್ನು ತೂರಿಬಂತು. ಕರಾರುವಾಕ್ಕಾಗಿ ಅದೇ ಕಾಲಕ್ಕೆ. ಗಾಜಿಗೆ ಏನೇನೂ ಆಗುತ್ತಿರಲಿಲ್ಲ. ವಿಚಿತ್ರವೆಂದರೆ ಆ ಶಬ್ದ ಮಧ್ಯರಾತ್ರಿಯಾಗಲು ಒಂದು ಘಂಟೆಯಿದೆಯೆನ್ನುವಾಗ ಕೇಳಿಸುತ್ತಿತ್ತು. ಹಾಗೆ ನೋಡಿದರೆ ನೇಪಲ್ಸ್‌ನಲ್ಲಿ ಘಂಟೆಗಳನ್ನು ಎಣಿಸುವುದು ಇತಾಲಿಯನ್ ಪದ್ಧತಿಯಲ್ಲಿ. ಅದರ ಪ್ರಕಾರ ಮಧ್ಯರಾತ್ರಿಗೆ ಯಾವ ವಿಶೇಷ ಮಹತ್ವವೂ ಇಲ್ಲ.

"ಕೊನೆಗೊಮ್ಮೆ ಜನರಿಗೆ ಈ ವಿಚಿತ್ರ ಶಬ್ದವು ಅಭ್ಯಾಸವಾಯಿತು. ಹಿಂದಿನ ಶಬ್ದದ ಹಾಗೆಯೇ. ಪ್ರೇತದ ಈ ಅಪಾಯರಹಿತ ಕುಚೇಷ್ಟೆಗೆ ಯಾರು ಮಹತ್ವ ಕೊಡಲಿಲ್ಲ. ಕೆಲವು ಬಾರಿ ಆ ಗುಂಡಿನ ಶಬ್ದಕ್ಕೆ ಯಾರೂ ಹೆದರುತ್ತಿರಲಿಲ್ಲ. ಅಷ್ಟೇ ಅಲ್ಲ. ಅದು ಸಂಭಾಷಣೆಯ ಓಟಕ್ಕೆ ಕೂಡ ಧಕ್ಕೆ ತರುತ್ತಿರಲಿಲ್ಲ.

"ಒಂದು ರಾತ್ರಿ – ಸೆಕೆ ತುಂಬಾ ಹೆಚ್ಚಾಗಿದ್ದ ದಿನ – ಸಿನೋರಿನಾ ಸಮಯವನ್ನು ಕುರಿತು ಯೋಚಿಸಲಿಲ್ಲ. ಕಿಟಿಕಿಯನ್ನು ಅಗಲವಾಗಿ ತೆಗೆದಳು. ಮಾರ್ಕೇಜ್‌ನ ಜೊತೆಯಲ್ಲಿ ಬಾಲ್ಕನಿಯ ಮೇಲೆ ಹೆಜ್ಜೆಯಿಟ್ಟಳು. ಅವರು ಅಲ್ಲಿಗೆ ಬಂದು ಒಂದೋ ಅಥವಾ ಎರಡೋ ನಿಮಿಷಗಳಾಗಿರಬೇಕು. ಅಷ್ಟರಲ್ಲಿ ಗುಂಡಿನ ಶಬ್ದ ಅವರಿಬ್ಬರ ನಡುವಿನ ಗಾಳಿಯನ್ನು ಸೀಳಿತು. ಅವರನ್ನು ಜೋರಾಗಿ ಕೋಣೆಯೊಳಗಡೆ ಎಸೆಯಿತು. ಅದರ ನೆಲದ ಮೇಲೆ ಅವರು ಎಚ್ಚರ ತಪ್ಪಿ ಕುಸಿದರು. ಎಚ್ಚರ ಬಂದಾಗ ಅವರಿಬ್ಬರೂ ಬಲವಾದ ಏಟುತಿಂದ ಅನುಭವ. ಅವನಿಗೆ ಎಡ ಕೆನ್ನೆಯ ಮೇಲೆ ಮತ್ತು ಅವಳಿಗೆ ಬಲ ಕೆನ್ನೆಯ ಮೇಲೆ. ಇಬ್ಬರ ಕೆನ್ನೆಗಳೂ ಉರಿಯುತ್ತಿದ್ದವು. ಬೇರೆ ಏನೂ ಅಪಾಯವಾಗಿಲ್ಲವೆಂದು ಗೊತ್ತಾದ ಮೇಲೆ ಜನ ಆ ಘಟನೆಯನ್ನು ಕುರಿತು, ತಮಾಷೆಯ ಟೀಕೆ ಟಪ್ಪಣಿಗಳನ್ನು ಮಾಡಿದರು.

"ಅಂದಿನಿಂದ ಮನೆಯಲ್ಲಿ ಆ ರೀತಿಯ ಶಬ್ದ ಕೇಳುವುದು ನಿಂತು ಹೋಯಿತು. ಕೊನೆಗೂ ತನ್ನ ಅದೃಶ್ಯ ಹಿಂಸಕ ಇಲ್ಲವಾದನೆಂದು ಅವಳು ತಿಳಿದಳು. ಆದರೆ ಒಂದು ಸಂಜೆ ಅವಳು ತನ್ನ ಸ್ನೇಹಿತೆಯೊಬ್ಬಳನ್ನು ಸಂಧಿಸಲು ಹೋಗುತ್ತಿದ್ದಾಗ ಸಂಭವಿಸಿದ ಅನಿರೀಕ್ಷಿತ ಘಟನೆಯೊಂದು ಅವಳನ್ನು ಮತ್ತೊಮ್ಮೆ ಭೀತಿಗೆ ಗುರಿಮಾಡಿತು. ಅವಳ ದಾರಿ, ಆ ಜಿನೋವಾದ ಯುವಕ – ಅವಳ ಪ್ರಿಯಕರ ವಾಸವಾಗಿದ್ದ ಮನೆಯ ಪಕ್ಕದಲ್ಲಿ ಹಾದು ಹೋಗುತ್ತಿತ್ತು. ಸುತ್ತಲೂ ಪ್ರಕಾಶಮಾನವಾದ ಬೆಳದಿಂಗಳು. ಆಗ ಅವಳ ಪಕ್ಕದಲ್ಲಿದ್ದ ಮಹಿಳೆಯೊಬ್ಬಳು ಪ್ರಶ್ನಿಸಿದಳು :

"ಶ್ರೀಯುತ...ಅವರು ಸತ್ತಿದ್ದು ಈ ಮನೆಯಲ್ಲೇ ಅಲ್ಲವೆ ?"

"ಹೌದು, ಅವೆರಡರ ಪೈಕಿ ಒಂದು ಮನೆ ಅಂತ ಕಾಣ್ತದೆ," ಎಂದಳು ಸಿನೋರಿನಾ.

ಆ ಕ್ಷಣ ಒಂದು ಮನೆಯಿಂದ ಹೊರಬಿದ್ದ ಗುಂಡೇಟು ಸಾರೋಟಿನೊಳಗಿನ ಗಾಳಿಯನ್ನು ಸೀಳಿತು. ಗಾಡಿ ನಡೆಸುವವನು ಯಾರೋ ತಮ್ಮ ಮೇಲೆ ಆಕ್ರಮಣ ನಡೆಸುತ್ತಿರುವರೆಂದು ತಿಳಿದ. ಗಾಡಿಯನ್ನು ತನ್ನಿಂದ ಎಷ್ಟು ಸಾಧ್ಯವೋ ಅಷ್ಟು ವೇಗವಾಗಿ ಓಡಿಸಿದ. ಸರಿ ಯಥಾಪ್ರಕಾರ ಮನೆ ಸೇರುವ ವೇಳೆಗೆ ಮಹಿಳೆಯರಿಬ್ಬರೂ ಮೂರ್ಛೆಹೋಗಿದ್ದರು.

"ಆದರೆ ಆ ಧ್ವನಿ ಅವರನ್ನು ಹೀಗೆ ಹೆದರಿಸಿದ್ದು, ಇದೇ ಕೋನೆಯ ಸಲ. ಅವಳ ಅದೃಶ್ಯ ಸಂಗಾತಿ ತನ್ನ ಕಾರ್ಯವಿಧಾನವನ್ನು ಮತ್ತೊಮ್ಮೆ ಬದಲಾಯಿಸಿದ. ಕೆಲವು ಸಂಜೆಗಳಲ್ಲಿ ಅವಳ ಕಿಟಕಿಯ ಹೊರಗೆ ಪ್ರಶಂಸಾತ್ಮಕವಾದ ಚಪ್ಪಾಳೆಯ ಶಬ್ದ ಕೇಳಿಸಲು ಪ್ರಾರಂಭವಾಯಿತು. ಜನಪ್ರಿಯ ಗಾಯಕಿ ಮತ್ತು ನಟಿಯಾದ್ದರಿಂದ ಅವಳಿಗೆ ಈ ಶಬ್ದ ಸುಪರಿಚಿತವಾಗಿತ್ತು. ಅದರಲ್ಲಿ ಹೆದರಿಕೆ ಹುಟ್ಟಿಸುವಂತಹದೇನೂ ಇರಲಿಲ್ಲ. ತನ್ನನ್ನು ಮೆಚ್ಚುವ ಯಾರೋ ಒಬ್ಬ ರಸಿಕ ಚಪ್ಪಾಳೆ ಹೊಡೆಯುತ್ತಿದ್ದಾನೆ, ಎಂದುಕೊಂಡರೆ ಮುಗಿಯಿತು. ನಿಶ್ಚಿಂತೆ. ಅವಳು ಅದಕ್ಕೆ ಹೆಚ್ಚಿನ ಗಮನ ಕೊಡಲೇ ಇಲ್ಲ. ಆದರೆ ಅವಳ ಸ್ನೇಹಿತರು ಹೆಚ್ಚು ಜಾಗರೂಕರಾಗಿದ್ದರು. ಹಿಂದಿನ ಸಲದಂತೆಯೇ ಕೆಲವು ಕಾವಲುಗಾರರನ್ನು ನೇಮಿಸಿದರು. ಅವರಿಗೂ ಅಷ್ಟೇ. ಶಬ್ದ ಕೇಳಿಸಿತು. ಯಾರೂ ಕಾಣಲಿಲ್ಲ. ಈ ಬಗೆಯ ಘಟನೆಗಳು ಸದ್ಯದಲ್ಲೇ ಮುಕ್ತಾಯವಾಗಬಹುದೆಂದು ಬಹಳ ಜನ ನಿರೀಕ್ಷಿಸಿದರು.

"ಸ್ವಲ್ಪ ದಿನಗಳ ಅನಂತರ ಈ ಶಬ್ದವೂ ಮಾಯವಾಯಿತು. ಅದರ ಬದಲು ಇನ್ನೂ ಹಿತಕರವಾದ ಶಬ್ದ ಕೇಳಿಸತೊಡಗಿತು. ಅದನ್ನು ಸಂಗೀತವೆಂದು ಕರೆಯುವುದು ಕಷ್ಟ. ಆದರೂ ತುಂಬಾ ಮಧುರವೂ ಮನಮೋಹಕವೂ ಆದ ಶಬ್ದ. ಬಹಳ ಸೂಕ್ಷ್ಮವಾಗಿ ಗಮನಿಸುವ ಜನರು ಆ ನಾದವು ಮನೆಯ ಇದಿರಿನ ರಸ್ತೆಯ ಮೂಲೆಗಳಿಂದ ಬರುತ್ತಿದೆ ಯೆಂದು ತೀರ್ಮಾನಿಸಿದರು. ಕಿಟಕಿಯ ಕಟ್ಟಿನವರೆಗೆ ನಿಧಾನವಾಗಿ ತೇಲಿಕೊಂಡು ಬರುತ್ತಿದ್ದ ನಾದವು ಅಲ್ಲಿಗೆ ಬರುವುದೇ ತಡ, ಹಾಗೆಯೇ ಕ್ಷೀಣವಾಗುತ್ತಿತ್ತು. ಯಾವುದೋ ಸ್ವರ್ಗೀಯ ಆತ್ಮವು ಸುಂದರವಾದ ಸಂಗೀತ ಕೃತಿಯನ್ನು ಹಾಡುವುದಕ್ಕೆ ಪೂರ್ವಸಿದ್ಧತೆಯಾಗಿ ಮಧುರವಾದ ಆಲಾಪನೆ ಮಾಡುತ್ತಿರುವಂತೆ ಅದು ತೋರುತ್ತಿತ್ತು. ಕೊನೆಗೆ ಈ ವಿಚಿತ್ರ ಘಟನಾವಳಿ ಪ್ರಾರಂಭವಾಗಿ ಸುಮಾರು ಹದಿನೆಂಟು ತಿಂಗಳು ಆದ ಬಳಿಕ ಈ ಧ್ವನಿ ಕೇಳಿಸುವುದೂ ನಿಂತು ಹೋಯಿತು."

ಇಲ್ಲಿಗೆ ಕಥೆಯನ್ನು ಹೇಳುತ್ತಿದ್ದ ಮುದುಕ ಸ್ವಲ್ಪಕಾಲ ಸುಮ್ಮನಾದ. ಶ್ರೋತೃಗಳು ಕಥೆಯನ್ನು ಕುರಿತ ತಮ್ಮ ಆಲೋಚನೆ ಮತ್ತು ಅನುಮಾನಗಳನ್ನು ಹೇಳತೊಡಗಿದರು. ಅದರಲ್ಲಿ

ಇರಬಹುದಾದ ಸತ್ಯಾಂಶವೇನೆಂಬುದೇ ಅವರೆಲ್ಲರ ಕುತೂಹಲವನ್ನು ಕೆರಳಿಸಿದ ಅಂಶ.

ಮುದುಕನ ಪ್ರಕಾರ ಅದು ನಿಜವಾಗಿ ನಡೆದುದೇ ಆಗಿರಬೇಕು. ಇಲ್ಲದಿದ್ದರೆ ಅದನ್ನೊಂದು ಕುತೂಹಲಕಾರಿ ವೃತ್ತಾಂತವೆಂದು ಹೇಳಲು ಸಾಧ್ಯವಿರಲಿಲ್ಲ. ಇದು ಕಲ್ಪಿತ ಕಥೆಯಾದರೆ ತುಂಬಾ ಸಾಮಾನ್ಯ ದರ್ಜೆಯದೆಂದೇ ಹೇಳಬೇಕು. ಹೀಗೆಂದಾಗ ಯಾರೋ ಒಬ್ಬರು ಒಂದು ಅನುಮಾನವನ್ನು ವ್ಯಕ್ತಪಡಿಸಿದರು. ಸಿನೋರಿನಾಳ ಗೆಳೆಯನ ಗತಿ ಏನಾಯಿತು, ಅವನ ಸಾವಿನ ಸಂದರ್ಭವೇನು ಮುಂತಾದ ಸಂಗತಿಗಳನ್ನು ಯಾರೂ ವಿಚಾರಿಸದೇ ಹೋದುದು ಆಶ್ಚರ್ಯವೆಂದರು. ಏಕೆಂದರೆ ಹಾಗೆ ಮಾಡಿದ್ದರೆ ತಿಳಿಯಬಹುದಾಗಿದ್ದ ಮಾಹಿತಿಗಳು ಈ ಕಥೆಯ ರಹಸ್ಯದ ಮೇಲೆ ಸ್ವಲ್ಪವಾದರೂ ಬೆಳಕು ಚೆಲ್ಲುತ್ತಿದ್ದವೋ ಏನೋ ?

ಅದಕ್ಕೆ ಮುದುಕ ಉತ್ತರಿಸಿದ :

"ಹೌದು, ಹೌದು, ಆ ಬಗ್ಗೆ ವಿಚಾರಣೆ ನಡೆಯಿತು, ಅವರಿವರೇಕೆ ? ಸ್ವತಃ ನಾನೇ ಈ ವಿಷಯದಲ್ಲಿ ಆಸಕ್ತನಾಗಿದ್ದೆ. ಈ ವಿಚಿತ್ರ ಘಟನೆ ಮೊದಲ ಬಾರಿಗೆ ಸಂಭವಿಸಿದಾಗಲೇ ಯುವಕನ ಮನೆಗೆ ಹೋಗೋಣವೆಂದುಕೊಂಡೆ. ಅಷ್ಟೇ ಅಲ್ಲ, ಆ ಯುವಕನ ಕೊನೆಯ ದಿನಗಳಲ್ಲಿ ಅವನನ್ನು ತಾಯಿಯಂತೆ ನೋಡಿಕೊಂಡ ಆ ವಯಸ್ಸಾದ ಮಹಿಳೆಯನ್ನೂ ಯಾವುದಾದರೊಂದು ನೆಪದಲ್ಲಿ ನೋಡಬೇಕೆನಿಸಿತು. ಸರಿ, ಅವಳ ಹತ್ತಿರ ಹೋದೆ. ತನ್ನ ಸ್ನೇಹಿತನಿಗೆ ಸಿನೋರಿನಾಳ ಬಗ್ಗೆ ಅತ್ಯಂತ ತೀವ್ರವಾದ, ನಂಬುವುದೂ ಕಷ್ಟವಾದ ಪ್ರೀತಿಯಿತ್ತೆಂದು ಆ ಹಿರಿಯೆ ಹೇಳಿದಳು. ಅವನ ಬದುಕಿನ ಕೊನೆಯ ದಿನಗಳಲ್ಲಿ ಅವನ ಮಾತುಕತೆಯ ತುಂಬಾ ಅವಳೇ ಆಗಿದ್ದಳು. ಅವನು ಅವಳನ್ನು ಕೆಲವು ಬಾರಿ ದೇವಕನ್ಯೆಯಂತೆ ಚಿತ್ರಿಸಿದ್ದರೆ, ಮತ್ತೆ ಕೆಲವು ಬಾರಿ ಪಿಶಾಚಿಯಂತೆ ಚಿತ್ರಿಸಿದ್ದ.

"ಅವನ ಸಾವಿನ ಕ್ಷಣ ಬಂದಾಗ ಅವನಲ್ಲಿ ಉಳಿದದ್ದು ಒಂದೇ ಒಂದು ಆಸೆ. ಸಾಯುವುದಕ್ಕೆ ಮುಂಚೆ ಒಂದು ಸಾರಿ ತನ್ನ ಪ್ರಿಯತಮೆಯನ್ನು ನೋಡಬೇಕು ಎನ್ನುವುದು. ಪ್ರಾಯಶಃ ಅವಳಿಂದ ಒಂದೇ ಒಂದು ಮೃದುವಾದ ಮಾತನ್ನೋ, ಪಶ್ಚಾತ್ತಾಪವನ್ನೋ ಪ್ರೀತಿ, ಸ್ನೇಹಗಳ ಬೇರೆ ಏನಾದರೂ ಸಂಕೇತವನ್ನೋ ಪಡೆಯಲೆಂದಿರಬೇಕು. ಆದರೆ ಅವನ ಕೋರಿಕೆಯನ್ನು ಅವಳು ಒಂದೇ ಸಮನೆ ತಿರಸ್ಕರಿಸಿದುದರಿಂದ ಅವನ ನಿರಾಶೆ ಮತ್ತಷ್ಟು ತೀವ್ರವಾಯಿತು. ಅವಳ ಅಂತಿಮ, ನಿರ್ದಯ ತಿರಸ್ಕಾರವು ಅವನ ಸಾವನ್ನು ತ್ವರಿತಗೊಳಿಸಿತೆಂಬ ಸಂಗತಿ ಸ್ಪಷ್ಟವಾಗಿಯೇ ಇತ್ತು. ಕೊನೆಯಲ್ಲಂತೂ ಅವನು ದಿಕ್ಕು ತೋಚದೆ ಹೀಗೆಂದು ಚೀರಿದ್ದ :

'ಇಲ್ಲ, ಅವಳಿಗೆ ನನ್ನ ಮುಖದರ್ಶನವೂ ಇಷ್ಟವಿಲ್ಲ! ಆದರೆ ಅವಳು ನನ್ನಿಂದ ತಪ್ಪಿಸಿಕೊಳ್ಳಲಾರಳು !'

ಈ ದ್ವೇಷದ ಮಾತುಗಳೊಂದಿಗೆ ಅವನು ಕೊನೆಯುಸಿರೆಳೆದಿದ್ದ. ಒಬ್ಬ ಮನುಷ್ಯ ಸಮಾಧಿಯಿಂದಾಚೆಗೆ ಕೂಡ, ತನ್ನ ಭಾಷೆಯನ್ನು ಉಳಿಸಿಕೊಳ್ಳಬಲ್ಲನೆಂಬ ಸಂಗತಿ ನಮಗೆಲ್ಲ ಆಮೇಲೆ ಗೊತ್ತಾಯಿತು.

ವಿಶೇಷ ಕೃತಜ್ಞತೆ

ಈ ಸಂಪುಟದ ಕಥೆಗಳ ಆಯ್ಕೆಗಾಗಿ ಆಕರ ಸಾಮಗ್ರಿ ದೊರಕಿಸುವ ಕಾರ್ಯದಲ್ಲಿ ನೆರವು ನೀಡಿದ

- ಶ್ರೀ ಅಡ್ಡೂರು ಶಿವಶಂಕರರಾವ್, ಗುರುಪುರ
- ಜರ್ಮನ್ ಡೆಮೊಕ್ರಾಟಿಕ್ ರಿಪಬ್ಲಿಕ್‌ನ ರಾಯಭಾರಿ ಕಚೇರಿ, ನವದೆಹಲಿ
- ಜರ್ಮನ್ ಫೆಡರಲ್ ರಿಪಬ್ಲಿಕ್‌ನ ರಾಯಭಾರಿ ಕಚೇರಿ, ನವದೆಹಲಿ
- ಪ್ರೊ. ಅಯ್ಯಪ್ಪ ಪಣಿಕ್ಕರ್, ತಿರುವನಂತಪುರ
- ಶ್ರೀ ಎನ್. ಕೆ. ಮೋಹನರಾಮ್, ಬೆಂಗಳೂರು
- ಶ್ರೀ ಯು. ಎಸ್. ಶ್ರೀನಿವಾಸನ್, ಬೆಂಗಳೂರು
- ಶ್ರೀ ಗಂಗಯ್ಯ ಕಟ್ರಗಡ್ಡ, ಕಾಕಿನಾಡ
- ಶ್ರೀ ಎನ್. ಎಸ್. ರಾಜಮನ್ನಾರ್, ಬೆಂಗಳೂರು
- ಇಂಡಿಯನ್ ಇನ್‌ಸ್ಟಿಟ್ಯೂಟ್ ಆಫ್ ವರ್ಲ್ಡ್ ಕಲ್ಚರ್, ಬೆಂಗಳೂರು

ಅಂಕಿತನಾಮಗಳ ಸರಿಯಾದ ಉಚ್ಚಾರ ತಿಳಿಯಲು ನೆರವಾಗಿ 'ಹೆಸರು ಬೇಡ' ಎಂದಿರುವ ಮಿತ್ರರು

ಸಂಪುಟದ ಮೂಲ ಆಂಗ್ಲ ರೂಪದ ಬೆರಳಚ್ಚು ಪ್ರತಿಗಳ ತಯಾರಿಕೆ ಮತ್ತಿತರ ಸಂಪಾದಕೀಯ ನೆರವಿಗಾಗಿ

- ಕುಮಾರಿ ಸೀಮಂತಿನೀ ನಿರಂಜನ

ಇವರೆಲ್ಲರಿಗೆ ನಾವು ವಿಶೇಷವಾಗಿ ಕೃತಜ್ಞರು.

ವಿಶ್ವಕಥಾಕೋಶ

ಸಂಪುಟ - ೧೮

ಬಾಲಮೇಧಾವಿ

ಲೇಖಕರ ಪರಿಚಯ

ಬಾಲಮೇಧಾವಿ

ಟೊಮಾಸ್ ಮಾನ್ (1875–1955)

ಪಾಲ್ ಟೊಮಾಸ್ ಮಾನ್ ಜರ್ಮನಿಯ ಸಣ್ಣಕಥೆಗಾರ, ಕಾದಂಬರಿಕಾರ ಮತ್ತು ಸಾಮಾಜಿಕ ಚಿಂತಕ. ವಣಿಕ ವರ್ಗ. ಸೂಕ್ಷ್ಮ ವ್ಯಂಗ್ಯದ ಹಾಗೂ ಸಾಮಾಜಿಕ ಪ್ರಜ್ಞೆಯ ಬರಹಗಳು. ಫ್ಯಾಸಿಸಂ ವಿರೋಧಿ ನಿಲುವು. ನಾಜಿ ಆಡಳಿತಕಾಲದಲ್ಲಿ ಜರ್ಮನಿಯಿಂದ ಪಲಾಯನ. ಸಮರಾನಂತರ ಸ್ವಿಟ್ಸರ್‌ಲೆಂಡ್‌ನಲ್ಲಿ ನೆಲೆ. 1955ರಲ್ಲಿ ಅಲ್ಲಿಯೇ ಮರಣ. 'ಮಾಯಾ ಪರ್ವತ' ಕೃತಿಗೆ 1929ರಲ್ಲಿ ನೊಬೆಲ್ ಪ್ರಶಸ್ತಿ. ಸಂಕೇತಾತ್ಮಕ ಬರವಣಿಗೆಗೆ ಪ್ರಸಿದ್ಧ. ಈತ ಹಾಗೂ ಸಹೋದರ ಹೆನ್ರಿಕ್ ಮಾನ್ ಜರ್ಮನಿಯ ಅತ್ಯಂತ ಪ್ರತಿಭಾನ್ವಿತ ಲೇಖಕರು. ಟೊಮಾಸ್ ಮಾನ್‌ನ ಆರು ಮಂದಿ ಮಕ್ಕಳಲ್ಲಿ ಮೂವರು ಬರಹಗಾರರು. ❍

ಆಸರೆ

ಅನ್ನಾ ಸೇಘರ್ಸ್ (1900–1983)

ಮೂಲ ಹೆಸರು ನೆಟ್ಟಿ ರೈಲಿಂಗ್. ಸಣ್ಣಕಥೆಗಾರ್ತಿ, ಕಾದಂಬರಿಗಾರ್ತಿ. ಕಮ್ಯುನಿಸ್ಟ್ ಚಳವಳಿಯಲ್ಲಿ ಸಕ್ರಿಯ ಪಾತ್ರ. ಹಂಗರಿಯ ಕಾದಂಬರಿಕಾರ ಲಾಜ್ಲೊ ರದ್ವಾನಿಯ ಜೊತೆ ವಿವಾಹ. ಫ್ರಾನ್ಸ್, ಸ್ಪೇನ್ ಹಾಗೂ ಮೆಕ್ಸಿಕೋಗೆ ವಲಸೆ. ದ್ವಿತೀಯ ಮಹಾಯುದ್ಧದ ನೈತಿಕ ಅನುಭವಗಳ ಬರಹಕ್ಕೆ ಪ್ರಸಿದ್ಧಿ. 1947ರಿಂದ ಜರ್ಮನಿಯ ಪ್ರಮುಖ ವ್ಯಕ್ತಿ. ಸಮಾಜವಾದಿ ವಾಸ್ತವತೆಯ ಪ್ರತಿಪಾದಕಿ. ಸ್ಟಾಲಿನ್ ಶಾಂತಿ ಪ್ರಶಸ್ತಿ ಸೇರಿ ಹಲವು ಪ್ರತಿಷ್ಠಿತ ಗೌರವಗಳಿಗೆ ಪಾತ್ರ. ❍

ಎರಡು ನಿಮಿಷ

ಬ್ರೂನೋ ಅಪಿಟ್ಸ್ (1900–1979)

ಸಣ್ಣಕಥೆಗಾರ. ಲೀಪ್‌ಜಿಗ್‌ನಲ್ಲಿ ಜನನ. ಬರ್ಲಿನ್‌ನಲ್ಲಿ ವಾಸ. ಹದಿಹರೆಯದಲ್ಲೇ ಕಮ್ಯುನಿಸಂನತ್ತ ಆಕರ್ಷಣೆ. ಮುಷ್ಕರನಿರತ ಕಾರ್ಖಾನೆ

ಕೆಲಸಗಾರರನ್ನು ಉದ್ದೇಶಿಸಿ ಭಾಷಣ ಮಾಡಿದ್ದಕ್ಕಾಗಿ ಸೆರೆವಾಸ. ಜರ್ಮನಿಯ ಹಲವು ಹೋರಾಟಗಳಲ್ಲಿ ಭಾಗಿ. ಆಗ ಕಮ್ಯುನಿಸ್ಟ್ ಪತ್ರಿಕೆಗಳಲ್ಲಿ ಕವನಗಳ ಪ್ರಕಟನೆ. 1924ರಲ್ಲಿ ಮೊದಲ ನಾಟಕ ಬರೆದ ನಂತರ ಹಲವು ಬಾರಿ ನಾಜಿ ಆಡಳಿತದಿಂದ ಬಂಧನ ಮತ್ತು ಶಿಬಿರಗಳಲ್ಲಿ ಸೆರೆ. ಅಂಥ ಒಂದು ಬಂಧನದ ಅನುಭವದ ಆಧಾರದ ಮೇಲೆ ಬರೆದ 'ನೇಕೆಡ್ ಅಮಾಂಗ್ ದಿ ವೂಲ್ವ್ಸ್' ಕಾದಂಬರಿ ಬಹಳ ಪ್ರಖ್ಯಾತ. ಅದು ಮೂವತ್ತಕ್ಕೂ ಹೆಚ್ಚು ಭಾಷೆಗಳಿಗೆ ಅನುವಾದಗೊಂಡಿದೆ. ಚಲನಚಿತ್ರ ರಂಗದಲ್ಲೂ ಆಸಕ್ತ.

○

ಸರಳ ಸಂಗತಿಗಳು

ವಾಲ್ಟರ್ ಕೌಫ್‌ಮಾನ್

ಸಣ್ಣಕಥೆಗಾರ. 1924ರಲ್ಲಿ ಜನನ. ಎರಡು ವರ್ಷ ವಯಸ್ಸಾಗಿದ್ದಾಗ ದತ್ತು ಸ್ವೀಕಾರ ಮಾಡಿದ್ದ ದಂಪತಿ, ವಾಲ್ಟರ್‌ಗೆ 15 ವರ್ಷವಾದಾಗ ನಾಜಿಗಳಿಂದ ಹತ. ಆಸ್ಟ್ರೇಲಿಯಕ್ಕೆ ಕೌಫ್‌ಮನ್ ಪಲಾಯನ. 1955ರವರೆಗೆ ಅಲ್ಲೇ ಜೀವನ. ಅನಂತರ ಹುಟ್ಟೂರಿಗೆ ಪುನರಾಗಮನ. ಹಣ್ಣು ಬೆಳೆಗಾರನಾಗಿ, ಯೋಧನಾಗಿ, ರಸ್ತೆಯಲ್ಲಿನ ಛಾಯಾಗ್ರಾಹಕನಾಗಿ, ಬಂದರುಕಟ್ಟೆ ನೌಕರನಾಗಿ, ನಾವಿಕನಾಗಿ ಜೀವನ. ದ್ವಿತೀಯ ವಿಶ್ವಸಮರದ ಪರಾಕಾಷ್ಠೆ ಸಮಯದಲ್ಲಿ ಪ್ರಥಮ ಕಥೆಯ ಪ್ರಕಟನೆ. ಎಲ್ಲ ಬರಹಗಳಲ್ಲೂ ತನ್ನ ಜೀವನ ಹಾಗೂ ಪ್ರವಾಸಗಳ ಅನುಭವ ಸಂಪತ್ತಿನ ಬಿತ್ತರ.

○

ದಿವ್ಯದರ್ಶನ

ಆರ್ನೋಲ್ಡ್ ಟ್ಸ್‌ವೈಗ್ (1887–1968)

ಸಣ್ಣಕಥೆಗಾರ, ಪ್ರಬಂಧಕಾರ, ಕಾದಂಬರಿಕಾರ ಮತ್ತು ಪತ್ರಕರ್ತ. ಹಲವು ವಿಶ್ವವಿದ್ಯಾನಿಲಯಗಳಲ್ಲಿ ಅಧ್ಯಯನ. 1909ರಲ್ಲಿ ಪ್ರಥಮ ಕೃತಿಯ ಪ್ರಕಟನೆ. ಅರ್ಧ ಶತಮಾನಕ್ಕೂ ಹೆಚ್ಚು ಕಾಲ ಜನಪ್ರಿಯತೆ ಪಡೆದ ಕೃತಿಗಳು. ನೀಷೆಯ ತತ್ವಶಾಸ್ತ್ರ, ಸಿಗ್ಮಂಡ್ ಫ್ರಾಯ್ಡ್‌ನ ಮನಶ್ಶಾಸ್ತ್ರದಿಂದ ಪ್ರಭಾವಿತ. ಆಸ್ಟ್ರಿಯದಲ್ಲಿನ ತನ್ನ ಸೋದರ ಷ್ಟೆಫಾನ್ ಟ್ಸ್‌ವೈಗ್‌ನಂತೆಯೇ ಆರ್ನೋಲ್ಡ್ ಸಹ ತೀವ್ರ ಫ್ಯಾಸಿಸ್ಟ್ ವಿರೋಧಿ. ಯುದ್ಧ ವಿರೋಧಿ ಸಕ್ರಿಯ ಕಾರ್ಯಕರ್ತ. 1935ರಲ್ಲಿ ನಾಜಿಗಳಿಂದ ಪೌರತ್ವ ಹರಣ. 13 ವರ್ಷಗಳ ನಂತರ ಪೂರ್ವ ಜರ್ಮನಿಯಿಂದ ಬರ್ಲಿನ್‌ಗೆ ಸ್ವಾಗತ. 1958 ರಲ್ಲಿ ಲೆನಿನ್ ಶಾಂತಿ ಪ್ರಶಸ್ತಿ. ಸಂಸತ್ ಸದಸ್ಯತ್ವ. ○

ಕಳಾಹೀನೆ ಅನ್ನಾ

ಹೈನ್‌ರಿಕ್ ಬೂಲ್ (1917–1985)

ಸಣ್ಣಕಥೆಗಾರ. ಕಾದಂಬರಿಕಾರ. ದ್ವಿತೀಯ ಮಹಾಯುದ್ಧದ ನಂತರದ ಜರ್ಮನಿಯ ಗಣ್ಯ ಲೇಖಕ. 1947ರಲ್ಲಿ ಪ್ರಥಮ ಕಥೆಗಳ ಪ್ರಕಾಶನ. 1972ರಲ್ಲಿ ನೊಬೆಲ್ ಸಾಹಿತ್ಯ ಪ್ರಶಸ್ತಿ. ಬೂಲ್ ಕೃತಿಗಳು ಮೂವತ್ತಕ್ಕೂ ಹೆಚ್ಚು ಭಾಷೆಗಳಿಗೆ ಅನುವಾದ. ನಾಜಿವಾದದ ವಿರೋಧ ಬರಹಗಳಲ್ಲಿ ಸುವ್ಯಕ್ತ. ಅಪಾರ ಸಾಹಿತ್ಯ ಸೃಷ್ಟಿ. ❍

ಎಡಚರು

ಗೂಂಟರ್ ಗ್ರಾಸ್

1927ರಲ್ಲಿ ಜನನ. ಸಣ್ಣಕಥೆಗಾರ, ಕಾದಂಬರಿಕಾರ, ಕವಿ, ನಾಟಕಕಾರ. ಗಣಿ ಕೆಲಸಗಾರನಾಗಿ, ಶಿಲ್ಪಿಯಾಗಿ, ವಿನ್ಯಾಸಕನಾಗಿ ಜೀವನ ಆರಂಭ. 'ದಿ ಟಿನ್ ಡ್ರಮ್' ಅತ್ಯಂತ ಜನಪ್ರಿಯ ಕೃತಿ. ರಂಜನೆ, ಭಯಾನಕತೆ ಹಾಗೂ ಜೀವನ ಸೌಂದರ್ಯದ ನಿರೂಪಣೆ ಮೇಳೈಸಿದ ಬರಹಗಳು. ಹೆಚ್ಚಿನ ಕೃತಿಗಳಿಗೆ ಸ್ವಂತವಾಗಿ ಚಿತ್ರಗಳ ರಚನೆ. 1980ರಲ್ಲಿ 'ಶಾಂತಿ ಚಳವಳಿ'ಯ ನೇತಾರನಾಗಿ ಕೊಲ್ಕತ್ತಕ್ಕೆ ಆರು ತಿಂಗಳ ಭೇಟಿ. ಜರ್ಮನಿಯ ನಾಜಿ ಆಡಳಿತದ ಕಟು ಟೀಕಾಕಾರ. 1999ರಲ್ಲಿ ನೊಬೆಲ್ ಸಾಹಿತ್ಯ ಪ್ರಶಸ್ತಿ. ❍

ನರಕದೊಳಗೊಂದು ಸ್ವಗತ

ಗೂಂಟರ್ ಹೋಫೆ

1914ರಲ್ಲಿ ಜನನ. ಬರ್ಲಿನ್‌ನಲ್ಲಿ ವಾಸ. ಸಣ್ಣಕಥೆಗಳಿಗೆ ಪ್ರಸಿದ್ಧ. ಯುದ್ಧಗಳ ಪರಿಣಾಮದ ಬಗ್ಗೆ ಆತಂಕ ಬರಹದಲ್ಲಿ ವ್ಯಕ್ತ. ಜರ್ಮನ್ ಸಮಾಜದ ಮೇಲ್ವರ್ಗದ ಜನರ ಹುಳುಕುಗಳನ್ನು ಎತ್ತಿ ತೋರಿಸುವ ಕಥೆಗಳ ರಚನೆ. ❍

ಕತ್ತಲಲ್ಲಿ ಹುಟ್ಟಿತೊಂದು ಭಾಷೆ

ವೋಲ್ಫ್‌ಗಾಂಗ್ ಕೋಲ್‌ಹಾಸೆ

1931ರಲ್ಲಿ ಜನನ. ಸಣ್ಣಕಥೆಗಾರ, ಚಿತ್ರಕಥಾ ಲೇಖಕ ಮತ್ತು ಚಿತ್ರ ನಿರ್ದೇಶಕ. ಯುವ ಬರಹಗಾರರ ಪತ್ರಿಕೆಗಳಲ್ಲಿ ಕೆಲಸ. ಅನಂತರ ಸ್ವತಂತ್ರ ಬರಹಗಾರ. ಕೊನ್ರಾಡ್ ವುಲ್ಫ್ ಜೊತೆ 'ಸೋಲೋ ಸನ್ನಿ' ಚಿತ್ರಕ್ಕೆ ನಿರ್ದೇಶನ. 1985ರಲ್ಲಿ ಬರ್ಲಿನ್ ಅಂತರರಾಷ್ಟ್ರೀಯ ಚಿತ್ರೋತ್ಸವದ ತೀರ್ಪುಗಾರ. 2010ರ ಬರ್ಲಿನ್ ಚಿತ್ರೋತ್ಸವದಲ್ಲಿ ಪ್ರತಿಷ್ಠಿತ 'ಗೋಲ್ಡನ್ ಬೇರ್' ಪ್ರಶಸ್ತಿ ಗೌರವ. ಐವತ್ತಕ್ಕೂ ಹೆಚ್ಚು ಕಾಲದಿಂದ ಹಲವಾರು

ಚಲನಚಿತ್ರಗಳಿಗೆ ಚಿತ್ರಕಥೆ ಬರೆದು, ಜರ್ಮನಿಯ ಚಲನಚಿತ್ರ ಇತಿಹಾಸದ ಅತ್ಯಂತ ಪ್ರಮುಖ ಲೇಖಕನೆಂದು ಮಾನ್ಯತೆ. ಅನೇಕ ವಿಶ್ವವಿದ್ಯಾನಿಲಯ ಗಳಲ್ಲಿ ಚಿತ್ರಕಥಾ ರಚನೆ ಕುರಿತು ಬೋಧನೆ ಮತ್ತು ತರಬೇತಿ ನೀಡಿಕೆ. ❍

ನಿಜವಾಗಿ ಅಳಿಯುವುದು ಕಟ್ಟಕಡೆಯ ವ್ಯಕ್ತಿ ಮಾತ್ರ

ಡೀನಾ ನೇಲ್‌ಕೆನ್ (1900–1989)

ಸಣ್ಣಕಥೆಗಾರ್ತಿ. ಬರ್ಲಿನ್‌ನಲ್ಲಿ ಜನನ. ನಂತರ ಪಶ್ಚಿಮ ಜರ್ಮನಿಯಲ್ಲಿ ವಾಸ. ಕಥೆಗಳಲ್ಲಿ ಜರ್ಮನ್ ಮಹಿಳೆಯರ ಸ್ಥಿತಿಗತಿಗಳ ಚಿತ್ರಣದಲ್ಲಿ ವಿಶೇಷ ಆಸಕ್ತಿ. ❍

ಎಪ್ಪತ್ತು ವರ್ಷ

ಗೂಂಟರ್ ರ್‍ಯೂಕರ್ (1924–2008)

ಕಿರುಗತೆಗಾರ, ನಾಟಕಕಾರ ಮತ್ತು ಚಲನಚಿತ್ರ ನಿರ್ದೇಶಕ. ಪ್ರೌಢಶಾಲೆ ಯಲ್ಲಿದ್ದಾಗಲೇ ಬಲವಂತದಿಂದ ನಾಜಿ ಸೇನೆಗೆ ಸೇರ್ಪಡಿಕೆ. ಬ್ರಿಟನ್‌ನ ಯುದ್ಧಬಂದಿ ಶಿಬಿರದಲ್ಲಿ ಕೆಲಕಾಲ ವಾಸ. 1945ರಲ್ಲಿ ಬಿಡುಗಡೆಯ ನಂತರ ಲೀಪ್‌ಜಿಗ್‌ನ ನಾಟಕಶಾಲೆಯಲ್ಲಿ ಅಧ್ಯಯನ. ಅನಂತರ ರೇಡಿಯೋ ನಿಲಯದ ನಿರ್ದೇಶಕ ಮತ್ತು ರೇಡಿಯೋ ನಾಟಕಗಳ ಕರ್ತೃ. ಅಂತರರಾಷ್ಟ್ರೀಯ ಚಿತ್ರೋತ್ಸವಗಳಿಗೆ ರ್‍ಯೂಕರ್ ನಿರ್ದೇಶಿಸಿದ ಕೆಲವು ಚಿತ್ರಗಳು ಪ್ರವೇಶಿಸಿವೆ. ❍

ಇಬ್ಬರು ಮಕ್ಕಳು

ಬೆರ್‌ಟೋಲ್ಟ್ ಬ್ರೆಶ್ಟ್ (1898–1956)

ನಾಟಕಕಾರ, ಕವಿ, ಸಣ್ಣಕಥೆಗಾರ. ಕೈಗಾರಿಕೋದ್ಯಮಿಯ ಮಗ. ವೈದ್ಯ ವಿದ್ಯಾಭ್ಯಾಸದ ಅನಂತರ 1918ರಲ್ಲಿ ಸೇನೆಯ ವೈದ್ಯಕೀಯ ವಿಭಾಗದಲ್ಲಿ ಸೇವೆ. ಆಮೇಲೆ ಮಾರ್ಕ್ಸ್‌ವಾದದಿಂದ ಪ್ರಭಾವಿತ. ಫ್ಯಾಸಿಸಂ ವಿರೋಧಿ ಚಟುವಟಿಕೆಗಳಿಂದಾಗಿ ನಾಜಿಗಳ ಆಗ್ರಹಕ್ಕೆ ಪಾತ್ರ. ಮೊದಲು ಡೆನ್ಮಾರ್ಕ್‌ಗೆ ಪಲಾಯನ. ಅನಂತರ ಸ್ವೀಡನ್ ಮತ್ತು ಫಿನ್‌ಲೆಂಡ್ ಮೂಲಕ ರಷ್ಯಕ್ಕೆ ಹಾಗೂ ಅಲ್ಲಿಂದ ಕ್ಯಾಲಿಫೋರ್ನಿಯಕ್ಕೆ ವಲಸೆ. 1949ರಲ್ಲಿ ಮರಳಿ ಜರ್ಮನಿಗೆ. ಆಮೇಲೆ ಕೊನೆತನಕ ಪೂರ್ವ ಬರ್ಲಿನ್‌ನಲ್ಲಿ ವಾಸ. ಇವೆಲ್ಲ ಕಾಲದಲ್ಲೂ ಸಾಹಿತ್ಯ ಚಟುವಟಿಕೆಯ ಮುಂದುವರಿಕೆ. ಈ ಶತಮಾನ ಕಂಡ ಶ್ರೇಷ್ಠ ನಾಟಕಕಾರನೆಂದು ಖ್ಯಾತಿ. ಇವರ ಕೃತಿಗಳು, ಅದರಲ್ಲೂ

ನಾಟಕಗಳು ಅನೇಕ ಭಾಷೆಗಳಿಗೆ ಅನುವಾದಿಸಲ್ಪಟ್ಟಿವೆ. 'ಬರ್ಲಿನೇರ್ ಎನ್‌ಸೆಂಬಲ್' ಪ್ರಸಿದ್ಧ ರಂಗತಂಡದ ರೂವಾರಿ. 'ಎಪಿಕ್ ಥಿಯೇಟರ್' ರಂಗಸಿದ್ಧಾಂತದ ಪ್ರತಿಪಾದಕ. ಜಗತ್ತಿನ ರಂಗಭೂಮಿಯ ಮೇಲೆ ಅಪಾರ ಪ್ರಭಾವ ಬೀರಿದ ನಾಟಕಕಾರ. ❍

ದೊಡ್ಡ ಪಡಸಾಲೆಯಲ್ಲಿ

ಟಿಯೋಡೋರ್ ಶ್ಟೋರ್ಮ್ (1817–1888)

ಸಣ್ಣಕಥೆಗಾರ, ಕವಿ, ಕಾದಂಬರಿಕಾರ. ಸ್ವಲ್ಪ ಕಾಲ ನ್ಯಾಯಶಾಸ್ತ್ರದ ಅಭ್ಯಾಸ. ವಿದ್ಯಾರ್ಥಿಯಾಗಿದ್ದಾಗಲೇ ಸೋದರರ ಜೊತೆ ಸೇರಿ ಕವನಸಂಕಲನ ಪ್ರಕಟನೆ. ಸ್ವದೇಶಾಭಿಮಾನಿ. ಆದರೆ ಡೇನರ ಆಕ್ರಮಣವಾದಾಗ ದೇಶಾಂತರ. ಅನಂತರ ಸ್ವದೇಶದಲ್ಲಿ ಉನ್ನತ ಹುದ್ದೆ. ರಷ್ಯದ ಖ್ಯಾತ ಬರಹಗಾರ ತುರ್ಗೆನೆವ್ ಸ್ನೇಹಿತ. ❍

ಕ್ಷಮಿಸವರನೆಲೆ ತಂದೆ

ಯೊಹಾನ್ ಪೇಟೆರ್ ಹೇಬೆಲ್ (1760–1826)

ಸಣ್ಣಕಥೆಗಾರ, ಕವಿ, ನಿಯತಕಾಲಿಕವೊಂದರ ಸಂಪಾದಕ. ಬಡತನದಲ್ಲಿ ಬಾಲ್ಯ. ಗೆಳೆಯರ ನೆರವಿನಿಂದ ಧರ್ಮಶಾಸ್ತ್ರದಲ್ಲಿ ಉನ್ನತ ಶಿಕ್ಷಣ. ಜರ್ಮನಿಯ ಆಡುಭಾಷೆಯೊಂದರಲ್ಲಿ ಸಾಮಾನ್ಯ ರೈತಜೀವನ ಕುರಿತಾದ ಬರಹಗಳು. ವಾಸ್ತವತೆ ಹಾಗೂ ವಿನೋದ ಬೆರೆತ ಬರಹಗಳಿಂದಾಗಿ ಬಹಳ ಜನಪ್ರಿಯ. ಬರಹದ ಶೈಲಿ ಜರ್ಮನ್ ಸಾಹಿತ್ಯದಲ್ಲೇ ವಿರಳ ಎಂಬ ಖ್ಯಾತಿ. ❍

ಗೋರಿಯಿಂದಾಚೆಗೂ ಜಾರದಿದೆ ನೆನಪು

ಯೊಹಾನ್ ವೋಲ್ಫ್‌ಗಾಂಗ್ ಫಾನ್ ಗುಅಟೆ (1749–1832)

ಜರ್ಮನ್ ಸಾಹಿತ್ಯದ ಅತ್ಯಂತ ಪ್ರಸಿದ್ಧ ಲೇಖಕರಲ್ಲೊಬ್ಬ. ಕಾವ್ಯ, ನಾಟಕ, ಸಣ್ಣಕಥೆ, ಕಾದಂಬರಿ ಬರೆದು ಹೆಸರುವಾಸಿ. ತತ್ವಶಾಸ್ತ್ರದಲ್ಲೂ ಬಹುಮಾನ್ಯ. ಫ್ರಾಂಕ್‌ಫರ್ಟ್– ಆನ್–ಮೇನ್‌ನಲ್ಲಿ ಜನನ. ಜರ್ಮನ್ ಹೊಸ ಸಾಹಿತ್ಯ ಚಳವಳಿಯ ಪ್ರವರ್ತಕ. ಈತನ ಮಹಾಕಾವ್ಯ 'ಫಾಸ್ಟ್' ಬಹಳ ಪ್ರಸಿದ್ಧ. ಯೂರೋಪ್‌ನ ಸಂಗೀತ, ರಂಗಭೂಮಿ, ಕಾವ್ಯ, ಚಿತ್ರಕಲೆ ಮುಂತಾದ ಕ್ಷೇತ್ರಗಳ ಚಿಂತನೆಯ ಮೇಲೆ ಬಹಳ ಪ್ರಭಾವ ಬೀರಿದ ಸಾಹಿತಿ. ಸರ್ವಶ್ರೇಷ್ಠ ಬರಹಗಾರನೆಂದು ವಿಶ್ವವಿಖ್ಯಾತ. ❍

ಎಚ್. ಎಸ್. ರಾಘವೇಂದ್ರ ರಾವ್

1948ರಲ್ಲಿ ಚಿತ್ರದುರ್ಗದಲ್ಲಿ ಜನನ. ಬೆಂಗಳೂರಿನ ನ್ಯಾಷನಲ್ ಕಾಲೇಜಿನಲ್ಲಿ 36 ವರ್ಷಗಳಷ್ಟು ದೀರ್ಘಕಾಲ ಉಪನ್ಯಾಸಕ, ಪ್ರಾಧ್ಯಾಪಕರಾಗಿ ನಿವೃತ್ತಿ. ಹಂಪಿ ವಿಶ್ವವಿದ್ಯಾಲಯದಲ್ಲಿ ಸಂದರ್ಶಕ ಪ್ರಾಧ್ಯಾಪಕರಾಗಿ, ಕನ್ನಡ ಸಾಹಿತ್ಯ ಅಕಾಡೆಮಿಯ ಸದಸ್ಯರಾಗಿ, ಹಲವು ಸಾಹಿತ್ಯಕ ಪತ್ರಿಕೆಗಳ ಅಂಕಣಕಾರರಾಗಿ, ಸಂಪಾದಕರಾಗಿ ನುಡಿ ಸೇವೆ. ಸಾಹಿತ್ಯ ವಿಮರ್ಶೆ, ಅನುವಾದ ಸಾಹಿತ್ಯ, ಸಂಪಾದಿತ – ಸಹ ಸಂಪಾದಿತ ಕೃತಿಗಳೆಲ್ಲವೂ ಸೇರಿ 25ರಷ್ಟು ಪುಸ್ತಕಗಳ ರಚನೆ. 'ಹಾಡೆ ಹಾದಿಯ ತೋರಿತು' ಇವರ ಪಿಎಚ್.ಡಿ. ಮಹಾಪ್ರಬಂಧ. ಕರ್ನಾಟಕ ಸಾಹಿತ್ಯ ಅಕಾಡೆಮಿ ಬಹುಮಾನವಲ್ಲದೆ ವರ್ಧಮಾನ ಪ್ರಶಸ್ತಿ, ಇನಾಂದಾರ್ ಪ್ರಶಸ್ತಿ, ಜಿ. ಎಸ್. ಶಿವರುದ್ರಪ್ಪ ಪ್ರಶಸ್ತಿ ಹಾಗೂ ಹಲವು ಇತರ ಗೌರವಗಳಿಗೂ ಪಾತ್ರರು.

ವಿಶ್ವಕಥಾಕೋಶ

೨೫ ಸಂಪುಟಗಳು – ಪ್ರಧಾನ ಸಂಪಾದಕರು : ನಿರಂಜನ

ಧರಣಿಮಂಡಲ ಮಧ್ಯದೊಳಗೆ : 22 ಕನ್ನಡ ಕಥೆಗಳು

ಆಫ್ರಿಕದ ಹಾಡು : ಆಫ್ರಿಕ ಖಂಡದ ಕಥೆಗಳು – ಅನು : ಸಿ. ಸೀತಾರಾಮ್

ಕಾಡಿನಲ್ಲಿ ಬೆಳದಿಂಗಳು : ವಿಯೆಟ್ನಾಮ್ ಕಥೆಗಳು – ಅನು : ಸಿ.ಪಿ. ರವಿಕುಮಾರ್

ಚೆಲುವು : ಮಂಗೋಲಿಯ, ಚೀನ, ಜಪಾನ್, ಕೊರಿಯ ಕಥೆಗಳು – ಅನು : ಜಿ.ಎಸ್. ಸದಾಶಿವ

ಸುಭಾಷಿಣಿ : ಭಾರತ, ನೆರೆಹೊರೆ ಕಥೆಗಳು – ಅನು : 23 ಅನುವಾದಕರು

ವಿಚಿತ್ರ ಕಕ್ಷಿದಾರ : ಇಂಗ್ಲೆಂಡ್ ಕಥೆಗಳು – ಅನು : ಎನ್.ಎಸ್. ರಾಮಚಂದ್ರಯ್ಯ, ಎಸ್.ಆರ್. ಭಟ್

ಮಂಜುಹೂವಿನ ಮದುವಣಿಗ : ಹಂಗೆರಿ, ರುಮಾನಿಯ ಕಥೆಗಳು –
ಅನು : ಕೆ.ಎಸ್. ನಾರಾಯಣಸ್ವಾಮಿ

ಬೂದುಬಣ್ಣದ ಕಾಂಗರೂ : ಆಸ್ಟ್ರೇಲಿಯ, ನ್ಯೂಝಿಲೆಂಡ್ ಕಥೆಗಳು –
ಅನು : ಪಾ. ಸಂಜೀವ ಬೋಳಾರ

ಹೆಜ್ಜೆಗುರುತು : ರಷ್ಯ, ನೆರೆಹೊರೆ ಕಥೆಗಳು – ಅನು : ಕೆ.ಎಸ್. ನಿಸಾರ್ ಅಹಮದ್

ಅರಬಿ : ಐರ್‌ಲೆಂಡ್, ವೇಲ್ಸ್, ಸ್ಕಾಟ್‌ಲೆಂಡ್ ಕಥೆಗಳು – ಅನು : ಶಾ. ಬಾಲು ರಾವ್

ನೆತ್ತರು ದೆವ್ವ: ಚೆಕೊಸ್ಲೊವಾಕಿಯ, ಪೋಲೆಂಡ್ ಕಥೆಗಳು – ಅನು : ಎಚ್.ಕೆ. ರಾಮಚಂದ್ರಮೂರ್ತಿ

ಬಾವಿಕಟ್ಟೆಯ ಬಳಿ : ಯುಗೊಸ್ಲಾವಿಯ, ಆಲ್ಬೇನಿಯ, ಬಲ್ಗೇರಿಯ ಕಥೆಗಳು –
ಅನು : ಚಿ. ಶ್ರೀನಿವಾಸರಾಜು

ಅದೃಷ್ಟ: ಅಮೆರಿಕ, ಕೆನಡ, ಮೆಕ್ಸಿಕೊ ಕಥೆಗಳು – ಅನು : ವೀಣಾ ಶಾಂತೇಶ್ವರ

ಸಜ್ಜನನ ಸಾವು : ಐಸ್‌ಲೆಂಡ್, ಡೆನ್‌ಮಾರ್ಕ್, ನಾರ್ವೆ, ಸ್ವೀಡನ್, ಫಿನ್‌ಲೆಂಡ್ ಕಥೆಗಳು –
ಅನು : ಕ.ನಂ. ನಾಗರಾಜು

ಡೇಗೆ ಹಕ್ಕಿ : ಇಟಲಿ, ಆಸ್ಟ್ರಿಯ ಕಥೆಗಳು – ಅನು : ಎಸ್. ಅನಂತನಾರಾಯಣ

ಅವಸಾನ : ಗ್ರೀಸ್, ಸೈಪ್ರಸ್, ಟರ್ಕಿ ಕಥೆಗಳು – ಅನು : ಎ. ಈಶ್ವರಯ್ಯ

ತಾತನ ಹುಟ್ಟುಹಬ್ಬ: ಹಾಲೆಂಡ್, ಬೆಲ್ಜಿಯಮ್, ಸ್ವಿಟ್ಜರ್‌ಲೆಂಡ್ ಕಥೆಗಳು –
ಅನು : ಸಿ.ಎಚ್. ಪ್ರಹ್ಲಾದ್‌ರಾವ್

ಬಾಲ ಮೇಧಾವಿ : ಜರ್ಮನಿ ಕಥೆಗಳು – ಅನು : ಎಚ್.ಎಸ್. ರಾಘವೇಂದ್ರರಾವ್

ಇಬ್ಬರು ಗೆಳೆಯರು : ಸ್ಪೇನ್, ಪೋರ್ಚುಗಲ್ ಕಥೆಗಳು – ಅನು : ಕೆ.ವಿ. ನಾರಾಯಣ

ಅಬಿಂದಾ – ಸಯಿದ್ : ಇಂಡೋನೇಷ್ಯ, ಫಿಲಿಪ್ಪೀನ್ಸ್, ಮಲಯ, ಸಿಂಗಾಪುರ,
ಥಾಯ್‌ಲೆಂಡ್ ಕಥೆಗಳು – ಅನು : ಎಸ್ಸಾರ್ಕೆ

ನಿಗೂಢ ಸೌಧ : ಫ್ರಾನ್ಸ್ ಕಥೆಗಳು – ಅನು : ಬಸವರಾಜ ನಾಯ್ಕರ

ಬೆಳಗಾಗುವ ಮುನ್ನ : ಕ್ಯೂಬಾ, ಜಮೇಯಿಕ ಕಥೆಗಳು – ಅನು : ಶ್ರೀಕಾಂತ

ಮರಳುಗೂಡಿನ ಮದುವೆ : ಪಶ್ಚಿಮ ಏಷ್ಯ ಕಥೆಗಳು – ಅನು : ವಾಸುದೇವ

ಕಿವುಡು ವನದೇವತೆ : ದಕ್ಷಿಣ ಅಮೆರಿಕ ಕಥೆಗಳು – ಅನು : ಈಶ್ವರಚಂದ್ರ

ಸಾವಿಲ್ಲದವರು : ಪಂಚ ಮಹಾಕಾವ್ಯಗಳಿಂದ ಆಯ್ದ ಕಥೆಗಳು –
ನಿರೂಪಣೆ : ಸಿ.ಕೆ. ನಾಗರಾಜ ರಾವ್

ನವಕರ್ನಾಟಕ ಪ್ರಕಟಣೆಗಳು

ವಿಚಾರ ಸಾಹಿತ್ಯ, ವೈಜ್ಞಾನಿಕ ಮನೋಧರ್ಮ

ಫಲಜ್ಯೋತಿಷ ನಂಬುವಿರಾ ? (3ನೇ ಮುದ್ರಣ)	ಡಾ॥ ಎಸ್. ಬಾಲಚಂದ್ರರಾವ್	45.00
ಸಂಪ್ರದಾಯ, ವಿಜ್ಞಾನ ಮತ್ತು ಸಮಾಜ (7ನೇ ಮುದ್ರಣ)	ಡಾ॥ ಬಾಲಚಂದ್ರ ರಾವ್	50.00
ವೈಜ್ಞಾನಿಕ ಮನೋಧರ್ಮ (8ನೇ ಮುದ್ರಣ)	ಜಿ. ಟಿ. ನಾರಾಯಣ ರಾವ್	85.00
ಸಾಮಾನ್ಯ ಘಟನೆಗಳ ವೈಜ್ಞಾನಿಕ ವಿಶ್ಲೇಷಣೆ (5ನೇ ಮುದ್ರಣ)	ವೆಂಕಟಯ್ಯ ಅಪ್ಪಗೆರೆ	40.00
ಮಾರ್ಕ್ಸ್ ಮತ್ತು ವಿಜ್ಞಾನ (2ನೇ ಮುದ್ರಣ)	ಡಾ॥ ಜಿ. ರಾಮಕೃಷ್ಣ	20.00
ದೇವರು, ದೆವ್ವ, ವಿಜ್ಞಾನ (12ನೇ ಮುದ್ರಣ)	ಡಾ॥ ಅಬ್ರಹಾಂ ಟಿ. ಕೋವೂರ್ (ಸಂ : ಪುರುಷೋತ್ತಮ ಬಿಳಿಮಲೆ)	90.00
ಪ್ರಾಚೀನ ಭಾರತದಲ್ಲಿ ಅಂಧಶ್ರದ್ಧೆಗೆ ಎದುರಾಗಿ ವಿಜ್ಞಾನ (3ನೇ ಮುದ್ರಣ)	ಎಸ್. ಜಿ. ಸರ್ದೇಸಾಯಿ (ಅನು : ಕೆ. ಎಲ್. ಗೋಪಾಲಕೃಷ್ಣ ರಾವ್)	20.00
ಪ್ರಾಚೀನ ಭಾರತದಲ್ಲಿ ದಾರ್ಶನಿಕ ಸಂಘರ್ಷ ಮತ್ತು ಅದರ ಮಹತ್ವ (2ನೇ ಮುದ್ರಣ)	ಎಸ್. ಜಿ. ಸರ್ದೇಸಾಯಿ (ಅನು : ಕೆ. ಎಲ್. ಗೋಪಾಲಕೃಷ್ಣ ರಾವ್)	30.00
ದೇವರೆಂಬ ಸುಳ್ಳು, ಧರ್ಮವೆಂಬ ದ್ವೇಷ (3ನೇ ಮು.)	ಶಾಂತಾರಾಮ ಸೋಮಯಾಜಿ	75.00
ನಾನೇಕೆ ನಾಸ್ತಿಕ (12ನೇ ಮುದ್ರಣ)	ಭಗತ್‌ಸಿಂಗ್ (ಅನು : ಎನ್. ಗಾಯತ್ರಿ)	20.00
ಭಾರತೀಯರಿಗೆ ಭಗವಂತರೆಷ್ಟು ? (6ನೇ ಮುದ್ರಣ)	ಸದಾಶಿವಯೋಗಿ	110.00
ಮಾರ್ಕ್ಸ್‌ವಾದ ಮತ್ತು ಭಗವದ್ಗೀತೆ (4ನೇ ಮುದ್ರಣ)	ಎಸ್. ಜಿ. ಸರ್ದೇಸಾಯಿ, ದಿಲೀಪ್ ಬೋಸ್ (ಅನು : ಎಸ್. ಆರ್. ಭಟ್)	60.00
ಭಗವದ್ಗೀತೆ. ಒಂದು ವೈಚಾರಿಕ ಒಳನೋಟ (3ನೇ ಮು.)	ಪ್ರೊ॥ ಬಿ. ವಿ. ವೀರಭದ್ರಪ್ಪ	65.00
ಧರ್ಮ ಮತ್ತು ವೈಚಾರಿಕತೆ (3ನೇ ಮುದ್ರಣ)	ಪ್ರೊ॥ ಬಿ. ವಿ. ವೀರಭದ್ರಪ್ಪ	35.00
ವಾಸ್ತು ಎಷ್ಟು ವಾಸ್ತವ ? (6ನೇ ಮುದ್ರಣ)	ಪ್ರೊ॥ ಬಿ. ವಿ. ವೀರಭದ್ರಪ್ಪ	40.00
ವೇದಗಳಲ್ಲಿ ಜನಸಾಮಾನ್ಯರು (3ನೇ ಮುದ್ರಣ)	ಪ್ರೊ॥ ಬಿ. ವಿ. ವೀರಭದ್ರಪ್ಪ	75.00
ಇತಿಹಾಸದ ಕಣ್ಣಲ್ಲಿ ರಾಮಾಯಣ (3ನೇ ಮುದ್ರಣ)	ಎಚ್. ಡಿ. ಸಂಕಾಲಿಯ (ಸಂಗ್ರಹಾನುವಾದ : ಡಾ॥ ಮಹಾಬಲೇಶ್ವರ ರಾವ್)	70.00
ರಾಮನಿಗೆ ಸೀತೆ ಏನಾಗಬೇಕು ? (3ನೇ ಮುದ್ರಣ)	ಡಾ॥ ಆರುದ್ರ (ಅನು : ಕೆ. ಎಲ್. ಗೋಪಾಲಕೃಷ್ಣ ರಾವ್)	65.00
ವಿವಾಹ, ಹುಟ್ಟು ಮತ್ತು ಪೂರ್ವೋತ್ತರ (5ನೇ ಮುದ್ರಣ)	ಮೂಲ : ತಾಪಿ ಧರ್ಮಾರಾವ್ (ಅನು : ರವಿ ಬೆಳಗೆರೆ)	70.00
ದೇವಾಲಯಗಳು ಮತ್ತು ಲೈಂಗಿಕ ಶಿಲ್ಪ (6ನೇ ಮುದ್ರಣ)	ತಾಪಿ ಧರ್ಮಾರಾವ್ (ಅನು : ಎಸ್. ಆರ್. ಶಾಸ್ತ್ರಿ)	40.00
ಕಬ್ಬಿಣದ ಕಾಚಾಗಳು	ತಾಪಿ ಧರ್ಮಾರಾವ್ (ಅನು : ಸ. ರಘುನಾಥ)	30.00
ಮಾತೆಯರು ಮಾನ್ಯರಾಗಿದ್ದಾಗ (4ನೇ ಮುದ್ರಣ)	ದೇವಿಪ್ರಸಾದ್ ಚಟ್ಟೋಪಾಧ್ಯಾಯ (ಅನು : ಜಿ. ಕುಮಾರಪ್ಪ)	30.00

ಇದು ಮುಗಿಯದ ಕಥೆ (4ನೇ ಮುದ್ರಣ)	ದೇವಿಪ್ರಸಾದ್ ಚಟ್ಟೋಪಾಧ್ಯಾಯ (ಅನು : ಜಿ. ಕುಮಾರಪ್ಪ)	65.00
ಪ್ರತಿರೋಧ	(ಸಂ : ದೇವಿಪ್ರಸಾದ್ ಚಟ್ಟೋಪಾಧ್ಯಾಯ, ಅನು : ಜಿ. ಕುಮಾರಪ್ಪ)	55.00
ಸಂಶೋಧನೆಯ ಹಾದಿ (2ನೇ ಮುದ್ರಣ)	ದೇವಿಪ್ರಸಾದ್ ಚಟ್ಟೋಪಾಧ್ಯಾಯ (ಅನು : ಜಿ. ಕುಮಾರಪ್ಪ)	45.00
ಪ್ರಾಚೀನ ಭಾರತದಲ್ಲಿ ಚಿಕಿತ್ಸಾ ವಿಜ್ಞಾನ (2ನೇ ಮುದ್ರಣ)	ದೇವಿಪ್ರಸಾದ್ ಚಟ್ಟೋಪಾಧ್ಯಾಯ (ಅನು : ಜಿ. ಕುಮಾರಪ್ಪ)	45.00
ವಾನರನಿಂದ ಮಾನವನವರೆಗೆ (6ನೇ ಮುದ್ರಣ)	ಫ್ರೆಡರಿಕ್ ಏಂಗೆಲ್ಸ್ (ಅನು : ಡಾ|| ಜಿ. ರಾಮಕೃಷ್ಣ)	15.00
ಸರಸ್ವತೀ ನದಿ (ಪುರಾಣ-ಇತಿಹಾಸ-ವಿಜ್ಞಾನ. 3ನೇ ಮುದ್ರಣ)	ಟಿ. ಆರ್. ಅನಂತರಾಮು	60.00
ಧರ್ಮಪರೀಕ್ಷೆ (ರಾಜಕಾರಣ-ಧರ್ಮ-ಸಂಸ್ಕೃತಿ ಚಿಂತನೆಗಳು. 2ನೇ ಮುದ್ರಣ)	ಡಾ|| ರಹಮತ್ ತರೀಕೆರೆ	150.00
ಧರ್ಮನಿರಪೇಕ್ಷತೆ ಮತ್ತು ಅಲ್ಪಸಂಖ್ಯಾತರು	ಡಾ|| ಬದರಿನಾಥ್ ಕೆ. ರಾವ್ (ಅನು : ಡಾ|| ಕೆ. ಎಲ್. ಗೋಪಾಲಕೃಷ್ಣಯ್ಯ)	65.00
ಒಂದು ಕೊಡ ಹಾಲಿನ ಸಮರ (ಸಾಮಾಜಿಕ ಚಳವಳಿಗಳು. ಬುದ್ಧ-ಬಸವ-ಬಾಬಾಸಾಹೇಬ. 2ನೇ ಮುದ್ರಣ)	ಡಾ|| ಮೂಡ್ನಾಕೂಡು ಚಿನ್ನಸ್ವಾಮಿ	40.00
ಶ್ರೀ ಸ್ವಾಮಿ ವಿವೇಕಾನಂದ ಹಿಂದು ಸನಾತನವಾದಿಯೇ ? (4ನೇ ಮುದ್ರಣ)	(ಸಂ : ಕೋ. ಚೆನ್ನಬಸಪ್ಪ)	20.00
ಕುವೆಂಪು ಸಾಹಿತ್ಯದಲ್ಲಿ ವೈಚಾರಿಕತೆ-ಸಾಮಾಜಿಕ ನಿಷ್ಠೆ (3ನೇ ಮು.)	ಕೋ. ಚೆನ್ನಬಸಪ್ಪ	90.00
ವಿಚಾರ ದೀಪಿಕೆ (2ನೇ ಮುದ್ರಣ)	ಪ್ರೊ|| ಎಸ್. ಎಸ್. ಆಲಗೂರ	50.00

ಸಮಾಜಶಾಸ್ತ್ರ

ತುಳುವರ ಮೂಲತಾನ 'ಆದಿ ಆಲಡೆ'. ಪರಂಪರೆ ಮತ್ತು ಪರಿವರ್ತನೆ	ಡಾ|| ಇಂದಿರಾ ಹೆಗ್ಗಡೆ	300.00
ಭಾರತೀಯ ಸಮಾಜದ ಐತಿಹಾಸಿಕ ವಿಶ್ಲೇಷಣೆ (3ನೇ ಮುದ್ರಣ)	ಭಗವತ್ ಶರಣ ಉಪಾಧ್ಯಾಯ (ಅನು : ಪ್ರಧಾನ್ ಗುರುದತ್ತ)	150.00
ಭಾರತೀಯ ಬಹುಮುಖೀ ಸಂಸ್ಕೃತಿ (3ನೇ ಮುದ್ರಣ)	ಭಗವತ್ ಶರಣ ಉಪಾಧ್ಯಾಯ (ಅನು : ಡಾ|| ಎಚ್. ಎಸ್. ಗೋಪಾಲ ರಾವ್)	65.00
ಭಾರತೀಯ ವಿವಾಹ ಸಂಸ್ಥೆಯ ಇತಿಹಾಸ (2ನೇ ಮುದ್ರಣ)	ವಿ. ಕಾ. ರಾಜವಾಡೆ (ಅನು : ಕುಸುಮ ಮತ್ತಿತರರು)	80.00

ಇತಿಹಾಸ

ನಮ್ಮ ನಾಡು ಕರ್ನಾಟಕ (7ನೇ ಮುದ್ರಣ)	ಡಾ|| ಎಚ್. ಎಸ್. ಗೋಪಾಲ ರಾವ್	110.00
ಕರ್ನಾಟಕ ಏಕೀಕರಣ ಇತಿಹಾಸ (4ನೇ ಮುದ್ರಣ)	ಡಾ|| ಎಚ್. ಎಸ್. ಗೋಪಾಲ ರಾವ್	250.00
ಭಾರತದ ಪ್ರಥಮ ಸ್ವಾತಂತ್ರ್ಯ ಸಂಗ್ರಾಮ (ಒಂದು ಚಾರಿತ್ರಿಕ ಹಿನ್ನೋಟ. 3ನೇ ಮುದ್ರಣ)	ಕೆ. ಎಸ್. ಪಾರ್ಥಸಾರಥಿ	100.00
ಕಯ್ಯೂರಿನ ರೈತವೀರರು (2ನೇ ಮುದ್ರಣ)	ಫಕೀರ್ ಮುಹಮ್ಮದ್ ಕಟ್ಪಾಡಿ	60.00

ಅರಿವಿನ ಆಡುಂಬೊಲ ('ಕ್ವಿಟ್ ಇಂಡಿಯಾ' ಸೆರೆಮನೆ ದಿನಚರಿ)	ಹೆಚ್. ವೈ. ಶಾರದಾ ಪ್ರಸಾದ್ (ಅನು : ರೋಸಿ ಡಿ'ಸೋಜಾ)	75.00
ಭಗತ್ ಸಿಂಗ್ (10ನೇ ಮುದ್ರಣ)	ಡಾ॥ ಜಿ. ರಾಮಕೃಷ್ಣ	70.00
ಹುತಾತ್ಮ ಭಗತ್‌ಸಿಂಗ್ (2ನೇ ಮು.)	ಎ. ಬಿ. ಬರ್ಧನ್ (ಅನು : ಹಲೀಮತ್ ಸ-ಅ-ದಿಯ)	15.00
ಕಮ್ಯುನಿಸ್ಟ್ ಚಳುವಳಿಯ ರೂವಾರಿ ಪೂರಣ್ ಚಂದ್ರ ಜೋಶಿ	ಅನಿಲ್ ರಾಜಿಮ್‌ವಾಲೆ (ಅನು : ಬಿ. ವಿ. ಕಕ್ಕಿಲ್ಲಾಯ)	25.00
ಸಮಾಜ ಸುಧಾರಕ ಮಹಾತ್ಮ ಫುಲೆ (5ನೇ ಮುದ್ರಣ)	ಮುರಳೀಧರ ಜಗತಾಪ (ಅನು : ಅಕಿಂಚನ)	70.00
ಅರ್ನೆಸ್ಟೊ ಚೆ ಗುವಾರ (4ನೇ ಮುದ್ರಣ)	ಐ. ಲಾವ್ರೆತ್‌ಸ್ಕಿ (ಅನು : ಗೊ. ರು. ಚನ್ನಬಸಪ್ಪ ಮತ್ತು ಇತರರು)	150.00
ಉರುಳಿನ ನೆರಳಲ್ಲಿ (2ನೇ ಮುದ್ರಣ)	ಜ್ಯೂಲಿಯಸ್ ಫ್ಯೂಜಿಕ್ (ಅನು : ವಾಸುದೇವ)	55.00
ಬಾಬಾ ಆಮಟೆ. ಜೀವನ-ಸಾಧನೆ (2ನೇ ಮುದ್ರಣ)	ಡಾ॥ ಭ. ಗ. ಬಾಪಟ (ಅನು : ವಿರೂಪಾಕ್ಷ ಕುಲಕರ್ಣಿ)	100.00
ಯುಗಚೇತನ ಪ್ರೇಮಚಂದ್ (3ನೇ ಮುದ್ರಣ)	ದು. ನಿಂ. ಬೆಳಗಲಿ	100.00
ನೋವಿಗದ್ದಿದ ಕುಂಚ (ಪ್ರಸಿದ್ಧ ಚಿತ್ರಕಾರ ವ್ಯಾನ್‌ಗೋನ ಜೀವನ ಚಿತ್ರ. ವಿಸ್ತೃತ 2ನೇ ಮುದ್ರಣ)	ನೇಮಿಚಂದ್ರ	60.00

ನವಕರ್ನಾಟಕ ಸಾಹಿತ್ಯ ಸಂಪದ

(ಕೇಂದ್ರ ಸಾಹಿತ್ಯ ಅಕಾಡೆಮಿ ಪ್ರಶಸ್ತಿ ಪುರಸ್ಕೃತ ಕನ್ನಡ ಲೇಖಕರ ಬದುಕು-ಬರೆಹ ಮಾಲೆ)

(ಮೊದಲ 12 ಸಂಪುಟಗಳ ಸಂಪಾದಕರು : ಡಾ॥ ಹಾ. ಮಾ. ನಾಯಕ, ಡಾ॥ ಪ್ರಧಾನ್ ಗುರುದತ್ತ)

(ನಂತರದ ಸಂಪುಟಗಳ ಸಂಪಾದಕರು : ಡಾ॥ ಪ್ರಧಾನ್ ಗುರುದತ್ತ)

♦ ಮೊದಲನೇ ಕಂತಿನ ಪುಸ್ತಕಗಳು

ಕುವೆಂಪು (4ನೇ ಮುದ್ರಣ)	ಡಾ॥ ಪ್ರಧಾನ್ ಗುರುದತ್ತ	60.00
ರಂ. ಶ್ರೀ. ಮುಗಳಿ (3ನೇ ಮುದ್ರಣ)	ಡಾ॥ ತಾಳ್ತಜೆ ವಸಂತಕುಮಾರ	60.00
ದ. ರಾ. ಬೇಂದ್ರೆ (3ನೇ ಮುದ್ರಣ)	ಎನ್ಕೆ. ಕುಲಕರ್ಣಿ	60.00
ಶಿವರಾಮ ಕಾರಂತ (3ನೇ ಮುದ್ರಣ)	ಮಾಲಿನಿ ಮಲ್ಯ	60.00
ವಿ. ಕೃ. ಗೋಕಾಕ (3ನೇ ಮುದ್ರಣ)	ಡಾ॥ 'ಜೀವಿ' ಕುಲಕರ್ಣಿ	60.00
ದೇವುಡು (2ನೇ ಮುದ್ರಣ)	ಡಾ॥ ಸಿ. ಎಸ್. ಶಿವಕುಮಾರಸ್ವಾಮಿ	60.00
ಬಿ. ಪುಟ್ಟಸ್ವಾಮಯ್ಯ (2ನೇ ಮುದ್ರಣ)	ಡಾ॥ ಕೃಷ್ಣಮೂರ್ತಿ ಹನೂರು	60.00
ಡಿ. ವಿ. ಗುಂಡಪ್ಪ (2ನೇ ಮುದ್ರಣ)	ಡಿ. ಆರ್. ವೆಂಕಟರಮಣನ್	60.00
ಎ. ಎನ್. ಮೂರ್ತಿರಾವ್ (2ನೇ ಮುದ್ರಣ)	ಡಾ॥ ಪಿ. ಶಾಂತಾರಾಮ ಪ್ರಭು	60.00
ಚದುರಂಗ (3ನೇ ಮುದ್ರಣ)	ಡಾ॥ ಎಂ. ಎಸ್. ವೇದಾ	60.00
ವ್ಯಾಸರಾಯ ಬಲ್ಲಾಳ (2ನೇ ಮುದ್ರಣ)	ಡಾ॥ ಡಿ. ವಿಜಯಲಕ್ಷ್ಮಿ	60.00
ಚಂದ್ರಶೇಖರ ಕಂಬಾರ (2ನೇ ಮುದ್ರಣ)	ಡಾ॥ ಬಸವರಾಜ ಮಲಶೆಟ್ಟಿ	60.00

♦ ಎರಡನೇ ಕಂತಿನ ಪುಸ್ತಕಗಳು

ಬಿ. ಜಿ. ಎಲ್. ಸ್ವಾಮಿ (2ನೇ ಮುದ್ರಣ)	*ಡಾ|| ಮುಳುಕುಂಟೆ ರಮೇಶ್*	60.00
ರಾ. ಶಿ. (2ನೇ ಮುದ್ರಣ)	*ಡಾ|| ಎಚ್. ಎಸ್. ಗೋಪಾಲ ರಾವ್*	60.00
ದೇವನೂರ ಮಹಾದೇವ (2ನೇ ಮುದ್ರಣ)	*ಎನ್. ಪಿ. ಶಂಕರನಾರಾಯಣ ರಾವ್*	60.00
ಪು. ತಿ. ನ. (2ನೇ ಮುದ್ರಣ)	*ಡಾ|| ಪ್ರಭುಶಂಕರ*	60.00
ಶ್ರೀನಿವಾಸ (ಮಾಸ್ತಿ ವೆಂಕಟೇಶ ಅಯ್ಯಂಗಾರ್) (2ನೇ ಮುದ್ರಣ)	*ಪ್ರೊ|| ಜಿ. ಎಸ್. ಸಿದ್ಧಲಿಂಗಯ್ಯ*	60.00
ತ. ರಾ. ಸು. (3ನೇ ಮುದ್ರಣ)	*ನಾ. ಪ್ರಭಾಕರ*	60.00
ಪೂರ್ಣಚಂದ್ರ ತೇಜಸ್ವಿ (3ನೇ ಮುದ್ರಣ)	*ಡಾ|| ಎಚ್. ಎಂ. ಮಹೇಶ್ವರಯ್ಯ*	60.00
ಹಾ. ಮಾ. ನಾಯಕ (2ನೇ ಮುದ್ರಣ)	*ಡಾ|| ಪ್ರಧಾನ್ ಗುರುದತ್ತ*	60.00
ಚಿದಾನಂದಮೂರ್ತಿ (2ನೇ ಮುದ್ರಣ)	*ಡಾ|| ಸಂಗಮೇಶ ಸವದತ್ತಿಮಠ*	60.00
ಗಿರೀಶ್ ಕಾರ್ನಾಡ್ (3ನೇ ಮುದ್ರಣ)	*ಡಾ|| ಮೀರಾ ಮೂರ್ತಿ*	60.00
ಯಶವಂತ ಚಿತ್ತಾಲ (2ನೇ ಮುದ್ರಣ)	*ಡಾ|| ಕೆ. ಎಲ್. ಗೋಪಾಲಕೃಷ್ಣಯ್ಯ*	60.00
ಕೆ. ಎಸ್. ನರಸಿಂಹಸ್ವಾಮಿ (3ನೇ ಮುದ್ರಣ)	*ಡಾ|| ರಾಮೇಗೌಡ*	60.00

♦ ಮೂರನೇ ಕಂತಿನ ಪುಸ್ತಕಗಳು

ಶಾಂತಿನಾಥ ದೇಸಾಯಿ (2ನೇ ಮುದ್ರಣ)	*ಡಾ|| ಪ್ರೀತಿ ಶುಭಚಂದ್ರ*	60.00
ಎಸ್. ಎಲ್. ಭೈರಪ್ಪ (2ನೇ ಮುದ್ರಣ)	*ದೇಶ ಕುಲಕರ್ಣಿ*	60.00
ಪಿ. ಲಂಕೇಶ್ (2ನೇ ಮುದ್ರಣ)	*ಡಾ|| ಹಾಲತಿ ಸೋಮಶೇಖರ್*	60.00
ಎ. ಆರ್. ಕೃಷ್ಣಶಾಸ್ತ್ರಿ (2ನೇ ಮುದ್ರಣ)	*ಬಿ. ವಿ. ಶ್ರೀಧರ*	60.00
ಕೀರ್ತಿನಾಥ ಕುರ್ತಕೋಟಿ (2ನೇ ಮುದ್ರಣ)	*ಡಾ|| ಕೃಷ್ಣಮೂರ್ತಿ ಚಂದರ್*	60.00
ಗೋಪಾಲಕೃಷ್ಣ ಅಡಿಗ (2ನೇ ಮುದ್ರಣ)	*ಬಾಲಸುಬ್ರಹ್ಮಣ್ಯ ಕಂಜರ್ಪಣೆ*	60.00
ವಿ. ಸೀತಾರಾಮಯ್ಯ (2ನೇ ಮುದ್ರಣ)	*ಪ್ರೊ|| ಎಂ. ರಾಮಚಂದ್ರ*	60.00
ಎಲ್. ಎಸ್. ಶೇಷಗಿರಿ ರಾವ್ (2ನೇ ಮುದ್ರಣ)	*ಡಾ|| ಪಿ. ವಿ. ನಾರಾಯಣ*	60.00
ಎಚ್. ತಿಪ್ಪೇರುದ್ರಸ್ವಾಮಿ (2ನೇ ಮುದ್ರಣ)	*ಡಾ|| ಎನ್. ಎಸ್. ತಾರಾನಾಥ*	60.00
ಎಸ್. ವಿ. ರಂಗಣ್ಣ (2ನೇ ಮುದ್ರಣ)	*ಡಾ|| ಸಿ. ಪಿ. ಕೃಷ್ಣಕುಮಾರ್*	60.00
ಗೊರೂರು ರಾಮಸ್ವಾಮಿ ಅಯ್ಯಂಗಾರ್ (2ನೇ ಮುದ್ರಣ)	*ಡಾ|| ಪ್ರಧಾನ್ ಗುರುದತ್ತ*	60.00
ಬಿ. ಸಿ. ರಾಮಚಂದ್ರ ಶರ್ಮ (2ನೇ ಮುದ್ರಣ)	*ಲಿಂಗದೇವರು ಹಳೆಮನೆ*	60.00

♦ ನಾಲ್ಕನೇ ಕಂತಿನ ಪುಸ್ತಕಗಳು

ಕೆ. ವಿ. ಸುಬ್ಬಣ್ಣ	*ಡಾ|| ನಾ. ದಾಮೋದರ ಶೆಟ್ಟಿ*	60.00
ಶ್ರೀರಂಗ	*ಡಾ|| ಬಿ. ಎನ್. ಸುಮಿತ್ರಾಬಾಯಿ*	60.00
ಜಿ. ಎಸ್. ಆಮೂರ	*ಬಾಲಸುಬ್ರಹ್ಮಣ್ಯ ಕಂಜರ್ಪಣೆ*	60.00
ಡಿ. ಆರ್. ನಾಗರಾಜ	*ಡಾ|| ಚಂದ್ರಶೇಖರ ನಂಗಲಿ*	60.00
ಚೆನ್ನವೀರ ಕಣವಿ	*ಡಾ|| ಗುರುಲಿಂಗ ಕಾಪಸೆ*	60.00
ಗೀತಾ ನಾಗಭೂಷಣ	*ಡಾ|| ಎನ್. ಗಾಯತ್ರಿ*	60.00
ಶಂ. ಬಾ. ಜೋಶಿ	*ಪ್ರೊ|| ಮಲ್ಲೇಪುರಂ ಜಿ. ವೆಂಕಟೇಶ*	60.00
ಶಂಕರ ಮೊಕಾಶಿ ಪುಣೇಕರ	*ಡಾ|| ಜಿ. ಎನ್. ಉಪಾಧ್ಯ*	60.00

ಸ್ವಾತಂತ್ರ್ಯಗಂಗೆಯ ಸಾವಿರ ತೊರೆಗಳು (ರಾಷ್ಟ್ರೀಯ ಚಳುವಳಿಯ ಸಮಗ್ರ ಪರಿಚಯ.
7ನೇ ಮುದ್ರಣ) *ಎನ್. ಪಿ. ಶಂಕರನಾರಾಯಣ ರಾವ್* **250.00**

ಸ್ವಾತಂತ್ರ್ಯ ಹೋರಾಟದಲ್ಲಿ ಭಾರತೀಯ ಮುಸ್ಲಿಮರ ಪಾತ್ರ *ಶಾಂತಿಮೈರಾಯ್*
(4ನೇ ಮುದ್ರಣ) *(ಅನು : ಪ್ರಕಾಶ ಹಿಟ್ಟಿನಹಳ್ಳಿ)* **40.00**

ಗಾಂಧಿ ಕಗ್ಗೊಲೆ. ಕಾರಣ - ಪರಿಣಾಮ (3ನೇ ಮುದ್ರಣ) *ಕೋ. ಚೆನ್ನಬಸಪ್ಪ* **100.00**

ಹಿಂದೂ ಧರ್ಮ ರಕ್ಷಕ : ಟೀಪೂ ಸುಲ್ತಾನ್ (5ನೇ ಮುದ್ರಣ) *(ಸಂ : ಕೋ. ಚೆನ್ನಬಸಪ್ಪ)* **5.00**

ಶಿವಾಜಿ ಯಾರು ? (5ನೇ ಮುದ್ರಣ) *ಗೋವಿಂದ ಪಾನಸರೆ (ಅನು : ಚಂದ್ರಕಾಂತ ಪೋಕಳೆ)* **35.00**

ಕೋಮುವಾದದ ಕರಾಳ ಮುಖಗಳು
(ವಿಸ್ತೃತ 2ನೇ ಮುದ್ರಣ) *ಎಸ್. ಆರ್. ಭಟ್, ಜಿ. ರಾಜಶೇಖರ್, ಕೆ. ಫಣಿರಾಜ್* **100.00**

ಕೋಮುವಾದ ಮತ್ತು ಭಾರತೀಯ ಇತಿಹಾಸ ಲೇಖನ *ರೋಮಿಲಾ ಥಾಪರ್ ಮತ್ತಿತರರು*
(3ನೇ ಮುದ್ರಣ) *(ಅನು : ಕೆ. ಎಲ್. ಗೋಪಾಲಕೃಷ್ಣ ರಾವ್)* **40.00**

ಇತಿಹಾಸದ ರಾಜಕೀಯ (2ನೇ ಮುದ್ರಣ) *ಡಾ|| ಕೆ. ಎಲ್. ಗೋಪಾಲಕೃಷ್ಣಯ್ಯ* **50.00**

ಆರ್ಯರಿಗಾಗಿ ಹುಡುಕಾಟ *ಆರ್. ಎಸ್. ಶರ್ಮಾ*
(2ನೇ ಮುದ್ರಣ) *(ಅನು : ಎಸ್. ಗುರುದತ್)* **50.00**

ಭಾರತಕ್ಕೆ ಆರ್ಯರ ಪ್ರವೇಶ *ಆರ್. ಎಸ್. ಶರ್ಮಾ*
(2ನೇ ಮುದ್ರಣ) *(ಅನು : ಎಸ್. ಗುರುದತ್)* **50.00**

ಪ್ರಾಚೀನ ಭಾರತ (5ನೇ ಮುದ್ರಣ) *ಪ್ರೊ|| ಆರ್. ಎಸ್. ಶರ್ಮ*
(ಅನು : ಎನ್. ಪಿ. ಶಂಕರನಾರಾಯಣ ರಾವ್) **200.00**

ಪ್ರಾಚೀನ ಭಾರತದಲ್ಲಿ ಶೂದ್ರರು (4ನೇ ಮುದ್ರಣ) *ಪ್ರೊ|| ಆರ್. ಎಸ್. ಶರ್ಮ*
(ಅನು : ಡಾ|| ಜೆ. ಶ್ರೀನಿವಾಸಮೂರ್ತಿ ಮತ್ತಿತರರು) **120.00**

ಪ್ರಾಚೀನ ಭಾರತದಲ್ಲಿ ಜಾತಿಗಳ ಉಗಮ *ಇರ್‌ಫಾನ್ ಹಬೀಬ್*
(2ನೇ ಮುದ್ರಣ) *(ಅನು : ಬಿ. ವಿ. ಕಕ್ಕಿಲ್ಲಾಯ)* **20.00**

ಪ್ರಾಚೀನ ಭಾರತದಲ್ಲಿ ಜನಜೀವನ (6ನೇ ಮುದ್ರಣ) *ಎಸ್. ಆರ್. ಭಟ್* **20.00**

ಜೀವನ ಚರಿತ್ರೆ, ವ್ಯಕ್ತಿಚಿತ್ರಣ

ಭಾರತರತ್ನ ಸರ್ ಎಂ. ವಿಶ್ವೇಶ್ವರಯ್ಯ. ಸಾಧಕನ ಹೆಜ್ಜೆಗಳು
(5ನೇ ಮುದ್ರಣ) *ಟಿ. ಆರ್. ಅನಂತರಾಮು* **70.00**

ಗುರುದೇವ – ಪುಸ್ತಕ ಒಂದು (ಬಾಲ್ಯದಿಂದ ಹದಿವಯಸ್ಸಿನವರೆಗೆ)
(2ನೇ ಮುದ್ರಣ) *ಸಿ. ಕೆ. ವೆಂಕಟರಾಮಯ್ಯ* **60.00**

ಗುರುದೇವ – ಪುಸ್ತಕ ಎರಡು (ಹದಿವಯಸ್ಸಿನಿಂದ ವೃದ್ಧಾಪ್ಯದವರೆಗೆ) *ಜಿ. ರಾಮನಾಥ ಭಟ್* **90.00**

ಗುರುದೇವ ಮತ್ತು ಮಹಾತ್ಮ (ಪತ್ರಸಂಚಯ)
(ಆಕರಗಳ ಸಂಗ್ರಹ ಮತ್ತು ಅನುವಾದ : ಜಿ. ರಾಮನಾಥ ಭಟ್) **250.00**

ಬಹುರೂಪಿ ಗಾಂಧಿ (3ನೇ ಮುದ್ರಣ) ಅನು ಬಂದ್ಯೋಪಾಧ್ಯಾಯ
(ಅನು : ಎಚ್. ಎನ್. ಗೀತಾ) **90.00**

ಭೀಮಾಯಣ - ಅಸ್ಪೃಶ್ಯತೆಯ ಅನುಭವಗಳು (ಭೀಮರಾವ್ ರಾಮ್‌ಜೀ ಅಂಬೇಡ್ಕರ್
ಅವರ ಜೀವನದ ಘಟನೆಗಳು) *ಕಲೆ : ದುರ್ಗಾಬಾಯಿ ವ್ಯಾಮ್, ಸುಭಾಷ್ ವ್ಯಾಮ್*
ಕಥೆ : ಶ್ರೀವಿದ್ಯಾ ನಟರಾಜನ್, ಎಸ್. ಆನಂದ್ (ಅನು : ವಿ. ಎಸ್. ಎಸ್. ಶಾಸ್ತ್ರಿ) **225.00**